"Những thông tin trong cuốn sách không làm tôi xúc động - vì chắc chắn các chi tiết mà tôi có thể kể ra từ kinh nghiệm cá nhân còn lâm ly và kỳ bí hơn nhiều - mà chỉ làm cho tôi thắc mắc, không biết đến bao giờ thì những người anh em thắng cuộc mới thực sự hiểu đầy đủ những người thua cuộc, và ý thức rõ những điều mà họ đã làm đối với những người anh em kém may mắn của mình?"

■ **Vũ Thị Phương Anh**, Giảng viên đại học, Thành phố Hồ Chí Minh, Việt Nam

"Tôi sẽ mua mấy bộ sách này để đem tặng. Một bộ cho cha tôi, một đảng viên cộng sản, người hằng đêm vẫn còn run lên vì xúc động khi kể cho tôi những gì xảy ra với chính cha ông mình thời cải cách ruộng đất. Một bộ sách cho o dượng tôi, một gia đình công chức bình thường của chế độ cũ với tám người con đã bỏ Sài Gòn để bơ vơ khắp lục tỉnh miền Tây trong suốt 5 năm trời trước khi vượt biên thành công. Và một bộ sách cho bố vợ tôi, một người lính miền Bắc giản dị đã đặt chân vào Sài Gòn trong những ngày tháng Tư lịch sử ấy."

■ **Nguyễn Xuân Long**, Đại học Michigan, Ann Arbor, USA

"Anh em mình có phải cộng sản không nhỉ? Câu hỏi đó là của một đồng đội của bố tôi gửi đến vào ngày 30/04/1995, hai năm sau khi bố tôi qua đời do vết thương chiến tranh tái phát. Tôi đọc lá thư và nhớ mãi câu nói đó. Khi được đọc Bên Thắng Cuộc, tôi thật sự khao khát được tìm hiểu về lịch sử dân tộc mình, về những năm tang thương có máu của bố tôi, linh hồn của bác tôi và rất nhiều họ hàng của chúng tôi nữa. Có lẽ chẳng thể có công trình nào mô tả trọn vẹn được cuộc chiến này nhưng nhiều người nghiên cứu về nó sẽ làm hoàn chỉnh lịch sử, giúp mọi người công tâm hơn, và mục tiêu cao cả nhất vẫn là xóa bỏ thù hận hàn gắn dân tộc."

■ **Ngô Đình Hoán**, Sở Y tế Bắc Ninh, Việt Nam

huy đức

BÊN THẮNG CUỘC

II. QUYỀN BÍNH

OSINBOOK | 2012
Saigon - Boston - Los Angeles - New York

HUY ĐỨC | TRƯƠNG HUY SAN

sinh năm 1962 tại Hà Tĩnh

nhập ngũ tháng 3-1979

học viên trường Sỹ quan Hoá Học (1980-1983)

chuyên gia quân sự ở Campuchia (1984-1987)

phóng viên báo Tuổi Trẻ, Thanh Niên, Thời báo Kinh Tế Sài Gòn và Sài Gòn Tiếp Thị (1988-2009)

blogger của trang Osinblog (2006-2010)

Humphrey Fellow về phân tích chính sách tại Đại học Maryland (2005-2006)

Nieman Fellow về phân tích chính trị tại Đại học Harvard (2012-2013)

© 2012 by Huy Đức & OsinBook • 2012. All rights reserved

No part of this book may be reproduced, scanned, or distributed in any printed or electronic form without permission from the author..

Huy Đức & OsinBook • 2012 giữ bản quyền

Không in lại, sao chép, phân phát, một phần hay toàn bộ cuốn sách, dưới dạng điện tử hay giấy, khi chưa có sự đồng ý của tác giả.

BIÊN TẬP: Cẩm Hân - Trần Minh Khôi

HIỆU ĐÍNH: Võ Văn Điểm - Lưu Hương - Nguyễn Thu Tâm - Nguyễn Việt Long

THIẾT KẾ - TRÌNH BÀY: Phùng Văn Vinh

Bản giấy in tại USA. Phát hành toàn cầu ngày 12/12/2012,
ISBN: 978-1-62988-473-8

Liên hệ tác giả qua thư điện tử **osinbook@gmail.com**

*Thương yêu tặng Mỹ Đức
và hai con Thạch Thảo, Đức Trung*

MỤC LỤC

MẤY LỜI CỦA TÁC GIẢ   xi

Phần III: DẤU ẤN NGUYỄN VĂN LINH

CHƯƠNG 12: CỞI TRÓI — 3
- Những Việc Cần Làm Ngay — 3
- Xiềng xích "Nhân văn" — 10
- Miền Nam "giải phóng" — 24
- Cởi ra… — 38

CHƯƠNG 13: ĐA NGUYÊN — 47
- Cải cách ở bậc đại học — 47
- Sinh viên và các phong trào tự phát — 50
- Đông Âu — 56
- Cứu chủ nghĩa xã hội — 61
- "Đa nguyên, đa đảng" — 67
- Cách chức Trần Xuân Bách — 73
- Kết thúc "trăng mật" với báo giới — 83

CHƯƠNG 14: KHOẢNG CÁCH LINH - KIỆT — 97
- Tại sao Đỗ Mười — 98
- Cimexcol hay "Vụ án Dương Văn Ba" — 102
- Hai tính cách — 108
- Hai cuộc hôn nhân — 111
- Ở Việt Bắc — 114
- Bà Trần Kim Anh — 116
- Hai người con trai — 120
- Đi bước nữa — 125
- Vợ và bạn — 128
- Cuộc sống và ý thức hệ — 130

CHƯƠNG 15: TƯỚNG GIÁP — 135
- Vụ án "Năm Châu - Sáu Sứ" — 135
- "Cách mạng miền Nam" — 141
- Sự kiện Vịnh Bắc Bộ — 148
- Mậu Thân và tham vọng của Lê Đức Thọ — 151
- "Nghị quyết 21" — 163
- Chiến dịch Hồ Chí Minh — 168
- "Thống chế đi đặt vòng" — 173

Phần IV: **TAM NHÂN**

CHƯƠNG 16: THỊ TRƯỜNG — 185
Tái lập hòa bình — 186
Lạm phát và Nước hoa Thanh Hương — 191
Những bước đi đầu tiên — 198
Lược sử kinh tế tư nhân — 203
Học lại "kinh tế thị trường" — 214

CHƯƠNG 17: TAM QUYỀN KHÔNG PHÂN LẬP — 223
Nửa thế kỷ, bốn hiến pháp — 224
Quốc hội có vai trò hơn — 227
Thủ tướng và "người đứng đầu" — 240
Chia tỉnh — 242
"Công nông hoá" tư pháp — 244
"Bỏ Điều 4 là tự sát" — 250

CHƯƠNG 18: TAM NHÂN PHÂN QUYỀN — 259
Bộ ba — 260
Gỡ cấm vận — 265
"Đa phương hóa" — 272
Tổng cục II — 280
Đất quân đội — 282
Hóa giá nhà — 287
Đường dây 500 — 291

CHƯƠNG 19: ĐẠI HỘI VIII — 301
Khúc dạo đầu — 302
"Thư gửi Bộ Chính trị" — 306
Vụ án Nguyễn Hà Phan — 313
Tam nhân tại vị — 318
Sức khỏe Trung ương — 321

CHƯƠNG 20: LÊ KHẢ PHIÊU VÀ BA ÔNG CỐ VẤN — 328
Kỷ nguyên Internet — 329
Luân chuyển cán bộ — 333
"16 chữ vàng" — 335
Hiệp định thương mại Việt-Mỹ — 346
Bill Clinton và Lê Khả Phiêu — 352
Đại hội IX — 356

CHƯƠNG 21: ĐỊNH HƯỚNG XÃ HỘI CHỦ NGHĨA — **363**
    Quốc doanh chủ đạo — 364
    Thị trường và lập trường — 367
    Phan Văn Khải — 372
    "Sân chơi" không bình đẳng — 381

CHƯƠNG 22: THẾ HỆ KHÁC — **389**
    Người kế nhiệm — 390
    Kinh tế tập đoàn — 393
    Nông Đức Mạnh — 397
    "Phương án" Nguyễn Văn An — 400
    Sở hữu toàn dân — 403

Phụ lục: ĐÁNH VÀ ĐÀM — 419
    Đàm phán — 419
    Lại hòa đàm — 425
    "Mùa hè đỏ lửa" — 427
    Cơ hội hòa bình — 434
    Giáng sinh B-52 — 438
    Hiệp định Paris 1973 — 443

DANH MỤC THAM KHẢO — 446

x

MẤY LỜI CỦA TÁC GIẢ

Tôi rời Campuchia trước khi Việt Nam rút hết "Quân tình nguyện". Khi học ở trường chuyên gia quân sự 481, chúng tôi được chuẩn bị tư tưởng để "giúp bạn lâu dài". Nhưng thay vì ở lại hàng thập niên, tôi chỉ phải ở lại Campuchia gần bốn năm. Tôi quyết định rời quân đội. Một cá nhân cũng như một quốc gia, súng ống chỉ nên được lựa chọn khi không còn con đường nào khác.

Cuối năm 1987, tôi bắt đầu làm việc ở Văn phòng huyện ủy Nhà Bè. Thời gian ấy, Tổng Bí thư Nguyễn Văn Linh đang viết "Những việc cần làm ngay". Công việc ở Văn phòng huyện ủy thật an nhàn, tôi đã sử dụng phần lớn thời gian để viết văn và viết bài cho các báo. Sau khi đọc những bài báo ấy, Bí thư huyện ủy Trần Văn Đông giao cho tôi phụ trách biên tập tờ tin và đài truyền thanh huyện Nhà Bè. Chỉ mấy tháng sau, tôi được nhà văn Nguyễn Đông Thức đưa về Tuổi Trẻ.

Không chỉ có kho sách cực kỳ phong phú của thư viện Đắc Lộ mà tờ Tuổi Trẻ tiếp quản sau khi các giáo sỹ dòng Tên bị bắt năm 1979, đội ngũ Tuổi Trẻ thời "161 Lý Chính Thắng" cũng là một "kho tư liệu" vô giá. Không phải ai ở trong cái không khí "thanh niên sôi nổi" ấy cũng biết hết những trắc ẩn trong lòng các đồng nghiệp của mình.

Ở đây, tôi gặp những đồng nghiệp về sau trở thành nhân vật trong cuốn sách của mình. Ở đây, tôi gặp những con người lặng lẽ, tưởng quá khứ đã được chôn chặt, như: Biên tập viên Lệ Xuân, con gái ông Nguyễn Thành Đệ, người sau khi đóng 200 lượng vàng để vượt biên theo Phương án II không thành bị lấy nốt căn nhà cuối cùng[1]; Thư ký tòa soạn Võ Văn Điểm - chủ biên đầu tiên của tờ Tuổi Trẻ Chủ Nhật, Tuổi Trẻ Cười - người có vợ và hai con chết trên biển trong một chuyến vượt biên.

Thế hệ chúng tôi may mắn được làm báo sau "Đổi Mới". Những người viết có trách nhiệm nhận thấy một cơ hội to lớn sau tuyên bố "cởi trói" của Tổng Bí thư Nguyễn Văn Linh để không còn tiếp tục sự nghiệp viết lách bằng thứ văn chương minh họa hay báo chí tô hồng. Đó là một thời đáng nhớ của văn nghệ và báo chí. Rất tiếc là chỉ hơn một năm sau khi Tổng Bí thư Nguyễn Văn Linh kêu gọi văn nghệ sỹ tự cứu mình, tự ông đã có nhiều thay đổi.

Ngay trong khuôn viên 161 Lý Chính Thắng, chúng tôi có thể cảm nhận sự căng thẳng. Có lúc một số phóng viên Tuổi Trẻ đã phải chuẩn bị cho khả năng bị khởi tố. Có những buổi chiều, nhất là sau khi Tổng Biên tập Vũ Kim Hạnh đi gặp Phó Bí thư Thành ủy Bảy Dự Nguyễn Võ Danh, đi gặp Tổng Bí thư Nguyễn Văn Linh, đi gặp Bộ

---

[1] Cho đến năm 2005, ông Nguyễn Thành Đệ đã chết gục trên bàn tiếp dân của Sở Xây dựng, kết thúc bi kịch đòi lại căn nhà mà ông đã bị tịch thu năm 1979.

trưởng Bộ Nội vụ Mai Chí Thọ trở về…, chúng tôi nín thở chờ chị bàn bạc với anh Ba Lăng[2]. Những hôm gay cấn, hai người còn phải tham vấn cựu Tổng Biên tập Võ Như Lanh[3]. Cho đến trước khi ông Nguyễn Văn Linh hết nhiệm kỳ, những người tiên phong trong văn nghệ, báo chí đều phải ra đi gần hết.

Tuổi Trẻ còn tạo cơ hội cho tôi bước ra bên ngoài khuôn viên "161 Lý Chính Thắng". Tôi may mắn được phân công viết đủ các loại đề tài, từ chính trị tới xã hội, từ kinh tế tới văn hóa, từ hoạt động của các cơ quan tố tụng đến các hoạt động của bộ máy Đảng, Nhà nước, từ trung ương tới địa phương. Từ năm 1989, tôi trực tiếp đưa tin hầu hết các vụ án lớn xảy ra trên cả nước, theo dõi từ giai đoạn khởi tố điều tra cho đến khi nội vụ được đưa tới tòa. Cũng từ năm 1989, tôi được giao viết về các kỳ họp Hội đồng nhân dân và sau đó có mặt ở Hội trường Ba Đình gần như mỗi kỳ Quốc hội họp.

Những năm đầu thập niên 1990, chúng tôi được bố trí ăn, ở với các đoàn đại biểu tại nhà khách số 8 Chu Văn An; được dự hầu hết các phiên thảo luận mà các đại biểu đang là ủy viên Trung ương, ủy viên Bộ Chính trị. Chúng tôi cũng dễ dàng gặp gỡ, trò chuyện với Tổng Bí thư Nguyễn Văn Linh, Tổng Bí thư Đỗ Mười, Chủ tịch nước Lê Đức Anh, Thủ tướng Võ Văn Kiệt, Thủ tướng Phan Văn Khải, Chủ tịch Quốc hội Lê Quang Đạo, Tổng Bí thư Nông Đức Mạnh... Cánh nhà báo chúng tôi[4] có nhiều cơ hội trao đổi, đủ loại thông tin, với các nhà lãnh đạo cả khi tác nghiệp, khi bên tách trà và không ít khi bên chén rượu.

Chính trường được phản ánh trong cuốn II bao gồm những gì mà tác giả có thể quan sát từ cự ly rất gần. Ở những thời điểm nóng bỏng nhất, tôi có thể vào tận phòng làm việc hỏi chuyện Thủ tướng Võ Văn Kiệt, Thủ tướng Phan Văn Khải; tôi cũng có không ít dịp đến nhà riêng, vào phòng làm việc của Tổng Bí thư Đỗ Mười, Tổng Bí thư Lê Khả Phiêu... phỏng vấn. Chúng tôi chứng kiến một cách trực tiếp các xung đột giữa những người chủ trương kinh tế thị trường với những người lo "chệch hướng", những xung đột đã làm biến dạng khá nhiều chính sách.

Tất cả những tư liệu ấy đều được tôi lưu trữ. Nhưng không chỉ dừng lại ở những ghi chép của mình, từ năm 2003, khi bắt đầu tập trung phần lớn thời gian cho cuốn sách này, tôi ngồi điểm lại toàn bộ tư liệu mình đã thu thập được, đánh dấu các khoảng trống và bắt đầu tiến hành thêm hàng ngàn cuộc phỏng vấn. Với sự giúp đỡ của một nhóm sinh viên và một số nhà nghiên cứu trẻ, tôi bắt đầu đối chiếu lời kể

---

[2] Tên thường gọi của ông Trần Minh Đức, phó tổng biên tập Tuổi Trẻ 1981-1997, người được coi là "bộ óc chiến lược" của báo.

[3] Tổng biên tập Tuổi Trẻ 1979-1983, phó tổng biên tập báo Sài Gòn Giải Phóng 1983-1990 và sau đó là tổng biên tập Thời báo Kinh tế Sài Gòn 1990-2006.

[4] Gồm Lê Thọ Bình, Tâm Chánh, Thanh Tâm, Phan Ngọc, Bùi Thanh, Kim Trung, Minh Đức, Minh Hà...

của các nhân chứng với các ghi chép của chính họ, của tôi (với các sự kiện mà mình trực tiếp quan sát trong thời gian làm báo), đối chiếu với báo chí ở các thời điểm khác nhau, với lời kể giữa các nhân chứng và đặc biệt là đối chiếu với các tài liệu gốc, gồm thư từ, công văn, chỉ thị, nghị quyết và biên bản các cuộc họp.

Cuốn II bắt đầu từ thời điểm ông Nguyễn Văn Linh lên cầm quyền cho đến khi ba ông cố vấn đưa ông Lê Khả Phiêu ra khỏi chiếc ghế tổng bí thư. Tuy có những câu chuyện còn kéo dài đến sau Đại hội Đảng lần thứ XI (1-2011), nhưng hai chương cuối của cuốn II chủ yếu nói về "cái đuôi" chủ nghĩa xã hội và những hệ lụy mà xã hội Việt Nam đang gánh chịu.

Chương Tướng Giáp được đặt ở vị trí cuối phần "Dấu ấn Nguyễn Văn Linh", bắt đầu bằng một nỗ lực nhằm hạ uy tín của "vị tướng Điện Biên" diễn ra cuối nhiệm kỳ của Tổng Bí thư Nguyễn Văn Linh nhưng chủ yếu nói về mối quan hệ giữa Lê Duẩn - Tướng Giáp - Lê Đức Thọ. Những xung đột quyền lực đã chi phối phần lớn các quyết định liên quan đến cuộc chiến diễn ra thời thập niên 1960, kéo dài tới giữa thập niên 1980, liên quan đến không ít máu xương và để lại khá nhiều di chứng. Phần còn lại của cuốn II chủ yếu viết về những gì diễn ra bên trong Ba Đình thời thập niên 1990. Thời mà ý thức hệ không chỉ tồn tại như một đức tin của những người cầm quyền mà còn trở thành những công cụ chính trị phục vụ cho quyền lực.

Tuy nhiên, Quyền Bính không phải là một cuốn sách nói chuyện "thâm cung bí sử" cho dù có nhiều câu chuyện, có nhiều nhân vật được đặc tả rất cận cảnh. Những câu chuyện được kể trong cuốn sách này là sự chia sẻ của rất nhiều người trong cuộc về một giai đoạn mà Việt Nam đã bỏ lỡ những cơ hội có thể đi tới mục tiêu "công bằng, dân chủ, văn minh" do chính đảng cầm quyền đề ra. Tuy kinh tế thị trường đã làm thay đổi bộ mặt quốc gia và đời sống nhân dân nhưng Việt Nam vẫn tụt hậu cho dù "nguy cơ" này đã được chỉ ra từ năm 1994.

Chính sách đất đai, thay vì lựa chọn những phương thức sở hữu giải phóng tối đa tiềm lực trong đất và trong dân lại cứ tự trói buộc vào sở hữu toàn dân, chỉ vì phương thức này được coi là đặc trưng của chủ nghĩa xã hội. Nền kinh tế thay vì chọn phương thức hiệu quả nhất đã phải để cho kinh tế nhà nước làm chủ đạo. Hệ thống chính trị thay vì lấy sự minh bạch, đảm bảo nguyên tắc kiểm soát quyền lực để có thể mang lại công lý và tránh tham nhũng, lạm quyền lại ưu tiên đảm bảo vị trí cầm quyền của Đảng.

Quyền Bính tiếp tục nói về những khúc quanh của Việt Nam. Nói về những thời điểm mà đảng cầm quyền thay vì nắm bắt tư duy của thời đại và ý chí của nhân dân, chỉ có thể loay hoay trong một cái vòng tự vẽ. Hệ thống chính trị, trải qua nhiều thế hệ, càng về sau lại càng có ít khả năng khắc phục sai lầm.

■ Sài Gòn – Boston (2009-2012)

phần III . **DẤU ẤN NGUYỄN VĂN LINH**

CHƯƠNG 12 . CỞI TRÓI

Tổng Bí thư Nguyễn Văn Linh tại cuộc gặp lịch sử (10-1987) với giới văn nghệ.
- Xuân Lâm - TTXVN

CHO DÙ TUYÊN BỐ "CỞI TRÓI" CỦA Nguyễn Văn Linh là "ngứa miệng kêu" như ông nhận, hay là sách lược được áp dụng khi mới cầm quyền, thì sự thật là các hoạt động văn nghệ và báo chí sau đó đã bắt đầu được đặt trong một không gian mà tự do chỉ mở dần ra chứ không thể nào bóp lại.

NHỮNG VIỆC CẦN LÀM NGAY

Chiều chủ nhật 24-5-1987, tòa soạn chuyển lên Ban Biên tập báo Nhân Dân một phong thư, nói là của một "người đứng tuổi nhờ đưa ngay cho đồng chí tổng biên tập".

Bảo vệ mô tả, "người đứng tuổi" đi xe Lada và có một người cận vệ nói giọng miền Nam.

Chi tiết quan trọng nhất để Ban Biên tập báo Nhân Dân liên hệ giữa bút danh N.V.L., ký trong thư, với Tổng Bí thư Nguyễn Văn Linh là chiếc xe Lada. Theo nhà báo Hữu Thọ[5]: "Khi ấy các ông trong Bộ Chính trị đều đi xe Volga hết". Sáng 25-5-1987, trên trang nhất Nhân Dân xuất hiện một bài báo với đầu đề in chữ đậm "Những việc cần làm ngay".

Không phải là một thông điệp chính trị như của một vị nguyên thủ quốc gia, bài báo đầu tiên của Tổng Bí thư yêu cầu: "Trật tự giá cả cần phải được tôn trọng". Dẫn ra các "nguyên nhân bất chính" làm tăng giá như "bọn phá hoại lâu lâu lại phao tin lên lương đổi tiền", "nhiều địa phương, nhiều cấp tự ý lên giá bất hợp pháp", "nhiều cơ sở ghìm hàng gây khan hiếm giả tạo"... ông Linh coi lập lại trật tự giá cả "thật sự là một việc cấp bách, cần phải làm ngay". Ông Linh yêu cầu "các cơ quan tuyên truyền phải chỉ đích danh những cá nhân, những cơ quan, những tổ chức làm các việc trái với Nghị quyết Trung ương"; đòi "các cơ quan pháp luật phải lôi các vụ việc sai trái lớn ra nghiêm trị" và đồng thời đưa kết quả xử lý "lên các cơ quan ngôn luận cho dân biết".

Bài báo thứ hai, đăng vào ngày 26-5-1987, của Tổng Bí thư cũng chỉ nhặt từ một thông tin đăng trong mục "Ý kiến bạn đọc" của báo Nhân Dân, số ra ngày 21-5-1987, về việc "kho lạnh Bến Bính, Hải Phòng làm hỏng 360 tấn tỏi khô trị giá khoảng 20 triệu đồng". Sau khi đặt câu hỏi: "Ai là người phải chịu trách nhiệm? Hình phạt sẽ ra sao?", Tổng Bí thư Nguyễn Văn Linh đã đưa ra khái niệm "im lặng đáng sợ" để chỉ thái độ bất chấp của các cơ quan nhà nước trước "nhiều vụ việc sai phạm rất lớn do quần chúng phát hiện" và được "báo chí từ Bắc chí Nam" đăng tải.

Một tuần sau khi N.V.L. khởi đăng "những việc cần làm ngay", ngày 2-6-1987, báo Tuổi Trẻ Thành phố Hồ Chí Minh cho đăng lại loạt bài "Vật tư rơi vào tay ai?" của báo Hàng Không Việt Nam. Đây là loạt phóng sự điều tra của một nhóm nhà báo dũng cảm viết về tiêu cực của hai cán bộ cấp cục, đăng trên chính tờ báo của ngành.

Bằng những tư liệu điều tra chuẩn xác, các nhà báo đã công khai danh tánh cục trưởng và cục phó Cục Quản lý bay, nhân được tổng cục trưởng Hàng không cấp 500 nghìn đồng để xây nhà, đã lập ra một "Ban Kiến thiết" gồm bảy cán bộ, trong đó có một trung tá làm trưởng ban để "lo việc xây dựng nhà riêng cho mình". Đội xây dựng do Cục Quản lý bay lập ra đã lao động trong

---

[5] Khi ấy là Phó Tổng biên tập báo Nhân Dân.

vòng nửa năm mới xây xong hai ngôi nhà. Theo bài báo thì chỉ riêng việc vận chuyển vật tư, Cục đã phải "huy động 150 chuyến xe ô tô, tiêu hao 4.800 lít xăng". Kết quả là "hai căn villa lớn, khá đẹp cạnh nhau, nổi hẳn lên giữa những căn nhà thấp lè tè của cán bộ, công nhân viên sân bay Gia Lâm".

Loạt bài điều tra này đã được đăng phần đầu trên báo Hàng Không Việt Nam từ ngày 7-4-1987, nhưng phần tiếp theo thì không thể đăng vì "ban biên tập đã bị nhiều sức ép". Ngay sau khi Nguyễn Văn Linh cho đó là sự "im lặng đáng sợ", một đoàn kiểm tra đã được lập ra. Báo Tuổi Trẻ ngày 7-7-1987 cho đăng kết luận của đoàn, xác nhận: "Một số cán bộ có chức có quyền ở ngành Hàng không đã gây thiệt hại cho tài sản xã hội chủ nghĩa". Đặc biệt đoàn kiểm tra nhấn mạnh, việc cho ngưng loạt bài điều tra là "xâm phạm quyền tự do báo chí" và tuyên bố: "Báo Hàng Không sẽ đăng tiếp phần còn lại".

Kể từ bài báo đầu tiên đăng ngày 26-5-1987 cho đến ngày 30-5, ngày nào Nguyễn Văn Linh cũng có bài đăng trên mục "Những việc cần làm ngay". Nhịp độ này tuy có thưa ra trong tuần lễ thứ hai, nhưng trong tháng 6-1987, gần như tuần nào ông Nguyễn Văn Linh cũng gửi tới báo Nhân Dân ít nhất là một bài báo ngắn. Hễ cứ báo Nhân Dân cho đăng "những việc cần làm ngay" là các báo Tuổi Trẻ, Lao Động, Thanh Niên và các tờ báo Đảng tại các địa phương lại đăng lại nguyên văn trên đầu trang nhất.

Việc Tổng Bí thư viết báo, nay đề nghị "quản lý giá cả", mai đề nghị "phải đưa những cán bộ, đảng viên tốt vào ngành thương nghiệp quốc doanh", làm nảy sinh nhiều ý kiến khác nhau. Trong Ban Bí thư, theo nhà báo Hữu Thọ, Ủy viên Bộ Chính trị Nguyễn Thanh Bình đã can ngăn ông Linh đừng viết nữa. Ngày 10-7-1987, ông Nguyễn Văn Linh đã công khai trả lời sự can ngăn này[6].

Theo ông Hữu Thọ: "Ban Biên tập báo Nhân Dân quyết định phải tỏ thái độ ủng hộ đồng chí Tổng Bí thư". Ngày 13-7-1987, báo Nhân Dân cho đăng xã luận "Hưởng ứng những việc cần làm ngay". Để rồi, ngay sau đó, các báo mở chuyên mục thường xuyên và gần như bất cứ chỉ thị nào của các bộ, ngành,

---

[6] Ông Nguyễn Văn Linh viết: "Sau vài bài đầu của 'Những việc cần làm ngay', có đồng chí khuyên tôi nên thôi, vì lo: Những bài viết của tôi sẽ không được hưởng ứng, lúc đó mới thôi viết, thế là đánh trống bỏ dùi, đã vô ích lại mất tín nhiệm; Sợ tôi làm sao biết hết, biết thật đúng mọi việc, sẽ có sự đôi co phản tác dụng…; Cũng có người có trách nhiệm chỉ trích, biết bao nhiêu việc cần làm, sao phải hăng hái chống tiêu cực như vậy? Sao không chuyên tâm nói tới những chuyện tích cực? Vài trăm tấn tỏi, mấy vị mang hộ chiếu ngoại giao đi buôn... có gì là ghê gớm, phê và tự phê công khai chỉ làm rối lòng dân, làm cản trở công việc của cán bộ lãnh đạo". Rồi ông tuyên bố: "Đành phải trái lời khuyên, tôi vẫn viết tiếp vì thấy cần quá" (báo Nhân Dân số ra ngày 10-7-1987).

địa phương cũng bắt đầu bằng khẩu hiệu "Hưởng ứng những việc cần làm ngay" mà báo Nhân Dân đưa ra ngày 13-7.

Tại Sài Gòn, Thành ủy ra nghị quyết yêu cầu các cấp ủy, ban ngành, đoàn thể từ Thành phố đến phường, xã phải tổ chức xem xét và "xử lý ngay những vấn đề mà đồng chí N.V.L. nêu"; các ngành, các cấp của Thành phố "phải học tập đồng chí N.V.L. tự mình nêu ra những việc cần làm trong ngày, tuần, tháng không chỉ trong mặt trận chống tiêu cực mà trên nhiều lĩnh vực hoạt động khác"[7]. Ngày 25-6-1987, khi sơ kết cuộc vận động, mọi thành tích trên các lĩnh vực khác nhau đều được Thành ủy coi là nhờ hưởng ứng "những việc cần làm ngay" mà có [8].

Báo chí, từ chỗ đang viết những bài ca ngợi, chuyển sang "phanh phui" những gì bị coi là tiêu cực. Những vụ việc ở "Phòng thuế quận Tư", ở "Tổng cục Trang bị Kỹ thuật, Bộ Nông nghiệp" đã được đăng trên báo và bị quên lãng, khi có "Những việc cần làm ngay" của Nguyễn Văn Linh, bắt đầu được "cày, xới" lại. Báo chí không ngại ngần nêu đích danh cả những ủy viên Trung ương như Bí thư Tỉnh ủy Thanh Hóa Hà Trọng Hòa.

Ngày 19-9-1987, Hội Nhà báo tổ chức hội thảo khẳng định "báo chí nhất định thắng lợi trong cuộc đấu tranh chống tiêu cực". Ngày 21-9-1987, Ban Bí thư ra Chỉ thị 15, đánh giá: "Hoạt động vừa qua của báo chí chống tiêu cực bước đầu đem lại niềm tin cho quần chúng, thúc đẩy các vụ tiêu cực được xử lý nhanh hơn". Ban Bí thư phê phán "một số cán bộ lãnh đạo địa phương chưa biết sử dụng và ủng hộ báo chí làm công cụ chống tiêu cực". Ngày 4-9-1987, Chủ tịch Hội đồng Bộ trưởng Phạm Hùng kêu gọi báo chí "phát huy mạnh mẽ sức mạnh của mình".

Sau khi thuyết phục được báo giới, ông Nguyễn Văn Linh chuyển sang tìm kiếm ảnh hưởng của mình trong giới văn nghệ. Người giới thiệu ông Linh với văn nghệ sỹ là Tướng Trần Độ [9], trưởng Ban Văn hóa văn nghệ Trung ương. Trần Độ lúc đó cũng đang cần sự ủng hộ của Tổng Bí thư cho một nghị quyết mà ông thai nghén nhằm "đổi mới vai trò lãnh đạo của Đảng trong lĩnh vực văn hóa văn nghệ". Nghị quyết của Trần Độ về sau nổi tiếng với tên gọi: "Nghị quyết 05".

---

[7] Chỉ thị 05/CT-TU, lưu trữ tại Thư viện Ban Nghiên cứu Lịch sử Đảng Thành ủy Thành phố Hồ Chí Minh.

[8] "Tiêu biểu là quận Tân Bình, đã thực hiện được 1129 việc cần làm ngay trong đó có 520 việc ở khu phố, số việc chống tiêu cực chỉ chiếm 5% còn lại là những việc tích cực như lập an ninh trật tự, phân phối lưu thông, sửa đường, cầu cống, lớp học. Ở Phú Nhuận, thực hiện được 181/256 sự việc. Ở Hóc Môn, thành lập được 7 đoàn cán bộ xuống tháo gỡ khó khăn ở 31 hợp tác xã và 14 xã" (Chỉ thị 05/CT-TU, lưu trữ tại Thư viện Ban Nghiên cứu Lịch sử Đảng Thành ủy Thành phố Hồ Chí Minh.

[9] Phó chính ủy Quân giải phóng miền Nam trong thời gian ông Nguyễn Văn Linh làm Phó bí thư Trung ương Cục.

Ngay từ giai đoạn chuẩn bị Nghị quyết 05, không khí dân chủ trong xã hội đã được khởi động bởi nhiều cuộc hội thảo và, đặc biệt, cuộc đối thoại với Tổng Bí thư Nguyễn Văn Linh. Theo Tướng Trần Độ thì chính ông Nguyễn Văn Linh muốn có cuộc gặp này để ông "trực tiếp nghe tiếng nói của anh em văn nghệ".

Cuộc gặp giữa Tổng Bí thư Nguyễn Văn Linh với các văn nghệ sĩ và các nhà hoạt động văn hóa diễn ra trong hai ngày 6 và 7-10-1987. Hơn 100 đại biểu được coi là "tinh hoa" của giới đã về dự. Mở đầu cuộc làm việc, Tổng Bí thư chỉ nói trong chừng năm phút. Ông nêu băn khoăn, "hình như từ sau ngày giải phóng văn học nghệ thuật của chúng ta nghèo hơn" rồi đề nghị các nhà văn tìm nguyên nhân: có phải do có sự kiểm duyệt hay có sự hạn chế gì? Khi thấy các nhà văn cứ vòng vo, Tổng Bí thư Nguyễn Văn Linh nói: "Còn rào đón thì chưa chuyển biến được đâu!".

Được Tổng Bí thư mở lời, nhà nghiên cứu Nguyễn Khắc Viện thừa nhận, văn học nghệ thuật còn bị trói buộc, sự lãnh đạo văn nghệ còn thô sơ, tác giả và tác phẩm dễ dàng bị kết án. Ông nói: "Bản án nào cũng có kỳ hạn, mãn hạn tù, còn bản án văn học thì cứ mãi treo lơ lửng, có khi còn hại đến cả con cháu". Những người phát biểu gay gắt như Nguyễn Khắc Viện, Dương Thu Hương đều được Tổng Bí thư đứng dậy bắt tay. Thái độ của Tổng Bí thư đã đánh thức sỹ khí của những người từ lâu sống trong sợ hãi.

Họa sĩ Phan Kế An gọi những sai lầm đối với văn học nghệ thuật là "Maoist". Nhà viết kịch Lưu Quang Vũ chỉ trích tình trạng "một người suy nghĩ cho mọi người, một cái đầu tối cao suy nghĩ cho mọi cái đầu". Ông Vũ nói: "Sự độc đoán về tư tưởng bóp chết sáng tạo, làm khô kiệt văn học và nghệ thuật". Nhà văn Nguyên Ngọc cho rằng: "Chiến tranh quá dài đã khiến chúng ta nói quá nhiều, quá sâu về Đảng, về nhân dân, về kẻ thù và gần như trong một thời gian rất dài không nói gì với các cháu bé, về cha mẹ, về gia đình... Chiến tranh đã khiến cho cả giáo dục, cả văn học nghệ thuật, thậm chí cả những phạm trù khoa học như sử học, đạo đức học, tâm lý học đều nhất loạt bị đồng nhất với chính trị". Nhà phê bình Nguyễn Đăng Mạnh ví văn nghệ sỹ như những "con chim bị trói". Theo ông Mạnh: "Có thời lãnh đạo khinh bỉ sâu sắc văn nghệ sĩ. Mà con người bị coi thường, khinh bỉ thì tự nhiên thấy mình như cũng hèn kém, nhỏ lại".

Trong năm mươi phút phát biểu sau cùng, Tổng Bí thư Nguyễn Văn Linh đồng ý là phải "cởi trói" mới phát huy hết khả năng của văn nghệ sỹ. Mặc dù thừa nhận: "Trước hết, tôi nghĩ Đảng phải cởi trói. Cởi trói trong lĩnh vực tổ chức, chính sách trong các quy chế, chế độ", nhưng ông Linh vẫn cho rằng: "Không thể có ai khác hơn là các đồng chí phải tự làm. Nghe các đồng chí nói, tôi rất thông cảm. Chính vì thông cảm mà sáng nay tôi đã ngứa miệng kêu: hãy tự cứu lấy mình trước khi Trời cứu".

Ông Nguyễn Văn Linh chia sẻ: "Tôi không phải là nhà văn nghệ, nhà báo nhưng ngứa ngáy quá nên vừa rồi mới viết "Những việc cần làm ngay". Nhiều người hoan nghênh, hưởng ứng nhưng không phải không có những người cho rằng: sao lại bôi đen chế độ". Không khí cuộc gặp và phát biểu của Tổng Bí thư đã khiến cho ông Nguyễn Kiên, một nhà văn được coi là trầm tĩnh nhất cũng phải thốt lên: "Có cảm giác là chúng ta đã bắt đầu bước sang một thời kỳ khác"[10].

Không phải tự nhiên ông Nguyễn Văn Linh chọn báo chí, văn nghệ, thay vì chọn hệ thống tổ chức mà ông đứng đầu để gây ảnh hưởng chính trị cho mình. Ông Linh hiểu mình ở đâu trong bàn cờ Hà Nội. Khi mới được bầu làm tổng bí thư, ông Nguyễn Văn Linh nói trước Ban Chấp hành Trung ương: "Trước đây, tổng bí thư thường hơn các đồng chí khác trong Bộ Chính trị một cái đầu; nay, chúng tôi chỉ hơn kém nhau sợi tóc".

Ông Nguyễn Văn Linh mới được bổ sung vào Bộ Chính trị tháng 6-1985 và được cử làm thường trực Ban Bí thư từ tháng 7-1986. Cho đến khi ấy, ông Linh chỉ thực sự có sáu tháng kinh nghiệm xử lý công việc ở tầm quốc gia. Theo ông Trần Phương: "Sinh thời, anh Ba không đánh giá cao Nguyễn Văn Linh"[11]. Việc ông Linh bị đưa ra khỏi Bộ Chính trị tại Đại hội V là ý kiến của chính Tổng Bí thư Lê Duẩn. Tháng 12-1981, ông Nguyễn Văn Linh bị đưa trở lại Sài Gòn làm bí thư, một chức vụ mà ông đã giữ từ năm 1945. Nhưng Sài Gòn không phải là chặng đường cuối cùng của sự nghiệp Nguyễn Văn Linh như nhiều người lúc bấy giờ dự đoán.

Sài Gòn năm 1981 là một thành phố lớn, bộ máy công an, quân đội, báo chí và vị trí của nó có thể đưa ảnh hưởng chính trị của người lãnh đạo vượt ra khỏi khuôn khổ địa phương. Khác với những lần làm bí thư bí mật, và sau nhiều năm giữ những chức vụ chỉ có danh, ông Nguyễn Văn Linh có được trong tay một chính quyền thực sự. Cũng như Võ Văn Kiệt, ông đã khai thác rất tốt lợi thế ấy.

---

[10] Những phát biểu trong cuộc đối thoại được trích đăng trong đoạn này lấy từ bài tường thuật trên báo Văn Nghệ 42, ngày 17-10-1987.

[11] Năm 1957, khi ra Bắc, thay vì chọn Nguyễn Văn Linh, người đã là thường vụ Xứ ủy từ năm 1949, Lê Duẩn giao chức bí thư Xứ ủy Nam Bộ cho ông Phạm Hữu Lầu, một người đang có bệnh và chỉ sống được thêm vài năm sau đó. Tại Đại hội III, ông Linh được bầu vào Trung ương và, năm 1960, khi Xứ ủy Nam Bộ được thay thế bằng Trung ương Cục, ông là bí thư. Nhưng, năm 1965, khi "cách mạng miền Nam" chuyển sang giai đoạn "đánh Mỹ", ông Lê Duẩn đã đưa Đại tướng Nguyễn Chí Thanh vào thay thế. Năm 1967 khi ông Thanh mất, một ủy viên Bộ Chính trị khác là Phạm Hùng đã được "điền" vào để nắm Trung ương Cục. Ông Linh phải chấp nhận làm "phó" cho tới sau 1975. Trong Chiến dịch Hồ Chí Minh, Nguyễn Văn Linh được giao phụ trách phần "nổi dậy" và khi về Sài Gòn, ông "lửng lơ" ở Trung ương Cục cho tới tháng 2-1976 mới được bố trí làm bí thư Thành ủy Sài Gòn-Gia Định. Tháng 12-1976, Nguyễn Văn Linh trở thành ủy viên Bộ Chính trị nhưng chỉ được làm trưởng Ban Cải tạo xã hội chủ nghĩa Trung ương; rồi năm 1978, khi xuất hiện vấn đề "người Hoa", ông Lê Duẩn đưa Đỗ Mười vào thay thế. Nguyễn Văn Linh được điều ra Hà Nội làm trưởng Ban Dân vận, rồi chủ tịch Tổng Công đoàn. Đến năm 1980 thì ông chỉ còn là "ủy viên Bộ Chính trị theo dõi thực hiện nghị quyết của Đảng và Chính phủ ở phía Nam".

[CHƯƠNG 12 • CỞI TRÓI]

Năm 1985, nhân dịp kỷ niệm một thập niên sau "ngày giải phóng", ông Nguyễn Văn Linh cho xuất bản cuốn Thành Phố Hồ Chí Minh 10 Năm, phê phán sự "choáng ngợp trước thắng lợi" và chỉ trích những cán bộ tiếp quản miền Nam hồi năm 1975 là "thừa nhiệt tình và thiếu kiến thức". Cuốn sách - được biên soạn bởi những người thạo việc viết lách nhất của Thành ủy Thành phố Hồ Chí Minh, được Nhà Xuất bản Sự Thật in tới 30.200 cuốn - đã gây được uy tín rộng rãi cho người đứng tên [12]. Tuy nhiên, những gì gây chú ý trong cuốn sách này của Nguyễn Văn Linh chủ yếu nằm trong luồng gió "chống bệnh duy ý chí" mà ông Trường Chinh đang bắt đầu. Từ đó cho đến Đại hội VI, Nguyễn Văn Linh gần như không có đóng góp gì thêm cho "Đổi Mới" [13].

Ngay sau Đại hội VI, vừa lo lắng cho người kế nhiệm, vừa lo lắng cho sự nghiệp thực thi những chính sách mà mình mới đưa ra, Trường Chinh nói với Nguyễn Văn Linh: "Anh lên, công việc bề bộn, phải có người giúp việc. Nếu anh muốn, tôi sẽ nhường Trần Nhâm, Hà Nghiệp cho anh". Nhưng theo Trần Nhâm, ông Linh lạnh lùng: "Tôi không muốn người ta nói tôi được rút ra từ trong lò Trường Chinh".

Công chúng càng ít biết đến Trường Chinh như một kiến trúc sư của Đổi Mới bao nhiêu, lại càng gắn vai trò này cho Nguyễn Văn Linh bấy nhiêu[14]. Nguyễn Văn Linh nắm được lợi thế đó và trong khoảng thời gian ngắn ngủi

---

[12] Trong cuốn sách này, Nguyễn Văn Linh phê phán sự "choáng ngợp trước thắng lợi" và chỉ trích những cán bộ tiếp quản miền Nam "thừa nhiệt tình và thiếu kiến thức". Ông Linh viết: "Chúng ta đã không đủ bình tĩnh để nhìn thành phố một khi được giải phóng, hiển nhiên trở thành tài sản của chính chế độ ta dù cho kẻ thù xây dựng thành phố nhằm mục đích gì; chưa nhận thức được thực trạng kinh tế-xã hội của Thành phố qua hai mươi mốt năm sống dưới chế độ thực dân mới, đã là một khu vực có trình độ phát triển tư bản chủ nghĩa nhất định... thay vì giữ quy trình sản xuất tiếp tục vận hành và phát triển thì chúng ta vội vàng lên án, vội vàng sửa đổi cơ chế của nó, phủ nhận từ khoa học quản lý đến quy trình kỹ thuật" (Thành Phố Hồ Chí Minh 10 Năm, Nhà Xuất bản Sự Thật, 1985, trang 95).

[13] Trong khi, ngày 17-10-1986, Trường Chinh đã "tuyên ngôn đổi mới" tại Đại hội đại biểu đảng bộ Hà Nội. Ngày 23-10-1986, phát biểu tại Đại hội đại biểu đảng bộ Thành phố Hồ Chí Minh, ông Nguyễn Văn Linh vẫn kêu gọi: "Nâng cao hiệu quả kinh doanh phục vụ của thương nghiệp xã hội chủ nghĩa, tăng cường quản lý thị trường, giá cả". Mãi tới cuối bài phát biểu, Nguyễn Văn Linh mới lưu ý các đại biểu về bài phát biểu nói trên của Tổng Bí thư Trường Chinh.

[14] Năm 1978, cách "đánh tư sản" của ông Đỗ Mười đã làm cho hầu hết các nhà lãnh đạo có mặt ở miền Nam phản ứng. Nhưng, theo ông Đặng Quốc Bảo, ông Nguyễn Văn Linh còn có một số bức điện gửi cho Ban Bí thư, phân tích vai trò quan trọng của người Hoa như một nhịp cầu nối nền kinh tế miền Nam với các nơi. Cách nhìn nhận này, theo ông Bảo: "Đã làm cho những người bảo thủ trong Trung ương quy kết ông Linh chống lại Nghị quyết Đại hội IV. Người trực tiếp truyền đạt ý kiến này là ông Trường Chinh". Năm 1983, khi Hội nghị Đà Lạt diễn ra, theo bà Nguyễn Thị Đồng, bí thư Nhà máy dệt Thành Công, mấy lần bà được ông Linh rỉ tai: "Ông Trường Chinh đã thừa nhận ông ấy sai, tôi đúng". Thư ký của Tổng Bí thư Trường Chinh, ông Trần Nhâm kể: Ngay sau bài phát biểu tại Hội nghị Trung ương 6, tháng 7-1984, Nguyễn Văn Linh là một trong những người đầu tiên đến nhà ca ngợi ông Trường Chinh. Nhưng khi Trường Chinh đề nghị: "Anh nắm được thực tế, anh nên phát biểu, vì tình hình còn căng lắm". Ông Linh nói: "Anh phát biểu thì chúng tôi ủng hộ chứ chúng tôi không phát biểu được".

lúc đầu, ông đã truyền được thêm cảm hứng cho Đổi Mới. Đặc biệt trong những bước đi đầu nhiệm kỳ, sau khi Nguyễn Văn Linh chạm tay vào "đèn xanh", giới văn nghệ sỹ đã phá vỡ không ít xiềng xích mà họ đã bị tròng vào hơn hai thập niên trước đó.

XIỀNG XÍCH "NHÂN VĂN"

Báo chí xuất hiện ở Việt Nam chỉ ba năm sau khi người Pháp đặt chân lên "Lục tỉnh". Ngày 15-4-1865, tại Nam Kỳ, tờ Gia Định Báo ra số đầu tiên[15]. Tiếp theo đó là sự ra đời của Phan Yên Báo, Nông Cổ Mín Đàm. Đầu thế kỷ 20, giới phụ nữ Việt Nam cũng đã có tiếng nói riêng với tờ Nữ Giới Chung do bà Sương Nguyệt Anh làm chủ bút.

Báo chí miền Bắc ra đời muộn hơn[16]. Nhưng, ở đây lại là nơi bắt đầu các phong trào: Tự Lực Văn Đoàn, năm 1933; Tiểu Thuyết Thứ Bảy, năm 1934; Thơ Mới, cuối thập niên 1930… Đến năm 1939, Việt Nam có 48 nhật báo, 68 tập san và 292 tác phẩm xuất bản bằng quốc ngữ. Đi cùng văn chương, báo chí, là âm nhạc và hội họa. Các tác phẩm đỉnh cao của âm nhạc Việt Nam từng xuất hiện trong thời Tiền chiến.

Nhưng tháng 8-1945, những người cộng sản cướp chính quyền. Ở đâu có đảng cộng sản cầm quyền, ở đó bắt đầu có cách mạng về văn hóa.

Từ ngày 25 đến 28-3-1943, Ban Thường vụ Trung ương mở hội nghị tại làng chài Võng La thuộc huyện Đông Anh, Phúc Yên, nhằm phản ứng với tình hình trong nước và trên thế giới. Cũng trong những ngày ấy, Trường Chinh viết Đề Cương Văn Hóa Việt Nam, nêu rõ quan điểm của Đảng Cộng sản Đông Dương: Văn hóa là một trong ba mặt trận (cùng với kinh tế, chính trị) ở đó người cộng sản không chỉ làm cách mạng chính trị, mà còn phải làm cách mạng văn hóa nữa.

Cũng từ năm 1943, Trường Chinh đã đưa những quan điểm này vào công cuộc lãnh đạo các hoạt động văn hóa cứu quốc. Đây là đường lối dựa trên các nguyên lý văn nghệ của Mao Trạch Đông: bắt văn nghệ phục vụ chính trị, lấy mục tiêu sáng tạo văn nghệ là phục vụ công nông binh, phục vụ tuyên

---

[15] Tờ báo do người Pháp xuất bản, chủ biên đầu tiên của tờ Gia Định báo là một người Pháp, Ernest Potteaux, đến ngày 16-9-1869 mới giao cho ông Trương Vĩnh Ký. Theo ông Lê Nguyễn, một nhà nghiên cứu đang sống ở San Jose, ngày đình bản Gia Định Báo là ngày 1-1-1910, căn cứ vào một quyết định đăng trên tờ "Tập san Hành chánh Nam kỳ" (Bulletin administratif de la Cochinchine), chứ không phải là năm 1897 như ý kiến của một số sử gia trước đây.

[16] Đại Việt Tân Báo của Đào Nguyên Phổ, năm 1905; Đăng Cổ Tùng Báo, năm 1908, Đông Dương Tạp Chí của Nguyễn Văn Vĩnh, năm 1913; Nam Phong Tạp chí của Phạm Quỳnh, Phan Khôi, năm 1917. Năm 1927, ở miền Trung, Huỳnh Thúc Kháng ra tờ Tiếng Dân. Năm 1930, Quốc Dân đảng ra hai tờ: Khúc Tiêu Sầu và Con Đường Chính.

truyền như là một mệnh lệnh tuyệt đối cho văn nghệ sĩ. Đề cương Văn hóa của Trường Chinh thoạt đầu chưa phải đã có khả năng chi phối, ngay cả với những người làm "văn hóa cứu quốc".

Tại Hội nghị Quốc dân Tân Trào, tháng 8-1945, Nguyễn Hữu Đang và Nguyễn Đình Thi, những nhà lãnh đạo Hội Văn hóa Cứu quốc, từng đưa ra những quan điểm khác hẳn với Trường Chinh. Quan điểm của Nguyễn Hữu Đang và Trường Chinh càng trở nên khác nhau hơn trong các cuộc tranh luận tại Hội nghị Văn hóa Cứu quốc toàn quốc, tháng 10-1946.

Lúc bấy giờ, Chính phủ Hồ Chí Minh chỉ gồm một lực lượng kháng chiến ẩn náu trong rừng. Trường Chinh vẫn đang hành xử như một nhà chính trị chứ chưa hành xử như một người cầm quyền. Nhiều cuộc tranh luận vẫn được diễn ra dân chủ. Nhưng, tháng 7-1948, tại Hội nghị Văn hóa toàn quốc lần thứ II, Hội Văn hóa Cứu quốc đã bị giải tán để thành lập Hội Văn nghệ Việt Nam theo quỹ đạo của đường lối văn nghệ mà Mao Trạch Đông áp dụng với người Trung Quốc. Tổng thư ký Hội Văn hóa Cứu quốc Nguyễn Đình Thi được làm phó tổng thư ký Hội Văn nghệ.

Sau Hội nghị Việt Bắc, 1949, nơi tất cả văn nghệ sỹ kháng chiến được triệu tập về ngồi kiểm điểm nhau suốt ba ngày. Sau "thơ không vần" của Nguyễn Đình Thi cùng với "tranh lập thể" của Tạ Ty, Văn Cao trở thành mục tiêu phê phán công khai. Sau khi đưa ra khẩu hiệu "Cách mạng hóa tư tưởng, Quần chúng hóa sinh hoạt, Kháng chiến hóa văn hóa", Tố Hữu yêu cầu văn nghệ sỹ, sau ba năm kháng chiến, phải loại trừ hết những gì còn rơi rớt của cái gọi là "tiểu tư sản". Trong số đầu tiên của Tạp chí Văn Nghệ, Nguyễn Đình Thi gần như đã lặp lại những gì Tố Hữu nói: "Bước vào năm thứ ba của cuộc kháng chiến, văn nghệ sỹ phải nhận rõ đường đi" [17].

Cho dù bị Nguyễn Đình Thi bỏ rơi, Nguyễn Hữu Đang vẫn cùng Trương Tửu, Nguyễn Mạnh Tường, Tô Ngọc Vân, Văn Cao, Sỹ Ngọc tiếp tục tranh luận về dân chủ và tự do sáng tác. Nhiều văn nghệ sỹ kháng chiến khác cũng tự nhận thấy con đường của mình. Những đợt sinh hoạt chính trị này, từ tháng 7-1948, đã đẩy hàng loạt văn nghệ sỹ bỏ về thành vì không chấp nhận đường lối văn nghệ chủ trương phân chia giai cấp. Sau năm 1954 những người này lại đã tiếp tục đi tới Sài Gòn [18].

---

[17] Nguyễn Đình Thi, Nhân Đường, Tạp chí Văn Nghệ số 1.
[18] Tạ Ty, Mai Thảo, Nguyễn Đức Quỳnh, Nguyễn Tiến Lãng, Nguyễn Mạnh Côn, Đinh Hùng, Vũ Hoàng Chương, Doãn Quốc Sỹ, Phạm Duy, Võ Phiến, Thanh Tâm Tuyền, Nguyên Sa, Dương Nghiễm Mậu, Lê Văn Vũ Bắc Tiến...

Cách mạng tháng Tám năm 1945 đã đặt Việt Nam trước một khúc quanh. Nhưng chiến thắng của Mao Trạch Đông ở Trung Hoa năm 1949, mới thực sự đẩy số phận dân tộc Việt Nam bước hẳn vào con đường cộng sản. Mao đã giúp Hồ Chí Minh tiếp cận với Stalin, đồng thời viện trợ vũ khí và chuyên gia để Hồ Chí Minh tiếp tục kháng chiến chống Pháp.

Chiến dịch Biên giới năm 1950 là một chiến thắng quân sự có tầm cỡ chiến lược của quân đội Tướng Giáp. Nhưng, đồng thời, cũng từ năm 1950, biên giới phía Bắc đã được mở ra với phe xã hội chủ nghĩa và từ đây bỏ ngỏ để các "nguyên lý cách mạng" của Mao và Stalin mặc sức tràn sang. Đặc biệt, từ năm 1953, cung cách "chỉnh huấn, chỉnh quân" của Mao bắt đầu được áp dụng, đặt những người kháng chiến trong đó có các văn nghệ sỹ trong thế đương đầu với một cuộc "khủng bố" tinh thần khốc liệt.

Nếu như đầu những năm 1950, theo Nguyên Ngọc, những người kháng chiến vẫn còn có thể hát Suối Mơ, Thiên Thai thì từ sau "chỉnh huấn, chỉnh quân", ở đâu cũng chỉ nói đến "đấu tranh giai cấp". Nguyên Ngọc nhớ lại: "Khi đó, trí thức phải tự coi mình như 'cục phân'[19]. Tôi hai mươi mốt tuổi chưa kịp gây ra khuyết điểm gì đành phải tự kiểm vì đã âm thầm mơ đến yêu đương, dục vọng".

Những văn nghệ sỹ đã nổi tiếng trước đó thì phải "bới lông tìm vết" trong chính các tác phẩm của mình. Hoài Thanh tự phê phán tác phẩm quan trọng nhất cuộc đời ông: Thi Nhân Việt Nam. Nguyễn Tuân xin từ "ba đứa con tinh thần": Chiếc Lư Đồng Mắt Cua, Thiếu Quê Hương, Vang Bóng Một Thời. Thái độ này của các bạn văn đã khiến cho những người chính trực trong giới văn chương ngao ngán.

Cũng trong thời gian đó, lịch sử "phe xã hội chủ nghĩa" được đánh dấu bởi cái chết của nhà độc tài Stalin ngày 5-3-1953. Ngày 17-6-1953 người dân biểu tình tại Cộng hòa Dân chủ Đức. Các nhà văn Đức phê phán chính sách văn nghệ chuyên chính của Đảng và Nhà nước. Tháng 7-1954, ở Trung Quốc, Hồ Phong công bố bức thư ngỏ gửi Ban Chấp hành Trung ương Đảng, gọi chính sách của Đảng Cộng sản Trung Quốc đối với Văn nghệ là "lưỡi dao đâm vào óc các nhà văn cách mạng".

Tháng 10-1954, Trần Dần, Đỗ Nhuận và Hoàng Xuân Tùy được cử đi Trung Quốc viết lời bình cho phim tài liệu về Điện Biên Phủ. Họ ở lại Trung Quốc cho đến ngày 12-12-1954, trong thời gian đó, không khí yêu cầu cải cách dân chủ ở Trung Quốc được cho là có ảnh hưởng không ít đến Trần Dần và Đỗ Nhuận.

---

[19] Phát ngôn nổi tiếng của Mao: "Trí thức không bằng cục phân".

[CHƯƠNG 12 • CỞI TRÓI]

Tháng 1-1955, ở Hungary, sáu mươi ba nhà văn lên tiếng phản đối chế độ độc tài. Trong khi đó, ngày 4-3-1955, Phòng Văn nghệ quân đội do Trần Dần, Tử Phác cùng Hoàng Cầm, Lê Đạt, tổ chức thảo luận phê bình tập thơ Việt Bắc của Tố Hữu. Cuộc thảo luận có mặt Đại tướng Nguyễn Chí Thanh, chủ nhiệm Tổng cục Chính trị. Thơ cách mạng của Tố Hữu bị coi là "nhỏ" hơn thơ Tố Hữu ngày xưa. Tố Hữu còn bị phê phán sùng bái Hồ Chí Minh.

Báo Văn Nghệ số 65 [20] còn mở "tự do diễn đàn" để thảo luận về tập thơ Việt Bắc. Cuộc tranh luận kéo dài đến tháng 8-1955, rộng ra và chuyển sang nhiều báo khác. Hội Văn nghệ, dưới sự lãnh đạo của Tố Hữu, tổ chức hai buổi tọa đàm. Hoài Thanh, Nguyễn Đình Thi và Hoàng Trung Thông ca ngợi Việt Bắc, coi Tố Hữu là ngọn cờ đầu của thơ kháng chiến. Hoàng Yến cho rằng thơ Tố Hữu ngày nay có nhiều đoạn giả tạo công thức. Hoàng Cầm chê: thơ Tố Hữu thiếu chất sống thực tế, nhạt nhẽo, hời hợt và không đột phá được vào một khía cạnh nào của tâm hồn.

Tháng 4-1955, Trần Dần, Tử Phác, Hoàng Cầm, Đỗ Nhuận, Hoàng Tích Linh và Trúc Lâm ký bản "Dự thảo đề nghị cho một chính sách văn hoá", đòi quyền tự do sáng tác và yêu cầu cải cách chính sách văn nghệ trong quân đội. Bản dự thảo sắp được thông qua, thì cuối năm 54, đầu 55, Phòng Văn nghệ quân đội tổ chức một cuộc thảo luận về việc thay đổi chính sách văn nghệ với sự có mặt của Tướng Nguyễn Chí Thanh. Trong buổi thảo luận, Trần Dần đòi trả lãnh đạo văn nghệ về tay văn nghệ sĩ, bỏ mọi "chế độ quân sự hiện hành" trong văn nghệ quân đội. "Nghe xong đồng chí Nguyễn Chí Thanh dặn dò anh em phải coi chừng, đó là quan điểm tư sản, phi Đảng, phi giai cấp, phi chính trị. Hồi đó, anh em chưa vỡ lẽ, còn ấm ức, cho là cấp trên không thông cảm. Trần Dần và vài người khác thì lồng lộn, chửi bới, gieo rắc hoài nghi, chán nản" [21].

Bị phê bình, Trần Dần viết đơn xin ra khỏi Đảng, xin giải ngũ đồng thời quyết định kết hôn với bà Bùi Thị Khuê, con một gia đình Thiên Chúa giáo di cư, bất chấp sự phản đối của quân đội. Từ ngày 13-6-1955, Trần Dần bị phạt "giữ tại trại" hơn ba tháng để kiểm thảo. Người vợ Công giáo, con của một gia đình tư sản, không thể nào xin được việc làm trên "thiên đường miền Bắc" [22].

Tháng 1-1956, Hoàng Cầm, Lê Đạt cho xuất bản sách dạng tạp chí có tên là Giai Phẩm Mùa Xuân, đăng bài của Lê Đạt, Hoàng Cầm, Văn Cao, Phùng

---

[20] Ngày 11-3-1955.
[21] Vũ Tú Nam, Sự thực về con người Trần Dần, Văn Nghệ Quân Đội, số 4, tháng 4-1958.
[22] Trong bài thơ Nhất Định Thắng, Trần Dần viết: "Gặp em trong mưa/ Em đi tìm việc/ Mỗi ngày đi lại cúi đầu về/ - Anh ạ!/ Họ vẫn bảo chờ... Trăm cái bận hàng ngày nhay nhắt/ Chúng ta vẫn làm ăn chiu chắt/ Ta biết đâu bên Mỹ miếc tít mù/ Chúng còn đương bày kế hại đời ta?"

Quán và bài thơ Nhất Định Thắng của Trần Dần. Ngay lập tức, Giai phẩm bị tịch thu. Hội Văn nghệ tổ chức hội nghị phê bình bài thơ Nhất Định Thắng của Trần Dần với 150 văn nghệ sĩ tham dự.

Trần Dần bị kết án là "đồ đệ của Hồ Phong, mất lập trường giai cấp, đi ngược lại đường lối văn nghệ của Đảng". Theo lệnh của Tố Hữu, Trần Dần và Tử Phác bị giam ba tháng tại Hỏa Lò, Trần Dần dùng dao lam cứa cổ tự tử. Tướng Nguyễn Chí Thanh can thiệp, hai người được thả. Ngày 7-3-1956, báo Văn Nghệ đăng một bài viết của Hoài Thanh có tựa đề "Vạch trần tính chất phản động trong bài thơ Nhất Định Thắng của Trần Dần".

Tháng 3-1956 tập thơ Việt Bắc vẫn được Giải nhất Giải thưởng Văn học của Hội Văn nghệ Việt Nam 1954-1955. Dư luận văn nghệ sĩ bất bình về việc trao Giải thưởng Văn nghệ 1954-1955. Trong khi những tác phẩm có tiếng vang trong kháng chiến thì không được giải. Ban giám khảo "tự chấm rất nhiều giải cho mình", trong đó có nhiều tác phẩm chưa xứng đáng của Tố Hữu, Xuân Diệu, Hoài Thanh, Nguyễn Huy Tưởng, Trần Kim Trắc, Hồ Khải Đại…

Cũng trong thời gian đó, tại Đại hội lần thứ 20 Đảng Cộng sản Liên Xô, ngày 24-2-1956, Khrushchev cho công bố "các tội ác của Stalin". Liên Xô phục hồi danh dự cho các văn nghệ sĩ bị kết án và bị giết dưới thời Stalin. Chủ tịch Hội Nhà văn Liên Xô Fadeev tự sát [23]. Ở Trung Quốc, Mao Trạch Đông phát động phong trào "Trăm hoa đua nở trăm nhà đua tiếng". Chút ít không khí dân chủ xuất hiện.

Tháng 9-1956, khi kiểm điểm những sai lầm trong cải cách ruộng đất, Hội nghị Trung ương 10 nhấn mạnh việc "tăng cường mở rộng tự do dân chủ". Trường Chinh, tác giả Đề Cương Văn Hóa Việt Nam, phải từ chức tổng bí thư. Người hùng Điện Biên Võ Nguyên Giáp được cử đứng ra "xin lỗi nhân dân về những sai lầm trong cải cách".

Giữa lúc ấy, "lãnh tụ" của khuynh hướng đòi tự do, Nguyễn Hữu Đang, được giao tổ chức lớp học dân chủ mười tám ngày cho Hội Văn nghệ. Tại đây, các văn nghệ sĩ đã chỉ trích gay gắt đường lối lãnh đạo văn nghệ của Đảng. Tố Hữu, Nguyễn Đình Thi "thừa nhận những sai lầm nghiêm trọng và hứa hẹn sửa chữa". Hoài Thanh viết bài "Nhận lỗi tả khuynh trong phê bình Trần Dần". Tháng 10-1956, Thường vụ Hội Văn nghệ Việt Nam ra thông báo nhận sai lầm trong việc phê bình bài thơ Nhất Định Thắng.

Nhưng ngày vui đã không kéo dài.

---

[23] "Luồng gió ấm" này của Văn nghệ Liên Xô đã sinh ra một thế hệ văn nghệ sĩ tài năng với các tác phẩm xuất sắc như: Bác Sĩ Zhivago, Đàn Sếu Bay Qua, Hai Người Lính, Người Thứ 41, Không Thể Sống Bằng Bánh Mì, Ngày Của Binh Nhất Ivan (One Day in the Life of Ivan Denisovich)…

Trước đó, ngày 29-8-1956, Giai Phẩm Mùa Thu tập I ra đời đăng bài Phê Bình Lãnh Đạo Văn Nghệ của Phan Khôi. Báo Nhân Văn số 1[24], đã phỏng vấn Nguyễn Mạnh Tường về vấn đề nỗ lực mở rộng tự do, dân chủ.

Phan Khôi là một chí sỹ chủ trương đấu tranh bất bạo động, gắn bó cuộc đời hoạt động của mình với phong trào Duy Tân. Năm 1925, khi Phan Châu Trinh về Việt Nam, Phan Khôi được coi như là người đón nhận "di sản tinh thần" cụ Phan. Cùng với Trương Tửu, Phan Khôi phê phán bệnh sùng bái cá nhân. Ông phê phán đích danh tác phong lãnh đạo văn nghệ quan liêu, hách dịch, bè phái của Trường Chinh, Tố Hữu, Hoài Thanh, Nguyễn Đình Thi. Phan Khôi còn chỉ trích việc Hồ Chí Minh viết truyện mẫu định cho các nhà văn viết theo.

Đây là giai đoạn mà theo Trương Tửu: "Một số văn nghệ sĩ non gan... biến thành những tên thư lại văn nghệ xu nịnh trục lợi. Một số khác trốn vào thái độ tiêu cực, chán nản công tác, tâm tư trĩu nặng hờn oán và uất ức... Còn một số không khuất phục, kịch liệt phê phán tác phong và đường lối lãnh đạo của thường vụ Hội thì bị chụp mũ, bị chèn ép, bị trù, bị hành hạ, bị gạt sang một bên"[25].

Ngày 20-10-1956, báo Trăm Hoa bộ mới do nhà thơ Nguyễn Bính làm chủ nhiệm kiêm chủ bút ra số 1. Trong thời gian tồn tại của mình, với mười một số, Trăm Hoa đã đăng: "Vì những sai lầm nghiêm trọng cần phải xét lại toàn bộ Giải thưởng văn học 1954-1955", bài "Chúng tôi đề nghị bỏ lệ khai báo trong chính sách quản lý hộ khẩu". Trăm Hoa cũng cho công bố Thông báo của Hội nghị Trung ương 10 về sai lầm trong Cải cách ruộng đất và viết bài "Để phát triển chế độ ta, phải bảo đảm cho nhân dân được tham gia quản lý kiểm soát tích cực mọi công việc của nhà nước"...

Tháng 11-1956, ở trong nước người dân ở vùng Công giáo Quỳnh Lưu, Nghệ An, tổ chức bạo động. Ở Hungary, chính phủ của Thủ tướng Nagy tuyên bố Hungary trung lập. Liên Xô đưa quân sang, các phong trào dân chủ bị dập tắt.

Ngày 20-11-1956, Nhân Văn xuất bản số 5: Lê Đạt với bút danh Người quan sát viết "Bài học Ba Lan và Hungary"; trong bài "Hiến pháp Việt Nam năm 1946 và Hiến pháp Trung Hoa bảo đảm Tự do Dân chủ thế nào?", Nguyễn Hữu Đang viết: "Nguyên nhân sâu xa của những biến cố ở Ba Lan và Hungary là vì thiếu dân chủ, tại sao lại hiểu ra là vì thiếu chuyên chính?"[26].

---

[24] Ra ngày 15-9-1956.
[25] Nhân Văn số 2
[26] Nhân Văn số 5

Ngày 14-12-1956, Chủ tịch Hồ Chí Minh ký "Sắc lệnh về chế độ báo chí", buộc người dân ra báo phải xin phép, chấm dứt trên miền Bắc thời kỳ ai muốn làm báo chỉ cần đăng ký mà người dân An Nam được hưởng gần một thế kỷ dưới thời thực dân Pháp [27].

Ngay trong ngày báo Nhân Dân công bố sắc lệnh của Hồ Chí Minh, 15-12-1956, tờ Nhân Văn số 6 bị giữ lại ở nhà in. Ngày 18-12-1956, Ủy ban Thành phố Hà Nội có quyết định ngưng phát hành báo Nhân Văn, Giai Phẩm cùng các ấn phẩm khác của nhóm, đồng thời Nhà Xuất bản Minh Đức bị đóng cửa. Tháng 1-1957, Trăm Hoa bị đình bản. Một chiến dịch báo chí cũng được tung ra để hạ uy tín các tờ báo và những người trong nhóm Nhân Văn-Giai Phẩm.

Cuối tháng 12-1956 Minh Đức vẫn cho ra tập san Tự Do Diễn Đàn và ngay lập tức ấn phẩm này bị cấm. Tập san bị cấm có các bài: "Tại sao quần chúng nhân dân tha thiết với cuộc đấu tranh văn nghệ?" của Nguyễn Hữu Đang, "Nhiệm vụ của văn học không phải là giải thích chính sách" của Phan Ngọc, "Sinh hoạt văn hóa" của Trương Tửu và Trần Đức Thảo. Đặc biệt, tờ Tự Do Diễn Đàn đã cho công bố bản tham luận gây chấn động Trung ương Mặt trận Tổ quốc Việt Nam của Giáo sư Nguyễn Mạnh Tường: "Qua sai lầm của Cải cách ruộng đất, xây dựng quan điểm lãnh đạo"[28]. Đầu năm 1957, Minh Đức còn xuất bản Sách Tết, với gần đủ mặt nhóm Nhân Văn-Giai Phẩm.

---

[27] Điều 8, Sắc lệnh 14-12-1956, quy định: "Muốn xuất bản một tờ báo phải xin phép trước, phải làm đầy đủ những thủ tục về khai báo. Sau khi được cơ quan phụ trách về báo chí của Chính phủ cấp giấy phép tờ báo mới được bắt đầu hoạt động. Báo chí nào đã được cấp phép xuất bản mà sau đó có một sự thay đổi nào về tôn chỉ, mục đích, tên báo, kỳ hạn phát hành hoặc về những người chịu trách nhiệm chính thức của tờ báo đều phải xin phép và khai báo lại".

[28] Ngày 30-10-1956, sau khi nghe Trường Chinh thay mặt Đảng đọc "kiểm điểm về sai lầm của Cải cách ruộng đất" trước Hội nghị Ban Chấp hành Trung ương Mặt trận Tổ Quốc Việt Nam, ông Nguyễn Mạnh Tường đã nói: "Tôi phấn khởi được nghe bản phê bình của Đảng Lao động do ông Trường Chinh đọc trước Hội nghị. Nhưng tôi cũng phải thú rằng lòng phấn khởi của tôi một phần bị giảm đi, vì tôi nhớ lại kết quả tai hại của các sai lầm đã phạm trong công cuộc Cải cách ruộng đất. Tôi xin phép các vị được kính cẩn nghiêng mình trước những người vô tội đã chết oan, không phải vì bàn tay của địch mà chính của ta. Trong cuộc kháng chiến anh dũng của ta, những đồng bào đã hi sinh, có thể nói, được chết với tấm lòng chan chứa nỗi vui sướng vì chết cho sự nghiệp giải phóng dân tộc khỏi nanh vuốt của địch. Họ chết bởi địch, cho ta. Đó là cái chết tích cực, cái chết vẻ vang, cái chết oanh liệt mà Tổ quốc ghi nhớ muôn thuở. Trái lại, những người chết oan vì các sai lầm trong cuộc Cải cách ruộng đất này, lúc tắt thở, cay đắng đau xót vì chết với một ô danh". Giáo sư Nguyễn Mạnh Tường nói tiếp: "Ta muốn gì? Tìm kẻ thù của nông dân, của cách mạng để tiêu diệt nó. Nhưng,... khi đưa ra khẩu hiệu 'thà chết mười người oan còn hơn để sót một địch' thì khẩu hiệu này không những quá tả một cách vô lý mà phản lại cách mạng là đằng khác nữa... Khẩu hiệu này đã tổn thiệt cho uy tín của cách mạng và cho bản thân bao nhiêu chiến sĩ cách mạng. Nếu không phải đó là phản lại cách mạng thì là gì? Khẩu hiệu của pháp lý phải là: thà mười địch sót còn hơn một người bị kết án oan". Giáo sư Nguyễn Mạnh Tường chỉ ra điểm mấu chốt của sai lầm: "Ta bất chấp pháp luật, lấy chính trị lấn át pháp lý". Ông tiếp: "Tại sao có những hiện tượng quái gở như vậy? Là vì chính trị chiếm đóng tất cả các khu vực trong nhận thức của chúng ta làm chúng ta mất cả cái nhân đạo tối thiểu của con người, làm chúng ta khước từ chân lý" (Tập san Tự Do Diễn Đàn, Minh Đức xuất bản số cuối tháng 12-1956).

Ngày 20-2-1957, khai mạc Đại hội Văn nghệ toàn quốc lần thứ II, Trường Chinh kêu gọi "đập nát luận điệu phản động Nhân Văn-Giai Phẩm". Ngày 28-2-1957, "Đại hội bế mạc. Cụ Hồ đến. Nhiều công an quá. Mấy công an đi theo dõi mấy văn nghệ sĩ, nghe họ nói đồng về báo cáo là có kẻ phá hoại. Nhao cả lên"[29]. Thời gian này, Trường Chinh vừa bị mất chức tổng bí thư. Sau lời kêu gọi của ông, "bọn Nhân Văn-Giai Phẩm" vẫn nhiều người được bầu vào ban chấp hành Hội Liên hiệp Văn học Nghệ thuật Việt Nam và các hội thành viên.

Cuối năm 1957, Mao Trạch Đông phát động chiến dịch "chống phái hữu". Nhiều nhà văn bị phê phán như Trần Xí Hà, Đặng Thác; nữ nhà văn Đinh Linh, người được Giải thưởng văn học Stalin, bị khai trừ khỏi Đảng Cộng sản Trung Quốc và bị bắt[30]. Cũng trong thời gian ấy, nhân chuyến thăm Liên Xô, Mông Cổ và Bắc Triều Tiên, Hồ Chí Minh ghé Bắc Kinh. Khi ông trở về, Tố Hữu, Huy Cận và Hà Xuân Trường được cử sang Trung Quốc học tập kinh nghiệm đấu tranh "chống phái hữu". Tờ Nhân Dân xuất hiện nhiều bài viết "chống phái hữu" ký tên Trần Lực, một bút danh của Hồ Chí Minh[31].

Ngày 6-1-1958, Bộ Chính trị ra Nghị quyết 30 về việc chấn chỉnh công tác văn nghệ[32]. Cuối tháng 1-1958, Lớp học đấu tranh tư tưởng lần thứ nhất được tổ chức tại ấp Thái Hà[33] với 272 văn nghệ sĩ đảng viên tham dự. Từ 3-3 đến 14-4-1958, cũng tại ấp Thái Hà, diễn ra Lớp học đấu tranh tư tưởng lần ai với 304 cán bộ văn hóa. Theo Đại tá Thái Kế Toại: "Hai lớp học này đã hdùng thủ đoạn đấu tố và áp lực tâm lý tập thể, vu cáo, bịa đặt tội lỗi cho những thành viên nhóm Nhân Văn-Giai Phẩm. Kết quả là không cần điều tra người ta đã có đầy đủ tội trạng của các nhân vật để quyết định bắt họ, kỷ luật họ".

Gần cuối ngày họp, 10-4-1958, công an Hà Nội bắt giam Nguyễn Hữu Đang, Thụy An và Trần Thiếu Bảo. Ngày 4-6-1958, trước Hội nghị Ban Chấp hành Hội Liên hiệp Văn học Nghệ thuật, Tố Hữu, người chủ trì chiến dịch ấp Thái Hà đã "tổng kết cuộc đấu tranh chống Nhân Văn Giai Phẩm"[34]. Bài

---

[29] Nguyễn Huy Tưởng, Nhật Ký tập III, Nhà Xuất bản Thanh Niên, 2006, trang 222.
[30] Đinh Linh phải ngồi tù cho tới năm 1975.
[31] Theo Đại tá Thái Kế Toại (Lê Hoài Nguyên – Vụ Nhân Văn Giai Phẩm...).
[32] Theo Đại tá Thái Kế Toại, người phụ trách hồ sơ vụ Nhân Văn Giai Phẩm ở A25: "Nghị quyết này là một điển hình cho tình trạng cực đoan về lãnh đạo văn nghệ của Đảng Cộng sản Việt Nam".
[33] Một quần thể kiến trúc ở Hà Nội xây dựng bởi Tổng đốc Hoàng Cao Khải, thời Thành Thái.
[34] Trong bài "Tổng kết cuộc đấu tranh chống Nhân Văn Giai Phẩm" đọc ngày 4-6-1958, Tố Hữu nói: Như lời thú nhận của Trần Dần, Lê Đạt, Hoàng Cầm, cuộc phê bình tập thơ Việt Bắc là do cái bè phái ấy sắp đặt, để đánh vào sự lãnh đạo và đường lối văn nghệ của Đảng, đường lối phục vụ chính trị cách mạng, phục vụ công nông binh, và để xướng cái "điệu tâm hồn" ruỗng nát của chủ nghĩa cá nhân tư sản, mở cửa cho lối sống tự do sa đọa. Đương nhiên cái "điệu tâm hồn" ấy của Lê Đạt xướng lên không thể nào hoà được với cái điệu lớn của cách mạng, và cũng rất tự nhiên nó chỉ hoà được với "tiếng sáo tiền kiếp" lóc gân của tên mật thám Trần

"tổng kết" của Tố Hữu được ví như một "cáo trạng", như một "nhát gươm chính thức kết liễu số phận Nhân Văn Giai Phẩm trên công luận với sự hằn học ghê gớm của một tên đao phủ"[35].

Ngày 5-6-1958, dưới sự chủ trì của Tố Hữu, "800 văn nghệ sỹ" đã ký vào một nghị quyết "hoan nghênh kết quả thắng lợi của cuộc đấu tranh chống Nhân Văn Giai Phẩm". Ngày 7-7-1958 Ban Chấp hành Hội Nhà văn ra thông báo "kỷ luật nhóm Nhân Văn"[36]. Số văn nghệ sỹ, gọi là "tham gia Nhân Văn Giai Phẩm" tại Hà Nội do Bộ Công an và Công an Hà Nội quản lý, khoảng 170 người [37]. Số bị xử lý nặng khoảng gần 100 người, còn "số bị đưa vào danh sách để phân loại xử lý tính trên toàn miền Bắc ở tất cả các lĩnh vực phải tới hàng ngàn"[38].

Người nặng thì bị đi tù, nhẹ hơn thì đi cải tạo lao động trong vòng từ ba đến sáu tháng tại các nhà máy, nông trường, hợp tác xã. Một số văn nghệ sỹ phải cư trú lâu dài tại các địa phương như Hoàng Tố Nguyên, Nguyễn Bính, Hải Bằng, Trần Lê Văn, Nguyễn Khắc Dực… Đầu năm 1961, Phùng Cung bị bắt, do: "Tiếp tục sáng tác các truyện ngắn có nội dung bất mãn, chống đối, phản động".

Lê Đạt gọi thời kỳ "hậu Nhân Văn" là những ngày "khôn ngoan không dám làm người". Phần lớn các nạn nhân, vốn là những văn nhân tài hoa, đều phải cúi đầu, tự mình viết bài xỉ vả mình[39]. Họ được ở lại Hà Nội và sau một thời

---

Duy. Cũng lúc ấy, bọn Trần Dần, Tử Phác - những đứa con hư hỏng của Hà nội cũ - nay lại trở về với "cảnh cũ người xưa" bỗng cảm thấy đời sống trong quân đội "nghẹt thở", chỉ vì thiếu cái tự do trở lại đời sống trụy lạc cũ. Đối với chúng, đời sống trong quân đội cách mạng chỉ còn là "những sợi dây xích trói buộc phải phá mà ra". Được tiêm thêm ít nhiều chất phản động của Hồ Phong, Trần Dần gióng lên "tiếng trống tương lai" chửi cán bộ chính trị là "người bệnh", "người rồi", "người ụ". Cùng Tử Phác, khiêu khích những anh em khác, hắn tổ chức một cuộc đấu tranh "buộc lãnh đạo thực hiện mọi yêu cầu" của họ (Bọn Nhân Văn - Giai Phẩm Trước Tòa Án Dư Luận, Nhà Xuất bản Sự Thật tháng 6-1959, trang 23).

[35]   Nhận xét của Đại tá Thái Kế Toại.

[36]   Hoàng Cầm bị khai trừ khỏi Ban Chấp hành Hội, khai trừ ra khỏi Hội một năm; "Cho" Hoàng Tích Linh rút khỏi Ban Chấp hành; Khai trừ vĩnh viễn Phan Khôi, Trương Tửu, Thụy An ra khỏi Hội Nhà văn; Khai trừ có thời hạn ba năm đối với Trần Dần, Lê Đạt; Khai trừ một năm đối với Phùng Quán. Ở Hội Mỹ thuật: "cho" Sĩ Ngọc và Nguyễn Sáng rút khỏi Ban Chấp hành; khai trừ Trần Duy. Ở Hội Nhạc sĩ: "cho" Văn Cao, tác giả Quốc ca và Nguyễn Văn Tý, rút khỏi Ban Chấp hành; khai trừ ba năm Tử Phác, Đặng Đình Hưng ra khỏi Hội. Một số nhân sĩ có thái độ ủng hộ Nhân Văn như Dương Đức Hiền, Vũ Đình Hòe, Đỗ Đức Dục, Hoàng Văn Đức, Đặng Văn Ngữ, Nguyễn Tấn Gi Trọng… đều bị liên lụy. Tại các địa phương, nhiều giáo viên, cán bộ, học sinh có mua báo Nhân Văn đều bị xử lý với nhiều hình thức.

[37]   Theo Đại tá Thái Kế Toại.

[38]   Theo Đại tá Thái Kế Toại.

[39]   Trần Dần tự nhận: "Tất cả cái gọi là sự nghiệp chống công thức, tìm cái mới của tôi chỉ là sự nghiệp chống Đảng ngày càng trầm trọng và khôn khéo hơn, như thế mà thôi. Tôi tưởng tôi là một thứ 'martyr' (tử vì đạo) vì dân vì Đảng, nhưng sự thực chứng tỏ dối dân, dối Đảng, tôi là một kẻ tội đồ, mà dân ta, Đảng ta còn chưa trừng trị. Tôi tưởng con đường tôi đã đi là con đường hi sinh cao cả 'chemin de calvaire' sự thực chứng tỏ đó chỉ là một con đường tội lỗi nhơ bẩn mà hình phạt vẫn còn chưa xứng tội" (Văn Học số 1, ngày 25-5-1958, và Văn

[CHƯƠNG 12 • CỞI TRÓI]

gian lao động phần lớn được trở lại hành nghề. Cũng có những nhà văn, nhà thơ bỏ về rừng như Hữu Loan, Nguyên Hồng. Nhưng, cái giá mà họ và gia đình họ phải trả là vô cùng đau đớn.

Theo Nguyên Ngọc: "Sau một đêm, Nguyên Hồng vứt hết chức tước, tem phiếu, đưa gia đình về định cư ở vùng Yên Thế. Ông nói: tao không chơi được với chúng mày nữa". Hữu Loan bỏ Hà Nội về quê Thanh Hóa. Từ đó, tác giả bài thơ Màu Tím Hoa Sim đi thồ đá, người vợ hiền của ông vừa cày hai sào ruộng vừa xay bột làm bánh. Ba người con trai lớn thì hàng ngày phải dậy từ ba giờ sáng, kéo ba chuyến xe cải tiến chở đá từ trên núi xuống hồ cách hai cây số bán rồi mới ăn vội bát cơm độn để chạy bộ bảy cây số đi học. Vì lý lịch cha mẹ mà một người con của Hữu Loan thi đạt điểm du học nước ngoài vẫn không được đi, những người con khác của ông cũng không ai được vào đại học.

Tố Hữu gọi Văn Cao, tác giả của Quốc Ca, là một đảng viên mang "chủ nghĩa cá nhân", "chịu ảnh hưởng nặng nề của tư tưởng chính trị đối địch và đường lối văn nghệ tư sản trụy lạc, đã cấu kết và tích cực giúp sức cho bọn phá hoại hoạt động, làm 'tay trong' cho chúng"[40]. Tháng 11-1959, Văn Cao "được phân công dịch sách tại garage Hội Nhà văn cùng với Lê Đạt, Phùng Cung, Nguyễn Khắc Dực". Năm 1960, có hai lần ông bị đưa đi cải tạo lao động tại khu gang thép Thái Nguyên, tháng 8 ốm nặng, được về. Từ đó, sống âm thầm tại Hà Nội bằng nghề dịch sách, vẽ minh hoạ cho báo và tô ảnh màu, đứng ngoài mọi sinh hoạt văn nghệ chính thống"[41].

Nghệ số 12, tháng 5-1958). Lê Đạt đã tự nhận mình "xuất thân từ giai cấp tư sản bóc lột", "vào Đảng với động cơ địa vị", và ngay cả "lấy vợ cũng cơ hội, kiếm chác 'lập trường' trên đời một người cốt cán rồi đến lúc về Hà Nội lại hiện nguyên hình giai cấp bóc lột khinh công nông ruồng rẫy vợ, cho vợ không xứng đáng với mình". Ông cho rằng "đồng chí Tố Hữu đối với tôi rất tốt và luôn luôn nâng đỡ tôi". Lê Đạt "thừa nhận" việc phê bình thơ Tố Hữu là vì "háo hức kiếm danh" mà "quên hết cả những điều tốt của đồng chí Tố Hữu, hẳn học đả kích hòng dìm đồng chí xuống để nâng mình lên" (Văn Học số 1, ngày 25-5-1958 và Văn Nghệ số 12, tháng 5-1958). Còn đây là một bài báo đứng tên Hoàng Cầm: "Tôi đã là một tên đào ngũ, bỏ hàng ngũ cách mạng, đi làm một tay sai lợi hại cho tư sản phản động. Từ một người trông có vẻ hiền lành 'nho nhã' kéo lê một cái xác thịt hưởng lạc, hiếu danh, hiếu sắc, thèm tiền trong các tiệm trà, tiệm cà phê, tửu quán, đầu óc vẩn đục, đen tối bởi những ý nghĩ phản động, tôi đã rất nhanh chóng biến thành một con rắn độc cắn lại cách mạng" (Văn Nghệ 12, tháng 5-1958). Chính tác giả Quốc Ca, Văn Cao, cũng phải viết: "Tôi đã bị mất dần phẩm chất cách mạng, mù quáng đến chỗ không thấy được sự phản ứng của chủ nghĩa tư bản với sự tấn công của chủ nghĩa đế quốc Mỹ và bè lũ tay sai từ bên ngoài vào. Trong khi các đồng chí đang phải tích cực đấu tranh với những âm mưu của nhóm 'Nhân Văn-Giai Phẩm' thì tôi đã tự biến mình thành tay trong của bọn cầm đầu 'Nhân Văn- Giai Phẩm' hoạt động trong nội bộ Đảng. Tôi thật có tội với nhân dân, với Đảng. Tôi vô cùng hối hận" (Văn Học số 3, ngày 15-6-1958).

[40] Bọn Nhân Văn - Giai Phẩm Trước Tòa Án Dư Luận, Nhà Xuất Bản Sự thật, 6-1959, trang 31.
[41] Theo Đại tá Thái Kế Toại.

"Văn Cao bị một ám ảnh là luôn luôn thấy có người theo dõi. Tâm trạng bệnh tật. Càng ngày càng bất mãn"[42] . Ngày 18-10-1959, Nguyễn Huy Tưởng gặp Văn Cao: "Khổ vì tập Vạch Mặt Nhân Văn nêu tên Văn Cao từ đầu chí cuối. Bị thành kiến. Trong khi đó thì ốm, chỗ dạ dày bị mổ thỉnh thoảng lại đau... Phải nuôi mẹ già và một em. Khổ nhất là có một đứa con mới đẻ, lao. Tốn vào đó. Không đi đâu được. Rơm rớm nước mắt nói: vợ lại chửa. Vẫn phải đi làm để nuôi thân. Văn Cao phải ở nhà ẵm con. Bấn không đi đâu được. Lo cái chết trước mặt. Thấy có nhiều khả năng để làm việc, và thấy phải làm việc, làm một cái gì. Suốt ngày đánh đàn. Nhưng khuya, vợ hét"[43].

Tác giả của những câu thơ: Yêu ai cứ bảo là yêu/ Ghét ai cứ bảo là ghét/ Dù ai ngon ngọt nuông chiều/ Cũng không nói yêu thành ghét/ Dù ai cầm dao dọa giết/ Cũng không nói ghét thành yêu...", ông Phùng Quán, đã phải mất hai thập kỷ sống bằng "cá trộm, văn chui, rượu lủi", có lúc đã định tự sát, không dám làm đám cưới vì không có tiền và vì... không ai dám in tên một "tên Nhân Văn" lên... thiệp cưới.

Nguyễn Hữu Đang được coi là người Việt Nam duy nhất không hề nếm mùi "chiến tranh chống Mỹ". Ông bị bắt từ năm 1958, bị đưa lên một nhà tù ở tận Hà Giang cho đến năm 1973. Năm 1930, Nguyễn Hữu Đang cũng từng bị thực dân Pháp bắt khi hoạt động trong Hội Sinh viên thị xã Thái Bình, một tổ chức của Thanh niên Cách mạng đồng chí Hội[44]. Khi đó, ông thoát án giam vì chưa tới tuổi thành niên. Nhưng sau "Cách mạng", ông đã bị tù đày không một ngày ân xá.

Năm 1973 ra tù, Nguyễn Hữu Đang bị đưa trở lại quê cũ Thái Bình, làm ruộng. Giữa thập niên 1985, ông lại bị bắt và bị tạm giam bốn tháng vì "tự tiện sang Nam Định không có giấy đi đường, đến nhà một đối tượng mà công an đang theo dõi"[45]. Nguyễn Hữu Đang - người xây đài Độc lập, để trong ngày 2-9-1945, Hồ Chí Minh đứng trước nhân dân tuyên ngôn về tự do - kể từ khi được tạm tha, được "sống trong trại lợn của hợp tác xã".

---

[42] Nguyễn Huy Tưởng, Nhật Ký tập III, Nhà Xuất bản Thanh Niên 2006, trang 215.
[43] Nguyễn Huy Tưởng, Nhật Ký tập III, Nhà Xuất bản Thanh Niên 2006, trang 453.
[44] Trong những năm học Cao đẳng Sư phạm, Nguyễn Hữu Đang viết và biên tập cho các báo của Mặt trận Dân chủ như Thời Báo, Ngày Mới và báo Tin Tức của Đảng Cộng sản. Từ năm 1938 ông là một trong những cán bộ chủ chốt của Hội Truyền bá Quốc ngữ. Tháng 8-1945, tại Đại hội Quốc dân ở Tân Trào, ông được bầu vào Ủy ban Dân tộc Giải phóng Trung ương, một hình thức chính phủ đầu tiên của Việt Minh. Khi Việt Minh cướp được chính quyền, đích thân Hồ Chí Minh giao ông làm trưởng Ban Tổ chức Ngày tuyên bố Độc lập 2-9.
[45] Theo Đại tá Thái Kế Toại.

[CHƯƠNG 12 • CỞI TRÓI]

"Tội" của Nguyễn Hữu Đang là đã đích thân bán từng bộ áo quần lấy tiền để nhóm Nhân Văn ra báo[46] đăng những ý kiến tâm huyết đề nghị Đảng xây dựng một nền pháp trị thay cho đảng trị; đề nghị nhà nước "cần phải chính quy hơn"[47].

Thời hoạt động công khai, Nguyễn Hữu Đang từng "ăn vận sang trọng như công tử loại một của Hà thành, thắt cà vạt đỏ chói, đi khắp Trung Nam Bắc diễn thuyết, oai phong, hùng biện, có thể đến bất kỳ một nhà tư sản Hà Nội giàu có nào, vay vàng, tiền cho cách mạng mà những người trao vàng, tiền cho anh đều không đòi hỏi một thứ giấy tờ gì"[48]. Nguyễn Hữu Đang của năm 1988, khi Phùng Quán đến Thái Bình thăm, không vợ, không con, không cửa không nhà, rách rưới và tiều tụy[49].

---

[46] Theo Nhật ký ngày 14-12-1956 của Nguyễn Huy Tưởng: "Bây giờ họ họp nhau, chỉ để bàn cách trang trải số nợ với các đại lý. Vì công đoàn vận động công nhân không in, báo không được ra, phải trả (lại) tiền đại lý. Có người đã đến cửa nhà Nguyễn Hữu Đang đòi. Bàn xem lấy tiền đâu. Đóng góp thì ít có tiền. Vay tư sản thì họ giữ kẽ. Thế mà Trung ương bảo mỗi đứa, mỗi bài được trả 8, 9 vạn. Đi ăn tiệc với Pháp, trường A. Sarraut trợ cấp..." (Nguyễn Huy Tưởng, Nhật Ký tập III, Nhà Xuất bản Thanh Niên, 2006, trang 178). Cũng trong ngày 14-12-1956, Nguyễn Huy Tưởng viết: "Anh em lo nhất cho Nguyễn Hữu Đang mấy hôm nay gầy guộc. Lo trang trải công nợ, không thể đi đâu được. Không trả thì sẽ bị quy kết là bội tín". Theo ông Tưởng thì để trả nợ nhà in, Nguyễn Hữu Đang đã phải bán quần áo đi để lấy tiền. Ông đã phải viết giấy xác nhận: Tôi Nguyễn Hữu Đang nhận bán cho ông... bộ quần áo này" (Nguyễn Huy Tưởng, Nhật Ký tập III, Nhà Xuất bản Thanh Niên, 2006, trang 178).

[47] Trong bài "Cần phải chính quy hơn nữa", đăng trên báo Nhân Văn số 4, Nguyễn Hữu Đang viết: "Hòa bình lập lại đã hai năm, dù cuộc đấu tranh thống nhất đất nước có phức tạp, gay go thế nào thì cũng không thể coi miền bắc như ở một hoàn cảnh bất thường để duy trì mãi một nền pháp trị (thiếu) hẳn hoi... Do pháp trị thiếu sót mà Cải cách ruộng đất hỏng to đến thế. Do pháp trị thiếu sót mà quân đội chưa có chế độ binh dịch hợp lý, công an hỏi giấy giá thú đôi vợ chồng ngồi ngắm cảnh trăng lên ở bờ hồ, hộ khẩu rình bên cửa sổ khiến người ta mất ăn mất ngủ, cán bộ thuế tự tiện vào khám nhà người kinh doanh, ở khu phố có chuyện đuổi nhà lung tung hoặc ép buộc người ở nhà rộng phải nhường một phần cho cán bộ hay cơ quan ở. Do pháp trị thiếu sót mà nhiều cơ quan bóc xem thư của nhân viên và một ngành rất quan trọng đòi thông qua những bài báo nói đến mình, làm như một bộ phận của Nhà nước lại có quyền phục hồi chế độ kiểm duyệt mà chính nhà nước đã bãi bỏ. Do pháp trị thiếu sót, người ta đã làm những việc vu cáo và đe dọa chính trị trắng trợn".

[48] Phùng Quán, Ba Phút Sự Thật.

[49] Trong cuốn Ba Phút Sự Thật, Phùng Quán viết: "Tôi dắt xe đạp qua sân trường, vòng ra sát sau lưng anh. Anh đang dùng nắm rơm cọ rửa những viên gạch vỡ đôi, xếp thành chồng cao cạnh chỗ ngồi. Tôi đứng lặng nhìn anh. Đầu anh đội cái mũ cối méo mó, khoác cái ruột áo bông thùng be bét, quần lao động màu cháo lòng, hai ống chân ôm vòng hai dây cao su đen nom như vòng cùm sắt; chắc hẳn để nhét hai ống quần vào cho khỏi rét, lưng anh không hình chữ C viết nghiêng...". Ông Đang sống "trong một cái chái bếp, căn hộ độc thân của anh rộng chỉ khoảng năm mét vuông, chật kín những tư trang, đồ đạc. Mấy cây sào ngọn tre gác dọc ngang sát mái, treo vắt cả chục cái khăn mặt rách xơ như giẻ lau bát, áo may-ô thủng nát, quần lao động vá víu. Cạp quần đeo lùng lẳng một chùm lục lạc làm bằng vỏ hộp dầu cao Sao vàng xuyên thủng, buộc dây thép, bên trong có hòn sỏi nhỏ. Đụng vào, chùm lục lạc rung lên leng keng, nghe rất vui tai". Đấy là chùm lục lạc "học tập sáng kiến của đồng bào các dân tộc ở Việt Bắc, treo mõ vào cổ trâu", ông Đang "chế chùm lục lạc đeo vào cạp quần", để "đi lại trong đường làng những đêm tối trời" không còn "bị cánh thanh niên đi xe đạp, xe máy phóng ẩu đâm sầm vào". Công dụng thứ hai, theo Phùng Quán: "Mỗi lần đạp xe trên đường vắng, nghe tiếng lục lạc loong coong ngang thắt lưng, tự nhiên cảm thấy đỡ cô độc". Mãi tới năm 1993, sau vận động của nhiều nhà lãnh đạo đã từng hoạt động cùng ông Nguyễn Hữu Đang. Nhà nước đã cấp cho ông một căn hộ ở gần Cầu Giấy, Hà Nội và bắt đầu cho ông được hưởng lương hưu.

Vụ "Nhân Văn Giai Phẩm" từ lâu bị coi như là một vụ án văn chương và gần như chỉ có số phận các nạn nhân nhà văn là được quan tâm. Trong khi đó, theo Đại tá Thái Kế Toại: "Các đợt học tập chỉnh huấn tại các trường Sư phạm và Tổng hợp Hà Nội các Giáo sư Nguyễn Mạnh Tường, Đào Duy Anh, Trương Tửu, Trần Đức Thảo cũng bị đưa ra cho giáo viên và sinh viên đấu tố, bị miễn nhiệm thôi giảng dạy. Ngoài ra còn nhiều người khác cũng chịu kỷ luật như Cao Xuân Hạo, Phan Ngọc, Cao Xuân Huy. Một số sinh viên cũng bị kỷ luật như Bùi Quang Đoài (Thái Vũ), Văn Tâm, Phan Kế Hoành, Hà Thúc Chỉ".

Trong thập niên 1950, đại học Việt Nam có được những trí thức ưu tú nhất của nền giáo dục Pháp. Giáo sư Hoàng Tụy đang dạy toán ở Đà Nẵng đã ra Việt Bắc chỉ vì nghe ở đó có nhà toán học Lê Văn Thiêm bỏ Pháp về Việt Nam theo kháng chiến. Nhiều sinh viên, giảng viên đại học chỉ mong được nhìn thấy những trí thức tên tuổi như Nguyễn Mạnh Tường, Trần Đức Thảo.

Mô hình tự chủ đại học được Tạ Quang Bửu, Đào Duy Anh, Trương Tửu chủ trương từ rất sớm. Người đứng đầu ngành đại học lúc đó là Tạ Quang Bửu muốn xây dựng một nền đại học tạo cơ hội như nhau cho mọi người nhưng từ chối thêm điểm vào đại học cho giai cấp công, nông. Quan điểm của ông bị phê phán là "tinh hoa chủ nghĩa". Chỉ vì ủng hộ những quan điểm này mà Giáo sư Hoàng Tụy đã bị kiểm điểm tới… tám mươi cuộc.

Sau những cuộc đấu tố liên miên đó, nhiều giáo sư như Trần Đức Thảo, Lê Văn Thiêm… đã luôn bị tự kỷ ám thị. Đêm đêm, Giáo sư Trần Đức Thảo vẫn nằm dưới gầm giường vì sợ. Còn Nguyễn Mạnh Tường thì từ năm 1958 không những bị tước hết mọi chức vụ mà hơn ba mươi lăm năm, vị luật sư tài ba có hai bằng tiến sỹ Pháp ấy và gia đình đã phải sống trong đói khát.

Năm hai mươi hai tuổi, Nguyễn Mạnh Tường đã bảo vệ thành công luận án tiến sĩ luật tại Đại học Montpellier. Một tháng sau, ông bảo vệ thành công luận án tiến sĩ văn chương. Khi Nguyễn Mạnh Tường "vinh quy", người Pháp đã gặp và gợi ý đưa ông vào làm thượng thư trong triều Bảo Đại nhưng ông từ chối.

Những người như Nguyễn Mạnh Tường, Trần Đức Thảo có thể đã trở thành những trí thức được sủng ái nếu như không lên tiếng phê bình những sai lầm của chế độ[50].

---

[50] Sau khi Việt Minh nắm quyền, Nguyễn Mạnh Tường được mời dạy văn chương Tây phương tại trường Đại học Văn khoa do ông Đặng Thai Mai làm hiệu trưởng. Năm 1946, Nguyễn Mạnh Tường được Hồ Chí Minh mời tham gia đoàn của Chính phủ Việt Nam Dân chủ Cộng hòa trong Hội nghị Đà Lạt. Ông từng tham dự Hội nghị Bảo vệ Hòa bình Châu Á-Thái Bình Dương, năm 1952, Đại hội Hòa bình Thế giới, năm 1953. Năm 1956, tại Hội nghị Luật gia Dân chủ Thế giới họp ở Bỉ, ông Nguyễn Mạnh Tường đã bảo vệ lập trường cho miền Bắc Việt Nam.

Lúc còn học ở trường Albert Sarraut, Trần Đức Thảo đã để lại không ít huyền thoại về sự thông minh. Ông đỗ tú tài triết học năm 1935, và năm sau ông đỗ đầu trong kỳ thi vào trường Normale Supérieure của Pháp. Trần Đức Thảo tốt nghiệp thạc sĩ triết học hạng nhất tại Pháp năm 1942, khi mới hai mươi lăm tuổi. Ông được nhiều thế hệ trí thức Việt Nam ngưỡng mộ từ huyền thoại "kết thúc cuộc tranh luận với nhà hiện sinh Jean-Paul Sartre trên thế thắng".

Sau Hội nghị Fontainebleau, Hồ Chí Minh đã tìm gặp và đề nghị Trần Đức Thảo về Việt Nam. Cuối 1951, sau khi lấy xong tiến sỹ, vì say mê chủ nghĩa Marx, Trần Đức Thảo đã về nước theo hành trình Paris - London - Praha - Moscow - Bắc Kinh - Tân Trào. Thế nhưng, khi cùng tham gia viết về dân chủ trên báo Nhân Văn, Trần Đức Thảo đã bị Tố Hữu xếp chung với "bọn gián điệp, phản động"[51]. Báo Nhân Dân sau đó đã đăng nhiều bài báo bôi nhọ ông[52].

Cho dù đã phải "khấu đầu tạ tội"[53] trên báo Nhân Dân, Trần Đức Thảo vẫn bị "đưa ra khỏi biên chế" nhà nước, phải "cải tạo tư tưởng" bằng nhiều tháng đi lao động ở Tuyên Quang, phải đi chăn bò ở nông trường Ba Vì. Đã

---

[51] Ngày 4-6-1958, Tố Hữu nói: "Cuộc tấn công vào chế độ ta và Đảng ta đã bắt đầu trên mặt trận văn nghệ từ đầu năm 1955, ngay khi hòa bình vừa lập lại. Trong khi bọn gián điệp còn giấu mặt chờ đợi thời cơ, và bọn tờ-rốt-kít Trương Tửu, Trần Đức Thảo tích cực chuẩn bị lực lượng ở trường đại học, thì bọn Nguyễn Hữu Đang, Lê Đạt, hai tên phản Đảng ẩn nấp trong bộ Văn Nghệ của Hội Văn nghệ cùng bọn Trần Dần, Tử Phác cũng là những tên phản Đảng trong Phòng Văn nghệ Quân đội" (Bọn Nhân Văn - Giai Phẩm Trước Tòa Án Dư Luận, Nhà Xuất Bản Sự thật, 6-1959, trang 23).

[52] Phạm Huy Thông viết: "Trần Đức Thảo, ở trong đại học và ở ngoài đại học, lúc nào cũng lớn tiếng đòi trả chuyên môn cho chuyên môn, đòi trục xuất chính trị ra khỏi địa hạt của chuyên môn... Vậy mà nội bộ nhóm Nhân văn, Thảo chống chủ trương "văn nghệ phải phục vụ chính trị". Điều ấy có ý nghĩa là Thảo không phải chống quan điểm chính trị lãnh đạo chuyên môn mà là chống chính trị cách mạng lãnh đạo chuyên môn... Thảo thường tự kiêu về tài học, về hoạt động chính trị của Thảo khi còn ở nước ngoài. Thật ra thành tích học thuật cũng như thành tích chính trị của Thảo ở Pháp trước đây, nhìn lại toàn là những thành tích bất hảo. Mất gốc rễ dân tộc... Năm 1944-1945 Thảo cũng có tham gia phong trào yêu nước của Việt kiều ở Pháp lúc đó, Thảo có lần khoe sự tham gia của Thảo khác hẳn sự tham gia của mọi người. Khác thật, khác ở chỗ trong khi mọi người đóng góp phần mình một cách giản dị, tự nhiên, thì Thảo tìm cách bắc loa tuyên truyền, đề cao uy tín cá nhân... Trước khi về nước để gây dựng thêm uy thế làm "vốn chính trị" về sau, Thảo đã làm một việc chẳng thơm tho gì. Đó là vụ kiện Giăng Pôn Xác. Xác có đề nghị với Thảo và một môn đệ khác nữa, ba thầy trò cùng viết chung một cuốn sách. Sách soạn được nửa chừng, Xác thấy trình độ kém, e sách ế, thôi không xuất bản nữa. Thảo cay cú vì vừa mất ăn, vừa bị chê, bèn tung dư luận rằng mình tranh luận với Xác. Xác thua nên không dám xuất bản sách và đòi kiện". (Báo Nhân Dân ngày 4-5-1958)..

[53] Trần Đức Thảo viết: "Kiểm điểm lại việc làm từ mùa thu năm 1956, tôi vô cùng đau xót. Những sai lầm, tội lỗi của tôi thuộc về vấn đề lập trường, quan điểm. Hoạt động trong nhóm Nhân Văn tôi đã tụt xuống cái lập trường xét lại của tôi ngày còn ở bên Pháp và tham gia nhóm 'Thời hiện đại' (Les Temps modernes) của Giăng Pôn Xác (J.P Sartre) Tôi đã mất cái phần tiến bộ mà tôi đã tiếp thu trước kia nhờ công trình kháng chiến của nhân dân và lãnh đạo của Đảng. Thực tế là tôi đã biện hộ cho giai cấp tư sản và gây tác hại rất lớn. Trước kia tôi không ngờ rằng tôi có thể có ảnh hưởng đến thế. Bây giờ tôi mới thấy rõ. Tôi rất đau xót và xin nhận lỗi trước Đảng và trước nhân dân" (Nhân Dân số ra ngày 23 và 24-5-1958).

có những lúc triết gia nổi tiếng Paris này phải đi vác từng bao bột mì để nhận lại vài ổ bánh mà sống [54].

Những người ưu tú nhất bị đặt ra ngoài cuộc như Nguyễn Mạnh Tường, Trần Đức Thảo... Con cái các nhà tư sản, địa chủ, con cái của những người bị chế độ coi là có vấn đề đều không được vào đại học. Nhưng nền giáo dục sau Cách mạng tháng Tám 1945 không chỉ chịu những tổn thất ấy. Sau vụ án Nhân Văn-Giai Phẩm, nhiều thế hệ sinh viên, học sinh Việt Nam đã được dạy dỗ trong một nền giáo dục gần như chỉ biết vâng lời.

Nền văn học, nghệ thuật, báo chí và tinh thần tự do vừa mới định hình hồi cuối thập niên 1930, đầu thập niên 1940, đang khao khát trưởng thành thì nhận được "vết chém ngang lưng"[55]. Chính trị và các tác phẩm hiện thực xã hội chủ nghĩa bắt đầu ngự trị các chương trình giảng dạy văn chương, nghệ thuật. Những giá trị căn bản của người Việt Nam không chỉ bị phá vỡ ở "thượng tầng", từ trong từng ngõ ngách làng xã, trong mỗi gia đình cũng đã nhận được biết bao bi kịch.

MIỀN NAM "GIẢI PHÓNG"

Thật khó có thể hình dung điều gì sẽ xảy ra cho miền Bắc Việt Nam nếu như không có sự kiện 30-4-1975. Cuộc chiến được nói là để giải phóng miền Nam đã thực sự mở mắt cho người dân miền Bắc. Tuy chính quyền miền Nam tìm mọi cách để hạn chế báo chí đối lập, nhưng Sài Gòn trước ngày 30-4 vẫn là một nơi có luật pháp để phục vụ quyền tự do ngôn luận.

Những tờ tạp chí in bốn màu, những bộ tiểu thuyết diễm tình, đồng hồ Seiko, máy nghe nhạc Akai, cassette, tivi, tủ lạnh và những con búp bê biết mở, nhắm mắt được các anh bộ đội đưa về đã đánh thức nhu cầu văn hóa của người dân miền Bắc. Miền Nam bắt đầu có vô tuyến truyền hình từ năm 1965, trước miền Bắc hơn một thập niên. Nhưng điều quan trọng là các chương

---

[54] Chân dung của Trần Đức Thảo được Phùng Quán ghi lại qua "lăng kính" của một "bà cụ móm, chủ quán nước dưới một gốc cây xà cừ" trong khu tập thể Kim Liên: "Đằng kia-nhà B6-cũng có một ông tên Thảo, nhưng lôi thôi nhếch nhác, quá mấy anh công nhân móc cống. Mùa rét thì áo bông sù sụ, mùa nực thì bà ba nâu bạc phếch, quần ống cao ống thấp, chân dép cao su đứt quai, đầu mũ lá sùm sụp, cưỡi cái xe đạp 'Pơ-giô con vịt' mà mấy bà đồng nát cũng chê. Thật đúng như anh hề làm xiếc? Mặt cứ vác lên trời, đạp xe thỉnh thoảng lại tủm tỉm cười một mình như anh dở người... Một buổi trưa nắng chang chang, ông ghé vào quán uống cốc nước chè xanh, tôi hỏi: Ông đi đâu về mà nắng nom vất và thế?. Ông nói: Lên chợ Hàng Bè mua củi đun. Tôi hỏi: Thế củi ông để đâu cả rồi? Ông quay lại nhìn cái 'poócbaga', mắt cứ ngắn tò te. Chỉ còn có sợi dây buộc! Củi ná rơi đâu hết dọc đường, chẳng còn lấy một que... Nghĩ cũng tội, già ngần ấy tuổi đầu mà phải nấu lấy ăn, không vợ, không con... Bà cụ chép miệng thương cảm: Một vài năm nay không thấy ngang qua đây, ông đạp xe dễ chết rồi cũng nên".

[55] Nhất Định Thắng, Trần Dần.

trình phát thanh, truyền hình ở miền Nam được phát đi một cách đa dạng và phong phú.

Công cuộc giải phóng nào cũng phải mất thời gian. Những chuyển động của điện ảnh, sân khấu, văn chương, báo chí không xuất hiện ngay sau 1975, nhưng nó âm ỉ từ bên trong, thay đổi dần dần và căn bản.

Có lẽ vì sự thay đổi chế độ ở Sài Gòn trong ngày 30-4-1975 được tiến hành bằng những chiếc tăng T54 thay vì bằng một hiệp định đình chiến như Hà Nội vào năm 1954; cũng có lẽ bởi người Sài Gòn đã học được bài học "Nhân Văn Giai Phẩm"; nên, kể từ ngày 30-4-1975, không hề có bất cứ một nhà xuất bản, một tờ báo tư nhân nào còn hoạt động, cho dù ở Sài Gòn trước đó có hơn hai mươi tờ nhật báo, hàng trăm tạp chí và nhà xuất bản. Một số lớn văn nghệ sỹ, đội ngũ báo chí Sài Gòn kịp di tản trước khi quân đội miền Bắc kéo vào. Số ở lại cho dù không phải đi cải tạo thì sự nghiệp của nhiều người cũng coi như chấm dứt.

Ngày 23-4-1975, Tố Hữu thay mặt Ban Bí thư điện vào Trung ương Cục: "Đề nghị các anh cho chuẩn bị khẩn trương để kịp ra báo Cờ Giải Phóng ngay từ đầu khi mới giải phóng Sài Gòn"[56]. Tuy tờ Cờ Giải Phóng sau đó không ra kịp ngày "Sài Gòn giải phóng", nhưng, không chỉ có hai phát thanh viên mặc quân phục xuất hiện trên đài truyền hình vào tối 1-5-1975, một thế hệ những người viết mặc áo lính, theo các cánh quân từ R kéo về hoặc từ miền Bắc lần lượt được điều vào, đã "cách mạng triệt để" nền báo chí Sài Gòn, nền báo chí đã có tờ báo đầu tiên từ 110 năm trước đó.

Ngày 1-5-1975, ông Võ Văn Kiệt triệu tập một nhóm cán bộ tuyên huấn, báo chí gồm Tô Hòa, Trần Bạch Đằng, Nguyễn Thành Lê… đến trường Petrus Ký, nơi Đảng ủy đặc biệt của Ủy ban Quân quản Sài Gòn đang tạm đóng. Cuộc họp đi đến thống nhất, Đảng bộ Thành phố sẽ ra một tờ báo lấy tên là Sài Gòn Giải Phóng. Tuyên huấn Trung ương Cục tạm thời làm "chủ quản". Lê Điền, một cán bộ của báo Nhân Dân, làm tổng biên tập. Nguyễn Thành Lê phụ trách nội dung.

Ngày 5-5-1975, Sài Gòn Giải Phóng ra số đầu tiên, chủ yếu đăng lại những mệnh lệnh của Ủy ban Quân quản. Sau mười hai số báo đầu tiên, Sài Gòn Giải Phóng được giao về cho Thành ủy. Tổng biên tập thứ hai của báo là ông Võ Nhân Lý, thường gọi là Bảy Lý, một người tâm phúc của ông Nguyễn Văn Linh, có nhiều năm làm phó cho ông Linh ở Ban Tuyên huấn Trung ương Cục. Ngoài truyền hình và phát thanh, báo chí cách mạng xuất bản tại Sài

---

[56] Văn kiện Đảng Toàn tập, tập 36-1975, Nhà Xuất bản Chính trị Quốc gia, trang 168.

Gòn ngay sau 30-4-1975 còn có: Giải Phóng, một tờ báo đã từng được in ấn ở Chiến khu D, Phụ Nữ Thành Phố, 17-5-1975, Công Nhân Giải Phóng, 28-7-1975, Tuổi Trẻ, 2-9-1975.

Đội ngũ văn nghệ sỹ, báo chí từ Việt Bắc trở về Hà Nội năm 1954 và tạo ra một phong trào "Nhân Văn" gồm những người trở về từ một cuộc chiến tranh giành độc lập, tiếp tục khát vọng dân chủ tự do. Còn đội ngũ từ R hoặc từ miền Bắc trở về Nam năm 1975 đã thấm nhuần chủ nghĩa Marx-Lenin. Đúng như Tố Hữu viết trong công điện ngày 23-4-1975, họ là một thế hệ "cán bộ viết báo"[57].

Về Sài Gòn, nhiều người trong số những "cán bộ viết báo" ấy tiếp tục làm báo với tư thế của những người chiến thắng. Những người chiến thắng chưa muốn chấm dứt cuộc chiến "ai thắng ai" với "ngụy quân, ngụy quyền", với "tư sản mại bản", và các "tàn dư của chế độ cũ". Nhiều báo vẫn lấy những bài vở được sản xuất từ bộ máy tuyên huấn R[58].

Sau khi các tờ báo quốc doanh đã hoạt động ổn định, Bí thư Đảng ủy Đặc biệt Ủy ban Quân quản Võ Văn Kiệt triệu tập một cuộc họp, nêu yêu cầu: "Thành phố cần phải cho ra một số tờ báo tư nhân". Theo ông Tô Hòa, người phụ trách nội dung từ số 13 của tờ Sài Gòn Giải Phóng: "Kể từ khi từ miền Bắc trở về, tôi chưa từng nghĩ là mình lại có báo tư nhân, nhưng tư tưởng của Sáu Dân là như vậy. Trung ương Cục và Thành ủy bàn tới, bàn lui cuối cùng quyết định sẽ cho ra ba tờ báo tư nhân: một tờ sẽ giao cho nhóm Ngô Công Đức, Hồ Ngọc Nhuận, một tờ giao cho ông Nam Đình, tờ thứ ba lúc bấy giờ chưa biết giao cho ai cả"[59].

Cho tới lúc đó, ông Võ Văn Kiệt và những đồng chí khác của ông như Nguyễn Văn Linh, Trần Bạch Đằng chưa thực sự làm việc trong môi trường xã hội chủ nghĩa. Sự nghiệp của họ là vận hành cuộc chiến tranh ở miền Nam cả bằng đấu tranh võ trang và đấu tranh chính trị, bao gồm cả những công cụ

---

[57] "Đề nghị các anh cho chuẩn bị khẩn trương để kịp ra báo Cờ giải phóng ngay từ đầu khi mới giải phóng Sài Gòn. Cụ thể: a, Cho tập hợp ngay một số cán bộ viết báo như Thép Mới, Nguyễn Đình Thi, Nguyễn Văn Bổng, cán bộ quản lý, cán bộ phát hành. Đề nghị cử anh Hai Trinh làm chủ bút hay chủ nhiệm. Anh Nguyễn Thành Lê làm việc nội bộ vì ra công khai không tiện. Sẽ cử anh Lý Văn Sáu vào làm thông tin và phát ngôn. b, Cho chuẩn bị ngay nhà in và giấy. Ký tên: Lành". (Văn Kiện Đảng Toàn Tập, tập 36-1975, Nhà Xuất bản Chính trị Quốc gia, trang 168).

[58] Người phụ trách tờ Tuổi Trẻ trong những số báo ra đầu tiên, tháng 9-1975, ông Võ Ngọc An kể: "Những bài báo phục vụ chiến dịch đánh tư sản, chủ yếu do cơ quan tuyên huấn soạn sẵn, phát trước cho các báo và chúng tôi cứ thế in nguyên văn". Ông Tô Hòa, người phụ trách tòa soạn Sài Gòn Giải Phóng từ ngày 17-5-1975, xác nhận: "Chức Tổng Biên tập Sài Gòn Giải Phóng lúc đó do một Phó Ban Tuyên huấn Miền, ông Bảy Lý, kiêm. Ông Bảy Lý hàng ngày được dự những cuộc giao ban của Trung ương Cục, từ tinh thần những cuộc giao ban đó, ông viết thành những bài xã luận đăng trên báo Sài Gòn Giải Phóng".

[59] Tô Hòa, trả lời phỏng vấn tác giả.

như biểu tình, báo chí. Họ hiểu khá rõ sự khác biệt giữa các nhóm dân chúng miền Nam đối với chế độ mới và nhận thức được vai trò của báo chí trong việc thuyết phục các tầng lớp dân chúng ủng hộ công cuộc của những người cách mạng. Theo ông Võ Văn Kiệt: "Ý tưởng cho ra báo tư nhân được anh Lê Đức Thọ và anh Lê Duẩn ủng hộ".

Thế nhưng phía "tư nhân" lại không nồng nhiệt đón nhận sáng kiến này. Nhóm Ngô Công Đức, Hồ Ngọc Nhuận, Dương Văn Ba vốn là những dân biểu đối lập với chính quyền Sài Gòn thì nhận lời. Trong khi đó Nam Đình, một "Việt Cộng nằm vùng", thì từ chối. Theo ông Tô Hòa: "Nam Đình giải thích: tôi, chính trị không biết, làm báo kiểu này trên đe dưới búa thôi!". Ông Tô Hòa nhận xét: "Nam Đình chỉ cần nói thế đủ thấy ông ta hiểu chế độ mới và rất cáo già về chính trị".

Ba tháng sau, chính quyền thuyết phục được hai nhóm nhân sỹ nhận giấy phép ra báo tư nhân: Nhóm linh mục khuynh tả Chân Tín, Nguyễn Ngọc Lan, làm tờ Đối Diện trước 1975, nhận Giấy phép số 01[60], ngày 4-7-1975, ra tờ bán nguyệt san Đứng Dậy. Cùng ngày 4-7-1975, nhóm linh mục Trương Bá Cẩn, Huỳnh Công Minh nhận Giấy phép số 02, ra tờ Công Giáo & Dân Tộc. Phải tới ngày 22-7-1975, nhóm dân biểu đối lập Ngô Công Đức, Hồ Ngọc Nhuận, mới nhận Giấy phép số 03 ra tờ Tin Sáng.

Ông Hồ Ngọc Nhuận nhớ lại: "Tôi và Ngô Công Đức gặp nhau sớm. Chúng tôi cũng rất bối rối vì tình hình mới chưa hiểu sẽ như thế nào. Nhưng, đích thân ông Võ Văn Kiệt gặp nói: Anh Sáu Thọ cũng rất sốt ruột". Theo ông Nhuận: "Khi tình hình chưa ổn định, chính quyền muốn có một tờ báo được lòng quần chúng mà thân mấy ổng. Tôi hỏi: làm thì làm như thế nào? Trần Bạch Đằng bảo: làm y như cũ".

Đúng như nhận xét của Giáo sư Trần Văn Giàu: "Các anh làm báo cộng sản như… cộng sản". Ngay từ những ngày đầu, Tin Sáng đã hăng hái tham gia các "chiến dịch" như tập trung cải tạo, đổi tiền và đánh tư sản mại bản. Đặc biệt, tháng 9-1975, Hồ Ngọc Nhuận được đưa ra Hà Nội trong "Đoàn đại biểu miền Nam dự Hội nghị Hiệp thương Thống Nhất". Khi trở về, trong bài Đi Thăm Một Làng Quê Miền Bắc, ông Nhuận viết: "Chúng tôi tin rằng, độc lập dân tộc và thống nhất tổ quốc phải được gắn liền với chủ nghĩa xã hội"[61].

Chủ nghĩa xã hội là một thực thể chỉ có thể hiểu được một cách đầy đủ bằng sự trải nghiệm. Nếu nhà văn Pháp có khuynh hướng cộng sản,

---

[60] Của Bộ Thông tin Văn hóa Chính phủ Lâm thời Cộng hòa miền Nam Việt Nam.
[61] Hồ Ngọc Nhuận, Đời, bản thảo của tác giả, trang 292-293.

A. Gide (1869-1951), năm 1936 không tới Liên Xô thì có thể ông đã không viết sách chỉ trích Liên Xô. Nếu Hồ Ngọc Nhuận, Nguyễn Ngọc Lan không làm báo sau 1975 thì không thể hiểu đầy đủ "tự do báo chí" dưới thời Cộng sản.

Trước năm 1975, trong mười năm, có 360 lần tờ Tin Sáng bị tịch thu báo, sáu lần bị đóng cửa. Nhưng, cho dù hà khắc, Sài Gòn vẫn là một chế độ có luật pháp. Những bài báo có khuynh hướng ủng hộ Mặt trận Giải phóng và chống Mỹ có thể bị kiểm duyệt. Nhưng một nhà báo thường viết cho không chỉ một tờ và các chủ báo, đặc biệt là các chủ báo chính trị như Ngô Công Đức, Hồ Ngọc Nhuận, thường có đôi ba tờ báo, nên chính quyền thu tờ này thì viết lên tờ kia phản đối.

Năm 1969, khi Hồ Chí Minh từ trần, ngay giữa Sài Gòn, tạp chí Đất Nước dám ra một số riêng cho "người nằm xuống", với tất cả các bài viết trong đó đều nói về Hồ Chí Minh, "kẻ thù" của chính quyền miền Nam. Sau Hiệp định Paris, linh mục Trương Bá Cần còn có thể cho đăng trên tờ Đối Diện bài viết "Hai mươi năm xây dựng xã hội chủ nghĩa ở miền Bắc". Còn Giáo sư Nguyễn Văn Trung thì viết trên tạp chí Đất Nước: "Cộng sản, người anh em của tôi". Tháng 3-1975, trên tờ Đối Diện, hai vị Linh mục Chân Tín và Nguyễn Ngọc Lan dám vẽ bản đồ Việt Nam, đánh dấu những nơi đã nằm trong tay quân miền Bắc rồi chú thích: "Này anh em ơi/ Quốc gia đến ngày giải phóng" [62].

"Giải phóng" xong, đội ngũ làm báo từ trước 30-4-1975 bắt đầu tan tác: một số kịp di tản, một số bị đưa đi cải tạo hoặc bị bắt do tham gia các "tổ chức phản động", số có may mắn được làm báo như Đối Diện, Tin Sáng chỉ chiếm một phần rất nhỏ nhoi. Những người làm báo chí, phát thanh, truyền hình quân đội như Phan Lạc Phúc, Tô Thùy Yên phải đi cải tạo từ mười đến mười ba năm. Nhà báo Trần Tuấn Nhậm, một trong những người chủ trương làm tờ Trình Bầy, năm 1971, khi ra tranh cử dân biểu Hạ viện đã dùng khẩu hiệu "Chống Mỹ cứu nước" với áp phích hình Nixon vẽ râu Hitler. Năm 1979, ông Nhậm vượt biên nhưng bị bắt, và sau đó chết trong trại giam Bến Sẵn.

Nhà báo Nguyễn Khắc Nhân, thư ký toà soạn tờ Tiền Tuyến, chỉ phải đi cải tạo một năm nhờ có anh rể là Trưởng ban Tuyên huấn Thành ủy Trần Trọng Tân. Nhưng khi vừa từ trại về, ông Nguyễn Khắc Nhân đã được anh

---

[62] Lời Quốc ca Việt Nam Cộng hòa.

rể lấy tình thân nói thẳng: "Cậu làm tờ báo phản động nhất miền Nam, cậu không thể nào làm báo dưới chế độ này được".

Chính quyền mới không có chế độ kiểm duyệt báo chí. Thậm chí khi Tin Sáng làm công văn xin Ban Tuyên huấn đưa người tới viết xã luận và duyệt bài, chính quyền cũng không thèm cử người. Trong khi đó, Thành ủy lại còn "chăm sóc về vật chất rộng rãi hơn" so với nhiều ngành nghề hoạt động khác: "Riêng về xăng, ta đã cung cấp cho họ mỗi quý hơn 7.000 lít năm 1979, và 5.650 lít năm 1980" [63].

Nhưng, trong nội bộ tờ báo, an ninh đã cài vào không ít đặc tình[64]. Trong một báo cáo gửi "anh Sáu Dân, anh Chín Đào", Văn phòng Thành ủy đã yêu cầu: "Cơ quan an ninh cần tăng cường các biện pháp nghiệp vụ chặt chẽ hơn và tinh tế hơn nữa, để nắm chắc mọi hoạt động của các đối tượng trọng điểm trong Tin Sáng"[65]. Nhiều bài viết của tờ báo này bị phát hiện ngay khi chưa kịp lên khuôn.

Tư Trời Biển Ngô Công Đức trước 1975 dám viết bài đả kích tổng thống Việt Nam Cộng hòa. Cũng Tư Trời Biển ấy, năm 1979, chỉ định viết bài cho báo Tết nhân danh bà hàng xóm ước mong: "Ngày mồng Một ra đường được gặp một nụ cười xuân, Nụ cười xuân nở trên môi anh cảnh sát"[66], đã lập tức bị "đặc tình" tố cáo. Ngày 11-1-1979, Phòng An ninh Bảo vệ Cơ quan Văn hóa PA 25 đã gửi công văn khẩn lên Thành ủy, "yêu cầu xử lý"[67] Tư Trời Biển vì cho rằng bài báo ám chỉ "xã hội ngày nay mất cả nụ cười".

---

[63] Báo cáo của ông Trần Trọng Tân, Tài liệu lưu trữ cá nhân của ông Võ Văn Kiệt.

[64] Theo một bức thư tay của Phó Ban Tuyên huấn Thành ủy Nguyễn Sơn gửi cho ông Trần Trọng Tân: "Kính gửi anh Hai Tân. Đây là báo cáo do Lý Quý Chung viết để đưa cho Trương Lộc cung cấp cho Sở Công an (vì Lộc là cộng tác viên của Công an chứ Chung chưa trực tiếp). Báo cáo có một số nhận định chủ quan của Chung chưa thật chính xác như việc Đức, Nhuận, Ba... phát biểu hôm anh đến họp với họ tại tòa báo). Nhưng cũng có nhiều chi tiết về quá khứ đáng chú ý. Tôi mượn riêng của Triệu Bình bản viết tay của Chung về đánh máy lại 3 bản, chỉ mới gởi anh một bản, còn 2 bản tôi giữ chưa cho một người nào khác xem cả. Sơn" (Tài liệu của Ban Tuyên huấn Thành ủy, lưu trữ riêng của ông Võ Văn Kiệt).

[65] Tài liệu của Ban Tuyên huấn Thành ủy, lưu trữ riêng của ông Võ Văn Kiệt.

[66] Tài liệu của Ban Tuyên huấn Thành ủy, lưu trữ riêng của ông Võ Văn Kiệt.

[67] Ngày 11-1-1979, bản thảo bài báo được chuyển tới Phòng An ninh Bảo vệ cơ quan Văn hóa PA 25. PA 25 lập tức "báo cáo khẩn" lên Thành ủy: "Kính gửi: anh hai Tân thường vụ thành ủy/ Về việc mục 'Tư Trời Biển' sắp đăng trên báo Tin Sáng ra trong dịp xuân năm 1979 có nội dung lập lờ, ngụ ý xấu/ Chúng tôi được biết mục 'Tư Trời Biển' sắp đăng trên báo Tin Sáng ra dịp xuân năm 1979 do Ngô Công Đức viết (thỉnh thoảng Ngô Công Đức mới viết một bài về mục này, còn thường xuyên do Nguyễn Ngọc Thạch viết), theo lối lập lờ 2 mặt, có dụng ý xấu: Cho báo chí của chế độ ta độc giả đọc không vào; Nêu việc quản lí kinh tế của ta do cán bộ tham ô; Giá báo không tăng, nhà báo bị thiệt thòi (gầy mòn); Nêu lên nhiều vấn đề tiêu cực trên nhiều lĩnh vực chung thiếu phần nhận xét đánh giá làm cho độc giả ai muốn hiểu thế nào tùy ý..., thậm chí báo còn có ý nói: Xã hội ngày nay đã mất nụ cười tươi, đầy khó khăn thiếu thốn. Báo Xuân đăng một bài như vậy làm người đọc mất cả niềm tin, hy vọng... (báo đã in, sắp phát hành). Vấn đề này sở công an (phòng bảo vệ cơ quan văn hóa) đã trao đổi với bộ phận báo chí của Ban Tuyên huấn. Vậy xin báo cáo để anh biết và kịp thời chỉ đạo".

Năm 1978 tờ Đứng Dậy phải đóng cửa [68]. Cuộc chơi báo tư nhân còn kéo dài tới năm 1981. Nhưng, Hồ Ngọc Nhuận thừa nhận không làm báo ở đâu căng thẳng như làm báo trong chế độ xã hội chủ nghĩa.

Khác với bán nguyệt san Đứng Dậy, Tin Sáng là tờ nhật báo có lượng độc giả lớn nhất tại Thành phố Hồ Chí Minh lúc bấy giờ. Bạn đọc của Tin Sáng là một tầng lớp công chúng mà chính quyền vừa e ngại vừa muốn chinh phục. Tháng 4-1981, tại Hội nghị Công tác Tư tưởng toàn quốc, Lê Đức Thọ nêu một số dấu hiệu đáng lo trên tờ Tin Sáng.

Ngày 23-4-1981, Văn phòng Thành ủy dự thảo một bản báo cáo để ông Võ Văn Kiệt gửi Trung ương[69]. Cho đến lúc này, ông Võ Văn Kiệt và Thành ủy vẫn muốn "tiếp tục duy trì tờ Tin Sáng với bề ngoài như hiện nay để phục vụ một cách có lợi nhất cho yêu cầu chính trị của ta nhằm tuyên truyền tác động một cách có hiệu quả vào một số đối tượng quần chúng mà một tờ báo Đảng công khai thâm nhập vào khó hơn, ít tác dụng hơn"[70].

Tuy nhiên, ngay trong báo cáo ngày 23-4-1981, Thành ủy đã lo rằng: "Hoạt động của họ bộc lộ ý thức gây ảnh hưởng, tạo thế chính trị trong trí thức, nhân sĩ, Việt kiều và cả trong một số cán bộ trí thức của ta". Cũng trong năm 1981, lực lượng Công đoàn Đoàn kết liên tục tổ chức biểu tình ở Ba Lan, cho dù quân đội Ba Lan đã bỏ tù hàng nghìn người trong đó có Lech Walesa và thiết quân luật trên toàn quốc. Sự kiện Công đoàn Đoàn kết đã đặt Hà Nội trong một sự cảnh giác cao độ hơn. Thường vụ Thành ủy sợ rằng: "Nếu có tình hình đột biến do địch gây ra, thì Tin Sáng có thể gây tác hại, vì những người cầm đầu này chưa phải là người đã nhập cuộc với chế độ ta, tuy họ có thể viết nhiều bài ca ngợi chế độ, ca ngợi chủ nghĩa xã hội"[71].

Tháng 6-1981, ông Võ Văn Kiệt đi Hà Nội. Sau khi gặp trực tiếp Tố Hữu và ông Trường Chinh, ông Kiệt nhận rõ "thái độ với Tin Sáng" của Trung

---

[68] Thư ký tòa soạn tờ Đối Diện, ông Nguyễn Quốc Thái kể: "Tín hiệu đầu tiên mà chúng tôi nhận được là vào tháng 10-1978, nhà thơ Vũ Cận từ Hà Nội vào gửi một chùm thơ để đăng. Đứng Dậy đang sắp chữ thì ông Vũ Cận chạy tới xin rút thơ ra vì ông vừa nghe Tố Hữu nói trong một hội nghị: "Giờ này mà còn muốn đứng dậy thì cho nó nằm xuống luôn". Hai tháng sau, Giáo sư Lý Chánh Trung, một đồng nghiệp công giáo, đang là đại biểu Quốc hội và ủy viên Ủy ban Mặt trận Tổ quốc Việt Nam, đến tòa soạn Đứng Dậy nói là tờ báo nên "hoàn thành nhiệm vụ". Ông Nguyễn Quốc Thái kể, khi được hỏi: "Anh nói với tư cách gì?", tuy chỉ nhận là "với tư cách một người bạn", nhưng Giáo sư Lý Chánh Trung cũng phải thừa nhận là ông được Chính quyền nhờ thông báo. Đứng Dậy lập tức "nằm xuống" sau số báo ra tháng 12-1978.

[69] Báo cáo này nhận xét: "Những sai sót và biểu hiện xấu trên báo giảm đi rất nhiều so với những năm 1975-1977. Có thể nhận xét rằng trên mặt báo, họ đang phát huy mặt tích cực, có lợi cho ta, nhất là trong tình hình chính trị phức tạp của thành phố qua các sự kiện "nạn kiều", đánh đổ chế độ Pol Pot, vấn đề người di tản bằng thuyền".

[70] Báo cáo ngày 23-4-1981, tài liệu của Ban Tuyên huấn Thành ủy, lưu trữ riêng của ông Võ Văn Kiệt.

[71] Báo cáo ngày 23-4-1981, tài liệu của Ban Tuyên huấn Thành ủy, lưu trữ riêng của ông Võ Văn Kiệt.

ương là rõ ràng và ý kiến "chấm dứt hoạt động Tin Sáng" của ông Trường Chinh phải được hiểu là một quyết định thay vì một lời gợi ý. Sáng sớm ngày 29-6-1981, ông Võ Văn Kiệt cho mời ban lãnh đạo Tin Sáng lên gặp. Ngô Công Đức và Dương Văn Ba đi. Ông Kiệt nói ngắn gọn: "Các anh ở Hà Nội có ý là Tin Sáng nên ngưng. Nhưng, ngưng ngay hay kéo dài thêm một tháng để chuẩn bị dư luận thì các anh Tin Sáng cho ý kiến". Cả Dương Văn Ba và Ngô Công Đức lập tức đồng ý ngưng ngay. Hồ Ngọc Nhuận khi nghe báo lại cũng tán thành. Sau gần sáu năm làm báo cộng sản cả ba đã vô cùng mệt mỏi.

Trong một hội nghị cán bộ, diễn ra ngay trong sáng 29-6-1981, sau khi thừa nhận những đóng góp của Tin Sáng, ông Võ Văn Kiệt giải thích: "Chúng ta đã xác định kinh tế còn năm thành phần, nhưng văn hóa chỉ có một là văn hóa dân tộc và xã hội chủ nghĩa. Đã đến lúc tất cả những tiếng nói đều phải là tiếng nói yêu nước yêu chủ nghĩa xã hội để chiến đấu và chiến thắng, không có tiếng nói khác được"[72].

Trong "Thư gửi bạn đọc", đăng trong số báo "hoàn thành nhiệm vụ" ra ngày 30-6-1981, Ngô Công Đức viết: "Chia tay, bạn đọc cũng như anh chị em Tin Sáng đều có những ngậm ngùi của tình cảm. Nhưng chia tay ở đây để sẽ còn gặp lại ở một vị trí mới, trong cái chiến tuyến chung của tổ quốc xã hội

---

[72] Ông Kiệt nhìn nhận: "Sau ngày giải phóng, chúng ta cũng cố gắng tập hợp lực lượng tích cực đối lập hồi chế độ cũ, chúng ta mở rộng mặt trận đoàn kết dân tộc để tiếp tục đấu tranh gạt bỏ dần những ảnh hưởng của chế độ cũ để lại trong các tầng lớp nhân dân chúng ta, đặc biệt đối với tầng lớp bên trên. Tờ Tin Sáng và những người trước đây ở trong tờ Tin Sáng cũng có mức chọn lựa là tiếp tục muốn đóng góp cho sự nghiệp nước nhà sau khi đất nước được giải phóng". Ông Kiệt phân tích: "Nếu như tờ Tin Sáng còn tiếp tục nữa, chúng ta vẫn còn có thể phát huy mặt tích cực của tờ báo. Nhưng chúng ta đứng trước tình hình mà kẻ thù của chúng ta có những âm mưu rất thâm độc, rất nguy hiểm và bằng mọi cách phá hoại công cuộc xây dựng đất nước chúng ta rất toàn diện... Chúng ta đã xác định kinh tế còn năm thành phần, nhưng văn hóa chỉ có một là văn hóa dân tộc và xã hội chủ nghĩa. Đã đến lúc tất cả những tiếng nói đều phải là tiếng nói yêu nước yêu chủ nghĩa xã hội để chiến đấu và chiến thắng, không có tiếng nói khác được. Nếu người ta gọi là yêu nước nhưng chưa yêu được chủ nghĩa xã hội thì nhiệm vụ của những người cộng sản ở bất cứ đâu phải giải thích. Nếu ai không thấy chủ nghĩa xã hội, chỉ yêu nước thôi, hoặc biểu hiện hoài nghi có nghĩa là đã phủ nhận vai trò của Đảng, từ chối sự lãnh của Đảng... Tôi nói hơi rộng ra một chút để thấy việc chúng ta dùng Tin Sáng đến mức như thế này là vừa đủ và chúng ta kết thúc được rồi". Ông Võ Văn Kiệt cho rằng: "Sự tồn tại của Tin Sáng hơi đặc biệt và chúng ta biết dùng nó để ca ngợi chế độ, phục vụ cho chế độ trong khi nó không có nửa người đảng viên, không có một đảng viên nào cả... Trên trận địa báo chí này, ở các nước anh em cũng vậy, ở phía Bắc cũng vậy, ở phía Nam cũng vậy, trừ Tin Sáng là hơi cá biệt do hoàn cảnh lịch sử, do có điều kiện nhất định của nó". Khi tính đến "quần chúng độc giả của Tin Sáng", ông Kiệt nói: "Có nhiều ý kiến tham mưu nên giữ tờ báo Tin Sáng mà thay đổi cơ cấu, thành phần Tin Sáng vì Tin Sáng còn quần chúng của nó, còn cần thiết trong giai đoạn nữa, chỉ bớt thành phần, đưa đảng viên vào để mạnh chặt chế tiếng nói đó. Cũng có ý kiến hay là bớt thành phần, chuyển cơ quan báo chí hiện nay qua mặt trận, vẫn mang danh Tin Sáng. Vài anh em ở Tin Sáng đề xuất nên theo bước này. Ban thường vụ cân nhắc: khi chúng ta cần thiết để Tin Sáng thì thành phần của nó là 'Tin Sáng'; khi chúng ta kết thúc vai trò Tin Sáng thì cũng kết thúc với đầy đủ thành phần Tin Sáng, rõ ràng, minh bạch". Ông Kiệt thừa nhận: "Những sự kiện của Ba Lan hiện nay là một bài học cho chúng ta" (Phát biểu sáng 29-6-1981, bản ghi của Văn phòng Thành ủy, Tài liệu của Ban Tuyên huấn, lưu trữ riêng của ông Võ Văn Kiệt).

chủ nghĩa của chúng ta"[73]. Trong các "công điện mật" trao đổi giữa Thường vụ Thành ủy và Ban Bí thư sau ngày 29-6-1981, chính quyền tỏ ra hài lòng với phản ứng của những người làm Tin Sáng[74].

Tờ báo bị đóng cửa nhưng đội ngũ nhà báo giàu kinh nghiệm ở đó đã được ông Võ Văn Kiệt thu xếp đưa về các tờ báo của Thành phố như Tuổi Trẻ, Phụ Nữ và cả tờ Sài Gòn Giải Phóng. Họ đã trở thành nòng cốt trong việc tạo ra một môi trường báo chí thực sự trong các tờ báo của Sài Gòn, đặc biệt là tờ Tuổi Trẻ[75]. Trước đó, trong văn học, nghệ thuật cũng đã âm thầm chuyển động.

Trong những thời khắc bị đưa tới tận cùng, lịch sử, tự thân nó, lại thai nghén những nhu cầu thay đổi. Cuối thập niên 1970 trí thức, văn nghệ sỹ miền Bắc bắt đầu suy ngẫm về những giá trị mà họ có thể tiếp cận ở miền Nam, qua sách báo, tivi, tủ lạnh.

Trong khi tại Sài Gòn, Vũ Hạnh, Trần Trọng Đăng Đàn, Thạch Phương, Trần Văn Giàu…[76] viết sách, viết báo, lăng mạ văn nghệ sỹ miền Nam thì ở miền Bắc, thanh niên bắt đầu tìm đọc các tác phẩm của họ. Từ trước khi chiến

---

[73] Thư của ông Ngô Công Đức có đoạn: "Sự ra đời của Tin Sáng, sự có mặt của một tờ báo tư nhân dưới chế độ xã hội chủ nghĩa, không chỉ vì chiếu cố đến quá trình của Tin Sáng cũ, mà chính nói lên sự thể hiện tinh thần đại đoàn kết dân tộc trước sau như một của những người cộng sản Việt Nam trong giai đoạn mới, cả nước độc lập, thống nhất tiến lên chủ nghĩa xã hội… Chúng tôi không thể quên ơn về những lời chỉ dạy và nhắc nhở của Đảng mỗi khi chúng tôi vấp phải khuyết điểm. Chúng tôi rất hối tiếc về những lỗi lầm của mình, do non yếu chính trị, sơ sót nghiệp vụ, do trình độ nhận thức, chúng tôi chân thành mong được sự thứ lỗi… Hiểu được nhu cầu chính trị hiện nay của đất nước, thấy được lợi ích của một sự sắp xếp mới để tập trung toàn lực dưới sự lãnh đạo của Đảng, chúng tôi đã đệ đơn xin được đình bản tờ Tin Sáng và tất cả anh em Tin Sáng đang chờ đợi một sự bố trí mới, để nhận lãnh nhiệm vụ mới. Chúng tôi đã hoàn thành nhiệm vụ phục vụ một bộ phận nhân dân vùng mới giải phóng trong những năm đầu của thời kì mới mà Đảng bộ và chính quyền Thành phố Hồ Chí Minh đã giao phó. Xin cho chúng tôi gửi lời cám ơn và chào từ biệt. Chia tay, bạn đọc cũng như anh chị em Tin Sáng đều có những ngậm ngùi của tình cảm. Nhưng chia tay ở đây để sẽ còn gặp lại ở một vị trí mới, trong cái chiến tuyến chung của Tổ quốc xã hội chủ nghĩa của chúng ta. Chủ nghĩa xã hội nhất định thành công. Ngô Công Đức".

[74] "Điện Mật" của Thường vụ Thành ủy Thành phố Hồ Chí Minh liên tục được gửi tới Ban Bí thư ngày 1-7-1981 viết: "Dư luận các giới trong thành phố sau khi Tin Sáng đình bản: Từ sáng ngày 30 đến nay (1/7) các quận, huyện, phường, xã, các cơ sở Đảng, các đoàn thể quần chúng đã kịp thời phổ biến chủ trương này của Thành ủy. Dư luận hầu hết tán thành, thấy để Tin Sáng tồn tại 6 năm là ta đã nhượng bộ lắm rồi… Giới trí thức, một số trí thức tại chỗ có tỏ ra băn khuâng cho là ta không đảm bảo quyền tự do báo chí nhưng chưa thấy có những phản ứng gì gay gắt đáng kể. Bản thân tờ báo Tin Sáng, trong quá trình chuẩn bị đình bản cũng như buổi họp cuối cùng diễn ra đều thuận lợi đúng theo dự kiến của ta. Ngô Công Đức, Hồ Ngọc Nhuận đều phát biểu tốt, tuy có vẻ bùi ngùi, xúc động khi phổ biến tin ngừng xuất bản cho cán bộ công nhân viên tờ báo. Nói chung đến nay, chưa diễn ra một hiện tượng gì xấu đáng kể, chúng tôi tiếp tục theo dõi và sẽ báo cáo tiếp. Chín Đào" (Tài liệu của Ban Tuyên huấn, lưu trữ riêng của ông Võ Văn Kiệt).

[75] Năm 1987, khi ông Nguyễn Văn Linh hô "cởi trói", Tuổi Trẻ đã gần như thoát ra khỏi khuôn khổ của một bản tin Thành đoàn. Tuổi Trẻ, Phụ Nữ Thành phố và cả Sài Gòn Giải Phóng đã đóng vai trò thông tin khá tích cực trong thời kỳ "đổi mới".

[76] Các tác giả cuốn sách Những Tên Biệt Kích Của Chủ Nghĩa Thực Dân Mới.

tranh kết thúc, nhiều nhà văn miền Bắc đã thay đổi cách nhìn hiện thực và có không ít người cảm thấy xấu hổ với những trang viết của mình.

Năm 1969, khi viết Dấu Chân Người Lính, thông qua bi kịch của một nhân vật là đại đội trưởng Việt Cộng yêu một phụ nữ từng có chồng là "lính ngụy", Nguyễn Minh Châu đã nhận ra, có những vùng "đất giải phóng" nhưng con người vẫn không được giải phóng. Năm 1972, khi viết Lửa Từ Những Ngôi Nhà, Nguyễn Minh Châu cảnh báo: một người hùng trong chiến tranh, khi trở về có thể thành người đốn mạt!

Cũng trong năm 1972, Hoàng Cát viết Cây Táo Ông Lành; Nguyễn Đỗ Phú viết Một Đêm Đợi Tàu, đưa ra một cách tiếp cận khác về chiến tranh. Năm 1974, Ngô Văn Phú có Sẹo Đất, Vũ Tú Nam có Cảm Hứng, Nguyễn Khải có Đối Mặt và đặc biệt Phạm Tiến Duật có Vòng Trắng, với những câu thơ mô tả chiến tranh thật hơn: "Khói bom lên trời thành những vòng đen/ Và dưới mặt đất sinh ra bao vòng trắng/ Tôi với bạn tôi đi trong im lặng/ Khăn tang trên đầu như một số không".

Ở thời điểm này, những tác phẩm đó đã bị coi là có "không khí nhân văn mới". Cách mô tả nông thôn miền Bắc qua câu chuyện của hai người lính trong Một Đêm Đợi Tàu đã bị Trường Chinh phản ứng. Hoàng Cát khốn khổ vì Cây Táo Ông Lành. Lành là bí danh của Tố Hữu còn cây táo, thì ai đã từng học phổ thông ở miền Bắc cũng đều biết cây táo đầu nhà Tố Hữu lúc nào cũng "rung rinh quả ngọt". Cám cảnh trước sự bầm dập của Hoàng Cát - một thương binh cụt chân, các đồng nghiệp của ông đã nhắn Tố Hữu bằng thơ: "Hoàng Cát không làm gì hung/ Anh Lành chớ gây điều dữ".

Phạm Tiến Duật khi ấy, đang được "cơ cấu" làm lãnh đạo và đang nổi như cồn với những bài thơ viết về Thanh niên xung phong, về "tiểu đội xe không kính", đã bị theo dõi và có nguy cơ bị bắt. May mắn cho họ là Chiến thắng 30-4-1975 đã mang tới niềm vui như thác lũ cho các nhà lãnh đạo để "lỗi lầm" của các văn nghệ sỹ tạm được quên đi.

Nhưng đấy là một sự thức tỉnh chứ không chỉ là những phút giây xúc động. Tiểu thuyết Những Người Đi Từ Trong Rừng Ra và tập tiểu luận Trang Giấy Trước Đèn của Nguyễn Minh Châu xuất bản sau năm 1975 bắt đầu cho thấy một cái nhìn mới. Ông cho rằng: "Lâu nay ta viết về chiến tranh không thật. Ta không viết cái thực sự xảy ra mà viết cái ta muốn nó xảy ra".

Năm 1979, khi lý luận hóa ý kiến của Nguyễn Minh Châu trong tiểu luận Về Một Đặc Điểm Văn Hóa Nước Ta, nhà phê bình văn học Hoàng Ngọc Hiến đã gọi điều mà Nguyễn Minh Châu phê phán là "chủ nghĩa hiện thực phải đạo". Bài viết của Hoàng Ngọc Hiến bị đánh tơi bời, vẫn bởi những "công cụ" mà Tố Hữu đã sử dụng thời "Nhân Văn". Hoàng Ngọc Hiến bị coi là "đã xúc phạm đến máu, đến một nền văn học xây bằng máu đấu tranh cho độc lập tự do". Cũng trong năm 1979, đời sống văn nghệ xôn xao trước bản "Đề dẫn" của Nguyên Ngọc.

Khi Nguyên Ngọc, một nhà văn quân đội đeo quân hàm đại tá, được đưa về trường Nguyễn Ái Quốc, ông lọt vào "mắt xanh" của Tố Hữu. Ở thời điểm này, Tố Hữu có ý định thay thế số lãnh đạo nhà văn từng lập công thời "Thái Hà ấp" như Chế Lan Viên, Nguyễn Đình Thi bằng một thế hệ nhà văn "trưởng thành qua chiến tranh". Nguyên Ngọc, người có mười ba năm ở chiến trường miền Nam, được chọn.

Tháng 11-1978, ông được đưa về làm phó tổng thư ký kiêm bí thư Đảng-Đoàn Hội Nhà văn. Nguyên Ngọc gần như chắc chắn có một "ghế" ở Trung ương nếu ông thuận theo cơ cấu của Tố Hữu. Nhưng, chưa đầy hai tháng sau khi Nguyên Ngọc nhận chức, kế hoạch này đã phá sản vì bài phát biểu về sau gọi là bản "Đề dẫn" do Nguyên Ngọc đọc tại hội nghị đảng viên của Hội Nhà văn bàn về sáng tác, tổ chức tại Hà Nội ngày 10-3-1979.

Trong bài "Đề dẫn" này, sau khi đánh giá lại chặng đường gần hai mươi năm của văn học Việt Nam là khá mờ nhạt, Nguyên Ngọc cho rằng sở dĩ có sự "chậm trễ, thô thiển" kéo dài là do: "Phê bình, lý luận đã dung tục hóa mối quan hệ giữa hiện thực và văn học, tuyệt đối hóa hiện thực, và kết quả là buộc văn học phải khiếp nhược trước hiện thực, người nghệ sĩ phải khiếp nhược trước đời sống. Như vậy thực chất là nó phủ nhận khả năng cải tạo trở lại hiện thực của con người, của văn học. Nó hạ thấp văn học xuống thành một sự sao chép hiện thực, coi giá trị văn học cao nhất là làm sao cố sao chép cho đúng nguyên hiện thực". Cũng phê phán "chủ nghĩa hiện thực phải đạo", nhưng Nguyên Ngọc đã vượt qua Nguyễn Minh Châu và Hoàng Ngọc Hiến khi chỉ ra căn nguyên của nền văn học xoay xở dưới trần "thượng tầng kiến trúc" của chủ nghĩa cộng sản.

Không phải tự nhiên mà Nguyên Ngọc kêu gọi trong văn học phải nhận thấy "số phận con người". Ông thừa nhận là đã nghĩ tới bản "Đề dẫn" này trong chuyến đi của đoàn nhà văn Việt Nam tới Campuchia ngay sau khi quân đội Việt Nam tràn vào thủ đô Phnom Penh, chứng kiến một đất nước phố không có số nhà, người không có số tù. Nguyên Ngọc nói: "Hitler nói là tàn bạo nhưng vẫn cho mỗi người tù một con số, còn Pol Pot thì không. Ở Campuchia, nhân dân đã bị đảng cầm quyền biến thành vô danh tính. Tại sao chỉ có các quốc gia cộng sản mới có cách mạng văn hóa và những cánh đồng chết"[77].

---

[77] Trong lời "Đề dẫn" đọc ngày 10-3-1979, Nguyên Ngọc viết: "Những gì đã diễn ra ở Campuchia trong ba năm dưới sự thống trị của bọn Pol Pot-Ieng Sary, tay sai của bọn cầm quyền Bắc Kinh, đã làm bộc lộ khá rõ thực chất của Chủ nghĩa Mao, bộc lộ cái lý tưởng xã hội kỳ quặc và khủng khiếp của nó. Cốt lõi của cái kiểu xã hội ấy là sự thủ tiêu chính xã hội; thủ tiêu con người với tư cách sơ đẳng nhất là con người, thủ tiêu triệt để mọi

Trong ba ngày đầu hội nghị, bản "Đề dẫn" đã tạo ra một không khí hân hoan. Nguyên Ngọc nhớ lại: "Chế Lan Viên hồ hởi còn Xuân Diệu thì nhảy cẫng lên". Chế Lan Viên than: "Từ lâu, ta đã có Ba Giai, Tú Xuất, Học Lạc nhưng ta đã giết nó rồi"[78]. Một người rất cứng rắn như nhà phê bình Vũ Đức Phúc cũng phải cho rằng: "Văn học không chỉ phản ánh hiện thực cuộc sống mà còn đi sâu vào khám phá quy luật bí ẩn của cuộc sống. Nhưng ở nước ta có cái gì thoát khỏi đường lối của Đảng ta không? Không. Cả khi con người đi nghỉ, khi yêu nhau… cũng thấy rõ các vấn đề đường lối"[79].

Nhà thơ Bảo Định Giang ví dụ: "Tờ Tạp chí Văn nghệ số 1 của Hội Văn nghệ Bình Trị Thiên chỉ vì cái bìa vẽ một nhà ga không có người mà bị đình bản, Ban Bí thư Trung ương can thiệp. Ở một tỉnh Nam Bộ, dựng lại hình ảnh Nguyễn Đình Chiểu chiến đấu đến cùng, nhưng không thắng, không cho diễn. Tỉnh ủy đòi tả Nguyễn Đình Chiểu phải thắng, lúc nào cũng thắng. Vậy Nam Kỳ Khởi Nghĩa thì sao? Xô viết Nghệ Tĩnh thì sao? Về quân đội, không được viết ta thua. Nhưng ai đã từng tham gia chiến đấu đều biết ta cũng thua nhiều lắm"[80].

Nguyễn Đình Thi thừa nhận người trí thức có vấn đề khi ở trong chế độ cộng sản. Ông nói: "Bài học cho người trí thức cộng sản thật khó khăn. Ở Trung Quốc, sau 1949, những trí thức lớn không viết được gì: Mao Thuẫn, Ba Kim, Tào Ngu, Quách Mạt Nhược. Chỉ có một người viết được là Lão Xá. Ông là nhà văn có tài nhất Trung Quốc… (Nhưng), Lão Xá tự tử ở cầu Bắc Hải, nơi ông bảo ông vào nghề văn. Ở chủ nghĩa xã hội có những cái ghê gớm. Chúng ta nhìn lại, thấy mình còn may lắm"[81].

Ngày thứ ba, Tố Hữu đến. Ông cho rằng, ai không "sáng tác theo phương pháp hiện thực xã hội chủ nghĩa", không "hiểu hiện thực theo quan điểm Marxist"[82] là sai. Năm 1979, nền kinh tế Việt Nam đang ở mức khốn cùng nhưng Tố Hữu yêu cầu các nhà văn phải "nhận ra nhịp đi của lịch sử" để thấy:

---

quan hệ xã hội của con người cho đến những quan hệ sơ đẳng nhất, phá vỡ tận gốc mọi quan hệ xã hội mà con người đã xây dựng được trong suốt lịch sử tiến lên hàng vạn năm của mình, đẩy lùi con người trở lại tình trạng bầy đàn tăm tối nhất... Điều rất đáng suy nghĩ là, ngay giữa thế giới hiện đại này, giữa thế kỷ 20 này, mà chỉ trong 3 năm thôi, chủ nghĩa Mao đã có thể gây ra một tai họa khủng khiếp đến thế trên một đất nước có truyền thống văn minh lâu đời và huy hoàng đến thế, một thảm họa chưa từng có trong lịch sử. Rõ ràng có một mối họa lớn và thực sự đang đe dọa loài người, chính ngay trên ngưỡng cửa của giai đoạn giải phóng cao nhất của nó, giai đoạn cách mạng xã hội chủ nghĩa, cộng sản chủ nghĩa".

[78] Ngô Thảo, Dĩ Vãng Phía Trước, Nhà Xuất bản Hội Nhà văn, 2011, trang 330.
[79] Sđd, trang 325-326.
[80] Sđd, trang 332-333.
[81] Sđd, trang 317-338.
[82] Sđd, trang 306.

"Dân tộc ta đang ở khúc chóp đỉnh, chỏm nón của thời đại"[83]. Tố Hữu đã nói về "những bế tắc của xã hội Pháp" bằng "một sự buồn và khinh bỉ"[84].

Ngay sau khi leo lên bục phát biểu, Tố Hữu đã nói: "Cái bục này đối với tôi cao quá, đối với anh Nguyên Ngọc thì còn cao hơn. Tôi vừa đi Cao Bằng, nơi tôi gặp các nông dân. Đừng đứng ở đây mà phê phán hiện thực. Cuộc sống còn cao cả hơn hư cấu". Theo Nguyên Ngọc, Tố Hữu giận nhất là câu "chủ nghĩa tập thể bầy đàn". Ông dùng Khổng Tử để nhắc nhở Nguyên Ngọc: "Những người ảo tưởng tưởng mình là nhà chính trị, đồng thời là nhà thơ, nhà tư tưởng lớn là người điên. Ta không phải là người điên, phải trang bị cho mình trí tuệ của thời đại, tức trí tuệ của Đảng, trí tuệ của nhân dân"[85].

Tố Hữu phát biểu xong, Nguyên Ngọc vẫn kết luận: "Hội nghị hoàn toàn nhất trí với đề dẫn". Tố Hữu bước ra mặt hầm hầm. Một vài nhà văn lớn lo lắng chạy theo. Nguyên Ngọc kể: "Tối hôm đó nhiều người cảm thấy phẫn uất, anh em tụ lại ở trụ sở Văn Nghệ Quân Đội, số 4 Lý Nam Đế. Chế Lan Viên đi bộ từ 51 Trần Hưng Đạo tới nói: 'Để mình dẫn Nguyên Ngọc tới nhà anh Lành xin lỗi'. Tôi cám ơn và nói: 'Nếu thấy cần đi tôi sẽ đi một mình". Sau Hội nghị đó, trong Đảng Đoàn Hội Nhà văn duy nhất chỉ có Hoàng Trung Thông nói: "Ngọc không sai". Nguyễn Khải bỏ vào Sài Gòn còn Tô Hoài, như thường lệ, lại "trốn vô bệnh viện". Không có nỗ lực tự cởi trói nào của giới văn nghệ có thể tồn tại trong thời gian Tố Hữu nắm quyền[86].

---

[83] Sđd, trang 307.

[84] Tố Hữu kể: "Tôi vừa đi sang Pháp về với một sự buồn và khinh bỉ. Nếu không gặp những người cộng sản bình thường thì mất bao nhiêu! Hồi xưa mình biết có những cái đẹp nào đó. Giờ là trắng trợn, thô lỗ. Thời của anti, trên cả anti. Không còn gì là giá trị nữa hết. Nếu cuộc đời mang lại cho họ một chút giá trị nào, thì đó là một chút thương nhau. Tôi gặp họ. Bên những cây đa cây đề thì mấy nhà văn mình biết chỉ là cây lau sậy. Mình cũng tỏ ra kính trọng (dù chỉ đọc lác đác vài bài). Tự giới thiệu: tôi ở một đất nước không biết thứ bảy hay chủ nhật. Cùng sang thăm các bạn thứ bảy có được không? Tôi ngân nga cho họ nghe mấy đoạn thơ của mình. Họ nhận xét: âm nhạc trong thơ Việt Nam là nhất. Rồi họ nói: Tôi rất yêu các anh. Điều đó lớn, trong một xã hội chỉ có tàn bạo và nghi ngờ. Có hai cái lộn ngược trong xã hội đó: sự thừa thãi đến lộn mửa những gì trong đời sống vật chất bên cạnh 1,7 triệu công nhân thất nghiệp và 5% làm nông nghiệp đe dọa bị phá sản. Trí thức, khoa học không làm gì cả. Nó ở trong sự khủng hoảng, bế tắc. Trùm lên tất cả sự khủng hoảng, tuyệt vọng, cùng đường. Đòi hỏi một sự bùng nổ cách mạng. Nhưng họ sợ chủ nghĩa cộng sản. Họ sống trong tự do tư sản đến mức không thể sống. Nhưng thoát ra thế nào thì bế tắc. Họ đang đòi hỏi một cuộc sống có tình thương, sự tin cậy, sống với nhau có tình người hơn. Họ bảo họ sống ở rừng rú. Đúng, Paris là rừng rú. Bực bội, khốn khổ nhưng lại bật ra nhiều cái khác: Xã hội có vẻ đầy đủ, thiên đàng lại bật ra tuyệt vọng nhất, bi đát nhất. Tôi vừa phẫn nộ, vừa bực bội, lòng trào lên câu hỏi về số phận con người" (Ngô Thảo, Dĩ Vãng Phía Trước, Nhà Xuất bản Hội Nhà văn, 2011, trang 313-314).

[85] Ngô Thảo, Dĩ Vãng Phía Trước, Nhà Xuất bản Hội Nhà văn, 2011, trang 315.

[86] Năm mười ba tuổi (1930), Tố Hữu vào trường Quốc học Huế, nơi ông bắt đầu chịu ảnh hưởng của các đảng viên cộng sản như Lê Duẩn, Phan Đăng Lưu, Nguyễn Chí Diểu rồi trở thành đảng viên cộng sản năm 1938. Một năm sau ông bị bắt. Sau hơn hai năm bị tù đày, cuối năm 1941, ông vượt ngục. Tháng 8-1945, Tố Hữu là chủ tịch Ủy ban Khởi nghĩa Thừa Thiên-Huế. Ông từng là bí thư Tỉnh ủy Thanh Hóa, trước khi lên Việt Bắc làm văn nghệ và tuyên huấn: năm 1951, ủy viên dự khuyết Trung ương; năm 1955, ủy viên chính thức; năm 1960, bí

[CHƯƠNG 12 • CỞI TRÓI]

Đầu thập niên 1980, môi trường văn nghệ Việt Nam còn một thời kỳ bức bối, nhất là sau vụ bắt hai nhà thơ Hoàng Hưng và Hoàng Cầm. Nhà thơ Hoàng Hưng bị bắt chiều ngày 17-8-1982, khi ông đến số 5 Bát Đàn gặp Trần Thiếu Bảo, giám đốc Nhà Xuất bản Minh Đức, để lấy tập thơ Về Kinh Bắc (Hoàng Cầm). Tập thơ được coi là vô giá không chỉ vì thơ mà còn vì nó được chép tay, được minh họa bằng một bức "lá diêu bông" của Văn Cao và bốn phụ bản màu nước của Bùi Xuân Phái vẽ những cô gái quan họ đội nón quai thao, mặc áo tứ thân.

Ba ngày sau, 20-8-1982, cơ quan an ninh văn hóa bắt Hoàng Cầm. Một bản chép tay khác trước đó đã được chuyển vào Sài Gòn cho giáo sư Nguyễn Mạnh Hùng, Việt kiều Canada. Nhưng, nhờ cấp báo của Dương Tường, Giáo sư Hùng đã kịp gửi lại tập thơ Về Kinh Bắc để có thể vượt qua vòng khám hành lý ở sân bay. Tại nhà giam, Hoàng Cầm "nhận tội" rằng, những tuyệt tác thơ tình đó của ông được làm để "chống Đảng và đả kích chế độ".

Theo Hoàng Hưng: Trong tập Về Kinh Bắc có ba bài thơ, Cây Tam Cúc, Lá Diêu Bông, Quả Vườn Ổi - thường được gọi là bộ ba cây - lá - quả, được rất nhiều thế hệ người đọc chuyền tay, và cũng không ít người diễn dịch bài thơ như những lời oán trách của "em" (văn nghệ sĩ) với "chị" (Đảng), đại khái "em" yêu "chị", nhưng "chị" đã lừa "em", cho "em" ăn toàn "quả rụng", rồi bỏ mặc "em" bơ vơ để đi lấy chồng. Năm 1974, công an Hà Nội đã gọi Hoàng Cầm lên răn đe về việc lưu truyền những bài thơ "có nội dung xấu" ấy. Hoàng Cầm phải ngưng. Nhưng sau 1975, Về Kinh Bắc có thêm độc giả ở miền Nam.

Năm 1979, một số Việt kiều có được một số bài thơ chép tay của nhà thơ, trong đó dĩ nhiên có "bộ ba cây - lá - quả". Một nữ bác sĩ xưng tên là Cần Thơ ở Pháp đã xin Hoàng Cầm gửi cho một số bài thơ. Về sau mới biết bà là đệ tử của Thiền sư Thích Nhất Hạnh. Về Kinh Bắc bắt đầu thành vấn đề nghiêm

---

thư Trung ương; năm 1976, ủy viên dự khuyết Bộ Chính trị. Tại Đại hội V, Tố Hữu được Lê Duẩn và Lê Đức Thọ coi là nhân sự chuẩn bị cho chức vụ tổng bí thư nên đã đưa vào Bộ Chính trị giữ chức phó chủ tịch thứ nhất Hội đồng Bộ trưởng. Ông bị mất hết uy tín sau thất bại của vụ giá-lương-tiền và thất cử vào Ban Chấp hành Trung ương khóa VI. Tố Hữu không phải là người chịu trách nhiệm cao nhất trong vụ "Nhân Văn-Giai Phẩm". Nhưng ông đã quá sắt đá khi nhận thanh gươm từ Đảng Cộng sản Việt Nam để xử trảm những người dám chê thơ ông. Tố Hữu có ảnh hưởng lớn đối với nền giáo dục Việt Nam với tư cách là ông trùm làm thơ tuyên truyền. Khi Tố Hữu còn nắm quyền, đề thi văn hằng năm nếu học sinh không bình thơ Hồ Chí Minh thì cũng phải làm những bài luận về thơ Tố Hữu. Không chỉ qua thơ, Tố Hữu còn ảnh hưởng tới nền giáo dục Việt Nam với tư cách là một người đóng vai trò ban hành chính sách. Cuộc cải cách giáo dục bắt đầu từ năm 1979 và tạo ra diện mạo nền giáo dục Việt Nam hiện nay là theo Nghị quyết 14 của Bộ Chính trị, Nghị quyết mà Tố Hữu tham gia với vai trò là người chủ trì soạn thảo.

trọng khi mấy bài thơ này được in trên một tờ báo ở Pháp kèm theo lời bình mang tính chống đối chính trị[87].

CỞI RA...

Đầu thập niên 1980, Đạo diễn Trần Văn Thủy bấm máy bộ phim tài liệu Hà Nội Trong Mắt Ai. Bộ phim sử dụng rất nhiều tích cũ để khiến cho người nay giật mình. Nhất là đoạn nói về việc "phê đơn" của bà Huyện Thanh Quan.

Bà Huyện có chồng đang làm tri huyện ở miền Trung. Một hôm, chồng đi vắng, bà nhận đơn của "Nguyễn Thị Đào" xin được cải giá vì chồng đi lính thú. Thương cảm cho người phụ nữ xa chồng, Bà Huyện đã mạnh dạn phê vào đơn: "Phó cho con Nguyễn Thị Đào/ Nước trong leo lẻo cắm sào đợi ai". Cô Đào vừa đi bước nữa thì chồng trở về, phát đơn kiện. Hậu quả là ông Huyện bị mất chức. Trong phim, Trần Văn Thủy bình: "Mới biết cái máu me văn nghệ dính vào việc quan trường gây ra nhiều sự rắc rối là thế!".

Phim cũng nói đến Nguyễn Trãi, người cùng với em họ là Trần Nguyên Hãn "nếm mật nằm gai" phò Lê Lợi suốt mười năm kháng chiến chống quân Minh. Khi Trần Nguyên Hãn bị Lê Lợi bức tử, Nguyễn Trãi cũng bị "tạm giam". Lê Lợi có lần vào ngục thăm ông rồi hỏi nên viết quốc nhạc như thế nào. Phim kể là Nguyễn Trãi đã bình thản mà rằng: "Thưa bệ hạ, thương yêu dân chúng thì hãy làm những việc nhân đức. Đừng vì ơn riêng mà thưởng bậy. Đừng vì giận ai mà phản bội. Đó là cái gốc trường tồn nhất của quốc nhạc!". Ngay tại xưởng phim nơi bộ phim ra đời, lãnh đạo xưởng đã thấy "có gì đó không ổn". Bộ phim bị coi là "ám chỉ".

Theo Đạo diễn Trần Văn Thủy: "Có lần bộ phim đã được chiếu đi, chiếu lại tới bốn lượt trong một buổi sáng tại Quân ủy Trung ương. Ủy ban Khoa học Xã hội đã phải tổ chức một cuộc toạ đàm, có các đại biểu của Viện Sử học, Viện Triết học, Viện Hán Nôm cùng tham gia. Các đại biểu không tìm ra bất kỳ một sai sót nào của phim. Nhưng, Hà Nội Trong Mắt Ai vẫn bị cấm chiếu".

Chiều ngày 18-10-1983, đích thân Chủ tịch Hội đồng Bộ trưởng Phạm Văn Đồng đã xem Hà Nội Trong Mắt Ai. Rồi ngay sau đó, ông Phạm Văn Đồng yêu cầu phải "tổ chức chiếu công khai bộ phim này cho nhân dân xem". Nhưng,

---

[87] Hoàng Cầm nhất định cho rằng chính Tố Hữu là người chủ trương việc bắt giữ ông, vì căm ghét Hoàng Cầm dám chê thơ ông ta và "dám nổi tiếng" hơn ông ta trong kháng chiến! Lúc đầu Hoàng Cầm được hứa thả trước Tết năm 1983. Nhưng, trước Tết, một số trí thức Pháp do Thiền sư Thích Nhất Hạnh vận động đã gửi thư cho Lê Đức Thọ đề nghị thả nhà thơ Hoàng Cầm. Tin đến tai Tố Hữu và theo Hoàng Cầm, Tố Hữu phán: "Nước ngoài can thiệp hả? Thế thì giam thêm một năm nữa cho biết!". Hoàng Cầm bị giam từ ngày 20-8-1982 cho tới trước Giáng sinh 1983, tổng cộng mười sáu tháng. Hoàng Hưng, bị giam tổng cộng ba mươi chín tháng, ông chỉ được thả vào cuối năm 1985.

cho dù có lệnh của chủ tịch Hội đồng Bộ trưởng, Hà Nội Trong Mắt Ai cũng chỉ được chiếu trong một thời gian ngắn.

Bộ phim sau đó đã được đưa tới Văn phòng Trung ương Đảng chiếu cho ông Trường Chinh xem. Theo Đạo diễn Trần Văn Thủy thì trong buổi chiếu, có ông Lê Xuân Đồng, phó ban Tuyên huấn, người cực lực phản đối bộ phim này và ông Đặng Xuân Kỳ, viện trưởng Viện Triết học, con trai Trường Chinh, người rất nhiệt thành ủng hộ. Nhưng, liền sau đó, bộ phim đã "tuyệt đối không được chiếu nữa". Từ đó cho đến sau Đại hội VI, theo ông Thủy: "Vợ mình bảo mình điên. Đồng nghiệp, cứ bảy rưỡi, tám giờ sáng là tề tựu ở cơ quan lo xem Trần Văn Thủy đã... bị bắt chưa!".

Khi ấy, hai đầu đất nước thì chiến tranh, trong mỗi con người thì đói rét. Ở nông thôn, nông dân đã "đồng khởi" bằng những làn sóng khoán chui. Trong các nhà máy, xí nghiệp, công nhân bắt đầu "xé rào" làm "ba lợi ích". Giữa năm 1983, Trường Chinh bắt đầu đi cơ sở. Tuy vẫn được coi là một thành trì cứng rắn nhưng, từ cuối năm 1983, Trường Chinh bắt đầu thận trọng và chịu lắng nghe hơn. Tháng 9-1985, uy tín của Tố Hữu gần như không còn, sau thất bại của giá-lương-tiền. Tại Đại hội VI, tháng 12-1986, các đại biểu đã gạch tên ông trong phiếu bầu Ban Chấp hành Trung ương Đảng.

Cho dù đang có vụ án "hai nhà thơ họ Hoàng", đang có vụ "Trần Văn Thủy", trong khoảng thời gian này, giới văn nghệ sỹ bắt đầu nuôi khát vọng thoát ra khỏi cái ngột ngạt của quan liêu cả về kinh tế và chính trị.

Cũng như văn học, nền sân khấu xã hội chủ nghĩa cũng từng phải thể hiện cái hoành tráng của cuộc chiến tranh. Khi chưa giành được thắng lợi, mọi thứ hãy đang trong chờ đợi thì sự hoành tráng đó có thể che đậy được những khao khát cá nhân. Nhưng, khi kết thúc chiến tranh, người dân nhận ra những điều mà họ chấp nhận hy sinh tuổi xuân để chiến đấu cho, không tới.

Những người cầm quyền có lương tâm cũng cảm thấy đắng cay còn nhân dân thì thất vọng. Trước thực tế đó, nghệ thuật tuyên truyền càng được huy động, tưởng có thể che đậy những khát khao rất cụ thể của nhân dân, hóa ra lại càng giúp con người nhận ra sự chơi vơi, trống rỗng. Chiến thắng mà không thấy gì cho mình. Theo nhà phê bình sân khấu Ngô Thảo: "Giữa lúc ấy thì các đoàn kịch, cải lương từ miền Nam ra, dựng sân khấu diễn khắp hang cùng ngõ hẻm miền Bắc. Những Lá Sầu Riêng, Đời Cô Lựu với từng số phận hiện ra rất rõ, tuy có vẻ như bế tắc nhưng thật con người. Dân chúng đổ xô đi xem. Các đoàn ca, kịch miền Bắc mất dần khán giả".

Khác với văn học, sự thất bại trong sân khấu bao gồm cơm áo của cả một đội ngũ. Đời sống bức bách buộc các đoàn nghệ thuật sân khấu phải chòi đạp. Cái gì bắt đầu từ cuộc sống thì cũng mang theo chính hơi thở của nó. Có thể nói là trong các hoạt động nghệ thuật đòi dân chủ hóa xã hội, sân khấu đã đi đầu. Cuối năm 1985, trong Hội diễn Sân khấu tại Sài Gòn, các đoàn miền Bắc đưa vào năm vở kịch, được ví với "năm cỗ xe tăng" của tinh thần dân chủ[88].

Theo Ngô Thảo: "Nhân Danh Công Lý đã bị duyệt đi duyệt lại nhiều lần. Mùa Hè Ở Biển thì tới phút cuối Đoàn Nam Định mới được Tỉnh ủy cho phép dự hội diễn. Quân đội lúc đầu cũng định không cho Đoàn chèo Tổng cục Hậu cần diễn Bài Ca Giữ Nước. Báo Nhân Dân có bài gay gắt 'đánh' Hồn Trương Ba Da Hàng Thịt và Hà Mi Của Tôi, còn Hình Và Bóng thì bị cấm".

Cho dù không phải là tác giả của đường lối đổi mới Đại hội VI, nhưng Tổng Bí thư Nguyễn Văn Linh với những tuyên bố nồng nhiệt ban đầu đã tạo ra nhiều cảm hứng dân chủ hóa cho một xã hội đã bị trói buộc khá lâu trong vòng bao cấp.

Tháng 5-1987, phim Hà Nội Trong Mắt Ai được chuyển tới Nguyễn Văn Linh. Theo ông Trần Trọng Tân, khi ấy ông vừa được điều từ Campuchia về làm trưởng Ban Tuyên huấn Trung ương, Trần Văn Thủy đưa phim Hà Nội Trong Mắt Ai cho ông. Ông Tân nói: "Coi xong thấy hay quá, tôi hỏi Thủy: sao phải đưa tôi coi? Thủy nói: Trên không cho chiếu. Tôi về hỏi người giúp việc thì được anh cho biết: Cụ Trường Chinh nói phim này ám chỉ nên không cho phát hành. Khi đó, tôi tính, mình mới về nếu mình cũng cấm thì không hay mà mình nói cho thì… tế nhị nên điện thoại cho anh Nguyễn Văn Linh: Anh rảnh mời anh coi cái phim của anh Thủy. Tôi coi thấy hay nhưng trước đây, anh Trường Chinh đã không cho chiếu. Anh Linh thu xếp coi, xong anh bảo: Hay! Cứ cho chiếu, còn giữa tôi và anh Trường Chinh thì để tôi lo".

Theo ông Trần Văn Thủy thì sau đó Ban Văn hóa Văn nghệ của Trần Độ cũng đã làm khá bài bản. Theo chỉ thị của Tổng Bí thư, Ban triệu tập một buổi chiếu Hà Nội Trong Mắt Ai cho tất cả những người có trách nhiệm về quản lý văn hóa, văn nghệ, tổng thư ký các hội văn học, nghệ thuật xem và bỏ phiếu. Vì Tổng Bí thư đã khen, "100% người xem bỏ phiếu thuận".

Ngày 25-9-1987, Văn phòng Trung ương Đảng có văn bản truyền đạt ý kiến của Ban Bí thư, chỉ thị Ban Tuyên huấn, Bộ Văn hóa phổ biến rộng rãi Hà Nội Trong Mắt Ai. Tháng 3-1988, tại Liên hoan Phim Việt Nam ở Đà Nẵng, Hà Nội Trong Mắt Ai đoạt một lúc bốn giải thưởng: Bông sen vàng cho phim tài liệu, Biên kịch xuất sắc nhất, Đạo diễn xuất sắc nhất và Quay phim xuất sắc nhất.

Đổi mới cũng đã thực sự "cởi trói" cho lĩnh vực sân khấu. Những vở kịch gai góc không còn có số phận long đong như trước đây. Những Tào Mạt,

---

[88] Nhân Danh Công Lý (Võ Khắc Nghiêm - Doãn Hoàng Giang), Tôi Và Chúng Ta (Lưu Quang Vũ), Mùa Hè Ở Biển (Xuân Trình), Bài Ca Giữ Nước (Tào Mạt), Hồn Trương Ba Da Hàng Thịt (Lưu Quang Vũ).

Xuân Trình, Doãn Hoàng Giang, và đặc biệt, Lưu Quang Vũ, nhanh chóng trở thành những ngôi sao của sân khấu.

Lưu Quang Vũ sinh năm 1948. Năm 1965, Vũ khai gian tuổi để vào bộ đội. Tuy nhiên, môi trường quân đội mà anh trải qua đã không lý tưởng như những gì mà anh tưởng tượng khi còn ngồi trên ghế nhà trường. Máu văn nghệ và kỷ luật quân đội là hai "phạm trù" mâu thuẫn. Vũ là lính thợ sửa máy bay ở sân bay Bạch Mai, trong khi, người yêu của anh, diễn viên điện ảnh Tố Uyên nổi tiếng và xinh đẹp, thì đang ở Hà Nội: "Không có em anh cũng chẳng là anh/ Biết ơn bàn tay chỉ sắc màu hạnh phúc/ Em là rễ nối liền anh với đất/ Lại là chồi nở búp đón sương mai". Vũ thường xuyên trốn về gặp Tố Uyên và kết quả là năm 1970, Lưu Quang Vũ bị loại ngũ vì liên tục vi phạm kỷ luật.

Trở về thành phố, không sổ gạo, không hộ khẩu, Lưu Quang Vũ được Tạ Đình Đề [89] đưa về làm ở xưởng cao su Đường sắt. Rồi, có lúc làm sửa lỗi chính tả ở Nhà Xuất bản Giải phóng, chấm công trong một đội cầu đường, làm bích báo, vẽ pano, khẩu hiệu. Năm 1978 Vũ được cha là nhà viết kịch Lưu Quang Thuận can thiệp cho về Tạp chí Sân Khấu. Ở đây, anh được Đạo diễn Phạm Thị Thành đặt hàng viết một vở kịch về Lý Tự Trọng. Và Vũ đã viết vở kịch đầu tay của anh: Mãi Mãi Tuổi Mười Bảy.

"Cởi trói" đã biến Lưu Quang Vũ trở thành nhà viết kịch đắt hàng nhất. Những tràng vỗ tay của khán giả khi xem kịch Lưu Quang Vũ đã đưa các trưởng đoàn kịch từ khắp các tỉnh thành phải về "ăn dầm nằm dề" ở nhà anh để chờ kịch bản. Năm mươi vở kịch đã được Lưu Quang Vũ viết, chủ yếu trong những năm giữa thập niên 1980.

Nếu như sân khấu đã gây dấu ấn ở Hội diễn 1985 thì Hội Nhà văn lúc đó lại "gần như dửng dưng với đổi mới". Tờ báo Văn Nghệ cho tới đầu năm 1987 ế tới mức không còn tiền mua giấy. Tổng Biên tập Đào Vũ gửi thư cho Ban Văn hóa Văn nghệ Trung ương tuyên bố đóng cửa tờ báo.

Trưởng ban Trần Độ không chấp nhận đóng cửa Văn Nghệ, thúc giục Hội phải nhanh chóng tìm người thay thế. Trong một cuộc họp nội bộ, nhà văn Nguyễn Minh Châu đề nghị "mời Nguyên Ngọc". Nguyễn Đình Thi và Chính Hữu gặp Trần Độ báo cáo. Trần Độ thúc Hội làm thủ tục ngay để điều Nguyên Ngọc về nhưng Nguyễn Đình Thi cứ chần chừ cho đến khi Tướng Trần Độ cử người đến Hội yêu cầu.

---

[89] Nhân vật mà theo huyền thoại được nói là gián điệp ám sát Hồ Chí Minh nhưng sau đó được "Bác Hồ" thu phục làm người bảo vệ.

Tháng 6-1987, Nguyên Ngọc có quyết định về làm tổng biên tập tờ Văn Nghệ. Khi đó, tờ báo này đã "đình bản" liên tục bốn số liền, Võ Văn Trực và Ngô Ngọc Bội đang chuẩn bị cho ra một tờ "bốn số gộp". Bản thảo số báo này có truyện ngắn Tướng Về Hưu, một truyện ngắn được gửi tới báo Văn Nghệ từ khá lâu, tác giả của nó khi đó chưa ai biết đến.

Ngô Ngọc Bội cho rằng đó là một truyện ngắn hay, nhưng Tổng Biên tập Đào Vũ mấy lần xếp lại. Theo Nguyên Ngọc, khi biết ông sẽ về thay thế Đào Vũ, Võ Văn Trực có tham khảo ông và ông đã khuyến khích Võ Văn Trực cho đăng. Tướng Về Hưu ngay sau khi công bố đã định danh một nhà văn tài năng: Nguyễn Huy Thiệp. Cuộc tranh luận về Tướng Về Hưu trên nhiều diễn đàn ngay sau đó đã làm cho Nguyễn Huy Thiệp nổi tiếng và tờ Văn Nghệ được chú ý hơn.

Ông Nguyên Ngọc kể: "Nhận chức, tôi họp anh em nói, báo Văn Nghệ hơn các báo ở chỗ có chất văn, nhưng đã báo thì phải có tính chiến đấu. Muốn lôi cuốn độc giả thì phải đưa đời sống vào báo, phải làm sống lại mảng phóng sự văn học, lấy phóng sự làm mặt trận chính của báo".

Phóng sự đầu tiên gây xôn xao trên báo Văn Nghệ viết về ông Nguyễn Văn Chẩn, còn được gọi chết tên là "Vua Lốp", người bị Hà Nội khởi tố vì "thu gom phế liệu", một ngành "độc quyền nhà nước". Bài phóng sự do Trần Huy Quang viết có tên Lời Khai Của Một Bị Can nhanh chóng được nhiều tờ báo đăng lại hoặc lên tiếng ủng hộ, kể cả báo Nhân Dân. Sau Lời Khai Của Một Bị Can, Văn Nghệ có thêm những bài báo thu hút dư luận như Người Đàn Bà Quỳ và đặc biệt là Cái Đêm Hôm Ấy Đêm Gì? của Phùng Gia Lộc.

Phùng Gia Lộc là một người viết văn ở Thanh Hóa. Giữa thập niên 1980, ông có một số bài viết đụng chạm đến những tiêu cực ở địa phương. Bí thư Tỉnh ủy Thanh Hóa bấy giờ là ông Hà Trọng Hòa, một người mà bài vè "Thanh Hóa dô tá, dô tà" gọi là "vua không ngai". Bị đe dọa, Phùng Gia Lộc phải trốn ra Hà Nội. Theo Nguyên Ngọc: "Anh em văn nghệ ở Thanh Hóa tổ chức đưa Phùng Gia Lộc lên tàu, cử hai người đứng hai đầu toa để canh chừng. Ra Hà Nội, thoạt đầu Lộc ở nhà Bế Kiến Quốc, sau thấy nhà Quốc không an toàn, anh em đưa Lộc về sống tạm ở tòa soạn báo Văn Nghệ".

Tại Tòa soạn báo Văn Nghệ, Phùng Gia Lộc kể lại câu chuyện chính quyền Thanh Hóa theo lệnh của bí thư, tịch thu xe đạp, phích nước và lợn gà của những gia đình thiếu thóc nghĩa vụ. Năm ấy Thanh Hóa mất mùa, đói kém, bí thư chỉ thị: "Lợi ích của người lao động phải hy sinh cho lợi ích nhà nước".

Câu chuyện xảy ra trong một gia đình có một cụ già bệnh nặng, sắp tới lúc gần đất xa trời. Gia đình đã giấu vào trong cỗ quan tài đóng sẵn của bà cụ một ít thóc để lo "hậu sự". Gần một giờ sáng, "dân quân ập vào... tiếng chó sủa vang, tiếng lợn kêu eng éc như bị chọc tiết,... dân quân, công an lật cỗ quan tài dưới gầm bàn thờ, lúa chảy rào rào. Đấy là lúa tạ, hai cô con gái mua cho để sau hôm bà già chết, đãi khách".

Phùng Gia Lộc kể, cả tòa soạn Văn Nghệ ngồi nghe, rồi khóc. Nguyên Ngọc nói: "Tôi bảo Lộc viết ngay đi". Lộc cầm bút và bài ký Cái Đêm Hôm Ấy Đêm Gì của anh, đăng trên Văn Nghệ số ra ngày 23-1-1988, đã gây chấn động. Các báo cho đăng lại. Cuộc chiến của báo Văn Nghệ, Phùng Gia Lộc với Bí thư Thanh Hóa Hà Trọng Hòa từ đó bắt đầu được gần như tất cả các báo theo dõi và đăng bài ủng hộ.

Năm 1987 có thể coi là năm của Nguyễn Văn Linh. Câu nói tưởng như vô trách nhiệm của ông với văn nghệ sỹ, "hãy tự cứu mình trước khi Trời cứu", đã tạo ra những ảnh hưởng không ngờ. Bản chất của lao động sáng tạo là độc lập. Điều mà giới văn nghệ sỹ cần là tự do. Được lời của Tổng Bí thư, ai cũng sốt sắng tự mình cởi trói.

Nhiều tác phẩm gây xôn xao dư luận, xuất bản trong thập niên 1990, đã thai nghén trong giai đoạn Nguyễn Văn Linh. Sau Nguyễn Huy Thiệp, xuất hiện thêm Phạm Thị Hoài, Bảo Ninh... Những nhà văn đã có tác phẩm trước đó như Dương Thu Hương, Nguyễn Minh Châu cũng bắt đầu viết bằng những hơi thở mới.

Sau Nghị quyết 05 Bộ Chính trị, công an và các cơ quan liên quan triển khai "làm chính sách cho các đối tượng Nhân Văn Giai Phẩm". Đại tá Thái Kế Toại, người được A25 giao viết báo cáo về "tình hình các đối tượng Nhân Văn" cho biết, công an đã "đề xuất phương hướng giải quyết chế độ chính sách" theo hướng: Phục hồi hội tịch Hội Nhà văn cho Trần Duy, Trần Dần, Hoàng Cầm, Hoàng Tích Linh, Lê Đạt, Phùng Quán. Giải quyết chế độ lương hưu cho Nguyễn Hữu Đang, Phùng Cung.

Cũng trong năm 1987, lần đầu tiên kể từ sau Nhân Văn, Nhà Xuất bản Văn hóa in cho Hoàng Cầm tập thơ Mưa Thuận Thành; Báo Quảng Nam-Đà Nẵng in cho Phùng Quán trường ca Cây Cà. Năm 1988, Nhà Xuất bản Tác phẩm mới in tập thơ Lá của Văn Cao.

Năm 1976, Văn Cao sáng tác ca khúc đầu tiên kể từ sau "Nhân Văn", bài hát có tên là Mùa Xuân Đầu Tiên đã được in trên báo Sài Gòn Giải Phóng và được Đài Tiếng nói Việt Nam thu thanh. Tuy nhiên ngay sau đó, bằng một lệnh không thành văn, Mùa Xuân Đầu Tiên biến mất. Cuối thập niên 1980, những "đêm nhạc Văn Cao" bắt đầu được tổ chức trang trọng ở Sài Gòn và Hà Nội. Cũng trong năm 1988, Nguyễn Hữu Đang được chuyển lên Hà Nội và được cấp nhà.

Cho dù, trước khi Nguyễn Văn Linh rời chính trường, tháng 4-1991, Ban Chấp hành Trung ương mà ông đứng đầu vẫn ra thông báo về vụ án "Nhân Văn Giai Phẩm" và vụ "Xét lại chống Đảng 1967" với quan điểm "không thừa nhận sai lầm, vẫn đánh giá hai vụ án như trước đây". Nhưng Trần Dần, Lê Đạt, Phùng Cung,... tiếp tục được xuất bản tác phẩm. Năm 1992, Kỷ yếu Nhà văn Việt Nam được in và tên của Phan Khôi lần đầu tiên được nhắc lại.

Khát vọng tự do của người dân, đặc biệt là của tầng lớp trí thức và văn nghệ sỹ, thường không có giới hạn. Nhất là lúc đã đứng thẳng dậy. Đây cũng là thời kỳ mà chương trình "cải tổ" được Gorbachev thúc đẩy mạnh mẽ ở Liên Xô. Đây cũng là thời kỳ, hệ thống xã hội chủ nghĩa ở Đông Âu và Liên Xô sụp đổ.

Việt Nam có thể đã khác và lịch sử có thể đã ghi nhiều dấu ấn của Nguyễn Văn Linh hơn nếu như, cuối thập niên 1980, mục tiêu ưu tiên của ông đã không được chuyển từ dân chủ hóa hệ thống chính trị và đời sống xã hội sang cứu vãn sự tan rã của hệ thống xã hội chủ nghĩa.

[CHƯƠNG 12 • CỞI TRÓI] 45

Nhà thơ Phùng Quán - Ảnh: Nguyễn Đình Toán

Đạo diễn Trần Văn Thủy - Ảnh: Nguyễn Đình Toán

■ Nơi ở của ông Nguyễn Hữu Đang thời kỳ bị chỉ định cư trú tại Thái Bình sau khi ra tù.

CHƯƠNG 13 · ĐA NGUYÊN

Tổng Bí thư Đảng Cộng sản Liên Xô Mikhail Gorbachev và Tổng bí thư Đảng Xã hội Chủ nghĩa Thống nhất Erich Honecker tham dự Lễ Kỷ niệm 40 năm Ngày thành lập Cộng hòa Dân chủ Đức tại Đông Berlin, 1989.
- CORBISIMAGES

ÔNG NGUYỄN VĂN LINH LÀM TỔNG BÍ thư vừa đúng một nhiệm kỳ (1986-1991). Người kế nhiệm ông - ông Đỗ Mười - nói rằng, thời gian thực sự làm việc của ông Linh chỉ khoảng gần hai năm vì ông thường xuyên đau ốm. Nhưng ông Nguyễn Văn Linh đã nỗ lực như một người mạnh khỏe để bảo vệ thành trì xã hội chủ nghĩa. Những nỗ lực đó có thể được Đảng Cộng sản Việt Nam ghi công nhưng cũng khiến cho di sản của Nguyễn Văn Linh trở nên rất khác.

CẢI CÁCH Ở BẬC ĐẠI HỌC

Chính sách kinh tế nhiều thành phần thông

qua tại Đại hội Đảng lần thứ VI, tháng 12-1986, đã đặt Việt Nam trước nhiều áp lực thay đổi mà trước đó chưa ai trù liệu tới. Một trong những lĩnh vực chịu áp lực đó là giáo dục. Trong bài trả lời "phỏng vấn Thông tấn xã Việt Nam" ngày 4-12-1988, Tổng Bí thư Nguyễn Văn Linh thừa nhận: "Trong khi thực hiện những chính sách đúng đắn theo phương hướng đổi mới, chúng ta chưa lường trước diễn biến phức tạp cho nên đã không kịp thời xử lý tốt các vấn đề mới nảy sinh".

Cũng như các nước xã hội chủ nghĩa khác, giáo dục đại học của Việt Nam đã tuân theo mô hình bao cấp. Hằng năm, căn cứ vào tính toán nhu cầu của các cơ quan, các địa phương, Ủy ban Kế hoạch Nhà nước phân bổ cho các trường đại học chỉ tiêu tuyển sinh. Rồi căn cứ vào chỉ tiêu đó, ngân sách rót tiền cho các bộ chủ quản, các bộ rót tiền xuống cho các trường thuộc quyền quản lý của mình. Sinh viên ra trường được nhà nước phân công công việc.

Nhưng, từ năm 1987, nhiều lĩnh vực trước đây thuộc khu vực công bắt đầu do "các thành phần kinh tế" khác đảm trách: biên chế không còn nhu cầu, sinh viên ra trường không còn được phân công về các cơ quan nhà nước. Trường Đại học Tổng hợp Hà Nội có 1.000 giáo viên, năm 1987 chỉ còn được giao chỉ tiêu tuyển sinh 100 sinh viên. Các trường khác cũng rơi vào tình huống tương tự, viễn cảnh ra trường không có việc làm làm cho sinh viên không muốn học, thầy cô không muốn dạy. Bộ trưởng Đại học và Trung học chuyên nghiệp (1987-1992), Giáo sư Trần Hồng Quân nói: "Tình hình cực kỳ nguy hiểm, nếu không thay đổi thì các trường đại học sẽ tan rã".

Năm 1987, đang là hiệu trưởng Đại học Bách khoa Thành phố Hồ Chí Minh, ông Trần Hồng Quân được bổ nhiệm giữ chức Bộ trưởng Đại học và Trung học chuyên nghiệp. Ông Quân là cháu gọi phu nhân Tổng Bí thư Nguyễn Văn Linh, bà Ngô Thị Huệ, là dì ruột. Không thể định lượng mối quan hệ "dượng-cháu" này đã ảnh hưởng như thế nào tới các quyết định của Bộ trưởng Trần Hồng Quân. Nhưng, đây là giai đoạn mà chính sách tuyển sinh phân biệt đối xử được bãi bỏ và nhiều quyết định của Bộ đã làm thay đổi giáo dục đại học Việt Nam[90].

---

[90] Mùa hè năm 1987, Nguyễn Mạnh Huy quyết định thi đại học lần thứ tư. Kết quả, Huy được 22 điểm trong khi chỉ cần 20 là đỗ vào Đại học Bách khoa Thành phố Hồ Chí Minh, cả lần này, Nguyễn Mạnh Huy vẫn "không được đi học vì cha chết trận". Nguyễn Mạnh Huy viết thư gửi báo Thanh Niên: "Đây là lần thi cuối cùng của tôi. Tôi tuyệt vọng!" Bức thư đến tay người phụ trách tòa soạn lúc bấy giờ là nhà báo Nguyễn Công Thắng, ông Thắng đã trực tiếp xử lý và được người có quyền quyết định về nội dung lúc ấy là Phó Tổng Biên tập Nguyễn Công Khế đồng ý đưa lên mục Diễn Đàn. Hơn 1000 thư đã gửi về báo Thanh Niên bày tỏ thái độ ủng hộ Nguyễn Mạnh Huy và báo Thanh Niên. Các báo Tiền Phong, Tuổi Trẻ cũng cùng lên tiếng. Nhưng, trong khi lương tâm của nhiều người cắn rứt vì sự nghiệt ngã của một số phận thì "lập trường giai cấp" trong lòng nhiều quan chức vẫn như một thành trì. Ban Giáo dục Chuyên nghiệp tỉnh Nghĩa Bình đã gửi cho báo Thanh Niên một bức điện

[CHƯƠNG 13 • ĐA NGUYÊN]

Mùa hè năm 1987, Bộ Đại học quyết định triệu tập hiệu trưởng và bí thư Đảng ủy các trường đại học trong cả nước về Nha Trang dự một hội nghị, về sau gọi là "Hội nghị Nha Trang". Hội nghị đã thảo luận bốn tiền đề đào tạo: Đào tạo không chỉ cho các cơ quan nhà nước mà cho cả các thành phần kinh tế; Đào tạo theo dự báo yêu cầu tương lai; đào tạo phục vụ nhu cầu của nhân dân về học, không kèm theo trách nhiệm phân công, sinh viên tự tìm việc làm và lập nghiệp tạo việc làm cho xã hội; ào tạo đa dạng, có cả những loại hình phi chính quy, không chỉ bằng ngân sách mà còn thu học phí.

Lần đầu tiên, trong một hội nghị của ngành các đại biểu có thể đối thoại với cơ quan quản lý. Bộ trưởng Trần Hồng Quân nhớ lại: "Phản ứng kinh khủng, vì đào tạo không theo kế hoạch, không phân công, không ngân sách là sai nguyên lý xã hội chủ nghĩa. Nhiều bí thư đảng ủy đòi đối thoại với ông Đặng Quốc Bảo, trưởng Ban Khoa giáo Trung ương. Ông Bảo nói: 'Cứ đối thoại với Bộ trưởng, tôi đến đây để nghe'. Tôi nói: 'Các đồng chí bác đề án này vậy có sáng kiến gì khác để nền đại học của chúng ta tránh được sụp đổ?'. Mọi người chỉ than mạo hiểm mà không đưa ra được phương án khác nào, cuối cùng phải chấp nhận".

Theo ông Trần Hồng Quân, Phó Chủ tịch Hội đồng Bộ trưởng Võ Nguyên Giáp và Bí thư Trung ương Đảng Trần Xuân Bách hoàn toàn ủng hộ kế hoạch cải cách này. Cả hai ông sau đó đã tham gia Hội nghị Vũng Tàu và ủng hộ các trường ký trực tiếp với nước ngoài về hợp tác đào tạo thay vì qua Bộ. Cho dù có những phản ứng lúc đầu, nhưng sau Hội nghị Nha Trang, khi lên tàu trở về, các hiệu trưởng bắt đầu bàn với nhau các kế hoạch thực hiện.

Ý tưởng bầu hiệu trưởng và phân cấp cho các trường bắt đầu được đề cập đến ở Hội nghị Nha Trang. Về Hà Nội, trong một lần gặp riêng tư, ông Trần Hồng Quân nói: "Tôi hỏi ông Võ Văn Kiệt, khi ấy đang là phó chủ tịch thường trực Hội đồng Bộ trưởng: 'Chú thấy sao?'. Ông Kiệt hỏi lại: 'Mày còn phân vân à?'. Rồi nói: 'Nếu tao là bộ trưởng thì tao sẽ cho tiến hành'. Về, tôi cho áp dụng luôn ba hình thức: bổ nhiệm thẳng hiệu trưởng, thăm dò trước khi bổ nhiệm và bầu cử".

---

lạnh lùng: "Về việc tuyển sinh vào các trường đại học, trong tổng kết năm 1986, Giáo sư, Thứ trưởng Bộ Đại học và Trung học chuyên nghiệp Mai Hữu Khuê đã nói: Công tác tuyển sinh khẳng định là phải mang tính chất giai cấp. Ở bất cứ chế độ xã hội nào đào tạo đội ngũ cán bộ khoa học kỹ thuật, công nhân kỹ thuật, đội ngũ đó phải trung thành với chế độ và phục vụ một cách có hiệu quả cho chế độ đó". Cuối tháng 11-1987, khi vụ Nguyễn Mạnh Huy được đưa ra thảo luận tại các trung tâm hội thảo của Đại hội Đoàn toàn quốc, báo Thanh Niên đã nhận được nhiều ý kiến ủng hộ. Tổng Bí thư Nguyễn Văn Linh trực tiếp viết thư cho Tỉnh ủy Nghĩa Bình và theo ông Nguyễn Công Khế: "Khi các đại biểu Đại hội Đoàn tới thăm, Tổng Bí thư Nguyễn Văn Linh đã cho công bố thư của Bí thư Nghĩa Bình trả lời ông Linh, đồng ý cho Nguyễn Mạnh Huy đi học". Thành công của báo chí, đặc biệt là báo Thanh Niên trong vụ Nguyễn Mạnh Huy, đã buộc chính quyền phải sửa đổi chính sách phân loại "13 hạng thanh niên" trong tuyển sinh.

Bầu hiệu trưởng đã tạo ra nhiều hiệu ứng trong các trường đại học. Trước khi bỏ phiếu, Bộ trưởng trực tiếp đối thoại với toàn thể cán bộ công nhân viên về mặt chủ trương. Sau đó, các ứng cử viên đưa ra chương trình hành động của mình và đối thoại trực tiếp với những người bỏ phiếu. Chính những cuộc đối thoại này đã làm cho các ứng cử viên luôn luôn phải động não, luôn luôn phải làm hết sức mình. Đó là một giai đoạn mà trong các nhà trường đại học, ở đâu cũng thảo luận, ở đâu cũng bàn bạc. Ngày đầu tiên có cuộc đối thoại giữa Bộ trưởng Trần Hồng Quân và cán bộ công nhân viên trường Đại học Tổng hợp Hà Nội, hội trường Mễ Trì có sức chứa 600 người, từ sáng sớm đã chật từ bên trong đến bên ngoài, tranh luận diễn ra liên tục từ bảy giờ sáng cho tới một giờ chiều.

Tranh cử không phải là một sản phẩm của Đổi Mới ở Việt Nam. Hội nghị Nha Trang diễn ra khi mà ở Moscow, vào ngày 21-6-1987, Xô viết Moscow đã tổ chức bầu cử chủ tịch và các phó chủ tịch theo phương thức các đại biểu có thời gian ba ngày để thảo luận về danh sách các ứng cử viên. Thay vì chỉ được biết tên các ứng cử viên trước khi bỏ phiếu, như cách mà báo Nga gọi là "bộ máy cũ tái sản xuất ra chính nó"[91].

SINH VIÊN VÀ CÁC PHONG TRÀO TỰ PHÁT

Cho dù không được tham gia bỏ phiếu, lực lượng chịu ảnh hưởng nhiều nhất từ chủ trương bầu hiệu trưởng vẫn là sinh viên nhất là trong một giai đoạn "đòi tự do, dân chủ" đang trở thành một trào lưu trên thế giới.

Ở Nam Triều Tiên, chính quyền độc tài quân sự cũng bắt đầu lung lay. Một thứ trưởng ngoại giao Mỹ đã tới Seoul trao tận tay Tổng thống Chun Doo Hwan lá thư của Tổng thống Reagan, khuyên Chun đối xử nhẹ nhàng với những người biểu tình và đàm phán với bên đối lập để sửa đổi hiến pháp. Đại sứ Mỹ tại Seoul cũng đã vào tận nhà tù để gặp riêng hai lãnh tụ đối lập Kim Young Sam và Kim Dea Jung.

Sau bảy năm kiên trì đấu tranh, người dân Hàn Quốc đã buộc Chun Doo Hwan phải chấp nhận sửa đổi hiến pháp và chế độ bầu cử, bảo đảm quyền tự do báo chí, tự do ngôn luận; thả tù nhân chính trị và cam kết, đến tháng 2-1988, khi kết thúc nhiệm kỳ sẽ trao lại quyền lực cho vị tổng thống dân sự được bầu ra theo nguyên tắc phổ thông, trực tiếp. Người dân Seoul đổ xuống đường ăn mừng. Báo Tuổi Trẻ ngày 7-7-1987 gọi đây là "thắng lợi của sức mạnh quần chúng".

---

[91] Tuổi Trẻ 18-7-1987.

Khi những người tuổi trẻ ý thức được sự trưởng thành, họ không giới hạn sự đòi hỏi của mình trong những chuyện cơm ăn, áo mặc. Không khí dân chủ trong môi trường đại học đã giúp họ nhận ra và bày tỏ thái độ cả với chương trình đào tạo, thay vì cung cấp những kiến thức cần thiết cho cuộc sống, sau năm 1975 đã bị chính trị hóa[92].

Từ sau Nghị quyết 14 của Bộ Chính trị[93], bậc "giáo dục mầm non", dành cho trẻ từ hai đến bốn tuổi, cũng được coi là "một bộ phận rất quan trọng trong sự nghiệp đào tạo thế hệ trẻ thành những con người mới xã hội chủ nghĩa". Ở bậc "giáo dục phổ thông" - từ hệ 10 năm của miền Bắc được thiết kế thành hệ 12 năm như miền Nam - nội dung giáo dục được yêu cầu phải "coi trọng các môn giáo dục công dân và đạo đức cách mạng". Tham gia đoàn thể là một hoạt động bắt buộc và trở thành đoàn viên cộng sản là điều kiện tiên quyết để một học sinh được thi vào đại học. Mục tiêu đầu tiên của bậc "giáo dục đại học" là đào tạo những người "một lòng một dạ trung thành với tổ quốc xã hội chủ nghĩa"[94]. Chương trình học và sách giáo khoa bắt đầu được soạn mới, chính trị càng tràn ngập trong các nội dung giảng dạy.

Giữa năm 1987, tại trường Đại học Tổng hợp Thành phố Hồ Chí Minh, xảy ra vụ một sinh viên khoa Triết bị loại bài thi và bị trưởng Bộ môn Marx-Lenin nhận xét: "Phê phán cực đoan và có nguy cơ phản Đảng". Nhiều sinh viên đã phản ứng. Đoàn trường Tổng hợp, hồi tháng 6-1987, đã tiến hành một cuộc thăm dò dư luận cho thấy 89% sinh viên được hỏi không thích học các môn lý luận chính trị, trong đó, 30% sinh viên cho rằng do bài giảng chính trị chất lượng kém, 20% cho rằng cách tổ chức dạy và học chưa tốt.

Ngày 18-6-1987, Chi đoàn khoa Triết năm thứ ba trường Đại học Tổng hợp tổ chức hội thảo về "giảng dạy và học chủ nghĩa Marx-Lenin". Tại đây, các

---

[92] Hơn hai tuần sau khi giành được Sài Gòn, ngày 17-6-1975, Tố Hữu ký Chỉ thị 222 (của Ban Bí thư) quy định: "Trong năm học 1975-1976, ngoài việc giảng dạy các môn văn hóa và chuyên môn theo chương trình và nội dung mới, phải ghi vào chương trình các môn học chính trị cho suốt cả năm học và cho tất cả các đối tượng học sinh từ năm đầu đến năm cuối. Nội dung xoay quanh ba chủ đề lớn sau đây: Thắng lợi vĩ đại của cuộc kháng chiến chống Mỹ, cứu nước; đường lối và chính sách cách mạng Việt Nam - đường lối giáo dục cách mạng; nghĩa vụ và quyền lợi của người công dân mới, của người cán bộ cách mạng. Thông qua ba nội dung lớn trên mà phân tích và xác định cho mọi người nhận rõ ta, bạn, thù, giáo dục tinh thần yêu nước, yêu chủ nghĩa xã hội". Di chúc của Hồ Chủ Tịch; bài phát biểu của Lê Duẩn tại Lễ mừng chiến thắng ở Hà Nội; bài phát biểu của Chủ tịch Nguyễn Hữu Thọ tại Lễ mừng chiến thắng ở Sài Gòn được Ban Bí thư coi là "ba nội dung lớn" được biên soạn thành sách làm bài giảng cho học sinh, sinh viên. Đội ngũ giảng dạy chính trị trong các trường đại học, gọi là giảng viên triết học Marx-Lenin, thường được tuyển từ những quân nhân được gửi vào các trường đại học sau ngày 30-4-1975. Thời gian đầu, Ban Bí thư còn "huy động lực lượng cán bộ tuyên huấn có năng lực ở các địa phương tham gia giảng dạy". (Văn Kiện Đảng Toàn Tập, tập 36, Nhà Xuất bản Chính trị Quốc gia 2004, trang 248-249).

[93] Thông qua ngày 11-1-1979 cũng do Tố Hữu chủ trì soạn thảo.

[94] Sài Gòn Giải Phóng số 1326, ngày 27-8-1979.

sinh viên đã phê phán "giáo viên dạy lý luận chính trị mà dựa vào sách vở như là viện dẫn Kinh thánh". Nhiều sinh viên tuyên bố không thích học chính trị theo cách giảng dạy hiện nay. Một sinh viên năm thứ tư cho rằng: "Tôn trọng thầy không có nghĩa là không có quyền nhận xét thầy dạy dở. Đã đến lúc chất lượng bài giảng, phương pháp giảng dạy, kể cả chất lượng giáo viên chính trị cần phải được đánh giá lại".

Không dừng lại ở nội dung giảng dạy, đầu năm học 1987, hai sinh viên Đại học Kinh tế đã vẽ bốn tấm bích chương dán ở bốn ký túc xá để thu thập chữ ký đòi các Ban Quản lý Ký túc xá cải thiện điều kiện ăn ở cho sinh viên. Ở khoa Văn, Đại học Tổng hợp Thành phố Hồ Chí Minh, sau khi phản ánh nhiều lần không có kết quả, sinh viên đã xếp xe đạp thành rào chắn, chặn xe tải chạy vào xưởng cồn "cải thiện đời sống" của khoa vì xưởng cồn gây ồn, ảnh hưởng đến các lớp học. Ban Giám hiệu sau đó đã phải bố trí một nơi khác yên tĩnh hơn cho sinh viên, còn "kẻ chủ mưu" cuộc biểu tình, sinh viên Nguyễn Ngọc Vinh, tháng 12-1987, được bầu làm bí thư Đoàn khoa Văn. Việc người lãnh đạo cuộc đấu tranh với nhà trường được sinh viên tôn vinh cho thấy không gian dân chủ trong giới sinh viên bắt đầu được đánh thức.

Không chỉ tình hình Đông Âu, giữa năm 1989, sự kiện Thiên An Môn[95] cũng trở thành đề tài bàn luận của sinh viên Việt Nam. Tin tức về Thiên An Môn bị Ban Tuyên giáo kiểm soát. Báo chí bị buộc phải đứng ngoài cho tới chuyến thăm lịch sử của Tổng Bí thư Liên Xô tới Bắc Kinh[96]. Ngày 15-5-1989, trong bản tin nói về chuyến đi của Gorbachev, báo Tuổi Trẻ mới có cơ hội lồng vào thông tin liên quan tới Thiên An Môn: "Ngày 4-5-1989, khi tiếp các đại biểu ngân hàng các nước dự hội nghị tại Bắc Kinh, Triệu Tử Dương nói, biểu tình sẽ dần lắng dịu". Một tuần sau, tuần

---

[95] Tháng 4-1989, nhân lễ tang cựu Tổng Bí thư Hồ Diệu Bang - một nhà cải cách bị Đặng Tiểu Bình phế truất hai năm trước đó - dân chúng Trung Quốc đã tổ chức nhiều vụ xuống đường biểu tình. Ngày 18-4-1989, hơn 10.000 sinh viên tổ chức biểu tình ngồi tại Quảng trường Thiên An Môn, vài ngàn sinh viên khác cùng lúc tụ tập trước Trung Nam Hải. Biểu tình càng mạnh lên khi sinh viên tin rằng truyền thông nhà nước đã bóp méo tính chất hành động của họ. Đêm 21-4-1989, trước lễ tang Hồ Diệu Bang, khoảng 100.000 sinh viên đã tuần hành trên Quảng trường Thiên An Môn. Sau khi yêu cầu gặp mặt Thủ tướng Lý Bằng không được, sinh viên Bắc Kinh kêu gọi bãi khoá. Chính quyền gần như đã "đổ dầu vào lửa" khi, ngày 26-4-1989, Nhân Dân Nhật Báo đăng xã luận "Gương cao ngọn cờ phản đối bất kỳ sự xáo động nào", buộc tội "một số kẻ cơ hội lạc lõng" đang "âm mưu gây bất ổn dân sự". Bài báo được cho là đã thể hiện tinh thần của Đặng Tiểu Bình được ông nói ra trước đó trong một bài diễn văn nội bộ. Bài xã luận đã làm sinh viên nổi giận. Ngày 27-4-1989, khoảng 50.000 sinh viên tụ tập trên các đường phố Bắc Kinh bất chấp lời cảnh báo đàn áp của chính quyền. Ngày 4-5-1989, khoảng 100.000 sinh viên và công nhân tuần hành ở Bắc Kinh yêu cầu một cuộc đối thoại chính thức giữa chính quyền và các đại biểu do sinh viên bầu ra.

[96] Trong nhiều thập niên trước đó, các nhà lãnh đạo Moscow và Bắc Kinh không hề viếng thăm nhau.

[CHƯƠNG 13 • ĐA NGUYÊN]

tin Thanh Niên, xuất bản ngày 21-5-1989, viết rõ hơn: "Trong những ngày Gorbachev đang ở Bắc Kinh, hàng trăm ngàn sinh viên vẫn biểu tình tại Thiên An Môn và tới nay thì lôi cuốn tất cả các thành phần khác như nông dân, công nhân, các nhà khoa học, nhà giáo, kể cả nhân viên nhà nước. Hàng ngàn sinh viên đang tuyệt thực, trong đó có những sinh viên phải vào bệnh viện".

Cho dù bị đàn áp đẫm máu [97], hình ảnh đoàn xe tăng lầm lũi tiến vào Quảng trường Thiên An Môn bị chặn đứng bởi một người đàn ông vô danh[98] đã khiến cho cuộc biểu tình được coi như một biểu tượng quả cảm vì tự do, dân chủ. Bí thư Đoàn khoa Văn, Đại học Tổng hợp Thành phố Hồ Chí Minh năm 1989, Nguyễn Ngọc Vinh nhớ lại: "Ngay từ khi ở Hàn Quốc, Thái Lan, đặc biệt là ở Thiên An Môn nổ ra biểu tình, không khí trong sinh viên đã rất sôi sục. Anh em nói: 'Khi nào hạ lệnh là tụi em làm liền'. Tôi tìm gặp Giáo sư Lý Chánh Trung hỏi: 'Thưa thầy, có nên biểu tình?'. Giáo sư Lý Chánh Trung khuyên không nên, ông phân tích tương quan rồi nói: 'Trong chế độ này không nên làm cái gì mang tính đối lập'".

Đất nước lúc ấy vẫn chưa hết nghèo đói, xã hội rất bức bách, sinh viên bắt đầu trăn trở. Các thăm dò xã hội cho thấy thanh niên không hài lòng với cuộc sống hiện thời [99]. Cho dù không có những hoạt động mang tính tổ chức nhưng nhu cầu phản kháng trong giới sinh viên vẫn như một thùng thuốc súng. Chính yếu tố không có tính tổ chức này đã làm cho các phản ứng của sinh viên rất bộc phát và đôi khi vì những lý do nằm ngoài những bức xúc chính trị. Hai cuộc biểu tình lớn diễn ra ở Sài Gòn trong năm 1989 đều có tính chất như vậy.

Cuộc biểu tình thứ nhất xảy ra vào đêm 10-6-1989. Vài giờ trước đó, tại ngã ba Nguyễn Cư Trinh - Cống Quỳnh, dân quân Nguyễn Thanh Hùng đi xe đạp

---

[97] Quân đội được điều về Bắc Kinh thiết lập các trạm kiểm soát, lùng bắt những người phản kháng và phong toả các khu vực trường đại học. Cuộc tấn công bắt đầu lúc 10 giờ 30 tối ngày 3-6-1989: Xe bọc thép và quân đội vũ trang với lưỡi lê tiến vào từ nhiều hướng, đi theo sau là máy ủi và xe phun nước. Quân đội đã bắn thẳng về phía trước và xung quanh. Các sinh viên chạy trốn trong các xe buýt bị các nhóm binh sĩ lôi ra và đánh đập bằng những cây gậy lớn. Những sinh viên đang tìm cách rời khỏi Quảng trường cũng bị binh sĩ bao vây và đánh đập. Rất nhiều người biểu tình đã bị xe tăng cán chết, không biết chắc có bao nhiêu người bị tàn sát ngay tại Quảng trường Thiên An Môn. Chính phủ Trung Quốc không bao giờ đưa ra con số chính xác về lượng người bị giết. Các nhà báo nước ngoài, những người chứng kiến vụ việc, tuyên bố có ít nhất 3.000 người chết. Các nhà phân tích tình báo của NATO cho rằng con số thương vong lên tới 5.000 đến 7.000 người (6.000 thường dân 1.000 binh sĩ). 5 giờ 40 phút sáng ngày 4-6-1989, Quảng trường được rửa sạch cả xác người và máu.

[98] Phóng viên của hãng thông tấn AP, Jeff Widener, chụp ngày 5-6-1989.

[99] Cuộc thăm dò trong thanh niên được đăng trên báo Tuổi Trẻ số ra ngày 14-1-89 cho thấy: 57,3% không hài lòng cuộc sống hiện thời; 41,15% không hài lòng vì tương lai không được đảm bảo; 82,69% quan tâm đến việc làm, nghề nghiệp; 82,38% quan tâm đến kinh tế đất nước; Chỉ có 10/260 ý kiến lạc quan cho rằng đất nước sẽ khá lên; 24,2% phân vân; 5,3% không tin tưởng; 49% tin đất nước sẽ khá nhưng còn lâu dài.

từ phía sau vượt lên va vào ghi-đông xe đạp của hai sinh viên thuộc ký túc xá Trần Hưng Đạo. Vì xe bị "tráng niền", Hùng đánh hai sinh viên cho dù họ đề nghị Hùng mang xe về ký túc xá sửa. Thay vì can gián, một nhân viên phường đội phường Nguyễn Cư Trinh và một dân quân khác đã mang súng ra bắt hai sinh viên về cơ quan phường đánh đập. Hay tin, hàng ngàn sinh viên đã kéo lên trụ sở Ủy ban Nhân dân Thành phố đòi phải trừng trị những kẻ đã đánh sinh viên. Chính quyền Quận 1 ngay sau đó đã phải hứa cho điều tra, khởi tố các nhân viên phường đội, sinh viên mới bằng lòng giải tán.

Cuộc biểu tình thứ hai nổ ra gần một tháng sau giữa sinh viên và bảo vệ Công viên Kỳ Hòa. Sự việc bắt đầu cũng khá đơn giản: Cuối giờ chiều ngày 6-7-1989, năm sinh viên ký túc xá Ngô Gia Tự và một số học sinh lên Thành phố dự thi đang chơi ngoài bãi cỏ Công viên Kỳ Hòa thì trời đổ mưa đột ngột. Họ cùng với những người khách khác chạy vào trú mưa dưới mái hiên Nhà kính dị dạng. Ít phút sau, bảo vệ công viên đi qua nhìn thấy một tấm kính bị vỡ nên đã mời số sinh viên này lên phòng Ban Giám đốc giải quyết. Hai bên đôi co, người bảo vệ phát hiện tấm kính vỡ đã đánh một sinh viên dập sống mũi. Một sinh viên khác liền chạy về ký túc xá Ngô Gia Tự thông báo. Một số sinh viên, trong đó có Ban Quản lý Ký túc xá đã đến Công viên Kỳ Hòa yêu cầu lập biên bản.

Cuộc làm việc chưa đi tới đâu thì bảo vệ Kỳ Hòa cho thả chó bẹc-giê ra cắn hai sinh viên bị thương. Số sinh viên đang đứng đợi dưới nhà, kêu lên: "Không đàm phán nữa, về kêu sinh viên ra đập chết chó đi". Một thành viên trong Ban Tự quản Sinh viên trực tiếp thảo "lời kêu gọi" rồi đọc trên hệ thống loa phóng thanh của ký túc xá Ngô Gia Tự. Hơn 600 sinh viên, trong đó gồm cả sinh viên ở ký túc xá Nguyễn Chí Thanh, nghe tin cũng kéo theo, trực chỉ Hồ Kỳ Hòa. Ban Giám đốc Công viên bỏ chạy. Bảo vệ chối không có chó. Sinh viên bắt phải tìm ra con chó thủ phạm đã cắn sinh viên. Sẵn cừ tràm của một công trình đang xây dựng trong Kỳ Hòa, sinh viên bẻ cừ, đập chết con chó đồng thời làm hư hỏng thêm một số đồ vật khác.

Sinh viên vẫn đang sùng sục thì sáng ngày 9-7-1989, báo Sài Gòn Giải Phóng cho đăng "Thông báo của Ủy ban Nhân dân Quận 10", đưa kết luận cuộc họp ngày 7-7-1989 theo hướng bào chữa cho bảo vệ Kỳ Hòa. Ví dụ, sự kiện thả chó, được nói: "Theo thông lệ, sau khi đóng cổng nhân viên trật tự đã thả chó ra trong vòng rào công viên. Không may có thanh niên trong số đông còn tụ tập sát cổng khu vực Kỳ Hòa II đã bị một con chó cào xước nhẹ". Cũng theo Thông báo: "Nhiều tốp sinh viên ở ký túc xá Ngô Gia Tự, do nghe tin thổi phồng về tình hình xô xát đã kéo thêm đến công viên Kỳ Hòa. Một số ít thanh niên trong các tốp đó đã xông vào đập phá gây thiệt hại về tài sản cho cả các cơ sở trong hai khu vực Kỳ Hòa I & II". Thông báo nói rằng: "Cuộc họp đã kiến nghị điều tra, xử lý nhanh chóng và nghiêm minh những người gây ra xô xát và đập phá tài sản công cộng". Số tiền mà Kỳ Hòa dự kiến đòi sinh viên bồi thường lên tới sáu mươi triệu đồng.

Ngay sáng chủ nhật, 9-7-1989, hàng trăm sinh viên đã kéo tới Tòa soạn báo Sài Gòn Giải Phóng yêu cầu đính chính. Sài Gòn Giải Phóng không chịu, từ đường Nguyễn Thị Minh Khai, sinh viên kéo ra đường Lê Thánh Tôn, đến trước trụ sở Ủy ban Nhân dân Thành phố. Không chỉ có ký túc xá Ngô Gia Tự, sinh viên từ các ký túc xá Trần Hưng Đạo, Nguyễn Chí Thanh và từ Thủ Đức cũng lần lượt kéo lên. Cảnh sát phải chặn sinh viên từ Thủ Đức lên ở bên kia cầu Sài Gòn. Ngay trong ngày 9-7-1989, chính quyền đã dùng biện pháp mạnh, bắt bốn người trong Ban Tự quản Sinh viên: Phạm Văn Chiến, Nguyễn Văn Tấn, Nguyễn Phong Thanh và Nguyễn Sơn Thủy Hùng. Đồng thời, để xoa dịu tình hình, hai bảo vệ của Công viên Kỳ Hòa cũng bị bắt.

Ngày 12-7-1989, báo Sài Gòn Giải Phóng "gặp Phó Viện trưởng Viện Kiểm sát Nguyễn Văn Bông". Phát biểu của ông Bông cho dù vẫn với thái độ "xử lý nghiêm minh" nhưng lời lẽ rõ ràng là "nói lại cho rõ" những gì đăng trên tờ báo này hôm chủ nhật. Thay vì nói "mũi của một sinh viên bị xây xát nhẹ", ông Bông nói rõ: "Bảo vệ Dương Quang Hiệp của Công viên Kỳ Hòa đã đánh học sinh Phạm Hữu Nghị gây thương tích ở sống mũi". Về vụ chó béc-giê cắn sinh viên, ông Bông nói: "Đội phó bảo vệ Nguyễn Văn Lâm đã thả chó ra, chó cắn hai học sinh bị thương. Theo quy định của Hồ Kỳ Hòa, chỉ khi không còn khách mới được thả chó ra để bảo vệ".

Nguyễn Sơn Thủy Hùng nhớ lại: "Khoảng bốn giờ chiều ngày 9-7-1989, chúng tôi được mời lên công an thành phố. Với sự chứng kiến của thầy hiệu phó và thầy Lý Chánh Trung họ đọc lệnh bắt, đưa lên xe u-oát chở về 3C Tôn Đức Thắng". Lệnh bắt nói là "tạm giam bốn tháng" nhưng, người bị giữ lâu nhất là mười ngày, còn ba người còn lại chỉ bị giữ một tuần rồi cho về. Giám đốc Sở Công an, Đại tá Nguyễn Hữu Khương đã gặp bốn sinh viên ngay sau khi họ được thả ra. Ông Khương huấn dụ: "Luật không cấm các em biểu tình, nhưng biểu tình thế là nguy hiểm, là không kiểm soát được tình hình. Các em chớ dại".

Theo báo cáo của Bộ Đại học và Trung học chuyên nghiệp tại Hội nghị Đồ Sơn mùa hè năm 1989, tính tới tháng 8-1989, trên cả nước có mười ba vụ "phản ứng tập thể của sinh viên" xảy ra tại Hà Nội, Vinh, Đà Nẵng, Quảng Ngãi, Cần Thơ và Sài Gòn. Theo báo cáo này: "Phần lớn những đòi hỏi vừa qua của sinh viên là chính đáng. Tuy nhiên, Bộ thấy rằng ở một số nơi, sinh viên có khuynh hướng giải quyết yêu cầu bằng áp lực của số đông, dẫn đến tình hình phức tạp". Biểu tình càng bị coi là "phức tạp" hơn khi chính nó đang làm sụp đổ nhiều quốc gia cộng sản.

ĐÔNG ÂU

Cuộc cách mạng diễn ra trong cộng đồng các nước xã hội chủ nghĩa cuối thập niên 1980 đã làm thay đổi bản đồ chính trị thế giới. Tuy nhiên, những gì mà người dân Đông Âu và Liên Xô coi là cơ hội đã được Tổng Bí thư Nguyễn Văn Linh xác định như một nguy cơ.

Chủ nghĩa xã hội ở Việt Nam được Chế độ khẳng định là do Đảng Cộng sản Việt Nam thiết lập sau khi "đánh thắng ba đế quốc to" (Nhật-Pháp-Mỹ). Trong khi, Chủ nghĩa xã hội ở Đông Âu chủ yếu được thiết lập sau Chiến tranh Thế giới lần thứ II[100] dựa trên sự áp đặt của Liên Xô. Trong đó, có những quốc gia được Liên Xô giải phóng từ tay Hitler nhưng cũng có những quốc gia vốn là nạn nhân của họ[101]. Ngay từ những năm đầu, người dân và một số nhà lãnh đạo Đông Âu đã không ngừng đấu tranh để chống lại sự áp đặt đó.

Sau cái chết của Joseph Stalin vào ngày 5-3-1953, hơn một triệu người dân Đông Đức đã xuống đường biểu tình. Nhưng người dân Đông Đức đã bị đàn áp bởi xe tăng Liên Xô. Ngày 23-10-1956, người dân Hungary cũng nổi dậy, thành lập Hội đồng Lâm thời, giải tán cảnh sát an ninh nhà nước, tuyên bố rút khỏi Khối Warszawa, cam kết tái lập bầu cử tự do. Nhưng ngày 4-11-1956, Liên Xô đưa quân đội sang, người dân Hungary đã chiến đấu cho tới ngày 10-11: hơn 2.500 người Hungary và 700 binh lính Liên Xô bị chết, hai mươi vạn người Hungary phải đi tị nạn chính trị. Cựu Thủ tướng Nagy Imre bị bắt đưa sang Liên Xô. Ngày 17-6-1958, ông cùng những người nổi dậy bị Tòa án Tối cao Hungary tuyên bố hành quyết.

---

[100] Từ ngày 4 đến 11-2-1945, trước khi Hitler bị các gọng kìm siết lại, Stalin, Roosevelt và Churchill lại nhóm họp họp tại Cung điện Livadia gần thành phố Yalta, miền nam Ukraina, nhằm giải quyết những bất đồng để giành chiến thắng, buộc Đức đầu hàng vô điều kiện và tổ chức lại thế giới sau chiến tranh. Hội nghị Yalta quyết định: Chia nước Đức sau khi bị chiếm ra 4 vùng; Buộc Đức phải phi quân sự hóa, dân chủ hóa và bồi thường chiến tranh. Một "trật tự hai cực" bắt đầu hình thành tại Yalta, sau khi "tam đại gia" đi đến thỏa thuận, theo đó: Liên Xô nắm Đông Âu, Đông Đức, Đông Berlin, quần đảo Kuril, Bắc Triều Tiên, Đông Bắc Trung Quốc và Mông Cổ; Hoa Kỳ nắm ảnh hưởng ở Tây Âu và phần còn lại của Nhật Bản. Bán đảo Triều Tiên được chia đôi ở vĩ tuyến 38: quân đội Liên Xô chiếm đóng miền Bắc; quân đội Mỹ chiếm đóng miền Nam. Nước Đức chia hai, hình thành hai nhà nước với hai chế độ chính trị khác nhau: Cộng hòa Liên bang Đức ở phía Tây và Cộng hòa Dân chủ Đức phía Đông.

[101] Ngày 1-9-1939, Đức xâm lược Ba Lan. Ngày 17-9-1939, trong khi Ba Lan đang dồn tổng lực lên phía Tây chống Đức, Liên Xô tiến đánh đất nước nhỏ bé này từ phía Đông. Quân đội Ba Lan phải chạy sang tổ chức lại trên đất Pháp. Ngày 6-10-1939, Ba Lan bị chia làm hai: phần do Hitler chiếm bị kiểm soát dưới một thiết chế gọi là "Toàn quyền Đức"; phần do Stalin chiếm bị nhập vào "lãnh thổ Liên Xô". Hơn 100 nghìn người Ba Lan đã bị quân đội Stalin sát hại, một triệu người khác bị đày tới Siberi. Đặc biệt, 22.000 người Ba Lan, trong đó có 15.000 tù binh, đã bị Bộ Chính trị do Stalin đứng đầu phê chuẩn lệnh, đưa ra rừng Katyn sát hại.

[CHƯƠNG 13 • ĐA NGUYÊN]

Cho dù Liên Xô đã dựng lên bức tường Berlin[102] , họ chưa bao giờ khuất phục được khát vọng tự do của người Đông Âu. Từ năm 1965, ở Tiệp Khắc, mô hình Stalin được dẫn thay bằng mô hình "xã hội chủ nghĩa thị trường"[103] với ước mơ xây dựng một chế độ thực sự có "khuôn mặt con người"[104]. Tháng 4-1968, Bí thư Dubček còn đề cập tới khả năng về một quá trình mười năm để Tiệp Khắc chuyển sang chế độ bầu cử dân chủ.

Nhưng, đêm 20-8-1968, Brezhnev đưa 200.000 lính, 2.000 xe tăng của "Khối Warszawa" tiến vào thủ đô Praha. Cuộc xâm lăng này đã khiến 300.000 người dân Tiệp Khắc phải bỏ nước ra đi, trong đó có 70.000 bỏ đi ngay lập tức. Ngày 19-1-1969, một sinh viên tên là Jan Palach đã tự thiêu tại Quảng trường Wenceslas ở Praha để phản đối sự trấn áp quyền tự do ngôn luận[105] .

Xe tăng Liên Xô đã làm tỉnh ngộ các đảng viên cộng sản và hun đúc ý thức đấu tranh của người dân. Hơn 450.000 đảng viên rời khỏi đảng cộng sản, hoa tươi luôn được đặt nơi Jan Palach tự thiêu. Từ cuộc vận động trả tự do cho nhóm nhạc "Plastic People", ngày 10-12-1977, nhà viết kịch Vaclav Havel và các cộng sự quyết định thành lập nhóm "đối lập xây dựng" và cho ra đời Hiến Chương 77 đòi chính quyền tôn trọng quyền tự do ngôn luận, tự do tín ngưỡng và các quyền con người căn bản khác.

Ngày 6-1-1977, Hiến Chương 77 được công bố với 242 người Tiệp Khắc ở trong nước đồng ký tên. Trong ngày, các thông tín viên thường trực tại Praha đã loan tin Hiến Chương 77 đi toàn thế giới. Cho dù chế độ gia tăng đàn áp, cứ phát ngôn viên này bị bắt thì người khác trong nhóm lại đứng lên.

Nhưng Đông Âu có thể đã phải mất nhiều thời gian để thay đổi hơn, nếu như vào ngày 16-10-1978, Karol Wojtyla, một người Ba Lan không trở thành Giáo hoàng John Paul II và đã trở về thăm quê trong hào quang vào ngày 2-6-1979.

---

[102] Sau chiến tranh thế giới thứ II, Berlin cũng như nước Đức, bị "xé làm tư" theo thỏa ước Potsdam. Các nước Anh, Pháp, Mỹ sau đó đã trả lại quyền tự chủ cho người Đức trên phần lãnh thổ mà mình tiếp quản. Năm 1948, Stalin ra lệnh phong tỏa, không cho vận chuyển lương thực thực phẩm từ Đông sang Tây nhưng vẫn không có người Tây Đức nào đi sang phía Đông Cộng sản. Trong khi, có hơn 3,5 triệu người Đông Đức bỏ chạy sang Tây Đức. Ngày 1-8-1961, Tổng Bí thư Liên Xô, Khrushchev, điện đàm với Ulbricht, Bí thư thứ nhất Đông Đức, đưa ra "sáng kiến" để ngày 12-8-1961, Ulbricht ký lệnh đóng cửa biên giới và một bức tường bê tông đã được người Đức cùng với "Hồng quân Liên Xô" nửa đêm **lén lút dựng lên**".
[103] Theo mô hình Kinh tế Mới nhằm giải phóng nền kinh tế của Nhà kinh tế học Ota Šik.
[104] Tăng quyền tự do cho báo chí, và cho tự do đi lại, "quan hệ tốt với các nước phương Tây".
[105] Liên Xô mặc dù đã bắt giữ Dubček vào đêm 20-8-1968 đưa về Moscow nhưng trước áp lực của dân chúng đã phải đưa ông trở lại. Tháng 4-1969, Dubček mới bị trục xuất khỏi Đảng Cộng sản Tiệp Khắc và được trao cho một công việc tại sở kiểm lâm.

Cho dù phải gần hai năm sau, Ronald Reagan mới trở thành tổng thống, lúc ấy, từ một trang trại của nước Mỹ ông đã cùng Richard Allen[106] theo dõi sát sao chuyến đi của Giáo hoàng. Từ đầu thập niên 1980, chính sách ưu tiên của Reagan là "đánh bật Ba Lan ra khỏi quỹ đạo Liên Xô". Còn John Paul II thì gọi Lech Walesa, lãnh tụ của phong trào Công đoàn Đoàn kết, là người "được phái xuống bởi Chúa và ý Trời".

Nhưng, cả CIA lẫn Giáo hoàng cũng sẽ không làm được gì nếu tự do, độc lập không phải là khát vọng bên trong của những người dân Ba Lan, kể cả những người đang nắm quyền trong Đảng.

Trong kỷ nguyên cộng sản, người dân Ba Lan đã từng đứng dậy ba lần vào các năm 1956, 1970 và 1976; cả ba lần chính quyền đều đàn áp một cách tàn bạo. Nhưng, không phải tất cả các nhà lãnh đạo người Ba Lan đều tán thành sử dụng vũ lực để chống lại nhân dân mình. Năm 1980, khi các cuộc bãi công lại mau chóng lan rộng ra khắp đất nước Ba Lan [107], Bí thư thứ nhất Gierek và Bộ trưởng Quốc phòng của ông, Tướng Wojciech Jaruzelski, không muốn sử dụng lực lượng quân sự để cưỡng bức những người bãi công trở lại làm việc cho dù họ bị Moscow đe dọa.

Ngày 31-8-1980, Chính phủ Ba Lan đã phải ký với Lech Walesa "Thỏa ước Gdánsk" chấp nhận những đòi hỏi của công nhân và đặc biệt hợp pháp hóa việc thành lập các tổ chức công đoàn độc lập. Chưa đầy một tuần sau đó, ngày 5-9, dưới sức ép của Liên Xô, Gierek mất chức. Ngày 27-3-1981, Walesa tổ chức một cuộc tổng bãi công làm cả nước tê liệt, cả Kania và Jaruzelski, lúc này đã là chủ tịch Hội đồng Bộ trưởng Ba Lan, lại bị triệu tập đến Moscow. Một trăm năm mươi nghìn quân Nga và quân của Khối Warsawa được Liên Xô triển khai dọc biên giới Ba Lan. Cả Jaruzelski và Kania cùng bị người đứng đầu KGB, Andropov, và Bộ trưởng Quốc phòng Ustinov, đe dọa sẽ can thiệp quân sự nếu Ba Lan không chịu đàn áp biểu tình.

Năm 1981, chỉ trong vòng chưa đầy ba tháng, hai nhân vật quyền lực nhất thế giới và ủng hộ Công đoàn Đoàn kết mạnh mẽ nhất bị ám sát: Tổng thống Reagan bị bắn vào ngày 23-2-1981, Đức Giáo hoàng bị bắn vào ngày 13-5-1981. Nhưng, cả hai đều sống sót nhờ viên đạn chỉ "đi chệch động mạch chủ vài milimet".

---

[106] Cố vấn An ninh quốc gia dưới thời Reagan.
[107] Từ tháng 6-1980, biểu tình, đình công đã lan rộng trong hơn 150 nhà máy, xí nghiệp. Tại xưởng đóng tàu Gdánsk, nơi mà tháng 12-1970, cảnh sát đã giết hại bốn mươi lăm công nhân tham gia biểu tình, Lech Walesa đưa ra "bản yêu cầu 16 điểm" cho chính quyền. Ngày 16-8-1980, sau khi nhận được lời hứa tăng lương và đảm bảo rằng, một bia tưởng niệm sẽ được xây dựng ngay trong xưởng để tưởng nhớ những công nhân bị giết hồi năm 1970, nhiều công dân đã định ra về. Nhưng, Walesa đã thuyết phục họ ở lại để ông nâng bản yêu cầu của mình lên "18 điểm".

[CHƯƠNG 13 • ĐA NGUYÊN]

Ngày 18-10-1981, theo đề nghị "của Moscow và của tất cả các đảng cộng sản anh em", Đảng Công nhân Thống nhất Ba Lan đã cách chức Kania, chỉ định Jaruzelski làm bí thư thứ nhất. Tối 4-11-1981, Jaruzelski, Walesa và Tổng Giám mục Ba Lan Glemp gặp nhau. Jaruzelski đề nghị lập "mặt trận hòa giải quốc gia" để chấm dứt những cuộc hỗn loạn ở trong nước. Đề nghị của Jaruzelski tuy chưa được Walesa tán thành nhưng vẫn làm cho Brezhnev tức giận. Ngày 21-11-1981, ông ta đã gửi cho Jaruzelski một bức thư năm trang, đòi có "một trận đánh quyết định chống lại kẻ thù giai cấp". Trong tháng 11-1981, có 105 vụ đình công và 115 vụ đình công khác đang được dự định tiến hành.

Ngày 10-12-1981, Bộ Chính trị Liên Xô họp khẩn cấp. Nửa đêm, ngày 12-12-1981, trong vòng hai giờ, hầu hết những người thuộc Ủy ban Quốc gia vừa họp ở Gdánsk, "đòi bầu cử tự do và trưng cầu dân ý về sự tồn tại của cộng sản", đã bị bắt; quân đội với xe tăng và bộ binh được điều vào các đường phố. Lệnh thiết quân luật vào ban đêm có hiệu lực vô thời hạn. Ngoại trừ số máy dành cho quân đội và lực lượng an ninh, tất cả điện thoại ở Ba Lan đều bị cắt. Jaruzelski lên truyền hình, tuyên bố: "Không một nơi nào được phép tụ tập đông người trừ nhà thờ".

Danh sách những người bị bắt giữ lên tới mười nghìn, tính tới tháng 3-1982. Walesa được đề nghị gặp Jaruzelski để thương lượng nhưng ông yêu cầu tất cả những người bị bắt phải được thả ra trước khi ông xem xét đàm phán với chính quyền.

Cuộc tấn công diễn ra khi cả bộ trưởng Ngoại giao và bộ trưởng Quốc phòng Mỹ đều không có mặt ở Washington. Ở Hà Nội, báo Nhân Dân bình luận: "Reagan và bọn tay chân của đế quốc Mỹ trên đất Ba Lan đã bị bất ngờ... Phần lớn bọn cầm đầu ở trung ương và địa phương bị các lực lượng quân đội và an ninh theo dõi chặt chẽ, khóa tay và tống vào trại giam" [108]. Nhân Dân viết tiếp: "Bọn CIA và những tên trùm phản động cầm đầu Công đoàn Đoàn kết không ngờ rằng lực lượng cách mạng được huy động để trừng trị bọn chúng lại là quân đội nhân dân và các lực lượng an ninh nhân dân Ba Lan... Chúng nghĩ như đinh đóng cột rằng, lực lượng trừng trị chúng chỉ có thể đến từ một hướng duy nhất: Quân đội Liên Xô" [109].

---

[108] Thành Tín, Sự kiện Ba Lan, Nhân Dân ngày 1-1-1982.
[109] Thành Tín, Sự kiện Ba Lan, Nhân Dân ngày 1-1-1982. [Ông Jaruzelski sau đó viết hồi ký nói rằng Thiết quân luật là điều "tồi tệ nhưng cần thiết" để ngăn không cho Liên Xô đưa quân vào dẹp các cuộc biểu tình của Công đoàn Đoàn kết. Nhưng, các bằng chứng mới được Viện Ký ức Quốc gia (Instytut Pamieci Narodowej – IPN) đưa ra sau thời cộng sản lại nói chính ông Jaruzelski đã gặp phía Liên Xô để xin có can thiệp quân sự. Giáo sư Antoni Dudek, Đại học Tổng hợp Warsaw, làm việc cho IPN trong bài đăng trên trang báo Tygodnik Powszechny hôm 1-12-2011, nhân kỷ niệm 30 năm Thiết quân luật (http://tygodnik.onet.pl/1,71626,druk.html) đã viết rằng

Ngày 7-6-1982, Reagan đến Vatican, nói chuyện không qua phiên dịch suốt năm mươi phút trong phòng Giáo hoàng. Tình hình Ba Lan không làm cho họ bi quan mà hai con người quyền lực nhất thế giới này còn tính đến khả năng Liên Xô sụp đổ. Lúc đó, Reagan bắt đầu chương trình chạy đua vũ trang, đặc biệt là "Star War". Ông nói với John Paul II việc chạy theo chính sách hạt nhân của Mỹ sẽ làm cho Liên Xô kiệt quệ[110].

Đức Giáo hoàng trở về quê hương lần thứ hai vào ngày 16-6-1983. Trước hai triệu người Ba Lan, Giáo hoàng đã ban phước cho hai linh mục đấu tranh chống lại người Nga trong cuộc nổi dậy thất bại của nhân dân Ba Lan vào năm 1963. Ngày hôm sau, John Paul II gặp Walesa. Ngay sau đó, lệnh thiết quân luật được bãi bỏ. Tháng 10-1983, Walesa được trao giải Nobel Hòa bình… Nhưng, sự thay đổi của Đông Âu còn chịu tác động rất nhiều bởi sự ra đi của "kỷ nguyên Brezhnev".

Leonid Brezhnev chết vào ngày 10-11-1982. Người kế nhiệm ông là Yuri Andropov. Khi Walesa nhận giải Nobel Hòa bình, Andropov đã tức giận viết thư trách cứ Jaruzelski. Nhưng, ông trùm KGB này cũng chết vào tháng 2-1984. Người thay thế là Konstantin Chernenko do ốm yếu nên chỉ nắm quyền được mười ba tháng. Tháng 3-1985, Chernenko chết, Mikhail Gorbachev trở thành tổng bí thư Đảng Cộng sản Liên Xô.

Tháng 4-1985, khi tới Ba Lan tham dự một cuộc họp của Ủy ban Tư vấn Chính trị Hiệp ước Warsawa, Gorbachev đã nán lại để nói chuyện với Jaruzelski. Trước cuộc gặp, Gorbachev nói ông chỉ có một giờ, nhưng cuộc nói chuyện đã kéo dài năm giờ.

Hai nhà lãnh đạo đã thảo luận rất lâu về Giáo hoàng và Vatican. Jaruzelski nhận ra Gorbachev không phải là một người cộng sản Liên Xô như ông thường thấy. Cả hai phân tích "nguồn gốc của hệ thống và sự cần thiết thay đổi". Từ một người nghi ngại Jaruzelski đi theo khuynh hướng đa nguyên, Gorbachev đã ngồi bàn với Jaruzelski về việc áp dụng chủ nghĩa đa nguyên cho cả Ba Lan và Liên Xô.

→ vài ngày trước khi ra quyết định, Tướng Jaruzelski đã xin Nguyên soái Liên Xô Viktor Kulikov, Tổng tư lệnh khối Hiệp ước Warsaw cho can thiệp quân sự từ bên ngoài. Các sử gia phe hữu Ba Lan cũng bác bỏ quan điểm 'cứu quốc' của ông Jaruzelski, và cho rằng ông làm như vậy chỉ là để cứu chức vụ của chính mình và duy trì quyền lực. Vào thời điểm xảy ra Thiết quân luật, tại Ba Lan có ít nhất hàng chục nghìn quân Liên Xô, đóng từ sau Thế chiến II. Theo Hiệp ước Hữu nghị, Hợp tác và Trợ giúp Hỗ tương 14-05-1955, và Hiệp ước về quân đội Liên Xô đồn trú tại Ba Lan 17-12-1956, Liên Xô đóng tại vùng từ 400-500 nghìn quân trong nhiều năm ở 60 căn cứ và doanh trại từ các vùng phía Tây lên tới cảng Kolobrzeg và vịnh Szczecin (giáp Đức). Con số này đến cuối thập niên 1980 giảm xuống nhưng cũng còn ít nhất 70 nghìn trước khi rút về nước sau khi Liên Xô sụp đổ].

[110] Reagan quan sát rất tinh tế khi đưa ra nhận xét: "Làm sao bạn có thể nghĩ rằng đó là một nền kinh tế vững chắc trong khi nó thực sự chẳng khác một gia đình trong đó bảy người cùng sở hữu một chiếc xe ô tô, và nếu bạn bắt đầu mua một cái bạn phải đợi mười năm mới đến lượt" (Theo John Paul II và Lịch sử bị che đậy trong thời đại chúng ta).

Ngày 11-9-1986, Chính phủ Ba Lan tuyên bố ân xá và phóng thích 225 tù nhân từng được coi là những "phần tử nguy hiểm nhất cho quốc gia". Trong số được phóng thích có Zbigniew Bujak, người có gần năm năm vừa trốn lệnh truy nã vừa lãnh đạo công đoàn bí mật. Lần đầu tiên kể từ tháng 12-1981, các lãnh tụ Công đoàn Đoàn kết có thể tự do gặp gỡ.

Ngày 13-1-87, tại Vatican, Tướng Jaruzelski đã trao tận tay Giáo hoàng bản báo cáo về cuộc nói chuyện mang "tư duy mới" giữa ông và Gorbachev. Jaruzelski có vẻ vững tâm hơn khi bàn với Giáo hoàng về tương lai của Ba Lan trên tinh thần hòa giải, một tương lai mà cả giáo hội và phe đối lập đều có vai trò.

Tháng 4-1987, tại Praha, Gorbachev tuyên bố: "Mối quan hệ chính trị giữa các nước xã hội chủ nghĩa phải dựa trên một sự độc lập tuyệt đối. Mọi quốc gia được chọn lựa con đường phát triển riêng, được quyết định số phận và bảo vệ lãnh thổ cũng như các nguồn nhân công và tài nguyên thiên nhiên của nó". Cho tới lúc đó, các nhà lãnh đạo Việt Nam, kể cả Nguyễn Văn Linh, chưa có đủ sự nhạy cảm để nhận ra tuyên bố đó của Gorbachev có giá trị như pháo hiệu "giải phóng" Đông Âu [111].

CỨU CHỦ NGHĨA XÃ HỘI

Ngày 15-8-1989, tại Sài Gòn, khi phát biểu khai mạc Hội nghị Trung ương Bảy, Nguyễn Văn Linh đã tự tin tuyên bố: "Chúng đang hý hửng về điều mà Tổng thống Mỹ Bu-sơ (G.W.H. Bush) ngày đêm trông đợi: 'Chúng ta đang sống ở thời kỳ kết thúc một ý tưởng, sống ở chương cuối của thể nghiệm cộng sản'[112]. Đó là giấc mơ giữa ban ngày của bọn đại biểu cho chủ nghĩa chống cộng khét tiếng, không đội trời chung với chúng ta". Ngày 24-8-1989, khi ở Sài Gòn Hội nghị Trung ương Bảy về chống đa nguyên bế mạc, ở Ba Lan, Công đoàn Đoàn kết chính thức lên cầm quyền[113]. Ông

---

[111] Tuyên bố đó của Gorbachev đã bị phản đối bởi những lãnh tụ cộng sản như Gustav Husak, tổng bí thư Tiệp Khắc, Erich Honecker, tổng bí thư Đông Đức và Nicolae Ceausescu, tổng bí thư Rumani.

[112] Tuyên bố ngày 24-5-1989 của Tổng thống G. W. H. Bush. [Hơn hai mươi ngày trước đó, ngày 26-7-1989, khi phát biểu nhân kỷ niệm ba mươi sáu năm vụ tấn công vào pháo đài Moncada, chủ tịch Cu Ba, Fidel Castro, cũng đã nói câu "đế quốc chớ có hí hửng vội vàng". Khi đó, Liên Xô đang căng thẳng do xung đột sắc tộc và do hàng trăm nghìn thợ mỏ đình công ở Siberi và Donhetsk. Không phải ngẫu nhiên mà từ hai đầu bán cầu, hai nhà lãnh đạo cùng tương thanh. Ngày 24-4-1989, Tổng Bí thư Nguyễn Văn Linh đã có chuyến thăm kéo dài năm ngày ở Cu Ba. Trở về Sài Gòn gặp tổng biên tập các tờ báo Thành Phố, ông Linh đã tỏ ra hết sức tâm đắc với Chủ tịch Fidel Castro nhất là trên phương diện chống đế quốc và bảo vệ thành trì cộng sản].

[113] Bước ngoặt lịch sử này có thể nói là bắt đầu được đánh dấu kể từ ngày 18-1-89, khi Jaruzelski công nhận vai trò hợp pháp của Công đoàn Đoàn kết. Ngày 6-2-89, đại diện chính phủ và các phe đối lập đã ngồi lại với nhau để bàn về tương lai của Ba Lan. Theo đó, một cuộc bầu cử tự do bầu Thượng viện và Hạ viện Ba Lan sẽ diễn ra vào ngày 4-6-1989. Công đoàn Đoàn kết đã giành thắng lợi gần như tuyệt đối tại Thượng viện và chiếm được gần phân nửa tại Hạ viện. Jaruzelski vẫn được quốc hội của Walesa ủng hộ lên làm Tổng thống Ba Lan. Nhưng, ngày 22-8-1989, khi Jaruzelski định đưa người của Đảng Công nhân Thống nhất Ba Lan lên làm thủ

Linh không còn lòng dạ nào mà "hí hửng" và sau đó ông đã ứng xử rất "vội vàng".

Ngày 25-8-1989, Tổng Bí thư Nguyễn Văn Linh triệu tập Bộ Chính trị họp khẩn cấp tại Cơ quan phía nam của Văn phòng Trung ương (T78 - đường Lý Chính Thắng, Sài Gòn), thành phần mở rộng có cả Trưởng Ban Tuyên huấn Trung ương Trần Trọng Tân. Theo ông Tân, Bộ Chính trị nhận định, sự kiện Ba Lan là "đảo chính phản cách mạng". Khi ấy Tổng Biên tập báo Nhân Dân Hà Đăng đi vắng nên ông Linh nói với ông Tân: "Cậu phải viết ngay một bài xã luận". Ông Trần Trọng Tân ngồi ngay trong phòng họp Bộ Chính trị viết bài báo có tựa đề: "Sự kiện chính trị ở Ba Lan và thái độ của chúng ta". Theo ông Tân, bản thảo bài báo được tất cả các ủy viên Bộ Chính trị dự họp thông qua rất kỹ.

Bài xã luận đăng trên báo Nhân Dân số ra ngày 26-8-1989 nhấn mạnh: "Những người cộng sản, giai cấp công nhân, các tầng lớp nhân dân Việt Nam từ lâu đã có tình cảm gắn bó với những người cách mạng chân chính ở Ba Lan vô cùng căm phẫn và cực lực lên án hành động của những lực lượng phản động chống phá chủ nghĩa xã hội ở Ba Lan"[114]. Cùng ngày, bài báo còn xuất hiện trên một số tờ báo Đảng địa phương. Theo ông Trần Trọng Tân, sau khi báo ra, ở Hà Nội, Bộ Chính trị - Ban Bí thư còn cho các đoàn thể cử người đến Đại sứ quán Ba Lan "thăm hỏi" với tinh thần là "tiếp sức cho họ". Ông Tân nói: "Tưởng tay đại sứ thuộc phe cộng sản, ai lường hắn thuộc phe lật đổ. Tay đại sứ đã cự lại, và nói với đoàn của ta sự kiện ở Ba Lan không phải là lật đổ mà chính là sự lựa chọn của nhân dân Ba Lan"[115].

Tình hình Liên Xô và Đông Âu trong năm 1989 thay đổi từng ngày, từng giờ. Ngày 9-6-1989, Đại hội Đại biểu Nhân dân Liên Xô bế mạc. Đây là cơ quan nghị viện nhân dân đầu tiên ở Liên xô được bầu cử công khai với năm

---

tướng, Công đoàn Đoàn Kết đã không chấp nhận. Ngày 24-8-1989, Tadeusz Mazowwiecki, cố vấn của Walesa trong các cuộc biểu tình năm 1980 ở Gdansk, đã được đưa lên làm thủ tướng Ba Lan. Walesa tuyên bố: "Chúng tôi sẽ đưa Ba Lan trở lại tình trạng trước chiến tranh, phát triển như là một nước tư bản chủ nghĩa. Nếu Đảng Công nhân Thống nhất Ba Lan không cùng đi theo con đường của chúng tôi thì sẽ bị gạt ra khỏi chính phủ".

[114] Bài xã luận, đăng ngay trong số báo Nhân Dân số ra ngày 26-8-1989, viết: "Thực chất sự kiện chính trị đang diễn ra ở Ba Lan là Công đoàn Đoàn Kết với sự tiếp tay của các thế lực đế quốc, chủ yếu là đế quốc Mỹ, đang làm cuộc đảo chính phản cách mạng ở Ba Lan. Cuộc đấu tranh của những người cách mạng Ba Lan dưới sự lãnh đạo của Đảng Công nhân Thống nhất Ba Lan là cuộc đấu tranh chính nghĩa, quyết định chủ quyền dân tộc và chủ nghĩa xã hội ở Ba Lan, quyết định việc bảo vệ thành quả cách mạng của nhiều thế hệ cách mạng và của giai cấp công nhân và nhân dân lao động Ba Lan đã giành được, nay đang đứng trước nguy cơ lớn. Những người cộng sản, giai cấp công nhân, các tầng lớp nhân dân Việt Nam từ lâu đã có tình cảm gắn bó với những người cách mạng chân chính ở Ba Lan vô cùng căm phẫn và cực lực lên án hành động của những lực lượng phản động chống phá chủ nghĩa xã hội ở Ba Lan".

[115] Trả lời phỏng vấn tác giả.

ứng cử viên cho một ghế dân biểu. Ba mươi lăm bí thư vùng của Đảng đã không đắc cử trong cuộc bầu cử này.

Khi Liên Xô khai mạc đại hội vào ngày 25-5-1989, nhiều đại biểu đã kêu gọi thành lập "nhóm đối lập" trong đại hội. Boris Yeltsin cũng bắt đầu xuất hiện ở đây như một chính trị gia khi ông đòi thúc đẩy nhanh quá trình cải tổ: xây dựng hiến pháp mới, ra luật về đảng... Yeltsin bị 964 phiếu chống khi tranh cử vào Xô viết tối cao Liên Xô, nhưng một giáo sư đại học đã nhường lại ghế của mình cho Yeltsin và điều này đã được đại hội chấp thuận.

Tổng Bí thư Gorbachev cũng đã phải "tranh cử" từ một cuộc bỏ phiếu có hai ứng cử viên để trở thành chủ tịch Xô viết tối cao. Ông phát biểu trong phiên bế mạc: "Lần đầu tiên trong lịch sử Liên Xô, tại đại hội này đã có thảo luận công khai. Đại hội đã đưa Liên Xô lên một giai đoạn mới". Một ủy ban cũng đã được thành lập để sửa đổi hiến pháp theo hướng "xây dựng một nhà nước ngăn chặn sự xuất hiện trở lại ở Liên Xô tệ sùng bái cá nhân, chế độ độc đoán và quản lý xã hội bằng mệnh lệnh hành chính".

Ở Đức, từ cuối năm 1988 bắt đầu xuất hiện những cuộc biểu tình đòi cải cách kinh tế. Mùa hè năm 1989, áp lực đòi cải cách chính trị, đòi tự do ngôn luận, sửa đổi hiến pháp và đòi chính phủ từ chức qua các cuộc biểu tình càng dâng cao. Ngay sau khi Hungary từ bỏ thể chế cộng sản, mở cửa biên giới sang Áo, lập tức có mười nghìn người dân Đông Đức tràn vào đất nước này và biến nó thành nơi để trốn qua các nước phương Tây. Làn sóng trốn chạy khỏi các quốc gia cộng sản Đông Âu đã lên tới "một con số khổng lồ" vào mùa hè năm 1989. Erich Honecker, Tổng Bí thư của Cộng hòa Dân chủ Đức phản đối việc mở cửa biên giới sang Hungary, nhưng tiếng nói của ông vào lúc ấy không còn được ai nghe nữa.

Tháng 10-1989, Tổng Bí thư Nguyễn Văn Linh tới Berlin dự lễ kỷ niệm bốn mươi năm ngày thành lập Nước Cộng hòa Dân chủ Đức. Theo ông Lê Đăng Doanh: "Quyết định đi dự 40 năm Quốc khánh CHDC Đức là quyết định trực tiếp của cá nhân anh Linh. Anh Linh đã bàn với Bộ Chính trị về việc phải triệu tập một Hội nghị các Đảng Cộng Sản và Công nhân quốc tế để cứu phong trào cộng sản, chống chủ nghĩa cơ hội. Anh sang Berlin là để gặp các đồng chí để bàn về việc ấy và gặp Gorbachev. Trong một cuộc họp, anh Linh nhận xét: Gorbachev là kẻ cơ hội nhất hành tinh này".

Ngày 4-10-1989, từ Hà Nội, hãng Interflug của Cộng hòa Dân chủ Đức dành cho ông Linh một ghế hạng thương gia, các thành viên cao cấp khác - Phó Thủ tướng Nguyễn Khánh, Trợ lý Tổng Bí thư Lê Xuân Tùng, Phó Ban Đối ngoại Trịnh Ngọc Thái, Đại sứ Tạ Hữu Canh và Thư ký Lê Đăng Doanh - chỉ ngồi khoang hành khách thường.

Một lễ đón đơn giản được tổ chức tại sân bay Berlin-Schonefeld rồi sau đó đoàn về khách sạn. Năm giờ chiều ngày 6-10-1989, cuộc mít tinh lớn bắt đầu, trên lễ đài: Honecker ngồi giữa, một bên là Gorbachev, một bên là một Phó Thủ tướng, Ủy viên Trung ương Đảng Cộng sản Trung Quốc – Honecker muốn thể hiện chính sách đề cao Trung Quốc làm đối trọng với Gorbachev; Ông Nguyễn Văn Linh được ngồi hàng đầu nhưng ghế thứ hai từ ngoài vào, bên cạnh ghế hàng đầu cuối cùng của Phó Thủ tướng Lào. Trong suốt chuyến thăm chính thức ấy, phía Cộng hoà Dân chủ Đức không thu xếp cho ông Linh một buổi gặp chính thức nào với Honecker hay một nhà lãnh đạo khác. Thế nhưng, điều đó đã không làm ông Nguyễn Văn Linh từ bỏ ý đồ đóng vai trò trung tâm cứu nguy chủ nghĩa xã hội.

Trong ngày 6-10-1989, giữa Berlin rét mướt, ông Nguyễn Văn Linh đã tìm gặp các nhà lãnh đạo cộng sản đến dự lễ quốc khánh để thảo luận về một sáng kiến mà ông đưa ra: triệu tập hội nghị các đảng cộng sản và phong trào công nhân quốc tế. Ông Linh nói: "Phe ta đang diễn biến phức tạp. Hơn bao giờ hết, đòi hỏi quốc tế vô sản phải siết chặt hàng ngũ. Đảng Cộng sản Việt Nam thấy nên có một hội nghị để thống nhất tư tưởng và hành động, tăng cường tình đoàn kết".

Đa số các đảng cộng sản làm ngơ đề nghị của ông Linh, chỉ có Batmunkho Tổng Bí thư Mông Cổ, Phó Thủ tướng Hernandez của Cuba, Tổng Bí thư Ceaucescu của Rumania, Tổng Bí thư Đảng vừa thất cử của Ba Lan Jaruzelski, Chủ tịch Đảng Cộng sản Tây Đức (DKP) Herbert Mies là chấp nhận gặp. Chỉ có Herbert Mies, lãnh tụ của một đảng không cầm quyền và Phó Thủ tướng Cuba Hernandez là tự tới nơi ông Linh ở. Theo ông Lê Đăng Doanh, những người khác chỉ tiếp ông Nguyễn Văn Linh tại phòng riêng của họ.

Đến nơi ở của các nhà lãnh đạo khác mới thấy cách đối xử của Erich Honecker với ông Nguyễn Văn Linh. Theo ông Lê Đăng Doanh: Trong khi ông Linh chỉ được xếp một phòng đôi lớn hơn phòng các thành viên khác trong đoàn một chút thì chỗ ở của Ceausescu là một khu vực gồm nhiều phòng. Ông Linh và tùy tùng phải đi qua một sảnh lớn nơi có một đội cận vệ 12 người bồng tiểu liên AK báng gập đứng chào. Ceaucescu đã để ông Linh phải ngồi chờ rất lâu. Ông Linh nói: "Mày liên hệ thế nào mà giờ không thấy nó". Tôi bảo: "Tính thằng này nó hình thức thế". Một lúc sau thì Ceausescu ra, chính ông ta lại là người tỏ ra hăng hái ủng hộ sáng kiến của ông Nguyễn Văn Linh nhất. Ceausescu thậm chí còn đòi để Rumani đăng cai. Tuy nhiên, cả Ceausescu và các nhà lãnh đạo cộng sản khác đều nói với ông Linh: "Vấn đề là ông kia, nếu ông ấy không đồng ý thì rất khó". "Ông kia" để cập ở đây là Gorbachev.

Trước khi ông Nguyễn Văn Linh rời Hà Nội, Ban Đối Ngoại đã liên lạc với phái viên Liên Xô và được Gorbachev đồng ý sẽ có cuộc gặp vào ngày 8-10-

1989, hai bên đều mang theo phiên dịch Nga-Việt và Việt-Nga cho cuộc gặp. Hôm đó, ông Linh đang đau rất nặng.

Từ 19 đến 21 giờ tối 6-10-1989, sau phần đọc diễn văn, cuộc mít tinh được chuyển từ trong một lâu đài ra một lễ đài ngoài trời duyệt quần chúng, thanh niên rước đuốc. Ông Lê Đăng Doanh kể: Đám thanh niên tuần hành sôi lên sùng sục kêu tên Gorbachev, "Gorby! Gorby!". Anh Linh chỉ mặc bộ complet, tối nhiệt độ xuống khoảng 8 độ C, cận vệ quên mang áo lạnh, ông Nguyễn Văn Linh đứng run bần bật, kêu tôi: "Tao lạnh quá". Tôi phải nói với một viên tướng Đức đứng cạnh đấy: "Tổng Bí thư của tôi quên mang áo ấm". Viên tướng cho mượn tạm tấm áo choàng của ông ta.

Sáng hôm sau, 7-10-1989, theo lịch trình, mười giờ sẽ có duyệt binh, nhưng tám giờ, ông Nguyễn Văn Linh triệu tập hợp Chi bộ Đảng thông báo tình hình sức khỏe: "Mình thấy có gì đó không bình thường, không nhắm được mắt, miệng cứng, không ăn được". Về sau bác sỹ xác định đó là triệu chứng liệt dây thần kinh số 7. Mọi người đề nghị ông Linh không ra lễ đài, ông Nguyễn Khánh thay ông Linh dự duyệt binh rồi báo với "bạn". Phía CHDC Đức mời ông Linh ở lại khám chữa bệnh và khuyên ông không nên về trong lúc này. Tuy bệnh tình càng ngày càng nặng, nước mắt chảy ra nhiều, miệng có biểu hiện bị méo và nói bắt đầu khó khăn, ông Nguyễn Văn Linh vẫn hy vọng rất nhiều vào cuộc gặp với Gorbachev.

Cuộc gặp Gorbachev dự kiến diễn ra lúc 10 giờ 30 sáng ngày 8-10-1989, nhưng chờ đến mười một giờ cũng không thấy văn phòng ông ta gọi lại. Ông Linh rất sốt ruột. Theo ông Lê Đăng Doanh: Trong khi đó, sáng ngủ dậy, bệnh ông Linh càng nặng thêm. Khi ăn cơm, ông kêu tôi ra ngoài vì không muốn tôi chứng kiến cảnh ông ăn rất chật vật. Hàm bên trái của ông Linh cứng lại. Ông phải nhai ở phía bên phải sau đó dùng hai ngón tay đẩy thức ăn vào họng, chiêu một ngụm nước mới nuốt được.

Cuộc gặp Gorbachev được lùi lại 2 giờ 30 rồi 5 giờ 30 chiều cùng ngày. Gorbachev, khi ấy vẫn là nhà lãnh đạo của cả phe xã hội chủ nghĩa, được bố trí ở trong một tòa lâu đài. Nhưng, cuộc tiếp tổng bí thư Việt Nam đã không diễn ra trong phòng khách riêng mà ở ngay một phòng rộng mênh mông vừa dùng cho một tiệc chiêu đãi lớn, thức ăn thừa còn bề bộn trên các bàn. Nhân viên dọn một góc, kê bàn để Gorbachev tiếp ông Nguyễn Văn Linh. Gorbachev ra đón ông Linh ở sảnh và khi cửa xe mở, ông cúi đầu nói: "Kẻ cơ hội nhất hành tinh kính chào đồng chí Nguyễn Văn Linh".

Dù đang bệnh, ông Nguyễn Văn Linh vẫn trình bày rất nhiệt tình, nhưng theo ông Lê Đăng Doanh: Sáng kiến nào của ông Linh cũng được Gorbachev khen là "rất tốt" nhưng chỉ là những lời khen xã giao. Ông Linh nói: "Tôi đã gặp một số đảng cộng sản anh em. Trong tình hình này, Đảng Cộng sản Việt

Nam muốn đồng chí đứng ra triệu tập hội nghị các đảng cộng sản và phong trào công nhân quốc tế". Gorbachev liền giơ hai tay lên tươi cười: "Ý này hay nhỉ. Để xem! Để xem! Rất tiếc là giờ tôi đang nhiều việc quá!". Ông Linh trân trọng mời Gorbachev đến thăm Việt Nam. Gorbachev lại kêu lên: "Hay quá nhỉ! Cám ơn! Cám ơn! Nhưng, tôi đang có nhiều lời mời quá mà chưa biết thu xếp cái nào trước".

Cuối cùng, Tổng Bí thư Nguyễn Văn Linh đề cập đến truyền thống viện trợ của Liên Xô và khi ông đề nghị Liên Xô tiếp tục giúp đỡ cho Kế hoạch 5 năm 1990-1995 của Việt Nam thì Gorbachev xua tay. Không còn xã giao, lịch sự như phần trên nữa, Gorbachev nói: "Khó khăn lắm, khó khăn lắm, các đồng chí Việt Nam tự lo thôi". Theo ông Lê Đăng Doanh: Thế nhưng, ngày hôm sau, báo Nhân Dân và Pravda đều đưa tin về cuộc gặp diễn ra trong "tình hữu nghị thắm thiết".

Tối 8-10-1989, từ lâu đài của Gorbachev trở về, ông Nguyễn Văn Linh không dự chiêu đãi của Honecker mà đi thẳng vào bệnh viện Chính phủ ở Berlin-Buch. Ông được điều trị tại "Station 7" - nơi dành riêng cho Bộ Chính trị của CHDC Đức - mỗi khu cho một bệnh nhân có nhiều phòng cạnh nhau cho tùy tùng đi theo cùng ở. Trong "Station 7" được trang bị truyền hình có thể bắt được các kênh phát đi từ Tây Đức. Thời gian đó, hàng trăm nghìn người dân Đông Đức đã đổ xuống đường phố Leipzig và Đông Berlin đòi phế truất Honecker.

Sau lễ mừng Quốc khánh, Honecker cũng phải vào "Station 7", nơi ông ta có một biệt thự riêng ở đó. Honecker cầu cứu Gorbachev nhưng cũng như với Nguyễn Văn Linh, Gorbachev lại lịch sự từ chối. Ông Lê Đăng Doanh kể: "Tôi dịch cho ông Linh những thông tin trên truyền hình: Cảnh sát và người biểu tình đụng độ nhau ở khắp nơi. Cộng hòa Dân chủ Đức nói đã có 160 cảnh sát bị thương".

Nhưng cảnh sát không thể ngăn chặn những cuộc biểu tình của người dân Đức. Ngày 18-10-1989, Erich Honecker từ chức, Egon Krenz, một ủy viên Bộ Chính trị trẻ tuổi, thay ông giữ chức bí thư thứ nhất. Ông Lê Đăng Doanh kể: "Tình hình cũng không vì thế mà có cải thiện. Chúng tôi lo lắng, nhỡ có chuyện gì xảy ra khi đang còn ở đây thì nguy, trong túi thầy trò không hề có một đồng đôla lận lưng nào cả. Tôi bảo bác sỹ có thuốc gì tốt thì cấp cho sếp tao để ông đủ sức khỏe bay về".

Vào lúc mười một giờ ngày 23-10-1989, trước khi rời Berlin, ông Nguyễn Văn Linh đã đến chúc mừng Egon Krenz vừa lên nhận cương vị mới. Cuộc gặp vừa để chúc mừng Egon Krenz, vừa để đưa tin công khai về sự vắng mặt dài ngày của ông Linh. Ông Linh là vị nguyên thủ duy nhất kịp bắt tay Krenz. Ngày 24-10-1989, toàn thể Bộ Chính trị và Đại sứ CHDC Đức ra tận cầu thang sân bay Gia Lâm đón Tổng Bí thư Nguyễn Văn Linh. Lễ đón rất trọng thị, mọi người thăm hỏi sức khỏe và khuyên ông Linh nghỉ một thời gian để chữa bệnh tiếp.

Không chỉ có Erich Honecker và người kế nhiệm, ông Egon Krenz, theo Gorbachev thì chính phương Tây cũng có nhiều nỗ lực để ngăn chặn quá trình thống nhất nước Đức. Từ Thatcher (Anh), Mitterrand (Pháp) cho đến Andreotti (Ý) đều "muốn ngăn chặn người Đức thống nhất thành một quốc gia hùng mạnh trở lại và họ chờ đợi Liên Xô đưa xe tăng vào Đức cùng với quân lính của Gorbachev". Nhưng, theo Gorbachev: "Sự sụp đổ của bức tường Berlin chỉ là hồi chót của một quá trình đã diễn ra từ rất lâu. Khi Liên Xô bắt đầu tiến hành một loạt thay đổi mang tính bước ngoặt, như tổ chức cuộc bầu cử đầu tiên… Khi tiến trình giải trừ quân bị bắt đầu giữa Nga và Mỹ để chấm dứt Chiến tranh Lạnh"[116].

Ngày 9-11-1989, biên giới giữa Đông và Tây Đức được mở ra. Ngày 10-11-1989, người dân bắt đầu phá bỏ bức tường Berlin. Vài tháng sau, chế độ cộng sản ở Đông Đức sụp đổ. Cũng trong ngày 10-11-1989, Todor Zhivkov cũng bị phế truất sau ba mươi năm trị vì ở Bulgaria. Tại Praha, người dân đổ ra đường yêu cầu Husak từ chức. Alexander Dubcek, người bị Liên Xô bắt giữ hồi "Mùa xuân 1968" bắt đầu xuất hiện cùng với đoàn người biểu tình. Một tháng sau đó Husak từ chức. Ngày 29-12-1989, Vaclav Havel được bầu làm tổng thống đầu tiên của Tiệp Khắc.

Ở Rumani, chế độ của nhà độc tài Ceausescu đã phải sụp đổ trong một cuộc biểu tình đẫm máu. Lực lượng an ninh Rumani tấn công những người biểu tình trong khi quân đội ủng hộ dân chúng. Hàng trăm người dân bị giết chết. Chỉ hơn một tháng rưỡi sau khi tán đồng với Tổng Bí thư Nguyễn Văn Linh tổ chức một hội nghị quốc tế cứu vãn phe xã hội chủ nghĩa, ngày 25-12-1989, Tổng Bí thư Nicole Ceausescu và vợ ông đã bị những người biểu tình đem ra xử bắn.

"ĐA NGUYÊN, ĐA ĐẢNG"

Giữa năm 1987, Câu lạc bộ Những người kháng chiến cũ ra đời. Sáng lập Câu lạc bộ là những người cộng sản lão thành như Nguyễn Hộ, Đỗ Trung

---

[116] Vào ngày 6-10-1989, tại Đông Berlin, Gorbachev tuyên bố: "Kẻ nào đến quá chậm sẽ bị lịch sử trừng phạt". Gorbachev nhớ lại: Khi nghe những nhóm thanh niên đứng dưới lễ đài gào lên bằng tiếng Đức, "Gorby, tự do", Thủ tướng Ba Lan Tadeusz Mazowiecki đến gặp tôi và nói: "Mikhail Sergeyevich, ngài có hiểu tiếng Đức không?". Tôi trả lời: "Đọc hiệp định bằng tiếng Đức thì khó, chứ những gì mà họ gào lên với tôi, tôi hiểu cả". Ông ấy trả lời: "Thế thì bây giờ Ngài sẽ hiểu rằng đấy chính là sự kết thúc".

Hiếu, Trần Văn Giàu, Trần Nam Trung, Trần Bạch Đằng... Nhưng, ngay từ đầu Câu lạc bộ Kháng chiến cũ đã gây lo ngại cho chính quyền bởi những hoạt động như: "Hội thảo, mít tinh, kiến nghị, viết báo, ra báo nhằm các mục tiêu cụ thể chống tiêu cực, quan liêu, cửa quyền, ức hiếp trù dập quần chúng, tham nhũng, bè phái, bao che lẫn nhau vì đặc quyền, đặc lợi trong hàng ngũ cán bộ đảng và nhà nước".

Tháng 9-1988, Câu lạc bộ xuất bản tờ Truyền Thống Kháng Chiến nhưng sau khi ra được hai số thì bị đóng cửa. Những người chủ trương quyết định phát hành báo trong bí mật. Khi công an "tấn công và thu hồi các bản in ở Sài Gòn", Nguyễn Hộ, Tạ Bá Tòng đưa tờ báo chạy xuống Mỹ Tho, vừa làm chế bản xong thì Ban Tuyên huấn Tỉnh ủy ra lệnh không cho nhà in in báo. Những người kháng chiến cũ lại phải chạy xuống Cần Thơ. Nhưng hai mươi ngàn tờ báo vừa mới in ra thì có lệnh tịch thu. Ngay sau đó chính quyền đóng cửa vĩnh viễn Truyền Thống Kháng Chiến. Những người có vai vế như Trần Văn Trà, Trần Bạch Đằng rút lui khỏi Câu lạc bộ. Ông Nguyễn Văn Linh lo sợ tất cả các hoạt động dưới hình thức tổ chức cho dù tổ chức đó do ai lập ra.

Tháng 10-1988, hai đảng Dân chủ và Xã hội bị ông Nguyễn Văn Linh giải tán bằng cách yêu cầu hai đảng này tự tuyên bố "kết thúc hoạt động". Cho dù, ông Linh biết rõ: "Tuy mang danh hiệu là Đảng Xã hội (và Dân chủ) Việt Nam, nhưng đa số các đảng viên (của hai đảng này) đều có mục đích và tôn chỉ hoạt động giống như những người cộng sản"[117]. Trên thực tế cả hai đảng đều được lập ra theo chỉ thị của Hồ Chí Minh nhưng "máu mủ" không phải là điều mà ông Nguyễn Văn Linh tin là có thể đem ra đảm bảo[118].

Lễ tuyên bố kết thúc hoạt động của các đảng Dân chủ và Xã hội được "tổ chức trọng thể" vào ngày 15-10-1988 tại Nhà hát Lớn Hà Nội. Diễn văn "Tổng kết 42 năm hoạt động" của đảng Dân chủ được Tổng thư ký Nguyễn Xiển đọc thừa nhận: "Đến thời kỳ này, hầu hết đảng viên Đảng Xã hội Việt Nam đã tuổi cao, sức yếu". Cho dù ông Nguyễn Xiển khẳng định "một lòng trung thành với lý tưởng xã hội chủ nghĩa", khi đọc diễn văn đáp lại, ông Nguyễn Văn Linh vẫn cho rằng: "Các đồng chí đã hoàn thành xuất sắc nhiệm vụ của mình". Sau

---

[117] Diễn văn của Nguyễn Văn Linh đọc vào ngày 15-10-1988 tại Nhà hát Lớn Hà Nội trong lễ tuyên bố kết thúc hoạt động của các đảng Dân chủ và Xã hội

[118] Theo ông Hàm Châu, tổng biên tập báo Tổ Quốc, cơ quan của Đảng Xã hội: "Năm 1944, Bác viết thư cho ông Dương Đức Hiền, giao cho ông Hiền thành lập Đảng Dân chủ - sau này trở thành một tổ chức thành viên của Việt Minh. Năm 1946, Bác Hồ và ông Trường Chinh trực tiếp giao trách nhiệm cho ông Phan Tư Nghĩa, nguyên đảng viên Đảng Xã hội Pháp và Hoàng Minh Giám, phó tổng thư ký đảng bộ Đảng Xã hội Pháp tại Đông Dương, lập ra Đảng Xã hội Việt Nam. Vai trò của hai đảng này là rất quan trọng, nhất là trong giai đoạn Hồ Chí Minh ra tuyên bố giải tán Đảng Cộng sản Đông Dương. Sau năm 1975, theo chủ trương của Đảng Lao động Việt Nam, hai đảng Dân chủ và Xã hội không còn được kết nạp thêm đảng viên mới".

tuyên bố này của Tổng Bí thư, tên tuổi hai đảng không bao giờ còn được nhắc tới nữa [119].

Giải quyết xong tình trạng "đa đảng", ông Nguyễn Văn Linh bắt tay xử lý vấn đề "đa nguyên". Các cuộc đụng độ trên mặt trận này bao gồm cả con người chứ không chỉ đơn thuần lý luận.

Cho tới lúc đó, "đa nguyên" chưa xuất hiện trên báo chí như là một vấn đề mang tính chính trị. Tháng 10-1988, nhân có cuộc hội thảo diễn ra tại Hà Nội của các nhà khoa học xã hội đến từ các nước xã hội chủ nghĩa, ông Trần Xuân Bách, với tư cách là ủy viên Bộ Chính trị phụ trách Khoa-Giáo, đã tới dự và phát biểu khai mạc. Bài phát biểu của ông Trần Xuân Bách bắt đầu chạm tới những vấn đề cốt lõi của lý luận và rồi sẽ bị coi như là những "lệch lạc" bước đầu.

Ông Trần Xuân Bách cho rằng chủ nghĩa xã hội mà Karl Marx dự báo "có những điểm không hoàn toàn khớp với hiện thực bảy mươi năm qua" [120], trong khi: "Chủ nghĩa tư bản chứa đựng những mầm mống và tiền đề vật chất-kỹ thuật cho xã hội mới" [121]. Ông Bách cho rằng: "Mô hình chủ nghĩa xã hội sẽ giảm tính thuyết phục, sức hấp dẫn, nếu năng suất lao động thấp hơn chủ nghĩa tư bản, nếu mọi công dân không thực sự có

---

[119] Trong bức thư viết ngày 12-1-1994 gửi Tổng Bí thư Đỗ Mười, ông Nguyễn Xiển viết: "Thưa Anh. Chắc Anh còn nhớ lại nội dung câu chuyện giữa chúng ta trong buổi trao tặng huân chương sao vàng cho Đảng Xã hội Việt Nam trước khi kết thúc 40 năm hoạt động. Tôi có nói với Anh tại sao tôi không gia nhập Đảng Cộng sản: 'Hồ chủ tịch đã giao cho tôi làm phó tổng thư kí rồi tổng thư kí Đảng Xã hội Việt Nam. Bây giờ đã già rồi, tôi vào Đảng Cộng sản làm gì'. Sau khi tuyên bố thôi hoạt động thì chúng tôi an phận thủ thường. Tuy không nhắc lại chuyện cũ, nhưng cũng thật khó hiểu vì sao khi đăng tin cáo phó hoặc mừng thọ một số đảng viên Xã hội hay Dân chủ, kể các nguyên ủy viên Ban Chấp hành Trung ương, thì báo chí ta không dám nói đến khía cạnh hoạt động này nọ. Trường hợp đưa tin mừng đại thọ 90 tuổi của anh Hoàng Minh Giám trên báo Nhân Dân (có đăng ảnh Anh đến thăm gia đình) là một ví dụ điển hình. Vì sao lại không dám nhắc đến việc làm phó Tổng thư ký Đảng xã hội Việt Nam của Anh ấy trong mấy chục năm qua, nhưng lại nêu là đã từng làm Phó chủ tịch Quốc hội (một chức vụ Anh Giám chưa bao giờ làm) Tôi đã đích thân yêu cầu Báo Nhân Dân đính chính nhưng đã không được đáp đúng mức. Việc viết lịch sử cách mạng Việt Nam gần đây, trong đó có lịch sử của Đảng Cộng sản Việt Nam, thường quá chú trọng đến thành tích, quy công cho Đảng, nhưng lại chưa nêu đúng mức hoặc bỏ qua những sai lầm, khuyết điểm (thậm chí có lúc nghiêm trọng) cũng như vai trò, đóng góp của quần chúng, những người ngoài Đảng. Bản sơ thảo lịch sử Quốc hội Khóa I là một ví dụ. Những bài viết về tôi đăng trên một số báo gần đây không dám đề cập đến hoạt động 40 năm của tôi trong Đảng Xã hội Việt Nam. Tôi xin nêu thí dụ gần đây nhất: Nhà báo Hoàng Phong có viết một bài về sự nghiệp của tôi, đăng trên báo Đoàn Kết của Hội người Việt kiều tại Pháp. Mặc dù rất thân, song cũng không dám đã động gì đến 40 năm làm phó rồi tổng thư ký Đảng Xã hội Việt Nam của tôi".

[120] Ông Trần Xuân Bách nói: "Như mọi người đều biết, thắng lợi của cuộc cách mạng xã hội chủ nghĩa đầu tiên và sự ra đời của hệ thống xã hội chủ nghĩa đã không diễn ra ở những nước tư bản phát triển. Vì vậy, chủ nghĩa xã hội được Karl Marx dự báo có những điểm không hoàn toàn khớp với hiện thực 70 năm qua. Khoa học xã hội chưa phân tích đầy đủ những hiện tượng ấy, ít vạch ra sự không ăn khớp đó mà chủ yếu là bảo vệ, biện luận những tư tưởng kinh điển, rốt cuộc là rơi vào giáo điều cả trong lý luận lẫn thực tiễn. Những mô hình chủ nghĩa xã hội, vì vậy, tỏ ra thiếu sức sống, ít thuyết phục và kém hấp dẫn" (Nhân Dân 27-10-1988).

[121] Báo Nhân Dân số ra ngày 27-10-1988.

quyền tự do dân chủ. Những biểu hiện dân chủ hình thức chỉ làm nảy sinh sự thờ ơ, bàng quan, làm giảm lòng tin"[122]. Ông Bách kêu gọi: "Các nhà khoa học xã hội Việt Nam cũng cần sử dụng đúng đắn quyền dân chủ và tự do sáng tạo của mình để nghiên cứu sâu sắc hơn, đề xuất với Đảng những ý kiến mới và cụ thể hơn liên quan đến thời kỳ quá độ... Khoa học xã hội có nhiệm vụ làm cho mọi người ý thức đầy đủ quyền tự do dân chủ của họ, giúp họ thực hiện quyền đó"[123].

Theo ông Trần Trọng Tân, trong ngày báo Nhân Dân công bố phát biểu trên đây, khi gặp nhau ở Văn phòng Trung ương Đảng, ông Tân đã nói với ông Trần Xuân Bách: "Anh nói thế là sai". Ông Bách chưa kịp trả lời thì Đào Duy Tùng, ủy viên Thường trực Bộ Chính trị tới. Trần Xuân Bách nhắc lại lời của ông Tân rồi nói: "Tôi phát biểu thế mà Hai Tân bảo sai?". Đào Duy Tùng trả lời: "Anh nói đại sai".

Tháng 3-1989, tại Hội nghị Trung ương 6, vấn đề "đa nguyên" bắt đầu được đưa ra. Tuy Nghị quyết chỉ nêu ngắn gọn: "Không chấp nhận chủ nghĩa đa nguyên". Nhưng, trong bài phát biểu bế mạc, Tổng Bí thư Nguyễn Văn Linh nhấn mạnh: "Hội nghị Trung ương lần này đã tỏ rõ sự nhất trí rất cao không chấp nhận tự do hóa tư sản, 'chủ nghĩa đa nguyên', đa nguyên chính trị, đa đảng đối lập nhằm phủ nhận chủ nghĩa Marx-Lenin, chủ nghĩa xã hội và vai trò lãnh đạo của Đảng. Không thể không thấy đó là âm mưu chính trị phản động của kẻ thù giai cấp và dân tộc. Chúng ta quyết không mắc mưu xảo quyệt của bọn đế quốc và các loại phản động"[124].

Không lâu sau đó, Trần Trọng Tân viết bài nói rõ hơn quan điểm của Trung ương "Về chủ nghĩa đa nguyên". Sau khi dẫn gốc tiếng Anh (pluralism), tiếng Pháp (pluralisme) và ý nghĩa triết học của từ "đa nguyên", Trần Trọng Tân viết: "Nếu hiểu đa nguyên theo nghĩa triết học thì từ lâu đã bị phê phán là sai lầm. Chúng ta không chấp nhận chủ nghĩa đa nguyên về triết học và Nghị quyết Hội nghị Trung ương 6 vừa qua không chấp nhận chủ nghĩa đa nguyên không phải trong bối cảnh tranh luận về triết học... Chủ nghĩa đa nguyên mà chúng ta không chấp nhận là chủ nghĩa đa nguyên mà cốt lõi của nó là đòi sự tồn tại của đảng chống đối, của những tổ chức chính trị chống đối, bắt đầu từ việc đả kích tiến đến làm vô hiệu hóa sự lãnh đạo của đảng, lái phong trào đi chệch mục tiêu xã hội chủ

---

[122] Báo Nhân Dân số ra ngày 27-10-1988.
[123] Báo Nhân Dân số ra ngày 27-10-1988.
[124] Tuổi Trẻ 1-4-1989.

nghĩa, đề xướng một kiểu dân chủ không cần tập trung, dẫn tình hình xã hội đến chỗ hỗn loạn vô chính phủ"[125].

Mùa hè năm 1989, Tổng Bí thư Nguyễn Văn Linh trả lời phỏng vấn báo Trud của Liên Xô. Khi phóng viên thường trú của báo này tại Đông Nam Á, Kalashnikov hỏi: "Đồng chí có cho rằng việc phản ánh trên báo chí toàn bộ sự đa nguyên của các ý kiến là điều có thể có không?". Tổng Bí thư Nguyễn Văn Linh trả lời: "Dân chủ cần phải tồn tại trong khuôn khổ tập trung và phải bảo đảm vai trò lãnh đạo của đảng Marxist-Leninist, cần phải kiên quyết tránh để xuất hiện trên báo chí các phát biểu vô chính phủ, xa lạ với chủ nghĩa xã hội"[126].

Không giới hạn những tuyên bố của mình trong phạm vi Việt Nam, ông Nguyễn Văn Linh nhấn mạnh: "Chúng tôi không chấp nhận chủ nghĩa đa nguyên như là sự đa dạng của các trào lưu chính trị khác nhau, kể cả trào lưu tư sản. Chúng tôi phản đối chế độ đa đảng, phản đối sự tồn tại của các đảng phản động, chống chủ nghĩa xã hội. Chúng tôi bác bỏ những lời kêu gọi đòi hỏi sự tồn tại tự do của các trào lưu chính trị khác nhau đã xuất hiện ở một số nước. Sự đa dạng đó trên thực tế sẽ đưa đất nước chúng tôi khỏi con đường xã hội chủ nghĩa và rời bỏ chủ nghĩa Marx-Lenin... Chúng tôi chăm chú theo dõi để những hiện tượng như vậy không xuất hiện ở Việt Nam. Chúng tôi cần phải đề cao cảnh giác trước những âm mưu đen tối của một số nước đế quốc đang tìm mọi cách để gây tình hình bất ổn trong sinh hoạt nội bộ của các nước xã hội chủ nghĩa"[127].

Theo ông Hữu Thọ, khi ấy là phó tổng biên tập báo Nhân Dân: "Ông Linh yêu cầu người phỏng vấn phải đăng nguyên văn chứ không được cắt. Báo Trud đã phải cân nhắc khá lâu trước khi đăng". Ông Hữu Thọ kể: "Sau khi báo Lao Động đăng lại bài phỏng vấn này, ông Trần Xuân Bách phê bình ông Linh là vi phạm nguyên tắc Đảng và nguyên tắc đối ngoại khi công khai đưa ra quan điểm trái với Liên Xô và các nước xã hội chủ nghĩa khác. Cho tới lúc ấy, Trung ương vẫn chưa chính thức có nghị quyết chống đa nguyên, đa đảng".

Ngày 14-8-1989, trên báo Sài Gòn Giải Phóng Trần Bạch Đằng sử dụng nguyên một trang khổ lớn để bàn về đa nguyên "dưới góc độ triết học, kinh tế học và xã hội học". Ông Đằng nhập đề khá mở: "Về chính trị, xã hội, kinh tế, đa nguyên luôn chủ trương tính đa dạng, sự khác nhau trong quan điểm,

---

[125] Nhân Dân số ra ngày 6-6-1989.
[126] Báo Lao Động số ra ngày 10-8-1989.
[127] Báo Lao Động số ra ngày 10-8-1989.

trong xu hướng. Với một nghĩa hẹp hơn, thuyết đa nguyên của một số học giả cộng sản chủ trương xây dựng chủ nghĩa xã hội không theo một mô hình định sẵn". Nhưng rồi ông kết luận: "Là những người theo chủ nghĩa duy vật biện chứng và duy vật lịch sử của Marx-Lenin, các đảng viên cộng sản Việt Nam xác định quan điểm triết học của mình và kiên trì bảo vệ nó. Coi nó là thế giới quan, nhân sinh quan khoa học đứng vững qua thử thách 1,5 thế kỷ. Nói một cách khác về triết học, chúng ta không chấp nhận thuyết đa nguyên".

Về "đa đảng", ông Trần Bạch Đằng viết: "Đừng coi đa đảng như một thứ thời trang khi không có nhu cầu khách quan đó. Cái then chốt của chúng ta là dân chủ. Xã hội và quần chúng đã có trong tay rất nhiều công cụ để thực hiện dân chủ như quốc hội, hội đồng nhân dân, đoàn thể rồi". Ông Trần Bạch Đằng đặt câu hỏi: "Phải chăng đổi mới là phải xóa bỏ chế độ xã hội chủ nghĩa và Đảng Cộng sản Việt Nam, phải có các sự kiện như Công đoàn Đoàn kết, như khôi phục Imre Nagy, như va chạm sắc tộc ở Grudia, như đổ máu ở Thiên An Môn?". Rồi ông trả lời: "Không! Vẫn có con đường đổi mới đích thực mà không ồn ào như vậy".

Như để trả lời từng luận điểm của ông Trần Bạch Đằng, ngày 15-8-1989, Tổng Biên tập Tô Hòa cho đăng trên Sài Gòn Giải Phóng bài viết về "Dân Chủ" của Giáo sư Phan Đình Diệu. Giáo sư Diệu định nghĩa: "Dân chủ là quyền tham gia vào việc tổ chức và quản lý xã hội, thể hiện ở quyền tự do ứng cử và bầu cử, quyền tự do ngôn luận và các quyền tự do khác". Giáo sư Phan Đình Diệu cho rằng: "Thực tiễn cuộc sống ở đất nước ta cũng như thế giới đang đặt ra những vấn đề to lớn mà không thể tìm ra lời giải đáp hoàn toàn ở bất kỳ một học thuyết nào... Những gì xảy ra trong thế kỷ hai mươi là điều không thể hình dung đối với những bộ óc, dù là vĩ đại, của giữa thế kỷ mười chín".

Tuy không sử dụng khái niệm đa nguyên, nhưng Giáo sư Phan Đình Diệu vẫn nêu đầy đủ "nội hàm" của nó: "Ta đang đi tìm đường đi cho đất nước trong thế giới hiện đại. Nhiều nguồn tri thức phải được tiếp thu, nhiều cách lý giải phải được đề xuất và thảo luận. Cái gì đã rõ thì ta cũng theo, cái gì chưa rõ thì ta cần cùng nhau tìm cách làm rõ bằng việc vận dụng trí tuệ của thời đại". Sau khi đọc bài của Giáo sư Phan Đình Diệu, từ Hà Nội, Bí thư Trần Xuân Bách gửi cho Tô Hòa một tấm danh thiếp của ông, mặt sau danh thiếp ghi: "Chuyển giùm anh Phan Đình Diệu, tôi ca ngợi bài này".

Đây là bài báo cuối cùng mà Tô Hòa cho đăng với tư cách tổng biên tập Sài Gòn Giải Phóng. Ngày 12-8-1989, ông được Bí thư Thành ủy Võ Trần Chí mời lên hỏi: "Trước anh có viết thư xin nghỉ, giờ anh có giữ ý kiến không?". Tô Hòa trả lời: "Tôi vẫn giữ". Võ Trần Chí: "Vậy khi nào anh nghỉ được?". Tô Hòa: "Ngay hôm nay". Theo ông Tô Hòa, sở dĩ ông đồng ý nghỉ ngay là vì, nguồn tin của ông từ Hà Nội cho hay, ông Nguyễn Văn Linh "muốn Tô Hòa rời Sài Gòn Giải Phóng trước khi Hội nghị Trung ương 7, bàn về chống đa nguyên, khai mạc tại Sài Gòn vào ngày 15-8-1989".

Trở về tòa soạn, Tô Hòa lặng lẽ viết một lá thư chia tay đăng trên số báo ra ngày 13-8, tự quyết định là sẽ bàn giao chức tổng biên tập vào ngày 15-8-1989 để có thời gian công bố hai bài viết của Trần Bạch Đằng và Phan Đình Diệu mà ông đã có trong tay trước đó.

Từ ngày 15 đến ngày 24-8-1989, Trung ương Đảng khóa VI kỳ họp thứ 7 ở Sài Gòn bàn "một số vấn đề cấp bách về công tác tư tưởng". Phát biểu trong phiên bế mạc, Tổng Bí thư Nguyễn Văn Linh cho rằng, hội nghị đã được nhóm họp với "sự nhạy cảm sâu sắc về chính trị". Tình hình trong nước và trên thế giới lúc ấy được Trung ương đánh giá là "diễn biến phức tạp" và "trong một số ít cán bộ đảng viên đã xuất hiện một số tư tưởng lệch lạc, sai lầm, nếu không sớm ngăn chặn và khắc phục có thể dẫn tới những tác hại không nhỏ".

Ông Nguyễn Văn Linh cho biết: "Hội nghị Trung ương lần này đã tỏ rõ sự nhất trí rất cao không chấp nhận tự do hóa tư sản, chủ nghĩa đa nguyên, đa nguyên chính trị, đa đảng đối lập nhằm phủ nhận chủ nghĩa Marx-Lenin, chủ nghĩa xã hội và vai trò lãnh đạo của Đảng. Không thể không thấy đó là âm mưu chính trị phản động của kẻ thù giai cấp và dân tộc. Chúng ta quyết không mắc mưu xảo quyệt của bọn đế quốc và các loại phản động". Bài phát biểu của ông Nguyễn Văn Linh được đăng công khai, ít ai hiểu, những lập luận sắt đá đó còn là để đáp trả một phát biểu của ủy viên Bộ Chính trị Trần Xuân Bách chủ trương: "Kinh tế thị trường và đa nguyên chính trị".

CÁCH CHỨC TRẦN XUÂN BÁCH

Ông Bách sinh năm 1926, cùng quê với ông Lê Đức Thọ. Cuối năm 1977, khi Lê Đức Thọ được Lê Duẩn giao phụ trách "công tác đặc biệt" - tên gọi của một kế hoạch bí mật chuẩn bị cho cuộc tiến đánh Pol Pot trên đất Campuchia - Trần Xuân Bách được tham gia với vai trò phụ tá. Cuối năm 1978, ông Bách được cử làm phó chính ủy của chiến dịch.

Ông Trần Xuân Bách ở lại Phnom Penh cho tới năm 1982 với chức danh chính thức là "Trưởng Đoàn B68", chuyên gia giúp Đảng và Nhà nước Campuchia. Năm 1982, ông Trần Xuân Bách được bầu vào Ban Bí thư kiêm giữ chức chánh Văn phòng Trung ương Đảng. Tại Đại hội Đảng lần thứ VI, ông được bầu vào Bộ Chính trị.

Vợ ông, bà Trần Thị Đức Thịnh cho biết: "Trước Đại hội VI (1986), lấy phiếu thăm dò tổng bí thư, anh Bách hơn phiếu Phạm Hùng và chỉ kém Nguyễn Văn Linh hai phiếu". Theo ông Nguyễn Đình Hương, phó Ban Tổ chức Trung ương khóa VI: "Khi ông Phạm Văn Đồng và Lê Đức Thọ chọn

Nguyễn Văn Linh làm tổng bí thư, ông Trần Xuân Bách phản đối. Ông Bách cho rằng Nguyễn Văn Linh chẳng có trình độ gì, khi ông Linh làm tổng bí thư rồi, ông Bách vẫn coi thường ra mặt"[128]. Cố vấn kinh tế của Tổng Bí thư Nguyễn Văn Linh, Tiến sỹ Lê Đăng Doanh nói: "Trần Xuân Bách được Lê Đức Thọ rỉ tai: Nguyễn Văn Linh là nhân vật quá độ. Ông Linh chỉ làm nửa khóa rồi đưa ông Bách lên". Trong Trung ương lúc bấy giờ bắt đầu có tin Bí thư Trần Xuân Bách ngầm xung đột với Tổng Bí thư Nguyễn Văn Linh[129].

Khi đề cập đến vấn đề "đa nguyên" trong Hội nghị Trung ương 6, tháng 3-1986, và sau đó đưa ra Hội nghị Trung ương 7, tháng 8-1989, như một nội dung chính của kỳ họp, không những ông Nguyễn Văn Linh có thể làm suy yếu Trần Xuân Bách mà còn có thể tập hợp được sự ủng hộ của một nhà lý luận miền Bắc: Ủy viên Thường trực Bộ Chính trị Đào Duy Tùng. Tất nhiên, "chống đa nguyên" còn phản ánh quan điểm của ông Nguyễn Văn Linh trước những gì diễn ra trong phe xã hội chủ nghĩa ở thời điểm ấy.

Những diễn tiến quốc tế ấy giải thích thêm vì sao sau Hội nghị Trung ương 7 (8-1989) một nhà chính trị kinh nghiệm như ông Trần Xuân Bách vẫn tiếp tục trình bày công khai quan điểm của ông về đa nguyên. Theo ông Lê Đăng Doanh: "Những lời rỉ tai của Lê Đức Thọ và sức khỏe của ông Nguyễn Văn Linh có lẽ là một nguyên nhân khiến ông Trần Xuân Bách nghĩ rằng thời cơ đã đến để Việt Nam có thể đi theo xu thế chung của thời đại".

Trong năm 1989, ông Nguyễn Văn Linh đã từng phải đi Liên Xô làm phẫu thuật cắt một đoạn ruột. Ngày 23-10-1989, khi từ Berlin trở về, Tổng Bí thư Nguyễn Văn Linh được đón tiếp rất trọng thể. Toàn bộ các ủy viên trong Bộ Chính trị đã ra sân bay đón ông. Nhưng, ngay sau khi xuống sân bay, ông Linh đã phải vào bệnh viện. Theo ông Lê Đăng Doanh: "Ông Trần Xuân Bách càng đẩy nhanh các hoạt động của mình".

---

[128] Trả lời phỏng vấn tác giả ngày 20-11- 2011.
[129] Khi đó, ở miền Nam, ông Linh "bật đèn xanh" cho các tập đoàn, hợp tác xã trả lại đất cho nông dân. Người được ông Linh trực tiếp giao nhiệm vụ này là ông Nguyễn Thành Thơ kể trong hồi ký chưa xuất bản của mình: "Một hôm, khoảng mười giờ sáng, anh Mười Dài (Nguyễn Văn Long, phó Ban Nông nghiệp Trung ương), nói: 'Tối nay tôi tới gặp anh, đề nghị anh ở nhà, không đi đâu'. Tối, đúng sáu giờ, Mười Dài tới. Anh chủ động nói: 'Tôi mới làm việc với anh Nguyễn Đức Tâm, trưởng Ban Tổ chức Trung ương Đảng, anh Trần Xuân Bách, Bí thư Trung ương. Các anh nói với tôi: Anh Nguyễn Văn Linh đi theo con đường xét lại, lôi kéo Mười Thơ chạy theo, tôi đề nghị anh tách khỏi anh Linh, quên những gì anh Linh nói'. Tôi nghe như sét đánh trời quang. Thời gian đó, có dư luận nói, anh Sáu Lê Đức Thọ vào Sài Gòn bàn với các đồng chí lão thành cách mạng về việc thay đồng chí Nguyễn Văn Linh vì đồng chí Linh đi theo xét lại. Anh Linh đi họp Câu lạc bộ Những người kháng chiến cũ tại Dinh Độc Lập nói: Đưa tôi lên bằng lá phiếu, đề nghị đưa tôi xuống cũng bằng lá phiếu, đừng đưa tôi xuống bằng súng đạn".

Ông Lê Đăng Doanh cho rằng, Văn phòng Trung ương cho tới sau này vẫn in dấu ấn của Trần Xuân Bách, người thiết lập một mô hình và cung cách làm việc khá là khoa học kể từ khi nhậm chức chánh văn phòng. Sau Đại hội V, theo ông Lê Đăng Doanh: "Thường Lê Đức Thọ không dự họp Bộ Chính trị. Họp xong, ông Bách đi báo cáo cho ông Thọ và ông Thọ thường cho những ý kiến khác khiến ông Bách phải tìm cách lèo lái".

Năm 1989, với tư cách là người phụ trách công tác lý luận của Đảng, ông Trần Xuân Bách chính thức hình thành một nhóm nghiên cứu gồm năm người: Lê Hồng Tâm, nhà kinh tế, Vũ Cao Đàm, viện trưởng Viện Nghiên cứu Chính sách thuộc Bộ Khoa học và Công nghệ, Bùi Thế Vĩnh, viện trưởng Viện Hành chính học, Học viện Hành chính Quốc gia, Nguyễn Mạnh Tôn, chuyên viên Ngân hàng Ngoại thương và Nguyễn Thanh Sơn, chuyên viên Ban Công nghiệp Trung ương.

Theo ông Vũ Cao Đàm: "Anh Bách giao cho mỗi người chúng tôi phụ trách một chuyên đề: Lê Hồng Tâm nghiên cứu về chính sách kinh tế để phục hưng đất nước. Bùi Thế Vĩnh nghiên cứu biện pháp giải phóng lực lượng sản xuất. Vũ Cao Đàm nghiên cứu hệ thống chính trị trong tiến trình cải cách kinh tế. Nguyễn Thanh Sơn nghiên cứu chính sách phát triển nhân lực. Nguyễn Mạnh Tôn nghiên cứu biện pháp chống lạm phát"[130].

Ông Vũ Cao Đàm nói: "Trước khi khai mạc Hội nghị Trung ương 7, anh Trần Xuân Bách chuẩn bị bài phát biểu, trong đó để cập hai nội dung về kinh tế thị trường và đa nguyên chính trị. Anh đưa bài phát biểu cho nhóm chúng tôi thảo luận để đóng góp ý kiến. Khi đó, tôi có nêu câu hỏi: 'Anh cân nhắc thêm, xem phát biểu bây giờ liệu có quá sớm không?'. Anh Bách đã trả lời ý là không quá sớm và cũng không quá muộn".

Bà Trần Thị Đức Thịnh kể, ông tỏ ra rất quyết tâm. Khi bà Thịnh khuyên: "Anh ơi, chưa đúng lúc, anh đưa ra bây giờ không ai ủng hộ đâu". Ông suy nghĩ một lúc rồi nhỏ nhẹ nói với vợ: "Hay để anh lo nhà cửa cho ba mẹ con em rồi chúng ta li dị để ba mẹ con em không phải liên lụy nhé!".

---

[130] Ông Vũ Cao Đàm nói: "Ông Trần Xuân Bách chưa một lần nói đến hai chữ 'đa đảng'. Toàn bộ những nghiên cứu của chúng tôi đã được anh Bách xem xét rất thận trọng và cuối cùng anh đã tóm lược (rất kín kẽ) như sau: Thứ nhất, cần mạnh dạn thực hành chính sách kinh tế theo kiểu chính sách kinh tế mới của Lenin, và anh Bách đã nói theo cách đã sử dụng từ Đại hội lần thứ VI, là 'kinh tế thị trường', với sự tham gia của mọi thành phần xã hội. Thứ hai, theo kinh tế quyết định luận của Marx, đã đa thành phần kinh tế, mà anh gọi là 'đa nguyên kinh tế', thì tất yếu sẽ dẫn đến 'đa thành phần' trong xu hướng chính trị, mà anh cũng thẳng thắn gọi là 'đa nguyên chính trị'. Thứ ba, anh đưa ra nhận định khái quát: thị trường và đa nguyên là những thành tựu nổi bật của nhân loại".

Họ đã không li dị cho dù sau đó ông Trần Xuân Bách vẫn phát biểu về "đa nguyên" trước Trung ương.

Theo ông Vũ Cao Đàm, ông Trần Xuân Bách có hai lần đưa quan điểm của mình thảo luận trong khuôn khổ những diễn đàn rộng hơn: một lần với các nhà khoa học tại phòng họp của Liên hiệp các hội Khoa học và Kỹ thuật Việt Nam ở số 53 Nguyễn Du, Hà Nội; một lần cũng với các nhà khoa học tại phòng họp của Ban Khoa giáo Trung ương Đảng ở số 10 Nguyễn Cảnh Chân. Còn một cuộc nói chuyện công khai nữa của ông Bách ở Ký túc xá Ngô Gia Tự, Sài Gòn, thì ngay cả những người giúp việc cũng không biết đến. Theo ông Kiều Xuân Long, vụ phó Vụ Công tác phía Nam của Ban Khoa giáo Trung ương tại Thành phố Hồ Chí Minh, người đưa ông Trần Xuân Bách xuống Ký túc xá Ngô Gia Tự: "Chuyến đi của ông Trần Xuân Bách làm cho Thành ủy và nhiều người không thích. Về sau ông Bách bị quy kết là đã thực hiện mục đích lôi kéo sinh viên".

Trong số các sinh viên dự nghe ông Trần Xuân Bách có Nguyễn Sơn Thủy Hùng, người bị bắt trong vụ Công viên Kỳ Hòa mùa hè năm 1989. Sau khi được tạm tha, Hùng cùng ba sinh viên khác bị "cấm đi khỏi nơi cư trú", bởi vậy, suốt mùa hè năm 1989, anh phải ở lại ký túc xá Ngô Gia Tự tuy đã hoàn thành năm học cuối cùng. Nguyễn Sơn Thủy Hùng kể: Vào một ngày mưa lâm râm giữa tháng 9-1989, cô Mai Vinh, trưởng Ban Quản lý Ký túc xá mời các sinh viên đến hội trường "nghe lãnh đạo nói chuyện". Từ khi được báo cho đến khi ông đến chỉ trong vòng 15 phút, khoảng 200 sinh viên trong ký túc xá ngồi nghe ông Bách nói chuyện suốt gần ba giờ.

Theo ông Kiều Xuân Long, ông Trần Xuân Bách rất ấn tượng khi thấy không có sinh viên nào nói đến cơm áo gạo tiền cho dù lúc đó các em rất thiếu thốn. Sinh viên đặt những câu hỏi, nêu những vấn đề ở tầm quốc tế, quốc gia, cho thấy các em rất quan tâm tới chính trị và tình hình đất nước.

Bằng một phong thái nhẹ nhàng, ông Trần Xuân Bách phân tích tình hình Liên Xô và Đông Âu với sinh viên. Ông nói: "Xu hướng thời đại giờ đây là phải chống độc đoán. Xã hội muốn phát triển thì phải có đấu tranh giữa các mặt đối lập. Muốn có đấu tranh, phải phát huy dân chủ, muốn dân chủ thì phải tôn trọng nhân quyền. Mô hình các nước xã hội chủ nghĩa thực chất là đã không tuân thủ các nguyên tắc này. Hôm nay, chú chỉ nói với các cháu xu hướng của thời đại, của thế giới. Các cháu lớn rồi, tự các cháu suy nghĩ và quyết định".

Cũng như khi nói chuyện ở Ký túc xá Ngô Gia Tự, trong cuộc nói chuyện ở 53 Nguyễn Du, ông Trần Xuân Bách không hề sử dụng trực tiếp từ "đa nguyên". Dù rằng ông đã khéo léo để trình bày khá đầy đủ quan điểm của ông: "cải cách kinh tế phải đi đôi với cải cách chính trị"[131] . Ông Trần Xuân Bách nhắc lại điều mà ông nói trước cuộc hội thảo của các nhà xã hội học tháng 10-1988 rằng, "chủ nghĩa tư bản hiện đại, có nhiều cái khác với thời Mác". Ông nói, phải có tư duy khoa học chứ "tụng từng câu Kinh Thánh trong sách Mác không bảo vệ được chủ nghĩa Mác đâu"[132].

Cuộc nói chuyện ở 53 Nguyễn Du vào ngày 13-12-1989 được coi như "giọt nước tràn ly". Phát biểu của ông Trần Xuân Bách được Câu lạc bộ Những người Kháng chiến cũ lược ghi, quay rônêô và phổ biến. Bài viết định đăng trên tờ báo Khoa Học & Tổ Quốc của Liên hiệp các hội Khoa học và Kỹ thuật, số ra ngay sau đó nhưng không thành. Tới số 3-1990, Khoa Học & Tổ Quốc mới cho đăng một tin ngắn về sự kiện Trần Xuân Bách nói chuyện tại 53 Nguyễn Du, đồng thời trên hai số liên tiếp, 3 và 4-1990, Khoa Học & Tổ Quốc cho đăng hai bài viết, một của ông Đỗ Đức Dục, cựu tổng thư ký Đảng Dân chủ và ông Nguyễn Kiến Giang, ký tên là Lương Dân, nói về "đa nguyên, đa đảng".

Tổng thư ký tòa soạn tờ Khoa Học & Tổ Quốc lúc đó, ông Phạm Quế Dương, kể: "Đoạn cuối trong bài của ông Đỗ Đức Dục kêu gọi 'đa nguyên, đa

---

[131] Trong bài phát bài nói chuyện ở 53 Nguyễn Du vào ngày 13-12-1989, bản lược ghi được "Câu lạc bộ Những người kháng chiến cũ" quay rônêô và phổ biến, ông Trần Xuân Bách nói: "Quan hệ giữa đổi mới kinh tế và đổi mới chính trị là thế nào? Có nước tự cho mình không cần đổi mới, đã bị bục vỡ. Có nước coi đổi mới kinh tế phải làm nhanh, còn đổi mới chính trị thì chậm chậm cũng bục chuyện. Có nước coi đổi mới kinh tế, không đổi mới chính trị, đã bục to. Có nước làm cả hai, nhưng không nhịp nhàng, gặp khó khăn. Hai lãnh vực này phải nhịp nhàng, không chân trước chân sau, không tập tễnh đi một chân". Về dân chủ ông Bách nói: "Dân chủ không phải là ban ơn, không phải là mở rộng dân chủ. Đó là quyền của dân, với tư cách là người làm nên lịch sử, không phải là ban phát, do tấm lòng của người lãnh đạo này hay người lãnh đạo kia. Thực chất của dân chủ hóa là khơi động trí tuệ của toàn dân tộc để tháo gỡ khó khăn và đưa đất nước đi lên kịp thời đại". Về kinh tế, ông Bách cho rằng: Hai vấn đề chủ yếu của cơ chế kinh tế là vấn đề sở hữu và vấn đề thị trường (luận đề: Kế hoạch nằm trong chứ không nằm ngoài và đứng trên thị trường). Hai vấn đề chính của cơ chế chính trị là: quản lý nhà nước và quản lý kinh doanh, vai trò lãnh đạo của Đảng và quyền lực của nhân dân (luận đề: Đảng nằm trong chứ không nằm ngoài và đứng trên xã hội).

[132] Ông Trần Xuân Bách nói: "Sau vụ đàn áp Thiên An Môn, Trung Quốc không tuyên truyền về cải tổ ở Liên Xô nữa. Ở Liên Xô, Gorbachev coi cải tổ là cuộc cách mạng với các thành phần và các nhân tố khác nhau, đan xen nhau, thống nhất với nhau và độ dài của cải tổ có thể là hàng chục năm. Đồng chí Gorbachev nêu lên ba vấn đề chính của cải tổ dân chủ hóa, hạch toán kinh tế và cải tổ Đảng, cải tổ để có chủ nghĩa xã hội nhiều hơn. Đặt vấn đề như vậy là đúng chứ không sai". Ông Bách cho rằng: "Mác sống thời chủ nghĩa tư bản cổ điển, ngày nay là chủ nghĩa tư bản hiện đại, có nhiều cái khác với thời Mác. Ngay thời Lê-nin, khi đề ra chính sách kinh tế mới (NEP), cũng đã đổi khác với những dự báo của Mác rồi. Phải có tư duy khoa học. Tụng từng câu 'Kinh Thánh' trong sách Mác không bảo vệ được chủ nghĩa Mác đâu. Ngay cả về chủ nghĩa xã hội hiện nay đang có những cuộc tranh luận để hiểu nó thế nào cho đúng. Mục tiêu của chủ nghĩa xã hội và chủ nghĩa cộng sản là đi tới một xã hội, trong đó sự phát triển toàn diện của mọi người là điều kiện cho sự phát triển toàn diện của xã hội như Mác và Ăngghen nói trong 'Tuyên ngôn Cộng sản'. Còn cụ thể như thế nào thì ta phải tìm. Trong Hội nghị Trung ương Bảy, có thảo luận một vấn đề thú vị: Ban Văn hoá Tư tưởng đề nghị nêu những thuộc tính của chủ nghĩa xã hội, nhưng bị bác bỏ" (Bài nói chuyện ở 53 Nguyễn Du vào ngày 13-12-1989 của ông Trần Xuân Bách bản lược ghi được "Câu lạc bộ Những người kháng chiến cũ" quay rônêô và phổ biến).

đảng', tôi định cắt nhưng ông Trần Văn Giàu khi đó là chủ tịch danh dự của Liên hiệp hội đọc và không cho tôi cắt. Báo vừa ra thì bị tịch thu và công an khởi tố vụ án".

Đầu năm 1990, sau khi chủ nghĩa xã hội sụp đổ ở Đông Âu, các tổ chức "người Việt chống Cộng" ở nước ngoài, kể cả các tổ chức trước đó chủ trương vũ trang lật đổ, cũng bắt đầu ra nhiều tuyên ngôn, tuyên cáo, kêu gọi "chuyển lửa về quê hương". Đặc biệt là bức tâm thư của nhóm các "trí thức thiên tả" ở nước ngoài, những người một thời đã đứng về phía Mặt trận Dân tộc Giải phóng Miền Nam Việt Nam.

Theo ông Nguyễn Ngọc Giao, một trí thức Việt kiều tại Pháp đã từng phiên dịch cho Lê Đức Thọ thời kỳ Hội đàm Paris: "Ngay trong nội bộ phong trào Việt kiều ủng hộ cuộc kháng chiến chống Mỹ, cũng đã có ít nhất bốn bản tâm thư kêu gọi dân chủ hóa đời sống chính trị Việt Nam, song bản tâm thư mà chúng tôi công bố có tiếng vang hơn cả, có lẽ vì nó tập hợp rộng rãi những thành viên tiêu biểu ở các nước, nội dung thể hiện một lập trường chân thành và trách nhiệm, kiên quyết mà ôn hòa"[133].

Ngày 22-1-1990, nhóm Nguyễn Ngọc Giao gửi về Việt Nam bản Tâm Thư kêu gọi cải cách với mức khởi đầu có ba mươi người ký, gồm: Vĩnh Anh (Canada), Lê Văn Cát (Tây Đức), Huỳnh Trí Chánh (Nhật), Nguyễn Văn Chuyển (Nhật), Lê Văn Cường (Pháp), Nguyễn Ngọc Giao (Pháp), Lê Thành Khôi (Pháp), Lâm Thành Mỹ (Pháp), Bùi Văn Nam Sơn (Tây Đức), Phạm Ngọc Thuần (Pháp), Trương Phước Trường (Úc)...[134].

---

[133] Bức Tâm thư ngày 22-1-1990 của nhóm Nguyễn Ngọc Giao gửi về Việt Nam viết: "Do những đường lối, chính sách không phù hợp với tình hình thế giới cũng như với thực tế của Việt Nam, nước ta đã bị cô lập về mặt kinh tế cũng như ngoại giao và vẫn chưa thoát ra khỏi cảnh nghèo khó. Đau lòng hơn nữa, cuộc đổi mới khởi động năm 1986 đã bị trì hoãn, bỏ lỡ một cơ may lớn, làm tổn thương lòng tin của nhân dân mới phần nào được phục hồi. Những biến cố vừa xảy ra ở Đông Đức, Tiệp Khắc và nhất là Rumani cho thấy là trong một tình hình chính trị, kinh tế, xã hội bế tắc kéo dài quá lâu, sự thụ động bề ngoài của quần chúng mà sức kiên nhẫn chịu đựng dẫu sao cũng có giới hạn, nhiều khi chỉ là sự bình lặng trước cơn bão lớn. Để tránh cho đất nước khỏi rơi vào thảm kịch Thiên An Môn hay Rumani, trước tiên cần nhận thức rằng không thể dùng đàn áp hay bạo động để giải quyết những vấn đề trầm trọng hiện nay của đất nước mà phải tìm được những phương pháp chính trị thích nghi". Bức Tâm thư kêu gọi: "Hãy vì quyền lợi tối cao của dân tộc, sớm cải tổ hệ thống chính trị hiện có bằng cách: Thực sự tách rời các định chế của Nhà nước ra khỏi bộ máy chính đảng để cho Nhà nước thu hồi trọn vẹn những quyền lập pháp, hành pháp, tư pháp của mình, để cho không một ai cũng như không một tổ chức nào có thể đứng trên và chi phối Nhà nước; Thiết lập một nền dân chủ đa nguyên, thực sự bảo đảm an toàn cá nhân và các quyền tự do ngôn luận, báo chí, hội họp, lập hội, lập đảng".

[134] Những người ký tâm thư, sau đó, hoặc không được cấp visa về nước, hoặc bị thẩm vấn, có người được nêu tên trong suốt 14 năm trời ở "Bảo tàng tội ác Mỹ - Ngụy"; danh sách 34 người ký tên đầu tiên được niêm yết ở trụ sở các tỉnh đội và cơ quan công an, nhân viên sứ quán ở nhiều nước (kể cả đại sứ) được chỉ thị ngăn chặn đồng bào ký tên hay thúc ép rút tên nhưng bức Tâm thư vẫn có hơn 700 người ký.

[CHƯƠNG 13 • ĐA NGUYÊN]

Đầu năm 1990, bệnh tình của Lê Đức Thọ bắt đầu chuyển nặng trong khi sức khỏe của Tổng Bí thư Nguyễn Văn Linh đã được cải thiện nhiều.

Theo ông Lê Đăng Doanh: "Ông Nguyễn Văn Linh bắt đầu ra tay. Ông Đỗ Mười ủng hộ. Để có thể bàn việc kỷ luật Trần Xuân Bách mà không có Trần Xuân Bách, thay vì Bộ Chính trị họp chính thức, ông Linh có sáng kiến để cho Phạm Văn Đồng, lúc này là cố vấn Ban Chấp hành Trung ương, mời các ủy viên Bộ Chính trị tới nhà ông họp. Cuộc họp đầu tiên của Bộ Chính trị để phê phán Trần Xuân Bách bắt đầu vào ngày 2-2-1990 tại nhà riêng Phạm Văn Đồng".

Tại Hội nghị Trung ương 8, khóa VI, họp trong Nhà Rùa, nằm cạnh khu Biệt thự Tây Hồ, kéo dài từ ngày 12 đến 27-3-1990, Trần Xuân Bách bị phê phán nặng nề suốt gần một tuần và theo ông Lê Đăng Doanh, người có mặt tại Nhà Rùa trong suốt mười lăm ngày hội nghị: "Trong hai lần phát biểu ý kiến vào ngày 17 và 27-3-1990, ông Bách đã đơn thương, độc mã phê bình Nguyễn Văn Linh gay gắt".

Phía những người muốn loại trừ ông Bách cũng có những cân nhắc, theo ông Trần Trọng Tân: "Tôi có nói với Võ Chí Công là kỷ luật Trần Xuân Bách phải nên tính toán thế nào để tránh bị bên ngoài lợi dụng. Võ Chí Công nói Bộ Chính trị đã có tính toán. Lúc đầu Ủy ban Kiểm tra cũng dự kiến chỉ khiển trách trong Trung ương. Nhưng, Trần Xuân Bách cương quá lại còn nói như dạy cho các ủy viên khác về đa nguyên nên nhiều người tức".

Ngày Chủ nhật 25-3-1990, Bộ Chính trị lại họp tại nhà Phạm Văn Đồng. Cố vấn Phạm Văn Đồng được Bộ Chính trị nhờ làm trung gian thương lượng với Trần Xuân Bách. Ngày 27-3-1990, vào lúc 6 giờ 30 sáng, Phạm Văn Đồng gọi Trần Xuân Bách sang gặp, nói: "Nếu hôm nay anh nhận lỗi thì sẽ giữ anh lại trong Trung ương. Nếu không nhận lỗi thì anh chỉ còn là đảng viên thường thôi". Trần Xuân Bách đứng lên: "Tôi có lỗi gì đâu". Phạm Văn Đồng khuyên: "Có lúc cũng phải mềm dẻo để tồn tại, khi gặp thời thế lại đứng lên". Nhưng, Trần Xuân Bách nói: "Tôi có lỗi thì mới nhận được, không có lỗi mà nhận sẽ tạo ra một tiền lệ xấu cho những đồng chí khác". Rồi Trần Xuân Bách đi về nhà, chọn bộ đồ sang trọng nhất: sơ mi trắng, vét đen mặc vào, đàng hoàng đi ra Nhà Rùa. Hôm ấy Trung ương biểu quyết, kỷ luật cách hết mọi chức vụ của ông.

Vợ ông, bà Trần Thị Đức Thịnh được tin chồng mình bị kỷ luật vào tối 28-3-1990, qua Đài Tiếng nói Việt Nam khi đang công tác ở Quảng Ninh. Phần cuối "Thông báo của Ban Chấp hành Trung ương" được đọc trên Đài và đăng trên các báo vào sáng hôm sau viết: "Hội nghị lần thứ 8 Ban Chấp hành Trung ương (Khóa VI) đã quyết định cách chức ủy viên Bộ Chính trị, bí thư Trung ương, ủy viên Ban Chấp hành Trung ương Đảng đối với đồng chí Trần Xuân Bách, vì đã vi phạm nghiêm trọng nguyên tắc tổ chức và kỷ luật của Đảng, gây ra nhiều hậu quả xấu".

Bà Thịnh kể: Tối hôm đó về tới nhà, anh kêu tôi ngồi xuống: "Em bình tĩnh, để anh nói em nghe". Tôi bảo: "Trên ô tô em đã nghe Đài nói rồi. Anh đã không đội ghế lên đầu, từ bỏ những điều mà mình tin là đúng. Anh yên tâm, anh của em sẽ có sự nghiệp". Anh ôm lấy tôi, nước mắt hai hàng: "Thịnh ơi anh đã không nhầm khi chọn em"[135].

Đêm ấy, khi dọn đồ, bà Thịnh nhìn thấy một gói nhỏ trong có hai bộ quần áo màu cứt ngựa, hai áo may ô, hai quần đùi, vài thứ thông dụng và một mảnh giấy: "Nếu người ta đưa anh đi luôn thì em gửi mấy thứ này vào cho anh". Bà sững sờ, thì ra, trong buổi sáng 27-3-1990, sau khi gặp Phạm Văn Đồng, Trần Xuân Bách đã chuẩn bị cho mình khả năng bị bắt. Ngay lúc đó, bà Thịnh tự nhủ: "Mình phải không để cho ai biết là mình buồn, mình khổ, nhất là những người ghét chồng mình nhất". Bà nói với ông Bách: "Kể cả em phải ra đường bưng mẹt thuốc lá để bán em cũng ráng nuôi con ăn học, anh yên tâm". Trong thời gian Trung ương đang kiểm điểm Trần Xuân Bách, bà Thịnh cho biết: "Ông Nguyễn Văn Linh mấy lần nhắn tôi sang nói chuyện để về thuyết phục anh Bách. Nhưng tôi không sang"[136].

Tuy vẫn được ở lại tòa biệt thự cũ thêm một thời gian, nhưng năm ngày sau Hội nghị Trung ương 8, tiêu chuẩn sữa tươi cho ủy viên Bộ Chính trị, 2 lít/ngày, mà Ban Tài chính Quản trị Trung ương vẫn cung cấp cho ông, bị cắt. Khi ông Bách còn tại chức, ngày nào cửa hàng Tôn Đản cũng mang tới tận nhà ông nào thịt, nào cá tươi, gạo ngon, sau khi ông ra khỏi Trung ương, mọi thứ không còn nữa.

---

[135] Ông Trần Xuân Bách ly dị từ năm 1956 và sống độc thân cho tới giữa thập niên 1970, khi ông đang làm trưởng Ban Tôn giáo của Đảng. Một lần đến sân bay Gia Lâm đón đoàn khách quốc tế, ông Bách nhìn thấy một cô gái chỉ mới ngoài hai mươi, tóc dài, gương mặt trái xoan, trắng mịn và xinh đẹp. Người con gái đó là Trần Thị Đức Thịnh, sinh năm 1954 ở làng Ngọc Thụy, Long Biên, Hà Nội. "Anh ấy yêu tôi từ phút đầu", bà Thịnh kể. Bà Thịnh nói tiếp: "Tôi cũng yêu anh ấy nhưng khi anh đặt vấn đề thì tôi sợ. Anh Bách hơn tôi hai mươi tám tuổi. Tôi chỉ là một nữ tiếp tân phụ trách đội nữ nhà bàn ở nhà khách Trung ương còn anh thì đang là một nhà lãnh đạo tên tuổi". Mối tình của họ thoạt đầu bị dư luận phản đối. Năm 1975, bà Thịnh được điều vào Sài Gòn làm việc ở Nhà khách Trung ương T78, nhưng sự xa cách lại làm cho họ thêm quyết tâm. Năm 1976, trước Đại hội Đảng lần thứ IV, Lê Đức Thọ gặp Trần Xuân Bách: "Chúng tớ muốn cơ cấu cậu vào Trung ương nhưng cái dở là cậu lại yêu cô Thịnh. Cậu chọn thế nào?". Bà Thịnh kể: "Chồng tôi nói lại với ông Sáu Thọ: 'Vào Trung ương thì cũng chỉ một hai khóa rồi thôi, còn lấy vợ để sống cả đời anh ạ'. Rất may là cả ông Trường Chinh và Lê Duẩn đều ủng hộ: 'Lấy vợ là việc riêng, đừng can thiệp!'. Tháng 12-1976, họ cưới nhau, năm 1977 sinh con gái đầu lòng đặt tên là Trần Vũ Vân Anh, năm 1982 sinh tiếp cô con gái thứ hai đặt tên là Trần Vũ Xuân Hương.

[136] Sau khi bị mất chức, ông Trần Xuân Bách vẫn được ở lại biệt thự 65 Phan Đình Phùng, nhưng các chế độ thực phẩm từ cửa hàng "Tôn Đản" thì ngay lập tức bị cắt. Về sau, ông được cấp một căn biệt thự khác có khuôn viên rộng 400m2 ở khu Trung Tự, từ tháng 9-1995 ông chuyển về đây.

Từ năm 1984-1989, bà Thịnh vừa làm việc ở Ban Tài chính Quản trị Trung ương vừa đi học Đại học Thương mại tại chức. Khi ông Trần Xuân Bách còn đương chức, đích thân một thứ trưởng Bộ Thủy sản đến tận nhà "xin" bà Trần Thị Đức Thịnh về công tác tại Seaprodex. Quyết định điều động bà Thịnh về Seaprodex được ký vào ngày 15-2-1990. Chưa kịp bố trí chức vụ cho bà thì ông Trần Xuân Bách mất chức. Bà Thịnh nhớ lại: "Họ cử tôi ra đứng vỉa hè giữ xe gắn máy cho khách đến liên hệ với cơ quan". Bà nói: "Tôi không để anh ấy biết, tôi không muốn anh ấy bị hẫng. Tôi tự đi mua sữa tươi, vẫn ngày hai lít. Anh tưởng tôi vẫn lấy sữa của Trung ương, kiên quyết bảo tôi phải từ chối. Suốt ba năm người ta không trả lương cho anh, còn tôi thì cả năm không được giao việc".

Để nuôi chồng và hai con ăn học, bà Thịnh kể: "Tối tối, tôi xin đi rửa chén ở các nhà hàng. Tôi phải đi xa, trùm khăn kín mặt cả mùa đông lẫn mùa hè để không có ai nhận ra. Có thời gian, cứ nửa đêm, tôi nhận đi áp tải các xe chở sắt cho các công trường xây dựng. Chở sắt sang Gia Lâm, tôi được trả ba đồng một đêm. Anh thấy tôi đi sớm, về khuya, tưởng tôi vẫn được trọng dụng".

Bà Thịnh kể tiếp: "Mấy năm sau, có người bạn cũ gặp lại mời tôi đi ăn bún chả. Tôi ăn một mạch hết hai bát, không còn nhớ đến có ai ở xung quanh. Ăn xong, tôi thú thật với bạn tôi, suốt hai năm trời tôi không hề được ăn một miếng thịt vì có miếng nào lại để dành cho chồng, cho con. Thỉnh thoảng, đợi anh đi ngủ tôi mới lấy miếng cơm cháy, rưới ít mỡ vào, đốt lên bếp may xo, ngồi ăn cho đỡ thèm chất mỡ. Nhưng, điều khó khăn nhất của tôi là chứng kiến sự ghẻ lạnh. Kể từ sau khi anh mất chức, những ai đã từng cười với tôi mấy lần ở đâu, tôi vẫn còn nhớ rõ và vô cùng biết ơn họ".

Hơn một tháng sau ngày Trung ương kỷ luật Trần Xuân Bách, tại miền Nam, Tạ Bá Tòng, Hồ Hiếu, Đỗ Trung Hiếu bị bắt. Một người ủng hộ Câu lạc bộ Những người Kháng chiến cũ, ông Lê Đình Mạnh, sau đó cũng bị bắt theo. Trước đó, vào ngày 21-3-1990, ông Nguyễn Hộ bỏ Sài Gòn về Phú Giáo, một vùng đất cách Sài Gòn sáu mươi cây số. Ngày 7-9-1990, khi ông Nguyễn Hộ đang bơi xuống trên sông Sài Gòn thì bị bắt. Ông bị giam tại Xuân Lộc bốn tháng, sau đó được đưa về quản thúc tại nhà riêng trên đường Võ Văn Tần.

Dù vậy, các nhà trí thức trong nước vẫn lên tiếng mạnh mẽ: Hà Sĩ Phu viết bài Dắt Tay Nhau Đi Dưới Những Tấm Biển Chỉ Đường Của Trí Tuệ. Hoàng Minh Chính viết Góp Ý Kiến Về Dự Thảo Cương Lĩnh. Lương Dân "Bàn Về Sự Lãnh Đạo Của Đảng". Phan Đình Diệu "Kiến Nghị Về Một Chương Trình Cấp Bách Nhằm Khắc Phục Khủng Hoảng Và Tạo Điều Kiện Lành Mạnh Cho Sự Phát Triển Đất Nước". Trần Quốc Vượng viết Nỗi Ám Ảnh Của Quá Khứ.

Nữ nhà văn Dương Thu Hương dự đoán "nếu Đảng không cải cách sẽ có một cuộc lưu huyết"[137].

Cuối năm 1990, Đại tá Bùi Tín, phó tổng biên tập báo Nhân Dân, quyết định ở lại Paris sau chuyến đi Pháp dự lễ kỷ niệm ngày thành lập báo l'Humanité. Từ Paris, vào lúc 21 giờ 30 ngày 26-11-1990, Đại tá Bùi Tín gửi về nước "Bản Kiến nghị của một công dân" và sau đó liên tục trả lời phỏng vấn Trưởng ban Việt ngữ BBC Đỗ Văn, kêu gọi "xây dựng một chế độ dân chủ thực sự có tính chất nhân dân" và đề nghị "đổi tên nước thành Việt Nam Dân chủ Cộng hòa, đổi tên Đảng thành Đảng Lao động Việt Nam, thực hiện hòa giải dân tộc, thực hiện chính sách hòa bình, hữu nghị không liên kết và hợp tác với tất cả các dân tộc".

Trong khi dân chúng, đặc biệt là cán bộ đảng viên, lặng lẽ đón nghe từng buổi phát thanh của đài BBC, nhân bản các phát biểu của nhà báo Bùi Tín, truyền đọc và bình luận thì Ban Bí thư có hai thông báo cho rằng "Bùi Tín đã có những hoạt động sai trái ở Pháp". Sau khi nhắc lại "một số quan hệ nam nữ bất chính" của Bùi Tín và tố cáo ông "có con trai chạy sang Hồng Kông giữa năm 1989 nhưng không báo cáo với cơ quan và chi bộ Đảng", Ban Bí thư cho rằng: "Các thế lực phản động đã lợi dụng và lôi kéo Bùi Tín để phục vụ âm mưu của chúng hòng chống phá cách mạng nước ta, thực hiện diễn biến hòa bình, bôi xấu Đảng và Nhà nước ta, chia rẽ nhân dân và Đảng"[138]. Sự kiện Bùi Tín càng củng cố những lo lắng của ông Nguyễn Văn Linh đối với giới văn nghệ sỹ.

---

[137] Trong "Kiến nghị về một chương trình cấp bách nhằm khắc phục khủng hoảng", Giáo sư Phan Đình Diệu cho rằng: "Một chế độ chính trị dân chủ, đoàn kết và hòa hợp dân tộc. Nền kinh tế thị trường với sự tôn trọng đầy đủ quyền tự do kinh doanh và trao đổi hàng hóa của mọi thành viên xã hội tất yếu phải được hỗ trợ bởi một chế độ chính trị tôn trọng các quyền tự do dân chủ của mọi người dân". "Nỗi ám ảnh của quá khứ" của giáo sư Trần Quốc Vượng viết: "Có độc lập rồi chăng, nhưng họa lệ thuộc vẫn luôn luôn mai phục, cả về mô hình chính trị và sự phát triển kinh tế... Có thống nhất rồi chăng, nhưng mầm chia rẽ vẫn mọc rễ sâu xa, nào Bắc/Nam, nào cộng sản/không cộng sản... Điều chắc chắn là nhân dân chưa có hạnh phúc, tự do thật sự". Ngày 1-3-1990, khi nói chuyện với cán bộ Ban Tổ chức Trung ương, nhà văn Dương Thu Hương cảnh báo: "Nếu Đảng và nhà nước không có một chương trình cải cách thật sự và triệt để, không tìm được một mô hình xã hội tiến bộ thích hợp với các điều kiện lịch sử Việt Nam thì chắc chắn sẽ xảy ra một cuộc lưu huyết". Theo nữ văn sỹ Dương Thu Hương, hai điều cốt lõi của cải cách xã hội, là: Bỏ ngay nguyên tắc chuyên chính vô sản và nguyên tắc tập trung dân chủ. Theo bà: "Thực chất hai nguyên tắc này đảm bảo cho mô hình một xã hội độc tài và cực quyền. Tôi nói gọn lại: Xã hội ta chỉ có thể được cải cách và phát triển khi nó thủ tiêu hai nguyên tắc đã quá lạc hậu và man rợ: chuyên chính và tập trung". Năm 1989, Dương Thu Hương đã bị khai trừ Đảng tịch vì đã viết những cuốn sách ám chỉ chủ nghĩa xã hội là những "Thiên đường mù", là những "Bờ ảo vọng".

[138] Thông báo số 232/TB-TW, ngày 6-12-1990 của Ban Bí thư viết: "Các thế lực phản động đã lợi dụng và lôi kéo Thành Tín để phục vụ âm mưu của chúng hòng chống phá cách mạng nước ta, thực hiện diễn biến hòa bình, bôi xấu Đảng và Nhà nước ta, chia rẽ nhân dân và Đảng, làm cho nhân dân mất tin tưởng ở Đảng, ở chế độ xã hội chủ nghĩa, kích động và gây sức ép đòi Đảng ta thay đổi đường lối, từ bỏ sự lãnh đạo. Việc làm của Thành Tín ở Pháp cùng những bài nói của Thành Tín trên đài BBC (Anh) mang tính chất phản bội Đảng và nhân dân ta, gây tác hại nghiêm trọng về nhiều mặt... Ban Bí thư giao cho Ban Tư tưởng Văn hóa Trung ương vạch rõ những quan điểm sai trái trong những lời phát biểu của Thành Tín trên đài BBC (Anh) để toàn Đảng biết, giao cho Ban Biên tập báo Nhân Dân bày tỏ trên báo Nhân Dân thái độ của mình đối với hành động của Thành Tín".

Cũng trong thời gian đó, một số tổ chức Việt kiều và các nhà văn nước ngoài bắt đầu liên lạc gặp gỡ, mời các nhà văn trong nước đi ra nước ngoài. Trong một số lần gặp gỡ những chức sắc văn nghệ, ông Nguyễn Văn Linh cho rằng những người này đã được các "thế lực phản động nước ngoài nuôi dưỡng". Các văn kiện chính thức cũng xếp những phát biểu này vào danh mục những "bài nói, bài viết chống đối chế độ và sự lãnh đạo của Đảng"[139]. Trước Đại hội lần thứ VII, tháng 6-1991, Tổng Bí thư Nguyễn Văn Linh ra lệnh bắt giam nhà văn Dương Thu Hương[140].

KẾT THÚC "TRĂNG MẬT" VỚI BÁO GIỚI

Năm đầu tiên trên cương vị tổng bí thư, ông Nguyễn Văn Linh được gọi là "người đổi mới". Không chỉ vì truyền thông nhà nước có truyền thống chỉ nói những điều tốt đẹp về các nhà lãnh đạo, cá nhân Nguyễn Văn Linh cũng tạo được nhiều thiện cảm với báo chí. Ông xuất hiện ở Hà Nội như một chính khách thay vì với cung cách "lãnh tụ" như những người tiền nhiệm.

Thời bao cấp, du lịch là một khái niệm không tồn tại đối với thường dân. Những cán bộ có thành tích lâu lâu mới được công đoàn cho đi "nghỉ mát". Những khu du lịch nổi tiếng thường chỉ đón các nhà lãnh đạo đến làm việc và nghỉ ngơi. Những biệt thự tốt nhất ở Đồ Sơn, Tam Đảo, Sapa và sau năm 1975, ở Vũng Tàu, Đà Lạt thường được dành riêng để "xuân thu nhị kỳ" lãnh đạo và gia đình đến ở. Dưới thời Nguyễn Văn Linh, quỹ biệt thự này được giao cho Ban Tài chính Quản trị làm "kinh tế Đảng" thay vì giữ cho lãnh đạo sử dụng riêng. Tổng Bí thư Nguyễn Văn Linh cũng không dùng chuyên cơ khi đi lại giữa Hà Nội và Thành phố Hồ Chí Minh. Ông và tùy tùng chỉ mua một khoang riêng; máy bay chở tổng bí thư vẫn được quyền bán vé phần ghế dư ra cho khách.

---

[139] Công văn ngày 27-8-1991 của Ban Tư tưởng Văn hóa Trung ương đã xếp những phát biểu này vào danh mục những "bài nói, bài viết chống đối chế độ và sự lãnh đạo của Đảng". Ban Tư tưởng Văn hóa Trung ương cho in roneo những bài viết này, gửi trưởng ban tuyên huấn các tỉnh, thành, đặc khu, yêu cầu họ "nghiên cứu phân tích, phê phán những quan điểm sai trái và giáo dục cảnh giác, vạch trần những luận điệu, xuyên tạc, chống đối" của các tác giả. Theo công văn ngày 27-8-1991, các giáo sư Phan Đình Diệu, Trần Quốc Vượng,... được xếp chung với ông Bùi Tín.

[140] Theo ông Võ Viết Thanh, khi ấy là Thứ trưởng Bộ Nội vụ phụ trách An ninh: "Không phải công an mà Văn hóa Tư tưởng có dùng một số biện pháp rất căng với chị Dương Thu Hương. Tôi cho anh em A25 tiếp cận khuyên chị: Bên ngoài có thể lợi dụng, chị nên cẩn thận, nếu sa đà quá thì trong bối cảnh này bất lợi cho một nước đang tập trung đổi mới kinh tế và đang cần ổn định. Tôi đề xuất và ông Mai Chí Thọ cũng đồng ý là không nên bắt. Khi đó, chị Hương xin xuất cảnh tôi vẫn cho chị đi dù Tuyên huấn khuyên không nên cho đi. Một hôm, tôi đang công tác ở miền Nam thì nhận được điện của Cục Tham mưu nói Ban Bí thư yêu cầu bắt Dương Thu Hương. Tôi biết đó là ý kiến của ông Nguyễn Văn Linh và ông Nguyễn Đức Bình nên trả lời: Đã Ban Bí thư chỉ đạo thì chúng ta phải chấp hành".

Trước và sau thời ông Nguyễn Văn Linh, những người giữ các chức danh tổng bí thư, chủ tịch nước, thủ tướng, chủ tịch quốc hội thường sử dụng một máy bay riêng khi đi lại. Những chuyến bay này gọi là chuyên cơ. Chi phí một chuyến chuyên cơ từ Hà Nội vào Sài Gòn theo thời giá thập niên 1980 lên đến 160 triệu đồng, trong khi chi phí mua khoang của Tổng Bí thư Nguyễn Văn Linh chỉ mất mười sáu triệu.

Năm 1989, khi Trung ương họp tại Thành phố Hồ Chí Minh, ông Nguyễn Văn Linh đã yêu cầu các ủy viên Trung ương phải đi tàu hỏa. Tuy nhiên, quy định này của ông Linh chỉ áp dụng được một lần do có nhiều ủy viên Trung ương phản ứng và do đi tàu vừa mất thời gian vừa tốn kém vì ngành đường sắt không thể bán vé cho thường dân vào buồng bốn ghế nằm đã có một hai "ông Trung ương" ở đó.

Khi nhậm chức, Nguyễn Văn Linh vẫn sử dụng một chiếc xe hơi hiệu Lada của Liên Xô đã cũ thay vì tiêu chuẩn của tổng bí thư phải là "Volga đen" hoặc Toyota. Theo ông Bùi Văn Giao, trợ lý của Nguyễn Văn Linh: "Ông không biết rằng, để Lada có thể chở tổng bí thư, Văn phòng phải gắn thêm máy lạnh. Vì tải thêm máy lạnh mà tuổi thọ của những chiếc Lada này bị giảm đi rất nhanh, cứ sau một hai năm là phá luôn giàn máy. Một lần ông Linh đi công tác về tỉnh, chiếc máy lạnh tự chế phát nổ. May mà khi đó, ông Linh đang ngồi trong phòng họp còn chiếc xe thì đậu ngoài sân". Ông Linh dùng Lada thì các vị lãnh đạo khác cũng phải Lada. Không ai dám nói với tổng bí thư, tuy tiền mua Lada rẻ hơn các loại "xe tư bản" nhưng tuổi thọ xe ngắn và lượng xăng sử dụng tốn hơn rất nhiều so với "xe tư bản"[141].

Trong chế độ Cộng hòa Xã hội Chủ nghĩa Việt Nam, mọi hoạt động của tổng bí thư, chủ tịch nước, thủ tướng và chủ tịch quốc hội đều được báo Nhân Dân, Thông tấn xã Việt Nam và Đài Truyền hình đưa tin. Tần suất xuất hiện của Tổng Bí thư Nguyễn Văn Linh trên truyền thông nhiều hơn vì phong cách năng động và mối giao hảo cá nhân giữa ông và báo giới. Tuy nhiên, dưới thời Nguyễn Văn Linh, trí thức, văn nghệ sỹ bắt đầu tư duy độc lập, kể cả độc lập trong cách nhìn và đánh giá vị tổng bí thư đã hô hào "cởi trói".

Đầu tháng 6-1988, trong chuyến đi tìm hiểu về "cải tiến cơ chế khoán trong công nghiệp" ở Hà Nội và Thành phố Hồ Chí Minh, Tổng Bí thư Nguyễn Văn

---

[141] Thư ký của Tổng Bí thư Đỗ Mười, ông Nguyễn Văn Nam, kể: Khi ông Đỗ Mười lên thay, Văn Phòng phải đổi xe cho ông bằng cách, một buổi sáng trước giờ vào Vinh công tác, Văn phòng báo là chiếc Lada bị hư, phải thay gấp bằng một chiếc Nissan mới. Ông Đỗ Mười đành phải lên chiếc Nissan rồi trong suốt chuyến đi ông nhận ra "xe tư bản" chạy êm hơn rất nhiều so với chiếc Lada xã hội chủ nghĩa. Tới Vinh, ông Đỗ Mười xuống xe, vươn vai khoan khoái. Cán bộ Văn phòng chớp thời cơ thưa với ông: "Sức khỏe của anh là tài sản quốc gia, từ nay, đề nghị anh sử dụng chiếc xe này". Ông Đỗ Mười im lặng và chiếc Lada được đem "thanh lý".

Linh đưa ra khái niệm "xử lý hộp đen"[142]. Tổng Bí thư Nguyễn Văn Linh cho rằng: "Xử lý hộp đen là cải tiến quản lý và cải tiến kỹ thuật là khâu quan trọng lúc này cũng như về lâu dài"[143].

Trước đó, ngày 10-6-1988, báo Nhân Dân tổ chức cuộc trao đổi ý kiến với nhiều giám đốc về vấn đề: "Làm thế nào để xử lý hộp đen có hiệu quả theo tinh thần các nghị quyết của Đảng và nhà nước mới ban hành". Cuộc trao đổi do tổng biên tập báo Nhân Dân chủ trì với sự tham gia của hơn hai mươi tổng giám đốc và giám đốc các doanh nghiệp lớn. Từ đó cho tới đầu tháng 7-1988, báo Nhân Dân lần lượt đăng phát biểu của nhiều giám đốc, ai cũng trăn trở: "Làm thế nào để xử lý hộp đen". Mặc dù, ý kiến của họ cho thấy không ai thực sự hiểu như thế nào là "hộp đen" cả.

Không thể ngồi nhìn "hộp đen" cứ "quay", Giáo sư Hoàng Tụy và Giáo sư Phan Đình Diệu đành phải viết thư gửi báo Nhân Dân. Hai nhà khoa học nói thẳng rằng, các thuật ngữ, xuất hiện thường xuyên trên báo Nhân Dân và các báo lớn, như "hộp đen", "xử lý hộp đen" và "quay hộp đen" đã "bị hiểu sai lạc và sử dụng tùy tiện". Sau khi dẫn các giải thích của các nhà lãnh đạo cũng như một số "nhà khoa học" đăng trên các báo, Giáo sư Hoàng Tụy và Phan Đình Diệu kết luận: "Không có một nhà điều khiển học đứng đắn nào, không có một nhà kinh tế học nghiêm chỉnh nào lại có thể hiểu về hộp đen như thế"[144].

---

[142] Theo báo Nhân Dân số ra ngày 14-6-1988: Xử lý hộp đen hay gọi theo cách thông dụng là "quay hộp đen" nhằm tăng hiệu quả sản xuất kinh doanh của các xí nghiệp công nghiệp là một biện pháp quan trọng góp phần chống lạm phát, ổn định tình hình kinh tế, xã hội. Đến xí nghiệp, hợp tác xã nào đồng chí Tổng Bí thư cũng nêu vấn đề đó, nghe báo cáo và thảo luận với giám đốc và công nhân, yêu cầu được nghe về biện pháp "xử lý hộp đen"... Đồng chí Tổng Bí thư nhấn mạnh: "Đã từ lâu nay, thiết bị, vật tư chúng ta tính ra giá quá rẻ, tính không đủ 'đầu vào', nhà nước bù lỗ quá lớn. Tình trạng 'lời giả', 'lỗ thật' rất phổ biến. Tuy nhiên, theo Tổng Bí thư: "Chúng ta phải có trách nhiệm với người sản xuất và người tiêu dùng. Không nên vin vào 'thị trường chấp nhận' rồi đưa giá lên, vì trong lúc này có những thứ giá cắt cổ mà người mua vẫn chấp nhận".

[143] Nhân Dân, số ra ngày 14-6-1988.

[144] Thư của Giáo sư Hoàng Tụy và Giáo sư Phan Đình Diệu gửi báo Nhân Dân viết: Hơn một tháng nay, trên các báo trung ương thường thấy xuất hiện, cả ở dòng tít lớn, một số thuật ngữ mới như "hộp đen", "xử lý hộp đen" và "quay hộp đen". Mới nghe, tưởng như các nhà quản lý kinh tế nước ta đang trên đà đổi mới, dám mạnh dạn vận dụng cả những khái niệm điều khiển học mà ngay cả các nước tiên tiến nhất cũng chỉ mới có một số ít nhà chuyên môn dùng đến. Nhưng, đọc kỹ thì hóa ra các thuật ngữ khoa học đó bị hiểu sai lạc và sử dụng tùy tiện, không ăn nhập gì với nội dung khoa học thật sự của chúng. Điều đáng tiếc nhất là các vấn đề được bàn tới bằng các thuật ngữ đó lại là những vấn đề cực kỳ hệ trọng và nghiêm chỉnh của đất nước ta hiện nay... Và, trong số những người hay dùng thuật ngữ đó lại có nhiều cán bộ lãnh đạo từ cấp cao tới cấp thấp. Theo Giáo sư Hoàng Tụy và Giáo sư Phan Đình Diệu: Trong điều khiển học, hộp đen (black box) chỉ dùng để chỉ một hệ thống mà người nghiên cứu không có khả năng hoặc điều kiện để biết (hoặc không cần biết) cấu trúc và cơ chế hoạt động bên trong của nó. Do đó, phải nghiên cứu hệ thống bằng cách quan sát và theo dõi mối quan hệ giữa các tác động từ bên ngoài vào với các phản ứng đáp lại của hệ thống... Như vậy, các thuật ngữ 'xử lý hộp đen', 'quay hộp đen' là hoàn toàn vô nghĩa...". Sau khi dẫn các giải thích của các nhà lãnh đạo cũng như một số "nhà khoa học" đăng trên các báo, Giáo sư Hoàng Tụy và Phan Đình Diệu kết luận rằng: "Không có một nhà điều khiển học đứng đắn nào, không có một nhà kinh tế học nghiêm chỉnh nào lại có thể hiểu về hộp đen như thế. Khi viết những dòng nói trên, hai vị giáo sư khả kính đã phải rào đón: Chúng tôi rất phân vân: chẳng lẽ im lặng, cứ để

Thoạt tiên, Giáo sư Hoàng Tụy và Phan Đình Diệu gửi ý kiến của mình đến báo Nhân Dân. Nhưng báo Nhân Dân lờ đi. Họ gửi tới Văn phòng Trung ương, nhưng không ai đủ dũng cảm để nói với tổng bí thư. Trong các cuộc họp, tổng bí thư vẫn tiếp tục "xử lý hộp đen". Hoàng Tụy và Phan Đình Diệu đành phải đưa bài tới cho nhà văn Nguyên Ngọc. Nguyên Ngọc kể, ông đã gọi điện cho Tổng Biên tập báo Nhân Dân Hà Đăng, nhưng Hà Đăng nói: "Tôi không dám đăng". Nguyên Ngọc nghĩ: "Một bài báo mấy trăm chữ mà hai bậc đại trí thức của Việt Nam phải đồng ký tên. Cái sai không chỉ là của một cá nhân tổng bí thư nữa mà có nguy cơ trở thành 'kiến thức' phổ thông. Nếu mình cũng sợ không đăng thì người ta sẽ nghĩ là cả nước Việt Nam không biết". Ngày 30-7-1988, Nguyên Ngọc cho đăng bài Hộp Đen Và Quay Hộp Đen trên báo Văn Nghệ. Từ hôm đó, trên báo Nhân Dân, khái niệm "hộp đen" biến mất.

Không chỉ vì vụ "hộp đen", cuối năm 1988, mối quan hệ giữa Tổng Bí thư Nguyễn Văn Linh và Tướng Trần Độ, người ủng hộ báo Văn Nghệ và khuynh hướng tự do sáng tạo của văn nghệ sỹ, cũng bắt đầu rạn nứt. Theo Trần Độ: "Trước Nghị quyết 05 mối quan hệ này ấm cúng bao nhiêu thì sau Nghị quyết 05, giá lạnh bấy nhiêu. Đối với tôi đây là một điều đau xót, không chỉ trong việc chung mà cả tình cảm riêng tư".

Cùng lúc với sự ra đời của nhiều tác phẩm văn học, nghệ thuật được dư luận xôn xao đón nhận, trong chính trường bắt đầu xuất hiện những chỉ trích các tác phẩm này, coi đó là những "lệch lạc" trong văn nghệ. Nghị quyết 05 bị ngầm quy kết là đã góp phần tạo ra những "lệch lạc" ấy. Sự quy kết không chỉ nhắm đến Tướng Trần Độ mà còn trở thành công cụ chính trị hướng tới Nguyễn Văn Linh. Trong khi đó, trong vụ cấm vở kịch Em Đẹp Dần Lên Trong Mắt Anh, Trần Độ lại giữ thái độ không khoan nhượng ngay cả khi ông Nguyễn Văn Linh đã có ý kiến[145].

---

việc không hay này kéo dài mà không có ý kiến. Nhưng, góp ý thì đụng đến báo chí (nhất là báo Đảng), đụng đến lãnh đạo. Thật ra ai cũng hiểu rằng, cán bộ lãnh đạo dùng các thuật ngữ khoa học không phải do tự mình nghĩ ra mà do gợi ý của các tham mưu khoa học. Cho nên đáng trách ở đây là các tham mưu khoa học nào đó đã không thận trọng, bản thân chưa nắm vững các khái niệm cơ bản của điều khiển học mà đã dám mượn uy tín lãnh đạo tung các khái niệm ấy ra quần chúng một cách vô trách nhiệm (Văn Nghệ, 30-7-1988).

[145] Theo Trần Độ: "Đây không phải là một vở kịch hay. Nhưng, Ban Tuyên huấn Hà Nội muốn 'đánh chết'. Thay vì nói thẳng với đoàn kịch, họ tổ chức một buổi trình diễn có cả Bí thư Thành ủy Nguyễn Thanh Bình và Trưởng ban Văn hóa Văn nghệ Trung ương dự, hy vọng Ông Độ, ông Bình chê, rồi 'cáo mượn oai hùm', kết liễu đời một tác phẩm". Nhưng xem xong vở kịch, Trần Độ đề nghị cứ cho đoàn kịch diễn. Tháng 6-1988, tại Hội nghị Trung ương lần thứ 5, Khóa VI, Nguyễn Văn Linh phê phán một số tác phẩm văn nghệ, trong đó có vở kịch "Em đẹp dần lên trong mắt anh". Theo Trần Độ, cuối phần phát biểu ông Linh kết luận: "Dân chủ phải có lãnh đạo, tự do không phải là vô bờ bến". Trần Độ nói lại: "Sáng nay, đồng chí Tổng Bí thư trong khi nói về văn hóa văn nghệ có nhận xét đánh giá một số tác phẩm. Tôi đề nghị nên coi đó là ý kiến của một công chúng bình thường

[CHƯƠNG 13 • ĐA NGUYÊN]

Theo ông Trần Trọng Tân, trưởng Ban Tuyên huấn Trung ương khóa VI: "Ông Linh đã định kiến ai thì gỡ ra rất khó. Nhưng việc Nguyên Ngọc bị mất chức tổng biên tập báo Văn Nghệ vào tháng 12-1988 và vai trò của Trần Độ bị giảm đi không chỉ vì mối quan hệ cá nhân giữa ông Nguyễn Văn Linh và họ".

Bên cạnh những phóng sự "trực diện với đời sống" của Phùng Gia Lộc, Trần Huy Quang, Hồ Trung Tú,... phần sáng tác công bố trên tuần báo Văn Nghệ "thời Nguyên Ngọc" cũng gây nhiều tranh cãi. Không chỉ có những truyện ngắn lạ và mượt mà của Nguyễn Huy Thiệp như Những Ngọn Gió Hua Tát, Sang Sông..., Văn Nghệ còn cho đăng những truyện ngắn mới của ông như Vàng Lửa và Phẩm Tiết, đưa ra một góc nhìn về các nhân vật lịch sử như Quang Trung, Gia Long khác với đánh giá của nền giáo dục và chính trị đương thời. Cùng lúc, Văn Nghệ cũng cho công bố truyện ngắn Năm Ngày của Phạm Thị Hoài, một tác phẩm làm rộ lên những lời phê bình trái ngược nhau gay gắt. Đặc biệt, mảng "lý luận phê bình" bắt đầu chạm vào những lằn ranh chính trị.

Từ Moscow, Lê Ngọc Trà gửi về bài viết đầu tiên, Văn Nghệ Và Chính Trị, nhắc nhở vai trò gần như độc lập của các văn nghệ sỹ. Để rồi sau đó, Nguyên Ngọc triển khai mở rộng phần lý luận nói về mối quan hệ giữa văn nghệ và hiện thực. Ngày 5-12-1987, Văn Nghệ cho công bố bài viết, gây chấn động ngay từ đầu đề, của nhà văn Nguyễn Minh Châu: Hãy Đọc Lời Ai Điếu Cho Một Giai Đoạn Văn Nghệ Minh Họa, giai đoạn mà theo Nguyễn Minh Châu, các "nhà văn hiền lành, vô sự, chỉ biết ca ngợi".

Ngày 21-11-1988, khi trả lời phỏng vấn báo Văn Nghệ, Nguyễn Minh Châu cho rằng "chúng ta đã tự trói mình". Ông nói: "Cái lỗi lớn nhất của mỗi người chúng ta là đã khiếp hãi trước cái xấu và cái ác. Và, lâu dần dường như không làm gì được thì chúng ta coi như không có nó - cuộc đời không có cái xấu và cái ác đang hoành hành, đang chi phối số phận con người, coi như cuộc đời không có oan khiên, oan khuất".

---

thưởng thức nghệ thuật". Nguyễn Văn Linh phát biểu buổi sáng, Trần Độ trả lời vào buổi chiều, nhưng chiều hôm đó ông Linh lại không có mặt. Bốn chữ "công chúng bình thường", theo Trần Độ: "Đã được một số kẻ cơ hội nống lên để kích Tổng Bí thư... Trong một cuộc họp Bộ Chính trị, Đào Duy Tùng, Bí thư Trung ương Đảng phụ trách công tác tư tưởng, nói: Sau Nghị quyết 05 có xảy ra một số sự kiện đáng lưu ý, trong đó có chuyện đồng chí Trần Độ nói Tổng Bí thư là một công chúng bình thường...". Trần Độ nhớ lại: "Thế là anh Linh giận tôi. Tôi biết rõ điều này qua thái độ của anh đối với tôi những ngày sau đó. Trong một dịp làm việc với Bộ Chính Trị, anh Linh đã nói một cách nghiêm trọng với tôi: Anh nói thế là xúc phạm tôi một cách nặng nề". Trần Độ kể rằng, ông đã cố gắng xử lý mối bất hòa với Tổng Bí thư bằng cách viết thư. Nhưng, ảnh hưởng của Trần Độ với phong trào đổi mới trong văn nghệ coi như kết thúc khi, cuối thư trả lời Trần Độ, ông Nguyễn Văn Linh "tái bút: Dạo này tôi bận lắm, vì vậy có chuyện gì về văn hóa văn nghệ anh nói với anh Đào Duy Tùng, chứ đừng nói chuyện với tôi nữa".

Cũng trong thời gian đó, Liên Xô xét lại nhiều vụ án văn nghệ được dựng lên dưới thời Stalin. Ngày 23-1-1988, Văn Nghệ cho trích dịch bài viết trên tờ Tin Moscow số ra ngày 20-12-1987 đề cập đến nhiều cuốn sách của các nhà văn Nga "bị vùi dập qua nhiều thập kỷ". Tác giả bài báo bình luận: "Kẻ nào giấu kín quá khứ sẽ không yên lành được với tương lai".

Ngày 16-4-1988, trên tờ Văn Nghệ, Trần Độ dẫn một tuyên bố từ tạp chí Người Cộng Sản của Liên Xô: "Ngăn đường một tác phẩm có tài nhưng không phù hợp với cái nhất thời là vô nghĩa". Một giáo viên ở Nghĩa Bình viết: Sau khi đọc những phóng sự như Cái Đêm Hôm Ấy Đêm Gì? của Phùng Gia Lộc, Suy Nghĩ Trên Đường Làng của Hồ Trung Tú…, làm sao chúng tôi có thể làm cho học sinh tin vào những điển hình xã hội chủ nghĩa như "Biển" trong Tầm Nhìn Xa, như Anh Chủ Nhiệm[146] …

Ngày 16 và 23-7-1988, trên hai số báo liền, Nguyên Ngọc cho đăng lại bài tường thuật hội thảo bàn tròn do báo Văn Học Liên Xô tổ chức: "Liệu chúng ta có từ bỏ chủ nghĩa hiện thực xã hội chủ nghĩa". Bài viết dẫn lời các nhà văn Nga cho rằng: "Chủ nghĩa hiện thực đã bị Stalin áp đặt một cách tàn bạo và giáo điều hóa". Bài viết trích lời của một nhà văn Nga: "Thời đại bị lợi dụng cho lời cầu phúc và thời đại đã nói dối, giết người rồi biện minh cho tính chất vô sản của chủ nghĩa anh hùng chúng ta".

Không khí cải tổ trong Hội Nhà văn Liên Xô tác động một cách trực tiếp lên công tác chuẩn bị Đại hội lần thứ V Hội Nhà văn Việt Nam. Liên tục trên nhiều số, Văn Nghệ cho đăng bài kêu gọi đổi mới từ nội dung cho tới phương thức tổ chức đại hội của Hội Nhà văn. Ngày 4-6-1988, Văn Nghệ đăng tuyên bố của nữ nhà văn Dương Thu Hương: "Đại hội này là dịp cuối cùng để thế hệ 40 giành lấy quyền nói tiếng nói quyết định trong các vấn đề văn học và nhất là trong công việc của Hội, trước khi nó trở nên già cả và bảo thủ".

Trí thức, văn nghệ sỹ có vẻ như đang bộc lộ nhu cầu mở cái "nút thắt cuối cùng: dân chủ - tự do", thay vì chỉ có vấn đề sáng tác. Theo Nguyên Ngọc, Ban Thư ký Hội Nhà văn bắt đầu đòi can thiệp vào bài vở của tuần báo Văn Nghệ. Nhưng Nguyên Ngọc không chấp nhận, ông tuyên bố: "Tôi là tổng biên tập, tôi chịu trách nhiệm".

Mối lo ngại không còn chỉ đến từ Ban Thư ký, từ ngày 5 đến ngày 9-9-1988, Ban Chấp hành Hội Nhà văn họp có Ủy viên Bộ Chính trị Đào Duy Tùng đến dự. Theo "Bản tin chi tiết" của Hội Nhà văn đăng trên báo Văn Nghệ ngày 1-10-1988, tại cuộc họp, Ban Chấp hành Hội Nhà văn kết luận: "Văn Nghệ đã

---

[146] Trần Hoài Anh, Văn Nghệ 30-4-1988.

có một số đóng góp tích cực trong công cuộc đổi mới. Song bên cạnh đó, tuần báo đã có những khuyết điểm và lệch lạc nghiêm trọng". Trước đó, tờ báo bị phê phán là: "Đã đăng những ý kiến phủ nhận cả giai đoạn văn học trước đây, nói Hội Nhà văn có cũng như không, nói chưa bao giờ văn nghệ sỹ bị khinh rẻ như bây giờ. Nhiều ý kiến nêu rõ đổi mới nhưng không thể tách rời khỏi tình hình xã hội hiện nay. Đổi mới nhưng không được làm đổ vỡ lòng tin vào sức sống của chủ nghĩa xã hội"[147].

Bên trong, theo Nguyên Ngọc, ông bị Trưởng Ban Tuyên huấn Trần Trọng Tân phê bình: "Làm báo là làm chính trị, làm chính trị thì phải nhạy cảm chính trị, trước hết nhạy cảm với kẻ thù". Nguyên Ngọc cãi lại: "Nhạy cảm chính trị trước hết là nhạy cảm với nỗi đau của nhân dân. Chính những kẻ làm đau khổ nhân dân mới là kẻ thù". Đào Duy Tùng dàn hòa: "Tôi thấy anh Tân và anh Ngọc không khác nhau, chỉ khác nhau ở cách diễn đạt". Nguyên Ngọc không khoan nhượng: "Không anh, chúng tôi khác nhau về cơ bản".

Nhà văn Nguyễn Quang Sáng cảnh báo trước Ban Chấp hành Hội: "Đối xử với Tổng Biên tập Văn Nghệ cũng là đối xử với đổi mới... Đối với nhà văn, nơi tranh giành là trang giấy. Cái ghế không có giá trị văn học". Nhưng, Tổng Thư ký Nguyễn Đình Thi vẫn kết luận: "Ban Chấp hành giao cho Ban Thư ký uốn nắn, chấn chỉnh tờ báo cả về nội dung và tổ chức".

Những tuần sau đó, Nguyên Ngọc vào Sài Gòn họp cộng tác viên, giới văn nghệ miền Nam đã "đổ thêm dầu vào lửa" khi ca ngợi tờ Văn Nghệ là "đã nói tiếng nói lương tri của người cầm bút" và khen tờ báo đã "không còn hướng thượng" nữa. Ngày 12-11-1988, Tướng Trần Độ xuất hiện trên Văn Nghệ bằng một bài báo đăng trọn trang, nhìn nhận một số "thiếu sót không thể tránh khỏi" của tờ báo, đồng thời trích dẫn ý kiến của dư luận và một nhận định cũ của Ban Bí thư "Văn Nghệ lành mạnh và có triển vọng". Rồi Trần Độ kết luận: "Văn Nghệ cần tiếp tục đổi mới". Nhưng, tiếng nói của Tướng Trần Độ vào lúc này chỉ có tác dụng chứng minh cho những chỉ trích mà "Bản tin chi tiết của Hội Nhà văn" đã từng đề cập: "Một số hội viên đảng viên thuộc cơ quan Hội Nhà văn cho rằng báo Văn Nghệ dựa vào ô dù ở trên để vô hiệu hóa Ban Thư ký".

Trong số báo ra ngày 3-12-1988 (trên thực tế đã phát hành từ ngày 1-12) Nguyên Ngọc cho đăng lại quyết định ngày 20-10-1988 của Bộ Chính trị Liên Xô "thừa nhận sai lầm của Nghị quyết ngày 14-8-1946", xóa án cho Zoshchen-

---

[147] Báo Văn Nghệ ngày 1-10-1988.

ko và Akhmatova, lãnh đạo hai tờ tạp chí Ngôi Sao và Leningrad. Zoshchenko và Akhmatova từng cho đăng những bài viết bị quy kết là "bôi đen chế độ Xô viết". Đặc biệt, Nghị quyết 14-8-1946 cũng đã từng sử dụng cụm từ "lệch lạc nghiêm trọng" mà ngày 1-10-1988 Nguyễn Đình Thi dùng để phê bình Văn Nghệ. Đây là số báo cuối cùng của Nguyên Ngọc.

Ngay trong ngày 2-12-1988, Nguyễn Đình Thi và Chính Hữu thay mặt Ban Thư ký Hội Nhà văn trực tiếp xuống trụ sở báo Văn Nghệ. Nguyên Ngọc nhớ lại: "Các vị ấy đã chuẩn bị nhiều phương án. Đầu tiên, Chính Hữu rút ra tờ quyết định thuyên chuyển tôi về làm phó Ban Trù bị Đại hội. Tôi nói, việc đó thuộc thẩm quyền của Ban Chấp hành. Chính Hữu liền rút ra quyết định bổ nhiệm tôi làm trưởng Ban Trù bị. Tôi cười bảo, các anh cứ làm quyết định cách chức đi". Nhưng không hiểu sao Ban Thư ký Hội Nhà văn đã không dám dùng từ "cách chức".

Trong số báo tiếp theo, ra ngày 10-12-1988, báo Văn Nghệ để trống mục "Tổng Biên tập" và cho đăng bài của Nguyễn Đình Thi giải thích sự "lệch" sinh ra "lạc" của tờ Văn Nghệ thời Nguyên Ngọc. Báo chí Sài Gòn và miền Trung ngay sau đó đã có nhiều tin bài phản đối Hội Nhà văn. Ngày 20-12-1988, báo Tuổi Trẻ đăng hàng loạt ý kiến của giới văn nghệ phía Nam "phản đối việc thuyên chuyển tổng biên tập báo Văn Nghệ". Trong đó, nhà thơ Thanh Thảo viết: "Tôi kịch liệt phản đối quyết định cách chức tổng biên tập báo Văn Nghệ. Chỉ có Đại hội Hội Nhà văn mới có thẩm quyền quyết định vấn đề này".

Cũng trong tuần lễ đầu của tháng 12-1988, Tổng Bí thư Nguyễn Văn Linh chủ trì họp Bộ Chính trị bàn "một số vấn đề trước mắt trong công tác tư tưởng". Tuy không chỉ ra "những sai phạm" của báo chí, nhưng trong "bài phát biểu tại Hội nghị Bộ Chính trị" Tổng Bí thư Nguyễn Văn Linh yêu cầu: "Cần thông tin đầy đủ và đúng đắn về tình hình đất nước… Cần làm rõ, dân chủ phải có lãnh đạo, mở rộng dân chủ phải nhằm nâng cao ý thức giữ vững kỷ luật và tuân thủ pháp luật"[148].

Tại hội nghị này, Bộ Chính trị cũng đã quyết định thành lập một "Ủy Ban công tác tư tưởng của Đảng" nhằm giúp Ban Bí thư "đánh giá tình hình tư tưởng cán bộ, đảng viên và tâm trạng chính trị của quần chúng để báo cáo định kỳ". Tổng Bí thư kêu gọi: "Luôn luôn tỉnh táo, hết sức coi trọng công tác tư tưởng". Không chỉ đề cập đến tình hình Việt Nam, Tổng Bí thư Nguyễn Văn Linh còn nói đến chính sách cải tổ của Liên Xô. Có thể

---

[148] Báo Tuổi Trẻ số ra ngày 15-12-1988.

nói, ông là nhà lãnh đạo cộng sản đầu tiên nhận ra tiến trình cải tổ là vô cùng "phức tạp"[149].

Ba tháng sau, Hội nghị Trung ương 6, tháng 3-1989, đã nhấn mạnh những lo ngại chính trị trong "quá trình phát huy dân chủ", kêu gọi "phải tỉnh táo đấu tranh chống lại những lực lượng lợi dụng việc mở rộng dân chủ để chống chế độ ta". Hội nghị Trung ương 6 cho rằng, "tự do tư tưởng, thảo luận và tranh luận thẳng thắn" phải đi đôi với việc "ngăn ngừa và uốn nắn những biểu hiện lợi dụng dân chủ, công khai để xuyên tạc sự thật, kích động, phá hoại công cuộc đổi mới". Sau khi "phê phán những khuynh hướng phủ nhận hoặc hạ thấp" vai trò của Đảng, Hội nghị Trung ương 6 tuyên bố: "Không cho phép ra báo tư nhân và lập các nhà xuất bản tư nhân". Nghị quyết Hội nghị Bộ Chính trị tháng 12-1988 và Hội nghị Trung ương 6 thể hiện rõ quan điểm Nguyễn Văn Linh: mở ra có mức độ về kinh tế, nhưng kiên định về lập trường chính trị.

Những người như Nguyên Ngọc hay Tổng Biên tập Sài Gòn Giải Phóng Tô Hòa có thâm niên cộng sản[150]. Họ tham gia cách mạng vì lý tưởng chủ nghĩa xã hội và đổi mới cũng vì nhận ra những sai lầm do áp dụng những nguyên lý không tưởng đó. Thế hệ Tô Hòa, Nguyên Ngọc tự nhận lấy phần trách nhiệm của mình trong những chính sách sai lầm của Đảng thay vì chỉ đổi mới trong chừng mực mà Đảng cho phép mở ra. Sau khi Nguyên Ngọc bị mất chức tổng biên tập Văn Nghệ, những nhà lý luận văn học cấp tiến như Trần Hữu Tá, Lê Ngọc Trà có được chỗ dựa ở Tô Hòa. Tờ báo Đảng dưới thời Tô Hòa tiếp tục tự cởi trói cho mình trong khi "vòng dây" bên ngoài vẫn âm thầm siết lại.

Sau khi Tổng Bí thư Nguyễn Văn Linh tuyên bố tại Hội nghị Trung ương 6: "Dân chủ phải có lãnh đạo", trên trang nhất Sài Gòn Giải Phóng, ông Tô Hòa cho đăng ý kiến của "một bạn đọc" có tên là Trần Nghiên nói rằng "không ít người lo lắng là điều đó sẽ làm cho dân chủ bị chựng lại"[151]. Trần Nghiên nêu ví dụ, tại đại hội ở một quận, nhân danh "dân chủ có lãnh đạo", chủ tịch đoàn đã "gò ép, hạn chế đến thô bạo quyền dân chủ tối thiểu của đại biểu là được trình bày ý kiến". Ngày 2-7-1989, ông Tô Hòa cho đăng bài của Tiến sỹ Lê

---

[149] Tổng Bí thư Nguyễn Văn Linh nói: "Sự nghiệp đổi mới ở nước ta, công cuộc cải tổ ở Liên Xô và các nước xã hội chủ nghĩa khác đang đặt ra nhiều vấn đề mới tác động đến nhận thức tư tưởng và tâm trạng chính trị, xã hội phức tạp. Kẻ thù và những phần tử xấu đang xuyên tạc tình hình, phá hoại lòng tin của quần chúng đối với sự lãnh đạo của Đảng, với chế độ xã hội chủ nghĩa" (Tuổi Trẻ 15-12-1988).

[150] Tô Hòa sinh năm 1926 tại Quảng Ngãi, năm 1945 ông tham gia cướp chính quyền tại Sài Gòn. Năm 1954 ông đi tập kết làm báo ở miền Bắc, năm 1970 về lại miền Nam làm trưởng Tiểu Ban Báo chí Khu ủy Sài Gòn-Gia Định.

[151] Báo Sài Gòn Giải Phóng ngày 1-7-1989.

Ngọc Trà, bày tỏ khá rõ ràng lựa chọn của tờ Sài Gòn Giải Phóng: "Đấu tranh cho một xã hội tốt hơn, cho chủ nghĩa xã hội đích thực, cho dân chủ và công khai, cho đổi mới cũng là một cuộc cách mạng nhân danh con người, vì con người. Bởi vậy, đứng ở đâu trong cuộc đấu tranh này là cả một thử thách đau đớn, là thước đo cách hiểu về văn chương, quan niệm về con người và chính ngay nhân cách của bản thân những ai cầm bút".

Cũng như khi Nguyên Ngọc bị cách chức, sự ra đi của Tô Hòa cũng được những người đổi mới coi như là một tổn thất. Nhiều người đọc thư Tô Hòa đăng trên báo Sài Gòn Giải Phóng số ra ngày 13-8-1989 đã rất bất ngờ, kể cả ông Võ Văn Kiệt, người bổ nhiệm Tô Hòa giữ chức vụ này từ năm 1981. Một bạn đọc gửi tới ông bài thơ: Được thư anh viết chia tay/ Tôi băn khoăn mãi thế này là sao/ Lý do anh tuổi đã cao/ Hay còn nguyên cớ khác nào nữa đây/ Báo đang đổi mới hàng ngày/ Sao người cầm trịch chia tay bất ngờ...

Đứng bên cạnh tờ Sài Gòn Giải Phóng, những tờ báo như Thanh Niên, Tuổi Trẻ lúc ấy cũng đã như những "cánh tay nối dài" của tờ Văn Nghệ thời Nguyên Ngọc. Tuổi Trẻ Chủ Nhật thường đăng lại những tác phẩm gây xôn xao dư luận trên báo Văn Nghệ như truyện ngắn Tướng Về Hưu, phóng sự Cái Đêm Hôm Ấy Đêm Gì?... và tự mình thực hiện nhiều điều tra, phóng sự.

Nếu như những bài báo đăng trên tờ Văn Nghệ biểu lộ sự thức tỉnh của những người làm báo xã hội chủ nghĩa, những trang viết của họ là những bản tự kiểm, đụng chạm không chỉ niềm tin cá nhân mà còn cả thần tượng và ý thức hệ thì những người làm báo ở Tuổi Trẻ, cuối thập niên 1980, vẫn mang sự nhiệt thành của những thanh niên ở trong độ tuổi hồn nhiên. Đội ngũ lãnh đạo Tuổi Trẻ lúc bấy giờ gồm những người đã từng hoạt động trong phong trào sinh viên học sinh trước 30-4-1975 tại miền Nam. Cho dù vẫn giữ sự đồng hành với Đảng, niềm say mê nghề nghiệp, khát khao đổi mới đã khiến họ đấu tranh không mệt mỏi bảo vệ "dân sinh" và hào hứng với các trào lưu dân chủ.

Nếu như trước đó, Tuổi Trẻ, Sài Gòn Giải Phóng thường chỉ khai thác thời sự quốc tế qua báo chí Liên Xô hoặc qua Thông tấn xã Việt Nam, thì lúc bấy giờ bắt đầu khai thác cả "báo chí tư bản" để tường thuật các diễn biến trên thế giới. Báo chí không chỉ giúp người dân, đặc biệt là sinh viên, thanh niên, hiểu được những gì đang xảy ra xung quanh mà còn khai thác những thông tin ấy theo hướng tác động trực tiếp vào những sự kiện đang xảy ra trong nước.

Giữa năm 1987, bằng cách đưa tin của mình, báo Tuổi Trẻ đóng vai trò quan trọng làm thay đổi kết quả bầu cử ở đại hội Đoàn Thanh niên Cộng sản Thành phố Hồ Chí Minh. Các đại biểu đã bầu Lê Văn Nuôi làm bí thư thay vì bầu Phạm Phương Thảo như phê chuẩn ban đầu của Thành ủy [152]. Ngay sau khi đắc cử, Lê Văn Nuôi chủ trương "bầu trực tiếp bí thư Đoàn trường học sinh" và tuyên bố: "Tổ chức của giới nào phải có thủ lĩnh của giới đó". Trước đó, Lê Xuân Khuê, trưởng Ban Trường học Thành Đoàn, phát biểu trên báo Tuổi Trẻ ngày 2-7-1987 rằng: sinh viên không còn muốn tiếp tục bị coi là những đứa trẻ bị thầy cô cầm tay chỉ việc, thậm chí làm thay cả công tác Đoàn nữa. Khuê nói: "Chúng tôi không muốn bị coi là bé, là trẻ người non dạ mãi".

Cho dù tất cả những sự kiện đó đều như những giọt nước tích tụ vào ly nhưng chỉ bị đánh giá là thiếu bản lĩnh chính trị chứ chưa bị coi là lệch lạc. Theo ông Nguyễn Sơn, phó Ban Tuyên huấn Thành ủy Thành phố Hồ Chí Minh trong thập niên 1980-1990: "Kim Hạnh, tổng biên tập báo Tuổi Trẻ, cũng như Thế Thanh, tổng biên tập báo Phụ Nữ Thành Phố, cùng bị coi là chịu ảnh hưởng của những nhân vật đổi mới cực đoan như Trần Độ, Dương Thu Hương, Nguyên Ngọc... nhưng lúc đầu, Thành ủy thấy có thể quản lý được. Tuy nhiên, loạt bài về Bình Nhưỡng và 'thư Nguyễn Ái Quốc gửi vợ' đăng trên Tuổi Trẻ đã chạm đến hai vấn đề thiêng liêng: niềm tin vào lãnh tụ và chủ nghĩa xã hội".

Năm 1989, sau khi dự "Liên hoan Thanh niên, Sinh viên" tại Bình Nhưỡng trở về, nhà báo Vũ Kim Hạnh đã có loạt bài mô tả Bắc Triều Tiên như một thành phố không còn gương mặt con người: dân chúng không được tiếp xúc với người nước ngoài; radio, tivi chỉ bắt được đài nhà nước...[153]. Chủ nghĩa xã hội được mô tả như một thứ trại tập trung có quy mô toàn quốc. Lỗi này sẽ được "ghim" lại cho đến ngày 18-5-1991[154].

Ngày 18-5-1991, Tổng Biên tập Vũ Kim Hạnh cho đăng trên trang nhất Tuổi Trẻ một bài báo về bức thư của Nguyễn Ái Quốc "gửi vợ" Tăng Tuyết Minh. Bài báo cùng lúc được đăng trên tờ Nhân Dân Chủ Nhật (số ra ngày

---

[152] Tờ Tuổi Trẻ (ngày 9-7-1987) đưa tin: Tối 7-7-1987, Ban Chấp hành Thành Đoàn họp thông qua danh sách dự kiến, Phạm Phương Thảo làm bí thư; Lê Văn Nuôi làm phó bí thư thường trực. Việc ban chấp hành cũ giới thiệu người vào các chức danh cụ thể là một việc làm rất cũ của hệ thống chính trị nhưng thông tin đó đã làm cho các đại biểu về dự đại hội có cảm giác như họ bị đặt vào tay một "chuyện đã rồi". Hôm sau, 11-7-1987, đúng ngày Đại hội Đoàn Thành phố bỏ phiếu, báo Tuổi Trẻ lại "nhắc nhở" các đại biểu khi cho dịch từ báo Liên Xô câu nói của đại biểu Huyện đoàn Cuốc-scơ (Kursk): "Chúng tôi cần thủ lĩnh Đoàn cho chính mình chứ không phải cho cấp trên". Kết quả: Phạm Phương Thảo đã không trúng cử; Lê Văn Nuôi, nguyên chủ tịch Tổng hội học sinh Sài Gòn trước 1975, trở thành bí thư Thành Đoàn. Việc làm này của Tuổi Trẻ bị Thường vụ Thành đoàn (cũ) phê bình: "Đã làm cho đoàn viên thanh niên hiểu lầm là Ban Chấp hành cũ làm việc không dân chủ" (Tuổi Trẻ 14-7-1987).

[153] Kim Hạnh, Những Gương Mặt Triều Tiên Tôi Đã Gặp, Tuổi Trẻ 27-7-1989 và Đến Thăm Trường Mẫu Giáo Bình Nhưỡng, Tuổi Trẻ 29-7-1989.

[154] Thông báo Kỷ luật nhà báo Vũ Kim Hạnh được ông Nguyễn Võ Danh ký ngày 8-8-1991 cho biết: "Cá nhân đồng chí Tổng Biên tập Kim Hạnh đã bộc lộ những sai lầm về quan điểm chính trị, thiếu vững vàng về lập trường giai cấp công nhân... Những sai lầm đó được bộc lộ rõ nhất là từ năm 1989 tới nay".

19-5-1991, nhưng thực chất là xuất bản cùng ngày 18-5). Tuy cùng nội dung, nhưng trong khi tựa đề in trên tờ Nhân Dân số ra ngày 19-5-1991 là: "Một số tư liệu nói về đời riêng của Nguyễn Ái Quốc"; thì tựa trên tờ Tuổi Trẻ của Vũ Kim Hạnh lại là: "Thư của Nguyễn Ái Quốc gửi vợ năm 1928"[155]. Thông báo số 245 ngày 22-5-1991 do Phó Bí thư Thành ủy Nguyễn Võ Danh ký cho biết: "Đảng viên và quần chúng rất phẫn nộ. Liên tiếp trong các ngày 19, 20, 21, 22-5, nhiều quận huyện, nhiều người gửi văn bản, gửi thư hoặc đến trực tiếp Văn phòng Thành ủy bày tỏ thái độ bất bình và phẫn nộ... Nhiều đồng chí cán bộ hưu trí, lực lượng công an thành phố đề nghị khởi tố vụ án".

Một tháng trước khi ông Nguyễn Văn Linh kết thúc nhiệm kỳ, nhà báo Vũ Kim Hạnh bị cách chức tổng biên tập với "hình phạt bổ sung" không công khai: vĩnh viễn không cho làm báo. Gần như các nhân tố mới xuất hiện kể từ sau khi ông Linh hô hào cởi trói đều bị truy bức. Có người bị trói lại bằng "còng". Cho dù không thể đưa một xã hội đã bắt đầu thức tỉnh quay trở lại lồng, ông Nguyễn Văn Linh đã bỏ lỡ cơ hội để được lịch sử đánh giá như một tổng bí thư đổi mới[156].

---

[155] Hồ Chí Minh được "chính sử" ghi là không lấy vợ vì "cả cuộc đời vì nước vì non".

[156] Năm 1991, khi viết bài thơ Kim-Mộc-Thủy-Hỏa-Thổ, trong đó có hai câu: "Ta nhờn nhợn cái há mồm vĩ nhân tôm cá/ Khạc đủ đồ nghề thằng nọ con kia...", theo nhà thơ Nguyễn Duy là để "tức cảnh" khi nghe ông Nguyễn Văn Linh gọi "Con Hương, thằng Sáng".

[CHƯƠNG 13 • ĐA NGUYÊN]

Ông Nguyễn Văn Linh và hai "cố vấn" Phạm Văn Đồng và Lê Đức Thọ (1-1989).
- Ảnh: Xuân Lâm - TTXVN

Biến cố Thiên An Môn (1989) trên mặt báo chí phương Tây.

Nhà văn Dương Thu Hương

Nhà văn Nguyên Ngọc - Ảnh: Nguyễn Đình Toán

CHƯƠNG 14 . KHOẢNG CÁCH LINH - KIỆT

Các ông Nguyễn Văn Linh và Võ Văn Kiệt (thứ 2 và 3, từ trái sang phải) trong chiến khu.
- ẢNH TƯ LIỆU

SAU THÀNH CÔNG CỦA "CỞI TRÓI" VÀ "những việc cần làm ngay, "khoảng cách" giữa Tổng Bí thư Nguyễn Văn Linh và các thành viên khác trong Bộ Chính trị không còn chỉ "cách nhau sợi tóc" như ông ví von lúc đầu. Khác với Lê Duẩn và Trường Chinh, quyết định nhân sự dưới thời Nguyễn Văn Linh không còn là công việc của Ban Tổ chức. Sự quyết đoán của ông trong một số trường hợp, mở đầu bằng việc lựa chọn Đỗ Mười thay vì Võ Văn Kiệt đứng đầu Chính phủ, đã ảnh hưởng không nhỏ tới tiến trình cải cách của Việt Nam. Mối quan hệ giữa Võ Văn Kiệt và Nguyễn Văn Linh tưởng như rất gần gũi, nhưng trên thực tế, trong tính cách cá nhân và trong chính trị giữa hai người có rất nhiều khác biệt.

TẠI SAO ĐỖ MƯỜI

Ngày 10-3-1988, Chủ tịch Hội đồng Bộ trưởng Phạm Hùng qua đời. Người kế nhiệm, ông Đỗ Mười, kể: "Anh Hùng đi đột ngột. Anh ấy đang bình thường, khỏe mạnh, ăn cơm xong nằm nghỉ trưa nghe vọng cổ rồi bị sặc cơm mà mất". Thế theo hiến pháp, ngày 11-3-1988, Chủ tịch Hội đồng Nhà nước Võ Chí Công ký quyết định cử ông Võ Văn Kiệt, phó Chủ tịch thường trực làm quyền chủ tịch Hội đồng Bộ trưởng "cho đến khi Quốc hội bầu chủ tịch mới". Ông Đỗ Mười nói tiếp: "Tôi thấy bình thường. Tôi từ khi tham gia cách mạng tới giờ Đảng bảo làm gì làm nấy, không đòi hỏi gì cả, không xin gì cả".

Ông Đỗ Mười coi việc ông Võ Văn Kiệt tạm đứng đầu Chính phủ là bình thường không chỉ là một phát biểu xã giao. Theo ông Nguyễn Đình Hương, phó Ban Tổ chức Trung ương: "Từ Đại hội IV, năm 1976, khi đưa Tố Hữu, Võ Văn Kiệt, Đỗ Mười đứng vào hàng ủy viên dự khuyết Bộ Chính trị, Lê Duẩn, Lê Đức Thọ đã bàn với nhau và có sự ủng hộ của Phạm Văn Đồng, thống nhất đặt ba người vào trong đội dự bị. Năm 1982 khi điều ông Võ Văn Kiệt từ Sài Gòn, ông Lê Đức Thọ nói đưa Sáu Dân ra Hà Nội là để chuẩn bị làm thủ tướng. Khi ấy Tố Hữu cũng được chuẩn bị cho chức vụ tổng bí thư. Nhưng Tố Hữu khi làm phó chủ tịch thường trực Hội đồng Bộ trưởng vướng vào sai lầm trong vụ giá-lương-tiền nên uy tín sút giảm. Tại Đại hội VI tuy Tố Hữu vẫn được đề cử vào Trung ương nhưng khi bầu thì không trúng".

Tháng 6-1988, Quốc hội Khóa VIII nhóm họp kỳ thứ Ba, nhiều đại biểu ngạc nhiên khi người được đề cử chính thức thay thế ông Phạm Hùng là ông Đỗ Mười thay vì ông Kiệt. Bà Ba Thi Nguyễn Thị Ráo, một phụ nữ thân thuộc với cả ông Kiệt và Tổng Bí thư Nguyễn Văn Linh nói trước Quốc hội: "Chúng tôi tha thiết đề cử đồng chí Võ Văn Kiệt. Nhân dân miền Nam, nhất là Sài Gòn rất kính trọng đồng chí Võ Văn Kiệt. Chúng tôi chỉ biết Võ Văn Kiệt, tôi tha thiết đề nghị Quốc hội bầu đồng chí Võ Văn Kiệt".

Đại biểu Lý Chánh Trung đề nghị đưa hai ứng cử viên để Quốc hội bầu, ông nói: "Một trong những động lực giúp chúng tôi vận động bà con Sài Gòn xuống đường là để chống bầu cử độc diễn ở Sài Gòn. Bây giờ chúng ta có độc lập mà vẫn độc diễn thì chúng tôi khó ăn nói với bà con lắm". Ý kiến của bà Ba Thi đã bị một đại biểu ở miền Bắc, bà Nguyễn Thị Kim Đính, chủ tịch Liên hiệp Xã Hải Hưng, phản đối: "Tôi đồng tình có hai ứng cử viên nhưng tôi không đồng ý với chị Ba Thi, nếu chúng tôi cũng nói là miền Bắc chỉ biết đồng chí Đỗ Mười thì sao".

Thực ra không chỉ có các đại biểu đến từ miền Nam, Quốc hội biết khá rõ ông Đỗ Mười. Bầu "tư lệnh" của cả hai chiến dịch "cải tạo tư sản" đứng đầu chính phủ trong thời kỳ thực hiện chính sách "kinh tế nhiều thành phần" không khỏi làm cho nhiều đại biểu băn khoăn, thắc mắc.

Theo ông Vũ Mão, có 33 trên tổng số 53 đoàn đại biểu quốc hội đề cử ông Võ Văn Kiệt như một ứng cử viên thứ hai để Quốc hội bầu chủ tịch Hội đồng Bộ trưởng; ngoài ra, còn có bốn đoàn giới thiệu Đại tướng Võ Nguyên Giáp và một đoàn giới thiệu ông Nguyễn Cơ Thạch. Tuy nhiên, ông Võ Văn Kiệt kiên quyết từ chối, ông nói: "Tôi là đảng viên, tôi tuân thủ nguyên tắc Đảng. Ban Chấp hành Trung ương đã giới thiệu đồng chí Đỗ Mười rồi thì nếu có gì khác, chúng ta phải báo cáo Trung ương". Ban Bí thư phải họp, và theo ông Vũ Mão, chủ nhiệm Văn phòng Quốc hội: "Anh Nguyễn Văn Linh rất hay ở chỗ, dù không ưa anh Kiệt, anh vẫn đồng ý để Quốc hội bầu chủ tịch Hội đồng Bộ trưởng với hai ứng cử viên".

Khi từ chối không tham gia cuộc bầu cử này, ông Võ Văn Kiệt hiểu rất rõ "ý thức chấp hành" của một quốc hội mà cho dù tỉ lệ đảng viên là bao nhiêu thì tất cả đại biểu đều là người của Đảng. Nhưng, sau cuộc họp của Ban Bí thư, giữa đêm khuya, Chủ tịch Quốc hội Lê Quang Đạo tìm đến nhà ông Kiệt nói: "Ban Bí thư bàn, thấy xưa nay chưa có tiền lệ đưa hai ứng cử viên ra Quốc hội nhưng các đoàn đề nghị gay gắt quá. Đề nghị anh không rút tên".

Đây là lần đầu tiên kể từ khi Đảng Cộng sản Việt Nam cầm quyền, Quốc hội bầu một chức danh mà có hai ứng cử viên trên lá phiếu. Việc làm này không chỉ mới mẻ với những đảng viên thường mà với cả những người trong cuộc. Theo ông Vũ Mão: "Anh Đỗ Mười nói với tôi: cả tuần nay, mình mất ngủ, không hiểu tại sao trong Đảng ta lại có hai ứng cử viên. Tôi nói: thưa anh, đấy là thành quả của đổi mới". Chiều 22-6-1988, Quốc hội bỏ phiếu, kết quả: ông Đỗ Mười đắc cử với 296 phiếu; 168 đại biểu bỏ phiếu cho ông Võ Văn Kiệt; một đại biểu bỏ phiếu trắng.

Ông Đỗ Mười nhận chức nhưng rất lo lắng vì ông, ứng cử viên của Đảng, chỉ có được 63% số phiếu bầu thay vì 100% như tiền lệ. Điều ông lo lắng hơn là sự ủng hộ của các địa phương miền Nam. Ông Kiệt kể: "Tôi nói với anh Mười, tôi trực, tôi sẽ làm hết sức mình, còn đối với anh em miền Nam anh cứ mạnh dạn vào làm việc, tôi tin là anh em sẽ ủng hộ anh". Nhớ lại thời kỳ này, ông Đỗ Mười nói: "Hai anh em cộng tác rất tốt, tôi với anh Kiệt cũng gắn bó lắm".

Một năm sau, ông Kiệt nói: "Khi kiểm điểm trong Bộ Chính trị, có hai ba ý kiến đánh giá một trong những ưu điểm của tôi là cộng tác tốt với anh Đỗ Mười. Tôi nói với họ các anh nói ưu điểm thì tôi cũng vui nhưng tôi rất lạ là tại sao các anh có thể nghĩ là tôi không thể cộng tác với anh Mười. Tôi đâu có cạnh tranh, lẽ ra tôi dứt khoát rút tên nhưng Ban Bí thư đã quyết định thì tôi phải theo. Đây là công việc đâu phải là vấn đề riêng tư để tôi có thể không cộng tác với một người được Trung ương chọn".

Đã từng là bí thư Trung ương Cục, ông Nguyễn Văn Linh cũng tiên liệu được sự phản ứng của miền Nam khi quyết định chọn Đỗ Mười. Trợ lý của Nguyễn Văn Linh, ông Bùi Văn Giao, kể: "Sau khi ông Phạm Hùng chết, anh Linh lên Hồ Tây họp bàn trước với hai ông cố vấn: Phạm Văn Đồng và Lê Đức Thọ. Họp xong, ông Linh kêu tôi qua nói: 'Giao à, bọn tôi bàn để Đỗ Mười thay Phạm Hùng'. Tôi kêu lên: 'Trời ơi, sao lại Đỗ Mười'. Ông Linh: 'Tôi biết, nhưng từ khi làm tổng bí thư tôi nói Đỗ Mười nghe rồi'. Rồi ông Linh kêu tôi chuẩn bị, hôm sau đi cùng ông. Ông Linh nói: 'Trung ương giao tôi vào miền Nam, Võ Chí Công vào miền Trung, Nguyễn Đức Tâm đi các tỉnh miền Bắc làm công tác tư tưởng'. Ông Linh đi tới đâu cũng gặp phản ứng. Ông phải nói: 'Đây là quyết định của Bộ Chính trị'".

Một ủy viên Trung ương thân cận của ông Nguyễn Văn Linh, Trưởng Ban Tuyên huấn Trần Trọng Tân, kể: "Anh Linh giải thích: Hồi cải tạo, tôi với anh Đỗ Mười khác nhau lắm, đụng nhau dữ lắm. Nhưng anh Đỗ Mười có cái hay, điều gì Đảng đã quyết rồi thì anh ấy thi hành quyết liệt". Một người từng làm trợ lý cho ông Nguyễn Văn Linh, ông Dương Đình Thảo, bổ sung: "Ông Mười Cúc đã từng cãi nhau rất găng với ông Đỗ Mười về đổi mới nhưng ông nghĩ, Đỗ Mười là người trung thành, tổ chức thực hiện kiên quyết khi đã có nghị quyết".

Nhưng vấn đề không phải là tán thành hay không tán thành ông Đỗ Mười. Tuy Nguyễn Văn Linh sinh ra và lớn lên ở miền Bắc nhưng cuộc đời hoạt động của ông gắn với miền Nam, gắn với Sài Gòn. Năm 1956, ông Võ Văn Kiệt gặp ông Nguyễn Văn Linh lần đầu tiên và cho đến cuối đời ông Kiệt vẫn nhắc món bê non thui chấm nước mắm gừng theo kiểu Bắc mà ông Linh đãi ông năm ấy. Tại sao ông Linh đã không chọn ông Võ Văn Kiệt trở thành câu hỏi của rất nhiều cán bộ miền Nam, những người đã gắn bó với cả ông Kiệt và ông Nguyễn Văn Linh từ thời Trung ương Cục.

Ông Bùi Văn Giao kể: "Vừa nghe ông Linh nói chọn ông Mười, tôi thắc mắc ngay 'Sao không chọn ông Kiệt?'. Ông Linh kể một loạt cái xấu của ông Kiệt rồi nói: 'Khi tôi mất Bộ Chính trị, về Sài Gòn, Sáu Dân không bao giờ gặp tôi'. Anh Linh tốt nhưng thành kiến ai thì chết người đó". Ông Chín Đào Phan Minh Tánh, bí thư Trung ương Đảng cho biết: "Ông Kiệt nhiều lần tâm sự, 'Chín Đào coi mình với anh Linh có gì không đúng?'. Tôi nói với ảnh: Khi ra Hà Nội anh có thơ gởi đồng bào từ giã, trong thơ có dặn dò về anh Linh. Anh Linh cho là trịch thượng. Chị Bảy Huệ cũng đồng ý với chồng. Anh Kiệt cười: 'Chín Đào biết mình coi anh Linh là đàn anh về tuổi, là thầy về cách mạng. Sao ảnh nỡ nói vậy. Nhưng thôi, kệ ảnh".

Cuối năm 1981, ông Nguyễn Văn Linh được điều trở lại Sài Gòn như một động thái cơ cấu lại cán bộ chuẩn bị Đại hội Đảng lần thứ V họp vào đầu năm 1982. Thế chính trị của ông Linh lúc ấy rất khó khăn, ông bị đưa ra khỏi Bộ Chính trị vài tháng sau đó. Phó Ban Tổ chức Trung ương Nguyễn Đình Hương nói: "Nếu ông Lê Duẩn còn sống tới Đại hội VI thì sẽ không có Tổng Bí thư Nguyễn Văn Linh vì từ Đại hội V, ông Lê Duẩn và ông Lê Đức Thọ đã thống nhất quy hoạch Tố Hữu sẽ làm tổng bí thư, Võ Văn Kiệt làm thủ tướng và đặt ông Linh ra rìa". Trợ lý của Lê Duẩn, ông Trần Phương nói: "Anh Ba đánh giá Mười Cúc rất thấp". Theo ông Võ Văn Kiệt, chính ông đã đề nghị ông Lê Duẩn và Lê Đức Thọ điều ông Nguyễn Văn Linh trở lại Thành phố Hồ Chí Minh khi ông Linh không được dự kiến cho một chức vụ gì cụ thể.

Trong tình huống đó, trước khi chính thức ra Hà Nội nhận chức phó chủ tịch Hội đồng Bộ trưởng, ông Võ Văn Kiệt đã viết một bức thư ngỏ đăng trên báo Sài Gòn Giải Phóng. Sau khi chúc Tết và cám ơn "nhân dân Thành phố", ông Võ Văn Kiệt đã giới thiệu về ông Nguyễn Văn Linh như là nói về một người tiếp theo mình chứ không rõ ra là nói về một đàn anh của mình[157].

Theo ông Tô Hòa, tổng biên tập báo Sài Gòn Giải Phóng: "Ông Kiệt cũng cân nhắc, viết rất trân trọng và thận trọng. Nhưng ông Linh phản ứng với tôi ngay: Sáu Dân lấy tư cách gì để giới thiệu tôi". Ông Linh về Thành phố làm bí thư, ông Kiệt ra Trung ương làm phó chủ tịch Hội đồng Bộ trưởng phụ trách kế hoạch, Thành phố cũng có nhiều việc phải trao đổi và gặp gỡ. Ông Tô Hòa nói: "Trong quan hệ, ông Kiệt cũng rất dở. Có lần ông Kiệt về nhà ở An Phú, Sài Gòn. Sáng ra khi ông đang chơi tennis với ông Ngô Công Đức thì ông Linh lên gặp. Lẽ ra nên ra tiếp ngay thì ông Kiệt lại ham bóng, cố theo cho xong trái bóng. Ông Linh rất bực".

Cũng theo ông Phan Minh Tánh: "Trước Đại hội VI, ông Linh cũng nghi ông Kiệt vận động Trường Chinh ở lại và không bỏ phiếu ủng hộ ông Linh làm tổng bí thư". Tại Hội nghị Trung ương 12, Khóa V, khi thảo luận nhân sự

---

[157] Bức thư của ông Võ Văn Kiệt đăng trên báo Sài Gòn Giải Phóng số ra ngày 8-1-1982 có tựa đề, "Kính chào thành phố thân yêu, xin càng siết chặt tay hơn trên nhiệm vụ mới", đoạn về ông Nguyễn Văn Linh được viết: "Tôi xin phép được giới thiệu anh Nguyễn Văn Linh, ủy viên Bộ Chính trị, được phân công về trực tiếp làm bí thư Thành ủy. Anh Mười với thành phố của chúng ta không phải là người xa lạ. Từ cuối những năm 1930, anh đã tham gia công tác ở Đảng bộ Sài Gòn. Suốt kháng chiến chống Pháp, anh đã lãnh đạo Đảng bộ ở đây, sau năm 1954, từ lúc làm bí thư Xứ ủy Nam Bộ cho đến thời gian dài giữ những công việc chủ yếu trong Trung ương Cục miền Nam, anh luôn theo dõi sát phong trào thành phố. Sau năm 1975, anh trực tiếp làm bí thư Thành ủy. Sau Đại hội IV, anh phụ trách Tổng Công đoàn và sau đó thay mặt Bộ Chính trị nhìn chung công việc các tỉnh phía Nam. Anh vẫn rất gần gũi phong trào thành phố, thường xuyên góp ý kiến với Đảng bộ về nhiều chủ trương và biện pháp lớn. Bên cạnh anh Mười là cả một dàn cán bộ chủ chốt của Đảng bộ đều là những người đã vào sanh ra tử với phong trào, gắn bó mật thiết với nhân dân nội, ngoại thành, giàu tính năng động, sáng tạo".

cho khóa VI, theo ông Lê Văn Triết[158]: "Tôi nói: 'Anh Trường Chinh nên tiếp tục làm tổng bí thư thêm một thời gian nữa rồi bàn giao cho anh Nguyễn Văn Linh. Thủ tướng thì nên để anh Võ Văn Kiệt. Chủ tịch nước, theo tôi bây giờ không ai có uy tín qua anh Giáp'. Nghe tới đó, ông Linh - đang thảo luận cùng tổ - đập bàn cái rầm, quát: 'Thôi! Bộ Chính trị yêu cầu các đồng chí tập trung thảo luận hai vấn đề mà Bộ Chính trị hướng dẫn: cơ cấu và tiêu chuẩn. Tôi đề nghị đồng chí tổ trưởng điều hành đúng'. Ủy viên Trung ương Lê Phước Thọ thấy căng, đề nghị giải lao. Ra hành lang, Nguyễn Văn Linh nói: 'Cậu biết gì về Sáu Dân? Tôi đề nghị cậu không được nói tới vấn đề Sáu Dân nữa. Dốt mà không chịu học. Làm Ủy ban Kế hoạch còn không xong lấy đâu ra thủ tướng'". Không chỉ ông Triết, nhiều người bất ngờ với thái độ này của ông Nguyễn Văn Linh nhưng câu chuyện chưa dừng lại ở đó.

CIMEXCOL HAY "VỤ ÁN DƯƠNG VĂN BA"

Tháng 12-1987, Bộ Nội vụ khởi tố vụ án Cimexcol, Phó Giám đốc Dương Văn Ba bị bắt. Dương Văn Ba, cựu thành viên báo Tin Sáng, là người mà năm 1971 khi tái tranh cử dân biểu tại Sóc Trăng đã được ông Võ Văn Kiệt, khi ấy là bí thư Khu ủy, cử người liên lạc và ngầm ủng hộ.

Tiền thân của Cimexcol là một liên doanh giữa Minh Hải và Thành phố Hồ Chí Minh, được lập ra để hợp tác khai thác gỗ với Công ty Phát triển miền rừng núi Lào[159]. Trước khi Cimexcol ra đời, với sự thu xếp của ông Trần Bạch Đằng, ông Lê Văn Bình khi ấy là ủy viên thường vụ Tỉnh ủy Minh Hải đã gặp báo cáo với Bí thư Thành ủy Thành phố Hồ Chí Minh Nguyễn Văn Linh. Năm 1985, Cimexcol ra đời, Minh Hải cử ông Nguyễn Quang Sang, ủy viên thường vụ Tỉnh ủy, giám đốc Sở Tài chánh, giữ chức giám đốc, nhưng người điều hành công ty trên thực tế là Dương Văn Ba.

Việc sử dụng ông Dương Văn Ba, theo ông Đoàn Thành Vị, lúc đó là bí thư Minh Hải: "Anh Lê Quân, nguyên phó bí thư Tỉnh ủy Sóc Trăng, nói, lúc kháng chiến chống Mỹ, anh Kiệt có phân công anh liên hệ với Dương Văn Ba. Anh Võ Văn Kiệt nói với chúng tôi, Dương Văn Ba thuộc thành phần thứ ba, việc làm ăn bây giờ thì tôi không rành nhưng các anh sử dụng được. Bất cứ ai mà làm ăn phi pháp thì phải ở tù. Anh Kiệt dặn làm ăn với Lào thì phải lợi ích sòng phẳng, đừng đem kinh nghiệm phá rừng ở Việt Nam sang Lào phá tiếp".

---

[158] Bộ trưởng Thương mại 1991-1998.
[159] Borisat Phatthana Khet Phoudoi - gọi tắt là BPKP.

Bằng cách khai thông những con đường hiểm trở nhất, đưa gỗ từ Lào qua Vinh xuất khẩu, cả Cimexcol và phía đối tác Lào cùng kiếm được hàng chục triệu đôla và biến một vùng hẻo lánh cách biên giới Việt Nam 20 km thành một thị trấn nhộn nhịp về sau gọi là thị trấn Lạc Sao.

Vào lúc công việc kinh doanh đang làm hài lòng cả Chính phủ Lào và chính quyền Minh Hải thì ngày 4-12-1987, Ngô Vĩnh Hải, tổ trưởng tổ kiều hối của Cimexcol bị bắt. Ngô Vĩnh Hải từng là một phóng viên của báo Tin Sáng, anh trai của ông là Giáo sư Ngô Vĩnh Long khi ấy đang dạy học ở Mỹ. Ngày 25-12-1987, Dương Văn Ba bị bắt và sau đó, công an bắt tiếp các thành viên khác trong ban giám đốc và các trưởng phòng ban của Công ty Cimexcol.

Cũng trong tháng 12-1987, tại Thành phố Hồ Chí Minh, chính quyền đưa vụ án "Hoàng Cơ Minh và đồng bọn" ra xét xử. Hoàng Cơ Minh là phó đề đốc, tư lệnh Vùng II Duyên hải, Hải quân Việt Nam Cộng hòa, di tản sang Mỹ từ tháng 4-1975. Năm 1981, ông về Thái Lan, lập căn cứ tại Udon một tỉnh gần biên giới Lào. Năm 1982, ông tổ chức đại hội thành lập Đảng Việt Tân và Mặt trận Quốc gia Thống nhất Giải phóng Việt Nam. Trong khoảng thời gian Cimexcol đưa người sang Lào khai thác gỗ, lực lượng Hoàng Cơ Minh tổ chức nhiều cuộc thâm nhập vào biên giới Việt Nam mang tên "Đông Tiến I", "Đông Tiến II"… nhưng tất cả đều thất bại. Hoàng Cơ Minh bị thương và tự sát vào đêm 27-8-1987.

Có thể đã không có vụ án Cimexcol nếu như tư lệnh cuộc hành quân "Đông Tiến I" không có tên là Dương Văn Tư. Một số bị can trong vụ Cimexcol đã bị thẩm vấn: "Dương Văn Tư có phải là em ruột của Dương Văn Ba không?". Một thành viên của "Ban chuyên án Cimexcol", ông Tống Kỳ Hiệp, phó bí thư thường trực tỉnh Minh Hải, thừa nhận: "Vụ án Cimexcol lúc đầu là vụ án chính trị, khởi tố theo thư từ tố cáo của cán bộ về hưu cũng như đương chức tỉnh Minh Hải: Dương Văn Ba đưa vào Công ty hơn bốn mươi người của chế độ cũ, thao túng và vô hiệu hóa ban giám đốc Cimexcol để hoạt động chống cách mạng"[160].

Trung tướng Võ Viết Thanh, khi ấy là thứ trưởng Bộ Nội vụ, nói: "Phụ trách an ninh, tôi thấy không có cơ sở nào để tin Cimexcol sang Lào chuẩn bị chiến khu, làm cơ sở thâm nhập vào Việt Nam. Khi ấy ai cũng biết ông Võ Văn Kiệt rất ủng hộ nhóm anh em ở Cimexcol hợp tác với Lào. Trong khi giữa ông Nguyễn Văn Linh và ông Võ Văn Kiệt lại đang có vấn đề. Ông Linh chỉ

---

[160] Hồ sơ vụ án Cimexcol (tài liệu riêng của Thủ tướng Võ Văn Kiệt).

đạo ông Lâm Văn Thê trực tiếp làm án. Ông Thê lúc ấy là thứ trưởng Bộ Nội vụ kiêm giám đốc Công an Thành phố Hồ Chí Minh".

Khi không tìm thấy bằng chứng của một vụ hoạt động chính trị, lẽ ra phải đình chỉ điều tra, vụ Cimexcol lại được chuyển qua thành vụ án kinh tế.

Để có thể xét xử Cimexcol như một vụ án kinh tế, chuyện Dương Văn Ba "móc nối với một số tư nhân có xe ô tô trốn cải tạo ở Thành phố Hồ Chí Minh và Đồng Nai về Minh Hải hợp đồng kéo gỗ do Ba làm đại diện từ năm 1979" đã được lật lại. Cho dù Cimexcol "lãi 2,235 triệu đôla và đang có tổng tài sản trị giá mười ba triệu đôla", nhưng các cơ quan tố tụng chỉ ghi nhận con số mà Cimexcol đang nợ ngân hàng - 5,3 triệu đôla - để đánh giá công ty làm ăn thua lỗ. Việc nhập xe gắn máy "Honda nghĩa địa" với giá từ 180-200 đôla/chiếc về bán "theo chỉ đạo của Thường vụ Tỉnh ủy cho cán bộ" với giá từ 400-600 đôla cũng bị coi là "tội" vì tuy công ty vẫn lãi gấp đôi, gấp ba nhưng so với "giá thị trường" thì giá bán này của Cimexcol đã gây "thiệt hại 1063 lượng vàng" cho Nhà nước.

Chủ tịch Ủy ban Nhân dân tỉnh Minh Hải Lê Văn Bình, tên thường gọi là Năm Hạnh, đã bị đưa ra trước vành móng ngựa. Báo cáo trước cuộc họp ngày 9-3-1994 của Ban Bí thư tại Thành phố Hồ Chí Minh, ông Tống Kỳ Hiệp nói: "Lúc đầu chọn đưa anh Ba Hùng ra, vì anh Ba Hùng lúc Cimexcol hoạt động là chủ tịch, nhưng anh Nguyễn Đức Tâm nói: Ba Hùng đã về hưu đưa ra xử lý không có ý nghĩa, phải chọn người đương chức, nên chọn anh Năm Hạnh. Lúc đó anh Ba Hương (Lâm Văn Thê), thứ trưởng Bộ Nội vụ, kêu chúng tôi nói với Năm Hạnh ra tòa đừng nói gì cả, chỉ nhận là thiếu trách nhiệm được rồi, để xử lý bọn kia thôi. Nhưng anh Năm Hạnh không làm vậy, ra tòa anh còn phát biểu bào chữa cho Cimexcol".

Ở thời điểm ấy, ông Năm Hạnh đang là chủ tịch kiêm trưởng Đoàn Đại biểu Quốc hội tỉnh Minh Hải. Ông vừa tu nghiệp ở Liên Xô về và khi ấy đang là một cán bộ có nhiều triển vọng. Việc truy tố ông Năm Hạnh Lê Văn Bình gây ngạc nhiên cho toàn miền Tây.

Đầu thập niên 1970, Năm Hạnh từng là cánh tay mặt của ông Võ Văn Kiệt. Khi ông Kiệt là bí thư Khu ủy Tây Nam Bộ, Năm Hạnh là bí thư Khu Đoàn được những cán bộ trẻ của Khu Tây Nam Bộ coi như thần tượng.

Phiên tòa xử vụ án Cimexcol diễn ra từ ngày 14 đến 22-4-1989 theo thủ tục kết hợp "sơ chung thẩm", nghĩa là các bị án không có quyền kháng cáo. Theo ông Phạm Văn Hoài (Ba Hùng), người tiền nhiệm của ông Năm Hạnh: "Vì tính chất điển hình, Tòa mời đại diện các tỉnh thành thuộc B2 cũ tham dự rút kinh nghiệm, bố trí lực lượng cảnh sát dày đặc, cả công an chìm vừa để ngăn chặn biểu tình, vừa để trấn áp. Lãnh đạo cơ quan thông tin đại chúng đưa tin trước, trong và sau phiên tòa để hướng dẫn dư luận. Hơn sáu mươi phóng viên báo đài từ trung ương đến địa phương đã có mặt. Riêng tại Minh Hải thì truyền thanh trực tiếp phiên tòa và truyền hình mỗi đêm. Phải nói tổ chức một phiên tòa quá đặc biệt". Tuy nhiên, dư luận thay vì được "hướng dẫn" bởi phiên tòa đã quay sang chia sẻ rất nhiều với các bị cáo.

Trước phiên tòa, Bộ Thông tin và Tòa án đã tổ chức họp báo tại Bạc Liêu. Báo chí và dư luận hết sức xôn xao. Tòa chưa khai mạc, báo Công An Nhân Dân đã cho xuất bản phụ san "Cimexcol trả giá đắt" đưa xuống bán 5.000 đồng một tờ ở Minh Hải. "Phụ bản đã có nhiều nội dung xuyên tạc, vu cáo, không những đả kích cá nhân mà còn xâm phạm đến uy tín danh dự của Đảng bộ và nhân dân Minh Hải. Đặc biệt, do đăng mức án theo dự kiến cho từng bị cáo trước khi phiên tòa diễn ra nên có những bị cáo như Ngô Vĩnh Hải, án theo phụ san là ba năm tù, phiên tòa đã tuyên vô tội"[161].

E-kip truyền hình của Đài Cần Thơ theo dõi phiên tòa suốt bảy ngày sau đó về biên tập lại thành bảy chương trình có thời lượng tương đương với 4 giờ 30 phút. Thay vì nói đủ về hai mươi mốt bị cáo, nhà báo Ngô Hoàng Giang đã xoay quanh ba bị cáo gây tranh cãi nhất tại phiên tòa. Như tên được đặt cho chương trình, "Buộc tội và gỡ tội", trong từng phần, ý kiến của công tố viên và luật sư được tường thuật đối nhau. Theo bà Ngô Hoàng Giang[162]: "Đồng bằng sông Cửu Long xem xong phản ứng dậy sóng luôn, Mười Mẫn, chủ tịch tỉnh Cửu Long, khen hết lời còn cấp ủy các địa phương trong vùng thì rất ủng hộ". Sau khi theo dõi phiên tòa qua đài truyền hình, Ban Liên lạc đồng hương Minh Hải ở Hậu Giang, gồm hai mươi cụ đang nghỉ hưu ở Cần Thơ, gửi thư phản đối phiên tòa. Một số nhà báo ở miền Tây cũng soạn thảo một lá đơn kiến nghị.

Ngày 20-5-1989, Ban Thường trực Mặt trận Tổ quốc tỉnh Minh Hải sau khi "tham khảo dư luận xã hội đối với phiên tòa" đã có một bản báo cáo nói rằng: "Phiên tòa thể hiện thiếu dân chủ ngay từ đầu: Cáo trạng và luận tội giống nhau, bất chấp diễn tiến công khai xét hỏi và tranh luận; Cấm không cho báo chí bình luận, cấm không được hoan nghinh khi bị cáo nói đúng; Báo Công An Nhân Dân đã sử dụng tài liệu của Cục An ninh điều tra bôi nhọ các bị cáo… đầu độc tâm lý quần chúng, hướng dư luận hiểu sai sự thật. Buộc tội Lê Văn Bình thiếu trách nhiệm là không đúng, suốt thời gian Cimexcol hoạt

---

[161] Theo bản kiến nghị của các đại biểu thuộc đoàn đại biểu Quốc hội Khóa VIII tỉnh Minh Hải gửi đi trong kỳ họp thứ 5.
[162] Tháng 4-1989, Ngô Hoàng Giang là phó Phòng Thời sự Đài Truyền hình Cần Thơ, được cử phụ trách hai ê-kip truyền hình tường thuật phiên tòa xử vụ án mà "thần tượng" của bà, ông Năm Hạnh, bị xếp thứ hai mươi mốt trong hàng bị cáo.

động, Lê Văn Bình chỉ là phó chủ tịch, khi lên chủ tịch thì được đưa đi học ở Liên Xô, Lê Văn Bình trở về chỉ được bốn tháng thì Cimexcol bị thanh tra; Phiên tòa đã sử dụng Nguyễn Quang Sang, Thạch Phen để buộc tội Dương Văn Ba nên tạo thời gian cho họ mặc sức tố Dương Văn Ba trong khi khống chế thời gian bào chữa của các luật sư và bị cáo". Báo cáo của Mặt trận Tổ quốc kết luận: "Ở những phiên tòa khác thì các bị cáo thường bị quần chúng căm ghét, nhưng ở phiên tòa này quần chúng lại xót thương và phải rơi lệ đối với tội phạm. Quần chúng vỗ tay hoan nghinh bị cáo, nhút là với bị cáo Lê Văn Bình".

Ngày 4-5-1989, ông Võ Văn Kiệt viết thư gửi Đài Cần Thơ: "Đề nghị các đồng chí gửi cho tôi số băng ghi chương trình đã phát. Đồng thời các đồng chí sang băng toàn bộ số băng ghi hình để làm tư liệu của Đài cho tôi mượn". Khi mang số băng ghi hình này lên cho ông Võ Văn Kiệt, nhà báo Ngô Hoàng Giang nhớ lại: Có lẽ tình hình rất căng nên khi tôi xin ông cái biên nhận thì vợ ông, bà Cầm ngăn lại, nhưng ông la bà rồi lấy giấy ra viết biên nhận cho tôi. Xong, ông dặn: "Tiếp tục dũng cảm đồng chí con nhé!". Tôi nói: "Chuyện người lớn con không biết, cái gì thấy đúng thì con sẽ làm". Ngày 15-5-1989, Văn phòng Tổng Bí thư Nguyễn Văn Linh cũng cử Trợ lý Trương Anh Dũng vào xin các cuộn băng về "vụ án Dương Văn Ba".

Ngày 19-5-1989, Ban Bí thư điện cho Bộ trưởng Bộ Văn hóa-Thông tin Trần Hoàn về "dư luận sau khi tòa án xử vụ Cimexcol" và yêu cầu kiểm tra việc đưa tin của Đài Truyền hình Cần Thơ. Bộ trưởng Trần Hoàn đã cử ông Lê Quý, giám đốc cơ quan thường trú phía Nam, ngay trong ngày 20-5-1989, xuống Đài Cần Thơ làm việc. Ông Lê Quý đã yêu cầu Truyền hình Cần Thơ "tạm ngưng tuyên truyền", cho dù theo Ban Giám đốc Đài thì họ nhận được rất nhiều thư yêu cầu phát lại và đưa thêm ý kiến.

Ông Lê Quý lưu ý: "Nhiều đồng chí nói, các buổi tường thuật của Đài cho thấy tòa án của ta yếu quá, kém quá, hỏi các bị cáo nhiều câu ngớ ngẩn quá. Trong khi đó lời bào chữa của bị cáo chính và của luật sư thì vững vàng, có lý có lẽ và có tính thuyết phục". Báo cáo nhanh ngày 22-5-1989 của ông Lê Quý viết tiếp: "Có thể đó là sự thật, nhưng nếu kết quả đối với người xem tường thuật vụ án chỉ có vậy thì đúng là cần phải rút kinh nghiệm".

Trong hai ngày 29 và 30-5-1989, Ban Bí thư Trung ương Đảng họp nghe báo cáo "diễn biến trước, trong và sau phiên tòa Cimexcol". Trong ngày 30-5, Ban Bí thư ra Thông báo 142 do chính Tổng Bí thư Nguyễn Văn Linh ký, khẳng định: "Kết quả phiên tòa xét xử cơ bản là tốt vì đã xử đúng người đúng pháp luật. Nhưng trước phiên tòa, chung quanh phiên tòa và sau phiên tòa có những luồng dư luận phủ nhận kết luận của phiên tòa và có những hoạt động không lành mạnh gây hoang mang trong dư luận". Ông Nguyễn Văn Linh cho rằng: "Sở dĩ có tình hình đó là do có những người liên quan đến can phạm và vụ án đã hoạt động chống lại việc xét xử".

Ông Linh thừa nhận một số thiếu sót của các cơ quan tố tụng và: "Yêu cầu làm ngay các việc sau đây: a) Tỉnh ủy Minh Hải phải có thông báo đánh giá tính chất, hậu quả của vụ án, rồi đăng lên các báo khẳng định: tòa xử là đúng không phải Trung ương trù dập Minh Hải như một số dư luận loan truyền; b) Ban Tư tưởng-Văn hóa làm việc với một số trưởng ban tuyên huấn của một số tỉnh thành phía Nam và một số báo, đài để thông tin rõ cho chị em hiểu, không phải như những dư luận không đúng đã và đang loan truyền; kiểm điểm và xử lý nghiêm khắc một số cá nhân cố ý đưa tin, viết bài, quay phim một cách lệch lạc (chú ý kiểm điểm Đài Cần Thơ, Đài Truyền thanh và báo Minh Hải, báo Công An Nhân Dân). Hướng ngay báo đài viết một số bài về vụ án".

Ngay sau đó, đích thân Thứ trưởng Bộ Văn hóa-Thông tin Lê Thành Tâm dẫn đầu các đoàn làm việc xuống kiểm điểm Đài Cần Thơ và nhà báo Ngô Hoàng Giang. Bà Giang nhớ lại: "Họ đặt ra cho tôi một loạt câu hỏi: tại sao đặt tên chương trình là "buộc tội và gỡ tội", tại sao tường thuật phiên tòa lại quay cảnh nhân dân ngồi dưới loa nghe các bị cáo nói rồi khóc, tại sao quay hình ảnh bị cáo, luật sư thì đẹp còn tòa viện thì tối um...". Cho dù bà Ngô Hoàng Giang giải trình ra sao thì trước chỉ thị của tổng bí thư, Đài Truyền hình Cần Thơ cũng phải nhìn nhận là đã "đưa tin phiến diện, một số câu hỏi sắc sảo của Viện Kiểm sát, của Tòa đã không được tường thuật".

Phó Giám đốc Đài Cần Thơ Trần Quang Mẫn bị khiển trách vì "chủ quan, tin ở cán bộ biên tập". Phó Giám đốc Châu Ngọc Tiếp bị cảnh cáo vì "đã theo dõi phiên tòa, hiểu vấn đề phức tạp nhưng thiếu tinh thần trách nhiệm". Phó Phòng Thời sự Ngô Hoàng Giang bị cách chức vì "vi phạm tính chân thật của báo chí cách mạng". Ngày 10-6-1989, Tỉnh ủy Minh Hải cũng phải cho ra Thông báo số 19, yêu cầu: "Cán bộ, nhân dân Minh Hải cần tỉnh táo, nhận thức đúng đắn kết quả phiên tòa, cảnh giác các luận điệu của bọn xấu khai thác sơ hở thiếu sót của phiên tòa để phủ nhận kết quả phiên tòa hoặc gây chia rẽ, phá hoại sự đoàn kết thống nhất trong Đảng".

Việc tổng bí thư phải chủ trì hai ngày họp Ban Bí thư và đích thân ký vào Thông báo 19 cho thấy ông Linh hiểu tính nghiêm trọng của dư luận xã hội. "Phủ nhận kết quả phiên tòa Cimexcol" là thách thức trực tiếp tới uy tín của ông ở vùng đất mà ông đã từng là bí thư Trung ương Cục. Lúc ấy, ông Linh có đủ quyền bính để kỷ luật các nhà báo không đưa tin về phiên tòa theo định hướng của ông.

Tuy nhiên, càng có nhiều nạn nhân ở miền Tây thì lòng trắc ẩn đối với những người như ông Năm Hạnh, Dương Văn Ba càng dâng lên; đội ngũ cán bộ các tỉnh Đồng bằng sông Cửu Long trước đó kỳ vọng vào cả ông Linh giờ đây nghiêng sang gửi gắm niềm tin của họ vào vai trò của ông Kiệt. Ông Dương Đình Thảo kể: "Khi ông Linh điều tôi từ Thành phố ra trung ương giúp việc cho ông, tôi nói: tôi ra phục vụ anh nhưng tôi đề nghị, nếu anh thương Nam Bộ thì phải thương Sáu Dân. Ông Linh trả lời: thương thế nào được, tôi cứu nó bao lần rồi. Tôi bảo: anh nhớ là anh em người ta thương anh nhưng người ta cũng rất thương anh Kiệt".

HAI TÍNH CÁCH

Vụ Cimexcol gây sứt mẻ không ít tình cảm giữa ông Kiệt, các đồng đội cũ ở miền Tây với ông Linh, đặc biệt là những người đã từng gắn bó với ông Kiệt, ông Linh và vợ ông, bà Bảy Ngô Thị Huệ. Một bên là chồng một bên là bạn bè, đồng đội, bà Bảy Huệ là người day dứt nhất. Ông Kiệt là người đồng hương Vĩnh Long và vẫn được bà Bảy Huệ coi như một người em trai. Ông Kiệt cũng đã từng là người kế nhiệm ông Linh cả trước và sau chiến tranh.

Năm 1960, sau ba năm thay thế ông Linh làm bí thư Khu ủy Sài Gòn-Gia Định, tại Đại hội lần thứ III của Đảng Lao động Việt Nam, ông Kiệt được chính ông Linh giới thiệu và được bầu làm ủy viên dự khuyết Ban Chấp hành Trung ương Đảng. Trong thời gian hai ông chiến đấu ở miền Nam, bà Bảy Huệ đã chăm sóc Võ Dũng, rồi Võ Hiếu Dân, hai người con của ông Kiệt với người vợ đầu, bà Trần Kim Anh. Cũng chính bà Bảy Huệ đã tìm gặp Phan Thanh Nam, đứa con lưu lạc của ông Kiệt với bà Hồ Thị Minh. Sau vụ Cimexcol, Trần Bạch Đằng sang nhà gặp bà Bảy Huệ, sau khi văng tục theo kiểu Nam Bộ, ông Đằng nói: "Đành rằng làm chính trị là phải thủ đoạn. Nhưng làm chính trị thì cũng phải có tình nghĩa, bạn bè chứ".

Về sau, khi nhắc lại những xung đột giữa hai người, bà Bảy Huệ nhận xét: "Mỗi người đều có cái ưu, ông Sáu là người dám rẽ sóng ra khơi xa, dám chịu trách nhiệm. Nhưng mỗi ông cũng có cái nhược. Ông Sáu thì Nam Bộ phóng khoáng. Ông Mười thì kỹ lưỡng Bắc Kỳ, nội chuyện ông Sáu lấy vợ, ông Mười cũng không chịu".

Bà Bảy Huệ đã chỉ ra điểm khác nhau tiêu biểu nhất. Nhưng, không chỉ xuất thân từ hai vùng văn hóa, từ hoàn cảnh vào đời, con đường đến với những người cộng sản, đến chuyện lấy vợ, đối xử với anh em, đồng chí của ông Linh, ông Kiệt đều có nhiều điểm khác nhau. Đặc biệt, càng về sau, cách đánh giá thời cuộc của hai ông càng có nhiều khoảng cách, sự khác biệt này có khi thể hiện trong nhiều quyết sách, có khi xảy ra một cách ngấm ngầm, chỉ những người ở rất gần mới thấy.

Lớn hơn ông Võ Văn Kiệt bảy tuổi, ông Nguyễn Văn Linh sinh ngày 1-7-1915 tại xã Giai Phạm, huyện Mỹ Văn, tỉnh Hưng Yên. Phu nhân Tổng

Bí thư Nguyễn Văn Linh, bà Ngô Thị Huệ kể: "Cha anh là cụ Nguyễn Đức Lan làm nghề dạy học, mẹ tảo tần buôn bán kiếm thêm chút đỉnh tiền phụ vào đồng lương ít ỏi của chồng. Lên bốn tuổi anh đã mồ côi cha. Gánh nặng nuôi nấng dạy dỗ ba chị em của anh đè trĩu lên đôi vai gầy của mẹ. Năm mười một tuổi anh theo bà và chú Thụ về sống ở Hải Phòng và được chú gửi vào học trường Bonnal, trường trung học đầu tiên ở Hải Phòng do người Pháp mở".

Ngay từ khi còn học lớp nhì, ông Nguyễn Văn Linh đã được đọc những tác phẩm văn chương bằng tiếng Pháp như Những Người Khốn Khổ, Không Gia Đình, được học tại nhà với thầy Thế Lữ. Từ trong trường Tây, ông Nguyễn Văn Linh đã được nghe một ông thầy người Việt, đóng cửa lớp, đọc cho học sinh nghe những bài báo viết từ Paris của Nguyễn Ái Quốc. Mười bốn tuổi tham gia Học sinh Đoàn của Thanh niên Cách mạng đồng chí Hội. Mười lăm tuổi bị bắt khi đang đi rải truyền đơn, bị kết án chung thân và đày đi Côn Đảo. Từ năm 1930 đến năm 1936, ông Linh bị giam chung "Banh 1" và được giao phụ việc cho người tù lớn tuổi Tôn Đức Thắng. Tại đây, ông học thêm tiếng Pháp từ các đồng chí của mình và bắt đầu tiếp xúc với các tác phẩm của Marx-Lenin qua số sách báo mà một "thủy thủ Pháp tiến bộ" cung cấp cho tù nhân Phạm Văn Đồng.

Cho tới lúc ấy, ông Kiệt vẫn chưa một ngày rời khỏi đồng quê, chưa nghe tới hai từ "cộng sản". Trước khi "làm cách mạng", ông Kiệt chỉ mong kiếm được nghề lơ xe hay cắt tóc để thoát khỏi cảnh chân lấm tay bùn và làng quê tù túng. Thời ấy, những người dân quê ông, thấy ai nói giọng Đàng Ngoài đều cho là "đám người Huế".

Ông Võ Văn Kiệt sinh ngày 23-11-1922 tại ấp Bình Phụng, xã Trung Lương, huyện Vũng Liêm, Vĩnh Long. Trong ấp lúc ấy chỉ có vài hương chức có nhà ngói, dân làng phần lớn phải thuê đất, thuê ruộng. Cha ông, ông Phan Văn Dựa, cũng nghèo như số đông trong làng, từ đất ở, đất ruộng, đến trâu cày đều đi thuê hết.

Tên khai sinh của ông Võ Văn Kiệt là Phan Văn Hòa, con út trong một gia đình có năm anh trai và hai chị gái. Gọi theo thứ bậc trong các gia đình Nam Bộ là Chín Hòa. Thời gian ấy, mẹ ông, bà Võ Thị Quế, phải nuôi thêm đứa trẻ cho một người bà con nên chấp nhận để Chín Hòa làm con nuôi một ông chú họ tên là Phan Văn Chi, không con, không vợ.

Từ năm lên sáu, lên bảy tuổi, vào mùa gặt, Chín Hòa thường theo cha nuôi lênh đênh đi gặt mướn cho các điền chủ dọc sông Tiền, sông Hậu. Công việc của cậu là giữ ghe hoặc mót lúa. Mỗi mùa như thế, Chín Hòa cũng kiếm thêm cho cha nuôi được vài giạ. Sông nước miền Tây, khắp Cà Mau, Bạc Liêu cậu rành từ hồi đó.

Năm tám tuổi, Chín Hòa bắt đầu được đi học. Lớp học do những gia đình trung nông, địa chủ, sau ngày mùa, cất trại, rước thầy về "dạy mùa" và gần như không lấy tiền của con trẻ. Ông Hai Mẹo, một trong hai người thầy "dạy mùa" của ông, kể: "Năm 1932, lấy được mảnh bằng, tôi về làng, ông chú thấy tôi có chữ, kêu tôi dạy cho trẻ con lối xóm. Chín Hòa thông minh và ăn nói lễ độ lắm. Nhưng dạy được hai năm thì tôi cũng hết chữ, rồi thôi". Mấy năm sau, những người truyền giáo cho cất một trường học nhỏ dọc theo con đường đi qua ấp Bình Phụng. Ông Hai Chi thấy Chín Hòa khát chữ lại nhân có trường, ông nói: "Cho mày đi học tiếp". Những lớp học ở làng không đưa lại cho Chín Hòa bằng cấp nhưng đã giúp cậu đọc thông viết thạo.

Khi tham gia hoạt động, Chín Hòa đã lấy họ Võ của mẹ rồi tự chọn tên cho mình, cái tên mà về sau thành danh: Võ Văn Kiệt. Con đường làm cách mạng của Chín Hòa cũng rất tình cờ. Trong đám giỗ 100 ngày của mẹ, cậu gặp ông Hà Văn Út, nghe ông Út nói với mấy anh lớn chuyện áp bức, chuyện bình đẳng. Chín Hoà nghe, cứ như nuốt từng lời. Ông Út để ý, lần sau về tìm cậu. Sau vài lần gặp, Chín Hoà bắt đầu được giao việc: vừa kết hợp gặp các anh chị, vừa đưa tài liệu.

Những ngày hoạt động ấy đã biến Chín Hòa trở thành một con người khác. Ông Hai Mẹo nhớ lại: "Mới mười mấy tuổi, chả họp dân, nói, ai cũng há hốc mồm nghe. Chả vận động đi cướp chính quyền, người ta xách rựa đi hết". Năm 1940, Quận ủy Vũng Liêm chủ trương làm một cuộc mít tinh thật vang dội để "bắt mạch phong trào" chuẩn bị "khởi nghĩa". Diễn giả chính trong cuộc mít tinh là chị Năm Hồng, 20 tuổi, bí thư Quận ủy. Chị Năm Hồng nói về tương lai mỗi nông dân sẽ có được một mảnh ruộng của mình, dân chúng nghe, ai nấy đều sung sướng.

Ông Kiệt lúc đó là bí thư xã được phân công học thuộc một bài do trên gửi xuống về "thanh niên phản đế". Khi nói đến "đánh đuổi đế quốc thực dân, đánh đổ phong kiến địa chủ, giành bình đẳng tự do", thanh niên bật dậy, hô to khẩu hiệu. Quần chúng cảm tình Đảng và những đảng viên trẻ hát vang "Bài ca Xích vệ". Sau cuộc mít tinh đó, tế xã báo lên quận, quận xuống, lùng vô Đìa Chảo, thấy "mấy mươi công đất cỏ lác bị giẫm nát". Chính quyền sửng sốt trước cuộc mít tinh. Dân chúng thì xôn xao về vụ "cộng sản diễn thuyết quốc sự".

Ông Võ Văn Kiệt cũng chính là một trong những người chỉ huy cuộc dấy binh đêm 23-11-1940 ở Vĩnh Long: Đêm "Cộng sản dậy", theo cách nói của dân chúng lúc đó, và "Nam Kỳ khởi nghĩa" theo cách gọi của lịch sử Đảng Cộng sản sau này.

Đêm đó, ông Kiệt - mười tám tuổi - dẫn lực lượng hai xã gần trăm người đi "lấy" đồn Bắc Nước Xoáy. Anh em, toàn thanh niên, trong tay chỉ có giáo mác, gậy gộc và một ống loa làm bằng thùng sắt. Khi những người "khởi nghĩa" xáp vô, lính canh đồn đang ngủ trở tay không kịp. Đoàn quân vây bắt lại, tước súng, phân công người xuống đục chìm phà. Một số anh em lấy giáo mác chặt đứt hết dây thép, cắt đường thông tin, ông Kiệt trèo lên cổng đồn, bắc loa kêu gọi đồng bào "nổi dậy đánh đổ ách thống trị của thực dân đế quốc, phong kiến địa chủ".

Lấy xong đồn Bắc Nước Xoáy đội quân của ông Kiệt ung dung lắm, đinh ninh giờ đó, Sài Gòn, thị xã Vĩnh Long cũng đều đã "cướp chính quyền". Nhưng đêm ấy Sài Gòn không "khởi nghĩa", Vĩnh Long cũng không. Sau này, những người còn sống nghe nói: "Trung ương phân tích tình hình, ra lệnh ngừng cuộc khởi nghĩa". Nhưng chính ông Quảng Trọng Hoàng, bí thư Liên Tỉnh ủy, cũng không biết.

Ông Kiệt nhớ lại: Khi trời vừa hừng sáng, thấy xe từ Vĩnh Long chạy xuống, chở toàn lính! Hết xe này đến xe khác. Biết Vĩnh Long hỏng. Anh Hoàng nói: "Ta không đối phó nổi rồi". Các nghĩa binh bảo nhau chôn mấy khẩu súng vừa lấy được, cải trang, trở ra. Lúc đó, khắp xóm làng dậy lên tiếng trống, tiếng mõ kêu "bắt cộng sản". Anh Hoàng bảo: "Tụi bây về nhà rồi tìm cách bắt liên lạc sau".

Ông Kiệt về làng mới biết đồng đội theo ông đi đánh đồn chỉ lẻ tẻ còn đôi ba người về tới nơi. Số đông bị bắt, bị giết, trong đó có người anh thứ ba của ông. Người dân hết sức hoang mang, nhiều người oán trách nghĩa binh, nhất là sau khi Quận ra lệnh đốt hết ấp Bình Phụng vì những người bị bắt khai ra "ổ cộng sản" bắt đầu từ đây. Các ấp mà Quận cho là "làm loạn" khác đều lần lượt bị đốt.

HAI CUỘC HÔN NHÂN

Sự khác nhau giữa ông Võ Văn Kiệt và ông Nguyễn Văn Linh còn thể hiện rất rõ trong tình cảm riêng tư. Trong chuyện lập gia đình, ông Võ Văn Kiệt cũng là người "xé rào".

Ông Võ Văn Kiệt gặp người vợ đầu tiên của mình ở rừng U Minh. Năm ấy, ông hai mươi bảy tuổi, đang là ủy viên thường vụ Tỉnh ủy Rạch Giá. Ông Kiệt nhớ lại: "Chị em cán bộ, đảng viên cùng chiến đấu cũng có quan tâm chạy lo giới thiệu. Mấy chị bảo, cán bộ lãnh đạo của Đảng, vợ con cũng phải cán bộ, đảng viên. Cho dù ở trong Nam không nặng lắm về thành phần nhưng các chị cũng muốn vợ con phải là 'người đồng hành cùng lý tưởng'. Tôi bảo: lấy vợ chứ có phải lập chi bộ đâu. Khi đó, tôi đã bắt đầu để ý một cô gái không những không phải đảng viên mà còn là con của một người có gốc là địa chủ". Cô gái đó là Trần Kim Anh, con thứ sáu của ông bà Trần Quang Quy và Nguyễn Thị Tạo.

Cuộc hôn nhân cũng có nhiều sức cản, kể cả phía tổ chức. Nhiều người không đồng ý cho ông Kiệt cưới con địa chủ, dù là địa chủ đã hiến gần hết đất cho cách mạng. Ông Trần Quang Hiến, anh trai kế của bà Trần Kim Anh, kể: "Trước năm 1945, cha tôi có 300 mẫu ruộng và một nhà máy xay lúa ở Ngã 5, thuộc làng Tân Long, quận Long Mỹ, tỉnh Rạch Giá, cũng thuê mướn nhân công nhưng chủ yếu là tự làm. Ở miền Tây có 300 mẫu ruộng vẫn được coi là địa chủ nhỏ. Năm 1945, anh Năm tôi tham gia Thanh niên Tiền phong rồi sau vào Quốc gia Tự vệ cuộc. Khi Tây tấn công Ngã Năm, anh tôi đem thiết bị máy móc về, đốt nhà máy xay, đốt chợ Ngã Năm theo chủ trương 'tiêu thổ kháng chiến'. Từ đó, cả nhà theo kháng chiến luôn".

Đầu năm 1946, Tây chiếm hết Rạch Giá. Giữa năm đó, Việt Minh mới tổ chức lại, đánh rát. Tây bỏ Ngã Năm, U Minh giải phóng. Theo ông Trần Quang Hiến: "Năm 1949, ông già 'hiến điền' hết, chỉ chừa lại phần đất thừa kế của ông nội, chừng ba mươi mẫu. Em gái kế tôi, Trần Thị Kim Anh, sinh năm 1932, cũng bắt đầu tham gia các lớp bình dân học vụ. Trước năm 1945, cô Bảy - ông Hiến gọi em gái theo thứ bậc của người miền Nam - đã học hết lớp 3 (élémentaire); sau 1945, ông già rước thầy về dạy thêm, cô cũng có tham gia một số hoạt động phụ nữ. Cô Bảy gặp ông Kiệt trong một lần ông đi thăm mấy trường học. Khi đó, cơ quan của ông Kiệt cũng đóng ở gần nhà".

Ông Kiệt nhớ lại: "Nhà tôi khi ấy vừa bước qua tuổi mười bảy, hiền lành, ít nói nhưng cũng rất chính kiến. Là con gái áp út xinh đẹp, gia đình cũng muốn tìm nơi tương xứng để gả. Nhưng bả cứ kiên quyết với mình. Sau gia đình cũng cưng con nên chiều theo ý".

Ông Trần Quang Hiến kể tiếp: "Anh Tư tôi không muốn em gái lấy ông Kiệt. Thuở ấy ông Kiệt mặc bộ đồ bà ba đen, quấn khăn rằn, rất đẹp trai. Nhưng, ông ấy làm gì thì nhà cũng không rõ. Bạn bè anh Tư tôi toàn người khá giả, ảnh cũng muốn em mình có nơi, có chốn, đặng nương tựa được. Phó chủ tịch Ủy ban Kháng chiến quận Ngã Năm lúc đó là ông Lưu Văn Lai, con rể chú ruột tôi. Ông Kiệt nhờ ông Lai đi nói chuyện giùm. Gia đình cũng muốn xem mặt. Một hôm, trên đường lên Quân khu IX, tôi và ba tôi ghé nhà ông Lai, gặp khi ông Kiệt đang ở đó. Ông Kiệt ra chào hỏi, ông Lai nói, đây là người muốn hỏi chị Bảy. Xong bữa đó, khi xuống ghe về, ông già tôi nói: 'Tao thấy thằng đó được, nhân trung sâu, nhân hậu. Người như vậy là trước sau như một. Nhưng, không biết gia thế nó thế nào'. Tôi bảo: 'Gia thế nghèo, dân kháng chiến thôi, ba ơi'. Ba tôi nói: 'Thôi, không kể giàu nghèo'".

Đám cưới tổ chức đơn giản, do gia đình bên vợ bỏ tiền ra lo hết. Theo ông Trần Quang Hiến: "Tôi lấy gạo nhuộm xanh, nhuộm đỏ, rắc lên tấm kiếng thành chữ Tổ quốc rồi dựng bàn thờ Tổ quốc trước nhà. Cô Bảy và dượng Bảy đứng một bên, ông già tuyên bố tác hợp vợ chồng. Ông Tư Trí, hương chủ, làm chủ lễ bên trai, ông già tôi làm chủ lễ bên gái. Cùng dự có ông Nguyễn Thành Nhơn, khi ấy là chủ tịch Ủy ban Cách mạng tỉnh Rạch Giá và một số cán bộ Việt Minh. Cô dâu mặc áo bà ba, chú rể cũng mặc áo bà ba. Tôi nhớ khi đó trời khô ráo, khoảng chừng trước tháng 11 Âm lịch năm 1949".

Mối tình của ông Nguyễn Văn Linh và bà Ngô Thị Huệ lại diễn ra hoàn toàn khác. Thay cho những kỷ niệm lãng mạn, họ đến với nhau như một ví dụ tiêu biểu cho sự "đồng hành cùng lý tưởng" của những người cộng sản.

Bà Bảy Huệ kể: "Lần đầu gặp anh là lúc anh từ Côn Đảo trở về. Lần thứ hai, anh ra đón tôi tại ga xe lửa Sài Gòn sau khi tôi đi dự Kỳ họp Quốc hội khóa đầu tiên ở Hà Nội. Tránh sự dòm ngó của bọn mật thám, tôi đi sau anh một khoảng cách khá xa. Tôi đã thoáng nghĩ về anh: một người đồng chí chín chắn, trầm tĩnh, tự tin. Anh mặc chiếc quần cụt màu đen, áo sơ mi trắng ngắn tay, hai vai đã sờn và có lẽ chiếc áo sờn vai đó đã đi vào lòng tôi. Sau này mới biết anh đã để ý tôi ngay từ buổi đầu gặp mặt và sau một thời gian anh viết thư ngỏ ý thương tôi".

Tổ chức đã tham gia tác thành cuộc hôn nhân này bằng cách điều bà Ngô Thị Huệ về Sài Gòn bổ sung vào Thành ủy. Không có những cuộc hò hẹn "công viên, ghế đá", họ chỉ gặp nhau qua những lần hội họp, học nghị quyết. Theo bà Bảy Huệ, trong một cuộc họp như thế ông Linh ngỏ ý muốn gặp riêng bà. Ngay cả trong giây phút riêng tư này, họ cũng hành động như những người đồng chí.

Bà Bảy Huệ kể: "Chúng tôi đứng nói chuyện với nhau trên gác thượng. Nhìn xuống đường thấy mấy người ăn xin lê lết, tôi buột miệng nói với anh: 'Còn có những người như thế này, mình mới thoát ly gia đình đi làm cách mạng'. Biểu thị sự đồng tình, anh nói: 'Đúng vậy. Lầm than, bất công phải được xóa bỏ. Chúng mình hi sinh, đấu tranh là nhằm giải phóng đất nước, đem lại công bằng hạnh phúc cho dân'. Anh thường tâm sự: 'Hai chúng mình thuộc tầng lớp nghèo, đều có trải qua tù tội, thấm thía nỗi đau của riêng mình nằm trong nỗi đau của dân tộc, những điểm giống nhau đó sẽ giúp chúng mình dễ cảm thông nhau, sẽ biết sống và biết hi sinh cho nhau". Lễ thành hôn của họ cũng diễn ra đơn giản vào 23-5-1948, nhân một hội nghị của Thành ủy. Chủ hôn là ông Lê Văn Sỹ, một người bạn tù thân thiết của ông Linh từ thời Côn Đảo.

Bà Bảy Huệ viết: "Sau lễ cưới, chúng tôi đưa nhau về Rạch Chanh, ở đây có sẵn mấy căn nhà nhỏ vừa được dựng lên làm chỗ nghỉ ngơi cho đại biểu về họp hội nghị. Tôi nhớ như in, đêm đó mười bốn trăng tròn vạnh, ánh trăng tràn qua cửa sổ vẽ thành những vệt sáng trải dài trên vách. Bên hè, theo từng cơn gió thoảng, những tàu lá chuối đong đưa xào xạc như múa nhảy chan hòa niềm vui hạnh phúc của hai chúng tôi".

Trong khung cảnh lãng mạn ấy của đêm tân hôn, bà Bảy Huệ viết: "Gà đã gáy sáng mà câu chuyện tâm tình như chưa dứt được. Khi anh nhắc đến nỗi cơ cực của thời thơ ấu, chúng tôi đã không cầm được nước mắt. Trả lời câu tôi hỏi: 'Nghe nói người cộng sản không biết khóc mà?'. Anh nói: Có chứ! Người cộng sản nếu khác người thường là khác ở chỗ biết lúc nào phải lau nước mắt".

Theo bà Bảy Huệ, từ khi lấy nhau cho tới khi có ba mặt con, "chưa bao giờ vợ chồng được chung sống với nhau quá nửa tháng". Chia ly và chờ đợi không phải là câu chuyện của riêng vợ chồng ông Nguyễn Văn Linh mà thực sự là một hy sinh lớn lao của những người phụ nữ có chồng theo cộng sản.

Ở VIỆT BẮC

Cưới vợ chưa được bao lâu, ông Võ Văn Kiệt được điều xuống Bạc Liêu làm phó Bí thư Tỉnh ủy. Tháng 6-1950, ông được cử ra Việt Bắc dự Đại hội Đảng lần thứ II. Theo ông Trần Quang Hiến: "Dượng Bảy đi khi cô Bảy có bầu thằng Dũng chừng bốn, năm tháng. Dượng Bảy về thì thằng Dũng đã biết đi. Lúc ấy tôi nhớ vào độ đầu năm 1953. Hôm đó, cả nhà đang tụ họp làm bánh xèo, cô Bảy đang quét sân gạch phía sau. Tôi nhìn ra rặng trâm bầu, thấy một người đi rất nhanh vô bàu sen. Dượng Bảy. Dượng mặc bộ đồ vải ta, nhuộm lá ổi, lá trâm bầu, màu mốc. Cô Bảy nhìn thấy, liệng cái chổi, chạy vô buồng ôm mặt khóc. Tôi bước ra ôm lấy dượng. Còn chị tôi thì bảo: vô buồng hỏi thăm nó đi. Chiều đó, cả gia đình ai cũng mừng rớt nước mắt. Mấy năm trời, dượng đi, không thư từ, không ai biết ở đâu, làm gì, còn hay mất".

Sau Đại hội II, ông Võ Văn Kiệt ở lại dự lớp "Hoa Nam" do trường Nguyễn Ái Quốc III mở tại xã Kim Bình, huyện Chiêm Hóa, tỉnh Tuyên Quang. Lớp do Hồ Chí Minh trực tiếp chỉ đạo, Trường Chinh, Võ Nguyên Giáp, Nguyễn Chí Thanh giảng dạy. Một số cán bộ vừa tập huấn ở Hoa Nam, Trung Quốc về tham gia hướng dẫn thảo luận, thấy lý lịch Võ Văn Kiệt là bần nông, có đi ở đợ, rất "cốt cán", thích lắm.

Các thầy chọn ông tham gia một tiết mục kịch, ông vào vai địa chủ. Đêm diễn vở kịch đó, có Tổng Bí thư Trường Chinh dự. Ông Kiệt nhớ lại: Mặc dù được liệt vào loại "gan to", nhưng có ông Trường Chinh, ông cũng thấy "ớn" lắm. Trước khi bắt đầu, ông Kiệt phải xung phong làm một màn múa lân cho nóng người để lấy can đảm. Hết vở kịch, các khách mời đều khen, động viên. Ông Trường Chinh bắt tay ông: "Đồng chí diễn khá lắm, nhưng đấy là địa chủ Nam Bộ chứ không phải địa chủ Bắc Bộ".

Ông Kiệt lúc ấy không hiểu hết lời nhận xét của ông Trường Chinh, quan điểm giai cấp của ông không hình thành từ chủ nghĩa Marx-Lenin mà từ kinh nghiệm của những ngày đi ở đợ. Ở Nam Bộ ông thấy: giàu hay nghèo thì cũng có người tốt, người xấu; người giàu cũng có người rộng rãi, người keo kiệt; tá điền cũng có người ngay thẳng, có người ton hót, hại nhau. Địa chủ sau cùng mà Chín Hòa làm thuê là ông Mười Phái, người đứng đầu hội bóng đá trong xã, nơi Chín Hoà - một thanh niên phải đi ở đợ - cũng được tham gia bó lá chuối làm banh. Mỗi khi Chín Hoà xay lúa, giã gạo, "địa chủ Mười Phái" còn lên phụ.

Năm 1950, ông Lê Đức Thọ và ông Lê Toàn Thư từ Xứ ủy Nam Bộ xuống Tỉnh ủy Rạch Giá trao quyết định giao ông Võ Văn Kiệt làm bí thư tỉnh ủy thay ông Nguyễn Thành Nhơn chỉ vì ông Nhơn là địa chủ, ông Kiệt không chịu. Ông Lê Đức Thọ nói: "Hoặc là cậu làm bí thư, hoặc là cậu chịu kỷ luật?". Ông Kiệt đã nhận kỷ luật Đảng cảnh cáo thay vì đồng ý với lý do kỷ luật ông Nhơn. Ông Kiệt nói với mấy thầy trợ giảng ở lớp Hoa Nam: "Tôi biết địa chủ Nam Bộ, ở miền Nam không có Bạch Mao Nữ [163]".

Một trong những thầy trợ giảng của lớp chỉnh huấn, ông Đào Nguyên Cát, nhớ lại: "Tôi được phân công giúp anh Kiệt tìm 'tư tưởng chủ đạo'. Theo những gì tôi được học ở lớp 'chỉnh phong' bên Hoa Nam, Trung Quốc thì vào Đảng, phải giác ngộ lập trường giai cấp công nhân. Do đó, mỗi người, phải tìm xem 'lập trường cũ' của mình là gì để mà từ bỏ. Khẩu hiệu viết trên tấm băng đen của lớp chỉnh huấn nhấn mạnh: thành khẩn bộc lộ khuyết điểm của mình là thước đo độ trung thành với Đảng. Kết quả, anh Kiệt 'thành khẩn' nhận: Khi vào Đảng anh mới chỉ vì để 'giải phóng dân tộc' chứ chưa phải vì 'giai cấp', cũng có lúc anh 'dao động', 'nhận thức không rõ ràng về tội ác của địa chủ' là một ví dụ. Nên tôi kết luận: tư tưởng chủ đạo của anh Kiệt là 'tiểu tư sản' dù anh là con của một người bần nông".

Khi cùng Đại tá Trần Tấn Nghĩa, một người bạn học ở các lớp Hoa Nam, về lại Việt Bắc [164], ông Võ Văn Kiệt đã nói với ông Trần Tấn Nghĩa: "Mày nhớ những gì học hồi đó không? Lớp mà tao và mày học là sai lầm, mày ạ". Có lẽ sự nghiệp của ông Võ Văn Kiệt đã khác nếu như trong thời gian ở Chiêm Hóa, ông không phạm khuyết điểm quan hệ nam nữ, khiến ông không thể đến Hoa Nam đào tạo tiếp.

Ở Đại hội II, ông Trần Tấn Nghĩa là đại biểu dự khuyết. Khi về trường, ông Nghĩa là trưởng Ban An ninh. Hơn một năm ở Chiêm Hóa, hai người chơi rất thân với nhau. Công việc mà các học viên thích hơn là đi qua thị trấn Chiêm Hóa ra bến đò vác gạo. Mặc dù theo quy định của nhà trường, các học viên

---

[163] Một nhân vật trong phim cùng tên của Trung Quốc, bị địa chủ hãm hại và được giải phóng bởi Hồng quân của Mao Trạch Đông.
[164] Ngày 23-12-1997.

phải chấp hành "ba không: không nghe, không biết, không thấy". Nghĩa là, theo ông Nghĩa: "Đi qua không được nhìn vào thị trấn. Nhưng, đi vác gạo cũng vui. Kiệt cũng rất dí dỏm. Một lần, theo đoàn có cô Xuyến, tôi đùa: cậu vác gạo hộ Xuyến đi. Kiệt cười: bỏ cả bà Xuyến và gạo lên thì tôi cõng". Ông Nghĩa kể: "Chúng tôi là cán bộ cao cấp đi học mà không có đồng cắc nào cả. Gần cây đa nước chảy có một quán nước của một cô gái khá xinh tên là Hạ. Chúng tôi gọi quán cô Hạ là 'máy chém cây đa nước chảy'. Cạnh đấy có một con suối, chảy từ sông Gâm vào, nam nữ đều ra suối tắm, trong số đó có cô Hồ Thị Minh".

Bà Hồ Thị Minh là chủ bút đầu tiên của tờ Phụ Nữ Cứu Quốc Nam Bộ, bà đã từng được cử sang Pháp dự Hội nghị Femmes Francaises. Bà Ngô Thị Huệ kể: "Minh biết mấy ngoại ngữ, trẻ trung xinh đẹp. Xứ ủy có ý định đưa Minh ra miền Bắc giúp việc bác Hồ. Thời gian ở đại hội, Minh được bố trí nằm ở cuối lán nữ, cách một bức vách nứa đan là lán nam nơi Bác ở. Qua cái vách đó hai người nói chuyện với nhau khá nhiều".

Năm ấy ông Hồ Chí Minh đã sáu mươi mốt tuổi. Hồ Thị Minh mới ngoài hai mươi. Theo ông Trần Tấn Nghĩa: "Ở trường, trong các sinh hoạt buổi tối, Vũ Quang hay dạy nhảy Valse. Tôi để ý thấy Kiệt toàn nhảy với Minh. Thỉnh thoảng đi tuần đêm tôi cũng bắt gặp hai người ngồi với nhau ngoài bờ suối". Năm ấy, ông Võ Văn Kiệt đang là một chàng trai hai mươi chín tuổi, ở nơi thâm sơn đó đã hơn một năm. Bà Hồ Thị Minh dính thai. Ông Nghĩa kể: "Hai đứa không dám nói với ai. Mỗi khi Minh thèm chua tôi lại đi tìm quả nhót cho cô ấy".

Khi biết sự tình, Văn phòng Trung ương đã kín đáo bố trí cho bà Hồ Thị Minh sinh con. Ông Kiệt kể: "Năm 1952, trước khi về Nam tôi có đi thăm cháu. Hôm ấy mẹ cháu cũng tới gặp tôi. Khi về Nam, tôi nói hết với nhà tôi. Cô ấy khóc và nhắc tôi phải tìm cách đưa con về".

BÀ TRẦN KIM ANH

Trong thời gian ông Võ Văn Kiệt ra Bắc, bà Trần Kim Anh vẫn sống với gia đình bên ngoại. Ông Trần Quang Quy sai đứa cháu nội là Trần Quang Minh, năm ấy chín tuổi, đi theo phụ giúp cô Bảy. Ba của Minh là ông Trần Tấn Khả, từng tham gia Thanh niên Tiền Phong", năm 1946 bị Tây bắn chết.

Đó là một thời kỳ vất vả của cô cháu bà Kim Anh. Ông Minh kể: "Ông nội tôi để lại cho cô Bảy năm công đất, cô Bảy đang mang bầu vẫn bươn chải ngoài đồng. Có hôm đi chở mạ, chìm ghe, tôi phải vớt cô lên". Ông Kiệt từ Việt Bắc trở về, lại xuống Bạc Liêu làm bí thư, một thời gian sau thì đón bà Trần Kim Anh xuống. Họ cất một căn nhà nhỏ dưới một gốc cây ô môi cạnh bến sông. Năm 1955, bà Kim Anh sinh người con thứ hai, con gái. Ông Kiệt đặt tên con là Võ Hiếu Dân. Theo ông Trần Quang Hiến: "Cô Bảy về nhà ở chừng một năm rồi lại đi theo dượng Bảy, lang thang lên Cần Thơ. Một thời gian sau khi Hiếu Dân lớn hơn, cô Bảy về nhà đón Võ Dũng nói là sẽ đi xa một thời gian. Lần đó, cô Bảy đi Campuchia".

Năm 1957, sau khi ông Lê Duẩn thoát qua Campuchia, Xứ ủy tạm thời lánh sang Phnom Penh. Cuối năm 1958, ông Võ Văn Kiệt cho người về đón vợ con. Võ Dũng cùng những đứa trẻ con em của các cán bộ Xứ ủy được gửi vào học trong một trường phổ thông dạy bằng tiếng Pháp. Đây là khoảng thời gian duy nhất mà gia đình ông Kiệt đoàn tụ và được sống trong cảnh tương đối thanh bình cho dù bà Trần Kim Anh có một thời gian bị bệnh. Nhưng đó là sự thanh bình tĩnh lặng của mắt bão.

Từ Phnom Penh, Võ Dũng được gửi ra Bắc, Hiếu Dân và mẹ về lại nhà ông ngoại. Ông Kiệt trở lại Sài Gòn thay ông Nguyễn Văn Linh làm bí thư Khu ủy giữa khi Chính quyền Ngô Đình Diệm đang truy lùng gắt gao những người cộng sản. Trước khi chia tay, cả gia đình kéo nhau ra tiệm ảnh, nhưng trong tình thế tiếp tục hoạt động bí mật ở miền Nam, ông Kiệt quyết định không chụp chung với vợ con, ông không biết rằng, đó là cơ hội cuối cùng để ông có một tấm hình chung với vợ.

Ở quê, gia đình bên vợ ông Kiệt cũng đang ở trong một giai đoạn khánh kiệt. Ông Trần Quang Hiến kể: "Thời Tây vườn ông già tôi ở Thạnh Trị, Sóc Trăng bị ném bom, gia đình phải dời lên Rạch Giá. Ruộng đất bán lần lần". Ở Rạch Giá, nhiều người biết bà Trần Kim Anh là vợ Việt Cộng. Hiếu Dân lúc đó năm, sáu tuổi, đôi khi cũng hồn nhiên kể ra chuyện ba má cô ở Campuchia. Bà Kim Anh sợ "tai vách mạch rừng" nên quyết định chuyển lên Sài Gòn sống.

Một lý do khác để bà Kim Anh rời Rạch Giá, theo ông Kiệt: "Nhà tôi biết hướng công tác mới của tôi. Hồi ở Phnom Penh, bả đã quen biết vợ ông Trần Bửu Kiếm, Huỳnh Tấn Phát nên hy vọng lên Sài Gòn sẽ có cơ may lần ra manh mối gặp chồng". Theo ông Trần Quang Hiến: "Gia cảnh lúc này nghèo lắm, anh em tôi mua một căn nhà nhỏ ở hẻm Đội Có, đường Võ Di Nguy, Phú Nhuận".

Anh Trần Quang Minh, một người cháu ruột của bà Kim Anh, nhớ lại: "Đó là một căn nhà lá, sàn gỗ, dựng trên ao rau muống, vợ chồng cậu Sáu Hiến, cô Bảy, tôi và Hiếu Dân ở". Theo anh Minh: "Cô Bảy học nghề làm bánh tai yến từ một người bà con. Cậu Sáu còn ít tiền mua hai cái bếp dầu. Chiều tối, tôi xay bột đổ trong cái bồng, dần thớt lên cho ráo nước. Khuya cô Bảy và thím Sáu dậy thắng nước đường, chiên bánh. Tôi và cậu Sáu mỗi người một xe đạp chở cô Bảy ra chợ Tân Định, chở thím Sáu ra chợ Phú Nhuận. Tiền lãi của hai người chỉ khoảng năm, mười ngàn một ngày, đủ sống".

Khoảng tháng 9-1960, ông Võ Văn Kiệt cho người về liên lạc với bà Trần Kim Anh. Bà cũng phải ăn nói đi lại như một người hoạt động bí mật, cho dù chưa bao giờ đứng trong hàng ngũ của chồng. Ông Trần Quang Hiến nhớ: "Mỗi khi có hẹn, tôi chở cô Bảy tới một địa điểm định trước, có khi là một cây cột đèn nào đó, thả cô đấy, khi tôi đi rồi người ta mới tới rước cô. Cô Bảy đi đâu, tôi cũng không biết mà cô cũng không nói". Lúc này, Khu ủy Sài Gòn-Gia Định đã về lập căn cứ ở Hố Bò, Củ Chi. Năm 1961, ông Kiệt đưa vợ con ra căn cứ ở một thời gian.

Những khi chính quyền Sài Gòn không có ruồng bố gì thì Khu ủy cũng ở trong nhà những người dân địa phương. Thường những người dân này hoặc là cơ sở hoặc là cán bộ công tác trong cơ quan Khu ủy. Theo anh Trần Quang Minh: "Cô Bảy lên Củ Chi thường ở trong nhà ông Tư Mai hoặc bà Mười Cước".

Khi có thai người con thứ ba, bà Kim Anh lại rời Hố Bò, Củ Chi về Rạch Giá ở nhà ông bà ngoại. Anh Minh kể: "Đầu năm 1962, tôi chèo ghe đưa cô Bảy đi sanh, qua nhà ông Mười Nhỏ thợ may thì đau bụng phải tấp vô. Cô Bảy sanh luôn Ánh Hồng ở đó. Bà Mười nấu nước, cắt rún giúp. Cô cháu tôi ở lại Rạch Giá cho tới khi Ánh Hồng chập chững biết đi, lại bồng bế con lên Sài Gòn". Lần này Khu ủy bố trí một ủy viên thường vụ làm "chồng bình phong" để bà Kim Anh sống hợp pháp trong thành phố.

Năm 1963, ông Kiệt lại đưa vợ ra Củ Chi, lần này bà Kim Anh và các con ở nhà một cơ sở thường gọi là ông Mười Cước. Khác với nhiều đồng chí khác, ông Kiệt vẫn không "kết nạp" vợ vào tổ chức của mình. Tuy nhiên, khi cần, ông vẫn huy động cả gia đình vợ làm việc cho Cách mạng.

Năm 1965, ông Kiệt quyết định gửi người con thứ hai ra Bắc. Bà Kim Anh chuẩn bị đồ đạc cho con, buổi sáng tiễn con gái đi, chiều bà ghé qua bệnh xá Khu ủy khám mới biết mình đang có thai đứa con thứ tư. Nghĩ khi sinh nở, chồng cũng chẳng giúp được gì nên bà Kim Anh định giữ lại Hiếu Dân, năm ấy đã lên mười tuổi. Nhưng, khi bà quay lại trạm giao liên thì Hiếu Dân đã lên đường ra Bắc cùng với vợ chồng ông Trần Đức Thuận và con trai ông Phạm Văn Xô, một cán bộ cao cấp của Trung ương Cục. Như những lần trước, mỗi khi có thai, bà Kim Anh lại trở về Rạch Giá nương tựa nhà cha mẹ mình.

Cuối năm 1965, ông Võ Văn Kiệt viết thư về nhắn vợ, sanh nở xong thì thu xếp lên chiến khu. Theo ông Trần Quang Hiến: "Trong thơ, dượng Bảy cũng nói dượng sẽ gửi tiền về nhờ mua lương thực. Cô Bảy đưa thơ cho tôi coi, băn khoăn không biết làm sao chuyển hàng lên. Tôi nói để tôi lo. Nhà cũng muốn cô Bảy từ từ hẳng đi vì khi đó cháu Chí Tâm mới hơn ba tháng tuổi. Nhưng cô Bảy cũng nóng lòng gặp chồng".

Bà Trần Kim Anh rời Rạch Giá đúng ngày rằm tháng Chạp, tính theo lịch Tây là tháng 1-1966. Bà Ba Kiệm, một cán bộ giao liên Khu ủy đi từ Hố Bò về đón. Sau gần ba ngày di chuyển chủ yếu là để "cắt đuôi" trước khi đi tiếp về chiến khu, sáng ngày 17 tháng Chạp, bà Trần Kim Anh cùng hai con, Chí Tâm và Ánh Hồng, được giao liên đưa xuống chuyến tàu khách có tên là Thuận Phong. Tàu Thuận Phong vẫn thường chở khách đi từ Bến Cát, Bình Dương, ngược sông Sài Gòn về hướng Củ Chi và ngược lại. Đi trên con tàu ấy lúc nào cũng có Quốc gia trà trộn cùng Cộng sản. Tàu Thuận Phong xuất phát lúc 7 giờ 30, tới gần Bến Dược, chỉ còn bốn, năm cây số là tới Chiến khu Hố Bò, thì trúng rocket bắn xuống từ một máy bay trực thăng Mỹ.

Ông Trần Quang Minh, khi đó đã "ra bưng" trở thành một cán bộ tuyên huấn T4, mật danh của Khu ủy Sài Gòn, kể: "Hôm đó là ngày đầu tiên B52 thả bom ở miền Nam, dọc sông Sài Gòn trực thăng quần ầm ĩ. Tôi đi ra nhà Tư Mai, vừa thấy tôi, ông Tư nói: Minh ơi, chị Bảy và mấy đứa nhỏ chết hết rồi". Khi đó, ông Võ Văn Kiệt đang ở Nhà Bè. Ông nghe tin tàu Thuận Phong bị bắn chìm qua Đài Phát thanh Giải phóng, biết có nhiều người phía mình hy sinh nhưng ông không ngờ trong số đó có cả ba người mà ông yêu thương nhất.

Ông Kiệt kể: "Tôi thấy ruột gan như lửa đốt, Thuận Phong là con tàu mà chị em giao liên thường xuyên đưa cán bộ theo con đường hợp pháp từ Bến Cát về Củ Chi. Chúng tôi biết trước tin địch sắp càn nhưng thấy con tàu Thuận Phong vẫn chạy thì nghĩ là chưa có vấn đề gì. Không ngờ, trận càn đó, nó bắn chìm cả con tàu chủ yếu chở dân thường hợp pháp". Hai ngày sau ông Kiệt mới về đến Củ Chi nhận tin vợ và hai con ông đã chết. Ánh Hồng năm ấy chưa đầy bốn tuổi và Chí Tâm thì cha con chưa kịp nhìn thấy mặt nhau.

Ông Trần Quang Minh kể: "Dượng Bảy ngồi ở Xóm Thuốc chờ hai ngày. Khóc". Nơi ông Kiệt ngồi có thể nghe tiếng máy của những chiếc ghe chạy tìm xác các nạn nhân ở trên sông, nhưng, ông không thể ra đó. Sự khốc liệt của chiến tranh đôi khi không phải ở trong lưới lửa bom đạn mà ở trong những khoảnh khắc yên lặng. Chỉ một số cán bộ hoạt động hợp pháp mới có thể ra sông tìm kiếm xác ba mẹ con bà Trần Kim Anh và những cán bộ khác cùng đi trên chuyến tàu Thuận Phong.

Từ Rạch Giá, gia đình cũng nhận được tin, ông Trần Quang Hiến kể: "Tôi lên thuê thuyền, vớt được Ánh Hồng, cháu bị bắn vỡ sọ. Nhưng, chính quyền bắt phải đưa vô nhà xác. Hôm sau có một người lính của chế độ Sài Gòn nhận cháu là con của anh ta. Bác sĩ yêu cầu tôi trình giấy tờ chứng minh là người nhà của Ánh Hồng, tôi không có. Tôi chấp nhận để cho anh lính nhận xác Ánh Hồng nhưng theo dõi nơi anh ta chôn cháu, anh lính chôn cháu ngay phía nhà thương. Tôi cắm cây thông làm dấu rồi quay ra tìm xác cô Bảy và

Chí Tâm. Đến 28 Tết, lấy lý do an ninh, chính quyền không cho tiếp tục tìm kiếm, mặc dù thấy vẫn còn trôi. Hai tháng sau, chính quyền cho máy ủi phía sau nhà thương, ủi mất luôn Ánh Hồng. Như vậy là ba mẹ con chết mà không còn xác".

Tàu Thuận Phong hôm ấy chở hơn 200 khách, vớt được khoảng 100. Theo Trần Quang Minh, mãi tới mấy tháng sau, người dân miền Đông không ai dám ăn tôm, ăn cá của sông Sài Gòn.

Ông Võ Văn Kiệt kể: "Sau hôm từ Nhà Bè về, tôi xuống nhà ông Ba Kiệm chia buồn. Vợ ông, vì lo cho vợ chồng tôi gặp nhau mà phải chết. Tôi cũng chuẩn bị tinh thần có thể ông cũng không giữ được bình tĩnh vì mất mát đó. Nhưng không ngờ, ông nói: tôi cũng thiệt hại mà không bằng chú, chú mất cả vợ và hai đứa con". Ông Kiệt nói tiếp: "Suốt hai cuộc chiến tranh, tôi cũng lặn lội, nhiều khi rơi vào vùng ác liệt nhất, vậy mà chưa từng dính một miếng đạn nào. Cả hai lần bị thương thì đều do giẫm phải chông của du kích. Trong khi đó vợ, con... Trước đó, anh Ba tôi cũng bị Tây càn bắn chết; ba tôi thì bị chết vì pháo kích".

HAI NGƯỜI CON TRAI

Hai anh em Võ Dũng và Hiếu Dân nhận được tin mẹ và hai em ngay sau Tết năm ấy. Đây không phải là hoàn cảnh cá biệt ở trường học sinh miền Nam. Sau năm 1954 nhiều cán bộ miền Nam không đi tập kết. Với một số cán bộ cao cấp, Đảng đưa vợ con họ ra Bắc trước như bà Ngô Thị Huệ, vợ ông Nguyễn Văn Linh, bà Nguyễn Thụy Nga, vợ miền Nam của ông Lê Duẩn. Một số gia đình đã "chia sẻ rủi ro" bằng cách gửi một vài đứa con ra Bắc trong khi cha mẹ vẫn chiến đấu ở miền Nam.

Nhiều người không ngờ miền Bắc "thiên đường của các con tôi" [165] lại thiếu thốn khó khăn như vậy. Bà Bảy Huệ kể: "Chúng tôi nghèo lắm, lương của tôi, vụ phó được chín mươi ba đồng, nuôi cả bầy con. Mấy đứa trẻ như thằng Dũng, con Hiếu Dân đều ở trong nhà tôi. Tiêu chuẩn mỗi đứa được bốn thước vải mỗi năm mà chúng lớn như thổi, lại nghịch phá, quần áo cứ chẳng mấy lúc mà rách, mà ngắn, chật. Thấy tôi khó khăn, anh Phạm Hùng kêu Ban Thường vụ Quốc hội cho truy lĩnh tiền lương đại biểu Quốc hội Khóa I từ 1946-1959 của tôi, được một khoản tiền lớn, tôi đem gởi Văn phòng Trung ương xài dần". Nhưng, thiếu thốn chưa phải là điều mà những đứa trẻ như Võ Dũng khó thích nghi với miền Bắc.

[165] Thơ Tố Hữu.

Chị Hiếu Dân kể: "Trước khi chia tay, má tôi chuẩn bị cho một xấp váy áo, cái nào cũng đẹp. Ra Bắc, một hôm tôi mặc một cái váy ngắn một chút trên đầu gối. Anh Dũng liền kêu vào nhà đánh cho tôi mấy roi và bắt thay ngay. Anh tôi sau đó đã xé đi những bộ đồ đẹp nhất mà má tôi mua cho. Lúc đầu tôi rất ấm ức. Nhưng về sau, nhìn xung quay mới thấy không có đứa trẻ nào mặc váy, không ai mặc đồ màu mè sặc sỡ, tất cả chỉ có màu lính hoặc là màu sẫm. Tôi mới hiểu vì sao anh tôi làm vậy". Cả Hiếu Dân và Võ Dũng đều ra tới miền Bắc khi đã lên chín lên mười. Họ đã biết quan sát và so sánh giữa hai môi trường xã hội: miền Nam và miền Bắc.

Bà Bảy Huệ kể: "Võ Dũng là một đứa trẻ rất hiếu động. Giữa đám trẻ không mẹ không cha ấy, Dũng nổi lên như một 'thủ lĩnh'. Nhiều khi ra đường quậy phá, bị công an giữ, nó lại tìm cách chạy về gặp tôi nói 'có chuyện quan trọng, cô Bảy phải ra ngay'. Thế là tôi lại phải đi bảo lãnh cho chúng nó. Hồi bọn trẻ học ở Hưng Yên, có bữa Võ Dũng muốn đãi những bạn bè học sinh miền Nam - những đứa trẻ thiếu chất và ăn không bao giờ đủ no - một bữa tươi, nó báo với ông chánh Văn phòng Tỉnh ủy là 'ngày mai đám giỗ mẹ'. Thế là Văn phòng Tỉnh ủy lại chuẩn bị mấy mâm cho nó mời bạn bè. Với bạn bè thì hết lòng, nhưng Võ Dũng không bao giờ chấp nhận sự áp đặt của người lớn. Hồi mới ra Bắc, bác Hồ có kêu mấy đứa trẻ con em miền Nam tới Phủ Chủ tịch. Dũng được bác Hồ gọi đến hỏi: 'Cháu ngoan không?'. Nhìn đĩa kẹo bánh mà Bác sắp cho các cháu ngoan một cách thèm thuồng nhưng Dũng vẫn nói: 'Cháu không ngoan'. Về nó bảo tôi: Cháu nói thật". Theo bà Bảy Huệ: "Bình thường thì nó cũng ngoan như cháu ngoan bác Hồ, nhưng gặp chuyện ai ăn hiếp bạn bè là nó sống chết. Thông minh, gan dạ và hào hiệp lắm".

Sau này khi gặp nhau trong chiến trường miền Nam, nghe Võ Dũng kể, ông Kiệt mới hiểu những đứa trẻ học sinh miền Nam như Dũng có mặc cảm, người lớn ở miền Bắc không bao giờ chịu nghe chúng nó. Ông Kiệt nói: "Khi mới vào nó cũng thăm dò ngay cả mình. Nó nghĩ mình cũng giống như mấy ông bà ngoài Bắc quen áp đặt, có nói lại thì không nghe không hiểu ngôn ngữ của nhau. Ở chiến trường một thời gian, nó nói, mấy chú trong này mới lắm".

Cái chết của mẹ và hai em trở thành một động lực trực tiếp để Võ Dũng kiên quyết vào Nam, phần để "trả thù cho mẹ", phần để thoát khỏi không gian tù túng đang bó chân một chàng trai mười tám. Năm 1969, anh nhập ngũ sau đó đi thẳng vào Trung ương Cục. Lần đầu vào chiến trường nhưng khi phải di chuyển xuống Khu IX, Võ Dũng đã chọn con đường công khai. Trong vai một Khmer kiều, Võ Dũng được người giao liên của bố anh, bà Sáu Trung, đưa về từ Châu Đốc, theo xe đò xuống Rạch Giá.

Sau khi vợ và hai con mất, ông Võ Văn Kiệt vừa cần một người thân ở bên cạnh vừa, trong thâm tâm, muốn giữ an toàn cao nhất cho con mình. Võ Dũng được đưa về ở trong cơ quan Khu ủy, cạnh cha. Bác sỹ riêng của ông Võ Văn Kiệt, ông Huỳnh Hoài Nam kể: "Ổng dặn tôi kèm Dũng, 'có khó khăn gì mày lo'. Nhưng Dũng rất ngang bướng, nó cứ đòi xuống đơn vị. Dũng kêu: Em về đây để chiến đấu chứ đâu phải để đào hầm cho ba em núp".

Năm 1971, sau khi lãnh đạo Khu lấy lại được tư thế sau những tổn thất ghê gớm của Mậu Thân, ông Võ Văn Kiệt phát động đưa con em cán bộ ra mặt trận. Dũng nhân đấy nói, không lẽ kêu gọi con người ta ra trận mà con mình ngồi trong cứ, thế là đòi đi. Bác sỹ Nam kể: "Ổng kêu tôi làm công tác tư tưởng. Tôi nói: 'Dũng, em về miền Nam làm gì?'. Nó bảo: 'Chiến đấu trả thù'. 'Vậy em có thấy bọn anh chiến đấu không?'. Nó bảo: 'Có, nhưng chiến đấu trong xó không hà'. Tôi lấy chuyện mẹ và các em đã mất ra khuyên can, Dũng vẫn dứt khoát. Ông Kiệt thấy thế đành bảo, thôi để nó đi".

Dũng đòi bằng được ra một đại đội trinh sát. Ông Kiệt nhớ lại: "Ông Lê Đức Anh biết chuyện định chuyển cháu về pháo binh, chưa kịp ra quyết định thì Dũng mất". Võ Dũng hy sinh ngày 29-4-1972 khi đang luồn qua những hàng rào dây thép gai trinh sát. Theo anh Hồ Văn Út, cận vệ của ông Kiệt: "Hôm sau, mấy bà má phải vào đồn lính, xin xác Dũng về an táng bên kênh Tư Ký, Sóc Trăng". Ông Võ Văn Kiệt nhận được tin con trai hy sinh khi đang chủ trì cuộc họp Thường vụ Khu ủy. Gương mặt người chính ủy tái lại, nhưng ông chỉ mím môi để cho nước mắt chảy vào trong.

Những người cận vệ luôn sống cách ông vài bước chân cũng không khi nào nhìn thấy ông Kiệt khóc. Trước ba quân, vẫn là một ông Tám Thuận mạnh mẽ. Nhưng, khi trở về trong chòi riêng ông trở thành một con người khác, lặng câm, cô độc. Bác sĩ Huỳnh Hoài Nam kể: "Ông thích uống cà phê sữa nhưng dạo ấy ông thường kêu tụi tôi làm 'chà và đen', cách ông gọi cà phê không. Đó là loại cà phê dành cho những đêm không ngủ. Kể từ khi bà Trần Kim Anh và hai đứa con thơ mất tích trên sông Sài Gòn, có hai kỷ vật lúc nào cũng được ông Kiệt giữ bất li thân đó là bức chân dung của bà và bộ đồ bà ba may bằng lụa tơ tằm. Bác sĩ Nam kể: "Mỗi khi dời cứ, thường chúng tôi giúp ông xếp đồ. Riêng tấm hình và bộ đồ của bà thì tự tay ông làm lấy".

Ở thời điểm ấy, một người con trai khác của ông Kiệt, Phan Thanh Nam, cũng đang ở Trung ương Cục. Từ tháng 11-1969, Nam liên lạc được với bà Nguyễn Thị Thập, chủ tịch Hội Phụ nữ Việt Nam. Đến lúc này, anh mới biết tên đầy đủ của cha mình là Võ Văn Kiệt.

Phan Thanh Nam sinh ngày 25-2-1952. Ông Kiệt chuẩn bị lên đường về Nam trước khi Nam được sinh ra khoảng một tuần[166]. Ông Kiệt cho biết, sau đó, ông có được gặp mặt con trai trước khi rời Việt Bắc. Theo ông Trần Tấn Nghĩa: "Sau khi ông Kiệt đi rồi, Văn phòng Trung ương giao đứa bé cho ông Cái bên Tổng cục Lương thực đưa về tận ấp Sậu, cuối Nhã Nam, Bắc Giang, nuôi". Nhưng, ông Cái cũng chỉ giữ Nam một thời gian ngắn.

Nam không biết là cuộc đời mình đã lưu lạc qua tay những ai. Anh lớn lên trong nhà cha mẹ nuôi, ông Hà Văn Quán và bà Nguyễn Thị Mỹ, tại làng Tăng Xá, xã Tuy Lộc, huyện Cẩm Khê, Phú Thọ. Cha nuôi anh kể, một người trong họ nhìn thấy một đứa bé bị bỏ rơi cạnh bờ suối mang về cho ông, đứa bé đó chính là Nam. Khi đó, người vợ đầu của ông Quán không có con trai. Những thông tin về Nam mà người bỏ rơi anh để lại, về sau Nam được ông Quán cho biết, chỉ là: "Cha mày là người Nam Bộ, tên là Kiệt hay Việt gì đó, đặt tên mày là Nam". Lên sáu tuổi, cha mẹ nuôi làm khai sinh cho anh đi học, đặt tên đầy đủ là Hà Văn Nam.

Ông Hà Văn Quán vốn là một cán bộ, đảng viên, khi cải cách bị quy là địa chủ, ông xin ra khỏi Đảng. Lý lịch này đã khiến ông bị kỳ thị ở địa phương. Anh Nam kể: "Ngay từ khi chúng tôi còn nhỏ, ông đã muốn các con lớn lên đi ra khỏi làng. Chính ông khuyến khích tôi đi tìm lại cha đẻ". Từ bốn, năm tuổi, như những đứa trẻ trong làng khác, Nam đã phải ra đồng chăn trâu cắt cỏ. Học hết cấp hai, do gia cảnh khó khăn, anh phải nghỉ học. Đi khỏi vùng quê nghèo khó đó cũng là sự thôi thúc của chính Nam.

Ông Võ Văn Kiệt kể: "Nhiều lần tôi viết thư ra Bắc nhờ anh em kiếm cháu giùm. Có lần tôi viết thư cho mẹ cháu, nhưng không thấy trả lời. Năm 1969, khi Bảy Dự[167] ra Bắc, tôi viết thư hối thúc thêm lần nữa". Nhưng may mắn là Phan Thanh Nam cũng chủ động tìm kiếm. Anh kể: "Lần đầu, khi tôi còn nhỏ, tôi gửi một lá thư đi tìm cha mà không có hồi âm. Sau đó, tôi tính đi bộ đội, đặng vào Nam kiếm ba tôi nhưng xã không cho đi vì có người đặt vấn đề: Cha nó trong Nam không biết theo ta hay theo địch. Một bữa đi đập lúa, trưa vắng, một người nông dân làm cùng nói: Ở miền Nam tao nghe làm chơi ăn thật, sướng lắm, sao mày không tìm ba? Ông nói: Bà Nguyễn Thị Thập, hội trưởng Hội Phụ nữ là người miền Nam, thử viết cho bà Thập xem".

---

[166] Phía sau tấm ảnh mà ông Kiệt tặng Đại tá Trần Tấn Nghĩa ghi: "Mến tặng Nghĩa để kỷ niệm những ngày học tập ở Trường Đảng và cũng là những ngày không thể quên nhau. VB (Việt Bắc) ngày 13-2-1952. Ký tên: Kiệt. Kiệt Nam Bộ".

[167] Tức Nguyễn Võ Danh, người bảo vệ Lê Duẩn trong chuyến đào thoát sang Campuchia, về sau là phó bí thư Thành ủy Thành phố Hồ Chí Minh.

Nam viết thơ cho bà Thập, kể tỉ mỉ cuộc đời mình và nói: "Tôi có một người cha, nghe người ta nói ông tên Kiệt, chính ông đặt tôi tên là Nam. Thư tôi gởi đi cuối tháng 9, cuối tháng 10, tôi nhận được thư cô Kim Anh, thư ký của bà Thập. Cô Kim Anh kêu tôi về 39 Hàng Chuối, Hà Nội. Tháng 11-1969, cha nuôi tôi cho mười đồng bạc để tôi đi. Xuống Hà Nội, gặp cô Mười Thập. Cô hỏi thăm, cho tôi cái áo len rồi nói: 'Ba cháu đang chiến đấu ở miền Nam'. Cô Thập dẫn tôi đi gặp một số cán bộ quen biết ba tôi vừa từ miền Nam ra như Năm Hộ, Hai Chiếc, Bảy Dự. Tôi vừa bước vô cửa, mấy ổng nói: 'Cái dáng thằng này, vừa đi vừa lắc, đúng con ông Sáu rồi'. Sau đó, các cô bảo tôi về nhà chờ".

Bà Nguyễn Thị Thập hứa sẽ cho người lên gặp Nam nhưng không hiểu sao Nam chờ gần một năm sau vẫn không thấy tin tức gì. Tháng 7-1970, Nam lại đánh điện xuống Hà Nội. Trong thời gian đó, ông Võ Văn Kiệt cũng viết thư cho bà Ngô Thị Nho, chị ruột của bà Ngô Thị Huệ, tha thiết nhờ tìm lại đứa con trai thất lạc. Theo bà Bảy Huệ: "Một bữa, Ban Tổ chức Trung ương cử tôi xuống làm việc với Hội Phụ nữ, chị Mười Thập tình cờ kể: Ông Kiệt có một đứa con ngoài này, nó mới đánh điện, gởi thơ. Chị Mười đưa thơ tôi coi. Tôi nói để tôi sắp xếp lên gặp cháu".

Từ Hà Nội lên Phú Thọ tuy chỉ cách nhau hơn 200km nhưng hồi ấy đường sá khó khăn. Bà Bảy Huệ lên tới xã Tuy Lộc, huyện Cẩm Khê thì đã mười giờ đêm. Bà kể: "Tới giờ đó, Nam đi tát nước vẫn chưa về, nó mặc cái quần cụt, cười giống y ổng. Tôi xin phép ba má nuôi đưa cháu lên nhà khách của tỉnh rồi đưa cháu về Hà Nội. Cho tới lúc đó, thằng Nam chưa biết sử dụng giày dép thế nào". Anh Phan Thanh Nam nhớ lại: "Mẹ nuôi tôi rất buồn nhưng cha nuôi tôi nói, con lớn rồi phải tìm về tổ tiên".

Ở Hà Nội, mấy dì nói cho Nam biết má ruột của anh là bà Hồ Thị Minh, khi ấy đang làm việc trong một cơ quan ở Thủ đô. Đã vài lần Nam đạp xe qua cơ quan mẹ, anh rất muốn vào nhưng rồi anh kể: "Tôi nghĩ, bao năm nay bà không liên lạc với mình có nghĩa là bà cũng có điều gì đó khó xử. Nếu có thể gặp, bà đã đi tìm". Tháng 10-1970, Phan Thanh Nam bắt đầu hành trình vào miền Nam. Tháng 9-1971, hai tháng sau khi Nam vào tới Chiến trường B2, hai cha con gặp nhau lần đầu tiên ở Trung ương Cục. Nhưng có lẽ lần gặp nhau ở Khu IX vào tháng 11-1972 mới là cuộc gặp xúc động nhất giữa hai người.

Tháng 6-1972, hơn một tháng sau khi Võ Dũng hy sinh, Phan Thanh Nam bắt đầu đi từ căn cứ Trung ương Cục xuống Khu IX. Bác sỹ Huỳnh Hoài Nam kể: Ngày cha con gặp nhau, ông đang ở một căn cứ gần kênh Biện Nhị, xã Khánh Lân, Cà Mau. Ông ngồi đợi con, lâu lâu lại hỏi những người lính thông tin theo dõi lộ trình của các giao liên. Bác sỹ Nam kể: "Khi Nam đến, hai cha con ôm nhau nửa tiếng, không ai nói một lời, rồi cả hai cùng khóc. Chúng tôi, cũng ra phía sau, ngồi khóc".

[CHƯƠNG 14 • KHOẢNG CÁCH LINH - KIỆT]

ĐI BƯỚC NỮA

Khi ấy, cả bà Bảy Huệ và ông Nguyễn Văn Linh đều coi Võ Văn Kiệt như một cậu em trong nhà. Ông Linh là một trong những người đầu tiên nghĩ tới hoàn cảnh đơn côi của ông Kiệt. Hai năm sau khi vợ mất, ông đã chú ý tìm người mai mối.

Theo bác sĩ Huỳnh Hoài Nam: Sau đợt hai Mậu Thân, Trung ương Cục yêu cầu ông Kiệt xuống bệnh viện R điều dưỡng một thời gian. Giám đốc bệnh viện lúc đó là bác sĩ Thúy Ba. Trung ương Cục cũng có ý cả. Bà Thúy Ba đẹp, nhưng tụi tôi biết khi đó ông Kiệt còn nhớ vợ. Thậm chí có lần Trung ương Cục họp, có người còn đặt vấn đề, nhưng ông Kiệt nói: "Chúng ta có tiến bộ tới đâu thì vẫn là người Á Đông, vợ tôi chết vẫn chưa mãn tang mà".

Xuống miền Tây, cũng có người gán ghép, ông Kiệt đẩy khéo: "Hỏi mấy đứa nhỏ coi, tụi nó ưng là tôi ưng à". Có người thiệt tình tới hỏi cánh bảo vệ, mấy cậu nói: "Nếu có người như thím Tám thì tụi tôi mới cho lấy, không là khổ ổng". Ông Kiệt nhớ lại: "Lúc bấy giờ công việc dồn dập. Đang Mậu Thân, ở Sài Gòn, hết tấn công đợt này đến đợt khác, anh em tổn thất không biết bao nhiêu. Xuống Khu IX thì cũng tan tác, phải vực dậy từng cơ sở một".

Sau khi ông Võ Văn Kiệt được điều xuống làm bí thư Khu ủy Khu IX, ông Nguyễn Văn Linh có thêm một nỗ lực nữa: giới thiệu bà Đỗ Duy Liên cho ông Kiệt. Bà Đỗ Duy Liên kém ông Kiệt năm tuổi, khi ông Kiệt làm bí thư Khu ủy Sài Gòn-Gia Định bà Liên làm việc bên Hội Phụ nữ. Bà đã từng làm báo công khai ở Sài Gòn, từng bị giam tại Chí Hòa hơn bốn năm. Chồng bà Liên, ông Lê Duy Nhuận, là cán bộ tuyên huấn ở Phân khu I trong Chiến dịch Mậu Thân. Tháng 10-1968, khi ông Nhuận đang mở lớp đào tạo bí thư chi bộ thì nhận được lệnh phải di chuyển cứ ngay vì B-52 sắp rải bom. Là người sau cùng rời khỏi căn cứ, ông Nhuận bị dính bom, hy sinh. Cũng như ông Võ Văn Kiệt, bà Đỗ Duy Liên cũng bị ám ảnh rất lâu bởi sự hy sinh của chồng.

Bà Đỗ Duy Liên kể: "Một lần anh Sáu từ T3 [168] lên Trung ương Cục, anh Mười muốn cáp tôi với ảnh nên điện kêu tôi từ T4 (Khu Sài Gòn-Gia Định) về. Anh Mười lãnh đạo tôi từ hồi thanh niên. Ảnh chủ quan, nghĩ tôi thương ảnh thế thì anh bảo gì tôi sẽ nghe theo ảnh. Tôi từ chối cách gán ghép nhưng tôi vẫn đồng ý ra trạm giao liên gặp anh Sáu Dân".

---

[168] Mật danh của Khu IX.

Nơi ông Mười Cúc Nguyễn Văn Linh bố trí cho họ gặp nhau là một cái lán tranh, muốn đi tới phải qua một trảng le, một trảng lau. Ông Kiệt là người đàn ông thứ hai mà bà Liên yêu thương. Bà biết rằng nếu nhận lời lấy ông thì cả hai sẽ phần nào bù đắp cho nhau mất mát. Nhưng khi đó, ba đứa con của bà Liên đang được gửi ra miền Bắc. Trong lán tranh, khi ông Kiệt ngỏ lời, bà Liên bật khóc, trách: "Chồng tôi chết chưa lâu?".

Bà Đỗ Duy Liên kể rằng, khi đến giờ phải chia tay, bà được giao liên dẫn đi theo một hướng, ông Kiệt được dẫn đi theo một hướng khác. Hôm đó bà bước đi mà không dám ngoái đầu nhìn lại. Ít lâu sau, bà nhận được thư ông. Bức thư ngắn: "Tư/ Sau bữa gặp, Tư đi qua cái trảng dài đó, không biết có gì không. Rất lo. Muốn biết sớm mà không sao biết được. Hôm đó, đợi Tư qua hết cái trảng rồi mới đi. Kiệt".

Sau năm 1975, hai người cùng về Thành phố, ông làm chủ tịch rồi sau đó làm bí thư Thành ủy, bà làm giám đốc Sở Thương binh-Xã hội, rồi làm phó chủ tịch Ủy ban. Cùng ở trong rừng ra và lần đầu tiên có trong tay chính quyền, một chính quyền việc gì cũng muốn làm thay dân, công việc cứ cuốn cả hai người đi. Họ thường gặp nhau trong các cuộc giao ban, nơi ông nhiều khi sốt ruột đập bàn, đập ghế. Theo nhà báo Thế Thanh, người được cả ông Kiệt và bà Tư Liên coi như con, thỉnh thoảng bà Tư lại than: "Ba mày mất lịch sự quá, họp hành có phụ nữ mà chẳng nhẹ nhàng gì".

Nói thế, nhưng chính bà Đỗ Duy Liên lại là người rất sợ sự nhẹ nhàng của ông. Bà Tư nhớ lại: "Sau 1975, có lần anh đến thăm, ngồi suốt một buổi sáng, hai anh em ngồi tâm tình với nhau. Trưa, ảnh nói: 'Tư đi nấu cơm cho tôi ăn với'. Tôi biết, tôi mà đi nấu cơm là coi như tôi nhận lời anh nên cương quyết: 'Không. Hôm nay, em không đi chợ, nhà không còn gì'. Anh nghe, đứng dậy về. Tôi để anh đi mà lòng buồn lắm. Mãi nhiều năm sau khi nghĩ tới câu chuyện này, tôi vẫn còn tự trách: 'Có bữa cơm mà mình cũng không nấu được cho anh ăn'".

Theo bà Bảy Huệ thì con cái của hai người cũng đóng một vai trò khiến cho họ không đến được với nhau. Sau khi việc giữa bà Tư Duy Liên và ông Võ Văn Kiệt không thành, bà Bảy Huệ lại nỗ lực thêm một lần nữa, giới thiệu cho ông Kiệt một nữ bác sỹ đã từng có gia đình. Khi ấy ông Kiệt đã ra Hà Nội làm phó chủ tịch Hội đồng Bộ trưởng. Việc mai mối được thu xếp khá suôn sẻ đến mức một hôn lễ tưởng đã diễn ra. Tuy nhiên, sau một năm ở Hà Nội, ngày 26-12-1982, ông Kiệt viết thư gửi ông Chín Đào Phan Minh Tánh, khi ấy đang là phó bí thư Thành ủy Thành Phố Hồ Chí Minh, nhờ ông Chín Đào giúp thu xếp để ông rút lui khỏi cuộc hôn nhân này.

Cũng trong bức thư đề cập đến chuyện lấy vợ này, ông Võ Văn Kiệt bắt đầu tiết lộ về một người phụ nữ khác. Thư viết: "Phần tôi, cũng dịp về hôm rồi tôi có bàn thẳng với các cháu, con tôi (cả dâu rể) - tôi không thể sống không bình thường như vậy mãi, cũng như công tác trong điều kiện ăn ở hiện nay. Không có một người hôm sớm quả là có một số cái khó. Nói chung là chúng nó đồng ý cả. Cháu Dân hôm ra Hà Nội ở gần hai tuần với tôi, cháu cũng thấy điều đó rõ hơn, nhưng người như thế nào thì chúng nó vẫn lo. Tôi cũng có trình bày, có một người mà các anh đã giới thiệu (hồi tôi còn ở Thành phố) - Anh Mười Hương, anh Năm Xuân và anh Thiện. Trước đây tôi cũng tiếp xúc một vài lần và cũng có tìm hiểu, cũng gọn và quan hệ gia đình tốt, thuộc cán bộ giảng dạy và nghiên cứu khoa học ở một trường đại học. Tôi thấy như vậy cũng được, tuổi cũng trên bốn mươi… (Tuy) không phải người Nam Bộ. Chúng nó có phần lo, nhưng điều này không phải là chính. Tạm bấy nhiêu để anh rõ, nhờ anh giúp như phần trên. Thân ái/Sáu Dân". Chi tiết "cán bộ giảng dạy và nghiên cứu khoa học" mà ông Kiệt đề cập trong thư cho thấy người phụ nữ mà ông nói tới chính là bà Phan Lương Cầm.

Bà Phan Lương Cầm sinh năm 1943 ở Huế. Năm 1945, cha mẹ chia tay. Mẹ bà, bà Nguyễn Thị Hoàng Ân, vốn là một nữ sinh Đồng Khánh. Trong những năm Việt Minh kháng chiến chống Pháp, bà Ân đi dạy học ở Hà Tĩnh, Thanh Hóa. Bà Cầm khi ấy còn nhỏ nhưng đã vừa học, vừa giúp mẹ xay lúa, giã gạo, làm xáo để có thu nhập thêm.

Sau Hiệp định Geneva, bà Ân chính thức kết hôn với ông Phan Tử Lăng. Bà Cầm đổi từ họ Trần của cha đẻ sang họ Phan của cha dượng. Ông Phan Tử Lăng là một sỹ quan nổi tiếng: Ông tốt nghiệp thủ khoa khóa sỹ quan chính quy đầu tiên do người Pháp đào tạo ở Việt Nam, là chỉ huy trưởng Lực lượng Bảo an Trung kỳ. Khi chính phủ Trần Trọng Kim tuyên bố độc lập và mở trường Quân sự Thanh niên Tiền Tuyến, ông Phan Tử Lăng được bổ nhiệm làm giám đốc. Sau Cách mạng tháng Tám, ông là cục trưởng Cục Quân chính Quân đội Nhân dân Việt Nam với quân hàm đại tá.

Năm 1965, sau khi tốt nghiệp đại học, bà Cầm được giữ lại làm cán bộ giảng dạy ở Đại học Bách khoa Hà Nội. Năm 1968, bà đi nghiên cứu sinh, chuyên ngành Điện hóa - Ăn mòn Kim loại ở Lomonoxov, Liên Xô; năm 1973, lấy bằng phó tiến sỹ và về trường Bách khoa dạy tiếp. Năm 1979, trong khuôn khổ một hợp tác giữa Đại học Bách khoa Hà Nội và Đại học Delf, bà được cử đi tham gia nghiên cứu về "ăn mòn kim loại" ở Hà Lan. Bà Phan Lương Cầm gặp ông Võ Văn Kiệt lần đầu vào cuối năm 1980 tại Thành phố Hồ Chí Minh. Khi ấy, theo bà Cầm, bà hoàn toàn không biết những người bạn của ông Phan Tử Lăng có ý tưởng giới thiệu bà với ông Kiệt.

Cuối thập niên 1950, ông Phan Tử Lăng và ông Đinh Đức Thiện cùng làm việc với nhau ở Khu Gang Thép Thái Nguyên, ông Thiện là giám đốc và ông Lăng là phó. Bạn ông Thiện là ông Trần Quốc Hương và em trai ông, ông Mai Chí Thọ, đầu thập niên 1980, đang là Phó Bí thư Thành ủy Thành phố Hồ Chí Minh.

Cuối năm 1980, khi bà Phan Lương Cầm từ Hà Lan về vào Thành phố, ông Đinh Đức Thiện kêu ông Mười Hương mời bà Cầm ra Tân Cảng báo cáo đề tài "ăn mòn kim loại", cử tọa có nhiều vị lãnh đạo Thành phố, và tất nhiên, có cả ông Bí thư Thành ủy Võ Văn Kiệt. Bà Cầm nhớ lại: "Tôi lên nói say sưa và cuối buổi thì ông Kiệt bảo là tôi có thể giúp Thành phố". Buổi trưa, tôi được mời về nhà ông Mai Chí Thọ ăn cơm. Bà Cầm nói rằng: "Cho đến lúc này, tôi không có ấn tượng gì về ông Kiệt cả".

Bà Cầm trở ra Hà Nội tiếp tục công việc của mình, ông Đinh Đức Thiện, ông Mười Hương tiếp tục vận động bà Ân. Hai người còn bố trí để ông Kiệt tới nhà 180/8 Nguyễn Tri Phương, Thành phố Hồ Chí Minh gặp bà Ân ở đó. Bà Cầm nhớ lại: Cả nhà tôi ai cũng muốn con gái lớn đi lấy chồng. Nhắc lại bữa cơm trưa ở nhà ông Mai Chí Thọ, mẹ tôi hỏi: "Con có biết anh Sáu cùng ăn với con hôm đó không". Tôi nói: "Con chỉ nói chuyện ăn mòn kim loại, không biết ai là anh Sáu cả". Rồi tôi cười nói với mẹ tôi: "Không có chuyện con lấy bí thư Thành ủy đâu".

Ông Kiệt vẫn giữ liên lạc với bà Phan Lương Cầm trong thời gian ấy. Theo bà: "Mỗi lần ông ra Hà Nội lại nhờ anh em Văn phòng chuyển tới tôi, khi cuốn lịch, khi ký lạp xưởng. Tôi không nhận thì anh em bảo: thủ trưởng ra nhờ chút việc mà không hoàn thành thì bị phê bình chết". Nhưng, có lẽ ông nghiêng về bà hơn sau khi ra Hà Nội, sau khi phải đối diện với những rắc rối trong các mối quan hệ với những người phụ nữ đã có con riêng.

Về phần mình, bà Cầm kể: "Ở Hà Nội một thời gian, anh béo ra, biết ăn mặc hơn, trông không khắc khổ như thời làm bí thư Thành ủy. Lên khu tập thể Khương Thượng, nơi tôi có một căn hộ ở đó, anh tháo giày vào nhà. Ngồi nói chuyện thấy bắt đầu cảm tình nhưng phải nói là bác Đinh Đức Thiện cũng công phu lắm, cả bác trai lẫn bác gái".

Khi bắt đầu chiếm được tình cảm của bà Cầm, ông Kiệt báo cáo với Trung ương Đảng và việc này đã khiến cho bà Cầm định rút lui khi thấy Ban Tổ chức Trung ương xuống trường tìm hiểu. Cuối năm 1984 họ chính thức lấy nhau. Vừa sống với nhau được ít ngày, bà Cầm kể: "Anh nói phải đi công tác miền Nam ngay để tôi một mình chơ vơ ở Hồ Tây. Trước khi đi, anh hỏi tôi thích gì, tôi nói em thích một cái nhẫn cưới. Lần ấy, anh mang về chiếc nhẫn nửa chỉ vàng 18k tặng tôi".

VỢ VÀ BẠN

Không chỉ là sự chênh lệch về tuổi tác, năm ấy, ông Kiệt sáu mươi hai tuổi và bà Cầm bốn mươi mốt tuổi. Cha mẹ không sống với nhau ngay từ khi bà Cầm chỉ mới hai tuổi. Khi mẹ bà đi bước nữa với ông Phan Tử Lăng, hai người làm việc ở Khu Gang Thép Thái Nguyên, bà Cầm sống một mình ở Hà Nội và đi học.

Theo ông Nguyễn Văn Hanh, em rể của bà Cầm: "Cho tới khi lấy anh Sáu, Cầm rất ít có thời gian ở trong một môi trường gia đình thật sự". Bà Cầm thừa nhận: "Trước khi về sống với nhau, mỗi người tưởng tượng về nhau có khác. Anh Sáu ít hẳng hơn tôi vì anh có kinh nghiệm cuộc đời". Bà kể về một kỷ niệm mà bà cảm thấy hạnh phúc: "Một lần, tôi đi miền Nam, ô tô đưa ra sân bay rồi ô tô về. Không ngờ máy bay hỏng, phải chờ tới ba giờ mà không bay được. Tôi điện thoại về kêu xe ra đón. Khi biết tôi quay lại, anh nói: hoan hô hàng không!".

Bà Phan Lương Cầm nói: "Đôi lúc tôi cũng tủi thân. Anh toàn sống với đồng đội, muốn uống nước, tôi không pha thì đã có phục vụ nên sự chăm sóc của vợ không còn quan trọng nữa. Tôi cảm thấy những cố gắng hy sinh của mình không được đánh giá đầy đủ". Ngay trong thời gian đầu, một cuộc chia tay tưởng như đã xảy ra, một số bạn bè thân thiết của ông Kiệt đã được "giao nhiệm vụ" đi làm "công tác tư tưởng" cho gia đình, đồng đội. Nhưng rồi ông Kiệt nghĩ lại.

Cuộc hôn nhân này không chỉ làm ông Kiệt khó xử với những đồng đội từng chia ngọt sẻ bùi với ông. Ở miền Nam nhiều người trách, "Nam Bộ thiếu gì người mà lại đi lấy người Huế". Bà Phan Lương Cầm kể: "Có người nói tôi là người nhà ông Tố Hữu. Tố Hữu đưa tôi vào để phá anh Sáu. Khi Tố Hữu mất, có người còn chia buồn với tôi".

Chuyện ông Kiệt, một ủy viên Bộ Chính trị, lấy bà Cầm không phải đảng viên cũng là một lý do để ông Kiệt bị chỉ trích, nhất là từ những người như ông Nguyễn Văn Linh. Bà Bảy Huệ thừa nhận: "Ông Mười kỹ lưỡng, định làm mai Lê Thị Riêng cho ông Sáu, Lê Thị Riêng chết, làm mai Đỗ Duy Liên thì không thành... Tôi thấy cô bác sỹ làm bên đài cũng có hoàn cảnh thích hợp, lấy cô ấy rồi chuyển ra làm ở 'Tổ Y tế Một' cũng được. Đùng một cái ổng lấy bà Cầm, ông Mười nói Sáu Dân ẩu, lấy vợ mà không thèm hỏi ai".

Ông Võ Văn Kiệt làm chủ tịch Hội đồng Bộ trưởng từ tháng 7-1991, ở một giai đoạn mà Việt Nam bắt đầu thiết lập quan hệ với ASEAN, Hàn Quốc, Nhật Bản, Cộng đồng Châu Âu và Mỹ. Không như các chuyến thăm đến các nước trong "phe xã hội chủ nghĩa" của các lãnh tụ cộng sản trước đây, ông Kiệt thường công du cùng phu nhân, một người phụ nữ trẻ, xuất hiện trước ống kính khá lịch lãm. Hình ảnh đó góp phần làm cho thế giới nhìn thấy một Việt Nam ít cứng rắn hơn. Nhưng, bên trong, nhiều nhà lãnh đạo lão thành lại không vừa ý. Nhất là sau khi có tin đồn, các chuyến chuyên cơ chở bà Cầm đi theo ông Kiệt thường mang rất nhiều hàng hóa.

Người bày tỏ thái độ một cách công khai nhất là ông Nguyễn Văn Linh. Từ khi còn đương chức, trong các chuyến công du, ông Linh đã nổi tiếng khắt khe với cấp dưới [169]. Giai đoạn ông Linh làm tổng bí thư và giai đoạn ông Kiệt làm thủ tướng, vị thế của Việt Nam trong các mối quan hệ quốc tế rất khác nhau. Hai ông cũng rất khác biệt trong cách tiếp cận với thời cuộc cũng như với kẻ thù và đồng đội.

CUỘC SỐNG VÀ Ý THỨC HỆ

Kể từ năm 1952, khi rời Việt Bắc về Nam, năm 1973 ông Võ Văn Kiệt mới trở lại miền Bắc. Lần này, kinh nghiệm sử dụng võ trang của ông ở Khu IX đã đóng vai trò quan trọng để Hội nghị Trung ương 21 quyết định "đánh", thay vì "gò cương vỗ béo" trước Hiệp định Paris. Nhưng chuyến đi còn giúp ông Kiệt lần đầu tiên thực sự trải nghiệm chủ nghĩa xã hội sau gần hai mươi năm áp dụng trên miền Bắc.

Lúc đó, tuy tạm thời chấp nhận sự quy lỗi nghèo đói cho chiến tranh nhưng ông Kiệt không khỏi băn khoăn khi thấy trong một xã hội đòi đấu tranh cho bình đẳng mà những người đứng đầu xã hội đó lại thi hành một chế độ không bình đẳng với ngay những người ruột thịt của mình. Theo quy định, chế độ dinh dưỡng bao cấp cho cán bộ cao cấp khác với những cán bộ bình thường cho nên trong nhiều gia đình, chồng ăn "tiểu táo" do đầu bếp của Văn phòng Trung ương nấu, trong khi vợ con phải tự nấu, tự ăn với nhau theo chế độ "đại táo". Trước ngừng bắn, khi phải rời khỏi Hà Nội, có những cán bộ đã về nơi sơ tán một mình bằng xe hơi trong khi vợ con lếch thếch đi bộ vì không có cùng tiêu chuẩn.

Năm 1973, khi ông Võ Văn Kiệt đi gặp ông Ung Văn Khiêm[170] cả bạn bè và tổ chức đều có những lời khuyến cáo ông. Tuy nhiên, với tư cách là một cấp dưới, một học trò, ông Kiệt vẫn đi thăm thầy cũ. Ông Kiệt kể: "Từ khi ông Khiêm bị kỷ luật, không ai dám đến gặp, nếu có tình cờ thấy ông thì cũng ít ai dám chào". Mấy hôm sau, khi ông Kiệt đang ngồi với ông Nguyễn Văn Trấn

---

[169] Bà Nguyễn Thị Bình, con gái của ông Linh, viết: "Tôi còn nhớ, mỗi lần đi công tác nước ngoài cha tôi tự tay duyệt danh sách cán bộ đi kèm, chỉ ai thực sự cần thiết ông mới đồng ý cho đi, ông cấm việc lợi dụng đi nước ngoài để buôn bán. Có lúc ông nóng giận làm căng tới mức anh em chưa hiểu cho là ông không biết thông cảm, thiếu tế nhị. Sau đó, khi vui vẻ ông mới kể lại những gì ông đã nghe người ta xì xào về các chuyến chuyên cơ đầy ắp hàng hóa, thực hư chưa biết nhưng để cho nhân dân nghi ngờ như vậy thì buồn cho Đảng lắm. Đối với gia đình, cha tôi cũng giữ nguyên tắc đó, suốt thời gian làm tổng bí thư ông chỉ cho người nhà theo ra nước ngoài hai lần. Một lần khi Thủ tướng Ấn Độ Ragiv Gandhi mời cả phu nhân cùng sang thăm. Lần thứ hai khi Đảng Cộng sản Liên Xô mời cả gia đình cùng sang nghỉ".

[170] Ung Văn Khiêm là một trong những người đầu tiên dự lớp huấn luyện Quảng Châu do Nguyễn Ái Quốc tổ chức và trở thành một trong những xứ ủy viên đầu tiên của Nam Bộ khi ba tổ chức cộng sản ở Nam kỳ hợp nhất. Tháng 8-1945, ông Ung Văn Khiêm là bí thư Xứ ủy Nam Kỳ; ông làm bí thư Bạc Liêu khi ông Kiệt là phó bí thư. Năm 1963, sau Nghị quyết 9 "chống xét lại", ông mất chức bộ trưởng Bộ Ngoại giao những vẫn còn được giữ chức bộ trưởng Bộ Nội vụ. Sau năm 1967, ông bị quy kết dính líu tới "nhóm chống Đảng", rồi chính thức bị kỷ luật vào năm 1972 và bị cô lập tại gia những năm tiếp đó.

thì, theo hẹn, bà vợ ông Ung Văn Khiêm đến, ông Bảy Trấn nhìn thấy, lập tức rời phòng. Hôm sau gặp lại, Bảy Trấn giải thích: "Mày ở trong kia không sao, tụi tao ở đây léng phéng qua lại với ổng là bị cắt sổ gạo, cả thuốc lá cũng không có mà hút mày ạ". Ông Kiệt nói: "Tôi suy nghĩ rất nhiều. Cho dù ông Khiêm có sai thì cái sai đó cũng là với tổ chức; chế độ chính trị thế nào mà bày tỏ tình nghĩa anh em, đồng chí cũng không được. Một con người như ông Bảy Trấn, từng tham gia cướp chính quyền ở Sài Gòn năm 1945, từng làm tới chức chính ủy Khu IX, từng được coi là 'hung thần Chợ Đệm' mà cũng phải sống trong sợ hãi thì vấn đề không còn là của từng cá nhân nữa" [171].

Ông Võ Văn Kiệt tìm thấy niềm vui và cả lợi ích chính trị khi thỉnh thoảng ngồi uống rượu và đàm đạo với các trí thức và quan chức của chế độ Sài Gòn. Ông thừa nhận, nhiều kiến thức về kinh tế, quốc tế và đặc biệt là tư duy pháp trị mà ông có được là nhờ học ở những "người thua cuộc".

Khi chiến tranh kết thúc, cả ông Kiệt và ông Linh đều từ một căn cứ trong rừng sâu về Sài Gòn sống trong những biệt thự sang trọng. Trong khi ông Nguyễn Văn Linh vẫn giữ lối sinh hoạt của một người cộng sản khắc khổ[172] thì ông Võ Văn Kiệt bắt đầu chơi tennis. Ông Linh nhìn những cán bộ chơi tennis như những người học đòi ăn chơi, "xa rời lối sống, đạo đức cách mạng". Còn ông Kiệt nhìn thấy ở đó, không chỉ là một thú vui thể thao mà còn là một cách để đưa Sài Gòn trở lại cuộc sống bình thường.

Ông Kiệt giải thích: "Những ngày mới về Thành phố, tôi chỉ chơi bóng bàn hoặc cầu lông với anh em. Sau, để ý thấy các sân tennis trong Thành phố đều bị bỏ hoang hoặc đem phơi củi. Đi vào trong dân, thấy các nhà khá giả vẫn treo vợt trên tường nhưng không ai chơi. Tìm hiểu thì mới biết là người ta sợ. Tôi quyết định cho sửa sân tennis Trương Định, phong trào chơi tennis mới dần được khôi phục rồi rộ lên. Anh Mười thấy, cho người phê phán trong các cuộc họp nội bộ".

Khi được điều ra Hà Nội, ông Kiệt tiếp tục giữ sở thích chơi tennis. Khi ông Linh làm tổng bí thư, theo ông Kiệt, ông nói gần nói xa: "Các tỉnh ở dưới đua đòi làm sân tennis cũng tốn kém lắm". Ông Kiệt kể, một lần ông Đào Duy Tùng, ủy viên thường trực Bộ Chính trị, nhắc khéo: "Có người nói anh còn

---

[171] Sau năm 1975, ông Võ Văn Kiệt đón gia đình ông Ung Văn Khiêm vào Sài Gòn, cấp cho ông một căn nhà trên đường Phan Thanh Giản (nay Điện Biên Phủ).

[172] Con gái ông, chị Nguyễn Thị Bình, viết: "Nhà có mảnh vườn còn rộng cha tôi nói chặn lại dành nuôi thêm gà vịt, trồng thêm rau trái. Tôi còn nhớ rõ những ngày ấy, bước chân ra khỏi cơ quan là đạp thẳng tới Cầu Sắt mua cám cho cút, tới nhà dựa xe vào tường là vội vàng dọn chuồng, rồi trộn cám cho ngày mai, mang giỏ trứng đi bỏ mối, nhiều bữa chín mười giờ đêm mới ăn cơm chiều... Cha thấy chúng tôi vất vả cũng xót xa lắm, ông hay xuống dưới chuồng nhắc chúng tôi nghỉ tay ăn cơm, lúc rảnh việc ông giúp chúng tôi cho cút ăn, thay nước uống".

khỏe mà đi chơi tennis bắt người khác mang vợt". Theo ông Kiệt: "Tôi biết anh Tùng nói vậy là có thiện chí, mình dư sức mang cái túi vợt, nhưng thường khi xe vừa dừng thì anh em bảo vệ đã nhanh chân hơn lấy vợt cho. Từ đó, khi ra sân tôi không đi xe nữa, mà từ 57 Phan Đình Phùng, tôi mang túi vợt đi bộ, vòng qua trước nhà ông Linh ở Nguyễn Cảnh Chân, ra sân".

Cũng làm cách mạng, nhưng một người tạo lập uy tín chính trị theo nguyên tắc giữ "cần kiệm liêm chính", một người làm chính trị theo kiểu chịu chơi của "anh Hai Sài Gòn". Cung cách ứng xử này đã làm cho ông Kiệt và ông Linh càng thêm khác biệt. Ông Võ Văn Kiệt không được văn nghệ sỹ tung hô như thời ông Nguyễn Văn Linh kêu gọi cởi trói. Nhưng với phong cách "anh Hai", ông Võ Văn Kiệt lại kiến tạo được những mối liên hệ cá nhân bền lâu.

Nhà thơ Nguyễn Duy kể: "Tôi gặp ông Kiệt lần đầu vào giữa năm 1981, trong buổi tổng kết cuộc sinh hoạt chính trị kéo dài mười ngày căng thẳng để chuẩn bị đại hội thành lập Hội Nhà văn Thành phố. Cuối đợt kiểm điểm, Thành ủy cho ít tiền liên hoan, ông Kiệt mang đến một chai rượu. Mãi sau này chúng tôi mới biết chai rượu ấy cũng xoàng, nhưng lúc ấy thấy rượu Tây là nhiều anh nhốn nháo".

Theo Nguyễn Duy: Trong buổi liên hoan đó, nhiều người đọc thơ tặng ông Sáu. Ông Nguyễn Duy cũng đứng lên nói: "Hôm nay Bí thư Thành ủy mang rượu đến đây, nối rượu cho nhà văn thì cũng như nối giáo cho giặc, tôi xin phép đọc mấy bài thơ mới làm". Ông Bảo Định Giang khéo léo ngăn lại: "Thôi đã mười một giờ, khuya rồi để anh Sáu nghỉ". Nguyễn Duy khi ấy đã có hơi men, nói: "Anh Bảo Định Giang ngồi xuống, đây không có anh năm, anh sáu gì hết, chỉ có bí thư. Tôi là đảng viên phải để đảng viên nói với bí thư". Ông Kiệt lên tiếng: "Cứ để anh em tự nhiên, tôi đã đến đây là chơi tới cùng".

Sau khi đọc bài Ông Già Sông Hậu, Nguyễn Duy nói: "Tôi xin đọc bài thơ tôi làm như một bản báo cáo với Ban Thường vụ Thành ủy thực tế đời sống của văn nghệ sỹ Thành phố". Đó là bài thơ Bán Vàng.

Nhà văn Nguyễn Quang Sáng nhớ lại, Nguyễn Duy cao hứng đặt một chân lên ghế, nhìn thẳng vào ông Kiệt, mở đầu nhỏ nhẹ: "Ta mơ màng, ta uốn éo, ta là lời/ để mặc kệ mái nhà xưa dột nát/ mặc kệ áo quần thằng cu nhếch nhác/ mặc kệ bàn tay mẹ nó xanh xao/ ta rất gần bể rộng với trời cao/ Để xa cách những gì thân thuộc nhất…". Rồi Nguyễn Duy nhấn giọng: "Cái ác biến hình lởn vởn quanh ta/ tai ách đến bất thần không báo trước/ tờ giấy mong manh che chở làm sao được/ một câu thơ chống đỡ mấy mạng người…". Ông Kiệt có vẻ như lặng đi. Nguyễn Duy kết thúc bài thơ: "Thì bán bớt đi một ít vàng ròng/ để sống được qua ngày gian khổ đã/ phải sống được qua cái thời nghiệt ngã/ để khối vàng đây chỉ đổi lấy mây trời!". Khi Nguyễn Duy ngồi xuống, ông Kiệt uống với nhà thơ một ly.

Sau cuộc họp đó, theo nhà văn Nguyễn Quang Sáng, cũng có người trong giới văn nghệ định "dao búa" với Nguyễn Duy, còn ông Kiệt thì cho Thư ký Trần Hữu Phước tới gặp nhà thơ đề nghị chép cho ông hai bài thơ Nguyễn Duy đọc hôm đó để ông "làm kỷ niệm". Nguyễn Duy kể rằng, nghe vậy, ông cũng hơi ngại nên đi hỏi Nguyễn Quang Sáng: "Liệu có phải ông Sáu cần văn bản chứng cớ để xử lý?". Ông Sáng nói: "Chắc không phải. Nếu muốn xử, ổng cần gì". Nguyễn Duy nói: "Tôi bèn chép hai bài thơ và không quên ghi cẩn thận dưới tên mỗi bài: 'Tác giả chép tặng anh Sáu Dân để làm kỉ niệm tình cảm', như một nhắc nhở với ông rằng, ông xin để làm kỷ niệm chứ không phải để làm bằng chứng đâu đấy".

Bẵng đi một thời gian, nhân dịp đại hội thành lập các hội nghệ thuật của Thành phố, cũng trong một bữa tiệc do Thành ủy chiêu đãi ở Khách sạn Bến Nghé, ông Kiệt đã nhắc lại bài thơ Bán Vàng. Ông nói: "Vừa rồi, tôi trực tiếp nghe được bài thơ Bán Vàng của nhà thơ Nguyễn Duy. Theo tôi, đây là một bản án nhân tình đối với chế độ của chúng ta. Đau, nhưng là sự thật. Chúng ta cần chân thành nhìn nhận sự thật, để cùng nhau vượt qua giai đoạn khó khăn này. Muốn vượt qua, theo tôi phải có niềm tin, mà cốt lõi của niềm tin là tin ở con người. Hôm nay, có thể có đồng chí không tin tôi, có thể tôi không tin một đồng chí nào đó, nhưng chúng ta thì phải tin ở con người".

Nguyễn Duy nhớ lại: "Lần đầu tiên ngồi với một ủy viên dự khuyết Bộ Chính trị, định mượn hơi rượu nói cho bõ hờn, không ngờ lại mở đầu cho một cuộc giao du tình nghĩa". Từ lần nghe đọc thơ ở Hội Nhà văn Thành phố, ông Võ Văn Kiệt tạo lập được một mối quan hệ rất bạn bè với nhà văn Nguyễn Quang Sáng, nhà thơ Nguyễn Duy và tiếp đó là nhạc sỹ Trịnh Công Sơn. Nguyễn Duy thỉnh thoảng lại làm tiết canh, còn Nguyễn Quang Sáng lâu lâu lại lập mưu... làm thịt chó. Ông Kiệt rất nhiều lần tham gia và khi nào ông cũng hết mình.

Thật khó để phân biệt đâu là nhu cầu bè bạn, đâu là nhu cầu chính trị trong mối quan hệ giữa ông Võ Văn Kiệt với Nguyễn Duy, Nguyễn Quang Sáng, Trịnh Công Sơn... cũng như mối quan hệ giữa ông với các tên tuổi thời Việt Nam Cộng hòa như Tiến sỹ Nguyễn Xuân Oánh, Kiến trúc sư Ngô Viết Thụ, chuyên gia kinh tế Lâm Võ Hoàng, Huỳnh Bửu Sơn... Nhưng sự thật là nhiều kiến thức về kinh tế, chính trị và xã hội mà ông Kiệt có được là thông qua những lần đàm đạo với những con người ấy.

Đầu thập niên 1990, khi Tổng Bí thư Nguyễn Văn Linh đang có những nỗ lực vận động quốc tế để bảo vệ thành trì xã hội chủ nghĩa, ông Võ Văn Kiệt đến Davos và bắt đầu nhận thấy khoảng cách giữa chủ nghĩa xã hội mà ông chứng kiến ở Đông Âu và "tư bản giãy chết" mà Marx nói là một chặng đường xa xôi. Ông Võ Văn Kiệt cũng nhận thấy, chế độ đang có những bế tắc mà "xé rào" cuối thập niên 1970 hay "đổi mới" của thập niên 1980 là không thể nào tháo gỡ được ■

■ Tổng Bí thư Nguyễn Văn Linh và phu nhân Ngô Thị Huệ: "hai người yêu nhau, hai người đồng chí" (1-1989). - Ảnh: Xuân Lâm - TTXVN

■ Thủ tướng Võ Văn Kiệt và phu nhân Phan Lương Cầm

CHƯƠNG 15 . TƯỚNG GIÁP

MƯU LƯỢC VÀ QUYẾT LIỆT KHÔNG CHỈ trong những cuộc chiến quy ước như Điện Biên Phủ, năm 1946, khi Hồ Chí Minh đi Pháp nhân Hội nghị Fontainebleau, ở Hà Nội, Tướng Giáp đã cùng với Trường Chinh thanh trừng đối lập gần như triệt để. Nhưng trước những đối thủ chính trị nhân danh Đảng, Tướng Giáp trở nên cam chịu và thụ động. Có lẽ lòng trung thành với tổ chức và ý thức tuân thủ kỷ luật đã rút đi thanh gươm trận của ông.

VỤ ÁN "NĂM CHÂU - SÁU SỨ"

Trước Đại hội Đảng toàn quốc lần thứ VII, Đại tướng Võ Nguyên Giáp được Trung ương chỉ định về ứng cử đại biểu đi dự Đại hội tại Đảng bộ Nghệ Tĩnh. Cuối tháng 4-1991, ông vào Vinh dự họp với Đoàn đại biểu Tỉnh. Tới nơi thì đã quá trưa. Đợi vị tướng già cơm nước xong, Bí thư Tỉnh ủy Nghệ Tĩnh Nguyễn Bá mới trao tận tay bức điện "khẩn tuyệt mật" của Ban Bí thư do ông Nguyễn Thanh Bình ký. Không được phép họp với Đoàn, Tướng Giáp bị yêu cầu phải trở ra Hà Nội ngay trong chiều hôm đó.

Năm ấy Tướng Giáp đã 80 tuổi. Đoạn đường Vinh - Hà Nội tuy chỉ hơn 300km nhưng bụi bặm và dằn xóc. Tướng Giáp trở về phòng, viết mấy dòng cáo lỗi gửi Đoàn đại biểu Nghệ Tĩnh rồi lại lên xe về Hà Nội, nơi ông sẽ phải ra trước Hội nghị Trung ương 12, đối diện với những cáo buộc chính trị mà về sau được gọi là vụ "Năm Châu - Sáu Sứ".

Tại Hội nghị Trung ương 12, Khóa VI, ông Nguyễn Đức Tâm, Trưởng Ban Tổ chức, thay mặt Bộ Chính trị báo cáo với Ban Chấp hành Trung ương một văn bản tuyệt mật nói rằng: Một vụ bè phái vi phạm nguyên tắc Đảng hòng chi phối vấn đề bố trí nhân sự cấp cao đang diễn ra. Những người tham gia bao gồm Võ Nguyên Giáp, Trần Văn Trà, cùng một số cán bộ cao cấp khác.

Thứ trưởng Bộ Nội vụ phụ trách an ninh, Trung tướng Võ Viết Thanh, nhớ lại: "Nghe ông Tâm nói, có cảm giác như đang có một âm mưu đảo chính để đưa Đại tướng Võ Nguyên Giáp lên làm chủ tịch nước sau đó thay ông Linh làm tổng bí thư; đưa Trần Văn Trà lên làm bộ trưởng Bộ Quốc phòng. Thời gian trước Hội nghị Trung ương 12, ông Trà bị triệu tập ra Hà Nội và bị giữ lại ở Nhà khách số 8 Chu Văn An. Văn bản tuyệt mật này được phổ biến tới thường vụ các tỉnh, thành, bằng cách cho đọc nguyên văn nhưng bị cấm sao chép".

Tướng Đồng Sỹ Nguyên, ủy viên Bộ Chính trị Khóa VI, nói: "Lật đổ là một câu chuyện bịa đặt. Ông Giáp không chỉ là một đại tướng mà xứng đáng là một đại nguyên soái. Một người không chỉ coi trọng sinh mạng binh sỹ mà còn đặt danh dự của tổ quốc lên trên. Ông là một người thận trọng. Nhân vụ Sáu Sứ, họ còn lật lại hồ sơ vụ 'chống Đảng năm 1967', đưa ra tài liệu cũ của Lê Đức Thọ, đây cũng là một vụ án được dựng lên". Ông Võ Viết Thanh kể thêm: "Tại hai Hội nghị 12 và 13 của Ban Chấp hành Trung ương, nhiều vị tướng trong Quân đội hết sức bức xúc, đứng lên phát biểu bảo vệ Tướng Giáp. Cụ Võ Nguyên Giáp cay đắng: Đến một vị tướng đã đánh thắng Điện Biên Phủ mà người ta vẫn vu cho là con nuôi của mật thám Pháp".

Gần tới ngày Đại hội, một hôm vào khoảng 9 giờ đêm, Bộ trưởng Nội vụ Mai Chí Thọ triệu tập một cuộc họp kín gồm có các thứ trưởng: Cao Đăng Chiếm, Phạm Tâm Long, Bùi Thiện Ngộ, Võ Viết Thanh. Ông Mai Chí Thọ nói: "Tổng Bí thư Nguyễn Văn Linh giao nhiệm vụ cho Bộ Công an làm rõ sai phạm của anh Giáp và anh Trà để xử lý cả về mặt Đảng và Nhà nước. Bộ chỉ đạo anh Võ Viết Thanh đảm nhiệm việc này". Cả bốn vị thứ trưởng nghe đều phân vân, lo lắng. Ông Võ Viết Thanh nói: "Đề nghị Bộ trưởng trình bày lại với Tổng Bí thư đây là những người có công với nước, nếu có sai thì Ủy ban Kiểm tra Trung ương xác minh làm rõ còn khi đã chuyển công an thì phải có dấu hiệu phạm tội". Mai Chí Thọ dứt khoát: "Chúng ta phải thực hiện chỉ đạo của Tổng Bí thư".

Ông Võ Viết Thanh nói tiếp: "Nếu phải điều tra, tôi đề nghị nên giao cho anh Cao Đăng Chiếm hoặc anh Bùi Thiện Ngộ vì hai anh có kinh nghiệm trong ngành hơn tôi. Tôi không từ chối, nhưng tôi biết bản báo cáo của đồng chí Nguyễn Đức Tâm lấy nguồn tin từ một số người không tốt trong Cục II, Bộ Quốc phòng. Tôi cũng biết người đấy ra vụ này là Đoàn Khuê. Cá nhân tôi với Cục trưởng Quân báo Tư Văn và Cục phó Vũ Chính có ý kiến khác nhau trong một số việc như: lợi dụng nghiệp vụ đi buôn lậu; tổ chức cài đặc tình vào nội bộ... Bây giờ nếu tôi làm vụ này nữa thì rất căng với Cục II". Mai Chí Thọ gắt: "Ông phụ trách an ninh, không làm thì ai làm". Võ Viết Thành đành phải: "Tôi xin chấp hành".

Ông Võ Viết Thanh kể: "Tôi bay vào Sài Gòn. Anh em an ninh đã có đủ tư liệu, vấn đề là tình hình nội bộ rất căng vì có tác động từ cấp cao. Nhiều người khuyên tôi khi điều tra không nên làm khác báo cáo của Nguyễn Đức Tâm. Người gần gũi nhất là Thiếu tướng Trần Văn Danh cũng nói là có người khuyên như vậy. Ông Danh gọi tôi tới, tôi hỏi: 'Lời khuyên này xuất phát từ đâu anh Ba?'. Ba Trần, tên thường gọi của Tướng Trần Văn Danh, nói: 'Ở cấp rất cao'. Tôi nói: 'Tôi đề nghị anh Ba trả lời họ, tôi đang được giao một công việc mà tôi không thể nào làm trái đạo đức và pháp luật'. Ba Trần nghe bắt tay, không ngờ anh chỉ hỏi thế để thăm dò nhưng anh là người ủng hộ tôi làm đúng".

Ông Võ Viết Thanh kể tiếp: "Ngày 14-5-1991, tôi ra lệnh bắt khẩn cấp Nguyễn Thị Sứ. Anh em thi hành không bắt tại nhà vì sợ động mà bắt bí mật, đưa về 258 Nguyễn Trãi. Vừa vào trại, Sáu Sứ hỏi: 'Các anh ở phía nào?'. Anh em dằn mặt: 'Chị không được phép hỏi như thế, chúng tôi là cơ quan an ninh, yêu cầu chị nói hết'. Sáu Sứ trả lời: 'Tôi là người Cục II, yêu cầu được nói chuyện điện thoại với Tư Văn, Vũ Chính'. Anh em an ninh nói: 'Chị là người phạm pháp, chị không được phép gặp ai cả'. Trong một ngày Sáu Sứ khai hết [173]".

---

[173] Nguyễn Thị Sứ sinh năm 1934 tại Kiên Giang, thường trú tại Quận 5, Thành phố Hồ Chí Minh. Từng tham gia lực lượng Thanh niên Tiền Phong nhưng sau năm 1954 chọn ở lại miền Nam.

Không hề có một tổ chức nào do cụ Giáp đứng đầu như báo cáo của Nguyễn Đức Tâm đề cập. Theo ông Võ Viết Thanh, Sáu Sứ khai bà được Vũ Chính cấp tiền, cấp xe và đi gặp vị tướng nào, nói gì là đều theo chỉ đạo của Cục II. Thông qua một người tên là Năm Châu, từng công tác chung với ông Thanh Quảng, nguyên là thư ký của Tướng Giáp, Sáu Sứ được đưa tới nhà Võ Nguyên Giáp cùng một số cựu chiến binh. Hôm Sáu Sứ đến, cụ Giáp đang ăn, nghe có đoàn Cựu chiến binh, cụ dừng bữa cơm để tiếp. Sáu Sứ mang theo một giỏ trái cây vào tặng rồi xin cụ Giáp cùng chụp ảnh với Đoàn. Toàn bộ cuộc gặp chỉ có vậy nhưng Sáu Sứ báo cáo: "Cụ Giáp đã đồng ý với kế hoạch". Rồi theo ông Võ Viết Thanh: "Băng ghi âm cuộc nói chuyện của Sáu Sứ ở nhà Tướng Giáp nghe không rõ nhưng Cục II vẫn xào nấu thành một bản báo cáo, theo đó: Đang có một vụ đảo chính, một vụ bè phái trong Đảng hòng chi phối vấn đề bố trí nhân sự cấp cao trước Đại hội VII do Tướng Võ Nguyên Giáp, Trần Văn Trà cùng một số cán bộ cao cấp khác tiến hành. Bản báo cáo này trở thành cơ sở để Trưởng Ban Tổ chức Nguyễn Đức Tâm báo cáo trước Hội nghị Trung ương 12 về Tướng Giáp".

Theo Đại tá Nguyễn Văn Huyên, chánh Văn phòng Tướng Giáp, từ Hội nghị Trung ương 12 về nhà nghỉ trưa, Tướng Giáp hỏi: "Cậu có nhớ ai tên là Năm Châu từng ở Nam Bộ ra đây gặp mình không?". Ông Huyên nhắc lại sự việc xong, Tướng Giáp ăn cơm rồi đi ngủ. Đến cận giờ họp buổi chiều, ông Huyên vào phòng thấy Tướng Giáp vẫn ngáy khò khò, ông Huyên hỏi: "Việc đang thế này mà anh cũng ngủ được à?". Tướng Giáp cười: "Cây ngay không sợ chết đứng".

Trong khi đó, ngay sau khi Sáu Sứ bị bắt vào ngày 15-5-1991, theo ông Võ Viết Thanh: Cục II rúng động, Cục trưởng Tư Văn đổ bệnh. Trong ngày ông Võ Viết Thanh cầm bản cung của Sáu Sứ bay ra Hà Nội, 17-5-1991, Tướng Lê Đức Anh viết một bức thư cực ngắn: "Kính gửi: Bộ Chính trị. Tôi xin không ứng cử vào Quốc hội Khóa IX. Xin cám ơn Bộ Chính trị. Kính! Lê Đức Anh". Do căng thẳng, Tướng Lê Đức Anh ngay sau đó bị đột quỵ. Bác sỹ Vũ Bằng Đình, người trực tiếp cấp cứu, nói: "Ông Lê Đức Anh bị xuất huyết dạ dày, huyết áp tụt xuống bằng 0, hồng cầu chỉ còn một triệu. May mà cấp cứu kịp".

Theo ông Võ Viết Thanh: "Ra Hà Nội, tôi làm báo cáo đưa ông Mai Chí Thọ đề nghị Bộ trưởng ký. Ông Mai Chí Thọ nói: 'Cậu ký luôn, gửi và trực tiếp báo cáo anh Linh'. Ngay chiều hôm đó, Chánh Văn phòng Trung ương Hồng Hà xếp lịch gặp Tổng Bí thư. Nghe tôi báo cáo xong, ông Linh không nói gì. Nhưng, sáng hôm sau thì nhận được 'điện mật' của Văn phòng yêu cầu các nơi ngưng phổ biến và gửi trả văn bản do Nguyễn Đức Tâm ký về Văn phòng Trung ương. Sau đó, Trung ương không có một lời nào nói lại

[CHƯƠNG 15 • TƯỚNG GIÁP]

với Tướng Giáp, còn Tướng Trần Văn Trà thì vẫn bị giữ lại ở số 8 Chu Văn An". Theo ông Võ Viết Thanh: "Tổng Bí thư Nguyễn Văn Linh đã không đưa kết luận về vụ Sáu Sứ ra báo cáo trước Hội nghị Trung ương và ngay cả các ủy viên Bộ Chính trị cũng không mấy ai biết". Thái độ của Tổng Bí thư như một tín hiệu để ngay lập tức ông Võ Viết Thanh nhận được đòn "đánh dưới thắt lưng" của Cục II.

Theo ông Võ Viết Thanh, ngày 23-6-1991, khi đại biểu đã được triệu tập về Hà Nội: "Trước phiên họp cuối cùng của Hội nghị trù bị, Hồng Hà, Chánh Văn phòng Trung ương đưa tôi miếng giấy, ghi: 'Đề nghị đồng chí Võ Viết Thanh đến giờ giải lao ra gặp Bộ Chính trị và Ban Bí thư có việc riêng'. Tôi tới phòng làm việc của Đoàn Chủ tịch Đại hội, thấy Võ Chí Công, Nguyễn Đức Tâm, Đoàn Khuê, Nguyễn Quyết, Nguyễn Thanh Bình đang chờ. Mặt Đoàn Khuê hầm hầm, Võ Chí Công và Nguyễn Đức Tâm nói ngắn gọn: 'Chúng tôi thay mặt Bộ Chính trị, Ban Bí thư, báo đồng chí hai nội dung. Trước hết, xin chuyển tới đồng chí nhận xét của Bộ Chính trị: Đồng chí là một cán bộ cao cấp còn trẻ, công tác tốt, rất có triển vọng, nhưng rất tiếc, chúng tôi vừa nhận được một số báo cáo tố cáo đồng chí hai việc: Một, ngay sau giải phóng, đồng chí có cho bắt hai cán bộ tình báo của Bộ Quốc phòng và từ đó hai cán bộ này mất tích; hai, cái chết của cha mẹ đồng chí là bị ta trừ gian, chứ không phải do địch giết. Vì vậy, chúng tôi đành phải rút đồng chí ra khỏi danh sách tái cử vào Trung ương Khóa VII".

Ông Võ Viết Thanh nói: "Tôi hết sức bất ngờ. Khi nghe xúc phạm đến ba má tôi thì tôi không còn kiềm chế được[174]. Trong cặp tôi lúc đó có một khẩu súng ngắn, tôi đã định kéo khóa, rút súng ra bắn chết cả ba ông rồi tự sát. Nhưng, tình hình lúc đó, nếu tôi làm thế là tan Đại hội. Tôi cố nuốt cơn

---

[174] Khi chính quyền Ngô Đình Diệm lập ấp chiến lược, ba má ông Võ Viết Thanh đã lớn tuổi, chồng không vô ấp. Tối 26-8-1962, một toán lính đồn Lương Phú, huyện Giồng Trôm, Bến Tre, đóng giả giải phóng quân vào nhà "mời hai bác ra gặp giải phóng quân về". Ông bà cảnh giác không đi, liền bị trói dẫn ra bờ sông giết chết. Sáng hôm sau, Chính quyền Sài Gòn tung tin, "Gia đình có hai con đi tập kết, hai con đi giải phóng quân mà Việt Cộng còn về giết thế này, cho nên không ai ở ngoài ấp chiến lược được". Về cáo buộc bắt hai cán bộ quân báo, theo ông Võ Viết Thanh: Chiều 30-4-1975, trinh sát bắt được hai người: Phan Mậu, nguyên trung đoàn trưởng, Sư đoàn 5, đầu hàng Sài Gòn trong Chiến dịch Mậu Thân; Lê Đức Phượng, một tình báo viên được Cục II đánh vào năm 1954 nhưng sau đó khi bị lộ đã phản bội. ông Thanh, khi ấy là chính trị viên một tiểu đoàn thuộc Lữ đoàn quân báo 316, chỉ đạo thả. Nhưng, ngày 2-5-1975, ông Thanh nói: "Lữ đoàn trưởng đi giao ban Bộ Chỉ huy Chiến dịch Hồ Chí Minh về, truyền đạt lệnh: Trong khi còn tranh tối tranh sáng cần xử lý ngay những tên đã gây tội ác. Anh yêu cầu tôi cho bắt lại hai đối tượng đã tha vào chiều 30-4. Tôi truyền lệnh cho đại đội trinh sát rồi từ đó bị công việc cuốn đi, không kiểm tra lại việc này nữa". Sau Đại hội, ông Võ Viết Thanh cho lục lại toàn bộ hồ sơ, thì được Tư lệnh Quân khu Thủ đô cho biết, Lê Đức Phượng vừa mới được Cục II cấp tốc lập hồ sơ công nhận liệt sỹ. Theo ông Võ Viết Thanh: "Sau này, khi đối chất trong một cuộc họp của Bộ Chính trị, Tư Văn phải công nhận, Phượng không phải là đại úy cũng không phải là đảng viên. Tư Văn nói: Do có sự nhầm lẫn ở phòng chính sách".

tức giận"[175]. Cho dù giữ mình để bảo vệ Đại hội, tương lai chính trị của ông Thanh đã coi như khép lại. Ông Võ Viết Thanh nói: "Nếu tôi cứ nghe lời khuyên, kết luận giống như bản báo cáo của Nguyễn Đức Tâm, thì tôi sẽ được thăng chức, để bạt nhưng rồi tôi lại phải dấn vào bước thứ hai là ra lệnh bắt oan Tướng Trà và Tướng Giáp. Làm thế, thì lương tâm sẽ giết dần, giết mòn tôi"[176].

Năm ấy, Tướng Giáp vừa tròn 80 tuổi[177]. Ông không nằm trong bất cứ cơ

---

[175] Sau khi Võ Viết Thanh bị đưa ra khỏi danh sách ứng cử Ban Chấp hành Trung ương, ngày 24-6-1991, Lê Đức Anh viết bức thư thứ hai: "Kính gửi anh Linh, anh Tô, Bộ Chính trị, Ban Bí thư. Trước đây khi chuẩn bị nhân sự cho Đại hội VI, tôi đề nghị với Bộ Chính trị Khóa V cho phép tôi được chuyên trách làm công tác tổng kết kinh nghiệm chiến tranh, không làm việc gì khác. Bộ Chính trị lúc bấy giờ không chấp nhận và nói tiếp tục làm thêm một khóa nữa. Theo sự phân công của Đảng, tôi đã cố gắng chấp hành nghiêm túc quyết định của Đảng. Hiện nay tuổi đã lớn mà vẫn chưa thực hiện được nguyện vọng cần thiết đó. Nay do công việc cần thiết tôi có thể tiếp tục làm việc thêm vài năm nữa như nghiên cứu phối hợp chiến lược quốc phòng - an ninh, quốc phòng an ninh với kinh tế trước tình hình diễn biến rất phức tạp. Nếu Đảng phân công công việc cao hơn, nặng hơn không hợp với sở trường của tôi, trong khi tuổi đã lớn, chắc chắn tôi sẽ không làm được, có hại cho công việc của Đảng, của Tổ quốc. Xin Đảng cho phép tôi, phân công cho tôi chuyên trách công tác tổng kết kinh nghiệm chiến tranh và cùng với anh em nghiên cứu nâng cao những kinh nghiệm đó ứng dụng vào tình hình mới, và xin được rút khỏi danh sách đề cử vào Bộ Chính trị Trung ương Khóa VII. Mong các anh chấp nhận. Lê Đức Anh" (Đại Tướng Lê Đức Anh, Nhà Xuất bản Quân đội Nhân dân, 2005, trang 243). Lê Đức Anh ra viện khi Đại hội Đảng lần thứ VII bắt đầu. Ông Võ Viết Thanh kể: "Giờ giải lao, đích thân Lê Đức Anh tìm tôi, rồi nắm lấy tay tôi kéo ra một hàng ghế bên hành lang Hội trường. Ông nói: Việc xảy ra khi tôi đang bị chảy máu dạ dày, phải nằm viện nên không biết. Chuyện Bảy Thanh thì tôi biết rõ là không có vấn đề gì. Để từ từ rồi mình tính". Ông Võ Viết Thanh nói: "Nghe ông Lê Đức Anh nói vậy tôi cũng xúc động, nghĩ, Cục II làm như vậy có thể chỉ do mối quan hệ giữa tôi với Tư Văn. Nhưng, khi tôi chuẩn bị rời Bộ Nội vụ về Sài Gòn, anh Bùi Thiện Ngộ, Bộ trưởng Bộ Nội vụ, gọi tôi lên nói thì tôi mới giật mình. Anh Ba Ngộ nói: Bảy Thanh ơi, tôi không biết Lê Đức Anh đối xử với anh thế nào nhưng, sau Đại hội, ông ấy bảo tôi đừng để Bảy Thanh ở trong ngành mà nên chuyển ngay Bảy Thanh sang Bộ Thương mại".

[176] Năm 1983, sau gần bảy năm lặn lội với lực lượng Thanh niên xung phong, ông được ông Võ Văn Kiệt yêu cầu về công tác trong ngành Công an. Trong năm đó, ông được bổ nhiệm làm giám đốc Công an Thành phố. Năm 1986, tại Đại hội Đảng toàn quốc lần thứ VI, ông chính thức trở thành ủy viên Trung ương khi Nông Đức Mạnh, Nguyễn Tấn Dũng, Trương Mỹ Hoa chỉ là ủy viên dự khuyết. Trung tướng Võ Viết Thanh là anh hùng Quân đội. Bị buộc phải ra đi ở một thời điểm mà không ai nghĩ là còn có kẻ thù. Không chỉ gạt được Tướng Giáp ra khỏi chính trường, vụ "Năm Châu - Sáu Sứ" còn chặn được con đường của ông Võ Viết Thanh, người mà ông Võ Văn Kiệt hy vọng sẽ giữ chức Bộ trưởng Bộ Nội vụ khi ông trở thành thủ tướng.

[177] Đại tướng Võ Nguyên Giáp sinh năm 1911 tại thôn An Xá, xã Lộc Thủy, huyện Lệ Thủy, Quảng Bình. Tướng Giáp kể: "Ông ngoại tôi vốn là một lãnh binh theo nghĩa quân Cần Vương". Những năm học ở Trường Quốc Học Huế, cậu Giáp thường tới nhà cụ Phan Bội Châu đàm đạo và được cụ Phan cho mặc sức sử dụng kho sách của mình. Giáp cũng chơi thân với thầy giáo Đặng Thai Mai. Năm mười sáu tuổi, người Pháp đuổi học Nguyễn Chí Diểu. Giáp khởi xướng một cuộc bãi khóa để phản đối. Vì sự kiện ấy Giáp cũng bị đuổi học, về làng. Anh Nguyễn Chí Diểu đến An Xá tìm Giáp: "Chúng tôi đã lập Đảng Tân Việt". Giáp bảo: "Tôi đi với anh". Võ Nguyên Giáp là người đã góp phần tích cực đưa Tân Việt tham gia Đông Dương Cộng sản Đảng. Tháng 10-1930, Giáp bị bắt cùng với thầy Đặng Thai Mai và nhiều người khác, trong đó có Nguyễn Thị Quang Thái, em gái Nguyễn Thị Minh Khai. Năm 1929, Giáp cùng thầy Mai ra Hà Nội, vừa dạy sử ở trường Thăng Long, vừa tự học lấy bằng cử nhân luật và kinh tế. Một trong những học trò của Tướng Giáp, ông Bùi Diễm, người đã từng là bộ trưởng Phủ Thủ tướng Việt Nam Cộng hòa năm 1965, sau đó là đại sứ Việt Nam Cộng hoà tại Hoa Kỳ, viết: "Những gì về ông Giáp hồi ấy thật đặc biệt, vì vậy mà hơn nửa thế kỷ sau, tôi vẫn còn nhớ rõ rệt. Phần giảng dạy của ông về Nã Phá Luân rất ly kỳ... Hình như ông đã in tất cả trong đầu và sử trở thành một phần trong con người ông. Ông như chìm đắm vào thế giới của mình và ông lôi kéo học trò vào thế giới đó" (Bùi Diễm, Trong Gọng Kìm Lịch Sử, Phạm Quang Khai xuất bản năm 2000, trang 21, 22, 23). Năm 1946, khi ông Đặng Thai Mai chuyển từ Sầm Sơn ra Hà Nội, Giáp tìm tới thăm, lúc

cấu nhân sự nào, vụ "Năm Châu - Sáu Sứ", nếu thành, chỉ có thể hạ bệ uy tín của ông trong Đảng. Khi Võ Nguyên Giáp đã là Đại tướng, Bộ trưởng Quốc phòng, Lê Đức Anh chỉ mới là một cán bộ ở cấp tiểu đoàn. Sự mặc cảm trước uy danh của Tướng Giáp chỉ có thể được tích tụ thông qua hai người đã cất nhắc Lê Đức Anh: Lê Duẩn và, đặc biệt là, Lê Đức Thọ.

"CÁCH MẠNG MIỀN NAM"

Mối quan hệ giữa Lê Duẩn và Võ Nguyên Giáp thoạt đầu được mô tả là khá thân thiện. Tướng Giáp kể: "Lúc mới ra Bắc, anh Lê Duẩn thường tâm sự với tôi những khó khăn trong công việc. Anh đã nhiều lần nói với tôi, năm 1940 nhờ có chị Thái nên anh thoát khỏi án tử hình"[178].

Câu chuyện về "chị Thái" mà ông Lê Duẩn đề cập trên đây xảy ra năm 1940, trong phiên tòa xử những người lãnh đạo "Nam Kỳ khởi nghĩa", ông Lê Duẩn và Nguyễn Thị Minh Khai đứng đối diện trong song sắt trước tòa. Minh Khai viết một bức thư nhỏ, gấp lại rồi ném cho Lê Duẩn, chẳng may thư rơi xuống gần người lính canh ngục. Nguyễn Thị Quang Thái đứng gần đó, nhanh chóng nhặt và nuốt ngay lá thư[179].

Khi phân công trong Đảng, Hồ Chí Minh nói: "Việc quân sự giao cho chú Giáp". Cụ Hồ cũng đã từng cử Võ Nguyên Giáp sang Trung Quốc học quân sự. Nhưng trên đường đi, Chiến tranh Thế giới II đưa người Pháp ở chính quốc vào thế thua, Hồ Chí Minh thấy thời cơ tới nên gọi ông trở lại. Tướng Giáp vì thế chưa từng qua bất cứ một trường lớp nhà binh nào. Có lẽ, tư duy quân sự của ông hình thành trong những năm dạy sử.

Ngày 22-12-1944, tại Việt Bắc, Võ Nguyên Giáp đứng ra thành lập Đội Tuyên truyền Giải phóng quân Việt Nam với ba mươi bốn chiến sỹ trong đó có ba nữ[180]. Ngay sau khi thành lập, Đội Tuyên truyền Giải phóng quân đã đánh thắng hai trận ở Nà Ngần và Phai Khắt, thuộc tỉnh Cao Bằng. Khi Nhật

---

→ này cô con gái của thầy Mai, Đặng Bích Hà đã là một cô gái xuân mười chín. Họ lấy nhau và có bốn người con. Sau năm 1954, cả gia đình Tướng Giáp, kể cả người con gái của ông và bà Quang Thái, Võ Hồng Anh, sống quây quần trong biệt thự 30 Hoàng Diệu.

[178] Lê Duẩn, Nhà Xuất bản Sự Thật, 2002, trang 36.

[179] Võ Nguyên Giáp và Nguyễn Thị Quang Thái cưới nhau năm 1935. Năm 1940, khi cùng Phạm Văn Đồng sang Vân Nam gặp Nguyễn Ái Quốc, Giáp chia tay với người vợ trẻ khi họ vừa có Hồng Anh, con gái đầu lòng. Sau đó, Nguyễn Thị Quang Thái bị Pháp bắt rồi chết ở trong tù vào năm 1944. Theo lời kể của Giáo sư Võ Hồng Anh, con gái Tướng Giáp: "Năm 1929, cha tôi lần đầu tiên nghe nhắc đến cái tên Nguyễn Thị Quang Thái, cô em gái trẻ, thông minh và rất xinh của Nguyễn Thị Minh Khai. Trong chuyến tàu cha tôi trở lại Huế, tới Vinh thì gặp mẹ tôi lên tàu, cùng với một nữ sinh Đồng Khánh. Lúc đó mẹ tôi mặc áo dài, tóc để xõa, da trắng, gương mặt sáng. Nhưng điểm gây ấn tượng với cha tôi nhất là đôi mắt".

[180] Tướng Giáp là người đội mũ phớt trong bức hình chụp "34 chiến sỹ này" nên về sau Lê Đức Thọ đã gọi ông là "ông tướng mũ phớt".

đảo chính Pháp, Việt Nam Tuyên truyền Giải phóng quân đã mở rộng hoạt động quân sự từ Cao Bằng tới Tuyên Quang, Lạng Sơn. Ngày 15-5-1945, tại Chợ Chu, Thái Nguyên, lực lượng này đã hợp nhất với Cứu Quốc quân, lập ra Việt Nam Giải phóng quân.

Mãi tới tháng 5-1940, Võ Nguyên Giáp mới sang Trung Quốc gặp Hồ Chí Minh và tham gia Đảng Cộng sản Đông Dương trong khi năm 1939 Lê Duẩn đã được bổ sung vào Thường vụ Trung ương Đảng. Tuy nhiên, trong thời gian Lê Duẩn gần như mờ nhạt ở miền Nam thì Võ Nguyên Giáp đã "lừng lẫy Điện Biên, chấn động địa cầu". Theo ông Hoàng Tùng: "Khi mới từ miền Nam ra, cả Lê Duẩn và Lê Đức Thọ đều không thấy thoải mái khi ngồi cùng Tướng Giáp". Cho dù lịch sử gắn bó giữa Lê Đức Thọ và Lê Duẩn bắt đầu bằng một cuộc đụng độ[181]. Kể từ khi Lê Duẩn ra Bắc, Lê Đức Thọ đã đóng một vai trò quan trọng trong quy trình cán bộ đưa Lê Duẩn đạt đến đỉnh cao quyền lực [182].

Về phía mình, ông Giáp cũng đã rất giữ gìn, đặc biệt, với ông Lê Duẩn. Năm 1956, Trung ương Đảng thừa nhận sai lầm trong cải cách ruộng đất, Trường Chinh xin từ chức, Hồ Chí Minh lúc bấy giờ là chủ tịch Đảng kiêm thêm chức vụ tổng bí thư. Theo Đại tướng Võ Nguyên Giáp, lúc đó đang

---

[181] Năm 1948, với tư cách là ủy viên Thường vụ Trung ương, ông Thọ được cử vào Nam, nơi ông Lê Duẩn đang là bí thư Xứ ủy Nam Bộ. Trong một hội nghị do Xứ ủy tổ chức vào năm 1949, Lê Đức Thọ đã xuất hiện như một cấp trên, chỉ trích Xứ ủy Nam Bộ bằng những lời lẽ nặng nề. Theo ông Võ Văn Kiệt, người có mặt trong hội nghị này: "Mặc dù phái đoàn (anh Lê Đức Thọ) có những đánh giá không sát với chiến trường Nam Bộ, nhưng trước hội nghị, anh Ba vẫn nhận lấy trách nhiệm một cách nghiêm túc. Phát biểu của anh Ba như tiếp thêm nguồn sinh lực và làm cho hội nghị trở nên hào hứng khi anh phân tích có sức thuyết phục bằng tầm bao quát sâu rộng và những lý lẽ được minh chứng bằng thực tiễn sinh động". Con trai Tổng Bí thư Lê Duẩn, ông Lê Kiên Thành, nói rằng, khi mới vào Nam Bộ, ông Lê Đức Thọ là cấp trên và ông cũng có ý định thay thế Lê Duẩn giữ chức bí thư Xứ ủy, nhưng đã bị ông Lê Duẩn thuyết phục hoàn toàn. Ông Lê Đức Thọ sau đó đã chủ động xin ở lại làm phó cho Lê Duẩn.

[182] Lê Đức Thọ tên thật là Phan Đình Khải, sinh ngày 10-10-1911, tại xã Địch Lễ, huyện Mỹ Lộc, tỉnh Nam Định. Cha là Phan Đình Quế, làm hương trưởng, chánh hương hội ở xã, từng được ban hàm cửu phẩm. Hai vợ chồng ông Phan Đình Quế sinh được tám người con, trong đó có ba người theo cộng sản: Phan Đình Khải (Lê Đức Thọ), Phan Đình Dinh (Đinh Đức Thiện), Phan Đình Đống (Mai Chí Thọ). Năm mười lăm tuổi, khi đang học tại trường tiểu học tại Nam Định, Lê Đức Thọ đã tham gia bãi khóa và dự lễ truy điệu cụ Phan Châu Trinh. Ba năm sau ông tham gia Đông Dương Cộng sản Đảng, làm bí thư chi bộ học sinh. Tháng 11-1930, thì bị bắt, bị kết án mười năm khổ sai và bị đày đi Côn Đảo. Ông được tha trước thời hạn vào năm 1936. Nhưng, năm 1939, do có hai đảng viên phản bội, gần như tất cả các tổ chức cộng sản ở bốn tỉnh Nam Định, Thái Bình, Hà Nam, Ninh Bình đều bị vỡ, trên 500 người bị bắt, trong đó có ba anh em Phan Đình Khải. Theo Hoàng Tùng, một người cùng quê, bị bắt chung, "Phan Đình Khải bị tra tấn rất dã man vẫn không khai". Sau khi ra khỏi nhà tù Sơn La, Lê Đức Thọ bắt đầu được giao phụ trách công tác tổ chức và huấn luyện cán bộ (từ tháng 9-1944) và được chỉ định làm ủy viên Trung ương Đảng, trực tiếp phụ trách Xứ ủy Bắc Kỳ. Ông Thọ là một trong số các nhà lãnh đạo của Đảng dự hội nghị mở rộng Ban Thường vụ Trung ương đêm 9-3-1945, hội nghị đề ra chủ trương "phát động một cao trào cách mạng đi tới cuộc tổng khởi nghĩa". Ông được cử vào Ban Thường vụ Trung ương tại hội nghị cán bộ toàn quốc của Đảng ở Tân Trào, tháng 8-1945 và kể từ sau Cách mạng tháng Tám được chính thức giao phụ trách công tác tổ chức của Đảng. Từ năm 1956, sau khi ông Lê Văn Lương nhận án kỷ luật trong vụ cải cách ruộng đất, Lê Đức Thọ chính thức làm trưởng Ban Tổ chức Trung ương

là trợ lý về Đảng của Hồ Chí Minh: "Tháng 7-1957, tôi đề nghị Bộ Chính trị cử anh Ba làm phó tổng bí thư để dễ làm việc, nhưng anh đã từ chối và nói, nên chờ đại hội quyết định. Tại hội nghị Bộ Chính trị bàn việc chuẩn bị đại hội, khi được đề nghị làm trưởng ban chuẩn bị Báo cáo Chính trị, anh cũng từ chối và nói, 'đã mười năm không ở miền Bắc, chủ trì chuẩn bị báo cáo e khó khăn, vì vậy đề nghị hai đồng chí Trường Chinh và Võ Nguyên Giáp tham gia'. Cuối cùng Bộ Chính trị đề nghị Bác làm trưởng ban, anh Ba làm phó"[183].

Ông Hoàng Tùng, khi đó là chánh Văn phòng Trung ương Đảng, kể: "Trong khoảng từ tháng 10-1956 đến tháng 7-1957, tôi được phân công giúp ông Giáp chủ trì hội nghị sửa sai. Khi Bác kiêm tổng bí thư thay Trường Chinh, ủy viên Thường trực Bộ Chính trị Võ Nguyên Giáp được cử giúp Bác giải quyết các công việc thường vụ". Thời gian ấy, theo ông Hoàng Tùng, không khí sinh hoạt trong Bộ Chính trị diễn ra khá tế nhị, người cố gắng che giấu ý muốn được Hồ Chí Minh chọn trao chức tổng bí thư, người hoạt động khá ráo riết cho tham vọng ấy. Ông Hoàng Tùng kể: "Lê Đức Thọ gặp không ít đàn em gợi ý thẳng, 'giờ đến lượt tao'. Những năm 1945, 1946, thế Lê Đức Thọ lớn lắm, chỉ sau Hồ Chí Minh, Trường Chinh. Bác cử Lê Đức Thọ vào Nam cũng có ý không để hai 'con hổ' Trường Chinh, Lê Đức Thọ gần nhau. Nhưng khi Bác lấy phiếu thăm dò, không ai đề cử Lê Đức Thọ cả. Trong bốn ứng cử viên Lê Duẩn, Trường Chinh, Phạm Văn Đồng, Võ Nguyên Giáp, Lê Duẩn cao phiếu hơn hẳn".

Nhưng, đấy là những gì diễn ra trong năm 1960 tại Đại hội III của Đảng Lao động Việt Nam, sau khi "đường lối cách mạng miền Nam" ngã ngũ.

Ngày 6-7-1956, hai tuần trước hạn thống nhất hai miền Nam Bắc theo Hiệp định Geneva, Hồ Chí Minh có thư "gửi đồng bào cả nước", chỉ rõ: "Nhiệm vụ thiêng liêng của chúng ta là kiên quyết tiếp tục đấu tranh thi hành Hiệp định Geneva, thực hiện thống nhất nước nhà trên cơ sở độc lập và dân chủ bằng phương pháp hòa bình"[184]. Ngày 9-7-1956, trong một cuộc mít tinh tổ chức tại Hà Nội, Tướng Giáp có bài phát biểu dài diễn giải tinh thần bức thư ngày 6-7-1956 của Hồ Chí Minh[185], cho rằng: "Chủ trương của chúng ta là thống

---

[183] Lê Duẩn, Nhà Xuất bản Sự Thật, 2002, trang 36.
[184] Báo Nhân Dân số ra ngày 12-7-1956.
[185] Bài diễn văn ngày 9-7-1956 của Đại tướng Võ Nguyên Giáp có đoạn: "Tháng 7-1956 đã đến, cuộc tổng tuyển cử đúng kỳ hạn theo hiệp định Geneva quy định đang bị đế quốc Mỹ và chính quyền miền Nam phá hoại. Nhưng, trong thời gian hai năm qua nhân dân ta đã thu được những thắng lợi to lớn: miền Bắc được giải phóng và bước đầu được củng cố, phong trào đấu tranh của nhân dân miền Nam được giữ vững và rèn luyện, sự đồng tình quốc tế ngày càng vững thêm... Chủ trương của chúng ta là thống nhất nước nhà bằng phương pháp hòa

nhất nước nhà bằng phương pháp hòa bình, và chúng ta nhận định rằng trong điều kiện trong nước và thế giới hiện nay, sự nghiệp thống nhất nước nhà của Việt Nam ta có khả năng hoàn thành bằng phương pháp hòa bình"[186].

Cũng trong thư đề ngày 6-7-1956, Hồ Chí Minh còn đưa ra sáng kiến: "Lập lại quan hệ bình thường và quyền tự do đi lại giữa hai miền, tạo điều kiện cho các đoàn thể chính trị, kinh tế, văn hóa xã hội ở miền Bắc và miền Nam được liên lạc với nhau. Mở hội nghị hiệp thương gồm đại biểu của hai miền để bàn về vấn đề tổng tuyển cử tự do nhằm thống nhất nước nhà trên cơ sở Hiệp nghị Geneva"[187].

Đây không chỉ là quan điểm của Tướng Giáp hay của Hồ Chí Minh mà là sách lược hòa hoãn của phe xã hội chủ nghĩa đứng đầu là Liên Xô nhằm giải quyết các vấn đề nội bộ sau khi Khrushchev thay thế Stalin chết ba năm trước đó[188]. Thời gian đó, khi soạn Đề Cương Cách Mạng Miền Nam ở Sài Gòn, Lê Duẩn cũng cho rằng: "Đường lối tranh đấu của chúng ta cũng không thể ra ngoài đường lối hòa bình được. Chính đường lối tranh đấu hòa bình ấy mới tạo được lực lượng chính trị mạnh mẽ để chiến thắng âm mưu gây chiến và chính sách tàn bạo của Mỹ-Diệm"[189]. Theo ông, thì hòa bình chính là "nguyện vọng thiết tha của nhân dân miền Nam"[190].

Trong khi Tướng Giáp phân tích: "Chúng ta phải nhớ rằng: thế giới ngày nay chiến tranh có khả năng tránh khỏi nhưng nguy cơ chiến tranh vẫn tồn tại vì chủ nghĩa đế quốc vẫn tồn tại... đế quốc Mỹ đã vào miền Nam cho nên nguy cơ chiến tranh vẫn tồn tại ngay trên đất nước ta"[191]. Thì quan điểm của ông Lê Duẩn vẫn là: "Việc thống nhất nước Việt Nam ta bằng phương pháp hòa bình có thể thực hiện được... Không có lý do gì mà gây chiến tranh...

↪ bình, và chúng ta nhận định rằng trong điều kiện trong nước và thế giới hiện nay, sự nghiệp thống nhất nước nhà của Việt Nam ta có khả năng hoàn thành bằng phương pháp hòa bình... Chúng ta đã kháng chiến lâu dài để tranh thủ hòa bình, hòa bình được lập lại là một thắng lợi của nhân dân ta. Hòa bình càng được củng cố lâu dài thì thắng lợi của ta càng có điều kiện phát triển. Chúng ta kiên quyết đấu tranh lâu dài để thực hiện thống nhất nước nhà. Đó cũng tức là cuộc thi đua hòa bình giữa chế độ chính trị của miền Bắc và chế độ chính trị của miền Nam ở trong phạm vi một nước" (Báo Nhân Dân số ra ngày 12-7-1956).

[186] Báo Nhân Dân số ra ngày 12-7-1956.

[187] Báo Nhân Dân số ra ngày 12-7-1956.

[188] Trong bài phát biểu trước cuộc mít tinh ở Hà Nội ngày 9-7-1956, Tướng Giáp nói: "Trong tình thế hiện nay, chủ trương đó (thi đua hòa bình) là chủ trương chính xác duy nhất. Nhận định trên hoàn toàn phù hợp với sự phân tích tình hình thế giới của Đại hội lần thứ 20 của Đảng Cộng sản Liên Xô, đại hội đã nêu ra những hình thức mới tiến lên chủ nghĩa xã hội trong đó có đường lối hòa bình phát triển không dùng đến vũ trang đấu tranh" (Báo Nhân Dân số ra ngày 12-7-1956).

[189] Văn Kiện Đảng Toàn Tập, tập 17-1956, trang 797-798.

[190] Sách đã dẫn.

[191] Báo Nhân Dân số ra ngày 12-7-1956.

Nhân dân cả hai miền chống lại âm mưu chia xẻ và gây chiến của Mỹ-Diệm, đi đến hiệp thương, thương lượng giữa hai miền để hòa bình, thống nhất đất nước"[192].

Tháng 8-1955, Hội nghị Trung ương 8 khẳng định: "Kẻ thù cụ thể trước mắt của chúng ta hiện nay là đế quốc Mỹ và bè lũ tay sai". Hội nghị nhấn mạnh: "Muốn thống nhất nước nhà điều cốt yếu là phải ra sức bảo vệ miền Bắc đồng thời giữ vững và đẩy mạnh cuộc đấu tranh của nhân dân miền Nam". Tháng 6-1956, Bộ Chính trị cũng đã họp và ra nghị quyết xác định nhiệm vụ cách mạng miền Nam là chống đế quốc Mỹ với phương châm: "Đấu tranh chính trị không có nghĩa là không dùng hình thức vũ trang tự vệ trong hoàn cảnh nhất định"[193].

Từ tháng 3-1957, sau Nghị quyết 12 của Ban Chấp hành Trung ương Đảng, quân đội miền Bắc bắt đầu "thời kỳ xây dựng chính quy hiện đại". Chủ trương "giải trừ quân bị" bắt đầu được thực hiện. Nhiều tướng lĩnh quân đội đã được chuyển sang làm kinh tế. Ngay cả Đại tướng Nguyễn Chí Thanh cũng được cử vô Quảng Bình để làm "gió Đại Phong". Bút Tre đã làm thơ: "Hoan hô anh Nguyễn Chí Thanh/ Anh về phân bắc, phân xanh đầy đồng".

Ngày 4-6-1957, máy bay chở ông Lê Duẩn đáp xuống sân bay Gia Lâm sau một hành trình dài. Thời gian đầu, Lê Duẩn "chưa nhận một chức vụ công khai gì", ông ở chung nhà khách với ông Phan Văn Đáng, cũng vừa từ Xứ ủy Nam Bộ ra. Hai người vẫn thường "qua mặt" bảo vệ, lấy xe đạp đi chơi. Bảo vệ biết mà không dám ngăn, đành phải tháo van xì hơi và có lần vội quá châm kim cho thủng lốp. Hai người cũng đã từng chen chúc lấy "vé hạng chót" ở rạp Hồng Hà, đứng bám cột kèo nhà hát, coi cải lương[194].

Trước khi ông Lê Duẩn ra Hà Nội, đấu tranh vũ trang đã được những người soạn thảo Nghị quyết 15 coi như là con đường không thể tránh. Ông Hoàng Tùng kể: "Suốt mùa xuân năm 1957, tôi cùng Trần Quang Huy đi Đồ Sơn chuẩn bị Đề Cương Cách Mạng Miền Nam. Chúng tôi nêu lên phương hướng: không thể hòa bình mà phải đương đầu đấu tranh giải phóng Miền Nam". Tuy nhiên, ông Hoàng Tùng thừa nhận: "Nhờ có thời gian lăn lộn ở chiến trường, Lê Duẩn là người phát triển, hoàn chỉnh Nghị quyết 15".

Theo ông Hoàng Tùng: "Khi ấy, Bộ Chính trị không có ảo tưởng hòa bình, nhưng phát biểu công khai thì phải thế. Bác cũng không nghĩ thế, nhưng nếu

---

[192] Sách đã dẫn.
[193] Nhiều tác giả, Tổng tập Lê Duẩn, Nhà Xuất bản Sự Thật 2002, trang 35-36.
[194] Nhiều tác giả, Tổng Tập Lê Duẩn, Nhà Xuất bản Sự Thật, 2002.

để lộ ra, Trung Quốc và Liên Xô sẽ rầy rà mình". Nhưng, theo ông Hoàng Tùng, khi Lê Duẩn vừa ra Bắc, ông chưa quen với cách mà các nhà lãnh đạo ở Hà Nội phải đối phó với "hai ông anh" của mình, thấy tranh cãi về Nghị quyết 15 như thế, đến giờ giải lao, ông nói với tôi: "Hòa bình vui vẻ rồi, họ muốn miền Nam chết, họ bỏ rồi". Hòa hoãn không chỉ thể hiện trên ngôn ngữ như ông Hoàng Tùng nói vì năm 1958, Sư đoàn 332 vẫn bị giải thể, hai mươi vạn quân thường trực được chuyển đi làm kinh tế [195].

Đại tướng Võ Nguyên Giáp viết: "Khi từ miền Nam ra Trung ương, anh (Lê Duẩn) nói, 'điều vui mừng nhất là biết Trung ương đã sớm xác định Mỹ là kẻ thù chính' và 'ra đây mới thấy hết tình hình khó khăn phức tạp chưa thể phát động đấu tranh vũ trang ở miền Nam sớm hơn"[196]. Tướng Lê Đức Anh xác nhận, cuối năm 1957, khi gặp Lê Duẩn ở Bộ Quốc phòng, ông đã nói: "Ra Bắc mới được vài tháng mà tôi thấy tình hình quốc tế, tình hình trong nước phức tạp quá".

Trong thời gian chủ trương chưa dứt khoát đó, hàng vạn đảng viên Cộng sản đã bị bắt, bị giết bởi những chiến dịch tố cộng của Chính quyền Ngô Đình Diệm. Ngược lại, từ đó cho đến năm 1960, "mỗi năm có khoảng 2.500 quan chức miền Nam Việt Nam bị ám sát"[197]. Trên thực tế, các hoạt động du kích là chưa bao giờ ngưng cả, nhưng, tới năm 1959 thì hoạt động này chuyển lên mạnh hơn.

Theo Kissinger, "đến cuối nhiệm kỳ của Chính quyền Eisenhower, chính quyền Nam Việt Nam đã nhận được từ Mỹ hơn một tỷ đôla viện trợ; có 1.500 người Mỹ ở miền nam Việt Nam với 692 thành viên nằm trong nhóm cố vấn quân sự; đại sứ quán Mỹ ở Sài Gòn trở thành một trong những phái đoàn lớn nhất của Mỹ trên thế giới"[198].

Trận "đánh Mỹ" đầu tiên diễn ra ngày 2-1-1963 ở một ấp chiến đấu cách thị xã Mỹ Tho 14 km có tên là Ấp Bắc[199]. Nhưng cũng trong năm 1963, khi được giao soạn thảo bản báo cáo chính trị cho Hội nghị Trung ương 9, ông Hoàng Minh Chính[200] vẫn dựa trên lập trường "chung sống hòa bình" của

---

[195] Phạm Văn Trà, Đời Chiến Sỹ, Nhà Xuất bản Quân đội Nhân dân, 2009.
[196] Nhiều tác giả, Tổng Tập Lê Duẩn, Nhà Xuất bản Sự Thật, 2002, trang 36.
[197] Henry Kissinger, Ending the Vietnam War, Simon & Schuster, 2003, trang 26.
[198] Sách đã dẫn.
[199] Hai đại đội quân Giải phóng đã đọ súng với một lực lượng quân Việt Nam Cộng hòa đông gấp bốn lần, có thiết vận xa M113, máy bay, pháo binh và cố vấn Mỹ. Kết quả, phía Việt Nam Cộng hòa: sáu mươi chết, 109 bị thương; cố vấn Mỹ: 3 chết, 8 bị thương. Phía Quân Giải phóng, ngay trong đêm rút lui an toàn về Đồng Tháp Mười.
[200] Viện trưởng Viện Triết học, Hiệu phó Trường Đảng Nguyễn Ái Quốc.

Khrushchev. Bản báo cáo của ông không được lựa chọn. Tháng 12-1963, Bí thư thứ nhất Lê Duẩn triệu tập Hội nghị Trung ương 9, đưa ra dự thảo nghị quyết về "các vấn đề quốc tế và chống chủ nghĩa xét lại hiện đại". Hoàng Minh Chính bảo lưu ý kiến bằng cách phân phát cho một số uỷ viên Trung ương dự Hội nghị một bài viết của ông có tên Về Chủ Nghĩa Giáo Điều Ở Việt Nam. Một số uỷ viên Trung ương đã hưởng ứng lập trường này như Bùi Công Trừng, Lê Liêm, Ung Văn Khiêm[201].

Từ năm 1964, nghị quyết về "các vấn đề quốc tế và chống chủ nghĩa xét lại hiện đại" đã làm cho khoảng bốn mươi người đang học và đang công tác ở Liên Xô xin "tị nạn", trong đó có những người từng gần gũi với Tướng Giáp như Phó Chủ tịch Ủy ban Hành chính Hà Nội Nguyễn Minh Cần; Chính ủy Sư đoàn 308, Phó Chính ủy Quân khu III, Đại tá Lê Vinh Quốc; nguyên Tổng Biên tập báo Quân Đội Nhân Dân, Thượng Tá Đỗ Văn Doãn...

Sau Hội nghị Trung ương 9, vấn đề của "cách mạng miền Nam" không còn chịu ảnh hưởng nhiều bởi thái độ của Trung Quốc hay Liên Xô. Trong Đảng cũng đạt được một đường lối chung: "Xây dựng chủ nghĩa xã hội ở miền Bắc và giải phóng miền Nam". Từ tháng 9-1963, một phó tổng tham mưu trưởng được đưa vào Nam[202] và ngay trong thời gian ông Lê Duẩn đang chủ trì Hội nghị Trung ương 9, hàng trăm sỹ quan cấp chiến thuật bắt đầu được đưa về các trung tâm huấn luyện[203].

Tuy nhiên, ở Hà Nội, theo Cục trưởng Tình báo Quân đội Lê Trọng Nghĩa: "Đầu năm 1964 khi viết Nghị quyết 9 thành văn, họp Trung ương vẫn có nhiều ý kiến khác nhau. Vì vậy, Nghị quyết 9 dừng lại ở mức độ: đánh thắng

---

[201] Tháng 4-1963, ông Ung Văn Khiêm đã bị cho thôi chức bộ trưởng Ngoại giao sang làm bộ trưởng Bộ Nội vụ.

[202] Tháng 9-1963, Đại tá Lê Đức Anh được bổ nhiệm làm phó tổng tham mưu trưởng và vào "cuối mùa đông" năm đó ông được cử vào Nam. Theo ông Lê Đức Anh: "Trước ngày ra đi ông Văn Tiến Dũng căn dặn: 'Vào tới nơi anh báo cáo với hai anh Nguyễn Văn Linh và Trần Văn Trà, bàn với các anh thực hiện Nghị quyết 15: Việc thứ nhất, ra sức xây dựng lực lượng quân sự tại chỗ; thứ hai, miền Đông Nam Bộ thì nên mở rộng ra hướng biển Đông; thứ ba, cố giành và khai thác nhân tài, vật lực để phát triển cách mạng'. Sau đó, ông Lê Đức Anh sang gặp ông Lê Duẩn tại số 6 Hoàng Diệu, ông Lê Duẩn nói: 'Ba ý kiến đó đúng. Nhưng thêm một điều quan trọng nữa, là chú trọng xây dựng lực lượng cách mạng và hoạt động vũ trang ở trong đô thị và vùng ven đô" (Đại tướng Lê Đức Anh, Nhà Xuất bản Quân đội Nhân dân 2005, trang 63). Khi ấy, ở Trung ương Cục ông Nguyễn Văn Linh đang là bí thư; ở Bộ Chỉ huy Miền, Tướng Trần Văn Trà làm tư lệnh, cả hai đều nói: "Thế thì chúng ta cứ làm theo ý của anh Ba Duẩn và anh Văn Tiến Dũng" (Đại Tướng Lê Đức Anh, Nhà Xuất bản Quân đội Nhân dân, 2005, trang 65).

[203] Theo Đại tướng Phạm Văn Trà: "Ngày 1-12-1963, tôi được thông báo về nhận nhiệm vụ mới... Chúng tôi hành quân vào tập kết ở Tây Hồ, huyện Thọ Xuân, tỉnh Thanh Hóa. Tại đây, các đồng chí Tô Ký, Đồng Văn Cống, quán triệt tình hình nhiệm vụ, động viên và bố trí chuẩn bị lần cuối thật chu tất cho chuyến hành quân xa" (Đại tướng Phạm Văn Trà, Đời Chiến Sỹ, Nhà Xuất bản Quân đội Nhân dân 2009, trang 87).

Mỹ nhưng giữ nó ở mức độ chiến tranh đặc biệt, tránh để chiến tranh mở rộng ra miền Bắc".

Những năm đầu thập niên 1960, ở miền Nam, "Ngô Chí Sỹ" bắt đầu được mô tả như là một "độc tài gia đình trị"[204]. Ngày 24-8-1963, Henry Cabot Lodge, người vừa sang Sài Gòn làm đại sứ nhận được chỉ thị từ Washington yêu cầu cách chức Nhu và cảnh báo Diệm rằng, nếu ông ta từ chối, Hoa Kỳ sẽ phải "đối diện với khả năng chính bản thân ông Diệm không thể được bảo toàn"[205]. Ngày 1-11-1963, các tướng lĩnh Sài Gòn đã đảo chính. Hai anh em ông Diệm phải chạy trốn vào nhà thờ Cha Tam (Chợ Lớn) và sau đó bị bắn chết[206].

Ba tuần sau, ngày 22-11-1963, tại Dallas, Texas, Tổng thống Kennedy bị ám sát. Vị tổng thống mới, Lyndon Baines Johnson, bắt đầu coi sự xuất hiện của quân đội chính quy miền Bắc ở miền Nam là "xâm lược". Ngày 21-12-1963, Bộ trưởng Quốc phòng McNamara báo với Johnson rằng, nước Mỹ phải đối mặt với sự lựa chọn: leo thang can thiệp quân sự hoặc để cho miền Nam sụp đổ.

SỰ KIỆN VỊNH BẮC BỘ

Một tháng sau khi Ngô Đình Diệm bị đảo chính, Ban Chấp hành Trung ương Đảng lại nhóm họp, đẩy cách mạng miền Nam lên một tầm mức rõ ràng hơn: "Đã đến lúc miền Bắc cần tăng viện trợ cho miền Nam, miền Bắc phải phát huy hơn nữa vai trò là căn cứ cách mạng cho toàn đất nước". Không lâu sau đó, Sư đoàn 325 được đưa vào "Chiến trường B"[207].

Người Mỹ không ngồi yên khi nhịp độ chi viện quân sự từ miền Bắc vào Nam ngày càng tăng cao. Mỹ chủ trương đánh mạnh vùng Hạ Lào và ngoài Biển Đông, Hạm đội Bảy dịch chuyển dần lên rồi đưa tàu USS Maddox vào

---

[204] Giữa năm 1963, Sắc lệnh cấm treo cờ của các giáo phái, các nhóm tôn giáo và các đảng phái chính trị của Tổng thống Ngô Đình Diệm đã tạo ra một làn sóng chống đối. Trong cuộc biểu tình tại Huế vào ngày 8-5-1963, binh lính đã nổ súng vào đoàn người biểu tình. Ngày 11-6-1963, tại Sài Gòn, trước ngã tư Phan Đình Phùng-Lê Văn Duyệt, hòa thượng Thích Quảng Đức đã tự thiêu. Bức ảnh chụp vị sư già ngồi thiền trong khi lửa cháy được truyền đi khắp thế giới như một bằng chứng về sự mất lòng dân của Ngô Đình Diệm. "Giọt nước tràn ly" khi ngày 21-8-1963, lực lượng của Ngô Đình Nhu bất ngờ khám xét hàng loạt chùa chiền, bắt đi hơn 1.400 nhà sư.
[205] Henry Kissinger, Ending the Vietnam War, Simon & Schuster, 2003, trang 35.
[206] Ngày 2-11-1963: 6 giờ 20, ông Diệm gọi điện thoại cho Tướng Trần Văn Đôn xin đầu hàng và được an toàn tới phi trường để ra đi cùng với Ngô Đình Nhu; 6 giờ 45 Tướng Khiêm được ông Diệm cho biết nơi hai anh em ông đang trốn; 7 giờ Tướng Big Minh sai Mai Hữu Xuân đi đưa ông Diệm về Bộ Tổng Tham mưu; 8 giờ 30 hai anh em Diệm và Nhu bị giết trong một chiếc xe M113, trên xe khi ấy có Đại úy Nguyễn Văn Nhung, cận vệ Tướng Big Minh. Không rõ ai đã ra lệnh giết hai ông Diệm - Nhu vì sau đó ít lâu Đại úy Nhung đã chết và được công bố là "tự tử".
[207] Mật danh các chiến trường miền Nam: B-2 gồm các tỉnh Nam Bộ; B-3 Tây Nguyên. Các chiến trường Campuchia gọi là K; Lào gọi là C.

vịnh Bắc Bộ. Trực Ban Tác chiến Quân ủy Trung ương tuần lễ đầu tháng 8-1964, Cục trưởng Quân báo, Đại tá Lê Trọng Nghĩa, kể: "Nguồn tin của chúng tôi cho biết, sau khi tàu Maddox di chuyển hỗ trợ cho các máy bay của hải quân Mỹ ném bom Nậm Căn, nhằm quấy rối, chặn đường chi viện miền Nam sẽ quay về Hạm đội Bảy. Quân ủy cũng nhận định không có dấu hiệu Mỹ dùng tàu Maddox đánh ra miền Bắc".

Ngày 2-8-1964, khi chiếc tàu USS Maddox di chuyển từ phía Bắc Việt Nam vào vùng biển Hòn Mê, thuộc địa phận Thanh Hóa, nó đã bị một đơn vị hải quân miền Bắc dùng tàu phóng ngư lôi bắn trúng mũi. Thương vong không đáng kể, nhưng "Capitol Hill đã náo loạn". Ngày 4-8-1964 hệ thống ra đa của USS Maddox nhận được tín hiệu sẽ có một cuộc tấn công thứ hai. Mặc dù, về phía Việt Nam, "nhật ký chiến sự không ghi nhận bất cứ sự kiện gì vào ngày 4-8 cả"[208].

Vụ tàu USS Maddox đã khiến cho lòng kiêu hãnh của những người Mỹ ở Washington bị thách thức. Ngày 5-8-1964, máy bay Mỹ lần đầu tiên thi hành một số phi vụ bắn phá trên miền Bắc. Ngày 7-8-1964, 100% nghị sỹ ở Hạ viện và sau đó 98/100 thượng nghị sỹ bỏ phiếu thông qua "Nghị quyết Vịnh Bắc Bộ"; theo đó, cho phép tổng thống toàn quyền hành động quân sự với miền Bắc cộng sản. Một tuần sau, từ Thanh Hóa, 160 sỹ quan chính quy kết thúc sớm lớp huấn luyện, bắt đầu hành trình vượt Trường Sơn[209].

Theo Đại tá Lê Trọng Nghĩa: "Khi 'sự kiện Vịnh Bắc Bộ' xảy ra, cả Võ Nguyên Giáp, Nguyễn Chí Thanh đều đi vắng. Trung Quốc và Liên Xô cùng làm ầm lên. Chủ tịch Hồ Chí Minh phải chủ trì họp kiểm điểm. Vào họp Hồ Chí Minh đặt vấn đề rất nghiêm: Ai ra lệnh? Hôm xảy ra vụ tàu Maddox, trực Quân ủy Trung ương là Tướng Trần Quý Hai, tôi là trực ban tác chiến chịu trách nhiệm nắm tình hình địch. Trần Quý Hai nói là đã báo cáo Bộ Chính trị trước khi ra lệnh nhưng kiên quyết không nói cụ thể báo cáo ai. Võ Nguyên Giáp yêu cầu phải kỷ luật. Trong khi, Văn Tiến Dũng nói, 'mình không đánh

---

[208] Tướng Giáp khẳng định với Bộ trưởng Quốc phòng Mỹ McNamara trong cuộc gặp ngày 23-6-1997 tại Hà Nội. Năm 2005, tài liệu giải mật của Nhà Trắng cho thấy Tổng thống Johnson biết là không có cuộc tấn công thứ hai vào ngày 4-8. Tuy nhiên, sự kiện ấy đã không được Nhà Trắng báo cho Quốc hội và ngay cả Bộ trưởng Quốc phòng cũng bất ngờ khi nghe Tướng Giáp nói.

[209] Đại tướng Phạm Văn Trà kể: "Ngày 14-8-1964, đoàn chúng tôi chính thức lên đường. Đoàn xe ô tô của Tổng cục Hậu cần đưa chúng tôi về Nam theo đường số 1. Toàn đoàn trên dưới 160 anh em, hầu hết là sĩ quan cấp ủy... Trước đó hơn một tuần, không quân Mỹ đã ào ạt đánh phá Đồng Hới, Quảng Bình, Vinh - Cửa Hội, Nghệ An, Lạch Trường, Thanh Hóa, Hòn Gai, Quảng Ninh... Bà con ở Vinh kể lại, ngày 5-8-1964, máy bay Mỹ ném bom trúng kho xăng Bến Thủy, mặc dầu xăng dầu ta chuyển sơ tán từ trước, chỉ còn dầu cặn, nhưng khói lửa vẫn bùng cao hàng nghìn mét" (Đại tướng Phạm Văn Trà, Đời Chiến Sỹ, Nhà Xuất bản Quân đội Nhân dân, 2009, trang 92).

nó thì nó cũng sẽ đánh mình, bản chất đế quốc là thế". Cuối cùng Trần Quý Hai nhận kỷ luật cho dù ai cũng biết phía sau lệnh này là ai"[210].

"Sự kiện Vịnh Bắc Bộ" trở thành lý do để những người chủ chiến ở cả phía Mỹ và Việt Nam đẩy nhịp độ chiến tranh lên mức cao hơn. Từ miền Bắc, viên tướng đứng đầu xu hướng đánh thắng Mỹ bằng quân sự, Nguyễn Chí Thanh, được cử vào Nam trực tiếp làm bí thư Trung ương Cục. Cùng đi có các tướng Lê Trọng Tấn, Nguyễn Hòa, Hoàng Cầm và Trần Độ.

Chỉ ít lâu sau, tháng 2-1965, Bộ Chỉ huy Miền Nam quyết định mở Chiến dịch Đồng Xoài. Đồng thời, ở Cao Nguyên, một cuộc tấn công lớn đã được nhắm vào khu ở của cố vấn Mỹ ở thành phố Pleiku. Người Mỹ trả đũa bằng cách mở một đợt tấn công bằng không quân vào miền Bắc. Cuộc tấn công này nhanh chóng biến thành một chiến dịch ném bom có hệ thống với mật danh "chiến dịch Sấm Rền". Sự kiện này đã đặt miền Bắc vào tình thế chấp nhận để cho một lực lượng quân nhân của các nước xã hội chủ nghĩa bí mật có mặt trên miền Bắc.

Năm 1964, ông Lê Duẩn từng dự định "giành chính quyền Sài Gòn" trong năm 1965 bằng cuộc đảo chính của Đại tá Phạm Ngọc Thảo kết hợp với một cuộc tổng tiến công, nhân khi "chiến tranh đặc biệt" của Mỹ được coi là "phá sản" còn quân Mỹ thì chưa được đưa vào tham chiến. Đại tá Thảo được ông Lê Duẩn "đánh vào" chính quyền Ngô Đình Diệm với vỏ bọc "người trí thức tham gia kháng chiến trở về với chính nghĩa quốc gia". Còn cuộc tổng tiến công thì theo ông Võ Văn Kiệt, năm 1964, chỉ riêng Khu ủy Sài Gòn-Gia Định đã cho thành lập năm "phân khu". Cũng trong năm 1964, từ Hà Nội, ông Lê Duẩn đã cử một "bộ khung" vào Nam.

Một thành viên trong "bộ khung" này, ông Kiều Xuân Long, kể: "Chúng tôi bắt đầu đi B cuối năm 1964, đích thân Lê Duẩn và Tố Hữu tiễn đưa. Đầu năm 1965, chúng tôi tới Tây Ninh, gặp cán bộ Trung ương Cục, họ thúc, ráng đi lẹ lên coi chừng không kịp". Đồng tiền "miền Nam Việt Nam" cũng được in và chuyển vào Trung ương Cục với mật danh: "Hàng 65". Nhưng cuộc đảo chính do Phạm Ngọc Thảo cầm đầu thất bại. Giai đoạn khốc liệt nhất của cuộc chiến bắt đầu.

Ngày 8-3-1965, lính Mỹ đổ bộ vào Đà Nẵng và tháng 7 năm ấy bắt đầu tham chiến tại miền Nam. Đáp lại, trong tháng 9-1965, hai đơn vị chủ lực cơ động của Nam Bộ, Sư đoàn 9 và Sư đoàn 5, lần lượt được thành lập; tháng 6-1966, lập thêm Sư đoàn 7. Từ đó, quân đội Mỹ tiếp tục được ồ ạt đưa sang cho đến khi đạt con số 543.000 người vào năm 1968.

---

[210] Theo Đại tá Lê Trọng Nghĩa, Tướng Trần Quý Hai là người thân tín của Lê Duẩn và Lê Đức Thọ.

MẬU THÂN VÀ THAM VỌNG CỦA LÊ ĐỨC THỌ

Cuối năm 1966, khi trả lời phỏng vấn Harrison Salisbury, phóng viên tờ New York Times, Thủ tướng Phạm Văn Đồng nói rằng, Hoa Kỳ đúng là "mạnh hơn rất nhiều về quân sự", nhưng, theo ông: "Cuối cùng sẽ thất bại vì có nhiều người Việt Nam sẵn sàng hy sinh cho Việt Nam hơn người Mỹ".

Sức chịu đựng của nền chính trị Mỹ bắt đầu bị thách thức khi số lính Mỹ chết ở chiến trường Việt Nam lên tới con số hàng trăm mỗi tuần. Từ năm 1961 cho tới đầu năm 1968, có 31.000 người Mỹ bị chết và mất tích ở Việt Nam. Cảnh chết chóc của binh lính và đặc biệt là dân thường được chiếu mỗi tối trên máy truyền hình bắt đầu có trong phòng ngủ của các gia đình Mỹ.

Theo mô tả của Henry Kissinger, "McNamara mong muốn kết thúc chiến tranh một cách tuyệt vọng, và nhiều lần khẩn khoản tôi moi bất cứ dấu hiệu lờ mờ nào, cho dù là gián tiếp, có thể giúp ông thúc đẩy công cuộc đi tới một kết cục bằng thương lượng"[211]. Ngày 7-4-1965, Tổng thống Johnson tuyên bố tại Baltimore: "Mỹ sẵn sàng thương lượng không điều kiện". Cuối tháng 12-1965, người Mỹ cử Harriman, một nhà ngoại giao, tới Ba Lan để nhờ Ba Lan làm trung gian thương lượng với Hà Nội.

Ngày 2-1-1966, J. Mikhalowski, thứ trưởng kiêm tổng thư ký Bộ Ngoại giao Ba Lan, tới Hà Nội và thông báo với Thủ tướng Phạm Văn Đồng và Chủ tịch Hồ Chí Minh: Mỹ rất linh hoạt. Họ sẵn sàng tìm mọi cách để thương lượng. Mikhalowski nài nỉ: "Cần phải có một sáng kiến. Phải tiến lại với những ý kiến chứng tỏ chúng ta muốn hòa bình, và qua đó các đồng chí sẽ tranh thủ được dư luận thế giới về mình"[212]. Nhưng cả Thủ tướng Phạm Văn Đồng và Chủ tịch Hồ Chí Minh đều cự tuyệt[213].

---

[211] Henry Kissinger, Ending the Vietnam War, Simon & Schuster, 2003, trang 42
[212] Lưu Văn Lợi & Nguyễn Anh Vũ, sđd, trang 124.
[213] Mikhalowski, được nói là "đặt nhiều hy vọng vào cuộc gặp gỡ với Chủ tịch Hồ Chí Minh", ông nói: "Tôi được ủy nhiệm của các đồng chí lãnh đạo chúng tôi đến tìm hiểu ý kiến của các đồng chí về việc này... Tôi nghĩ rằng nếu Tổng thống Mỹ thấy các đồng chí bác bỏ khả năng đàm phán thì chỉ còn con đường đẩy mạnh chiến tranh" (Lưu Văn Lợi & Nguyễn Anh Vũ, sđd, trang 127-128). Nhưng, Hồ Chí Minh còn tỏ ra cứng rắn hơn cả Phạm Văn Đồng: "Tại sao Mỹ phải đi gõ cửa khắp nơi? Chính Mỹ gửi quân đội Mỹ đến đây, bây giờ Mỹ phải đình chỉ xâm lược, như vậy vấn đề sẽ giải quyết. Mỹ phải cút đi!... Chúng tôi không muốn trở thành người chiến thắng. Chúng tôi chỉ muốn Mỹ cút đi! Gút-bai (Goodbye)" (sđd, trang 128). Mikhalowski cố gắng: "Chiến tranh ghê gớm sẽ kéo dài năm năm, mười năm. Tại sao không vận dụng chiến thuật chính trị để đạt được kết quả tương tự? Rất có thể là Mỹ bây giờ cũng muốn rút lui theo một phương thức nào đó" (sđd, trang 129). Hồ Chí Minh: "Mỹ có mạnh hơn Pháp, nhưng ngày nay chúng tôi cũng mạnh hơn trước kia... Khi chống Pháp, chúng tôi có một mình, bây giờ có cả phe xã hội chủ nghĩa ủng hộ chúng tôi" (sđd, trang 129). Mikhalowski: "Nhưng phe xã hội chủ nghĩa của chúng ta không nhất trí. Chỉ có các đồng chí là đổ máu. Giá phải trả sẽ rất cao" (sđd, trang 129). Hồ Chí Minh: "Nhân dân Việt Nam không sợ. Nếu đời chúng tôi không hoàn thành thì con cháu chúng tôi sẽ hoàn thành" (sđd, trang 129).

Ngày 14-6-1966, một nhà ngoại giao người Canada được gửi tới Hà Nội, nhưng chuyến đi của ông cũng thất bại. Tiếp đó, ông Jean Sainteny, người từng ký với Hồ Chí Minh bản Hiệp định Sơ bộ ngày 6-3-1946, đã được Tổng thống Pháp cử tới Việt Nam.

Ngày 1-7-1966, tại Hà Nội, Sainteny cho biết: "Mỹ đang tìm một giải pháp để khỏi mất thể diện và chính Việt Nam mới ở thế thắng. Mỹ đã bị đánh bại. Đối với một nước nhỏ mà làm cho Mỹ không thực hiện ý đồ là đã ở trong thế thắng rồi"[214]. Rồi Sainteny thuyết phục Phạm Văn Đồng: "Cần nghĩ đến chiến tranh nhưng cũng cần nghĩ đến hòa bình. Một ngày nào đó sẽ phải thương lượng"[215].

Đúng lúc ấy, Hồ Chí Minh được mô tả là đã bước vào phòng, cắt ngang cuộc gặp giữa Sainteny và Phạm Văn Đồng: "Nếu ông có gặp người Mỹ, ông hãy nói cho họ rằng chúng tôi không sợ Mỹ, chúng tôi sẽ chiến đấu đến cùng, dù có phải hy sinh tất cả"[216]. Hôm sau, ngày 5-7-1966, trong cuộc tiếp chính thức, Hồ Chí Minh nói với Sainteny: "Chúng tôi hiểu đế quốc Mỹ. Chúng tôi biết sức mạnh của họ. Họ có thể san bằng Hà Nội, Hải Phòng, Nam Định, Bắc Ninh và các thành phố khác. Điều đó không hề làm yếu quyết tâm chiến đấu đến cùng của chúng tôi"[217].

Từ năm 1967, người Mỹ bắt đầu thiết lập một kênh liên lạc với Việt Nam qua người Pháp. Giữa tháng 7-1967, Henry Kissinger trở thành người trung gian khởi động tiến trình thương lượng. Cho đến lúc ấy, người Mỹ không hề biết rằng, ông Lê Duẩn đang có trong tay một kế hoạch đầy tham vọng mà về sau được các nhà báo Mỹ gọi là "Tet Offensive" và các văn kiện chính thức của Hà Nội gọi là "Cuộc Tổng tiến công và nổi dậy Mậu Thân-1968".

Trong "chiến tranh giải phóng miền Nam", cho dù Tướng Giáp vẫn là bộ trưởng Bộ Quốc phòng, tổng tư lệnh, bí thư Tổng Quân ủy, nhưng theo ông Lê Trọng Nghĩa: "Thay vì ông Giáp là người quyết định, ông Lê Đức Thọ có sáng kiến lập ra Tổ năm người giúp Trung ương chỉ đạo tác chiến miền Nam gồm: Lê Duẩn, Võ Nguyên Giáp, Nguyễn Chí Thanh, Phạm Hùng và Lê Đức Thọ. Trong tổ này, ông Giáp chỉ còn một phiếu".

Chiến dịch Mậu Thân được lên kế hoạch sau "những cuộc họp liên miên" mà các bên tham gia đã phải "tranh cãi gay gắt". Đại tá Lê Trọng Nghĩa, người

---

[214] Lưu Văn Lợi & Nguyễn Anh Vũ, Các cuộc thương lượng Lê Đức Thọ - Kissinger tại Paris, Nhà Xuất bản Công an Nhân dân 2002, trang 147.
[215] Lưu Văn Lợi & Nguyễn Anh Vũ, sđd, trang 147.
[216] Lưu Văn Lợi & Nguyễn Anh Vũ, sđd, trang 148.
[217] Lưu Văn Lợi & Nguyễn Anh Vũ, sđd, trang 149.

dự hầu hết những cuộc họp này, nói: "Trong Quân ủy xuất hiện hai xu hướng khác nhau: Một xu hướng cho rằng phải đánh bằng quân sự thì mới giải quyết được cách mạng miền Nam, xu hướng này do Nguyễn Chí Thanh phát ngôn và phía sau là Lê Duẩn và Lê Đức Thọ. Một xu hướng đồng ý đánh, nhưng vừa đánh vừa cân nhắc tình hình chính trị, nếu khi nào khả năng chính trị xuất hiện thì nắm lấy cơ hội đàm phán hòa bình, người đứng đầu xu hướng này là Võ Nguyên Giáp, Nguyễn Văn Vịnh. Tuy nhiên, tới tháng 6-1967 thì đôi bên đi đến thống nhất: đánh; một ý đồ chiến lược được hình thành gọi là Kế hoạch 67-68".

Chiều 5-7-1967, Bộ Chính trị làm cơm tiễn đưa Nguyễn Chí Thanh trở lại miền Nam, cùng dự có Hồ Chí Minh. Sau bữa cơm, Tướng Thanh có ngồi lại khá lâu với Tướng Giáp. Người thân của ông kể lại rằng: Sau một đêm trằn trọc bên người vợ tại nhà riêng ở số 34 Lý Nam Đế, Đại tướng Nguyễn Chí Thanh bị choáng mệt. Lúc gần sáng, ông được đưa đi cấp cứu tại Bệnh viện Quân y 108, nhưng khi vừa được đặt nằm xuống giường bệnh thì từ ông "phát ra tiếng kêu 'ặc' rồi mặt và toàn thân tím ngắt". Khoảng chín giờ sáng ngày 6-7-1967, Nguyễn Chí Thanh mất với kết luận của bệnh viện là do "nhồi máu cơ tim".

Vị tướng đại diện cho xu hướng "giành chiến thắng hoàn toàn bằng quân sự" vừa ra đi thì có hai sứ giả mang thông điệp hòa hoãn từ Washington tới: ông Raymond Aubrac và Herbert Marcovich. Aubrac là người quen cũ của Hồ Chí Minh trong thời kỳ ông tới Paris dự Hội nghị Fontainebleau [218]. Sự ra đi đột ngột của Tướng Thanh cũng làm cho ông Giáp bị sốc, ngay sau tang lễ Nguyễn Chí Thanh, Tướng Giáp được đưa đi Hungary dưỡng bệnh. Hồ Chí Minh tiếp các sứ giả Washington khi bên mình không còn hai đại tướng. Ông bắt đầu nói về đàm phán.

Ngày 24-7-1967, "Aubrac cảm thấy có dấu hiệu mới mẻ" [219] khi gặp Hồ

---

[218] Raymond Aubrac (1914-2012) và vợ ông, bà Lucie (1912-2007) là hai nhân vật kiệt xuất trong cuộc Kháng chiến của người Pháp chống phát xít Đức (1940-1944). Trong thời gian lãnh đạo chính quyền ở Marseille, nửa cuối năm 1944, Raymond Aubrac đã tận tình giúp đỡ giới "lính thợ" (ONS) người Việt ở vùng này, những người mà về sau trở thành những hạt nhân đầu tiên của phong trào Việt kiều ở Pháp. Mùa hè 1946, khi tới Pháp, Chủ tịch Hồ Chí Minh đã tìm gặp Raymond Aubrac. Chỉ sau một lần tiếp xúc, chủ tịch Hồ Chí Minh và những người thân cận trong phái đoàn (Vũ Đình Huỳnh, thư ký riêng, đóng vai 'tùy viên quân sự', Phạm Văn Đồng, người sẽ cầm đầu phái đoàn Việt Nam Dân chủ Cộng hòa ở Hội nghị Fontainebleau...) đã trở thành "khách" thường trú tại ngôi nhà của ông bà ở Choisy-sous-Montmorency (cách Paris 16 km về phía bắc). Cũng trong thời gian này, bà Lucie đã sinh hạ con gái út là Elisabeth (Babette) mà Hồ Chủ tịch nhận làm cha đỡ đầu. Ngoài chuyến đi đến Hà Nội năm 1967, năm 1975, khi chiến tranh vừa chấm dứt, Raymond Aubrac đã thuyết phục được McNamara trao cho chính phủ Việt Nam toàn bộ các bản đồ các bãi mìn dọc theo "hàng rào McNamara" (theo Nguyễn Ngọc Giao).

[219] Lưu Văn Lợi & Nguyễn Anh Vũ, Các Cuộc Thương Lượng Lê Đức Thọ - Kissinger Tại Paris, Nhà Xuất bản Công an Nhân dân, 2002, trang 215.

Chí Minh. Thủ tướng Phạm Văn Đồng gần như đã bàn chi tiết phương thức tiến hành đàm phán[220] với điều kiện Mỹ ngưng ném bom miền Bắc.

Ngày 25-8-1967, Aubrac và Marcovich chuyển tới tổng đại diện Việt Nam tại Paris thông điệp thương lượng đầu tiên của Chính phủ Mỹ gửi Chính phủ Việt Nam Dân chủ Cộng hòa: "Hoa Kỳ sẵn sàng chấm dứt ném bom bắn phá bằng không quân và hải quân ở miền Bắc Việt Nam với sự hiểu biết rằng việc đó sẽ nhanh chóng đưa tới những cuộc thảo luận có hiệu quả giữa Hoa Kỳ và Việt Nam Dân chủ Cộng hòa để tiến tới giải quyết những vấn đề đang làm hai nước chống đối nhau"[221].

Không ai biết rõ thông điệp trên đây của Washington có được miền Bắc chuyển đến lãnh tụ tối cao hay không. Khi miền Bắc trả lời thì Hồ Chí Minh đã không còn ở Hà Nội nữa. Theo Đại tá Lê Trọng Nghĩa: "Ngày 5-9-1967, Hồ Chí Minh được đưa đi nghỉ ở Bắc Kinh. Chúng tôi nhận được thông báo từ Ban Tổ chức Trung ương của Lê Đức Thọ: Bác mệt, phải đi nghỉ đông, từ nay, những ai trước trực tiếp làm việc với Bác thì làm việc với đồng chí Lê Duẩn".

Ngày 11-9-1967, Mai Văn Bộ trao cho Aubrac và Marcovich trả lời của Hà Nội: "Thông điệp của Mỹ đã được trao sau một cuộc leo thang đánh phá Hà Nội và với sự đe dọa liên tục đánh phá Hà Nội. Rõ ràng đó là một tối hậu thư đối với nhân dân Việt Nam. Chính phủ nước Việt Nam Dân chủ Cộng hòa kiên quyết bác bỏ những đề nghị trên đây của Mỹ"[222]. Một kế hoạch mang tên San Antonio, theo đó, Mỹ sẽ "chấm dứt hoạt động quân sự chống miền Bắc Việt Nam - để đổi lấy các cuộc đối thoại, miễn là Hà Nội không lợi dụng việc ngừng ném bom"[223], vẫn được người Mỹ đưa ra. Ngày 29-9-1967, Johnson đồng ý "Kế hoạch San Antonio", nhưng theo Kissinger, Hà Nội đã bác bỏ nó.

---

[220] Phạm Văn Đồng đã nói cụ thể với hai sứ giả của Washington: "Có hai loại vấn đề: thương lượng và giải pháp. Muốn có thương lượng, chúng tôi đứng trên lập trường nguyên tắc của chúng tôi: phải chấm dứt không điều kiện việc ném bom miền Bắc mới có thể thương lượng. Trong quá trình thương lượng, chúng tôi biết chúng tôi phải nói gì. Mỹ hãy chuẩn bị về phía họ!". Aubrac: "Thế nào là việc ngưng ném bom không điều kiện?". Phạm Văn Đồng: "Tôi muốn họ ra một tuyên bố. Nhưng chúng tôi không quá khó tính". Marcovich: "Có lẽ là một việc ngừng ném bom trên thực tế, không tuyên bố". Phạm Văn Đồng: "Chúng tôi không khó tính về điểm này. Điều chủ yếu là ngừng không điều kiện. Chúng tôi sẽ không nói chuyện dưới sự đe dọa của bom đạn". Marcovich nhắc lại điều mà một năm trước đó Sainteny đã nói: "Hoa Kỳ không muốn chịu mất thể diện. Kissinger đã nói với chúng tôi: làm thế nào giúp họ rút đi" (Lưu Văn Lợi & Nguyễn Anh Vũ, Các Cuộc Thương Lượng Lê Đức Thọ - Kissinger Tại Paris, Nhà Xuất bản Công an Nhân dân, 2002, trang 218).

[221] Lưu Văn Lợi & Nguyễn Anh Vũ, Các Cuộc Thương Lượng Lê Đức Thọ - Kissinger Tại Paris, Nhà Xuất bản Công an Nhân dân, 2002, trang 228.

[222] Lưu Văn Lợi & Nguyễn Anh Vũ, Các Cuộc Thương Lượng Lê Đức Thọ - Kissinger Tại Paris, Nhà Xuất bản Công an Nhân dân, 2002, trang 228-229.

[223] Henry Kissinger, Ending the Vietnam War, Simon & Schuster, 2003, trang 42.

Theo ông Trần Việt Phương, thư ký Thủ tướng Phạm Văn Đồng: "Lê Đức Thọ và Lê Duẩn không thể đưa hai con người đang nắm quyền và có nhiều uy tín đó đi đâu nếu hai người không đồng ý. Việc Hồ Chí Minh và Võ Nguyên Giáp đi ra nước ngoài được giải thích là để nghi binh. Để thế giới tin rằng, miền Bắc không thể triển khai một kế hoạch to nếu hai nhân vật quan trọng vào bậc nhất đó không có mặt ở Hà Nội".

Những diễn biến sau đó cho thấy câu chuyện không đơn giản là một cuộc nghi binh. Đại tá Lê Trọng Nghĩa nói: "Hai mươi ngày sau khi Nguyễn Chí Thanh mất, ngày 27-7-1967, Hoàng Minh Chính bị bắt. Hơn một tháng sau khi Hồ Chí Minh được đưa tới Bắc Kinh, ngày 18-10-1967, người thư ký thân cận nhất của ông là Vũ Đình Huỳnh cũng bị bắt". Một vụ án được nói là "Chống Đảng" do Trưởng Ban Tổ chức Trung ương Lê Đức Thọ và Bộ trưởng Công an Trần Quốc Hoàn, trực tiếp chỉ đạo, bắt đầu khởi động.

Cái chết của Tướng Nguyễn Chí Thanh không làm thay đổi quyết tâm dứt điểm chiến trường miền Nam của ông Lê Duẩn. Theo Tướng Giáp: "Anh Thanh mất khi chỉ mới có ý đồ chiến lược đánh vào thành phố chứ chưa hề có kế hoạch tổng công kích-tổng khởi nghĩa vào dịp Tết Mậu Thân". Tuy nhiên, trong khoảng thời gian Võ Nguyên Giáp ở Hungary và Hồ Chí Minh ở Bắc Kinh, một kế hoạch được đặt tên là "Chiến dịch Quang Trung" được gấp rút xây dựng.

Hồ Chí Minh được đưa về Hà Nội khi cuộc Tổng tiến công đã gần kề. Theo ông Vũ Kỳ, thư ký riêng của ông, ngày 21-12-1967, Văn phòng Trung ương điện "mời Bác về dự họp Bộ Chính trị". Ngày 23-12-1967, chuyên cơ chở Hồ Chí Minh về tới Gia Lâm. Ông Vũ Kỳ viết: "Máy bay lượn hai vòng vẫn chưa hạ cánh được vì đèn chỉ huy trên sân bay chệch mười lăm độ. Đồng chí lái giàu kinh nghiệm quyết tâm hạ cánh không theo đèn. Rất may là an toàn. Các đồng chí Lê Duẩn, Phạm Văn Đồng, Lê Đức Thọ ra đón Bác tại sân bay, đưa Bác về nhà và báo cáo công việc với Bác"[224].

Ngay sau khi khách khứa rút lui, việc đầu tiên mà Hồ Chí Minh làm là gọi điện tới Quân ủy Trung ương để hỏi thăm sức khỏe Tướng Giáp. Theo ông Vũ Kỳ, khi nghe Quân ủy nói Đại tướng đang ở nước ngoài, Hồ Chí Minh nhắc gửi quà và thiệp cho vợ chồng "chú Văn". Ông nói: "Nô-en và Tết dương lịch bên ấy cũng như Tết ta của mình. Tâm lý của những người xa quê hương rất mong có một món quà của tổ quốc"[225]. Không chỉ hiểu tâm trạng của vị

---

[224] Vũ Kỳ, Bác Hồ Với Tết Mậu Thân Năm Ấy, báo Văn Nghệ số Xuân năm 1998.
[225] Vũ Kỳ, Bác Hồ Với Tết Mậu Thân Năm Ấy, báo Văn Nghệ số Xuân năm 1998.

tướng đang bị đặt ra ngoài thời cuộc, theo Đại tá Lê Trọng Nghĩa: "Hồ Chí Minh lo cho sự an toàn của Tướng Giáp".

Từ Hungary, ngày 20-9-1967 Tướng Giáp gửi thư cho Đại tá Nguyễn Văn Hiếu: "Cậu Hiếu, bọn mình còn ở lại đây ít hôm nữa. Chắc Hoàng đã có thư. Rất mong thư nhà. Nhớ liên lạc với anh Thạch, anh Tiến, khi nào có đoàn sang thì gửi mình". Theo Đại tá Hiếu, "anh Thạch" và "anh Tiến" trong bức thư này là Nguyễn Cơ Thạch và Hoàng Văn Tiến, cựu thư ký của Tướng Giáp, lúc đó đang công tác tại Bộ Ngoại giao. Bức thư của Tướng Giáp cho thấy ông đã bắt đầu "đói thông tin" và, thay vì được báo cáo qua con đường chính thức, phải tìm hiểu tình hình trong nước qua những người tin cẩn.

Ngày 11-11-1967, Tướng Giáp gửi cho Đại tá Nguyễn Văn Hiếu lá thư thứ hai từ Hungary: "Hiếu, đã nhận được thư của Hiếu gửi cho đoàn, sau đó nhận được thư dài hơn viết từ trước. Sức khỏe tôi khá hồi phục nhưng chưa khỏi hẳn. Hoàng sẽ nói rõ. Hiếu xem, lúc về sẽ bố trí ăn ở làm việc thế nào để có thể chuẩn bị trước. Thăm các cậu ở báo Quân Đội Nhân Dân, Cục I, Cục II và các cục khác. Nghe nói bài báo của ta có chỗ lộ bí mật (Hoàng Tùng nói), như thế là không đúng. Ta đã cân nhắc rất kỹ".

Theo Đại tá Hiếu, đọc lá thư viết trên postcard này, ông rất lo lắng. Tại sao tổng tư lệnh đương chức lại băn khoăn "lúc về sẽ bố trí ăn ở làm việc thế nào?" Đại tá Hiếu kể: "Khi anh Văn ở Hungary, ở nhà họp Quân ủy tôi đã nhiều lần phải chịu đựng những lời nói xấu anh Văn một cách công khai. Trước đó, Quân ủy rất đoàn kết nhưng, có thời gian Nguyễn Chí Thanh, Văn Tiến Dũng lôi kéo một số cán bộ cô lập anh Văn. Trước khi vào Nam, có thời gian Nguyễn Chí Thanh hay bóng gió: 'Ở nhiều nước tổng tham mưu trưởng mới là tướng, còn bộ trưởng quốc phòng chỉ là anh dân sự'. Khi đó, Văn Tiến Dũng đã thay Hoàng Văn Thái làm tổng tham mưu trưởng. Tuy nhiên, khi Nguyễn Chí Thanh mất, anh Văn vẫn bị sốc vì cuộc chiến cần tướng tài. Xét về năng lực, Nguyễn Chí Thanh sắc sảo hơn nhiều so với Văn Tiến Dũng".

Theo Đại tá Nguyễn Văn Huyên, thư ký Tướng Giáp, ông không có điều kiện để xác minh điều mà Trần Quỳnh nói, trước giờ dự định vào Nam, Nguyễn Chí Thanh nhắc Hồ Chí Minh phải chú ý vấn đề nội bộ. Nhưng, ông Huyên xác nhận, ở thời điểm ấy cũng có người nói Tướng Giáp chống Đảng và muốn thay Tướng Giáp. Theo ông Huyên: "Có người đề nghị, Bác nói: thông thường ở cấp ấy con người có thể hành động như vậy nhưng chú Giáp thì không, hơn nữa ta đang đánh Mỹ và đang thắng Mỹ không thể thay bộ trưởng quốc phòng".

Theo ông Vũ Kỳ, ngày 28-12-1967, Bộ Chính trị họp phiên đặc biệt ngay bên nhà của Hồ Chí Minh, có bản đồ to kê trên bục trong phòng họp và có nhiều tướng lĩnh đến báo cáo. Tại cuộc họp đó, theo ông Vũ Kỳ: "Bộ Chính trị đề ra nhiệm vụ... đưa cuộc chiến tranh cách mạng của ta lên một bước phát triển cao nhất, bằng phương pháp tổng công kích, tổng khởi nghĩa để giành thắng lợi quyết định. Chiều tối, sau phiên họp Bộ Chính trị kéo dài và căng thẳng, Bác trở về nhà sàn, chân bước chậm rãi, có lẽ có một điều gì đó khiến Bác chưa thật an tâm. Cuộc họp hôm nay Bác chủ trì, ngồi ở ghế đầu bàn, đồng chí Lê Duẩn báo cáo toàn bộ vấn đề và quán xuyến việc thảo luận"[226].

Ngày 1-1-1968, sau khi thăm một số nơi bị máy bay bắn phá ở Hà Nội, vào lúc 2 giờ 30 chiều, sau khi tiếp "Bộ Chính trị đến làm việc", Hồ Chí Minh tiếp tục "sang Bắc Kinh dưỡng bệnh"[227]. Ở Hà Nội, bàn tay của Lê Đức Thọ bắt đầu siết mạnh hơn.

Tại Tổng Hành dinh, sáng 6-1-1968, Đại tá Lê Trọng Nghĩa đang họp với Văn Tiến Dũng để làm kế hoạch bảo đảm cho chiến dịch thì ông Dũng nói: "Anh sang Tổng cục Chính trị gặp Song Hào". Ông Lê Trọng Nghĩa kể: "Tôi sang, người tiếp tôi không phải là Song Hào mà là Phạm Ngọc Mậu, cục trưởng Tổ chức kiêm phụ trách Bảo vệ Nội bộ. Mậu bảo: 'Anh để cặp, vũ khí, bản đồ lại đây rồi đi ngay, có nhiệm vụ Trung ương giao'. Tôi lần lượt tháo ra khỏi người những thứ bất ly thân, và tôi chỉ phải đi sang một phòng ở gần đó. Hôm đó, vợ tôi từ nơi tản cư ở Vĩnh Yên về đang chờ tôi về ăn cơm để tối lại về nơi tản cư tiếp. Nhưng tôi không chỉ bị giữ lại trong ngày, và cũng không chỉ có một mình. Từ các nhà bên: Lê Minh Nghĩa, phó Văn phòng Quân ủy, kiêm chánh Văn phòng Bộ Tổng Tham mưu, Đỗ Đức Kiên, cục trưởng Cục Tác chiến... cũng cùng bị bắt. Lo lắng cho một chiến dịch sắp bắt đầu, một tuần sau, lấy tư cách là bí thư Đảng Quân ủy Bộ Tổng Tham mưu, tôi viết thư gửi cho Bí thư Tổng Quân ủy Võ Nguyên Giáp đặt vấn đề vì sao có việc giữ người này. Một thời gian sau, khi tôi đã bị di lý đi nơi khác, một cục phó Cục Bảo vệ tới nơi tôi bị giữ, thông báo: Anh Giáp đang nghỉ, tất cả những chuyện của các anh và những chuyện trong Quân ủy bây giờ thuộc quyền giải quyết của anh Lê Đức Thọ".

Sau khi "điều Lê Trọng Nghĩa" về trại giam, Cục trưởng Cục Cán bộ Phạm Ngọc Mậu cho mời Chánh Văn phòng Quân ủy Nguyễn Văn Hiếu. Theo ông Hiếu: "Ông Mậu nói: 'Học viện quân sự đang thiếu người, anh phải lên thay Hoàng Minh Thảo làm phó giám đốc. Anh nên đi ngay'. Tôi hiểu là người ta cần tống mình đi. Đến Tam Đảo biết thêm, người ta chỉ thị cho Học viện là tôi không được tham gia cấp ủy". Như vậy, theo Cục trưởng Quân báo Lê Trọng

---

[226] Vũ Kỳ, Bác Hồ Với Tết Mậu Thân Năm Ấy, báo Văn Nghệ số Xuân năm 1998.
[227] Vũ Kỳ, Bác Hồ Với Tết Mậu Thân Năm Ấy, báo Văn Nghệ số Xuân năm 1998.

Nghĩa: "Trước giờ nổ súng, phần lớn tác giả của Kế hoạch Mậu Thân, kể cả tác giả chính là Cục trưởng Tác chiến Đỗ Đức Kiên, đều bị loại ra khỏi vòng chiến đấu".

Để đảm bảo hoàn toàn bí mật, chỉ trước khi nổ súng một tuần, Lê Duẩn mới triệu tập các ủy viên Trung ương về Kim Bôi họp Hội nghị Trung ương lần 14. Tại hội nghị, Bí thư thứ nhất Lê Duẩn thông báo với Trung ương rằng trong cuộc họp quan trọng này "có nhiều đồng chí vắng mặt". Bí thư Lê Duẩn nói: "Trước hết, tôi xin báo cáo với các đồng chí, lần này hội nghị Trung ương chúng ta họp, có một số đồng chí Trung ương bị ốm không đến được, có một số đồng chí bận việc không đến được. Trong Bộ Chính trị cũng có đồng chí bận việc không đến được, một số đồng chí sẽ đến, mai có đồng chí Thọ (Lê Đức Thọ), đồng chí Dũng (Văn Tiến Dũng) sẽ đến báo cáo"[228].

Sau Hội nghị Trung ương 14, chiều 20-1-1968, Lê Đức Thọ có đến Bắc Kinh để "báo cáo Bác Hồ". Tướng Giáp nhớ lại: "Sắp nổ súng thì Bác cũng đang ở Bắc Kinh. Bác điện cho tôi: Chú thu xếp về càng sớm, càng tốt". Từ Hungary, Tướng Giáp bay tới Bắc Kinh. Theo ông Vũ Kỳ, sáng 25-1-1968, Hồ Chí Minh gặp riêng Võ Nguyên Giáp. Trong khi, cả "Cha già Dân tộc" và "Anh cả của Quân đội" vẫn đang "an trí" ở Bắc Kinh thì những binh đoàn chủ lực miền Bắc bí mật áp sát các đô thị miền Nam. "Ngày 29 tháng Chạp ta", vào lúc sáu giờ chiều, Hồ Chí Minh "nhận được điện của Bộ Chính trị và Trung ương chúc mừng Bác Hồ năm mới"[229].

Cái đêm mà cả miền Nam chìm trong khói lửa của Tổng tiến công ấy, Hồ Chí Minh đang ở Bắc Kinh, "trong căn phòng vắng" chỉ có ông và thư ký Vũ Kỳ, "Bác" mỉm cười nghe một em bé hát "Bé bé bồng bông... em đi sơ tán, mai về phố Đông" và lời chúc Tết của chính mình: "Xuân này hơn hẳn mấy xuân qua/ Thắng lợi tin vui khắp mọi nhà/ Nam Bắc thi đua đánh giặc Mỹ/ Tiến lên!/ Toàn thắng ắt về ta!"[230].

---

[228] Báo Nhân Dân số ra ngày 7-1-2008.
[229] Vũ Kỳ, Bác Hồ Với Tết Mậu Thân Năm Ấy, báo Văn Nghệ số Xuân năm 1998.
[230] Theo Vũ Kỳ: "Hai Bác cháu lại ngồi im lặng bên nhau, nghe tin tức, ca nhạc và nghe ngâm thơ Tết, chờ đón giao thừa. Thời gian trôi đi chầm chậm. Thấy vẻ Bác trầm ngâm đượm buồn... Từ ngày Bác trở về nước sau hơn ba mươi năm xa tổ quốc, có năm nào Tết đến mà Bác không đến với đồng bào và chiến sĩ đâu... Chỉ có mùa xuân này Bác phải xa tổ quốc. Bác bảo tôi: chú mở cái băng gì vui vui cho Bác nghe với. Tôi biết Bác thương nhớ nhất các cháu nhỏ nên tôi chọn một băng có nhiều bài hát thiếu nhi mở cho Bác nghe. Khi một giọng hát ngây thơ của một em bé hát bài "Bé bé bồng bông... em đi sơ tán, mai về phố Đông", tôi thấy Bác mỉm cười. Có tiếng pháo nổ ran tiễn Đinh Mùi đón Mậu Thân. Cùng lúc, từ chiếc đài bán dẫn, lời chúc Tết của Bác Hồ vang lên sang sảng: Xuân này hơn hẳn mấy xuân qua/ Thắng lợi tin vui khắp mọi nhà/ Nam Bắc thi đua đánh giặc Mỹ/ Tiến lên!/ Toàn thắng ắt về ta! Tiếng Bác Hồ ngân vang. Trong căn phòng vắng chỉ có hai người". Bài thơ trên đây được Hồ Chí Minh làm trong gần ba tháng khi đang ở Bắc Kinh và đã được thu thanh khi ông về Hà Nội hồi cuối tháng 12-1967 (Vũ Kỳ, Bác Hồ Với Tết Mậu Thân Năm Ấy, báo Văn Nghệ số Xuân năm 1998).

Máy bay Trung Quốc đưa Tướng Giáp về tới Hà Nội ngay trong ngày 29 Tết. Hôm sau ông mới được Tướng Vũ Lăng, cục trưởng Cục Tác chiến báo cáo "Kế hoạch Tổng công kích, Tổng khởi nghĩa". Vũ Lăng nói: "Anh Văn Tiến Dũng bảo bây giờ thì có thể báo cáo toàn bộ với anh Văn". Tướng Giáp cố giữ vẻ mặt bình thản để giấu niềm cay đắng. Ông, vị tổng tư lệnh, đã không được biết một kế hoạch lớn như vậy cho đến trước khi nổ súng một ngày.

Bốn ngày sau khi Chiến dịch Mậu Thân bắt đầu, một trong những nhân vật quan trọng nhất của chiến dịch, Tướng Nguyễn Văn Vịnh, bị vô hiệu hóa. Trung tướng Nguyễn Văn Vịnh, ủy viên Thường trực Tổng Quân ủy, được cử vào Trung ương Cục trao đổi Kế hoạch Mậu Thân chỉ mười ngày sau khi Tướng Nguyễn Chí Thanh mất. Tướng Vịnh trở lại Hà Nội vào đầu tháng 1-1968, và chính ông là người báo cáo tình hình chiến trường miền Nam với Quân ủy, là người trực tiếp soạn thảo Nghị quyết Trung ương 14.

Theo thư ký riêng của ông, ông Phạm Văn Hùng: Chiều mồng 5 Tết Mậu Thân, ông Vịnh được Lê Đức Thọ mời tới nhà riêng gặp vào lúc 15 giờ. Cuộc gặp kéo dài tới chập tối nên ông Hùng không thể chờ. Sáng hôm sau khi ông Phạm Văn Hùng quay lại nhà riêng và là nơi làm việc của ông Vịnh, 34 Cao Bá Quát, thì được ông Vịnh cho biết, ông bị ngưng tất cả các chức vụ: ủy viên dự khuyết Trung ương Đảng, ủy viên thường trực Quân ủy, thứ trưởng Bộ Quốc phòng.

Khoảng ba mươi nhân vật cao cấp đã bị bắt, phần lớn là những người thân cận với Tướng Giáp như: Thiếu tướng Đặng Kim Giang[231], Cục trưởng Cục II Đại tá Lê Trọng Nghĩa, Chánh Văn phòng Bộ Quốc phòng Đại tá Lê Minh Nghĩa, Cục trưởng Cục Tác chiến Đại tá Đỗ Đức Kiên, Tổng Biên tập báo Quân đội Nhân dân Hoàng Thế Dũng, Phó Giám đốc Nhà Xuất bản Sự thật, nguyên tỉnh ủy viên Tỉnh ủy Quảng Bình, Nguyễn Kiến Giang, Giám đốc Nhà Xuất bản Sự thật Minh Tranh... Trừ một số người bị bức cung để phải khai ra "vai trò cầm đầu của Tướng Giáp" lờ mờ nhận thấy mục tiêu chính trị của "vụ án", phần đông cho đến tận cuối đời không hiểu vì sao lại có vụ án này[232].

---

[231] Đặng Kim Giang là một trong bốn chỉ huy quan trọng nhất của chiến dịch Điện Biên Phủ, với vai trò chủ nhiệm cung cấp của mặt trận, ông đã đảm bảo mỗi ngày năm mươi tấn gạo cho chiến dịch. Năm 1958, ông được phong quân hàm thiếu tướng. Năm 1962, ông ra làm thứ trưởng Bộ Nông trường.

[232] Ông Nguyễn Kiến Giang, người bị bắt giam sáu năm và quản chế ba năm, nói: "Cho đến bây giờ tôi cũng không biết là tôi có tội gì nữa. Người ta bảo là tôi phản động, tay sai nước ngoài, thì cũng nghe nói thế thôi, chứ còn trên thực tế, bị giam ở xà lim mấy năm, thêm mấy năm quản chế, khoảng gần mười năm, cho đến khi trở về Hà nội với tư cách là một người công dân, tôi cũng không biết là tôi có tội gì. Cho tới nay cũng không ai nói với tôi là tôi có tội gì nữa".

Theo Trần Quỳnh, trợ lý Lê Duẩn thì, thành phần bị bắt thời gian này gồm: "Những người không tán thành đường lối chống xét lại của Đảng ta, một số cán bộ cao cấp và trung cấp theo học ở trường Đảng cao cấp Liên Xô và trường quân sự cao cấp Liên Xô bàn kế hoạch chống lại đường lối của Đảng. Họ lập một nhóm vận động thành lập một tổ chức lấy việc thay đổi Bộ Chính trị làm mục tiêu. Họ nhắm vào những người không đồng tình với Nghị quyết 9, trước hết là những sĩ quan cao cấp trong quân đội và những ủy viên trong Trung ương". Các văn bản do Lê Đức Thọ ký cũng nói tới Nghị quyết 9 và quan điểm xét lại[233]. Nhưng, trên thực tế, Nghị quyết 9 đã được quán triệt từ năm 1964. Người chủ trương xét lại ở Liên Xô, Khrushchev, khi đó cũng đã bị phế truất và bị thay bởi Brezhnev. Mặc dù mở đầu vụ án bằng việc bắt Hoàng Minh Chính, hầu hết những nhân vật quan trọng bị bắt đều là thư ký của Hồ Chí Minh hoặc là những trợ thủ đắc lực của Tướng Giáp.

Theo thư ký của Tướng Vịnh, ông Phạm Văn Hùng[234]: "Ông Vịnh và ông Giang đều đã cùng ở trong Quân ủy, biết nhau rất rõ. Ông Vịnh ở nhà 34 Cao Bá Quát, ông Giang ở nhà đối diện. Từ khi ông Giang ra khỏi quân đội, thỉnh thoảng vẫn qua lại nhà ông Vịnh trò chuyện. Nhiều cán bộ cao cấp khác thỉnh thoảng vẫn sang nhà ông Vịnh trò chuyện. Ông Vịnh là người cởi mở nhưng bí mật quân sự thì không bao giờ ông ấy tiết lộ".

Tướng Giáp trở lại Tổng hành dinh khi không còn những cộng sự ăn ý nhất. "Cuộc Tổng tấn công Mậu Thân" diễn ra ngay trong đêm 30 Tết, thời điểm hai miền có thỏa thuận ngừng bắn để người dân đón Xuân. Tuy có gặp trục trặc về giờ nổ súng do có sự nhầm lẫn trong việc sử dụng giờ Hà Nội với giờ Sài Gòn; nhưng, gần như ngay sau Giao thừa, 31-1-1968, lẫn trong tiếng pháo mừng xuân của thường dân, quân Giải phóng đồng loạt nổ súng vào 5/6 thành phố, 36/44 thị xã, 36/242 huyện lỵ, 25 sân bay... Đặc biệt, cuộc tấn công đã gây rúng động với những gì mà "Việt Cộng" đã làm ở Sài Gòn và Huế.

---

[233] Ngày 27-1-1972, Ban Chấp hành Trung ương mới ra nghị quyết tước quân hàm trung tướng của ông Nguyễn Văn Vịnh, khai trừ đảng tịch ông Vịnh, ông Ung Văn Khiêm, Bùi Công Trừng và Lê Liêm. Ngày 13-10-1977, sau khi giữ đảng tịch, giữ quân hàm thiếu tướng cho Tướng Vịnh, Quyết định số 255 do chính Lê Đức Thọ ký, viết: "Đồng chí Nguyễn Văn Vịnh biết Đặng Kim Giang là phần tử xấu có quan điểm chống lại Nghị quyết 9 của Đảng vẫn quan hệ trao đổi một số quan điểm sai trái về đường lối chống Mỹ, tiết lộ những tin tức cơ mật về quân sự, chính trị với Giang. Giang đã sử dụng những tin ấy để hoạt động chống Đảng và cung cấp cho người nước ngoài. Nhưng tác hại không lớn. Đồng chí Vịnh không có quan hệ về tổ chức và hành động với nhóm chống Đảng của Đặng Kim Giang và không biết Giang hoạt động chống Đảng có tổ chức như sai lầm của 3 ủy viên Trung ương: Ung Văn Khiêm, Lê Liêm, Bùi Công Trừng".

[234] Từ năm 1973, ông Phạm Văn Hùng là thư ký của ông Võ Văn Kiệt.

[CHƯƠNG 15 • TƯỚNG GIÁP]

Tướng Giáp cho rằng: "Tổng tiến công vào một thời điểm bất ngờ là một chủ trương sáng tạo, nhưng đề ra tổng khởi nghĩa là không phù hợp"[235]. Tướng Giáp không coi Mậu Thân là chiến thắng vì theo ông: "Lúc đầu mục tiêu đề ra rất cao, tổng công kích, tổng khởi nghĩa, giành trọn vẹn chính quyền về tay nhân dân. Giấy bạc đã được in và đã được chuyển vào Nam[236]. Đồng phục cho công an vào tiếp quản thành phố cũng đã được chuẩn bị. Đồng chí Đàm Quang Trung ở Quân khu IV đã chuẩn bị một đoàn xe chở quân và quân trang vào tiếp quản thành phố. Sau này giải thích tổng công kích, tổng khởi nghĩa xảy ra là một quá trình là không đúng với thực tế" [237].

Trong Chiến dịch Mậu Thân, người Mỹ bắt được một tài liệu của tỉnh Bình Định gửi cán bộ, nói rằng: "Tổng tấn công 1.000 năm mới có một lần, sẽ quyết định số phận của đất nước, sẽ chấm dứt chiến tranh". Chính ông Lê Duẩn, trước chiến dịch cũng tiên đoán: "Cuộc khởi nghĩa ta nói đây là một giai đoạn cuối cùng". Ông Duẩn tin, khi quân chủ lực tiến vào thì Sài Gòn sẽ nổi dậy[238]. Ngay sau khi chiến dịch bắt đầu, Lê Đức Thọ đã đi thẳng vào miền Nam nắm vai trò phó bí thư Trung ương Cục. Ông ở lại cho tới tháng 5-1968, khi tình hình chiến trường không còn dấu hiệu chiến thắng nào.

Đợt "tổng tiến công" lần thứ nhất trong Chiến dịch Mậu Thân đã tạo ra được yếu tố bất ngờ; tuy nhiên, Sài Gòn đã không "bị sập một cái" và không có "nửa triệu người cầm súng cho ta" như dự đoán của Bí thư Lê Duẩn[239]. Ngay trong đợt đầu, theo Đại tá Tư Chu, chỉ huy Biệt động Sài Gòn, đã "có

---

[235] Võ Nguyên Giáp, Tổng Tập Lê Duẩn, Nhà Xuất bản Sự Thật 2002, trang 39.
[236] Theo ông Nguyễn Nhật Hồng, trưởng Phòng B29, một phòng đặc biệt phụ trách chi viện cho miền Nam: Trong năm 1967, Trung ương cho in 10.000 hòm tiền "Mặt trận Dân tộc Giải phóng miền Nam"; vì số tiền này dự định phát hành trong năm 1968 nên có mật danh là "hàng 68". Khi ấy, ở Trung ương Cục cũng đang tồn 14.000 hòm tiền "Chánh phủ Lâm thời Cộng hòa miền Nam Việt Nam", mật danh là "hàng 65". Dự kiến, tùy theo tình hình, giải phóng ở cấp độ nào thì dùng "hàng" ở quy mô ấy.
[237] Tướng Giáp phát biểu với các tướng lĩnh làm công tác Tổng kết chiến tranh ngày 9-2-1999 – Theo Tướng Lê Phi Long.
[238] Lê Duẩn phát biểu tại Hội nghị Trung ương 14, tháng 12-1967: "Muốn thắng nó, làm sập nó dữ, không phải đánh thường thường như bây giờ, mà phải chuyển qua một giai đoạn mới, giai đoạn đó là chuyển qua tổng công kích, tổng khởi nghĩa". Ông giải thích: "Tổng công kích, tổng khởi nghĩa... (theo) quan niệm của Lênin: khởi nghĩa ở đô thị là một cuộc cướp chính quyền, là giai đoạn đầu tiên của chiến tranh cách mạng, không có cuộc khởi nghĩa nào rồi là xong đâu, như ta làm Cách mạng Tháng Tám rồi, ta phải kháng chiến chín năm nữa". Nhưng, ông nhấn mạnh: "Cuộc khởi nghĩa ta nói đây là một giai đoạn cuối cùng, không phải giai đoạn đầu, không phải là một cú, mà là một giai đoạn... Ta có lý luận quân sự,... có những lực lượng quân sự khá mạnh, những chủ trương lớn và những mũi nhọn khá mạnh đánh ngay vào tim nó; vùng dậy cả về quân sự, chính trị trong một thời gian. Ở đây ta có nhảy vọt lên, nó có nhảy vọt xuống, ghê gớm lắm, không lường thế nào cho hết đâu. Nếu Sài Gòn bị sập một cái, nửa triệu người, vài ba chục vạn người cầm súng cho ta đánh nó thì lắm vấn đề lớn lắm, không lường hết được" (Báo Nhân Dân số ra ngày 7-1-2008).
[239] Báo Nhân Dân số ra ngày 7-1-2008.

những hy sinh, tổn thất lẽ ra có thể tránh được"[240]. Nhưng, không chỉ tấn công đợt đầu, theo Tướng Giáp: "Khi yếu tố bất ngờ đã không còn vẫn kéo dài tiến công vào đô thị; chậm chuyển hướng về củng cố, mở rộng, giữ vững vùng giải phóng và làm chủ ở nông thôn do đó đã gây cho ta nhiều khó khăn, tổn thất rất nặng nề"[241]. Từ chỗ đang giữ thế thượng phong trên chiến trường miền Nam, quân Giải phóng đã phải trải qua những ngày chống đỡ trong tuyệt vọng[242].

[240] Đại tá Tư Chu giải thích: "Theo kế hoạch chiến đấu Đợt Một Mậu Thân thì các đơn vị biệt động có nhiệm vụ xung kích, cố giữ các mục tiêu trong vòng một giờ, sẽ có các tiểu đoàn bộ binh mũi nhọn của các phân khu tiến vào tiếp ứng để đánh chiếm toàn bộ mục tiêu, tiêu diệt cơ quan đầu não của Mỹ-Ngụy, đồng thời có binh biến của một số đơn vị ngụy quân, có nổi dậy của hàng vạn thanh niên và quần chúng ở các quận nội đô để giành quyền làm chủ các địa bàn, mục tiêu ta chiếm được. Trên thực tế, không có binh biến cũng như nổi dậy, bộ đội chủ lực thì có nơi không vào kịp, hoặc không vào được, chỉ có các đơn vị biệt động đánh vào 5 mục tiêu một cách đơn độc, có đơn vị phải chiến đấu cho đến người cuối cùng".
[241] Võ Nguyên Giáp, Tổng Tập Lê Duẩn, Nhà Xuất bản Sự Thật 2002, trang 39.
[242] Ở Huế: Khoảng 2:40, một tiểu đoàn đặc công người Huế, 2 trung đoàn bộ binh người miền Bắc và một tiểu đoàn hỏa lực tràn vào chiếm Thành. Trong 6 ngày đầu của cuộc tấn công, Đại tá Tỉnh trưởng Thừa Thiên Phạm Văn Khoa phải trốn trên xà nhà của một bệnh viện. Quân Giải phóng đã trụ được 26 ngày và một số ngày trong khoảng thời gian này, cờ xanh - đỏ - sao vàng đã được kéo lên cột cờ cao nhất ở Huế. Nhưng, Huế đã bị tàn phá nặng nề bởi bom đạn của cả đôi bên: 14.000 thường dân chết; 24.000 dân thường bị thương, chưa kể gần 3.000 lính Sài Gòn và lính Mỹ; 627.000 người dân mất nhà mất cửa. Có nhiều người Huế đã bị bắt đi, bị thủ tiêu. Huế, đã trở thành một biểu tượng khiến cho khi nói về Mậu Thân, người dân miền Nam đã nghĩ ngay đến màu tang tóc. Ở miền Tây, theo Đại tướng Phạm Văn Trà: "Tiểu đoàn chúng tôi, ngày xuất quân với 7 đại đội đủ quân, xấp xỉ một nghìn tay súng, sau khi kết thúc đợt 1, chỉ còn trên một trăm cán bộ, chiến sĩ. Có tiểu đoàn, khi đánh vào Cần Thơ bộ đội ngồi chật cả trăm xuồng, khi ra chỉ vài chục chiếc, mỗi chiếc chở vài ba anh em. Đành rằng, trong chiến tranh, không phải lúc nào cũng lấy việc 'đếm xác' của hai bên trên chiến trường để kết luận sự thắng bại; nhưng để tổn thất lớn là điều chúng ta phải trăn trở, suy nghĩ; đặc biệt đối với chúng tôi là những người cầm quân trên chiến trường... Tôi nhớ khi đó anh em trong đơn vị đã truyền nhau mấy câu lục bát: "Vòng Cung đi để khó về/ Đạn chen đầu đạn, bom kề hố bom"; hay là: "Tướng là lên lộ đi xe/ Ai ngờ trở lại không ghe, không xuồng" (Vòng Cung: con lộ để xâm nhập Cần Thơ - Cái Răng). Chủ nhân của mấy câu lục bát ấy, một phóng viên mặt trận, bị phát hiện và chịu nhận hình thức cảnh cáo" (Phạm Văn Trà, Hồi Ký Đời Chiến Sỹ, Nhà Xuất bản Quân đội Nhân dân, 2009, trang 142-143). Trên thực tế chiến trường, Cuộc Tổng công kích và khởi nghĩa đã bị nghiền nát. Tài liệu kiểm điểm của Khu ủy Khu IX, nơi ông Võ Văn Kiệt làm Bí thư từ năm 1970, viết: Do "chăm bẩm vào khả năng giải phóng hoàn toàn", Khu ủy đã tập trung toàn lực, tấn công vào đầu não đô thị. Quân đội Mỹ và Sài Gòn, nhân cơ hội ấy, tiến hành "Bình định đặc biệt", "Bình định cấp tốc" ở vùng nông thôn, gom dân vào ấp, cán bộ đảng viên bị dạt ra khỏi dân. Quân đội Sài Gòn đóng thêm 1000 đồn bót. Trong số 250 xã miền Tây Nam Bộ, cuối năm 1968, có 50 xã, đảng viên phải ly hương; 40 xã khác, chỉ còn một hoặc hai đảng viên. Các trung đoàn chủ lực cũng bị đánh dạt sâu về Trà Vinh, U Minh. Trong khi số lượng du kích sụt, tân binh lại không tuyển được ngay cả trong những "xã giải phóng"... Trong Chiến dịch Mậu Thân, ông Võ Văn Kiệt đã vào sâu tận nội thành Sài Gòn, chiều mùng Một Tết, ông đã có mặt ở một xóm nhỏ gần đình Bình Đông, Quận 8. Tiền phương của Sài Gòn cũng nhận được những lệnh liên tiếp tập kích vào đô thị để "giành thắng lợi tối đa". Những người trực tiếp ở chiến trường như ông đã phải chứng kiến sự hy sinh quá lớn. Ông nói: "Lúc đó tôi đau đến mức nhiều lần bật khóc". Hơn 11 vạn quân Giải phóng đã hy sinh trên toàn chiến trường, còn thương vong của dân chúng thì không thể nào tính được. Phần lớn căn cứ địa quân Giải phóng ở nông thôn đã trở thành "đất trắng". Chưa bao giờ quân Giải phóng ở trong tình trạng như vậy, có những sỹ quan chỉ huy cấp sư đoàn cũng chịu không nổi, phải ra đầu hàng chính quyền Sài Gòn. Ngày 9-2-1999, khi nói chuyện với các tướng lĩnh làm Tổng kết chiến tranh, Tướng Giáp nói: "Có đồng chí chỉ huy gửi điện cho tôi nói rõ tình hình bộ đội tan tác, ẩn nấp trong rừng mặn ngập nước ở phía Đông Nam Sài Gòn, tướng không chỉ huy được quân nữa. Ở Huế, anh Trần Văn Quang gửi tôi một bức điện dài 16 trang, xin rút. Tôi đồng ý và viết điện trả lời. Sáng hôm sau giao ban thấy bức điện vẫn để nguyên trên bàn, tôi hỏi tại sao chưa gửi thì anh Văn Tiến Dũng trả lời: 'Việc này hệ trọng phải đem ra bàn bạc trong tập thể Quân ủy đã, mình anh quyết định sao được'.

Nhưng, không phải những căn cứ "Việt Cộng" bị biến thành đất trắng được đặc tả trên truyền thông Mỹ mà là cảnh Việt Cộng tấn công Tòa Đại sứ; cảnh những xác lính Mỹ bị giết trên đường phố Sài Gòn; cảnh Tướng Nguyễn Ngọc Loan bắn vào đầu một tù binh trong khi hai tay anh ta bị trói.

Tuần lễ đầu tiên của tháng 2-1968, số thương vong của lính Mỹ trong vòng một tuần đạt kỷ lục: 543 chết; 2.547 bị thương. Ngày 27-2-1968, người dẫn chương trình truyền hình có ảnh hưởng lớn khi đó, Walter Cronkite, "đã truyền những làn sóng gây sốc cho toàn Nhà Trắng bằng cách dự báo sự thất bại"[243]. Wall Street, một tờ báo được coi là đang ủng hộ Washington cũng lo sợ Mậu Thân sẽ "làm hỏng các mục tiêu đáng ca ngợi ban đầu"[244]. Đài truyền hình NBC ngày 10-3-1968 bình luận: "Đến lúc chúng ta phải xác định liệu việc phá hủy Việt Nam để cứu Việt Nam có phải là điều vô nghĩa"[245].

Ngày 31-3-1968, Tổng thống Johnson quyết định "ngừng ném bom đơn phương một phần trong khu vực bắc vĩ tuyến 20" và sẽ "ngừng ném bom hoàn toàn ngay khi các cuộc thương lượng quan trọng bắt đầu". Johnson tuyên bố "sẽ không có thêm lực lượng quân sự tăng cường lớn nào được phái sang Việt Nam". Cũng trong ngày hôm ấy Johnson nói rằng ông sẽ không ra tái ứng cử. Phản ứng của Washington là cơ sở để Hà Nội coi Chiến dịch Mậu Thân là: "Một chiến thắng đã làm lung lay tận gốc ý chí xâm lược của đế quốc Mỹ, buộc chúng phải bắt đầu xuống thang".

"NGHỊ QUYẾT 21"

Phải mất năm năm. Phải sau khi hàng vạn sinh linh của cả hai miền đã bị bom đạn nghiền nát suốt gần ba tháng ở Quảng Trị trong mùa hè năm 1972. Phải sau khi "Hà Nội, Hải Phòng và một số thành phố khác" bị tàn phá, hàng nghìn người bị chết bởi B-52 trong mùa Giáng sinh 1972. Ngày 27-1-1973, Hiệp định Paris mới được ký kết.

Điều quan trọng nhất mà ông Lê Duẩn chờ đợi trong hiệp định này là quân Mỹ rút mà quân miền Bắc không rút thì, ở trên bàn đàm phán, Kissinger đã chấp nhận từ năm 1971. Trên thực tế, ngay trong những tháng đầu nhậm

---

May mà lúc đó ở dưới, anh em đã rút. Đồng chí Tư Chu, chỉ huy Biệt động Sài Gòn, cũng có kể cho tôi nghe thực cảnh bộ đội sau năm 1968. Thiệt hại to lớn quá. Giá đắt quá! Về Huế thì anh Đặng Kinh, khi ấy là phó tư lệnh Mặt trận, biết quá rõ. Sau này anh ấy ra Bộ báo cáo và để lại nhiều tài liệu quan trọng. Những băn khoăn về Mậu Thân còn dai dẳng, thời gian cũng không thể che lấp được. Lịch sử đang đợi những người còn sống phải làm rõ, nhất là những người có chức, có quyền".

[243] Henry Kissinger, Ending the Vietnam War, Simon & Schuster, 2003, trang 47.
[244] Sách đã dẫn.
[245] Sách đã dẫn.

chức, Nixon đã đơn phương rút quân: từ 545.000 quân năm 1968, xuống còn 27.000 quân, năm 1972. Hiệp định Paris 1973 chỉ giúp cho sự ra đi của Mỹ có một tên gọi khác [246].

Sau Hiệp định Paris, theo Tướng Giáp, ở Hà Nội: "Có nhiều ý kiến muốn giữ vững hòa bình, thực hiện hòa hợp, tạo thế ổn định 5-10 năm… Cũng có một kế hoạch sử dụng 3,5 tỷ đôla mà phía Mỹ hứa bồi thường chiến tranh để làm vốn tích lũy ban đầu. Ngay ở Tổng Hành dinh cũng có ý kiến không muốn đánh trả e vi phạm hiệp định"[247].

Sáng 27-3-1973, tại phiên họp mở rộng của Bộ Chính trị, sau khi nghe báo cáo tình hình, Bộ trưởng Ngoại giao Nguyễn Duy Trinh đề nghị "cần tranh thủ tạo thế mạnh cho ta và có đối sách cụ thể với Mỹ"[248]. Bí thư thứ nhất Lê Duẩn kết luận: "Ta cần tranh thủ xây dựng lực lượng mọi mặt ở miền Nam, miền Bắc, quy trách nhiệm của Mỹ, buộc đối phương phải thi hành hiệp định"[249].

Ngày 28-3-1973, khi chủ trì họp Quân ủy Trung ương để triển khai Nghị quyết ngày 27-3-1973 của Bộ Chính trị, Tướng Giáp vẫn xác định phương châm tác chiến ở miền Nam là "kết hợp đánh chính quy và du kích, tác chiến với binh vận, chiến đấu với xây dựng lực lượng, tiêu diệt địch gắn với giành dân"[250]. Ngày 29-3-1973, Bộ Chỉ huy quân sự Mỹ ở Sài Gòn làm lễ cuốn cờ. Tướng Giáp xác định trong Hội nghị Quân ủy: "Đối tượng tác chiến lúc này là quân ngụy"[251]. Ngày 28-3-1973, Bí thư Quân ủy Võ Nguyên Giáp gửi điện cho các chiến trường, giải thích: "Tiến công quân sự bằng phản công của ta là chủ động tiến công, không phòng ngự đơn thuần"[252].

Nhưng, sau Hội nghị Bộ Chính trị ngày 27-3-1973, Tố Hữu cùng các đặc phái viên Nguyễn Thọ Chân, Đinh Đức Thiện, được cử vào Trung ương Cục phổ biến chủ trương của Bộ Chính trị theo hướng "đấu tranh chính trị là chủ yếu", các chiến trường phải tranh thủ thời cơ để "gò cương vỗ béo" nhằm thực hiện "hòa hợp dân tộc và thi đua hòa bình". Cùng thời gian này, tại các cơ quan của Miền, theo ông Lữ Phương, ông Trần Bạch Đằng triển khai tinh

---

[246] Xem Phụ lục: Đánh & Đàm.
[247] Võ Nguyên Giáp, Tổng Hành Dinh Trong Mùa Xuân Toàn Thắng, Nhà Xuất bản Chính trị Quốc gia, 2000, trang 48-49.
[248] Sđd, trang 54.
[249] Sđd, trang 55.
[250] Sđd, trang 55.
[251] Sđd, trang 55.
[252] Sđd, trang 55.

thần một bức "Thư Vào Nam" của Bí thư Lê Duẩn, theo đó, "hòa hợp, hòa giải dân tộc" là nhiệm vụ ưu tiên của thời kỳ sau hiệp định. Cuối năm 1972, ông Lê Duẩn đã bố trí cán bộ nghiên cứu việc hình thành và tham gia "chính phủ liên hiệp ba thành phần". Ông Phan Văn Khải, khi đó là vụ phó ở Ủy ban Kế hoạch Nhà nước là một trong những cán bộ được chọn. Đoàn của ông Khải đã vào Trung ương Cục chỉ vài tuần sau đoàn của ông Tố Hữu.

Sau khi nghe Bí thư Tố Hữu vào truyền đạt tinh thần thi hành Hiệp định Paris của Bộ Chính trị, Hội nghị Binh vận Miền tháng 4-1973 triển khai "năm cấm chỉ": cấm tấn công địch, cấm đánh địch đi càn quét, cấm bắn pháo vào đồn địch, cấm bao vây đồn bốt, cấm xây dựng ấp xã chiến đấu. Ở Khu IX, ông Võ Văn Kiệt và Thường vụ Khu ủy ra lệnh Binh vận Khu không phổ biến chủ trương này của Binh vận Miền.

Ông Võ Văn Kiệt kể, nhận được điện của Trung ương Cục, ông liền trao đổi ngay với Đại tá Lê Đức Anh và Thường vụ Khu ủy, triệu tập các tỉnh đội và đơn vị. Theo ông Kiệt, bản thân các đơn vị khi nghe nội dung chủ trương này đã cảm thấy rằng, "chắc chắn Khu ủy sẽ có chỉ đạo khác". Trước đó, ngày 2-2-1973, ở Khu IX, ông Võ Văn Kiệt triệu tập Hội nghị Thường vụ Khu ủy, "quán triệt" cấp dưới rằng không được "mơ hồ ảo tưởng" về hòa bình.

Tổng thống Nguyễn Văn Thiệu cũng hoàn toàn không "mơ hồ" khi ngầm triển khai một chiến dịch gọi là "tràn ngập lãnh thổ" nhằm chiếm 85% đất đai và kiểm soát 95% dân chúng miền Nam bốn mươi lăm giờ trước khi Hiệp định Paris có hiệu lực. Ngày 3-3-1973, ba mươi tiểu đoàn của Việt Nam Cộng hòa đã ồ ạt đánh vào Chương Thiện, dự kiến trong bảy ngày sẽ chiếm xong các mục tiêu, bịt cửa ngõ U Minh. Nhưng, các mũi tiến công đều bị chặn đứng, Khu IX tổ chức tấn công trên toàn địa bàn Quân khu.

Trước các nhà lãnh đạo Khu ủy và Quân khu, ông Kiệt khi ấy vừa trở thành ủy viên chính thức Trung ương Đảng, tuyên bố: "Mệnh lệnh tối cao lúc này là phải giữ đất, giữ dân". Ông Kiệt nhớ lại: "Chưa có cuộc họp nào mà tất cả các nơi về nhanh thế. Hội nghị chỉ kéo dài một buổi rồi tất cả lại phấn khởi đòi về ngay để giữ đất". Nhưng, nhiều nơi cho rằng "Khu ủy Tây Nam Bộ xé Hiệp định Paris". Trung ương Cục điện yêu cầu "Khu IX phải thấy tình hình mới".

Bộ Tư lệnh Miền phê bình và thông báo toàn Miền, đồng thời ra lệnh cho Đại tá Anh rút hai trung đoàn chủ lực về phía sau rèn luyện nếu không sẽ "đưa Đại tá Lê Đức Anh ra Toà án binh". Đại tá Anh sau khi trao đổi với ông Kiệt trả lời Bộ Tư lệnh: "Cho phép Quân khu IX thi hành chủ trương của Thường vụ Khu ủy". Ông Võ Văn Kiệt điện cho Trung ương Cục và Bộ Chính trị: "Nếu không chống địch lấn chiếm, để mất đất, mất dân lúc này là mất tất cả".

Sau khi nhận được điện của ông Kiệt, Bí thư thứ nhất Lê Duẩn cho triệu tập đại diện các khu, đại diện Trung ương Cục, đại diện Bộ Tư lệnh Miền ra

Hà Nội. Ngày 19-4-1973, các đại diện miền Nam, Phó Bí thư Trung ương Cục Nguyễn Văn Linh, Tư lệnh miền Nam Hoàng Văn Thái, Bí thư Khu IX Võ Văn Kiệt đã có mặt ở Hà Nội, báo cáo với Bộ Chính trị tại nhà khách Hồ Tây.

Ông Lê Duẩn có một phương pháp làm việc được Võ Văn Kiệt gọi là "bỏ túi nghị quyết". Nghĩa là, khi xuống cơ sở để triển khai nghị quyết thay vì bắt buộc cơ sở phải chấp hành những gì cấp ủy đã ban hành, phải lắng nghe xem, nghị quyết đề ra như vậy đã phù hợp chưa, nếu không phù hợp thì phải điều chỉnh nghị quyết chứ không phải điều chỉnh cuộc sống. Ông Kiệt gọi cách là đó là "đưa cuộc sống vào nghị quyết".

Khi những cán bộ chiến trường như ông Kiệt ra tới Hà Nội, ông Lê Duẩn yêu cầu các ủy viên Bộ Chính trị, các bộ, ngành phải dành đủ thời gian để nghe tình hình từng chiến trường. Ông Duẩn cũng chỉ thị cho những cán bộ từ chiến trường ra: "Bất cứ ủy viên trung ương nào cần nghe là phải báo cáo". Bản thân ông Lê Duẩn cũng cần tìm kiếm sự nhất trí cao trong Trung ương. Theo ông Kiệt thì khi ông mới ra Bắc, ông Tố Hữu vẫn còn gặp nhiều lần để "thuyết phục Khu IX thi hành nghị quyết gò cương vỗ béo".

Đó là lần đầu tiên ông Võ Văn Kiệt ra Hà Nội, lần đầu tiên làm việc nhiều với Bộ Quốc phòng, trong đó có Đại tướng Võ Nguyên Giáp. Tướng Lê Hai chỉ vào "lõm Tây Nam Bộ" trên bản đồ rồi hỏi: "Giữ được không?". Ông Kiệt nói: "Sẽ mất nếu rút lui. T3[253] cũng tùy thuộc vào cái thế chung của chiến trường. Nếu cả chiến trường tiếp tục tiến công, T3 sẽ giữ được. Nếu chiến trường rút, T3 mất". Không như các tướng Lê Hai, Văn Tiến Dũng, bộc lộ khá rõ chính kiến, Tướng Giáp nghe rất kỹ và hỏi rất cặn kẽ, nhưng gần như không bộc lộ quan điểm của ông và của Bộ Chính trị về việc thi hành Hiệp định. Chỉ một lần, ông nói: "Hoàn toàn ẩn cũng có lợi cho dân, nhưng, đánh lại như T3 là tích cực".

Khi ấy ông Võ Văn Kiệt chưa biết, trong vị thế khó khăn của mình, Tướng Giáp phải rất giữ gìn, tuy nhiên không phải tự nhiên mà ông đánh giá "T3 tích cực". Từ giữa tháng 4-1973, Tướng Giáp đã cho lập "Tổ Trung tâm" để xây dựng "đề cương kế hoạch chiến lược" mang bí số "305 TG1". Tổ do một vị tướng tâm phúc của ông phụ trách: Phó Tổng Tham mưu trưởng Lê Trọng Tấn.

Mùa hè năm 1973, Bí thư thứ nhất Lê Duẩn cho gọi Tướng Lê Hữu Đức lên và trước khi ra về, ông hỏi: "Bộ Tổng Tham mưu đang làm gì?". Ông Đức: "Dạ đang dự thảo kế hoạch chiến lược giải phóng miền Nam". Lê Duẩn: "Thế tôi nghe được không?". Theo Tướng Đức thì sau khi nghe, Lê Duẩn lệnh cho

---

[253] Mật danh của Khu IX.

cả Tổ Trung tâm sang trình bày kế hoạch cho ông nghe. Buổi chiều, Lê Trọng Tấn, Vũ Lăng cùng Lê Hữu Đức quay lại trình bày chi tiết. Lê Duẩn nói: "Tôi đang suy nghĩ như vậy. Hôm nay nghe xong, Tổ Trung tâm lại củng cố suy nghĩ đó của tôi. Tôi sẽ báo cáo Bộ Chính trị".

Việc báo ra Bộ Chính trị một "vấn đề tuyệt mật" đã làm cho các sỹ quan tác chiến lo lắng, Tướng Lê Trọng Tấn sau đó đã phải đi báo cáo xin ý kiến Văn Tiến Dũng và Tướng Giáp. Ông Hồ Ngọc Đại, con rể và là người sống cùng ông Lê Duẩn trong dinh thự số 6 Hoàng Diệu kể: Một lần khi vừa chạy xe suốt nửa ngày từ Hà Nội xuống Đồ Sơn thì ông Duẩn nhận được điện thoại của Tướng Lê Trọng Tấn đề nghị được báo cáo tình hình cho tổng bí thư. Lê Duẩn định kêu Tướng Tấn xuống Đồ Sơn nhưng ông Tấn không chịu vì theo nguyên tắc, bí mật quân sự chỉ có thể được nói trong tổng hành dinh. Thế là Lê Duẩn lại phải quay xe về Hà Nội dù khi ấy đường rất xấu[254].

Cũng trong thời gian từ tháng 3 đến tháng 8-1973, khi Trung ương đang nghe các chỉ huy chiến trường báo cáo và xác định hướng chiến lược sau Hiệp định Paris, ở Khu IX, Quân lực Việt Nam Cộng hòa liên tiếp mở các trận càn vào Chương Thiện với lực lượng lên tới bảy mươi lăm tiểu đoàn. Khu IX đã ngăn chặn thành công nỗ lực này của Sài Gòn. Theo Tướng Lê Đức Anh thì Trung đoàn 1, khi ấy do ông Phạm Văn Trà chỉ huy, đã đóng vai trò tích cực. Tháng 5-1973, khi Bộ Chính trị quyết định họp mở rộng ở Đồ Sơn, theo Tướng Giáp: "Không còn ai nghĩ tới nghỉ ngơi, hòa hoãn nữa"[255].

Ông Võ Văn Kiệt nhớ lại: "Hội nghị Trung ương 21 không còn phê phán Khu IX và quyết định sửa đổi chủ trương". Hội nghị Trung ương 21, khai mạc tháng 6-1973 và thông qua lần cuối vào ngày 4-10-1973, xác định: con đường cách mạng ở miền Nam là con đường bạo lực". Tướng Trần Văn Trà cho rằng: "Nếu như từ năm 1973, chúng ta tin bằng cách này hay cách khác, Hiệp định Paris sẽ được thi hành giống như chúng ta đã tin hai năm sẽ có tổng tuyển cử hồi Hiệp định Geneva… thì tình hình đã không như bây giờ"[256]. "Bây giờ"

---

[254] Các tướng lĩnh cho rằng Trần Quỳnh đã bịa đặt khi viết trong hồi ký: "Mọi việc quân sự, Lê Duẩn trực tiếp làm việc với Bộ Tổng tham mưu, có khi làm việc trực tiếp với Cục Tác chiến. Nơi làm việc có khi là trong Bộ Quốc phòng, có khi tại nhà riêng của Lê Duẩn, có khi tại khu nhà khách Trung ương Quảng Bá, có khi là khu nghỉ mát Đồ Sơn. Sau đó anh em ở Bộ Tham mưu, Cục Tác chiến làm đề án trình Quân ủy, rồi Quân ủy trình ra Bộ Chính trị quyết định. Cách làm việc của Lê Duẩn có tính cách gia đình, không biên bản không ghi âm. Lê Duẩn nói, anh em ghi chép. Chính cách làm việc này để lại hậu quả là kẻ có dã tâm nhận ý kiến của Lê Duẩn làm của mình".

[255] Võ Nguyên Giáp, Tổng Hành Dinh Trong Mùa Xuân Toàn Thắng, Nhà Xuất bản Chính trị Quốc gia 2000, trang 67.

[256] Trần Văn Trà, Hồi ký Kết Thúc Cuộc Chiến Tranh 30 Năm, Nhà Xuất bản Văn Nghệ Thành phố Hồ Chí Minh, 1982.

mà Tướng Trà đề cập là "Chiến dịch Hồ Chí Minh", trận đánh cuối cùng của Quân Giải phóng.

Khoảng một tháng sau khi ông Lê Đức Anh từ Hà Nội quay lại Bộ Tư lệnh Miền, Hà Nội công bố quyết định phong quân hàm vượt cấp lên trung tướng cho hai đại tá: Lê Đức Anh và Đồng Sỹ Nguyên, tư lệnh Bộ đội Trường Sơn.

CHIẾN DỊCH HỒ CHÍ MINH

Điều mà Bí thư thứ nhất Lê Duẩn lúc ấy băn khoăn là người Mỹ sẽ phản ứng thế nào khi vẫn "bạo lực" sau Hiệp định. Có lẽ như lời một bài hát lúc đó: "Vận nước đã tới rồi". Ngay trong năm 1973, Nixon bị cuốn vào vụ bê bối Watergate khiến ông phải từ chức. Ngày 1-9-1974, Gerald Ford lên thay Richard Nixon. Theo Kissinger, người tiếp tục được Tổng thống Ford giữ lại làm ngoại trưởng: "Quyết định đầu tiên của tổng thống là phản ứng như thế nào đối với khoản viện trợ không tương xứng cho Việt Nam"[257].

Ngân sách dành cho Sài Gòn đã giảm từ 2,1 tỷ đôla năm 1973 xuống còn 1,4 tỷ đôla năm 1974 và chỉ còn 700 triệu cho năm tài chính 1975, cho dù mức mà Nixon trước đó đề nghị vẫn là 1,4 tỷ đôla. Theo "bản ghi nhớ" ngày 12-9-1974 Kissinger chuyển cho Ford thì ngay cả khi Quốc hội Mỹ chuẩn thuận mức viện trợ quân sự 700 triệu đôla, thì Quân lực Việt Nam Cộng hòa khó có khả năng kháng cự[258]. Tính tới tháng 9-1974, 26.000 binh sĩ Việt Nam Cộng hòa đã bị tử trận kể từ khi ký Hiệp định Paris. Thế nhưng, Thượng viện Mỹ không những không tăng viện trợ theo đề nghị của tổng thống mà còn cắt đi 300 triệu.

Đầu năm 1974, khi tình hình bắt đầu "nước sôi lửa bỏng", trong một chuyến công tác, Tướng Giáp bị đau bụng dữ dội rồi ngất đột ngột. Ông kể, "khi tỉnh lại tôi thấy mình đang nằm trong máy bay trực thăng cấp cứu"[259]. Do Viện Quân y 108 không chẩn đoán ra bệnh, Bộ Chính trị quyết định đưa Tướng Giáp sang Liên Xô bằng một chuyến chuyên cơ. Tại Moscow có lúc tim ông đã ngưng đập trong mấy giây và trước khi chấp nhận một cuộc đại phẫu thuật

---

[257] Henry Kissinger, Ending the Vietnam War, Simon & Schuster , 2003, trang 493

[258] Quân lực Việt Nam Cộng hòa lúc đó ở trong tình trạng: "Không đủ để thay thế các thiết bị hư hỏng hoặc mất mát; Giảm 50 phần trăm hiệu năng của số máy bay đã hạ cánh thuộc 11 phi đội hàng đầu; Giảm 30 phần trăm sự hoạt động của các tầu biển và 82 phần trăm đối với các tầu sông; Quân nhu y tế sẽ sử dụng hết vào cuối tháng 5-1975; Nhiên liệu cho lục quân sẽ cạn kiệt vào cuối tháng 4-1975; Vào cuối năm tài chính 1975, Quân đội sẽ chỉ có một phần tư số dự trữ đạn dược tối thiểu cần thiết để đối phó một cuộc tấn công lớn; Các máy bay và thiết bị mặt đất không dùng đến sẽ bị hư hỏng nhanh chóng" (Henry Kissinger, Ending the Vietnam War, Simon & Schuster , 2003, trang 496).

[259] Võ Nguyên Giáp, Tổng Hành Dinh Trong Mùa Xuân Toàn Thắng, Nhà Xuất bản Chính trị Quốc gia, 2000, trang 93.

bệnh sỏi mật, ông đã viết "mấy điều dặn dò để lại". Tháng 4-1974, sau khi Tướng Giáp hồi phục, Liên Xô đã bố trí một máy bay để đưa ông trở về Hà Nội. Khi ấy, Văn Tiến Dũng cũng bị ốm phải đưa đi chữa bệnh ở nước ngoài.

Theo Tướng Giáp: Mùa hè năm 1974, khi cùng đi nghỉ ở Đồ Sơn, Lê Duẩn đã bàn với ông một loạt các vấn đề chiến lược và khi thấy sức khỏe của Tướng Giáp đã ổn sau khi mổ sỏi mật ở Liên Xô về, Lê Duẩn nói với Tướng Giáp: "Công việc rất quan trọng, khẩn trương. Anh nắm lấy mà làm". Ở Đồ Sơn, Tướng Giáp vừa an dưỡng, vừa hoàn thành dự thảo lần thứ sáu "kế hoạch chiến lược giành thắng lợi ở miền Nam". Ông vừa đi bộ quanh bán đảo Đồ Sơn, khi ấy là một khu chỉ dành riêng cho Trung ương, vừa trao đổi với những cán bộ đi cùng. Tuy nhiên, theo ông, kế hoạch chiến lược được giữ tuyệt mật, ông chỉ đọc ra cho Đại tá Võ Quang Hồ, cục phó Cục Tác chiến viết từng phần.

Khi Bộ Chính trị bàn "kế hoạch giải phóng miền Nam", theo Trung tướng Lê Hữu Đức: Hai hội nghị đầu suôn sẻ, nhưng từ hội nghị thứ 3 cho đến hội nghị thứ 6, sau khi Lê Duẩn gợi ý thảo luận phương án tổng khởi nghĩa, tức là dùng chủ lực đánh vào đầu não như hồi Mậu Thân rồi phát động nhân dân nổi dậy. Bộ Chính trị chuyển sang sôi nổi bàn về phương án tổng khởi nghĩa. 7/11 ủy viên Bộ Chính trị ủng hộ ý kiến này của Lê Duẩn. Tướng Giáp chỉ còn có hai ủy viên ủng hộ phương án tổng công kích.

Theo Tướng Lê Hữu Đức: "Kể từ khi Lê Duẩn ra Bắc, Tướng Giáp thường rất đơn độc, những tướng lĩnh trong Quân ủy như Văn Tiến Dũng, Song Hào, Lê Quang Đạo, Trần Quý Hai thường ngả theo ý kiến của ông Lê Duẩn. Lê Trọng Tấn là một vị tướng tài và trung thành với Tướng Giáp nhưng khi ấy ông chưa là uỷ viên Trung ương". Tuy nhiên, theo Tướng Lê Hữu Đức, "rất may là Bộ Chính trị đã không buộc thiểu số phục tùng đa số" và Tướng Giáp thì đã kiên trì thuyết phục.

Từ Hội nghị lần thứ 7, Bộ Chính trị bắt đầu chấp nhận phương án "tổng công kích" của Tướng Giáp. Tướng Lê Hữu Đức, thời gian ấy là cục trưởng Cục Tác chiến, thường xuyên phải làm việc với Lê Duẩn và trực tiếp ghi chép các ý kiến khác nhau trong Bộ Chính trị, kể: "Anh Lê Duẩn cứ cần nhằn tôi: sao Cục Tác chiến không thích tổng khởi nghĩa. Khi phương án 'tổng công kích' được chọn rồi, ông lại nói: đã tổng công kích sao không công kích thẳng vào Sài Gòn mà lại chọn Buôn Mê Thuột?".

Kế hoạch đánh Buôn Mê Thuột được Tướng Giáp trao đổi với Tướng Dũng chi tiết trong một cuộc gặp có mặt Tướng Hoàng Văn Thái ngay trước khi Văn Tiến Dũng vào miền Nam. Theo Tướng Giáp: từ giữa năm 1973, Tổ Trung tâm đã chọn hướng chiến lược là Tây Nguyên và trong một buổi làm việc, Tướng Hoàng Minh Thảo cho rằng, khi đã chọn hướng Tây Nguyên thì trước hết nên đánh Buôn Ma Thuột[260]. Tướng Giáp, Tướng Dũng đều nhất trí với lựa chọn này.

Theo Tướng Lê Hữu Đức: "Tháng 1-1975, ngay sau khi Lê Duẩn tán thành mở đầu cuộc tổng tiến công vào Buôn Mê Thuột Tướng Giáp ra lệnh cho Tướng Lê Trọng Tấn: kiên quyết phải làm đường vào sát Buôn Mê Thuột, phải có xe tăng, pháo lớn mới đánh đòn quyết định được. Khi ta làm chủ Buôn Mê Thuột, Tướng Giáp nói với chúng tôi: tình hình này không loại trừ địch rút khỏi Tây Nguyên. Hôm đó là ngày 11-3-1975, ngày 16-3-1975, đúng như dự đoán của anh, Ngụy rút".

Sáng 11-3-1975, ngay sau khi có tin Tướng Văn Tiến Dũng làm chủ hoàn toàn Buôn Ma Thuột, bao vây Kon Tum, Pleiku, Bộ Chính trị và Thường trực Quân ủy Trung ương nhóm họp, nhất trí đánh giá: "Ta có khả năng giành thắng lợi to lớn với nhịp độ nhanh hơn dự kiến và đồng ý kế hoạch tác chiến của Bộ Tổng Tham mưu". Trong một không khí rất hào hứng, gần cuối buổi họp, Lê Duẩn nói: "Trước ta dự định hai năm giải phóng miền Nam, nay tiếp theo Phước Long có Buôn Ma Thuột, ta có thể đẩy mạnh hơn không? Đề nghị Bộ Chính trị và các anh bên Quân ủy suy nghĩ xem ta đã có thể chuyển sang tổng tiến công chiến lược trên toàn miền Nam chưa?". Theo Tướng Lê Hữu Đức: "Anh Văn là người đầu tiên nhất trí với đề xuất của anh Ba. Tiếp đó, các đồng chí trong Bộ Chính trị đều tán thành"[261].

Từ ngày 11-3-1975 cho đến khi quân đội Sài Gòn rút chạy khỏi Tây Nguyên, Đại tướng Võ Nguyên Giáp hầu như làm việc tại Cục Tác chiến. Ông trực tiếp đọc hết các điện chiến trường gửi về. Cục trưởng Tác chiến Lê Hữu Đức có trách nhiệm hằng ngày vào lúc 19 giờ, tới nhà riêng ông Lê Duẩn báo cáo diễn tiến chiến trường và các kế hoạch tác chiến. Với tư cách là tổng tư lệnh trong chiến dịch, Tướng Giáp nắm vấn đề bao quát và đặc biệt liên hệ chặt chẽ với các tư lệnh chiến trường.

Theo Tướng Lê Hữu Đức, sau khi quân đội Sài Gòn rút chạy khỏi Tây Nguyên, Tướng Giáp và Thường trực Quân ủy nhất trí nên tác chiến phát triển về phía Đông, bố trí cụ thể sẽ do Tướng Văn Tiến Dũng quyết định. Tướng Lê Hữu Đức nói: "Anh Văn chỉ thị tôi sang báo cáo xin ý kiến chỉ đạo của anh Ba. Nghe xong, anh Ba tỏ ý phân vân. Từ năm 1972, anh Ba vẫn muốn tập trung lực lượng chủ lực, để khi có điều kiện, đánh uy hiếp Sài Gòn, giành thắng lợi quyết định. Ý anh là khi Tây Nguyên giải phóng,

---

[260] Võ Nguyên Giáp, Tổng Hành Dinh Trong Mùa Xuân Toàn Thắng, Nhà Xuất bản Chính trị Quốc gia, 2000.
[261] Lê Duẩn, Nhà Xuất bản Chính trị Quốc gia 2002, trang 664.

việc tiêu diệt địch và giải phóng các tỉnh ven biển miền Trung nên giao cho Quân khu V, lực lượng còn lại của Tây Nguyên nên tiến về Lộc Ninh, đánh vào Sài Gòn càng sớm càng hay. Nhưng, khi ấy các mặt chuẩn bị chiến trường, hiệp đồng tác chiến quy mô lớn chưa được chuẩn bị. May mà lúc ấy, anh Dũng cũng điện ra đề nghị cho phát triển về hướng Đông, phù hợp với Quân ủy Trung ương. Chúng tôi báo cáo lần nữa và được anh Ba đồng ý"[262].

Nhận được tin, Tư lệnh chiến trường Văn Tiến Dũng gửi Tổng Tư lệnh Võ Nguyên Giáp bức điện số 107: "Đêm qua tôi không ngủ được về ý định của tôi với chỉ thị phải tập trung Sư 10 về. May quá hai mươi lăm phút sau thì nhận được điện của anh. Tôi mừng quá về sự tâm đầu ý hợp của lãnh đạo và người ở chiến trường"[263].

Tướng Giáp dự định đi ngay vào Vĩnh Linh. Trực thăng đã sẵn sàng. Nhưng ông quyết định ở lại vì "tình hình chiến trường phát triển quá nhanh", Tổng Tư lệnh không thể rời Tổng Hành dinh. Sau ngày 18-3-1975, khi Bộ Chính trị họp tại Nhà Con Rồng, nhất trí đề nghị của Quân ủy, "giải phóng miền Nam trong năm 1975", Tướng Giáp đi vào Ninh Bình, ông quyết định đưa vào Nam Quân đoàn I, Quân đoàn cuối cùng ở miền Bắc. Khi ấy Quân đoàn I đang giúp dân đắp đê ở Ninh Bình theo kế hoạch nghi binh, nhận lệnh báo động, nhanh chóng theo trục Quốc lộ 1 hành quân vào Nam, chỉ để lại Sư đoàn 308 ở khu vực Hà Tây làm nhiệm vụ dự bị và bảo vệ Hà Nội.

Trước đó, từ ngày 17-3, Tướng Giáp liên tiếp gửi các "điện" đến Bộ Tư lệnh Trị Thiên và Bộ Tư lệnh Quân đoàn II đôn đốc đưa lực lượng xuống đồng bằng, chia cắt chiến lược giữa Huế và Đà Nẵng, cho phép sử dụng xe tăng và pháo lớn để tăng thêm sức đột kích, nâng cao tốc độ tấn công. Tướng Giáp phê bình Tướng Lê Trọng Tấn khi ông định lập kế hoạch trong vòng năm ngày, trong khi theo Tướng Giáp, khả năng quân đội Sài Gòn rút chạy là cao và Tướng Tấn chỉ có ba ngày để giải quyết chiến trường Đà Nẵng.

Ngày 24-3, Bộ Chính trị và Quân ủy họp, hạ quyết tâm: "Hành động nhanh chóng táo bạo, bất ngờ đánh cho địch không kịp trở tay, giải phóng Sài Gòn trước mùa mưa 1975". Bộ Chính trị cũng thông qua kế hoạch lập Mặt trận Quảng Đà, lấy mật danh là "Mặt trận 475" do Trung tướng Lê Trọng Tấn làm

---

[262] Lê Duẩn, Nhà Xuất bản Chính trị Quốc gia 2002, trang 665.
[263] Lê Duẩn, Nhà Xuất bản Chính trị Quốc gia 2002, trang 666.

tư lệnh, Thượng tướng Chu Huy Mân làm chính ủy, Trung tá Lê Phi Long được cử làm trưởng Phòng Tác chiến cánh quân này.

Sáng 25-3, Tướng Lê Trọng Tấn nhận những chỉ thị cuối cùng của Tướng Giáp và ngay chiều hôm đó, ông cùng bộ phận chủ yếu của cơ quan chiến dịch đi máy bay vào sân bay Quảng Bình, sau đó được chuyển tiếp bằng trực thăng vào Quảng Trị. Bộ Tư lệnh 475 đến vùng núi Tây Huế và chuyển theo đường 72 ra Động Truồi, định để chỉ huy đánh Huế, Đà Nẵng, nhưng theo ông Lê Phi Long: "Giữa đường thì được tin quân ta đã giải phóng Huế vào chiều 25-3". Không còn phải đánh nhau ở Huế, Quân đoàn I được lệnh quay lại Quảng Trị, chuyển trục hành quân từ Quốc lộ 1 sang đường Trường Sơn. Ba vạn người cùng với 1.053 xe pháo các loại, rầm rộ tham gia cuộc hành quân thần tốc, ngày 16-4 thì vào đến Đồng Xoài.

Thấy tình hình "chắc ăn", ngay sau Hội nghị Bộ Chính trị, Lê Đức Thọ "xung phong" vào chiến trường, ông rời Hà Nội vào ngày 28-3-1975. Như vậy, tại Bộ Chỉ huy Chiến dịch "giải phóng miền Nam" có tới ba ủy viên Bộ Chính trị: Lê Đức Thọ, Phạm Hùng và Văn Tiến Dũng. Ngày 14-4-1975, Bộ Chỉ huy Chiến dịch điện ra Hà Nội đề nghị đặt tên chiến dịch: Hồ Chí Minh. Một tuần trước đó, ngày 7-4, Tướng Giáp đã lệnh cho "Cánh quân Duyên Hải"[264] phải "thần tốc và táo bạo"[265] còn Tướng Lê Trọng Tấn thì khi ấy cũng đã chuẩn bị mọi mặt để thắng trong "trận cuối cùng".

Theo kế hoạch, ngày 27-4-1975 các hướng sẽ bắt đầu tiến đánh để ngày 29-4-1975, cả "Năm cánh quân" đồng loạt đánh vào Sài Gòn. Tuy nhiên, theo Tướng Lê Hữu Đức, tối 24-4[266], Tư lệnh Cánh quân Duyên Hải, Tướng Lê Trọng Tấn đã điện ra xin cho Quân đoàn II và Quân đoàn IV tiến công vào lúc 17 giờ ngày 26-4, vì nếu ngày 27 mới bắt đầu như các cánh quân khác thì sẽ không kịp "cùng lúc nổ súng". Cánh quân Duyên Hải lúc đó còn phải vượt qua hai con sông lớn: sông Đồng Nai và sông Sài Gòn.

Đọc bức điện khi đêm đã khuya vì vừa phải lần lượt đến tận nhà riêng của các vị Lê Duẩn, Trường Chinh, Phạm Văn Đồng báo cáo, nhưng thấy

---

[264] Tiền thân là Mặt trận Quảng Đà, gồm Quân đoàn II, Quân đoàn IV, Sư 3 và Quân khu V. Ngày 16-4-1975, lực lượng của "Cánh quân Duyên Hải" đã đánh vào Bộ Tư lệnh Quân đoàn III Sài Gòn ở Phan Rang, bắt sống Trung tướng Nguyễn Vĩnh Nghi và Chuẩn tướng Không quân Phạm Ngọc Sang và lúc bấy giờ đã đánh vỡ tuyến phòng thủ Sài Gòn từ xa, đưa một đạo quân gần bốn vạn người, cùng với 2.500 xe pháo các loại trong đó có gần 100 xe tăng thiết giáp, 250 xe kéo pháo vào khu vực tập kết.

[265] Điện ngày 7-4-1975 của Tướng Giáp gửi Lê Trọng Tấn: "Mệnh lệnh/1- Thần tốc, thần tốc hơn nữa, táo bạo táo bạo hơn nữa. Tranh thủ từng giờ từng phút xốc tới mặt trận, giải phóng Miền Nam. Quyết chiến và toàn thắng. 2- Truyền đạt tức khắc đến đảng viên, chiến sĩ./Văn".

[266] Trong cuốn Tổng tập Lê Duẩn, cả ông Lê Hữu Đức và bà Diệu Muội đều nhầm là ngày 29-4-1975.

tình hình khẩn cấp, Tướng Đức quyết định đánh thức Tướng Giáp. Xem xong bức điện, Tướng Giáp đồng ý ngay với Tướng Tấn. Tuy nhiên, rất thận trọng, ông đã cùng với cục trưởng Tác chiến mang bản đồ đến nhà Bí thư thứ nhất Lê Duẩn.

Sau khi để Tướng Đức đọc bức điện của Tướng Tấn xong, Võ Nguyên Giáp nói: "Đề nghị anh Ba cho đánh theo điện báo cáo của Tấn". Theo ông Lê Hữu Đức: Anh Ba nói ngay: "Đánh, đánh, cứ đánh ngay anh ạ! Bây giờ không chờ nhau nữa. Lúc này cánh quân nào thuận lợi thì cứ phát triển". Anh Văn hỏi thêm anh Ba: "Điện trả lời ký tên anh chứ?"[267]. Anh Ba nói: "Không, anh là tổng tư lệnh, cứ ký tên anh thôi". Sau một thoáng suy nghĩ, anh Ba nói thêm: "Nếu cần thì để cả tên tôi cũng được, hoặc nói rõ đã trao đổi với anh Ba và anh Ba hoàn toàn đồng ý"[268]. Cũng trong ngày 24-4, Tướng Tấn cử Trưởng phòng Tác chiến Cánh quân phía Đông Lê Phi Long trực tiếp đến Sở Chỉ huy Chiến dịch và Tướng Dũng cũng đồng ý để Cánh quân phía Đông đánh trước.

Ngày 30-4-1975, 10 giờ 50, Cục II báo cáo Tổng Hành dinh: "Quân ta đã vào dinh Tổng thống Ngụy"; 11 giờ 30, cục phó Cơ yếu mang vào phòng họp bức điện của Tướng Lê Trọng Tấn báo cáo, "một đơn vị thuộc Cánh quân phía Đông đã cắm cờ trên Dinh Độc Lập". Chiều hôm ấy, Tướng Giáp kể: "Tôi lên xe đi một vòng quanh Hà Nội. Cả một rừng cờ hoa dậy lên tự lúc nào. Người đi chật phố, chật đường như trảy hội".

"THỐNG CHẾ ĐI ĐẶT VÒNG"

Tháng 12-1976, tại Đại hội IV, tuy vẫn còn là bộ trưởng Bộ Quốc phòng, nhưng theo thứ bậc mới trong Bộ Chính trị, Tướng Giáp bị xếp sau Lê Đức Thọ. Năm 1977, Tướng Giáp thôi chức bí thư Quân ủy Trung ương, theo Điều lệ mới, chức vụ này sẽ thuộc về tổng bí thư. Năm 1980, ông phải giao chức bộ trưởng Quốc phòng cho Đại tướng Văn Tiến Dũng[269]. Trước Đại hội Đảng

---

[267] Trong chiến tranh, Cục Tác chiến là cơ quan trực tiếp báo cáo tình hình chiến trường và chuẩn bị các tài liệu, kể cả soạn thảo các nghị quyết cho Quân ủy và Bộ Chính trị, và các bức điện ký tên các nhân vật trong Bộ Chính trị. Theo Trung tướng Cục Trưởng Tác chiến Lê Hữu Đức, trong suốt 55 ngày đêm của Chiến dịch Hồ Chí Minh, chỉ có bức điện ngày 9-3-1975 là do chính tay ông Lê Duẩn viết, "Tất cả những bức điện ký tên Anh Ba khác đều do cơ quan Tác chiến chúng tôi dự thảo, anh duyệt và ký tên, cơ quan Tác chiến chuyển qua Cục Cơ yếu điện đi".

[268] Lê Duẩn, Nhà Xuất bản Chính trị Quốc gia, trang 667.

[269] Cũng năm ấy, ông Phạm Hùng được cử thay thế Bộ trưởng Nội vụ Trần Quốc Hoàn; Nguyễn Cơ Thạch chính thức làm Bộ trưởng Ngoại Giao thay thế Nguyễn Duy Trinh; ông Tố Hữu được cử làm Phó Thủ tướng đặc trách kinh tế.

lần thứ V, "Vụ án chống Đảng" tưởng đã khép lại từ năm 1967, lại được ông Lê Đức Thọ đưa ra bàn trong Bộ Chính trị.

Trong buổi Bộ Chính trị họp nghe "Vụ án chống Đảng", theo ông Võ Văn Kiệt[270]: "Anh Thọ cũng đưa ra những thông tin như Trần Quỳnh viết[271] nhưng anh Giáp bác bỏ. Tuy nhiên, anh Thọ vẫn kết luận. Bộ Chính trị không có cơ sở gì để quyết khác với những điều anh Thọ nói. Anh Lê Duẩn không nói gì, anh Phạm Văn Đồng không nói gì. Có thể có những ủy viên Bộ Chính trị biết vấn đề anh Giáp nhưng tôi thì không biết".

Về sau ông Kiệt chất vấn ông Phạm Văn Đồng: "Anh hiểu anh Giáp, anh có tiếng nói trong Bộ Chính trị, đó là cái gì?". Ông Đồng chỉ nói: "Tôi cũng biết uy tín anh Giáp trong dân", rồi cười. Ông Kiệt nói: "Uy tín trong dân của một con người là không thể xem thường. Nếu khai thác được uy tín đó của anh Giáp thì sẽ có lợi cho dân cho nước. Tôi không đồng tình với cách cư xử của một số anh với anh Giáp. Tôi kính trọng sức kiềm chế của anh. Đó cũng là bản lĩnh, nghị lực của một nhân vật lớn".

Theo Giáo sư Hồ Ngọc Đại, con rể ông Lê Duẩn, một hôm ông Giáp gọi điện thoại kêu ông Đại tới nhà, ông Đại nói: "Ông Giáp hẹn tôi 13 giờ, nhưng 15 giờ tôi mới đến. Gặp, ông bảo là đã chờ tôi lâu lắm rồi. Ông khoác vai tôi rồi nói: Đại đưa hộ thư này trực tiếp tới anh Ba giúp nhé. Té ra chiều hôm đó có cuộc họp bàn về vấn đề của Tướng Giáp. Tối tôi đưa thư cho ba tôi, ông nói: tào lao". Ông Hồ Ngọc Đại kể tiếp: "Có lần, tôi sang nhà số 2 Nguyễn Cảnh Chân chúc Tết Lê Đức Thọ. Tới nơi, tôi thấy ông Giáp cũng vừa đến. Từ trong nhà ra, ông Thọ đi qua trước mặt mà không thèm chào ông Giáp một câu, bước đến ôm lấy tôi. Có lần ông Thọ nói ông còn để cái đầu ông Giáp trên cổ là đã may lắm".

---

[270] Khi ấy là ủy viên dự khuyết Bộ Chính trị.

[271] "Vụ án chống Đảng" mà Lê Đức Thọ tiến hành được trợ lý của Tổng Bí thư Lê Duẩn, ông Trần Quỳnh, viết: "Đặng Kim Giang khai, linh hồn của tổ chức là Võ Nguyên Giáp. Họ liên lạc với Đại sứ Shcherbakov". Đại sứ Shcherbakov được coi là một "sĩ quan tình báo" của Liên Xô. Theo Trần Quỳnh thì đích thân Lê Đức Thọ và Trần Quốc Hoàn đã báo cáo với Lê Duẩn về "vai trò của Võ Nguyên Giáp trong tổ chức chống Đảng này". Trần Quỳnh viết: "Lê Đức Thọ và Trần Quốc Hoàn đề nghị kỷ luật những người cầm đầu: Khai trừ ra khỏi Đảng, cách chức, quản thúc một số, nhưng cho hưởng nguyên các chế độ đãi ngộ... Riêng về Giáp kỷ luật được đề nghị là khai trừ khỏi Bộ Chính trị, Lê Duẩn không đồng ý. Lê Duẩn nói rằng chúng ta đang cần đến sự giúp đỡ của Liên Xô trong công cuộc xây dựng miền Bắc và nhất là trong sự nghiệp giải phóng miền Nam. Giáp là người của Liên Xô, nếu kỷ luật Giáp sẽ động đến Liên Xô ảnh hưởng không nhỏ đến sự viện trợ của Liên Xô. Tôi đề nghị cứ để Giáp ở lại trong Bộ Chính trị. Ta sẽ có cách làm việc với Giáp làm cho sự ở lại và có mặt của Giáp không gây ra những hậu quả có hại" (Những kỷ niệm về Lê Duẩn).

Tại Đại hội V, Võ Nguyên Giáp, Nguyễn Duy Trinh, Trần Quốc Hoàn, Lê Văn Lương và Nguyễn Văn Linh được đưa ra khỏi Bộ Chính trị. Ông Hoàng Tùng cho rằng: "Lê Đức Thọ phải đưa cùng lúc năm người ra khỏi Bộ Chính trị để khỏi mang tiếng nhưng thực chất của việc thay đổi này là nhằm vào ông Giáp". Tuy nhiên, theo ông Hoàng Tùng: "Trước đó, cả ông Thọ và ông Lê Duẩn đều nhiều lần công khai đánh giá thấp khả năng, kể cả khả năng cầm quân, của Tướng Giáp".

Năm 1983, Đại tướng Võ Nguyên Giáp được giao kiêm nhiệm chức chủ tịch Ủy ban Quốc gia về sinh đẻ có kế hoạch trong khi Tố Hữu vào Bộ Chính trị giữ chức phó thủ tướng thường trực. Dân gian truyền nhau: "Nhà thơ làm kinh tế/ Thống chế đi đặt vòng".

Năm 1984, Nhà nước tổ chức nhiều hoạt động kỷ niệm "30 năm chiến thắng Điện Biên Phủ", báo chí đăng hàng loạt hồi ký, bài viết của cả người Việt và người Pháp. Các bài viết đăng trên báo Nhân Dân từ tháng 3 đến tháng 5-1984, trong khi nói rất kỹ về Henri Navarre và Christian de Castries, đã không hề nhắc tên Võ Nguyên Giáp, vị tư lệnh chiến dịch đã đánh bại hai viên tướng Pháp này.

Ngày 7-5-1984, đúng ngày kỷ niệm chiến thắng, báo Nhân Dân đăng trên trang nhất bức ảnh chụp Hồ Chí Minh, Trường Chinh, Võ Nguyên Giáp, nhưng thay vì nêu tên từng cá nhân, Nhân Dân chỉ chú thích: "Bộ Chính trị Trung ương Đảng quyết định chủ trương tác chiến Đông-Xuân 1953-1954". Các bài viết trên tờ Quân Đội Nhân Dân cũng không có tên "Võ Nguyên Giáp".

Theo Đại tá Nguyễn Văn Huyên, khi Đại tướng Hoàng Văn Thái công bố hồi ký Điện Biên Phủ-Chiến Dịch Lịch Sử, đăng nhiều kỳ trên báo Quân Đội Nhân Dân, trong mấy kỳ đầu, tờ báo này đã tự ý cắt bỏ tên của Tướng Giáp. Khi có sự kiện bắt buộc phải nhắc đến vai trò của ông, báo Quân Đội Nhân Dân bèn gọi theo chức vụ "tổng tư lệnh" hoặc "bí thư Tổng Quân ủy" thay vì gọi "Đại tướng Võ Nguyên Giáp" hoặc "anh Văn" thân mật. Tướng Hoàng Văn Thái nổi giận đòi ngưng, tên của Tướng Giáp thỉnh thoảng mới xuất hiện trở lại trên tờ Quân Đội Nhân Dân trong hồi ký của ông Hoàng Văn Thái.

Tờ Nhân Dân và Quân Đội Nhân Dân trong hai ngày 7 và 8-5-1984 đã dành gần như toàn bộ 4 trang A3 để nói về Điện Biên. Nhưng, trong xã luận, trong các bài diễn văn đã không hề có tên Tướng Giáp. Trên số báo ra ngày 8-5-1985, hai tờ Nhân Dân và Quân Đội Nhân Dân cùng đưa tin về lễ "Mít tinh trọng thể kỷ niệm lần thứ 30 chiến thắng Điện Biên Phủ" tổ chức tại Hà Nội vào chiều 7-5, cùng nhắc tới Võ Nguyên Giáp trong danh sách "Đoàn Chủ tịch cuộc mít tinh", nhưng chỉ bằng một cái tên trống không - xếp sau Phạm

Hùng, Văn Tiến Dũng, Chu Huy Mân, Nguyễn Hữu Thọ - không "đại tướng" và không nói gì tới vai trò của ông trong "chiến thắng" mà "cả nước" đang "nức lòng ca ngợi" ấy[272].

Trong khi đó, báo chí đầu thập niên 1980 lại đăng dồn dập nhiều loạt bài mô tả vai trò của Bí thư Lê Duẩn như là một "tổng tư lệnh trên thực tế" của cuộc "kháng chiến chống Mỹ"[273]. Trong loạt bài Thời Thắng Mỹ, Thép Mới dẫn lời Lê Đức Thọ kể chuyện năm 1955, Lê Duẩn đã tiên tri cuộc chia tay Bắc-Nam sẽ kéo dài hai mươi năm[274]. Cũng trong loạt bài này, Lê Duẩn được mô tả như là một người đề xuất hầu hết các chủ trương lớn của Đảng Cộng sản Việt Nam. "Bác là người đầu tiên tán đồng những ý kiến đề xuất của anh Ba trước Bộ Chính trị, ngay sau khi anh ra Bắc"[275]. Theo Thép Mới thì: "Sự vĩ đại của Bác Hồ là lắng nghe" anh Ba và sau khi nghe, Bác bảo với anh: "Chú nói đúng"[276].

---

[272] Chỉ có tờ Tổ quốc, cơ quan của Đảng Xã hội Việt Nam, vào dịp 7-5-1984 vẫn phát hành một số đặc biệt nói về Điện Biên Phủ, trong đó ca ngợi tài năng và, lần đầu tiên nói đến quyết định "kéo pháo ra" của Tướng Giáp. Tuy tờ Tổ quốc là của Đảng Xã hội, nhưng tổng biên tập, ông Hàm Châu vẫn là một đảng viên Đảng Cộng sản Việt Nam, nên việc ca ngợi Tướng Giáp đã khiến ông Hàm Châu bị Ban Tuyên huấn của Đảng Cộng sản Việt Nam nhắc nhở. Theo ông Hàm Châu: Ông Phan Quang, vụ trưởng báo chí của Ban Tuyên huấn Trung ương, gọi ông lên hỏi: "Vì sao đã có chỉ thị không nhắc tên cá nhân anh Giáp mà Tổ quốc vẫn đưa?". Chủ trương không nhắc tên Võ Nguyên Giáp trong các bài kỷ niệm ba mươi năm chiến thắng Điện Biên Phủ là một "chỉ thị miệng" chỉ được Lê Đức Thọ truyền đạt tới ba cơ quan báo chí lớn: Nhân Dân, Quân đội Nhân dân và Thông tấn xã Việt Nam. Trong cuộc gặp này, Lê Đức Thọ nói: "Từ nay đừng bao giờ nhắc đến tên cái ông tướng đội mũ phớt nữa". Ông Hàm Châu nói: "Thậm chí, Lê Đức Thọ còn định lấy ngày thành lập đội du kích Bắc Sơn, 14-2-1941, thay vì ngày thành lập Đội tuyên truyền giải phóng quân 22-12-1944 làm ngày thành lập quân đội". Cho dù "chỉ thị miệng" này ngay sau đó được các đồng nghiệp ở báo Nhân Dân, Quân đội Nhân dân truyền đi. Nhưng, về lý thì không thể kỷ luật những người không nhận được lệnh này một cách trực tiếp. Phan Quang chấp nhận giải trình của Hàm Châu. Ông Hàm Châu nói: "Thâm tâm, chính Phan Quang cũng không đồng ý với chỉ thị của ông Lê Đức Thọ".

[273] Nhân sinh nhật lần thứ 75 của Tổng Bí thư Lê Duẩn, báo Nhân Dân số ra ngày 7-11-1982 đăng bài "Sáng tạo, một tấm gương lớn" của Thép Mới viết về cuộc đời của Tổng Bí thư Lê Duẩn. Sau khi nhắc đến Nguyễn Trãi, Hồ Chí Minh, Thép Mới coi "Đề cương cách mạng miền Nam" như một loại sách "Bình Mỹ" mà Lê Duẩn đã "thai nghén từ Biên bạch tới Sài Gòn" để sánh với quyển sách "Bình Ngô" mà Nguyễn Trãi ngồi ở "góc thành Nam, lều một gian" viết 600 năm trước. Dẫn lại một nhận xét về Lê Duẩn của Hoài Thanh: "Mỗi lần anh phát biểu ý kiến, chúng ta đều thấy có gì mới và sâu, soi sáng rất nhiều cho chúng ta", Thép Mới viết: "Có sức nghĩ của những con người là chỗ dựa cho mạch nghĩ của cả một thế hệ và là điểm tựa chắc chắn cho cả mai đây". Từ năm 1984, Ban Bí thư cử một nhóm viết tiểu sử và hồi ký cho Tổng Bí thư Lê Duẩn, nhóm gồm ba người: Thép Mới, Bùi Tín và Đống Ngạc, thư ký riêng của Lê Duẩn. Nhóm được ông Lê Duẩn trực tiếp kể về mình tại nhà nghỉ Hồ Tây hoặc tại Đồ Sơn. Cùng nghe có ông Hoàng Tùng, Bí thư Trung ương Đảng. Đến buổi thứ 5 thì Bùi Tín xin rút. Loạt bài, Thời Thắng Mỹ (đăng 17 kỳ liên tiếp mỗi tuần từ số báo Nhân Dân ra ngày 21-1-1985), về sau xuất hiện trên báo Nhân Dân chỉ còn đứng tên Thép Mới.

[274] Trong phần nói về cuộc tập kết năm 1955, Thép Mới viết: "Đến giờ kéo neo tàu chạy, anh Ba nắm tay anh Sáu (Lê Đức Thọ): 'Anh ra thưa với Bác là tất cả đồng bào, đồng chí trong này ngày đêm mong Bác sống lâu, mạnh khỏe. Anh cho tôi gửi lời chào Bác, anh Trường Chinh và tất cả các anh ngoài đó. Tình hình này thì dễ đến mười tám, hai mươi năm, anh em ta mới lại gặp nhau". Lịch sử Nam-Bắc sau đó đã bị phân chia đúng 20 năm: 1955-1975 như... "tiên tri" của Lê Duẩn.

[275] Thép Mới, Thời Thắng Mỹ, đăng 17 kỳ liên tiếp mỗi tuần từ số báo Nhân Dân ra ngày 21-1-1985.

[276] Thép Mới, sách đã dẫn.

Tháng 3-1985, Tướng Giáp, lúc này đã không còn chức bộ trưởng Bộ Quốc phòng, vào Huế dự lễ mừng "10 năm giải phóng". Cùng đi với ông có Tướng Lê Trọng Tấn, tổng tham mưu trưởng và Tướng Lê Phi Long. Họ được đón tiếp khá nồng hậu và được bố trí nghỉ tại khu nhà nghỉ xưa kia của Ngô Đình Cẩn.

Tướng Lê Phi Long kể: "Anh Văn gọi tôi tới cùng đi dạo chơi quanh vườn và nói: 'Lâu nay các cậu có nghe người ta nói gì không?'. Tôi trả lời. Anh bảo: 'Sao không thấy nói lại! Trong tình hình phức tạp hiện nay, con người ta có thể bị phân hóa thành ba thái độ: một là thẳng thắn đấu tranh bảo vệ sự thật, chân lý; hai là trong khi chưa có điều kiện nói ra sự thật thì ngồi yên kiên trì chờ đợi; ba là cơ hội, xuyên tạc, sẵn sàng đổi trắng thay đen, bóp méo sự thật. Các cậu có đủ dũng khí thì theo cách một, chưa có điều kiện thì chọn cách hai, còn cách ba, thì phải tuyệt đối tránh".

Hôm sau, đoàn của Tướng Giáp vào Đà Nẵng bằng đường bộ. Trên đèo Hải Vân, khác với không khí nồng hậu mà Huế dành cho Đại tướng, Đà Nẵng chỉ cử một tỉnh ủy viên trẻ măng, vô danh ra đón, không có đại diện Quân khu, Tỉnh đội. Tướng Lê Phi Long nhớ lại: "Chúng tôi rất bực mình, nhưng anh Văn vẫn bình thản".

Đêm ấy, đoàn nghỉ ở nhà khách Mỹ Khê, sáng hôm sau, theo chương trình, sẽ đến đặt vòng hoa tại đài liệt sỹ trước khi dự lễ mừng chiến thắng. Nhưng đợi mãi, không thấy ai phát thư mời và phù hiệu cho đoàn của "anh Văn". Các sỹ quan đi cùng hỏi thì được trả lời: "Ai không có giấy thì coi như không được mời".

Lễ mừng Chiến thắng Đà Nẵng năm ấy được tổ chức trọng thể vì có Tổng Bí thư Lê Duẩn tới dự. Tướng Lê Phi Long kể: "Chúng tôi rất băn khoăn, liền xin ý kiến của anh Tấn và anh Văn". Trong đoàn có ý kiến đề nghị thôi không dự lễ nữa. Tướng Giáp suy nghĩ rất lâu rồi nhẹ nhàng nói: "Chúng ta vào đây không phải vì lễ lạt mà còn để viếng những đồng đội, đồng chí đã ngã xuống trên mảnh đất này. Đã tổ chức viếng thì phải tổ chức trang trọng, chu đáo theo đúng nghi thức quân đội".

Lập tức, Tướng Lê Trọng Tấn ra lệnh cho Bộ Tư lệnh Quân khu V tổ chức một lễ viếng riêng có đủ tiêu binh, quân nhạc và đích thân một vị trong Bộ Tư lệnh phải tháp tùng. Sáng hôm sau, xung quanh đài liệt sỹ, dân chúng kéo đến rất đông. Những người dân ấy không phải đến vì được triệu tập mà đến để nhìn Tướng Giáp.

Trong lễ "kỷ niệm 10 năm giải phóng miền Nam" tổ chức tại Hà Nội vào ngày 30-4-1985. Võ Nguyên Giáp vẫn được ngồi trên "Đoàn Chủ tịch", nhưng trong danh sách mà báo Nhân Dân ngày 1-5-1985 đăng, ông được xếp đứng sau chín người, trong đó có nhiều người từng là cấp dưới của ông trong chiến tranh như Văn Tiến Dũng, Võ Chí Công, Chu Huy Mân, Đỗ Mười, Nguyễn Cơ Thạch… Đây là thứ bậc dựa trên chức vụ trong Đảng mà ông nắm giữ trong thời điểm 1985. Tên ông chỉ được đặt bên cạnh hai chức danh: ủy viên Trung ương Đảng, phó chủ tịch Hội đồng Bộ trưởng.

Từ sau khi Tướng Giáp rời khỏi Bộ Quốc phòng, báo chí nhà nước không bao giờ gọi ông là "đại tướng". Nhưng, cũng trong suốt thời gian ấy, Võ Nguyên Giáp gần như rất ít khi rời khỏi bộ quân phục của mình. Trong những chuyến công du hiếm hoi mà ông được cử, Võ Nguyên Giáp luôn mặc bộ lễ phục cấp tướng sang trọng màu trắng.

Ông vẫn sống trong biệt thự 30 Hoàng Diệu. Quân đội, ngay cả trong thời kỳ Lê Đức Anh làm bộ trưởng Bộ Quốc phòng, vẫn giữ lực lượng vệ binh gác nhà ông. Nhưng, cao hơn cả mọi nghi lễ là sự ngưỡng mộ mà các tướng lĩnh, quân đội, dân chúng dành cho ông. Tên tuổi Tướng Giáp càng bị biên tập khỏi các trang báo Nhân Dân thì nhân dân lại càng nhắc đến ông trong đời thường của họ. Là một ông thầy dạy sử, có lẽ Tướng Giáp biết được vị trí trong lịch sử của mình. Ông đã đi qua những tháng ngày bị xếp xuống hàng cuối cùng trên những khán đài, lặng lẽ và sừng sững.

Sau Đại hội Đảng lần thứ VII, năm 1991, Tướng Giáp chính thức rời khỏi chính trường. Cho dù vụ "Năm Châu-Sáu Sứ", theo ông Võ Viết Thanh, chỉ là một vụ án được dựng lên, Bộ Chính trị đã chưa một lần minh oan như ông đề nghị. Mãi tới năm 1994, trong lễ "kỷ niệm 40 năm Chiến thắng Điện Biên Phủ", tên tuổi của ông mới chính thức được nhắc lại trong một "diễn văn nhà nước".

Đó là bài diễn văn của Thủ tướng Võ Văn Kiệt đọc vào tối 6-5-1994: "Xin chào mừng Đại tướng Võ Nguyên Giáp, thời đó là tổng tư lệnh Chiến dịch Điện Biên Phủ, người đã chấp hành triệt để và sáng tạo quyết định của Chủ tịch Hồ Chí Minh và Bộ Chính trị, cùng Bộ Chỉ huy Chiến dịch, chỉ đạo trận quyết chiến chiến lược Điện Biên Phủ giành toàn thắng". Ông Võ Văn Kiệt nhớ lại: "Trước đó, khi Bộ trưởng Quốc phòng Đoàn Khuê lên Điện Biên Phủ kỷ niệm 40 năm, diễn văn của Đoàn Khuê không hề nhắc một câu tới anh Giáp".

Cho dù trong bài diễn văn được viết công thức và rào đón của ông Kiệt, phần nói về Tướng Giáp vỏn vẹn chỉ có năm mươi chín từ, nhưng chỉ cần cái tên Tướng Giáp được xướng lên cũng đủ làm cho Cung Văn hóa Việt-Xô òa vỡ. Thật khó biết điều gì đang diễn ra trong lòng Tướng Giáp, từ lâu ông đã có một gương mặt rất ít biểu lộ. Nhưng những giọt nước mắt của những người có mặt hôm ấy thì không thể kềm chế, chúng lăn rất nhanh trên má họ; trong khi, tiếng vỗ tay kéo dài.

[CHƯƠNG 15 • TƯỚNG GIÁP] 179

■ Tướng Giáp thăm lại Điện Biên - Ảnh: Katherine Karnow.

■ Trung tướng Lê Hữu Đức, Cục trưởng Tác chiến trong Chiến dịch Hồ Chí Minh - Ảnh: Mai Kỳ

■ Đại tá Lê Trọng Nghĩa, Cục trưởng Quân báo trong thập niên 1960 (bị bắt 1-1968) - Ảnh: Mai Kỳ

■ Tướng Giáp trả lời phỏng vấn tác giả.

phần IV . **TAM NHÂN**

CHƯƠNG 16 . THỊ TRƯỜNG

Coca Cola xuất hiện ngay sau khi Mỹ bỏ cấm vận.
KATHERINE KARNOW

NGÀY 28-4-1989, BỘ TRƯỞNG NGOẠI giao Việt Nam Nguyễn Cơ Thạch cùng với Bộ trưởng Thương mại "hai nước anh em", Lào và Campuchia, đến Bangkok dự Hội thảo "Đông Dương: từ chiến trường chuyển sang thị trường"[277]. Ở trong nước, từ các nhà lãnh đạo vĩ mô, các trường đại học, cho đến từng cơ sở kinh doanh, bắt đầu tìm kiếm tài liệu để chuẩn bị sự

---

[277] Do Bộ Thương mại Thái Lan phối hợp với hai tờ báo The Nation và The Asian Wall Street Journal.

hiểu biết cho thời kỳ chuyển đổi. Cho dù những trải nghiệm ban đầu bao gồm cả những đổ vỡ, nhưng những gì mà kinh tế thị trường kiến tạo đã làm thay đổi đến từng ngóc ngách đời sống và toàn bộ bộ mặt xã hội Việt Nam.

TÁI LẬP HÒA BÌNH

Người Thái, Malaysia và Singapore cũng đã từng có lợi ích khi cung cấp hậu cần cho Chính phủ Liên hiệp 3 phái Campuchia chống Việt Nam. Tuy nhiên, một Đông Dương đối đầu không phải là lựa chọn của các quốc gia lân cận. Không chỉ có nguy cơ chiến sự, từ cuối thập niên 1970, người tị nạn Việt Nam tràn ngập Thái Lan, Malaysia, Indonesia, Philippines…

Ông Võ Văn Kiệt kể: "Năm 1987, khi tôi thăm chính thức Malaysia[278], Thủ tướng Mahathir đã tiếp với thái độ rất giận dữ. Ba lần ông lớn tiếng khẩn thiết đề nghị Việt Nam phải giải quyết dứt điểm vấn đề người tị nạn. Tôi đợi ông dứt lời rồi nói rằng chúng tôi cũng đau lắm. Chúng tôi chiến đấu với niềm tin là để giành độc lập. Khi chiến tranh kết thúc, có độc lập, mà người Việt không thể ngồi lại với nhau, người Việt vẫn bỏ nước ra đi, thì nỗi đau ấy còn ghê gớm hơn sự chia rẽ của chiến tranh".

Khi ấy, đang có 282.000 thuyền nhân Việt Nam ở Malaysia nơi tổ chức cộng sản chịu ảnh hưởng của Bắc Kinh đang làm loạn. Đại sứ Việt Nam tại Indonesia và Malaysia, ông Trần Huy Chương, thừa nhận: "Chính quyền Malaysia lo sợ cộng sản Việt Nam trà trộn trong những người Việt tị nạn móc nối với lực lượng cộng sản theo Mao đang hoạt động trên đất nước họ".

Tháng 2-1990, khi đến Davos, Thụy Sỹ, dự Diễn đàn Kinh tế Thế giới, ông Kiệt ngạc nhiên thấy sự phồn vinh của một quốc gia phương Tây. Ông thừa nhận, trước đây khi đến Liên Xô và các nước Đông Âu, thấy sự phát triển của họ, ông đã tưởng như đó là ước mơ của mình. Nhưng Thụy Sỹ so với Đông Âu hay Liên Xô mà ông biết chỉ là một trời, một vực. Ông hỏi người phiên dịch, bà Tôn Nữ Thị Ninh: "Điều gì giúp họ giàu có thế?". Bà Ninh nói: "Thưa anh, đấy là ân huệ của hòa bình".

Năm 1991, các nhà lãnh đạo mới của Việt Nam như Đỗ Mười, Lê Đức Anh, Võ Văn Kiệt đều thống nhất với nhau, cho dù quá khứ thế nào thì Việt Nam vẫn phải làm bạn với ASEAN. Ngày 28-10-1991, trong cuộc hội đàm tại Bangkok với Thủ tướng Thái Lan Anand Panyarachun, Chủ tịch Hội đồng Bộ trưởng Võ Văn Kiệt hoàn toàn chia sẻ với người Thái ý tưởng "biến Đông

---

[278] Khi đó là Phó Chủ tịch Hội đồng Bộ trưởng.

Dương thành một thị trường"[279]. Khi Đông Dương vẫn còn là một chiến trường thì không chỉ có Việt Nam mà các quốc gia lân bang cũng không thể nào hưởng "ân huệ hòa bình" trọn vẹn.

Trong khi Hà Nội có nhiều nỗ lực để bình thường hóa quan hệ với các quốc gia, nhiều tổ chức, cá nhân cũng tích cực nhắc nhở Hà Nội và cộng đồng quốc tế quan tâm tới số phận của những quan chức Việt Nam Cộng hòa đang bị cải tạo trong các trại. Năm 1977, ở Mỹ, bà Khúc Minh Thơ lập "Hội Gia đình tù chính trị Việt Nam". Chồng bà Thơ, Đại tá Nguyễn Văn Bê, lúc ấy đang ở trong trại cải tạo. Hội của bà Thơ đã vận động giới lập pháp, hành pháp Hoa Kỳ, vận động Tổng Thư ký Liên Hợp Quốc và cả Đức Giáo hoàng, gây sức ép để Việt Nam thả chồng con của họ. Số phận những người đã từng làm việc cho đồng minh Mỹ ở Sài Gòn bắt đầu được mặc cả trên bàn đàm phán[280].

Tại một cuộc họp của Ủy ban Trung ương Mặt trận Tổ quốc Việt Nam, Tướng Nguyễn Hữu Hạnh đã đưa vấn đề giam giữ quá lâu những người một thời là đồng đội của ông ra chất vấn. Theo Tướng Hạnh thì Chủ tịch Mặt trận lúc ấy là ông Nguyễn Hữu Thọ, sau đó đã gặp riêng, đề nghị ông chuyển ý kiến "phát biểu miệng" ấy thành một tham luận đọc trong Đại hội lần thứ III của Mặt trận Tổ quốc Việt Nam, diễn ra tại Hà Nội năm 1988.

Cho dù được Cách mạng "móc nối" rất sớm, Tướng Hạnh đã khôn ngoan né tránh việc "ra bưng làm ngọn cờ" khi mà cuộc chiến chưa ngã ngũ. Vào ngày 27-4-1975, Sài Gòn đã bị bao vây bởi "năm cánh quân", ông mới vội vã lên Sài Gòn làm điều mà ông tự mô tả là tác động để Tổng thống Dương Văn Minh sớm đi đến quyết định đầu hàng. Năm 1975, trong khi, biết bao sỹ quan, binh lính Sài Gòn phải đi cải tạo, phải mất vợ, mất nhà, ông Hạnh được Chính quyền mới cấp cho một căn biệt thự ở quận Nhất, thay thế căn nhà của ông ở Thủ Đức đã bị "Cách mạng 30-4 tiếp quản". Được lời của ông Nguyễn Hữu Thọ, Tướng Nguyễn Hữu Hạnh lại "chớp thời cơ", ghi chút ít công lao với những đồng đội cũ.

---

[279] Cho đến nhiều năm về sau, một số thành viên trong Bộ Chính trị vẫn coi sáng kiến của Chatichai là một dạng của "diễn biến hòa bình".

[280] Năm 1982, Bộ trưởng Ngoại giao Nguyễn Cơ Thạch nói Việt Nam sẽ thả hết tù cải tạo nếu chính phủ Mỹ đồng ý tiếp nhận họ. Thủ tướng Phạm Văn Đồng trả lời phỏng vấn tạp chí Newsweek cũng xác nhận Việt Nam sẵn sàng để tất cả những người còn lại trong các trại giam rời Việt Nam đi Mỹ. Tháng 9-1982, Ngoại trưởng Mỹ Shultz - trong một cuộc điều trần trước Quốc hội - tuyên bố Mỹ sẽ nhận khoảng 10.000 cựu tù nhân chính trị Việt Nam và gia đình họ. Tháng 11-1984, nhân danh Tổng thống Reagan, Ngoại trưởng Shultz lại đề cập đến vấn đề "con lai" và "tù cải tạo". Năm 1987, lần đầu tiên, Hà Nội cho phép một nhà báo Thụy Điển được vào làm phóng sự tại trại giam Nam Hà, nơi đang giữ nhiều tướng lĩnh Sài Gòn. Tháng 7-1988, Phái đoàn Mỹ do ông Robert Funseth, phụ tá Thứ trưởng Ngoại giao dẫn đầu tới Hà Nội họp với Thứ trưởng Ngoại giao Trần Quang Cơ để bàn về việc trả tự do và đưa đi Mỹ định cư các "tù nhân chính trị".

Sau khi cho rằng "nhiệm vụ Đại đoàn kết toàn dân để xây dựng đất nước là một vấn đề bức thiết", Tướng Nguyễn Hữu Hạnh nhắc lại sự kiện ngày 2-5-1975, tại dinh Độc Lập, Thượng tướng Trần Văn Trà nói với ông Dương Văn Minh: "*Giữa chúng ta không có kẻ thắng người thua chỉ có dân tộc Việt Nam thắng Mỹ*". Theo Tướng Hạnh, các gia đình miền Nam nghe "câu nói hết sức thâm tình" ấy đã "động viên chồng con đi trình diện học tập". Tướng Nguyễn Hữu Hạnh nói tiếp: "Trong những ngày sau đó, Chủ tịch Huỳnh Tấn Phát với danh nghĩa Thủ tướng Chính phủ Cách mạng Lâm thời Cộng hòa miền Nam Việt Nam đã phổ biến một văn kiện trong đó qui định thời gian đi học tập, lâu nhất là ba năm. Các trại cải tạo đã cho học tập văn kiện này và anh em vui mừng đón nhận nó"[281]. Nhưng, đến năm 1989, nhiều tướng lĩnh, sỹ quan, viên chức Việt Nam Cộng hòa vẫn còn bị Chính quyền giam giữ.

Tháng 1-1989, sau nhiều năm yêu cầu, lần đầu tiên Hội Chữ thập đỏ Quốc tế được gửi quà từ Mỹ tới các trại giam ở Việt Nam. Tháng 4-1989, một phái đoàn ngoại giao Mỹ đã đến Hà Nội thảo luận về vấn đề ODP (Chương trình ra đi theo trật tự - Orderly Departure Program), vấn đề "Con lai" và "Tù cải tạo". Ngày 30-7-1989, tại Hà Nội, Phụ tá Thứ trưởng Ngoại giao Mỹ, Robert Funseth, và Thứ trưởng Ngoại giao Việt Nam Vũ Khoan ký thỏa hiệp về việc "Định cư tại Mỹ những người tù cải tạo".

Cũng trong thời gian ấy, ở Sài Gòn, dọc theo đường Lê Duẩn, đặc biệt là phần công viên kéo dài từ Nhà thờ Đức Bà tới Dinh Độc Lập, tràn ngập những người vừa từ các trại cải tạo trở về mà chưa biết làm gì. Họ đứng đó để hóng hớt chút ít thông tin rò rỉ ra từ Sở Ngoại vụ về các chương trình đi định cư ở Mỹ.

Ngày 13-1-1990, 55 người Việt đầu tiên được xuất cảnh theo chương trình HO. Tới cuối năm 1992, khoảng 380.000 người Việt Nam đã đến Mỹ bằng đường hàng không theo diện HO, ODP, RD và theo diện con lai Mỹ. Trước năm 1975, cộng đồng Việt Nam ở nước ngoài có khoảng 200.000 người, trong đó, khoảng 40.000 người do người Pháp đưa đi kể từ Chiến tranh Thế giới lần thứ nhất. Ở thời điểm 30-4-1975, gần 140.000 người được đưa tới Mỹ; 52.000 người khác được đưa sang Pháp; 7.000 người tới Canada; 2.700 người tới Úc… Cộng đồng người Việt, những năm sau đó đã tăng lên con số triệu, chủ yếu rời Việt Nam bằng vượt biên.

Trong khi, nhiều người trong nước vẫn mong mỏi thoát ra, nhất là gia đình của những người vừa được tha từ các trại cải tạo, thì sự trở về thăm quê của hàng nghìn Việt kiều cũng có thể coi như những chỉ dấu hòa bình.

---

[281] Nguyễn Hữu Hạnh, Tham luận đọc tại Đại hội III Mặt trận Tổ quốc Việt Nam, năm 1988.

[CHƯƠNG 16 • THỊ TRƯỜNG]

Tết Kỷ Tỵ 1989, có hơn 5.000 Việt kiều về Việt Nam. Việt kiều về quê làm cho lượng khách quốc tế tăng đột biến đến mức nhiều người phải đợi hết tháng 3-1989 mới có vé máy bay đi từ Tân Sơn Nhất. Sáu tháng đầu năm 1989, con số Việt kiều về nước lên tới 7.500 người, bằng cả năm 1988. Một nửa số đó về Việt Nam từ Mỹ.

Trong Bộ Luật hình sự được Quốc hội Việt Nam thông qua năm 1985, hành vi vượt biên và tổ chức vượt biên bị xếp vào hàng "các tội xâm phạm an ninh quốc gia", thậm chí có thể bị coi là "chống lại chính quyền nhân dân". Năm 1989, cũng những người Việt ấy từ Mỹ, từ Úc trở về được coi là "Việt kiều yêu nước".

Một trong số đó là ông Nguyễn Thanh Hoàng, người vượt biên năm 1980 khi đang làm cho Bộ Xây dựng. Năm 1989, vài người bạn của ông lúc bấy giờ đã là quan chức trong Bộ sang Úc công tác khuyên ông về. Ông Hoàng nói: "Năm 1990, tôi quyết định về thăm nhà. Khi đó, tôi vẫn còn nhiều mặc cảm, không ngờ ở sân bay, những người bạn của tôi, giờ đó đang giữ những chức vụ quan trọng trong chính quyền đưa xe ra tận sân bay đón".

Ở nhiều địa phương, trong khi ngoài cửa sông, công an vẫn vây bắt vượt biên, trong trụ sở hoặc trong nhà hàng, chính quyền làm tiệc đãi "Việt kiều yêu nước". Không cần rút ra những tờ đôla xanh, hình ảnh những Việt kiều ăn mặc bảnh bao, hồng hào, trở nên nổi bật giữa những người Việt đồng hương ốm yếu, xanh xao và ít nhiều mặc cảm. Trước "nhân tình, thế thái" ấy, dân gian có thơ rằng: "Việt Minh, Việt Cộng, Việt kiều, trong ba Việt ấy, Đảng yêu Việt nào/ Việt Minh tuổi đã hơi cao/ Việt Cộng ốm yếu xanh xao, gầy mòn/ Việt kiều tuổi hãy còn son/ Đảng yêu đảng quý như con trong nhà..."[282].

Không chỉ cụng ly với những người vượt biên, con gái Thượng tướng Trần Văn Trà, Tư lệnh Quân giải phóng miền Nam, chị Nguyễn Xuân Hồng, đã kết hôn với một người vượt biên, anh Nguyễn Thanh Hoàng vào cuối năm 1991.

Nguyễn Thanh Hoàng là người vượt biên đến Úc năm 1980. Không như hàng ngàn Việt kiều khác chỉ trở lại thăm quê rồi đi, Nguyễn Thanh Hoàng đã mang về các nhà đầu tư người Úc. Luật Đầu tư nước ngoài được Quốc hội thông qua từ tháng 12-1987, nhưng gần như rất ít được chú ý trong những năm cuối thập niên 1980. Phải đến khi những chính sách đổi mới được trình bày rõ ràng hơn và phải đến khi những người vượt biên dám trở về, đầu tư nước ngoài mới bắt đầu khởi động.

---

[282] Tháng 8-1987, một Việt Kiều là Phó Chủ tịch Far East Investment and Trading Corporation đã từ Hoa Kỳ về Việt Nam. Báo Tuổi Trẻ ngày 4-8-1987, trong bài "luật đầu tư nước ngoài đang được chờ đợi", gọi chuyến đi này là "nghiên cứu thị trường"

Một cải cách về thủ tục visa do Bộ Nội vụ chủ trương lúc đó cũng đã thúc đẩy nhanh thêm tiến trình mở cửa của Việt Nam. Cho tới năm 1988, một người Việt Nam muốn đi xuất cảnh định cư, phải trải qua một quy trình xin phép: nộp hồ sơ, đơn xin ở xã, phường; đợi xã, phường đưa lên quận, huyện; chờ quận, huyện chuyển lên công an tỉnh, thành; tỉnh, thành chuyển lên Tổng cục An ninh; Tổng cục An ninh phải trình lãnh đạo Bộ. Qua rất nhiều thủ tục và không thể biết rõ mất bao nhiêu thời gian, người ra đi mòn mỏi chờ thủ tục.

Công an và những người làm các dịch vụ liên quan như du lịch, hàng không giàu lên nhờ sự nhờ vả và đặc biệt, nhờ biết trước các đối tượng được phép xuất cảnh để từ đó mua lại nhà của họ với giá bán đổ, bán tháo. Trong khi đó, người nước ngoài và Việt kiều từ các nước không có cơ quan ngoại giao Việt Nam muốn về nước phải nằm chờ ở Thái Lan xin visa. Các quan chức cấp visa ở Bangkok trở nên hết sức quan cách trong giai đoạn này và đặc biệt, ngành du lịch Thái giàu lên nhờ một lượng lớn Việt kiều phải nằm chờ quá lâu ở Bangkok.

Ông Võ Viết Thanh nói: "Tôi nghĩ, tại sao Bộ Nội vụ lại mất công đi thẩm tra lý lịch, xét duyệt những người muốn đi xuất cảnh. Nếu đó là những người chống đối thì việc họ ở lại Việt Nam lại khiến cho mình khó xử hơn là để họ đi ra nước ngoài". Ông Thanh gặp Bộ trưởng Mai Chí Thọ đề nghị: Ai muốn xuất cảnh thì cho họ làm hộ chiếu phổ thông và tự liên hệ xin visa. Nếu họ đến những quốc gia chưa có quan hệ ngoại giao thì Bộ Nội vụ và Ngoại giao sẽ tổ chức các trung tâm dịch vụ xuất nhập cảnh để xin visa cho họ. Với những người đến Việt Nam từ các nước chưa có cơ quan lãnh sự Việt Nam cũng sẽ được xin visa tại các sân bay quốc tế. Bộ trưởng Mai Chí Thọ gật đầu.

Ông Võ Văn Kiệt đồng ý ngay. Ông Kiệt khi ấy đang tạm Quyền Chủ tịch Hội đồng Bộ trưởng đề nghị ông Thanh trao đổi thêm với Phó Chủ tịch kiêm Bộ trưởng Ngoại giao Nguyễn Cơ Thạch. Ông Thạch nghe ông Thanh trình bày thì thở phào: "Tôi làm ngoại giao đã lâu mà chưa bao giờ nhận được một đề nghị mở ra như thế này từ phía An ninh".

Từ giữa năm 1988, những người nằm trong diện được bảo lãnh hoặc được ra đi theo các chương trình HO, ODP… bắt đầu được làm passport. Những người đến Việt Nam không còn phải chờ đợi ở Bangkok vì lý do xin visa nữa. Ngành Công an cũng thu rất lớn từ dịch vụ này: 20% để lại cho Bộ, 80% nguồn thu nộp vào ngân sách.

Nhưng, ông Võ Viết Thanh nói: "Cục II báo cáo Bộ Chính trị: cấp hộ chiếu phổ thông và cấp visa tại phi trường là một mắt xích nằm trong kế hoạch diễn biến hòa bình của Mỹ". Chánh Văn phòng Trung ương Hồng Hà gọi ông Võ Viết Thanh lên nói: "Đồng chí Tổng Bí thư được nghe báo cáo, chủ trương của

Bộ Công an mà anh chỉ đạo cho nhập cảnh tại phi trường và ồ ạt cấp hộ chiếu phổ thông, trong đó có những đối tượng chính trị không tốt. Anh về báo cáo lại với lãnh đạo Bộ, cân nhắc ý kiến của đồng chí Tổng Bí thư". Ông Võ Viết Thanh trả lời: "Đây chỉ là đối sách chứ không phải chính sách nên chúng tôi đã không muốn làm phiền Ban Bí thư. Vì Bộ đã ra văn bản thi hành nên nếu Tổng Bí thư chỉ thị phải đình chỉ thì xin Văn phòng ra văn bản, chúng tôi sẽ chấp hành". Ông Hồng Hà không nói gì. Ông Thanh nói: "Tôi về không báo lại cho lãnh đạo Bộ vì báo cáo chắc chắn lại có nhiều ý kiến rắc rối. Chờ, cũng không thấy Văn phòng Trung ương ra văn bản".

LẠM PHÁT VÀ NƯỚC HOA THANH HƯƠNG

Ở Sài Gòn, kể từ năm 1987, hàng loạt cơ sở sản xuất kinh doanh bắt đầu lặng lẽ bung ra, những dịch vụ từng bị coi là "tàn dư của Mỹ-Ngụy" như vũ trường Maxim, Queenbee, Liberty... cũng được làm ăn trở lại. Liền theo đó, các quán "bia ôm", "xông hơi, xoa bóp" mà báo chí nói là "mãi dâm trá hình", lần lượt mọc lên. Sự hăm hở trở lại làm ăn của người dân đã làm thay đổi bộ mặt đất nước, đồng thời cũng làm xuất hiện những vấn đề mà báo chí gọi là "mặt trái của kinh tế thị trường". Mặt trái cụ thể nhất mà người dân phải đối diện trong giai đoạn này là những vụ đổ bể tín dụng và huê hụi.

Nền kinh tế lúc ấy vẫn tiếp tục rơi xuống đáy, "giá-lương-tiền" vẫn là "nỗi hoảng sợ hàng ngày" của người dân trong khi Chính phủ chỉ lấy phát hành tiền là giải pháp cứu nền kinh tế. Bất đồng ý kiến vẫn diễn ra gay gắt giữa các chuyên gia chống lạm phát, giữa những người ủng hộ khuynh hướng thị trường và những người sợ hãi trước lạm phát, muốn quay lại thời quan liêu bao cấp.

Năm ấy nạn đói xảy ra. Báo cáo của Bộ trưởng Thương mại Hoàng Minh Thắng cho thấy, tuy sản lượng lương thực có giảm, nhưng ở nhiều tỉnh miền Nam, lúa gạo vẫn dư thừa, vấn đề là từ Nam ra Bắc khi ấy đang có hơn tám mươi trạm kiểm soát liên tỉnh được ba mươi tám tỉnh, thành phố lập nên trên các tuyến giáp ranh. Không chỉ ngăn cản lương thực lưu thông, các trạm kiểm soát được thiết lập ở khắp nơi, các rào chắn được lập nên để chặn từng con gà đưa từ làng này sang làng khác.

Tiến sỹ Nguyễn Văn Nam, trợ lý của ông Đỗ Mười, nhớ lại: "Người dân không có quyền đưa một cái phích nước từ Hà Nội xuống Hải Dương". Theo Bộ trưởng Lê Văn Triết, câu chuyện "ông Đỗ Mười bị trạm Tân Hương, Tiền Giang thu mười ký gạo mang theo trên xe" đã được đưa ra nói trong các cuộc họp của Hội đồng Bộ trưởng. Trong một phiên họp có ông Đỗ Mười dự, theo ông Triết, ông Võ Văn Kiệt kể câu chuyện: Một bà mẹ miền Tây đưa thịt heo lên cho con đang sống ở Sài Gòn. Để tránh ngăn sông cấm chợ, thay vì đưa thịt tươi, bà đã phải kho. Vậy mà nồi thịt kho của bà mẹ vẫn bị chặn lại. Tức quá, bà đập nồi ngay giữa đường rồi la lên: "Tụi bây ăn đi". Những câu chuyện có thật này đã thuyết phục Phạm Hùng, Đỗ Mười và Tổng Bí thư Nguyễn Văn Linh. Ngày 11-3-1987, Phó Chủ tịch Hội đồng Bộ trưởng Võ Văn Kiệt ký Quyết định "Bãi bỏ các trạm kiểm soát trên tất cả các tuyến giao thông trong nước"[283].

Hội nghị Trung ương 2, Khóa VI, ủng hộ xóa tình trạng "ngăn sông, cấm chợ", tuy nhiên, theo Giáo sư Đào Xuân Sâm, lại "tiêu biểu cho một bước lùi về quan điểm so với Đại hội Đảng lần thứ VI". Mặc dù, ngày 1-4-1987, khi khai mạc Hội nghị Trung ương 2, Tổng Bí thư Nguyễn Văn Linh đã chỉ trích những người bảo vệ quan liêu bao cấp: "Họ chỉ biết huênh hoang nói những điều cao xa, lý thuyết trừu tượng về cách mạng, về lý tưởng cộng sản chủ nghĩa, nhưng không thể bắt tay giải quyết được một công việc thực tế cụ thể nào cho ra hồn". Nhưng Nghị quyết Hội nghị Trung ương 2, bế mạc vào ngày 9-4-1987, vẫn "lấy kế hoạch hóa làm trung tâm". Khi ấy, vừa cháy kho hàng dự trữ ở Hải Phòng, nhu yếu phẩm khan hiếm, quan điểm kiểm soát thật chặt lại càng xuất hiện. Cho dù Hội nghị Trung ương 2 đề ra "mục tiêu bốn giảm: giảm bội chi ngân sách, giảm tốc độ tăng giá, giảm lạm phát, giảm khó khăn đời sống", trên thực tế đã trở thành "bốn tăng".

Ngày 17-5-1987, Tổng Bí thư Nguyễn Văn Linh thăm Liên Xô. Sau chuyến đi này, ngày 18-6-1987, Ban Bí thư có Chỉ thị 08, đặt vấn đề: "Hợp tác quốc tế về kinh tế, nhất là với Liên Xô và các nước xã hội chủ nghĩa khác, để có thêm điều kiện góp phần giải quyết những vấn đề kinh tế cấp bách". Sau đó, đoàn chuyên gia cao cấp của Liên Xô về chống lạm phát, theo lời mời của Bộ Chính trị Việt Nam, đến Hà Nội; trưởng đoàn là Thứ trưởng Bộ Tài chính Liên Xô Orlov.

Cuối năm 1988, Bộ Chính trị tổ chức một cuộc họp để nghe nhóm nghiên cứu trong nước và nhóm của chuyên gia Liên Xô trình bày phương án của mình. Theo Giáo sư Đào Xuân Sâm, các chuyên gia Liên Xô, đứng đầu là Orlov, đã yêu cầu phải "xiết lại kỷ cương giá, phát hành đồng tiền có bản vị và thu mua phân phối thống nhất" - tức là tái lập cơ chế bao cấp. Orlov cảnh báo rằng: "Thả nổi giá theo cơ chế thị trường là rất nguy hiểm cho chủ nghĩa xã hội".

Nhưng, phương án của các chuyên gia Liên Xô yêu cầu phải có 500 triệu Rub hoặc USD để thu mua hàng hóa, trong khi toàn bộ ngân quỹ của Việt

---

[283] Quyết định 80-CT.

Nam vào thời điểm 1987-1988 chỉ còn khoảng 20 triệu đôla. Ông Giá kể: "Khi mời Orlov, ta cũng hy vọng có thể kéo theo được nguồn lực của Liên Xô, kể cả việc nhờ họ in tiền giùm. Nhưng, khi chúng tôi sang đấy để nhờ in một lượng tiền giấy mệnh giá 50 và 100 nghìn đồng nhằm phòng khi chống lạm phát thất bại thì có sẵn tiền mệnh giá lớn lưu hành, họ lại bảo chúng tao in tiền cho mình còn không kịp". Theo Giáo sư Đào Xuân Sâm: "May mắn cho Việt Nam là chính Liên Xô đã từ chối viện trợ khoản tiền mà họ nói là cần thiết để chống lạm phát, nếu không rất có thể Việt Nam đã quay lại với thời kỳ quan liêu bao cấp".

"Chân tường" chứ không phải "lý luận về chủ nghĩa xã hội" quyết định sự lựa chọn lối thoát cho nền kinh tế. Ý kiến của các chuyên gia Việt Nam bắt đầu được lắng nghe. Cùng với lực lượng hùng hậu các chuyên gia từ Viện Quản lý Kinh tế Trung ương, Ủy ban Vật giá, Ngân hàng Nhà nước và các bộ đã được tập hợp từ trước đó, Hội đồng Bộ trưởng còn nghe các phương án được nhóm các chuyên gia Việt kiều, đứng đầu là Tiến sỹ Vũ Quang Việt, do Bộ trưởng Ngoại giao Nguyễn Cơ Thạch mời. "Nhóm thứ Sáu", do ông Võ Văn Kiệt mời, gồm các chuyên gia và quan chức từng làm việc tại Sài Gòn trước ngày 30-4-1975 như Huỳnh Bửu Sơn, Lâm Võ Hoàng, Trần Bá Tước, Trần Trọng Thức, Phan Tường Vân, Phan Chánh Dưỡng... Quan điểm chống lạm phát bằng "thị trường hóa, xóa định lượng" được nhóm của Tiến sỹ Vũ Quang Việt đưa ra và được ông Nguyễn Cơ Thạch, Võ Văn Kiệt bảo vệ một cách kiên định. Tuy nhiên, người đóng vai trò quyết định trong việc lựa chọn giải pháp chống lạm phát vào đầu năm 1989 là ông Đỗ Mười.

Theo ông Trần Xuân Giá: "Khi còn làm thường trực Ban Bí thư, ông Đỗ Mười đã lắng nghe các chuyên gia. Tháng 6-1988, ngay sau khi được bầu làm chủ tịch Hội đồng Bộ trưởng, ông triệu tập tôi, Phan Diễn, lúc đó là phó Văn phòng Hội đồng Bộ trưởng, Hồ Tế, thứ trưởng Bộ Tài chính trực tiếp làm việc cạnh ông như một nhóm đặc nhiệm. Chống lạm phát là một quá trình chuẩn bị lâu dài, chúng tôi được cử đi nhiều nước, gặp nhiều tổ chức quốc tế để tham khảo ý kiến. Thực ra, lúc đầu cũng muốn dựa vào Liên Xô. Nhưng, chuyên gia Orlov lúc ấy cũng nói: Liên Xô chỉ có kinh nghiệp chống lạm phát từ thập niên 1920, khi Lenin còn sống".

Sau khi nhận ra không còn có thể trông cậy vào Liên Xô, Việt Nam bắt đầu tìm kiếm sự giúp đỡ từ các nước phương Tây và các tổ chức như Ngân hàng Thế giới, Quỹ Tiền tệ Quốc tế. Nhưng, theo ông Trần Xuân Giá: "Cũng không thể học phương Tây vì giải pháp mà họ đưa ra không có cách nào thực hiện được. Người Đức đề nghị phải phá giá đồng Việt Nam từ 2.800 đồng/USD xuống còn 20.000 đồng/USD. Giải pháp của Ngân hàng Thế giới cũng đề nghị phá giá tới 16.000 đồng/USD. Để thực hiện theo các phương án này cần có năm tỷ USD trong khi ngân sách quốc gia gần như trống rỗng". Tình thế bắt buộc phải tự dựa vào chính bản thân mình.

Một trong những chuyên gia chống lạm phát giai đoạn này, Tiến sỹ Nguyễn Văn Nam, kể: "Ông Đỗ Mười là con người hành động, khi đó ông chưa chú ý lắm tới lý luận. Nhờ thế, ông vượt qua mặc cảm khi chọn một phương án bị chỉ trích là không chủ nghĩa xã hội. Ông Mười cũng tập hợp các chuyên gia, ông nói với chúng tôi: 'Thôi nhé, nghe quan chức mãi rồi mà không có lối ra, các anh mời cho tôi các nhà khoa học'. Một nhóm hai mươi người gồm Chế Viết Tấn, Trần Đức Nguyên, Đào Xuân Sâm, Võ Đại Lược, Hà Nghiệp, Lê Đức Thúy, Nguyễn Văn Nam... được hình thành. Ông ngồi hai ngày với chúng tôi. Chúng tôi thì nhất quyết thuyết phục ông rằng giải pháp để chống lạm phát mà các chuyên gia Việt Nam đưa ra là dựa trên chính sách kinh tế mới của Lenin. Đã là của Lenin thì ông Đỗ Mười tin tưởng". Theo ông Trần Xuân Giá, những ngày ấy đi đâu ông Đỗ Mười cũng nói đi nói lại: "Lạm phát, nói nôm na một câu là in tiền nhanh hơn tốc độ tăng trưởng kinh tế". Rồi ông giải thích: "Tôi già rồi, vừa làm vừa học, phải nói ra miệng thì mới nhớ được".

Trên cơ sở nghiên cứu của các chuyên gia Việt Nam, một phương án đã được chấp bút bởi ông Lê Đức Thúy, theo đó: Đình chỉ in tiền, các ngân hàng bắt đầu phải vay lấy mà cho vay, ngân sách phải thu lấy mà chi chứ không còn dựa vào việc phát hành tiền nữa. Lãi suất tiền gửi tiết kiệm được nâng lên 12% theo lý thuyết "cưỡi sóng", cao hơn mức lạm phát 10-11%/tháng. Nâng giá đôla bằng thị trường tự do 5.000 đồng/USD. Cho kinh doanh vàng bạc tự do. Tháo khoán cho hàng phi mậu dịch, người Việt Nam đi nước ngoài được mang hàng về thoải mái (trước đó mỗi người chỉ được mang một tủ lạnh, hai nồi áp suất, hai bàn là...). Phương án này không dễ tìm được sự đồng tình, ngay cả với một người trong nhóm đặc nhiệm là ông Trần Xuân Giá.

Theo Tiến sỹ Nguyễn Văn Nam: "Ông Thúy mang phương án này sang trình bày bên Vật giá, Ngân hàng, liền bị hai cơ quan này phản đối. Ông Võ Đại Lược sang trình bày bên Bộ Tài chính, cũng bị các chuyên gia bên Bộ Tài chính cười nhạo. Đưa ra Hội nghị Trung ương, ông Nguyễn Văn Linh không ủng hộ "nghị quyết hóa". Hà Nghiệp dự thảo một nghị quyết khác để Bộ Chính trị thông qua, ông Linh cũng bảo không cần. Nhưng ông Đỗ Mười vẫn quyết định. Đầu tiên, ông cho làm thí điểm ở Hải Phòng. Thí điểm thành công, ngày 16-3-1989, mới công bố cho áp dụng trên cả nước".

Ngày 20-3-1989, Trung ương Đảng họp kỳ thứ 6 tại Thành phố Hồ Chí Minh. Trung ương đồng ý với cơ chế một giá nhưng vẫn dè dặt đòi để Nhà nước định giá những vật tư quan trọng. Ba tháng sau, lạm phát giảm thấy rõ: ngày 1-6-1989, Ngân hàng Nhà nước hạ lãi suất có kỳ hạn ba tháng từ 12% xuống còn 9%; ngày 1-7-1989, hạ tiếp còn 7%/ tháng; lạm phát những tháng cuối năm 1989 chỉ còn 2,4%/tháng. Ngày 30-6-1989, trong phiên họp bế mạc Kỳ họp thứ 5, Quốc hội khóa VIII thông qua Nghị quyết: "Nhất trí xóa bỏ quan liêu bao cấp, không vì khó khăn mà quay lại cơ chế cũ".

Cũng trong thời gian ấy, tác dụng nhanh chóng của chính sách "Khoán 10" trong nông nghiệp, làm cho nông dân phấn khởi, lương thực thực phẩm bắt đầu có dư thừa cũng đã giúp cho Hội đồng Bộ trưởng và ông Đỗ Mười tự tin hơn khi quyết định xóa bao cấp và cho tự do lưu thông để chống lạm phát.

Nguyên tắc lãi suất huy động vốn cao hơn tỷ lệ mất giá của đồng bạc đã giúp Chính phủ chống lạm phát thành công. Nhưng, các nhà doanh nghiệp khó có thể kiếm lời trên 12% để trả lãi cho ngân hàng hằng tháng. Hàng chục hợp tác xã tín dụng, hàng trăm tổ hợp sản xuất, hàng nghìn xí nghiệp đã vỡ nợ vì huy động vốn với lãi suất cao theo lý thuyết "cưỡi sóng" của các chuyên gia. Trong đó có hãng nước hoa Thanh Hương của "nhà tỷ phú trẻ" Nguyễn Văn Mười Hai, Andaco của Huỳnh Là, Xacogiva của Phạm Công Tước…

Nguyễn Văn Mười Hai, sinh năm 1960, bắt đầu sản xuất xà bông từ năm 1985 bằng nguồn vốn 6 cây vàng góp từ những người trong gia đình. Năm 1988, sau khi Hội đồng Bộ trưởng có Nghị định 27 và 28 cho phép các nhà sản xuất được huy động vốn trong dân, Nguyễn Văn Mười Hai cho thành lập "tổ hợp sản xuất nước hoa Thanh Hương" rồi nhận tiền gửi rộng rãi với lãi suất có khi lên tới 15% /tháng. Mức lãi cao này đã khiến cho "hãng nước hoa Thanh Hương", tên gọi từ khi cơ sở này bắt đầu quảng cáo huy động vốn, bị mất cân đối nghiêm trọng.

Tính đến ngày 20-1-1989, tổng số huy động vốn của "hãng nước hoa Thanh Hương" là 5,2 tỷ đồng, trong khi số lãi phải trả lên đến 5,4 tỷ. Thay vì thừa nhận tình trạng phá sản, "nhà tỷ phú trẻ" này đã đẩy nhanh nhịp độ huy động vốn rồi "lấy tiền của người gửi sau trả lãi cho người gửi trước". Từ 20-1-1989 tới 17-1-1990, Thanh Hương đã huy động thêm 90 tỷ. Trước tháng 1-1990, mỗi tháng, Thanh Hương chỉ bán được một lượng sản phẩm trị giá 30 triệu đồng, trong khi có ngày, lãi suất thực trả cho người gửi tiền lên tới hơn 800 triệu.

Ngày 10-3-1990, khi khám nhà, "bắt khẩn cấp" Nguyễn Văn Mười Hai, công an phát hiện một lượng tiền mặt lên tới 15,5 tỷ đồng, một lượng vàng thoi nặng 149,88 ký; ngoài ra, Mười Hai còn có 18 căn nhà và 20 chiếc xe hơi, trong đó có những chiếc Mercedes mà ở Việt Nam chưa ai từng có. Khối tài sản trên đây không phải có được nhờ bán nước hoa Thanh Hương. Số tiền Nguyễn Văn Mười Hai "huy động" từ 160 nghìn người lên đến 154,7 tỷ đồng, tương đương với 77 nghìn lượng vàng tính theo giá năm 1990, trong khi tổng số nước hoa Thanh Hương mà Nguyễn Văn Mười Hai bán được chỉ là 1,193 tỷ.

Nhưng con số không nói hết những bi kịch nạn nhân của Nguyễn Văn Mười Hai. Với lãi suất hằng tháng từ 12 đến 14% cộng thêm 1% trả bằng nước hoa, trong khi lãi suất cao nhất của ngân hàng, từ ngày 1-7-1989 chỉ còn 7%, Thanh Hương đã khiến cho nhiều người mang tiền đến gửi như "thiêu thân". Một số cơ quan nhà nước thì mang công quỹ, nhiều cán bộ hưu trí thì mang hết tiền tiết kiệm trong suốt bao nhiêu năm, nhiều người còn vay tiền của người thân với lãi suất thấp hơn gửi cho Nguyễn Văn Mười Hai.

Có trường hợp như bà Triệu Thị Hiếu, sau khi bán nhà được 92 triệu đồng ở miền Bắc, vào Sài Gòn thay vì mua nhà ngay lại nghe bạn bè khuyên, đem gửi cho Nguyễn Văn Mười Hai chỉ ba ngày trước khi ông ta bị bắt. Bà Hiếu nói với Tòa án ngày 15-10-1990: "Khi công an bắt, tôi còn nhìn thấy ba bao tiền của tôi gửi cho Nguyễn Văn Mười Hai, tất cả còn nguyên".

Cũng với phương thức tương tự, Giám đốc xí nghiệp Andaco, ông Huỳnh Là, một người bị mù bẩm sinh, đã huy động tiền gửi của dân 21 tỷ đồng; "đại gia" Lâm Cấu, giám đốc Xí nghiệp sản xuất phụ tùng xe máy Đại Thành, huy động 50 tỷ và Xí nghiệp nồi cơm điện Covina huy động 12 tỷ. Cũng trong quý II-1990, Giám đốc Phạm Công Tước của Xacogiva - một "nhà tỷ phú" mới mấy tháng trước đó được Tổng Bí thư Nguyễn Văn Linh tới thăm - bỏ trốn sau khi huy động 44 tỷ đồng với lãi suất 12%/tháng.

Sự đổ bể của các hợp tác xã tín dụng và các tổ chức huy động vốn trong dân đã làm cho tình hình xã hội trở nên căng thẳng. Rất nhiều nạn nhân của các tổ chức này là cán bộ hưu trí và đặc biệt, phần lớn trong số họ là sỹ quan quân đội. Thời gian ấy có hơn 600 nghìn bộ đội vừa mới xuất ngũ từ các chiến trường Campuchia và biên giới phía Bắc. Trong số đó, hàng chục nghìn sỹ quan, đặc biệt là sỹ quan từ cấp thiếu tá đến đại tá lãnh được một khoản tiền khá lớn và nhiều người trong số họ thấy lãi cao thì đưa đi gửi.

87% số vụ đổ bể tín dụng xảy ra từ vĩ tuyến 17 trở vào; 13% từ các tỉnh miền Bắc. Ở Khánh Hòa người dân đã tổ chức nhiều cuộc biểu tình và Chính quyền đã ra lệnh đình bản số báo Lao Động Chủ Nhật có đăng tin nhiều quan chức có sổ khống, tức là không gửi tiền mà vẫn được "chia lãi" ở hãng nước hoa Thanh Hương vì sợ dân chúng tức giận.

Chủ nhiệm Văn phòng Hội đồng Bộ trưởng Trần Xuân Giá nhớ lại: "Khi Hội đồng Bộ trưởng vào họp ở Sài Gòn, Phó Chủ tịch Trần Đức Lương được

[CHƯƠNG 16 • THỊ TRƯỜNG]

cử ở lại Hà Nội trực. Hôm đó, có khoảng 50 người đến Văn phòng Hội đồng Bộ trưởng yêu cầu Chính phủ phải có trách nhiệm với sự đổ vỡ tín dụng này. Lần đầu tiên có việc một đám đông lên tới 50 người tụ tập trước cổng Đỏ. Sự việc được ông Lương khẩn báo vào Sài Gòn, Chủ tịch Đỗ Mười chỉ đạo: Cứ hẹn với dân để thứ Sáu Chính phủ ra Hà Nội sẽ có giải pháp. Ông Trần Đức Lương đã có một quyết định vô cùng ngu ngốc là yêu cầu ông Nguyễn Văn Báu, Phó chủ nhiệm Văn phòng, làm một tờ Thông báo có đóng dấu hẳn hoi ra dán ở cửa nói rằng, hẹn mọi người thứ Sáu sẽ giải quyết. Tờ giấy có giá trị như một lệnh triệu tập".

Sáng thứ Sáu, vườn hoa trước cổng Đỏ của Hội đồng Bộ trưởng đầy kín người. Ông Đỗ Mười phải triệu tập một cuộc họp khẩn cấp với các cấp phó và đưa ra câu hỏi: Nên giải quyết thế nào? Ông Nguyễn Khánh nói: Anh Mười không nên xuất hiện, không ai biết sự nổi giận của nhân dân tới đâu! Điều này rất dễ nhất trí, nhưng khi chọn người ra nói chuyện với dân thì ông Đồng Sĩ Nguyên nói: Tôi chỉ phụ trách về giao thông vận tải; ông Trần Đức Lương: Tôi chỉ lo công tác khoa giáo. Thế là ông Đỗ Mười nói: Chú Giá vừa nắm rõ công việc lại vừa có thể thay mặt Chính phủ, chú ra tiếp dân".

Hàng nghìn người biểu tình mà trong đó có rất nhiều quân nhân mang theo cả súng với nỗi tuyệt vọng to lớn sau khi khoản tiền dành dụm cả đời của họ đã "đổ" theo các hợp tác xã tín dụng. Khi ấy, Chính quyền vừa thành lập hai đại đội cảnh sát dã chiến. Văn phòng chọn mười người trong số họ, mặc thường phục đi theo bảo vệ ông Trần Xuân Giá. Ông Giá ra ngôi nhà số 3 Mai Xuân Thưởng, trước cửa Văn phòng Hội đồng Bộ trưởng, rồi bắc loa nói: "Bà con đông quá, tôi không thể tiếp một lúc được, xin mời cứ 50 người một, lần lượt vào".

Trong 50 người đầu tiên, có tới 40 vị đại tá. Nhiều vị vừa vô phòng là rút súng đặt cạch lên bàn. Ông Giá cố giữ bình tĩnh: "Tôi mà rơi vào hoàn cảnh các anh thì tôi cũng phải làm gì đó để đòi quyền lợi. Nhưng chúng ta đâu phải kẻ thù mà các anh đưa súng ra. Các anh dùng súng, tôi cũng dùng súng thì giải quyết được gì!". Nghe tới đó, có nhiều tiếng nói từ phía sau: "Cất súng! Cất súng!". Ông Giá tiếp: "Chính phủ dứt khoát không bao giờ để cho dân thiệt. Bà con yên tâm, Chính phủ sẽ công bố kế hoạch giải quyết cho bà con sau". "Sau là bao lâu?". "Tôi chưa thể nói chính xác thời gian nhưng chắc chắn là rất sớm".

Từ hơn 9 giờ sáng, ông Giá liên tục phải trả lời sự giận dữ của dân chúng. Nhưng, rất may là ông không phải tiếp tất cả họ. Nghe hứa "Chính phủ không bao giờ để dân thiệt", nhiều tốp 50 đã vỗ tay khi vừa ra khỏi cửa phòng tiếp dân, đám đông chưa thực sự hiểu điều gì xảy ra cũng vỗ tay. Số này trở thành người tuyên truyền cho những người ở ngoài, một số người không đợi đến lượt mình mà tự động ra về, khoảng 3 giờ chiều thì xử lý được. Theo ông Trần Xuân Giá, Hội đồng Bộ trưởng sau đó đã phải lấy từ ngân sách 137 tỷ chi trả cho nạn nhân của các vụ đổ bể tín dụng trong cả nước.

NHỮNG BƯỚC ĐI ĐẦU TIÊN

Tháng 9-1988, cô gái 17 tuổi Bùi Bích Phương đăng quang cuộc thi Hoa hậu đầu tiên của Việt Nam thống nhất do báo Tiền Phong tổ chức. Tháng 1-1989, Trung tâm Quảng cáo Trẻ chọn bảy cô gái xinh đẹp làm nghề người mẫu. Tháng 2-1989, báo Tuổi Trẻ đăng "ý kiến bạn đọc" đề nghị các cô giáo nên mặc áo dài. Tháng 5-1989, Đỗ Thị Kiều Khanh nhận danh hiệu Hoa hậu Áo dài tại cuộc thi do báo Phụ Nữ Thành Phố Hồ Chí Minh tổ chức. Cũng trong tháng 5-1989, Lý Thu Thảo nhận danh hiệu Hoa hậu Việt Nam của Thành Đoàn.

Một trăm nghìn postcard in hình Kiều Khanh bán hết ngay sau cuộc thi. Cuối năm 1989, lịch các hoa hậu bắt đầu trở thành vật phẩm được ưa chuộng nhất. Đặc biệt, sau sự đăng quang của Kiều Khanh, phong trào khôi phục lại những chiếc áo dài từng làm tăng thêm nét duyên dáng của những phụ nữ miền Nam trước năm 1975 bắt đầu lan rộng.

Những cuộc thi hoa hậu tưởng như phù phiếm này lúc ấy lại chứa đựng những tín hiệu cho thấy Việt Nam bắt đầu bước từ tình trạng giặc giã, lam lũ, tới những nhu cầu cao hơn về tinh thần. Hình ảnh hoa hậu Kiều Khanh có mặt trong các sự kiện của hợp tác xã Tín dụng Hòa Hưng và các người mẫu, tuy chỉ xuất hiện trên sân khấu, đã đánh dấu bước chuyển của nền kinh tế từ tự cung tự cấp sang kinh tế thị trường.

Cho dù phải trả giá không rẻ, điều may mắn là ở thời điểm này, Việt Nam đã không quay lưng với kinh tế thị trường. Đại hội Đảng lần thứ VI, tháng 12-1986, cho phép phát triển kinh tế nhiều thành phần, nhưng mấy năm sau đó vẫn là thời gian tìm đường. Mãi tới ngày 21-12-1990, ngày Quốc hội thông qua Luật Công ty, địa vị pháp lý của kinh tế tư nhân mới bắt đầu chính thức được xác lập [284].

Trước đó, doanh nghiệp nhà nước đã được tự hạch toán kinh doanh; các nhà sản xuất tư nhân đã có thể ủy thác qua các công ty xuất nhập khẩu để mua về vật tư, nguyên liệu. Từ một thực thể đóng kín, từ cuối thập niên 1980, nền kinh tế Việt Nam bắt đầu chịu tác động của nhiều nhân tố bên ngoài. Cơ chế

---

[284] Từ tháng 4-1991, công dân đủ 18 tuổi trở lên có quyền tham gia, lập công ty trách nhiệm hữu hạn, công ty cổ phần và doanh nghiệp tư nhân.

thị trường không còn chỉ là những thuật ngữ được tranh cãi bởi các nhà lãnh đạo. Tuy đầu tư nước ngoài chưa đáng kể [285], nhưng những nhân tố ban đầu đó đã như từng mảng sơn mới trên những bức tường rêu phong. Kinh tế tăng trưởng, mức sống khá dần [286].

Trong suốt thời gian làm Chủ tịch Hội đồng Bộ trưởng, ông Đỗ Mười chỉ có thể điều phối một lượng ngoại tệ tổng cộng 123 triệu USD. Ông tự hào đã bàn giao lại cho ông Võ Văn Kiệt gần 200 triệu. Theo ông Trần Xuân Giá, Chủ nhiệm Văn phòng Hội đồng Bộ trưởng: "Số tiền tăng thêm này có được nhờ phát hành 200 tỷ đồng giao cho ông Chu Tam Thức đi mua gạo xuất khẩu. Ông Thức đi hai tháng, mang về được 59,5 triệu USD, thấp hơn con số 61 triệu mà ông Đỗ Mười kỳ vọng. Ngoài ra còn có 50 triệu vay của Nisho Iwai. Nisho Iwai cho vay khoản tiền này, sau khi Hội đồng Bộ trưởng quyết định lấy dinh thự 12 Thuyền Quang cho Nisho Iwai thuê với giá 12.000 USD/tháng". Dinh thự này trước đó được dành cho quan chức cỡ Ban Bí thư và Phó Thủ tướng Liên Xô ở mỗi lần sang Việt Nam[287].

Trong thập niên 1980, Việt Nam chủ yếu buôn bán với các nước trong Hội đồng Tương trợ kinh tế (CMEA), xuất một, nhập về ba khiến cho nợ nần chồng chất. Tính đến cuối thập niên 1980, tổng viện trợ của các nước CMEA cho Việt Nam đạt tới mức 1,5 tỷ USD, giữa năm 1989, Việt Nam vẫn hy vọng Liên Xô tiếp tục duy trì khoản viện trợ này trong vòng 5 năm tiếp theo, nhưng tất cả đã bị cắt đột ngột vào năm 1990. Trong khi đó, nhu cầu ngoại tệ để nhập những mặt hàng thay thế nguồn nhập khẩu từ các nước CMEA phải lên tới 1 tỷ USD mỗi năm. Nhưng, cũng nhờ sự sụp đổ của khối CMEA mà Việt Nam mới tích cực tìm bạn hàng ở những khu vực

---

[285] Luật về Đầu tư Nước ngoài tại Việt Nam được Quốc hội thông qua tháng 12-1987, nhưng sau 3 năm, chỉ có 207 dự án được Ủy ban Nhà nước về Hợp tác và Đầu tư cấp phép với số vốn đăng ký 1,74 tỷ đôla. Trên thực tế, tính tới đầu năm 1991, chỉ có khoảng 400 triệu USD được đưa vào Việt Nam và đến tháng 2-1991, mới chỉ có 73 công ty nước ngoài mở văn phòng đại diện tại Việt Nam, trong đó có 7 ngân hàng nước ngoài, 14 công ty địa ốc và 7 công ty dầu khí. Cho tới cuối năm 1993, có hơn 500 công ty thuộc 42 nước đầu tư vào Việt Nam, với số vốn đã đưa vào đến hết năm 1993 là 2 tỷ USD. 70% dự án đầu tư là liên doanh với doanh nghiệp Nhà nước Việt Nam, trong đó bên Việt Nam chỉ góp 25-30% vốn pháp định, chủ yếu bằng quyền sử dụng đất, nhà xưởng.

[286] Năm 1993, cả nước nhập 300.002 xe gắn máy; 5.300 xe hơi bốn chỗ, tăng 56,7% so với năm 1992.

[287] Đầu thập niên 1990, dân số Việt Nam bắt đầu vượt qua con số 67 triệu, trong đó: 3/5 dân số có hoạt động kinh tế liên quan đến sản xuất nông nghiệp; 1/10 dân số lao động trong khu vực công nghiệp; 1/5 dân số sống ở các đô thị. Hai công trình nghiên cứu quốc tế tiến hành năm 1989 đánh giá thu nhập đầu người hàng năm của Việt Nam vào khoảng 110 USD. Báo cáo của Liên Hợp Quốc cho rằng, con số này giao động trong khoảng từ 100 - 200 USD. Cho dù năm 1989, Việt Nam xuất khẩu 1,4 triệu tấn gạo; năm 1990, xuất khẩu 1,7 triệu tấn, thu về khoảng 300 triệu USD, nhưng sản xuất nông nghiệp vẫn bấp bênh vì phụ thuộc chủ yếu vào thời tiết. Là một nước nông nghiệp nhưng đất canh tác tính trên đầu người Việt Nam chỉ ở mức 0,1 ha, trong khi Ấn Độ: 0,21 ha; Thái Lan: 0,37; Sri Lanka: 0,11 ha; Bangladesh: 0,08 ha.

khác[288]. Xuất khẩu sang những thị trường mới tăng vọt từ 463 triệu USD, năm 1988, lên 978 triệu USD, năm 1989; chủ yếu nhờ hai mặt hàng: dầu mỏ và gạo[289].

Cuối tháng 8-1991, Trung tâm buôn bán ngoại tệ đầu tiên của Việt Nam đã được mở tại Thành phố Hồ Chí Minh. Trung tâm có 40 thành viên là các cơ quan nhà nước, trong đó có 7 ngân hàng thương mại và 33 tổ chức ngoại thương, các công ty nhập khẩu vàng bạc và những công ty thực hiện các dịch vụ về kiều hối. Cùng với sự xuất hiện của trung tâm này, tất cả các giao dịch về ngoại tệ đều được thực hiện với tỷ giá hình thành ở đó và mức chênh lệch tối đa của tỷ giá bán ra chỉ được cao hơn tỷ giá quy định là 0,5%. Đồng đôla bắt đầu được định giá 10.500 đồng tại Trung tâm giao dịch ngoại hối vào đầu tháng 10-1991.

Trong hai năm 1989 - 1990 có khoảng 450 nghìn lao động ở các xí nghiệp quốc doanh bị giảm biên chế hoặc nghỉ hưu mà không tìm được công việc làm mới. Theo ước tính của Bộ Lao động và báo cáo tình hình xí nghiệp, con số này chiếm 78% trong tổng số 570 nghìn công nhân dư thừa vào đầu năm 1988. Trong năm 1991, có thêm 150 nghìn công nhân từ các xí nghiệp quốc doanh bị giảm biên chế. Những nỗ lực "tinh giản biên chế" nhằm giảm 20% số viên chức nhà nước cũng làm mất việc thêm khoảng 250 nghìn người. Khi ấy,

---

[288] Theo Bộ trưởng Lê Văn Triết: Từ giữa thập niên 1980, quan hệ làm ăn với Đông Âu không còn đáng kể. Liên Xô trở thành chỗ dựa cuối cùng. Hằng năm, "ông anh Hai" này vẫn cung cấp cho Việt Nam xăng dầu, phân bón, sắt thép, máy móc và vật tư phục vụ sản xuất. Còn Việt Nam thì xuất trả cà phê, thiếc, chổi đót, cần câu và đồ may mặc, chủ yếu may gia công cho họ đồ bảo hộ, mũ giày, quần áo pyjamas. Thỉnh thoảng Việt Nam cũng giao muối và có khi là chổi cùn, giẻ rách để họ lau xe. Các mặt hàng như máy bay, tên lửa mà Liên Xô cung cấp thường nằm trong nhóm những mặt hàng "viện trợ không hoàn lại"; xi măng, sắt thép được coi là hàng "nghị định thư", tức là hàng trao đổi. Nhưng đến cuối năm 1988, Liên Xô không còn vật tư giao cho Việt Nam đồng thời cũng không nhận những hàng gia công mà lâu nay họ chủ yếu nhập vì "nghị định thư" và "tình hữu nghị". Như đứa con bị dứt khỏi bầu sữa mẹ, nên kinh tế của Việt Nam bị lâm vào cảnh chới với. Bế tắc quá, theo ông Lê Văn Triết, "anh em mới bàn với nhau tìm cách bán hàng sang các nước khác". Đúng lúc ấy, ông Nguyễn Mạnh Cầm đang làm đại sứ tại Liên Xô về họp. Ông Cầm nguyên là thứ trưởng Bộ Ngoại thương. Ông Triết trao đổi với ông Cầm, cả hai đi gặp ông Võ Văn Kiệt. Tại cuộc gặp này, ông Cầm đề nghị nên "mở thêm hướng mới, mặt trận mới". Đề nghị này được ông Võ Văn Kiệt đồng tình, ông Kiệt nói: "Có thân phải lo, ta không buôn bán được với xã hội chủ nghĩa thì mở dần ra. Giam mình ở trong một thị trường không phải là điều hay. Biết đâu, đây là thời cơ để mình độc lập". Ông Võ Văn Kiệt dặn: "Tôi sẽ báo cáo Bộ Chính trị, các anh cứ làm dần đi, nhưng đừng làm to vội". Theo ông Lê Văn Triết, phải sau khi Bộ Chính trị họp, "đa phương hóa" mới trở thành một chủ trương cho cả quan hệ ngoại giao và thương mại. Ông Lê Văn Triết nói: "Nếu Đông Âu, Liên Xô còn chiếu cố, cung cấp hàng nhỏ giọt cho mình thì chưa chắc mình đã thoát ra khỏi sự ỷ lại, dựa dẫm, chưa chắc đã kiên quyết đi theo kinh tế thị trường".

[289] Từ năm 1987, Việt Nam đã bắt đầu xuất khẩu dầu. Năm 1989, số tiền bán dầu từ liên doanh dầu khí Việt-Xô là 200 triệu USD; số tiền xuất khẩu gạo là 316 triệu USD; tiền xuất khẩu hải sản là 134 triệu USD. Năm 1990, tiền bán dầu mà Việt Nam được chia là 390 triệu USD.

hơn 600 nghìn bộ đội cũng vừa giải ngũ theo chính sách phục viên. Đội quân thất nghiệp đông lên chưa từng thấy[290].

Thị trường cũng nhanh chóng tạo ra khoảng cách giữa nông thôn - thành thị và giữa các vùng trong cả nước. Năm 1992-1993, thu nhập bình quân đầu người ở thành thị cao gấp đôi khu vực nông thôn. Duyên hải miền Trung, Tây Nguyên, trung du phía Bắc, khu Bốn cũ có thu nhập thấp hơn mức bình quân của cả nước. Giai đoạn 1991-1995, tỷ lệ tăng trưởng GDP tại Hà Nội và Sài Gòn cao gấp từ 1,5-2 lần so với mức bình quân của cả nước [291]. Làn sóng di cư còn tiếp tục làm thay đổi một cách sâu sắc đời sống kinh tế, xã hội và văn hóa của Việt Nam.

Tuy giáo viên chưa phải là đối tượng ưu tiên tinh giản biên chế trong giai đoạn này, nhưng kinh tế thị trường đã tác động một cách không cưỡng lại được đối với ngành giáo dục. Mức lương khởi điểm của một giáo viên phổ thông cơ sở, có chất lượng vào tháng 6-1991 là 45.000 đồng/tháng, tương đương với 5,35 đôla Mỹ theo tỷ giá thị trường. Mức lương cao nhất của thang lương cho một giáo viên phổ thông cơ sở kỳ cựu 30 năm trong nghề là 63.000 tương đương với 7,5 USD/tháng. Để sống được, hầu hết giáo viên cấp 1 dạy nửa ngày, còn nửa ngày phải làm việc khác để tăng thu nhập. Một đội ngũ rất lớn, giáo viên năng động đã lần lượt bỏ nghề ra kinh doanh hoặc tìm kiếm những công việc có thu nhập tốt hơn trong các ngành khác.

Nhà nước chưa thể làm gì để ngăn chặn làn sóng này. Tổng mức chi tiêu của Chính phủ cho giáo dục trong năm 1990 chỉ hơn 1 USD/đầu người; trong khi đó, con số này ở Trung Quốc cùng thời là 6,5 USD, ở Ấn Độ là 11,15 USD. Đặc biệt, các giáo viên tiếng Anh ở trong các trường đại học nhanh chóng kiếm được những công việc có thu nhập cao gấp hàng trăm lần so với lương

---

[290] Nhằm đảm bảo sự ổn định cho các lĩnh vực xã hội trong thời kỳ cắt giảm biên chế, tỷ lệ chi tiêu thường xuyên dành cho các dịch vụ xã hội tăng từ 16% trong năm 1988 lên 37% trong năm 1990. Trong khi đó, Chính phủ chỉ huy động được vào ngân sách ở mức rất thấp, chiếm từ 11 đến 13% GDP. Năm 1989, chỉ có khoảng ½ số tỉnh, thành phố thu vượt mức chi, có nộp cho ngân sách Trung ương, với tổng số tiền là 1.066 tỷ. Trung ương phân phối 244 tỷ đồng từ số này lại cho các tỉnh thu không đủ chi. Con số Trung ương thực nhận của các tỉnh là 822 tỷ đồng. Ngoài ra ,Trung ương còn thu được 1.963 tỷ đồng thông qua các nguồn kiểm soát trực tiếp: 363 tỷ tiền thuế nhập khẩu; 61 tỷ khấu hao của các xí nghiệp Trung ương; 639 tỷ từ các loại thu khác như: dầu khí, hợp tác lao động với nước ngoài...Tổng số thu ngân sách Trung ương năm 1989 là 1885 tỷ đồng. Trong năm 1989, nguồn thu của Trung ương từ các Thành phố như Hồ Chí Minh, lên đến 57%, Hà Nội và Hải Phòng, 17%. Trong nhiều năm liền thu từ Sài Gòn luôn chiếm tới 1/3 số thu ngân sách.

[291] Trong khi đó, do hạ tầng phát triển và điều kiện thiên nhiên ưu đãi hơn, trong số 616 dự án đầu tư vào các khu đô thị, 53% vốn tập trung ở phía Nam, 31% ở đồng bằng sông Hồng. Đặc biệt, 72% vốn phía Nam tập trung ở Thành phố Hồ Chí Minh, 74% vốn phía Bắc tập trung vào Hà Nội.

trong ngành; ngược lại, bộ môn tiếng Nga gần như bị xóa sổ do không còn sinh viên đăng ký học. Phần lớn giáo viên tiếng Nga bỏ nghề hoặc chuyển sang học thứ ngôn ngữ thời thượng: tiếng Anh.

Để có thể thực hiện các chương trình cải cách, Việt Nam cần có những khoản viện trợ mới. Nhưng để có viện trợ mới, Việt Nam đứng trước đòi hỏi cấp thiết phải thanh toán những khoản nợ nước ngoài. Tính đến cuối năm 1990, tổng số nợ của Việt Nam lên đến 8,3 tỷ USD, gần bằng GDP, trong đó có 3,2 tỷ nợ bằng ngoại tệ mạnh, phần còn lại là khoản nợ bằng đồng Rúp chuyển đổi. Đây là khoảng thời gian mà UNDP đóng một vai trò quan trọng trong việc viện trợ cho quá trình đổi mới và vận động nhằm khôi phục lại các chương trình viện trợ song phương và đa phương cho Việt Nam. Trong các năm 1989, 1990, Chính phủ phải "vay" từ các ngân hàng quốc doanh những khoản tín dụng lên tới 3.400 tỷ đồng để chi tiêu.

Chính kinh tế thị trường và chính sách tự do giao thương đã giải quyết những gánh nặng này thay vì những đồng tiền được đưa ra từ ngân sách. Chính sách hộ khẩu vẫn được duy trì trong suốt thập niên 1990. Nhưng nếu như thời bao cấp, cuốn sổ hộ khẩu luôn đi kèm với sổ gạo, việc làm, quyền mua xe, mua nhà, thuê nhà và quyền học hành của con cái, thì ở thời điểm ấy thị trường có thể giải quyết gần như tất cả. Thị trường còn xử lý một cách lặng lẽ sự phân bố không đồng đều về dân cư giữa các vùng kinh tế[292]. Cùng với sự phát triển của kinh tế tư nhân, Sài Gòn, Hà Nội trở thành thị trường lao động lớn nhất để giải quyết phần lớn số lao động dư thừa vừa bị "giảm biên" từ khu vực Nhà nước[293].

Chứng kiến sự thay đổi tới từng gốc rễ kể từ khi để cho người dân được tự do làm ăn mới thấy hết những mất mát mà Việt Nam phải gánh chịu thời kinh tế tư nhân bị đặt ra ngoài vòng pháp luật.

---

[292] Mật độ dân số ở đồng bằng châu thổ sông Hồng năm 1989 lên đến 658 người/km2 cao gần gấp đôi so với đồng bằng sông Mê Kông, 355 người/km2. Chênh lệch về mật độ dân số dẫn đến chênh lệch về diện tích gieo trồng bình quân đầu người: Châu thổ sông Hồng là 0,09 ha/người trong khi ở đồng bằng sông Cửu Long là 0,17ha/người. Riêng vùng Tây Nguyên thì trong thập niên 1990s gần như đang còn hoang vu. Từ năm 1989-1994 có khoảng 542 nghìn người từ các vùng "đất chật người đông" đến Tây Nguyên và các tỉnh khác.

[293] Lượng di dân tự do đến Sài Gòn tăng mạnh trong thập niên 1990. Ngay cả trong thời kỳ bao cấp, Sài Gòn vẫn là nơi hấp dẫn nhất của dân nhập cư tự do, bên cạnh những cán bộ tập kết trở về cùng với gia đình và những người được nhà nước điều đến công tác tại các cơ quan đóng trên địa bàn Thành phố, vẫn có 31,8% người nhập cư thuộc thành phần này trong giai đoạn 1975-1980. Chính sách kinh tế nhiều thành phần đã làm cho tỷ lệ dân nhập cư tự do tăng lên 64% trong giai đoạn 1986-1990. Tỷ lệ này lên tới 81% trong giai đoạn 1991-1996, khi kinh tế thị trường bắt đầu hình thành. Kể từ năm 1992, khi Thủ tướng có Quyết định 327, trợ cấp cho những người lên các vùng núi thực hiện chương trình "phủ xanh đất trống đồi trọc", lượng người di cư từ các tỉnh miền Bắc và miền Trung càng tăng nhanh. Từ 1976-1995, cả nước có gần 4,5 triệu người đi xây dựng các vùng kinh tế mới. Trong 7 vùng kinh tế của cả nước, đồng bằng sông Hồng và khu Bốn cũ, gồm các tỉnh từ Thanh Hóa tới Thừa Thiên, là không có di dân từ vùng khác đến; Tây Nguyên và đồng bằng sông Cửu Long, ngược lại, lại chỉ có dân từ vùng khác tới chứ không có di dân.

LƯỢC SỬ KINH TẾ TƯ NHÂN

Cuối thế kỷ 19, ở miền Nam đã có những đại điền chủ với ruộng đất "thẳng cánh cò bay" như Huyện Sĩ, như Tổng Đốc Phương... Người được xếp hạng giàu thứ tư, thân phụ của "Công tử Bạc Liêu", ông Trần Trinh Trạch, cũng sở hữu 74 sở điền, với 110.000 hecta đất trồng lúa, gần 100.000 hecta ruộng muối. Sau năm 1907, từ cuộc vận động Duy Tân của nhóm Đông Kinh Nghĩa Thục, phong trào khuếch trương thương nghiệp đã làm xuất hiện nhiều thương nhân vừa buôn bán vừa đầu tư công nghệ.

Dưới thời Pháp thuộc: "Ở Hà Nội có hiệu Đồng Lợi Tế bán hàng nội hóa, hiệu Hồng Tân Hưng làm đồ sơn, hãng Quảng Hưng Long do nhiều nhà buôn hùn vốn, hiệu Đông Thành Xương chế tạo xuyến bông đại đóa và do các nhà nho Hoàng Tăng Bí và Nguyễn Quyền quản lý... Ở Nghệ An, Ngô Đức Kế tổ chức Triệu Dương thương quán, còn ở Quảng Nam, công ty Quản trị hiệp thương phát triển từ năm 1907 với một số vốn khoảng chừng 200.000 đôla; công ty mua lâm thổ sản đem đi bán ở Hà Nội, Sài Gòn, Hương Cảng, rồi lại mua hàng ở các nơi đó về. Ở Phan Thiết, công ty buôn bán Liên Thành, thành lập năm 1908, xuất cảng đường, quế, tơ và sẽ mở thêm hai chi điếm lớn ở Sài Gòn và Hội An"[294].

Khi Thế chiến thứ nhất bùng nổ, một số những hội buôn này lợi dụng hàng hóa bên Pháp không chở sang được để phát triển hoạt động của họ: "Hãng Quảng Hưng Long thành công trong lãnh vực xuất nhập cảng, mặc dầu các quyền lợi của người Âu rất mạnh mẽ trong lãnh vực này; công ty Vũ Văn An chuyên môn buôn bán các loại tơ lụa đắt giá; Nguyễn Hữu Thu tức Sen, trước làm chủ hãng xe ở Hải Phòng, trở thành chủ hãng tàu thủy chạy giữa Hương Cảng và Hải Phòng trong những năm Thế chiến. Đồng thời, nhiều nhà máy in được mở, như nhà máy in của Ngô Tử Hạ, Lê Văn Phúc ở Hà Nội, Bùi Huy Tín ở Huế"[295].

Một trong những doanh nhân tiêu biểu lúc bấy giờ là Bạch Thái Bưởi. Tháng 4-1916, Bạch Thái Bưởi lập ra "Giang hải luân thuyền Bạch Thái công ty" ở Hải Phòng. Đến năm 1919, Bạch Thái Công ty đã sở hữu hơn 30 chiếc thuyền, chưa kể các thuyền phụ; 20 sà lan; 13 chiếc cầu tàu đứng, 16 chiếc cầu tàu nổi. Tàu nhỏ nhất chở được 55 người; tàu lớn nhất, chạy tuyến Hà Nội - Nam Định, chở được 1.200 người. Năm 1920, Bạch Thái Bưởi còn định mua tàu 3.000 tấn từ Mỹ để vươn sang Âu, Mỹ. Ông tuyên bố: "Trước kia ta cạnh

---

[294] Nguyễn Thế Anh, Việt Nam Dưới Thời Pháp Đô Hộ, Lửa Thiêng 1970, trang 252, 253.
[295] Nguyễn Thế Anh, Việt Nam Dưới Thời Pháp Đô Hộ, Lửa Thiêng 1970, trang 252, 253.

tranh với các Hoa thương trên mặt sông, từ nay trở đi ta lại cạnh tranh với các tàu bè trên mặt biển"[296]. Rất tiếc là khát vọng của Bạch Thái Bưởi không thành. Năm 1925, sau khủng hoảng kinh tế thế giới, ông đã phải bán tất cả số tàu của mình cho người Pháp.

Trong những thập niên sau đó, một số doanh nhân người Việt tiếp tục thành công trong những ngành kỹ nghệ tưởng chỉ có người "Tây" độc chiếm. Ông Ngô Tử Hạ đầu tư vào ngành in và trở thành "nhà tư bản ngành in và bất động sản hàng đầu xứ Đông Dương". Ông Nguyễn Sơn Hà lập hãng sơn, chế ra loại sơn Résistanco, cạnh tranh được với các loại sơn của Pháp trên cả các thị trường Lào, Campuchia và Thái Lan. Từ một điền chủ có 18.000 hecta ruộng, ông Trương Văn Bền mở hãng xà bông "Trương Văn Bền và các con", cho ra đời bánh "xà bông cô Ba", đánh bại các loại xà bông nhập cảng, thâu tóm thị trường Đông Dương rồi xuất sang Hương Cảng, châu Phi, Tân Đảo…

Năm 1926, một số nhà tư bản và địa chủ ở Sài Gòn đã góp vốn thành lập Việt Nam Ngân hàng, Société Annamite de Crédit. Tuy vậy, kinh doanh của tư bản Việt Nam chỉ có thể thu hẹp trong phạm vi tiểu công nghiệp và tiểu thương mại; trong suốt thời Pháp thuộc, những xí nghiệp tư bản Việt Nam dùng trên 200 công nhân vẫn còn rất hiếm[297].

Ở miền Bắc, trong khoảng thời gian từ năm 1954 đến 1958, tư bản tư doanh và cá thể vẫn được Chính phủ Hồ Chí Minh cho làm ăn. Chính họ là lực lượng giúp khôi phục nền kinh tế miền Bắc bị tàn phá nghiêm trọng sau chín năm Việt Minh "trường kỳ kháng chiến"[298]. Nhưng vai trò của họ chỉ được khai thác trong một thời gian ngắn.

Năm 1954 từ nơi tản cư trở về, gia đình ông Trịnh Văn Bô không còn một căn nhà nào để ở, cho dù trước đó, ông sở hữu biệt thự nổi tiếng 48 Hàng Ngang và nhiều dinh thự khác như 34 Hoàng Diệu, 24 Nguyễn Gia Thiều, 56-58 Tràng Tiền… Ông Trịnh Văn Bô (1914-1988) là một doanh nhân Việt Nam nổi tiếng giữa thế kỷ 20. Cha ông, ông Trịnh Văn Đường và cha vợ ông, ông

---

[296] Theo Nam Phong Tạp Chí, số 32.
[297] Theo thống kê năm 1938, ở Bắc kỳ trong số 67.761 hãng buôn phải nộp môn bài, chỉ có 173 trả môn bài trên 100 đồng, nhưng không ai phải trả trên 800 đồng cả; ở Nam kỳ, trong số 57.215 người nộp môn bài thì 152 trả môn bài trên 100 đồng song không ai phải trả quá 400 đồng. Giai cấp thượng lưu chịu ảnh hưởng các tập tục và lối sống Tây phương, thường gửi con cái đi du học ở Pháp.
[298] Trong giai đoạn này, công nghiệp tư bản tư doanh tăng 230%; cá thể, tiểu chủ tăng 220,2%. Năm 1957, kinh tế cá thể, tiểu chủ và tư bản tư doanh chiếm 73,7% giá trị công nghiệp và tiểu thủ công nghiệp trên miền Bắc.

Hoàng Đạo Phương, đều là những nhà nho cùng thời với cụ Lương Văn Can, từng đóng góp rất nhiều cho phong trào Đông Kinh Nghĩa Thục.

Ông Trịnh Văn Bô cùng vợ là bà Hoàng Thị Minh Hồ, trong 10 năm, kinh doanh thành công, đưa tài sản của hãng tơ lụa Phúc Lợi tăng lên 100 lần so với ngày thừa kế hãng này từ cha mình. Tơ lụa do Phúc Lợi sản xuất được bán sang Lào, Campuchia, Thái Lan, được các thương nhân Pháp, Anh, Thụy Sỹ, Thụy Điển, Ấn Độ, Trung Quốc và Nhật Bản tìm kiếm.

Từ năm 1944, gia đình ông nằm trong sự chú ý của những người cộng sản. Ngày 14-11-1944, hai vợ chồng ông bà cùng người con trai cả đồng ý tham gia Việt Minh. Vài tháng sau, ông bà đã mang một vạn đồng Đông Dương ra ủng hộ Mặt trận Việt Minh và từ đó, gia đình ông Trịnh Văn Bô trở thành một nguồn cung cấp tài chánh to lớn cho những người cộng sản. Đến trước Cách mạng tháng Tám, gia đình ông đã ủng hộ Việt Minh 8,5 vạn đồng Đông Dương, tương đương 212,5 cây vàng. Khi những người cộng sản cướp chính quyền, ông bà Trịnh Văn Bô được đưa vào Ban vận động Quỹ Độc lập[299].

Ngày 24-8-1945, khi Chính phủ lâm thời về Hà Nội, Hồ Chí Minh, Trường Chinh, Phạm Văn Đồng, Lê Đức Thọ, Hoàng Quốc Việt, Hoàng Tùng đều đã ở hoặc qua lại ngôi nhà 48 Hàng Ngang. Ba đêm đầu Hồ Chí Minh ngủ trên giường của ông bà Trịnh Văn Bô, sau đó, ông xuống tầng hai, ngủ trên chiếc giường bạt còn các nhà lãnh đạo khác thì kê ghế da hoặc rải chiếu ngủ. Ở tầng trệt, cửa hàng vẫn hoạt động bình thường, ngay cả bảo vệ của Hồ Chí Minh cũng không xuống nhà để tránh gây chú ý. Mọi việc ăn uống đều do bà Trịnh Văn Bô lo, thực khách hàng ngày ngồi kín chiếc bàn ăn 12 chỗ.

Trong suốt từ 24-8 cho đến ngày 2-9-1945 Chủ tịch Hồ Chí Minh hiếm khi ra khỏi nhà 48 Hàng Ngang. Mỗi buổi sáng, cứ sau khi ông tập thể dục xong, bà Trịnh Văn Bô lại đích thân mang thức ăn sáng lên. Bà nhớ, có lần Hồ Chí Minh đã giữ bà lại và hỏi: "Cô bao nhiêu tuổi mà có được gia tài lớn thế này?". Năm ấy bà 31 tuổi, dù có 4 đứa con nhưng vẫn còn xinh đẹp. Hồ Chí Minh ở lại đây cho đến ngày 27-9-1945. Mỗi khi ra khỏi nhà,

---

[299] Ông ba Trịnh Văn Bô đã vận động được hơn 1 triệu đồng Đông Dương và trực tiếp ủng hộ Quỹ 20 vạn đồng, tương đương 500 cây vàng. Gia đình ông bà đã đóng góp 117 cây vàng và vận động được thêm trên 1.000 cây vàng nữa cho Tuần lễ Vàng của Chính phủ Hồ Chí Minh. Ở thời điểm ấy, tổng ngân khố của Chính phủ Cách mạng Lâm thời chỉ có 1.200.000 đồng Đông Dương, nhưng phần đóng góp sau đó của gia đình ông Trịnh Văn Bô tổng cộng đã lên tới 5.147 lượng vàng, tương đương với 2.000.000 đồng.

Hồ Chí Minh thường xuống tầng dưới vấn an bà mẹ ông Trịnh Văn Bô và gọi bà là mẹ nuôi.

Ở 48 Hàng Ngang, Hồ Chí Minh đã ngồi viết bản Tuyên Ngôn Độc Lập và tiếp các sĩ quan OSS như Archimedes Patti và Allison Thomas. Quần áo mà các lãnh đạo Việt Minh bận trong ngày lễ Độc lập, đều do gia đình ông bà cung cấp. Các ông Phạm Văn Đồng, Võ Nguyên Giáp thì mặc đồ của ông Trịnh Văn Bô còn áo của Chủ tịch Hồ Chí Minh thì may bằng vải Phúc Lợi.

Khi Pháp tái chiếm Đông Dương, ông Trịnh Văn Bô theo Chính phủ Kháng chiến lên Việt Bắc còn vợ ông thì mang 5 người con, trong đó có một đứa con nhỏ, cùng với mẹ chồng lên "vùng tự do" Phú Thọ. Những năm ở đó, từ một bậc trâm anh, thế phiệt, bà đã phải cuốc đất trồng khoai và buôn bán để nuôi con. Năm 1955, gia đình ông Trịnh Văn Bô trở về Hà Nội. Ông bà tiếp tục xoay xở và bắt đầu phải bán dần đồ đạc cũ để nuôi sống gia đình. Lúc này, toàn bộ biệt thự, cửa hàng đều đã bị các cơ quan nhà nước sử dụng hoặc chia cho cán bộ nhân viên ở. Lúc đầu, Nhà nước "mượn" sau tự làm giấy nói gia đình xin hiến, nhưng cụ bà Trịnh Văn Bô bảo: "Tôi không ký".

Năm 1958, Chủ tịch Hồ Chí Minh cho tiến hành "cải tạo xã hội chủ nghĩa" trên toàn miền Bắc, các nhà tư sản Việt Nam buộc phải giao nhà máy, cơ sở kinh doanh cho Nhà nước. Bà Trịnh Văn Bô lại được kêu gọi "làm gương", đưa xưởng dệt của bà vào "công tư hợp doanh". Bà Bô cùng các nhà tư sản được cho học tập để nhận rõ, tài sản mà họ có được là do bóc lột, bây giờ Chính phủ nhân đạo cho làm phó giám đốc trong các nhà máy, xí nghiệp của mình. Không chỉ riêng bà Bô, các nhà tư sản từng nuôi Việt Minh như chủ hãng nước mắm Cát Hải, chủ hãng dệt Cự Doanh cũng chấp nhận hợp doanh và làm phó.

Cho dù được ghi nhận công lao, trong lý lịch các con của ông Trịnh Văn Bô vẫn phải ghi thành phần giai cấp là "tư sản dân tộc", và rất ít khi hai chữ "dân tộc" được nhắc tới. Con trai ông Trịnh Văn Bô, ông Trịnh Kiến Quốc kể: "Ở trường, các thầy giáo, nhất là giáo viên chính trị, nhìn chị em tôi như những công dân hạng ba. Vào đại học, càng bị kỳ thị vì lượng sinh viên người Hà Nội không còn nhiều. Trong trường chủ yếu là sinh viên con em cán bộ thuộc thành phần cơ bản từ Nghệ An, Thanh Hóa… những người xếp sinh viên Hải Phòng, Hà Nội vào thứ hạng chót. Chị tôi vào Đại học Bách Khoa, năm 1959, phải đi lao động rèn luyện một năm trên công trường Cổ Ngư, con đường về sau Cụ Hồ đổi thành đường Thanh Niên, và sau đó là lao động trên công trường Hồ Bảy Mẫu". Cả gia đình ông Trịnh Văn Bô, sau khi về Hà Nội đã phải ở nhà thuê. Năm 1954, Thiếu tướng Hoàng Văn Thái có làm giấy mượn căn

[CHƯƠNG 16 • THỊ TRƯỜNG]

nhà số 34 Hoàng Diệu của ông với thời hạn 2 năm. Nhưng cho đến khi ông Trịnh Văn Bô qua đời, gia đình ông vẫn không đòi lại được [300].

Câu chuyện của gia đình Trịnh Văn Bô cũng chưa cay đắng bằng gia đình bà Nguyễn Thị Năm, nổi tiếng với tên gọi Cát Hanh Long, một nhà tư sản vào hàng nhất nhì miền Bắc. Cũng như nhiều nhà tư sản khác, ba mẹ con bà Nguyễn Thị Năm đã hăm hở ủng hộ phong trào Việt Minh từ tháng 5-1945. Bà đã từng vận động bạn bè và tự mình mua tín phiếu Việt Minh, mua vải đỏ, vải vàng may cờ đỏ sao vàng, ủng hộ tiền, gửi thuốc men, thóc gạo, dụng cụ ấn loát lên Chiến khu Việt Bắc...

Sáng ngày 19-8-1945, bà Năm đã dùng xe ô tô của gia đình, cắm cờ đỏ sao vàng ngay đầu mũi xe chạy lên Thái Nguyên, báo tin "Hà Nội đã khởi nghĩa" cho người con trai thứ hai là Hoàng Công đang hoạt động bí mật ở Võ Nhai dưới sự lãnh đạo của các cán bộ cộng sản. Trong một trạng thái phấn khích, bà Năm đã cho xe chạy một vòng quanh thành phố Thái Nguyên rồi mới sang Đồng Bẩm, lên La Hiên, Đình Cả. Đó là một hành động bất chấp nguy hiểm vì khi ấy người Nhật chưa chính thức đầu hàng.

Hai con bà Năm: Hoàng Công, tham gia Tổng khởi nghĩa ở Thái Nguyên; Nguyễn Hanh, tham gia Tổng khởi nghĩa ngay tại phủ Khâm sai Bắc Bộ và sau đó được cử đi bảo vệ phái đoàn gồm có các ông Nguyễn Lương Bằng, Trần Huy Liệu, Cù Huy Cận vào Huế tiếp nhận sự thoái vị và nhận ấn kiếm vàng của Bảo Đại đem về Hà Nội, đúng lúc đang diễn ra lễ mít tinh ở Quảng trường Ba Đình ngày 2-9-1945.

Trong "Tuần lễ vàng", gia đình bà Năm đã góp 100 lượng vàng tại Hải Phòng. Ở Thái Nguyên, gia đình bà được Trung ương Việt Minh giao trách nhiệm giúp đỡ và chăm sóc các cán bộ của Đảng từ Chiến khu về, trong đó có những người như gia đình ông Hoàng Hữu Nhân, Bí thư đầu tiên của Hải Phòng, và gia đình ông Lê Đức Thọ. Con trai Hoàng Công của bà sau đó được ông Lê Đức Thọ điều từ Thái Nguyên về Hà Nội. Toàn quốc kháng chiến, Hoàng Công bị gãy chân tại mặt trận Ngã Tư Sở khi đang chiến đấu bảo vệ Thủ đô.

Cũng trong những ngày đó, gia đình bà Năm đã để lại khối tài sản lớn của mình ở Hà Nội và Hải Phòng để theo mặt trận Việt Minh. Ở Thái nguyên, bà

---

[300] Tuy có xác nhận của các ông Trường Chinh, Phạm Văn Đồng, Lê Đức Thọ... năm 1988 sau khi Đại tướng Hoàng Văn Thái qua đời, gia đình ông chuyển sang chỗ khác nhưng bà Trịnh Văn Bô vẫn không đòi được nhà mặc dù các ông Đỗ Mười, Lê Quang Đạo, Võ Văn Kiệt, Phan Văn Khải khi đương nhiệm đã đồng ý trả lại nhà 34 Hoàng Diệu. Năm 2003, gia đình bà Trịnh Văn Bô đã dọn đến căn nhà này cho dù về mặt pháp lý, hàng chục năm sau đó, Nhà nước vẫn chưa chính thức trao trả.

Năm tích cực tham gia công tác phụ nữ và được bầu làm Hội trưởng Phụ nữ tỉnh Thái Nguyên và là Ủy viên Liên khu Hội Phụ nữ. Thế nhưng, khi cải cách ruộng đất, bà Nguyễn Thị Năm bị quy là địa chủ và bị gán tội "Việt gian - Quốc dân Đảng" rồi trở thành một trong những địa chủ đầu tiên bị xử bắn[301].

Cuối năm 1955, sau khi tập kết ra Bắc, được giao phụ trách trong công tác sửa sai trong cuộc vận động cải cách ruộng đất và chỉnh đốn tổ chức, Lê Đức Thọ đã minh oan cho bà Nguyễn Thị Năm và sửa lại thành phần cho bà là "tư sản, địa chủ kháng chiến". Thế nhưng, theo ông Nguyễn Hanh: Không phải mọi việc sau này đều thuận buồm, xuôi gió ngay đối với con cháu của bà.

Ông Nguyễn Hanh viết: "Con gái đầu lòng của tôi được vào đại học, nhưng khi tốt nghiệp, phân công tác, không được cơ quan nào chấp nhận vì bà nội cháu đã bị xử trong cải cách ruộng đất. Con trai thứ hai, theo gương bố và chú, xin vào bộ đội. Đơn vị thấy cháu công tác tốt và có khả năng đã cử cháu đi học đại học tại chức. Vừa học, vừa công tác tốt nhưng đến khi tốt nghiệp, phát hiện ra cháu là cháu nội địa chủ, nhà trường đã không cho cháu thi tốt nghiệp. Nhờ có sự giúp đỡ tận tình của bác Lê Đức Thọ nên hai con tôi mới thoát nạn. Ba năm sau khi sửa sai cho mẹ tôi, hai anh em tôi mới được xét lại thành tích phấn đấu từ thời Việt Minh bí mật và nhờ có sự giúp đỡ nhiệt tình của bác Lê Đức Thọ, nên chúng tôi được phục hồi công tác. Chỉ tiếc rằng việc thực hiện sửa sai không nhất quán và không làm đúng ở cơ sở. Em trai tôi chưa được chứng nhận là thương binh và phục hồi Đảng tịch... Sau này bác Lê Đức Thọ đã đến thăm gia đình chúng tôi, tặng một tập thơ, ở trang đầu có ghi mấy dòng chữ tự tay bác viết: Thân tặng Hanh và Công, để đánh dấu chấm dứt sự đau buồn kéo dài lâu năm của gia đình và cũng là của chung"[302].

Trong thời kỳ khôi phục kinh tế, 1955-1957, nền kinh tế miền Bắc phát triển ngoạn mục, chủ yếu nhờ vào lực lượng tư nhân: Công nghiệp tư bản tư doanh tăng 230%; cá thể, tiểu chủ, tăng 220,2%. Tư bản tư doanh và tiểu chủ, cá thể tạo ra một lượng sản phẩm chiếm 73,7% tổng giá trị công nghiệp và tiểu thủ công nghiệp ở miền Bắc. Nhưng "Công cuộc cải tạo công thương nghiệp tư doanh" bắt đầu ở miền Bắc vào tháng 9-1957 đã gần như triệt tiêu hoàn toàn kinh tế tư bản tư nhân, tiểu chủ và cá thể bằng cách tước đoạt dưới các hình thức "tập thể hóa" hoặc buộc các nhà tư sản phải đưa cơ sở kinh doanh của họ cho Nhà nước với cái gọi là công tư hợp doanh.

---

[301] Theo Nguyễn Hanh, Gia đình tôi mang ơn bác Lê Đức Thọ, Lê Đức Thọ, Nhà Xuất bản Chính trị Quốc gia - Sự Thật, 2011, trang 406.
[302] Nguyễn Hanh, Gia đình tôi mang ơn bác Lê Đức Thọ, Lê Đức Thọ, Nhà Xuất bản Chính trị Quốc gia - Sự Thật, 2011, trang 409.

Chỉ hai năm sau cải tạo công thương nghiệp tư doanh, ở miền Bắc, tài sản của các nhà tư sản teo dần trong khi lực lượng quốc doanh bắt đầu chiếm tỉ trọng cao trong nền kinh tế[303]. Văn kiện Đảng ghi ngắn gọn: "Đến cuối năm 1960, 100% hộ tư sản công nghiệp và 97,2% hộ tư sản thương nghiệp được cải tạo"[304]. Con số đó đủ để nói lên chính sách đối với tư nhân của chế độ miền Bắc.

Nhà nước theo Hiến pháp 1959, với tham vọng "lãnh đạo hoạt động kinh tế theo một kế hoạch thống nhất"[305], đã coi "Kinh tế quốc doanh thuộc hình thức sở hữu của toàn dân, giữ vai trò lãnh đạo trong nền kinh tế quốc dân và được Nhà nước bảo đảm phát triển ưu tiên[306]; Khuyến khích, hướng dẫn và giúp đỡ sự phát triển của kinh tế hợp tác xã [307]".

Mặc dù nói, "Nhà nước chiếu theo pháp luật bảo hộ quyền sở hữu về tư liệu sản xuất và của cải khác của nhà tư sản dân tộc", nhưng vì Hiến pháp đã giao nhiệm vụ cho Nhà nước "ra sức hướng dẫn các nhà tư sản dân tộc hoạt động có lợi cho quốc kế dân sinh, góp phần phát triển kinh tế quốc dân phù hợp với kế hoạch kinh tế của Nhà nước"; bằng cách "khuyến khích và hướng dẫn các nhà tư sản dân tộc đi theo con đường cải tạo xã hội chủ nghĩa bằng hình thức công tư hợp doanh và những hình thức cải tạo khác"[308]; đồng thời "nghiêm cấm việc lợi dụng tài sản tư hữu để làm rối loạn sinh hoạt kinh tế của xã hội, phá hoại kế hoạch kinh tế Nhà nước"[309], cho nên phạm vi tư hữu được "Nhà nước bảo hộ" chỉ còn ở mức "quyền sở hữu của công dân về của cải thu nhập hợp pháp, của cải để dành, nhà ở và các thứ vật dụng riêng khác" [310].

Cũng từ năm 1960, kinh tế tư bản tư nhân trên miền Bắc gần như hoàn toàn biến mất. Hậu duệ của những Bạch Thái Bưởi, Lê Văn Phúc... ly tán. Các nhà tư sản đóng góp nhiều tiền bạc cho kháng chiến như Nguyễn Sơn Hà, Ngô Tử Hạ... có được vài ghế danh dự trong Chính phủ, trong Quốc hội, nhưng họ và con cái không còn là những doanh nhân - vai trò mà họ có thể đóng góp thiết thực nhất cho đất nước.

---

[303] Giá trị công nghiệp và tiểu thủ công nghiệp của tư bản tư nhân chỉ còn chiếm 0,4%; thủ công nghiệp cá thể chỉ còn chiếm 4,6%; tiểu thủ công nghiệp tập thể chiếm 37%; công tư hợp doanh chiếm 4,9%; trong khi, quốc doanh tăng từ 34%, năm 1958, lên 52,4%, năm 1960.
[304] Đào Duy Tùng, Tuyển tập, tập I, Nhà Xuất bản Chính trị Quốc gia, 2008, trang 192.
[305] Điều 10, Hiến pháp 1959.
[306] Điều 12, Hiến pháp 1959.
[307] Điều 13, Hiến pháp 1959.
[308] Điều 16, Hiến pháp 1959.
[309] Điều 17, Hiến pháp 1959.
[310] Điều 18, Hiến pháp 1959.

Miền Bắc "tiến lên chủ nghĩa xã hội" bằng "kế hoạch 5 năm lần thứ nhất", 1960-1965, trong một bối cảnh kinh tế tư nhân bị o ép và quốc doanh thì èo uột. Chiến tranh, với khẩu hiệu, "tất cả cho tiền tuyến; tất cả để đánh thắng giặc Mỹ xâm lược", đã biện minh cho sự nghèo nàn và viện trợ đã giúp miền Bắc sống thoi thóp cho đến ngày thống nhất. Ở miền Nam, sau năm 1975, những thương hiệu một thời nổi tiếng cũng lần lượt biến mất sau khi chủ nhân của nó di tản, bị bắt, hoặc trở thành thuyền nhân và các nhà máy bị quốc hữu hóa rồi được quản lý theo kiểu cha chung không ai khóc.

Nhưng, cho dù trải qua ba thập niên xây dựng chủ nghĩa xã hội, "chợ đen" chưa bao giờ bị triệt tiêu ở miền Bắc; cho dù các nhà tư sản bắt đầu bị "đánh" kể từ tháng 9-1975 và bị "cải tạo" triệt để hơn vào tháng 3-1978, lực lượng "con phe" ở miền Nam chưa từng một ngày chịu khuất phục. Họ đã từng phải trả giá cả bằng tù tội. Một trong những người tiêu biểu đó là "Vua Lốp" Nguyễn Văn Chẩn.

Ông Nguyễn Văn Chẩn vốn là một nông dân ở huyện Nga Sơn, Thanh Hóa. Năm 1954, ông bán tài sản giá trị nhất là ruộng rau, để lại cho vợ con một nửa số tiền, mang theo nửa còn lại tìm đường ra Hà Nội. Thoạt đầu, ông xin vào làm công ở "ngành công nghiệp" bóc vỏ xe ô tô cũ cắt ra làm dép. Sau khi tích lũy được một số vốn, ông mở một cửa hiệu nhỏ rồi đón vợ con lên Hà Nội. Chỉ sau một năm, công việc làm ăn của ông Chẩn phất lên…, ông bị coi là "tư sản mới", bị kiểm tra, toàn bộ tài sản bị tịch biên và bản thân ông bị đưa đi cải tạo nhưng may mắn, chỉ vài ngày sau, ông được thả.

Trở về, ông Chẩn vẫn không bỏ được máu làm ăn. Một lần, khi cây viết mực của con bị hư, ông phải đi khắp các "cửa hàng bách hóa" mà không mua được vì "bút máy" là mặt hàng "phân phối". Sau khi tìm mua được một cây viết chợ đen với giá mắc hơn giá trong cửa hàng Nhà nước nhiều lần, ông Chẩn tức mình ngồi tháo ra nghiên cứu và nhận thấy là ông có thể tự làm được những cây viết mực. Thế rồi ông chuyển sang làm "bút máy"[311]. Bút máy của ông có kiểu dáng gần giống và chất lượng tương đương "bút máy Trường Sơn" nhưng được bán tự do với giá rẻ.

Ông Chẩn lại phất lên và lại bị "tài chính quận Hoàn Kiếm" kiểm tra chỉ vì ông "sống ở quận Ba Đình mà kinh doanh ở Hoàn Kiếm". Toàn bộ công cụ, đồ nghề, nguyên liệu, sản phẩm lại bị tịch thu rồi chỉ được trả một phần nhỏ sau nhiều lần thưa kiện. Bỏ nghề làm bút máy, ông Chẩn chuyển sang nghề đắp vỏ xe đạp, xe thồ và lại nhanh chóng trở thành người giàu có.

---

[311] Người miền Nam gọi là "Viết mực".

Tháng 4-1960, ông bị công an quận Ba Đình khám nhà, tịch thu toàn bộ mô tơ, khuôn, vài tạ dép đứt quai, cao su và hàng ngàn chi tiết bút. Với tội danh "tàng trữ và đầu cơ hàng hoá sản xuất trái phép", ông Nguyễn Văn Chẩn bị Tòa án Hà Nội xử 30 tháng tù giam. Thay vì phúc thẩm ngay theo đơn kháng án của ông, mãi tới ngày 25-5-1972, Tòa án Tối cao mới xử phúc phẩm và tại bản án số 22, ông Chẩn chỉ bị buộc tội "đầu cơ", bị "cảnh cáo và nộp phạt một trăm đồng" sau khi đã phải trải qua 18 tháng trong nhà tù Hỏa Lò, 12 tháng trong trại tù Yên Bái.

Khi từ nhà tù Yên Bái trở về, ông Chẩn đã định từ giã con đường làm ăn tư nhân. Ông xin vào công ty vệ sinh Thành phố và buổi tối thì nhận xăm của nhà máy cao su về nối. Nhưng... ông nhận ra nhựa vá xăm lốp quốc doanh "chưa vá đã bong" nên mày mò pha chế và tìm ra một loại nhựa tốt hơn.

Các chủ đại lý lại xếp hàng rồng rắn trước xưởng nhựa của ông Chẩn. Khách các tỉnh xa về mua hàng can lớn. Ông Chẩn lại giàu lên. Tháng 1-1974, ông bị bắt và ngồi tù cho tới ngày 30-3 năm ấy. Ra tù ở tuổi 50, sau 5 năm bán chè chén, năm 1979, ông quay lại với nghề làm vỏ xe ở một trình độ cao hơn. Năm 1980, ông Chẩn cho xuất xưởng những chiếc vỏ xe thồ có thể chạy ba năm trong khi vỏ xe cùng loại của Nhà máy cao su Sao Vàng chỉ chạy được chưa đầy sáu tháng. Sản phẩm của ông từng được trao Huy chương đồng tại Hội chợ triển lãm Giảng Võ. Từ đây, ông Nguyễn Văn Chẩn bắt đầu chết tên "Vua Lốp".

Khách hàng từ các tỉnh phía Bắc đến xếp hàng hằng ngày chờ mua vỏ xe thồ đã làm cho Chính quyền chú ý. Người có tiền án hai lần vào tù vì "buôn bán xăm lốp ô tô cũ và sản xuất bút máy" đương nhiên trở thành đối tượng của công an. Đầu tháng 7-1983, ông Chẩn bị kiểm tra và trong suốt ba ngày trời, "dưới sự chứng kiến của hàng trăm quan chức đủ mọi thành phần và hàng ngàn người dân hiếu kỳ, ông Chẩn và các con đã phải thao tác quy trình làm lốp bằng phế liệu". Không tìm ra lỗi, Chính quyền Hà Nội đành cáo buộc ông "tự ý sản xuất" làm "rối loạn" nền kinh tế mà, trong đó, mọi sản phẩm đều do Nhà nước lên kế hoạch, giao chỉ tiêu từ khâu sản xuất cho đến khâu tiêu thụ.

Hà Nội năm 1983 là địa phương duy nhất hăng hái thi hành "Chỉ thị Z-30" mà theo đó, sự giàu có cũng được coi là tội trọng. Sáng sớm ngày 27-8-1983, lực lượng liên ngành quận Ba Đình bao gồm quân đội, công an, viện kiểm sát, ủy ban đã phong tỏa nhà và xưởng sản xuất của Vua Lốp, rồi tuyên bố, tịch thu toàn bộ nhà cửa, nguyên vật liệu và dây chuyền sản xuất xưởng sản xuất lốp, đồng thời ra lệnh bắt giam ông Chẩn. Đã có kinh nghiệm từ ba lần trước, ông Chẩn bỏ trốn lên Hàng Đào, rồi sau đó bắt đầu những ngày phiêu bạt, nay

Thái Bình, mai Hải Phòng, Hà Bắc. Gần một năm sau, khi vợ con khởi kiện, ông Chẩn mới lặng lẽ trở về. Những năm ấy, cả gia đình Vua Lốp phải ra phố Sơn Tây căng lều trên vỉa hè sống tạm [312].

Không quy mô như "Vua Lốp" nhưng nhiều người dân vẫn tìm cách xoay xở. Bốn ngành "công nghiệp mũi nhọn" mà xã hội "bung ra" những năm 1978, 1979 và trong thập niên 1980 là: "Vá ép áo mưa rách/ Bơm mực ruột bút bi/ Tái chế dép nhựa cũ/ Lộn cổ áo sơ mi". Ở miền Bắc, ngành công nghiệp "Tái chế dép nhựa cũ" có nơi được thay bằng "Gia công quy gai xốp". Có một ngành "công nghiệp" không thể không nói tới là "ngành" nấu xà bông. Thành phần cục xà bông phản ánh khá trần trụi một môi trường kinh doanh đã bị cơ chế quan liêu bao cấp làm cho biến dạng.

Sau năm 1975, những hãng nổi tiếng như bột giặt Viso hay "Trương Văn Bền và các con" đều bị quốc hữu hóa hoặc phải hoạt động dưới dạng "công tư hợp doanh". Một người con của ông Trương Văn Bền được Nhà nước cho làm Phó giám đốc Công ty hợp doanh này. Đó là một giai đoạn mà vật tư nguyên liệu để làm các loại "xà bông cô Ba" không còn được nhập. Không có nguyên liệu để sản xuất xà bông theo quy trình hiện đại, Công ty hợp doanh phải đặt hàng các cơ sở sản xuất nhỏ lẻ gia công theo cách cho xút và dầu dừa vào thùng phuy đun, khuấy.

Một người từng sản xuất xà bông từ cuối thập niên 1970, ông Thái Văn Hừng[313] kể: "Ngày chuẩn bị ra trường, tôi về thực tập ở Cần Thơ, tình cờ ra chợ mua xà bông, thấy giá cao quá. Hồi đó, đưa 1kg xà bông từ Sài Gòn về phải qua biết bao nhiêu trạm kiểm soát. Thay vì mua xà bông, tôi về mang sách vở, đồ dùng học tập, bán hết, gom thêm tiền, mua 10 kg dầu dừa, xút... nấu xà bông. Cứ sáng làm, chiều bán, một vốn, ba, bốn lời. Đúng một tháng sau tôi có gần bốn chục lượng vàng. Thay vì trở về trường nhận bằng tốt nghiệp, tôi thành lập tổ hợp sản xuất xà bông, bỏ ra 30 lượng vàng mua một máy ép dầu dừa. Máy ép dầu dừa của tôi là chiếc thứ hai ở tỉnh Hậu Giang hồi đó". Năm 1980, chỉ hơn một năm sau ngày khởi nghiệp, ông Hừng nhớ lại: "Tôi có cả nghìn cây vàng".

---

[312] Ngày 21-12-1985, Viện Kiểm sát Nhân dân Tối cao ra quyết định đình chỉ điều tra, thừa nhận Vua Lốp vô tội và yêu cầu Hà Nội trả lại tài sản cho gia đình ông. Sáu năm sau, ngày 1-9-1990, Chủ tịch Hà Nội Lê Ất Hợi mới ký công văn số 4071 trả lại tài sản và nhà cho ông Chẩn. Căn nhà của ông ở ngõ 135 Đội Cấn có khuôn viên rộng 917 m2, sau bảy năm kê biên bị lấn chiếm chỉ còn trên 200 m2. Nhưng đau đớn hơn, từ năm 1983, con cái của Vua Lốp đã phải chịu thất học. Năm 1991, một người con của ông mở lại xưởng làm lốp xe, hoạt động thêm được 5 năm. Người con này về sau chuyển sang kinh doanh ngành in. Ông Chẩn trở lại ngõ 135 Đội Cấn đặt hai bàn bi-da bình dân kiếm sống.

[313] Chủ Công ty Hừng Sáng.

Nhưng, ở Sài Gòn, không phải ai cũng có thể mua xút và dầu dừa. Ông Trần Mộng Hùng, người nhận gia công xà bông cho các công ty hợp doanh; người từng cho cậu sinh viên Thái Văn Hừng mua xà bông chịu mang về miền Tây bán, kể: "Sau cải tạo, toàn bộ hàng hóa, nguyên liệu mà Nhà nước thu được của các nhà tư sản được đưa về cho Công ty Vật tư Tổng hợp Thành phố. Nhiều loại vật tư vô cùng khan hiếm ngoài thị trường lại nằm chết dí trong kho vì những người quản lý không biết nó là gì. Những thùng xút mà các nhà nấu xà bông đang cần lại thường bị bỏ bê vì thủ kho ngại tới gần những loại hóa chất đụng tay vô là bị phỏng. Mãi về sau khi vật tư trên thị trường đã cạn kiệt, hàng mới không được nhập về, các nhà sản xuất mới tìm đến và phát hiện ra nhiều loại vật tư ngoài thị trường khan hiếm lại đang bị bỏ phế".

Do quen biết giám đốc Công ty Dầu dừa Bến Tre, ông Trần Mộng Hùng xuống thẳng công ty của ông này "xin mua". Ông giám đốc nói: "Dầu tao sản xuất ra không có chỗ để chứa, mua là tao bán chứ xin gì". Ông Hùng cả mừng, nói: "Vậy chú bán cho con theo giá thị trường 5 đồng/kg đi". Ông giám đốc trả lời: "Bán theo giá thị trường để tao đi tù à? Tao bán mày 5 xu/kg thôi. Nhưng mày phải kiếm một công ty quốc doanh xuống đây mua thì tao mới bán được". Theo quy định lúc đó: Chỉ các công ty quốc doanh có chức năng mới được mua xút, dầu dừa rồi cung cấp cho các xí nghiệp được giao kế hoạch sản xuất xà bông cho thương nghiệp; các xí nghiệp này lại nhận xút và dầu dừa theo định mức rồi đặt các cơ sở gia công nấu xà bông.

Các cơ sở gia công xà bông nếu cứ nhận xút và dầu dừa theo định lượng rồi giao lại một số xà bông đúng như tính toán Nhà nước thì sẽ không có lời. Họ phải kiếm sống bằng cách, nếu định lượng xút cho một thùng xà bông là 15 kg thì chỉ sử dụng 9 kg, rồi đem 6 kg ấy ra chợ trời bán. "Công thức" áp dụng với dầu dừa cũng tương tự. Nhưng, muốn cho cục xà bông cứng lại thì phải đảm bảo nấu đủ 62% dầu dừa trong khi hơn 1/3 dầu dừa đã được bán cho chợ đen. Thế là các cơ sở gia công đành phải trộn mỡ phế thải của nhà máy Vissan, thậm chí pha đất sét và dùng muối thay cho soda... để cho cục xà bông cứng lại.

Sự chi li chặt chẽ của các nhà làm "kế hoạch hóa" đã khiến cho nền kinh tế phải tồn tại bằng cách đối phó. Không chỉ có xà bông mà cả kem đánh răng, vỏ xe... cũng đều phải "độn". Những đôi dép nhựa tái chế chỉ đi được vài tuần là gãy đế, tụt quai. Những chiếc vỏ xe chạy được dăm chục cây số là bắt đầu phải lấy mây khâu mới giữ được cho phần cao su dính liền với "tanh" thép. Những chiếc yên xe chỉ đi mấy bữa là lò xo không còn khả năng đàn hồi...

Năm 1990, khi Luật Công ty và Doanh nghiệp tư nhân ra đời, những người như ông Thái Văn Hừng, Trần Mộng Hùng... từ giã những cơ sở sản xuất, kinh doanh du kích của mình, bỏ vốn lập công ty. Cũng như nền kinh tế nói chung, từng người bắt đầu phải học để thích ứng cho một giai đoạn mới.

HỌC LẠI "KINH TẾ THỊ TRƯỜNG"

Theo ông Phan Văn Khải, nói là Đảng bắt đầu đổi mới từ năm 1986, nhưng trên thực tế trong suốt nhiệm kỳ VI, trong Đảng vẫn tranh cãi liên miên về đường đi. Mãi tới năm 1991, những người chủ trương cải cách mới đưa được bốn chữ "kinh tế thị trường" vào văn kiện.

Sau khi khởi xướng con đường đổi mới, ông Trường Chinh vừa giữ chức cố vấn Ban Chấp hành Trung ương vừa là trưởng Tiểu ban Soạn thảo cương lĩnh của Đảng. Nhưng vai trò của ông chấm dứt chỉ chưa đầy một năm sau đó. Đầu năm 1988, Hội nghị Trung ương lần thứ 3 nhóm họp tại Thành phố Hồ Chí Minh, khi Trường Chinh vào Nam dự theo thường lệ thì nhận được "đề nghị" của Chánh Văn phòng Trung ương Hồng Hà: "Đã lâu anh không vào Nam nên Văn phòng bố trí để anh đi nghỉ".

Nửa năm sau, ngày 30-9-1988, khi xuống gặp nhóm giúp việc ở phần tầng nửa trệt, nửa hầm, nhà số 3 Nguyễn Cảnh Chân, Trường Chinh bị trượt chân nơi mấy bậc cầu thang, ngã bật người ra phía sau, rồi mất.

Tổng Bí thư Nguyễn Văn Linh thay thế Trường Chinh làm trưởng Tiểu ban dự thảo "Cương lĩnh xây dựng đất nước trong Thời kỳ quá độ lên Chủ nghĩa xã hội". Chủ biên là Ủy viên thường trực Bộ Chính trị Đào Duy Tùng. Thay vì cải cách cả kinh tế và chính trị, ưu tiên hàng đầu lúc bấy giờ của Tổng Bí thư Nguyễn Văn Linh và Đào Duy Tùng, trợ thủ đắc lực về lý luận của ông, là: "Kiên định con đường xã hội chủ nghĩa, trên cơ sở kiên định học thuyết kinh điển về cách mạng vô sản và thời kỳ quá độ trong đó có chính sách kinh tế mới của Lênin"[314].

Cùng thời gian ấy, Chính phủ được giao soạn thảo "Chiến lược ổn định và phát triển kinh tế xã hội đến năm 2000"[315]. Những nhà cải cách có một cơ hội để "cài" vào văn kiện của Đảng hai chữ "**thị trường**". Theo ông Trần Đức Nguyên: "Chúng tôi bàn nhau, dứt khoát phải đưa vào văn kiện thuật ngữ '**nền kinh tế thị trường**' và chấp nhận thêm đuôi 'có sự quản lý nhà nước'. Không có nền kinh tế nào lại không có bàn tay nhà nước, nhưng cứ viết ra

---

[314] Cương lĩnh xây dựng đất nước trong thời kỳ quá độ lên chủ nghĩa xã hội.

[315] Chịu trách nhiệm chính là Chủ tịch HĐBT Đỗ Mười và Phó chủ tịch Võ Văn Kiệt. Công việc chuẩn bị chủ yếu do ông Phan Văn Khải, tổ trưởng biên tập, ông Trần Đức Nguyên tổ phó, cùng các ông Lê Đức Thúy, Lưu Quang Hồ, Lương Xuân Kỳ và Đào Công Tiến trực tiếp soạn thảo.

như thế để những người sợ hãi thị trường yên tâm"[316]. Cũng theo ông Trần Đức Nguyên: "Đào Duy Tùng, khi ấy là ủy viên thường trực Bộ Chính trị, không muốn trình 'Chiến lược ổn định và phát triển kinh tế xã hội đến năm 2000' ra đại hội, lấy cớ đã có nhiều văn kiện quá. Nếu hai ông Đỗ Mười và Võ Văn Kiệt không kiên quyết bảo vệ, thì năm 1991, khái niệm kinh tế thị trường có thể đã chưa bắt đầu được Đảng Cộng sản Việt Nam đề cập". Không chỉ là vấn đề câu chữ, xung đột giữa hai nhóm biên soạn "Cương lĩnh" và "Chiến lược" của cùng Đại hội VII (1991) cho thấy, "cuộc đấu tranh giữa hai con đường" trong Đảng lúc đó mới thực sự bắt đầu [317].

Nhưng, trước khi các nhà lý luận thừa nhận kinh tế thị trường, nhiều nhà hoạt động thực tiễn đã tìm cách liên hệ với thế giới bên ngoài để tìm hiểu nó. Năm 1979, ở Sài Gòn, Bí thư Thành ủy Võ Văn Kiệt cho lập Công ty Imexco, bổ nhiệm một người ngoài Đảng, ông Nguyễn Văn Đức, làm phó giám đốc.

Ông Nguyễn Văn Đức, người được biết nhiều dưới cái tên "Tây" Charles Đức hoặc Ba Đức sinh năm 1939 tại Châu Đốc, học kinh tế tại Aix-en-Provence, Pháp (1962-1964) và Luật quốc tế tại La Haye, Hà Lan (1965-1967). Năm 1974, ông Đức về nước, cưới danh ca cải lương Bạch Tuyết và bắt đầu hoạt động kinh doanh. Cả khả năng kinh doanh và sự nổi tiếng của Bạch tuyết đã giúp ông Đức có một mối quan hệ thân tình với nhiều nhà lãnh đạo. Theo ông Đức thì ông Kiệt là người bật đèn xanh cho Imexco chủ động làm ăn với các thị trường như Hồng Kông, Singapore, giúp các xí nghiệp nhà nước và các

---

[316] Về mặt thuật ngữ, so với Trung Quốc, Đảng Cộng sản Việt Nam đi trước một bước. Trung Quốc lúc này vẫn sử dụng thuật ngữ của Trần Vân: "Kinh tế thị trường có kế hoạch".

[317] "Cương lĩnh xây dựng đất nước trong thời kỳ quá độ lên chủ nghĩa xã hội" định nghĩa "xã hội xã hội chủ nghĩa mà nhân dân ta xây dựng" là một xã hội: "Do nhân dân lao động làm chủ; Có một nền kinh tế phát triển cao dựa trên lực lượng sản xuất hiện đại và chế độ công hữu về các tư liệu sản xuất là chủ yếu; Có nền văn hoá tiên tiến, đậm đà bản sắc dân tộc; Con người được giải phóng khỏi áp bức, bóc lột, bất công, làm theo năng lực, hưởng theo lao động, có cuộc sống ấm no, tự do, hạnh phúc có điều kiện phát triển toàn diện cá nhân". Trong khi, "Chiến lược ổn định và phát triển kinh tế xã hội đến năm 2000" viết: "Xây dựng chủ nghĩa xã hội ở nước ta là quá trình thực hiện dân giàu, nước mạnh, tiến lên hiện đại trong một xã hội nhân dân làm chủ, nhân ái, có văn hóa, có kỷ cương, xóa bỏ áp bức, bất công, tạo điều kiện cho mọi người có cuộc sống ấm no, tự do, hạnh phúc". Nền kinh tế mà "Cương lĩnh" phát triển "dựa trên lực lượng sản xuất hiện đại và chế độ công hữu về các tư liệu sản xuất chủ yếu". Nền kinh tế mà "Chiến lược" hướng tới "vận động theo cơ chế thị trường có sự quản lý của Nhà nước bằng pháp luật, kế hoạch, chính sách và các công cụ khác". Nếu như, "Cương lĩnh" xác định "nhân dân lao động làm chủ" xã hội; thì "Chiến lược" loại bỏ yếu tố giai cấp bằng cách chỉ nói "nhân dân làm chủ". "Cương lĩnh" đòi "xóa bỏ áp bức, bóc lột và bất công", "Chiến lược" chỉ kêu gọi "xóa bỏ áp bức và bất công". Theo ông Trần Đức Nguyên: "Giữa chủ tư bản và người lao động vừa có mâu thuẫn vừa có lợi ích. Luật pháp bảo vệ người làm thuê nhưng thu nhập hợp pháp của chủ tư bản cũng không thể nào coi là bóc lột". "Lợi ích cá nhân" vốn là một trong những yếu tố bị phê phán dưới thời "xây dựng con người mới Việt Nam xã hội chủ nghĩa", đã được những nhà soạn thảo "Chiến lược" nhấn mạnh: "Lợi ích của mỗi người, của từng tập thể và của toàn xã hội gắn bó hữu cơ với nhau, trong đó lợi ích cá nhân là động lực trực tiếp". Không chỉ cố gắng đưa ra một định nghĩa tiết giảm tối đa cách hiểu kinh điển về chủ nghĩa xã hội, những người soạn thảo "Chiến lược" đã khéo léo lồng vào văn kiện của Đảng các đặc trưng cơ bản của nền kinh tế thị trường.

tỉnh Đồng bằng sông Cửu Long cân đối nguồn hàng, ngoại tệ, làm quen với "hạch toán kinh doanh", đồng thời tìm đường lách qua lệnh cấm vận của Mỹ.

Sau Đại hội VI, các nhà lãnh đạo như Nguyễn Văn Linh, Phạm Hùng, Đỗ Mười, Võ Văn Kiệt, Nguyễn Cơ Thạch nhận thấy nhu cầu mở cửa lớn hơn nên Charles Đức đã được sử dụng với một vai trò mới. Tháng 3-1987, Charles Đức được lệnh bàn giao tất cả các chức vụ trong vòng một tuần để tập trung nghiên cứu phương thức né tránh cấm vận đồng thời viết phương án làm kinh tế đối ngoại và kêu gọi đầu tư nước ngoài trong thời kỳ mới. Để thực hiện ý đồ này, tháng 3-1987, Chủ tịch Ủy ban Nhân dân Thành phố Hồ Chí Minh Phan Văn Khải được ông Phạm Hùng giao ký quyết định thành lập Tổng công ty Kinh doanh ngoài nước (OFTC), trụ sở chính ở Luxembourg với 21 công ty con ở nhiều nước trên thế giới. Ông Đức được cấp vốn một triệu USD.

Tại Thụy Sỹ, Charles Đức cho lập một công ty tài chính, chủ yếu huy động kiều hối, từ đấy chuyển cho các khách hàng hoặc chuyển về Intershop, một cơ sở vệ tinh trước đây của Imexco. Lực lượng đầu tiên mà ông Charles Đức trông cậy là các doanh nhân và trí thức người Việt ở nước ngoài. Vài tháng sau khi thành lập OFTC, Charles Đức qua Singapore gặp ông Võ Tá Hân, lúc ấy đang là Tổng Giám đốc của Singapore Finance, Chủ tịch Hội Thương gia Canada tại Singapore (CBA - Canadian Business Association). Qua trung gian của Charles Đức, tháng 4-1988, với tư cách Chủ tịch Hội, ông Hân đưa một đoàn gồm các thương gia của CBA về Sài Gòn.

Trước năm 1989, khủng hoảng lý luận diễn ra sâu sắc trong các trường đại học, nhất là đối với các bộ môn liên quan đến "chủ nghĩa cộng sản khoa học". Sinh viên, đặc biệt là sinh viên đại học kinh tế, "chuyền tay nhau xem các tài liệu cải cách của Liên Xô, Hungary, những bài viết về nhận thức lại chủ nghĩa xã hội và chủ nghĩa tư bản, kể cả dự thảo văn kiện mới của Đảng. Trong khi đó, chương trình (kinh tế) viết từ năm 1959 vô cùng lạc hậu"[318].

Theo một điều tra của Bộ Đại học và Trung học chuyên nghiệp, chỉ có 17% sinh viên được hỏi cho rằng việc học chủ nghĩa Marx-Lenin là có tác dụng. "Nguyên nhân chính dẫn đến sự thờ ơ với việc học các môn Marx-Lenin là do nhà trường đã đồng nhất chủ nghĩa Marx-Lenin với chính trị và dùng môn học này để minh họa đường lối chính sách của Đảng"[319]. Từ điều tra này, cuối năm 1988, Bộ Đại học và Trung học chuyên nghiệp có Chỉ thị 12/CT, "bãi bỏ kỳ thi quốc gia môn lý luận Marx-Lenin".

---

[318] Phúc Tiến, Tuổi Trẻ số ra ngày 29-12-1988.
[319] Phúc Tiến, Tuổi Trẻ 15-10-1988.

Chỉ thị 12/CT đã làm dấy lên một phong trào của sinh viên Đại học Kinh tế Thành phố Hồ Chí Minh đòi bỏ thi tốt nghiệp môn lý luận Marx-Lenin. Một số giảng viên đại học ở Thành phố cũng lên tiếng trên báo chí cho rằng: "Bỏ thi tốt nghiệp môn lý luận Marx-Lenin là một đòi hỏi chính đáng của sinh viên đại học kinh tế"[320]. Ngày 7-12-1988, Bộ đã phải gửi Telex cho trường giải thích, Chỉ thị 12/CT "không điều chỉnh" đối với ngành học kinh tế.

Ngày 10-12-1988, trường Đại học Kinh tế Thành phố Hồ Chí Minh quyết định giữ môn Kinh tế chính trị Marx-Lenin trong kỳ thi quốc gia. Ngày 23-12-1988, các sinh viên Kinh tế năm cuối đã tổ chức một cuộc họp phản đối quyết định này. Hai tuần sau, Hiệu trưởng Đào Công Tiến phải giải thích: "20 năm nay và trong quy chế thi tốt nghiệp, môn Kinh tế chính trị được coi là môn thi tốt nghiệp với tư cách là môn cơ sở của chuyên ngành kinh tế"[321].

Cho dù ông Hiệu trưởng nói như vậy và cho dù Kinh tế chính trị học Marx-Lenin vẫn là một môn học chính trong những thập kỷ tiếp theo, ngay từ thời điểm ấy, nhu cầu thay đổi để có được một chương trình giảng dạy bắt kịp nhịp độ chuyển đổi từ "quan liêu bao cấp" sang nền "kinh tế thị trường" thực sự trở thành nhu cầu tự thân của cả thầy lẫn trò.

Học gần hết chương trình phổ thông của nền giáo dục Sài Gòn, năm 1977, sinh viên Trần Ngọc Thơ thi vào khoa Tài chính - Kế toán, trường Đại học Kinh tế Thành phố Hồ Chí Minh. Theo ông Thơ: "Một số sinh viên tốt nhiệp phổ thông hoặc đã học đại học năm thứ nhất, thứ hai trước năm 1975, biết chút ít về kinh tế thị trường rất thất vọng về những gì được dạy trong nhà trường được gọi là đại học kinh tế". Đầu thập niên 1980, sau khi ra trường, ông Thơ được giữ lại làm cán bộ giảng dạy, ông kể: "Hơn 10 năm cứ dạy chính sách chế độ là chủ yếu. Cứ nghị quyết như thế nào, mình lại lặp lại thế đó. Lúc ấy chúng tôi cũng rất buồn. May mà có Đổi Mới".

Theo Giáo sư Trần Ngọc Thơ, thế hệ của ông tiếp cận với những kiến thức về kinh tế thị trường bắt đầu từ những bài báo trên các tờ Tuổi Trẻ và sau đó là Lao Động Chủ Nhật của các tác giả như Phan Tường Vân, Lâm Võ Hoàng, Trần Bá Tước...[322]. Những tài liệu kinh tế học được viết trước năm 1975 tại miền Nam của Giáo sư Nguyễn Văn Ngôn, Phó Bá Long... cũng bắt đầu được đem ra sử dụng.

---

[320] Võ Văn Sen, Tuổi Trẻ 20-12-1988.
[321] Đào Công Tiến, Tuổi Trẻ 7-1-1989.
[322] Các thành viên thuộc "Nhóm Thứ Sáu"

Ông Thơ thừa nhận, Đại học Kinh tế quốc dân Hà Nội có điều kiện đổi mới hơn và những thay đổi ở đây ảnh hưởng rất mạnh đến giáo trình của các trường phía Nam. Trong khi đó, trong một nỗ lực cá nhân được sự hỗ trợ của các quan chức Viện Kinh tế Thành phố, thành viên của Đoàn ông Phan Văn Khải đến Singapore năm 1988, ông Võ Tá Hân đã chuyển về nước hàng vạn cuốn sách, trong đó có nhiều cuốn là giáo trình các loại về kinh tế thị trường.

Nhân vật đầu tiên trong Bộ Chính trị tỏ ra am hiểu nhất về kinh tế thị trường không phải là những người phụ trách về kinh tế mà là Bộ trưởng Ngoại giao Nguyễn Cơ Thạch[323]. Ông Nguyễn Cơ Thạch không chỉ là người trực tiếp soạn thảo Nghị quyết 13 Bộ Chính trị Khóa VI, nghị quyết mở ra một giai đoạn mới trong chính sách ngoại giao của Việt Nam mà còn là người chủ động đưa tri thức kinh tế thị trường vào Việt Nam[324].

Sự xuất hiện của các nhà tài trợ quốc tế cũng góp phần rất đáng kể giúp cho những kiến thức nền tảng về kinh tế thị trường được đưa tới Việt Nam. Theo Tiến sỹ Nguyễn Đình Cung[325]: "Thời đó, các nhà tài trợ không nhiều nhưng rất quan trọng. Các dự án tài trợ bao gồm giảng dạy tại chỗ, đưa người đi đào tạo và cung cấp tài liệu. Năm 1989, Quỹ Sida Thụy Điển tài trợ cho Viện Nghiên cứu Quản lý kinh tế Trung ương tổ chức dịch bộ giáo trình Kinh tế học của Paul Samuelson. Đây là tài liệu đầu tiên về kinh tế thị trường được dịch và trở thành giáo trình giảng dạy chính về kinh tế ở Việt Nam kể từ sau Đổi Mới"[326].

[323] Khi phân tích nguyên nhân lạm phát trong cuộc họp Bộ Chính trị, từ ngày 19 đến 20-2-1986, ông Thạch nói: "Trong mười năm, 1976-1985, tổng sản phẩm xã hội tăng có 60% trong khi lượng tiền lưu thông tăng 43 lần. Đó là nguyên nhân lớn nhất của việc tăng giá. Ở nước ta lạm phát kéo dài trên 10 năm. Trên thế giới, có rất ít nước lạm phát kéo dài tới 10 năm". Đặc biệt, cũng trong phát biểu này, ông Nguyễn Cơ Thạch nói thẳng: "Sức mạnh kinh tế của chủ nghĩa xã hội và sức mạnh của nền chuyên chính vô sản cũng không thể đi ngược lại với những quy luật kinh tế. Nếu chúng ta tuân thủ quy luật kinh tế và biết lợi dụng nó có lợi cho chủ nghĩa xã hội thì chúng ta có thể phát huy sức mạnh của quy luật kinh tế".

[324] Theo ông Vũ Khoan, khi ấy là Vụ trưởng Vụ Kinh tế Bộ Ngoại giao, giữa thập niên 1980 khi khủng hoảng lên đến đỉnh cao sau vụ "giá-lương-tiền", ông Nguyễn Cơ Thạch tham gia một ban trong Bộ Chính trị nghiên cứu tìm cách tháo gỡ. Ông Thạch giao cho Vụ Kinh tế tìm hiểu nền kinh tế thế giới, tìm hiểu các trận đại lạm phát trên thế giới. Ông Vũ Khoan nói: "Anh Thạch giao cho tôi và Nguyễn Trung, cùng một số chuyên viên đi tìm hiểu ở những nơi đã từng có lạm phát như Hungary (1940), Liên Xô (1920). Anh Thạch cho mời các chuyên gia Việt kiều, đặc biệt là anh Vũ Quang Việt về, ngồi với chúng tôi ngày đêm để phân tích, đánh giá".

[325] Phó Viện trưởng Viện Nghiên cứu Quản lý Kinh tế Trung ương.

[326] Một bản khác được nói là do Bộ trưởng Ngoại giao Nguyễn Cơ Thạch mang vào và tổ chức dịch.

Lớp bồi dưỡng đầu tiên về kinh tế thị trường do IMF tài trợ, mở tại Khách sạn Giảng Võ vào đầu năm 1990[327]. Lớp học chỉ mấy tuần nhưng rất có ý nghĩa vì học viên toàn là những cán bộ cấp vụ, cấp thứ trưởng, những người đang trực tiếp có ảnh hưởng lên quy trình hình thành chính sách ở Việt Nam trong thời kỳ chuyển đổi. Nhiều dự án sau đó của UNDP còn giúp mở rộng đối tượng tiếp cận với kinh tế thị trường[328].

Nguồn viện trợ của UNDP cho chương trình nâng cao năng lực quản lý được bổ sung thêm bằng những khoản viện trợ song phương của Thụy Điển và Úc, thông qua các học bổng đào tạo những bộ môn liên quan đến quản lý kinh tế và quản lý doanh nghiệp. Những nước khác như New Zealand, Indonesia, Malaysia và Hàn Quốc cũng đã hợp tác tạo điều kiện cho những chuyến khảo sát nước ngoài trong chương trình MDP.

Năm 1990, thông qua World Bank, Chính phủ Nhật tài trợ hai học bổng đầu tiên cho hai quan chức trẻ thuộc Bộ Ngoại giao đến Harvard, một người học luật, ông Nguyễn Quý Bính; một người học quản trị kinh doanh, bà Đinh Thị Hoa. Năm 1992, ba mươi bảy cán bộ cấp chuyên viên đang làm việc trong các cơ quan chính phủ đã được UNDP cấp học bổng đến Anh học luật, kinh tế học, quản trị kinh doanh và kinh tế phát triển. Từ đây, chương trình đưa người Việt Nam đến các nước phương Tây tu nghiệp bắt đầu được các nhà tài trợ tiến hành hằng năm.

Đặc biệt, từ ngày 20-4 đến 1-5-1992, Văn phòng Hội đồng Bộ trưởng phối hợp với Chương trình Phát triển của Liên Hợp Quốc (UNDP), Viện phát triển Kinh tế của Ngân hàng Thế giới đã tổ chức hội thảo Kinh tế Việt Nam. Đây là một hoạt động quan trọng của dự án "Tăng cường quản lý kinh tế" do Văn phòng Hội đồng Bộ trưởng chủ trì.

---

[327] Đầu năm 1989, phái đoàn chuẩn bị dự án đầu tiên của UNDP đến Việt Nam và các dự án bắt đầu được khởi động từ tháng 10-1990. UNDP đóng một vai trò quan trọng trong việc viện trợ cho quá trình đổi mới, giúp khôi phục lại các chương trình viện trợ song phương và đa phương của các nước DAC, tổ chức các hội nghị bàn tròn về viện trợ cho Việt Nam.

[328] Các dự án đào tạo được UNDP tiến hành hoặc hợp đồng với Viện phát triển Kinh tế (EDI) của Ngân hàng thế giới tiến hành cũng đã tạo ra những chuyển biến quan trọng từ bên trong. Đội ngũ cán bộ của Văn phòng Hội đồng Bộ trưởng là nhóm đối tượng đầu tiên của Dự án. "Nhóm đối tượng" tiếp theo mà dự án của UNDP nhắm tới là trường Đại học Kinh tế quốc dân ở Hà nội và trường Đại học Kinh tế Hồ Chí Minh. Các khóa đào tạo được UNDP tổ chức bao gồm: Kinh tế thị trường và vai trò của chính phủ; Quản lý kinh tế vĩ mô và kinh tế thị trường... Các khóa đào tạo đã được tổ chức ở Hà Nội và Sài Gòn, mỗi khóa có từ 60 đến 90 học viên chính thức cùng với một số lượng tương đương học viên dự thính qua hệ thống truyền hình video. Chương trình còn có những học bổng đào tạo sau đại học và cao học cũng như những chuyến khảo sát nước ngoài cho các cán bộ cao cấp; tổ chức những hội thảo cấp bộ trưởng về quản lý kinh tế vĩ mô và kinh tế học của quá trình đổi mới (tháng 4- 1992). Ngoài ra còn có một khóa 5 tuần về kinh tế thị trường và quản trị kinh doanh; một khóa "đào tạo cho những người làm công tác đào tạo" về quản lý kinh tế vĩ mô và kinh tế thị trường.

Nói là hội thảo, nhưng theo người điều hành dự án này, ông Trần Xuân Giá, Chủ nhiệm Văn phòng Hội đồng Bộ trưởng: "Đây là một lớp học thực sự về kinh tế thị trường mà các giảng viên là ba mươi chính khách, nhà khoa học nước ngoài; các học viên là sáu mươi tư quan chức Việt Nam gồm các vị bộ trưởng, thứ trưởng, viện trưởng và hiệu trưởng một số trường đại học kinh tế, các chuyên viên cao cấp, các nhà khoa học, các giáo sư, các nhà hoạch định chính sách kinh tế vĩ mô của Việt Nam".

Ông Lý Quang Diệu cũng được mời đến lớp học này như một diễn giả, tuy nhiên, theo ông Trần Xuân Giá: "Ông Lý chỉ xuất hiện ở lớp học một lần để giới thiệu ông Tang I Fang, người mà theo ông Lý, đã đóng một vài trò quan trọng trong các chính sách phát triển của Singapore"[329]. Trong suốt tuần lễ diễn ra hội thảo, theo ông Trần Xuân Giá: "Ông Lý Quang Diệu trở thành khách mời riêng của Chủ tịch Hội đồng Bộ trưởng". Ông Võ Văn Kiệt đích thân dẫn ông Lý đi thăm Việt Nam và "học những bài đầu tiên" về mở cửa và kinh tế thị trường trực tiếp từ ông Lý.

---

[329] Ông Tang I Fang bắt đầu sự nghiệp của mình với tư cách là một quan chức của Liên Hợp Quốc, từng là người lãnh đạo chương trình nghiên cứu công nghiệp của Liên Hợp Quốc. Năm 1965, ông công tác với tư cách là cố vấn và trở thành giám đốc hội đồng phát triển Kinh tế Singapore, sau đó trở thành chủ tịch của FDB.

Một cơ sở sản xuất tư nhân đầu thập niên 1980.

Ảnh: Katherine Karnow.

CHƯƠNG 17 . TAM QUYỀN KHÔNG PHÂN LẬP

Đại biểu Phật giáo trong Quốc hội khóa VIII.

NGÀY 29-11-1991, KHI PHÁT BIỂU TRƯỚC Hội nghị Trung ương 2 bàn về sửa đổi hiến pháp, Tổng Bí thư Đỗ Mười nhấn mạnh: "Quyền lực nhà nước là thống nhất, không phân chia, nhưng có phân công rành mạch"[330].

---

[330] Phát biểu ngày 29-11-1991 của ông Đỗ Mười: "Trên cơ sở thống nhất quyền lực, cần có sự phân công xác định rõ mối quan hệ giữa ba quyền: lập pháp, hành pháp và tư pháp. Cải cách bộ máy nhà nước cũng như sửa đổi hiến pháp phải đảm bảo tính thống nhất của quyền lực, khắc phục tình trạng lẫn lộn, chồng chéo giữa ba quyền, làm suy yếu quyền lực tập trung cũng như chức năng, quyền hạn của các bộ phận được phân công theo Hiến pháp". Năm 2001,

Đây là một thời điểm hiếm hoi mà Đảng Cộng sản Việt Nam rơi vào tình thế hoàn toàn độc lập vì chưa biết lấy ai làm chỗ dựa[331]. Nhưng cho dù đơn độc, ý thức hệ chứ không phải là tương lai dân tộc đã được lựa chọn. Hiến pháp 1992, vì thế, đã không tiếp cận được những mô hình nhà nước tiến bộ để trở thành nền tảng cho Việt Nam xây dựng nhà nước pháp quyền.

NỬA THẾ KỶ, BỐN HIẾN PHÁP

Không phải tự nhiên mà Tổng Bí thư Đỗ Mười nhấn mạnh "quyền lực nhà nước là thống nhất". Trên các diễn đàn góp ý dự thảo hiến pháp lúc bấy giờ bắt đầu xuất hiện khái niệm "tam quyền phân lập", đồng thời có nhiều ý kiến đề nghị khôi phục tinh thần Hiến pháp 1946.

Cho dù Hiến pháp 1946 được mô tả như là "hiến pháp của Hồ Chí Minh", việc khôi phục nó chưa bao giờ được công khai đưa ra[332]. Tuy không thiết kế một nhà nước hoàn toàn theo mô hình "tam quyền phân lập", Hiến pháp 1946 đã không hề có bóng dáng của nhà nước Xô viết. Quyết tâm chính trị lớn nhất lúc đó của Đảng Cộng sản Việt Nam là kiên định lập trường xã hội chủ nghĩa.

Trên thực tế, chiến tranh nổ ra chỉ một tháng mười ngày sau khi Hiến pháp 1946 được Quốc hội thông qua. Bản Hiến pháp vì thế chưa được công bố[333] và cuộc tổng tuyển cử bầu Nghị viện Nhân dân chưa được tiến hành. Quốc hội lập hiến đứng ra đóng vai trò của Nghị viện, xưng là Quốc hội Khóa I. Chính phủ Liên hiệp Lâm thời tiếp tục vai trò, nhưng tất nhiên không còn các thành viên của Việt Cách và Việt Quốc[334].

Sau Đại hội lần thứ II của Đảng Cộng sản Đông Dương, năm 1951, Chính phủ Hồ Chí Minh bắt đầu thể hiện bản chất chính quyền của một nhà nước giai cấp thay vì chính quyền của các thành phần nhân dân như giai đoạn tập hợp lực lượng ban đầu. Tinh thần của Hiến pháp 1946 đã hoàn toàn biến mất

---

↪ khi Quốc hội sửa Hiến pháp 1992, đã bổ sung vào Điều 2: "Quyền lực nhà nước là thống nhất, có sự phân công và phối hợp giữa các cơ quan nhà nước khi thực hiện các quyền lập pháp, hành pháp và tư pháp".

[331] Hiến pháp 1992 thông qua sau khi Liên bang Xô viết tan rã, sau khi hệ thống xã hội chủ nghĩa hoàn toàn biến mất khỏi châu Âu nơi mà nó sinh ra. Cho dù hồi tháng 11-1991, Hà Nội đã chính thức nối lại quan hệ với Bắc Kinh, nhưng mối quan hệ với nước cộng sản láng giềng này vẫn chưa thật sự bình thường.

[332] Mô hình nhà nước trong Hiến pháp 1946 từng được Ban soạn thảo Hiến pháp 1992 dự kiến đưa vào nhưng rồi không được đưa ra thảo luận.

[333] Điều thứ 49, Hiến pháp 1946 quy định chủ tịch nước có quyền hạn "ban bố các đạo luật đã được Nghị viện quyết nghị", nhưng không có điều nào nói rằng Hiến pháp 1946 phải được ban bố mới có hiệu lực thi hành. Hiến pháp 1946 cũng do Quốc hội lập hiến thông qua chứ không phải là một đạo luật của Nghị viện.

[334] Trước sức ép của Tiêu Văn, một viên tướng của Trung Hoa Dân quốc, Hồ Chí Minh phải dàn xếp với Việt Cách, cho đại diện của Việt Cách có hai ghế cao cấp trong Chính phủ Lâm thời. Ngày 27-9-1945, Hội đồng Chính phủ nhất trí để Nguyễn Hải Thần giữ chức phó chủ tịch Chính phủ.

khi ngày 4-12-1953 Quốc hội "Khóa I" ban hành Luật Cải cách ruộng đất, tước đoạt ruộng đất của những người bị quy là địa chủ, trái với Điều thứ 12: "Quyền tư hữu của công dân Việt Nam được bảo đảm".

Quyền tự do ngôn luận mà Hiến pháp 1946 minh định, và trên thực tế khi ấy đang được thi hành dựa trên chế độ báo chí của chính quyền thực dân Pháp, cũng bắt đầu bị hạn chế sau ngày 14-12-1956, ngày Hồ Chí Minh ký Sắc lệnh về Chế độ báo chí. Những người còn lại trong Quốc hội được bầu tháng 1-1946 cũng đã đưa tay "khai tử" đứa con đáng tự hào nhất của mình. Năm 1959, Hiến pháp 1946 bị thay thế, bất chấp nguyên tắc sửa đổi Hiến pháp phải theo cách thức: "Do hai phần ba tổng số nghị viên yêu cầu; Nghị viện bầu ra một ban dự thảo những điều thay đổi; Những điều thay đổi khi đã được Nghị viện ưng chuẩn thì phải đưa ra toàn dân phúc quyết" [335].

Mặc dù Hồ Chí Minh đặt vấn đề xây dựng hiến pháp rất sớm[336], Hiến pháp 1959 mới thực sự là hiến pháp của ông. Việc thay thế Hiến pháp 1946 chỉ thực sự được triển khai sau khi Hồ Chí Minh đi dự Hội nghị các đảng cộng sản và phong trào công nhân quốc tế tổ chức vào tháng 11-1957 tại Moscow, cùng ký "Tuyên bố chung" thừa nhận: "Kinh nghiệm của Đảng Cộng sản Liên Xô trong công cuộc xây dựng chủ nghĩa xã hội và chủ nghĩa cộng sản có ý nghĩa nguyên tắc đối với toàn bộ phong trào cộng sản quốc tế"[337].

---

[335] Điều thứ 70.

[336] Ngày 3-9-1945, ngay trong phiên họp đầu tiên của Chính phủ Lâm thời nước Việt Nam Dân chủ Cộng hòa, Chủ tịch Hồ Chí Minh đã nêu yêu cầu Việt Nam phải có hiến pháp. Ngày 20-9-1945, ông ký Sắc lệnh 34, lập Ủy ban Dự thảo Hiến pháp gồm 7 người. Trừ ông "cố vấn" Vĩnh Thụy, những người còn lại đều là Việt Minh (Hồ Chí Minh, Vĩnh Thụy, Đặng Thai Mai, Vũ Trọng Khánh, Lê Văn Hiến, Nguyễn Lương Bằng, Đặng Xuân Khu). Tháng 11-1945, bản dự thảo đầu tiên của hiến pháp Việt Nam được "công bố lấy ý kiến của chính giới". Ban soạn thảo Hiến pháp chính thức gồm 11 người (Trần Duy Hưng, Tôn Quang Phiệt, Đỗ Đức Dục, Cù Huy Cận, Nguyễn Đình Thi, Huỳnh Bá Nhung, Trần Tấn Thọ, Nguyễn Cao Hách, Đào Hữu Dương, Phạm Gia Đỗ, Nguyễn Thị Thục Viên) do Quốc hội bầu ra trong kỳ họp đầu tiên (ngày 2-3-1946), sau đó được bổ sung thêm 10 vị đại biểu từ các nhóm, đại biểu trung lập, đại biểu Nam Bộ, đại biểu đồng bào dân tộc thiểu số. Ngày 9-11-1946, Hiến pháp đầu tiên của nước Việt Nam dân chủ cộng hòa đã được thông qua với 240 phiếu trên tổng số 242 đại biểu có mặt trong phiên họp.

[337] Ông Nguyễn Đình Lộc (Bộ trưởng Tư pháp 1991-2001, từ năm 1980 là Hiệu phó Trường Tư pháp), người trực tiếp tham gia soạn thảo Hiến pháp 1980 và 1992, thừa nhận: Hiến pháp 1959 được hình thành trên cơ sở tiếp thu Hiến pháp 1936 của Liên Xô, cách tiếp thu chủ yếu là dịch. Ông Nguyễn Đình Lộc nói: "Ở thời điểm đó Việt Nam chưa có nhiều người giỏi tiếng Nga. Chúng ta dịch Hiến pháp Liên Xô chủ yếu qua tiếng Pháp và tiếng Trung. Mà tiếng Trung quốc thì khác Việt Nam ở chỗ, tính từ đứng trước danh từ. Phần về Quốc hội, nguyên văn tiếng Nga là: Quốc hội là cơ quan cao nhất của quyền lực nhà nước. Ta dịch theo bản tiếng Trung thành: Quốc hội là cơ quan quyền lực nhà nước cao nhất". Việc "tiếp thu" vội vã tới mức, theo ông Nguyễn Đình Lộc: "Từ năm 1960, ta giải thể Bộ Tư pháp, trước đó Liên Xô cũng giải thể Bộ Tư pháp. Nhưng ta đã không nghiên cứu kỹ vì sao Liên Xô giải thể. Nhà nước Liên Xô là liên bang, ở cấp liên bang, họ không có bộ tư pháp, nhưng các nước cộng hòa lại có. Hoàn cảnh ra đời của Hiến pháp 1936 của Liên Xô cũng khác. Năm 1936, Chủ tịch Ủy ban Soạn thảo Hiến pháp Liên Xô, Stalin, tuyên bố: Liên Xô đã hoàn thành xây dựng chủ nghĩa xã hội, trong khi hoàn cảnh nước ta năm 1959 là vừa thoát ra khỏi chiến tranh và vẫn đang rất nghèo nàn, lạc hậu".

Nhà nước "dân chủ cộng hòa, tất cả quyền bính trong nước là của toàn thể nhân dân Việt Nam, không phân biệt nòi giống, gái trai, giàu nghèo, giai cấp, tôn giáo"[338] theo Hiến pháp 1946 đã được thay thế bằng một nhà nước "dựa trên nền tảng liên minh công nông, do giai cấp công nhân lãnh đạo"[339] theo Hiến pháp 1959.

Trong Lời nói đầu, Hiến pháp 1959 viết: "Nhân dân ta quyết tăng cường hơn nữa sự đoàn kết nhất trí với các nước anh em trong phe xã hội chủ nghĩa đứng đầu là Liên Xô vĩ đại... Dưới sự lãnh đạo sáng suốt của Đảng Lao động Việt Nam, Chính phủ nước Việt Nam Dân chủ Cộng hòa và Chủ tịch Hồ Chí Minh"[340]. Nếu như Hiến pháp 1946 nhấn mạnh đến bình đẳng và tự do của người dân thì Hiến pháp 1959 nhấn mạnh "trừng trị mọi hành động phản quốc, chống lại chế độ dân chủ nhân dân, chống lại sự nghiệp thống nhất Tổ quốc"[341]. Công dân Việt Nam bắt đầu được khuyến cáo: "Không ai được lợi dụng các quyền tự do dân chủ để xâm phạm đến lợi ích của Nhà nước"[342].

Hiến pháp 1959 tồn tại hai mươi năm trong giai đoạn miền Bắc dồn sức cho chiến tranh, ít ai có điều kiện để quan tâm tới việc thực thi pháp luật. Sau chiến thắng năm 1975, sau khi "hoàn thành cách mạng dân tộc dân chủ nhân dân, tiến lên làm cách mạng xã hội chủ nghĩa và xây dựng chủ nghĩa xã hội"[343], tháng 7-1976, Quốc hội đổi tên nước từ "Việt Nam Dân chủ Cộng hòa" thành "Cộng hòa Xã hội Chủ nghĩa Việt Nam" và xác định: "Nước Cộng hòa Xã hội Chủ nghĩa Việt Nam cần có một bản hiến pháp thể chế hóa đường lối của Đảng Cộng sản Việt Nam trong giai đoạn mới. Đó là hiến pháp của thời kỳ quá độ lên chủ nghĩa xã hội trong phạm vi cả nước"[344].

Ngôn từ trong văn kiện Đại hội đại biểu toàn quốc lần thứ IV của Đảng Cộng sản Việt Nam đã được đưa thẳng vào Lời nói đầu của Hiến pháp 1980. Trong khi súng đạn đang nổ hàng ngày ở hai đầu biên cương, ở hậu phương, dân chúng lại bị hô hào "tiến hành đồng thời ba cuộc cách mạng"[345].

---

[338] Điều thứ 1, Hiến pháp 1946.
[339] Lời nói đầu, Hiến pháp 1959.
[340] Lời nói đầu, Hiến pháp 1959.
[341] Điều 7, Hiến pháp 1959.
[342] Điều 38, Hiến pháp 1959.
[343] Lời nói đầu, Hiến pháp 1980.
[344] Lời nói đầu, Hiến pháp 1980.
[345] "Cách mạng về quan hệ sản xuất, cách mạng khoa học - kỹ thuật, cách mạng tư tưởng và văn hoá, trong đó cách mạng khoa học - kỹ thuật là then chốt".

Hiến pháp 1980 thực chất là một bản Hiến pháp 1959 nâng cao theo hướng "nhà nước chuyên chính vô sản". Cách tiếp thu kinh nghiệm của các nước xã hội chủ nghĩa cũng khá vội vàng. Ông Nguyễn Đình Lộc kể: "Khi Chủ tịch Trường Chinh đi nghiên cứu tại các nước Đông Âu, họ trình bày mô hình hội đồng nhà nước mà họ đang áp dụng như là một mô hình đầy tính ưu việt. Mình về, bê gần như nguyên xi vào hiến pháp mới. Không ngờ, họ nói với mình vậy nhưng chỉ sau đó không lâu họ sửa vì mô hình ấy nhập nhằng vai trò giữa quốc hội và nhà nước"[346].

Hiến pháp 1980 trở thành một bản hiến pháp "đoản mệnh". Từ tháng 3-1989, Nghị quyết Hội nghị Trung ương 6, Khóa VI, bắt đầu đặt vấn đề: "Cần rà soát lại các văn bản pháp quy hiện hành (kể cả Hiến pháp), bổ sung và sửa đổi những điểm cần thiết theo tinh thần đổi mới"[347]. Ngày 30-6-1989, Nghị quyết Trung ương 6 đã được Quốc hội Khóa VIII triển khai với tinh thần cải cách cao hơn: Sửa đổi Hiến pháp 1980 "một cách toàn diện". Cũng trong kỳ họp ấy, Quốc hội quyết định thành lập Ủy ban Sửa đổi Hiến pháp, cử ông Võ Chí Công[348] làm chủ tịch.

QUỐC HỘI CÓ VAI TRÒ HƠN

Cho dù vẫn bị "lãnh đạo" liên tục từ hậu trường, ở thời điểm hình thành Hiến pháp 1992, Quốc hội Việt Nam bắt đầu có tiếng nói. Đây cũng là một thành quả quan trọng của "đổi mới". Trong nhiều thập niên trước đó, Quốc hội Việt Nam chỉ tồn tại trên hình thức.

Quốc hội đầu tiên của người Việt Nam đã ra đời trong một hoàn cảnh khá là đặc biệt. Trong cuộc Tổng tuyển cử ngày 6-1-1946, 333 đại biểu quốc hội đã được bầu từ hàng ngàn ứng cử viên. Tuy Việt Minh kiểm soát chặt chẽ tiến trình bầu cử nhưng việc cho ứng cử tự do đã giúp cho cuộc bầu cử mang một hình ảnh dân chủ[349]. Tại các đơn vị bầu cử, số lượng ứng cử viên đông hơn

---

[346] Quốc hội vẫn được Hiến pháp 1980 xác định là "cơ quan quyền lực nhà nước cao nhất" với bổ sung "là cơ quan đại biểu cao nhất của nhân dân". Nhiệm kỳ của Quốc hội tăng từ bốn năm theo Hiến pháp 1959 lên năm năm. "Chủ tịch nước" được thay bằng "Hội đồng Nhà nước", một định chế vừa làm chức năng của Ủy ban Thường vụ Quốc hội vừa là "Chủ tịch tập thể của nước Cộng hoà xã hội chủ nghĩa Việt Nam". Nguyên tắc "tập trung dân chủ" được áp dụng cho tất cả các nhánh quyền lực, cơ quan hành pháp được định nghĩa: "Hội đồng Bộ trưởng là Chính phủ của nước Cộng hoà xã hội chủ nghĩa Việt Nam, là cơ quan chấp hành và hành chính Nhà nước cao nhất của cơ quan quyền lực Nhà nước cao nhất".

[347] Nghị quyết 06 Hội nghị lần thứ 6 Ban Chấp hành Trung ương Khóa VI.

[348] Chủ tịch Hội đồng Nhà nước 1987-1992.

[349] Cuộc tuyển cử vào ngày 6-1-1946 được Trần Trọng Kim viết trong Một Cơn Gió Bụi: Khi ấy tôi đã về ở Hà Nội rồi, thấy cuộc tuyển cử kỳ cục. Mỗi chỗ để bỏ phiếu, có một người của Việt Minh trông coi, họ gọi hết cả đàn ông đàn bà đến bỏ phiếu, ai không biết chữ thì họ viết thay cho. Việt Minh đưa ra những bản kê tên những người họ đã định trước, rồi đọc những tên ấy lên và hỏi anh hay chị bầu cho ai Người nào vô ý nói bầu cho một

gấp nhiều lần số đại biểu được bầu. Tỉnh Quảng Nam được bầu mười lăm đại biểu nhưng có tới bảy mươi tám ứng cử viên. Ở Hà Nội, nơi Hồ Chí Minh ứng cử, được bầu sáu đại biểu nhưng có tới bảy mươi bốn người ra ứng cử.

Về danh nghĩa, đây là một cuộc bầu cử đa đảng. Tuy nhiên, những người trúng cử đều thuộc thành phần Việt Minh, hoặc các cảm tình viên của Việt Minh và những người được Hồ Chí Minh đưa vào các đảng được lập ra theo chủ trương của ông[350].

Trước đó, vào tháng 9-1945, cùng với hai mươi vạn quân Trung Hoa Dân quốc do tướng Lư Hán và Tiêu Văn chỉ huy sang Việt Nam với danh nghĩa giải giáp quân đội Nhật, tổ chức Việt Nam Cách mạng Đồng minh Hội (Việt Cách) do nhà cách mạng Nguyễn Hải Thần lãnh đạo cũng theo về[351]. Trước sức ép của Tiêu Văn và Lư Hán, con người "dĩ bất biến ứng vạn biến" của Hồ Chí Minh đã lấn át nguyên tắc "thần linh pháp quyền" mà ông cùng tuyên bố trong "Việt Nam yêu cầu ca". Ngày 24-12-1945, trong Hội nghị liên tịch đảng phái, Hồ Chí Minh đã đồng ý dành năm mươi ghế đại biểu Quốc hội cho Việt Quốc, hai mươi ghế cho Việt Cách.

Ông Vũ Đình Hòe nhận xét: "Bổ sung bảy mươi ghế Quốc hội mà không thông qua tuyển cử bổ sung thì thật là trái ngược với các văn bản Nhà nước về bầu cử Quốc hội. Pháp chế dân chủ không cho phép làm như vậy"[352]. Theo ông Vũ Đình Hòe: "Bác Hồ có hỏi ý kiến tôi và Phan Anh về khía cạnh kỹ thuật, pháp lý, chúng tôi trả lời, để đảm bảo tôn trọng nguyên tắc dân chủ: Quốc hội quyết định tất cả"[353]. Thế là trước phiên họp đầu tiên của Quốc hội, bảy mươi đại biểu không qua bầu cử này đứng bên ngoài chờ Chủ tịch Hồ Chí Minh báo cáo và xin Quốc hội chuẩn y. Các đại biểu Việt Minh đương nhiên tán thành lãnh tụ Hồ Chí Minh. Bảy mươi đại biểu Việt Quốc, Việt cách được

---

↪ người nào khác thì họ quát lên: "Sao không bầu cho những người này, có phải phản đối không?". Người kia sợ mất vía nói: "Anh bảo tôi bầu cho ai, tôi xin bầu người ấy". Cách cưỡng bách ra mặt như thế, lẽ dĩ nhiên những người Việt Minh đưa ra được đến tám chín mươi phần trăm số người đi bầu. Đó là một phương pháp rất mới và rất rõ để cho mọi người được dùng quyền tự do của mình lựa chọn lấy người xứng đáng ra thay mình làm việc nước.

[350] Tại Hà Nội, trong số sáu đại biểu được bầu, bà Nguyễn Thị Thục Viên tuy khai không thuộc đảng phái nào nhưng việc ra ứng cử của bà là do một cán bộ Việt Minh, giáo sư Đặng Thai Mai, giới thiệu; ba người thuộc đảng dân chủ do Hồ Chí Minh lập nên; bác sỹ Trần Duy Hưng ứng cử công khai là Việt Minh; Hồ Chí Minh ra ứng cử với danh nghĩa đảng viên đảng Quốc gia.

[351] Hồi ký của Võ Nguyên Giáp mô tả: Nguyễn Hải Thần cho người đi rải truyền đơn ở Hà Nội, dùng loa phóng thanh tuyên truyền Việt Minh là độc tài và ngồi trên xe ô tô con, trên nóc xe có hai lính gác nằm với khẩu trung liên, hai lính khác ngồi phía trước cầm tiểu liên đi thị uy trên đường phố Hà Nội.

[352] Vũ Đình Hòe, Hồi Ký, Nhà Xuất bản Hội Nhà văn 2004, trang 772.

[353] Vũ Đình Hòe, Hồi Ký, Nhà Xuất bản Hội Nhà văn 2004, trang 773.

mời vào Hội trường, Quốc hội vỗ tay hoan nghênh. Về sau họ được gọi là đại biểu "truy nhận".

Tuy nhiên, khối đoàn kết dân tộc không thiết lập trên nền tảng "pháp chế dân chủ" thì cũng không tồn tại lâu bền. Tháng 7-1946, tranh chấp gay gắt giữa Việt Minh và các phe phái đối lập diễn ra. Các cơ sở của các đảng phái đối lập, đặc biệt là của Việt Cách, bị Việt Minh tấn công, nhiều đại biểu của Việt Cách bị bắt. Nguyễn Hải Thần cùng nhiều đồng chí khác của ông trong Việt Cách, cùng Vũ Hồng Khanh, Nguyễn Tường Tam và nhiều "đại biểu" Việt Quốc khác đã phải bỏ trốn, nhiều người phải quay trở lại Trung Quốc. Trong số năm mươi đại biểu "truy nhận" của Việt Quốc về sau chỉ có Trần Văn Cầu được công nhận là "đủ tư cách đại biểu Quốc hội". Trong số hai mươi đại biểu của Việt Cách chỉ có sáu đại biểu: Lê Viết Cương, Đinh Chương Dương, Lý Đào, Ngô Văn Hợp, Nguyễn Văn Lưu, Trần Tấn Thọ, được công nhận "đủ tư cách". Số còn lại đã bị Quốc hội truất quyền đại biểu [354].

Trong số 403 đại biểu được công nhận trong kỳ họp đầu tiên vào ngày 2-3-1946, đến giữa năm 1946 chỉ còn 291 người, và tháng 11-1946 khi bỏ phiếu thông qua Hiến pháp 1946, Quốc hội chỉ còn lại 242 người. Quốc hội được bầu ngày 6-1-1946, theo tinh thần của Hiến pháp 1946, chỉ là một quốc hội lập hiến. Tuy nhiên, lấy lý do chiến tranh, Hiến pháp 1946 đã không được

---

[354] Đại tá Trần Tấn Nghĩa, nguyên là đội trưởng Trinh sát đặc biệt, người được giao đánh vào số 7 Ôn Như Hầu, Trụ sở Quốc Dân Đảng ở Hà Nội với mục tiêu đầu tiên là bắt sống đại biểu Quốc hội Phan Kích Nam, kể: Tôi mang lệnh bắt Phan Kích Nam đến số 7 Ôn Như Hầu, một tòa nhà có treo cờ Quốc Dân Đảng. Ngoài cổng, lính gác chĩa súng ra bảo, không ai được vào. Tôi đề nghị gặp Phan Kích Nam. Một lúc sau Nam cùng hai vệ sỹ đi ra, nó ăn mặc như võ sỹ đạo, có hai thằng cầm súng đi theo bảo vệ. Nam hỏi: "Anh là ai? Đến đây có việc gì?". Tôi xưng là Nguyễn Bá Hùng, đội trưởng Trinh sát đặc biệt. Nó cười đểu: "À ra thế. Nhưng, tôi là đại biểu Quốc hội, kiêm tư lệnh trưởng Vùng VII. Anh có biết tiếng Pháp đối với đại biểu Quốc hội là gì không? Là bất khả xâm phạm". Tôi bí quá phải về. Nhưng, ông Lê Giản bảo: "Kế hoạch đã bàn tôi qua. Anh cứ đi bắt nó về đây". Phải tới lần thứ ba đến nhà Phan Kích Nam, tôi lập mưu, để lại súng bên ngoài, vào nhà giả vờ khen khẩu súng ngắn của Nam rồi giựt lấy chĩa vào bụng, buộc Phan Kích Nam ra lệnh cho cấp dưới buông súng mới bắt được vị tư lệnh này đưa về Hỏa Lò. Theo ông Nghĩa thì khi khám nhà số 7 Ôn Như Hầu, lực lượng của ông tìm được ông Đạm, một người mang tiền đến mua nhà bị lực lượng của Phan Kích Nam bắt giữ lại để đòi tiền chuộc. Ông Nghĩa nói là công an sau đó còn đào được trong vườn "mấy xác người bị thủ tiêu chôn dưới gốc chuối". Hôm ấy là ngày 12-7-1946. Tối 12-7-1946, lực lượng của ông Nghĩa đánh tiếp vào cơ sở thứ hai của Quốc Dân Đảng, tòa báo Việt Nam ở 80 Quán Thánh, Phan Khôi bị bắt. Theo ông Nghĩa: "Khi tôi làm đội trưởng Đội Trinh sát Đặc biệt, tôi phải đi phá bốn, năm trụ sở của bọn Quốc Dân Đảng". Trước đó, cuối tháng 6-1946, các cơ sở Quốc dân Đảng tại Vĩnh Yên, Phúc Yên, Phú Thọ bị tập kích, bị bao vây. Những lãnh tụ Việt Quốc, Việt Cách được Hồ Chí Minh mời tham gia Chính phủ trước đó như: Nguyễn Tường Tam, bộ trưởng Ngoại giao; Nguyễn Hải Thần, phó chủ tịch Chính phủ; Vũ Hồng Khanh, phó chủ tịch Quân ủy hội... đều phải chạy sang Trung Quốc; Khái Hưng thì mất tích. Một số nhà chính trị khác như Trương Tử Anh, Đại Việt Quốc dân Đảng, Lý Đông A, Đại Việt Duy Tân cũng đều mất tích. Một tuần sau khi từ Pháp trở về trên tuần dương hạm Dumont d'Urville, ngày 28-10-1946, Hồ Chí Minh triệu tập họp Quốc hội: 444 đại biểu được bầu và được chỉ định hồi tháng Giêng giờ ấy chỉ còn 291 vị; bảy mươi đại biểu mà Hồ Chí Minh chấp thuận cho Việt Quốc, Việt Cách cử tham gia, khi ấy chỉ còn ba mươi bảy người. Đến ngày 8-11-1946, khi bỏ phiếu thông qua Hiến pháp, thì Quốc hội chỉ còn 242 đại biểu; ba mươi lăm trong số ba mươi bảy đại biểu Việt Quốc, Việt Cách có mặt trong cuộc họp ngày 28-10 biến mất.

công bố, "Nghị viện Nhân dân" đã không được bầu để thay thế. Quốc hội lập hiến, kể từ sau Hiến pháp 1959, được gọi là Quốc hội Khóa I.

Tập hợp được một đội ngũ trí thức tiêu biểu, từng thông qua bản Hiến pháp 1946 danh tiếng, nhưng trong suốt sáu năm đầu, Quốc hội gần như không hoạt động. Để rồi sau đó bắt đầu đi ngược lại những gì thiêng liêng mà các đại biểu đã từng gửi gắm trong Hiến pháp 1946: Từ ngày 1-12 đến ngày 4-12-1953, các đại biểu có mặt ở Việt Bắc được nhóm họp để hợp thức hóa cuộc "đấu tranh giai cấp" của Đảng bằng việc thông qua Luật Cải cách ruộng đất [355]. Từ năm 1954, sau khi phê chuẩn Hiệp định Geneva, chia hai Việt Nam ở Vĩ tuyến 17, Quốc hội Khóa I trở thành Quốc hội của Nhà nước nắm quyền trên miền Bắc[356].

Cũng như Xô viết Tối cao của Liên Xô hay Đại hội Đại biểu Nhân dân Toàn quốc của Trung Quốc, cho dù Hiến pháp vẫn ghi những quyền hành long trọng, Quốc hội Việt Nam, từ Khóa II, chủ yếu thực hiện ba chức năng: Thể chế hóa hay nói chính xác hơn là hợp thức hóa đường lối chủ trương của Đảng - chức năng mà Hiến pháp gọi là "lập pháp"; trình diễn sự ủng hộ nhân danh "của dân" đối với Đảng và Chính phủ[357]; trình diễn khối đại đoàn kết toàn dân.

Ngoài những đạo luật cơ cấu lại mô hình nhà nước theo Hiến pháp 1959 và Hiến pháp 1980 mà Quốc hội Khóa II và Khóa VII phải làm, từ đầu thập

---

[355] Trong giai đoạn này, chỉ có Luật Đảm bảo quyền tự do thân thể và quyền bất khả xâm phạm đối với nhà ở, đồ vật, thư tín của nhân dân - được Quốc hội thông qua ngày 20-5-1957 nhằm hạn chế sự lộng hành của những người cầm quyền vốn là nông dân đi kháng chiến trở về - là tương đối có ý nghĩa. Hàng loạt đạo luật được ban hành trong năm 1957, về danh nghĩa là luật hóa những quyền tự do của công dân, nhưng kết quả là định ra những thủ tục khiến cho công dân không thể nào thực thi những quyền đó. Luật Quy định quyền lập hội, ngày 20-5-1957; Luật Quy định quyền tự do hội họp, ngày 20-5-1957; Luật về Chế độ báo chí, ngày 20-5-1957. Quốc hội còn thông qua bảy luật khác trong thời kỳ tiền Hiến pháp 1959, trong đó có Luật Cấm chỉ mọi hành động đầu cơ về kinh tế, ngày 14-9-1957, đánh dấu thời kỳ bắt đầu tiến lên chủ nghĩa xã hội.

[356] Trong Quốc hội Khóa II, bầu ngày 8-5-1960, chín mươi mốt đại biểu miền Nam của Khóa I vẫn còn được lưu nhiệm. Đến Khóa III (1964-1971) vẫn còn tám mươi chín đại biểu miền Nam. Đến Khóa IV (1971-1975) thì không còn đại biểu lưu nhiệm, Quốc hội Khóa IV có thể coi là Quốc hội miền Bắc. Quốc hội Khóa V được bầu ngày 6-4-1975, chỉ ba tuần trước khi "Quân Giải phóng" chiếm được Sài Gòn. Một năm sau, Tổng tuyển cử đã được tổ chức vào ngày 25-4-1976 bầu ra 492 đại biểu. Kỳ họp thứ nhất của Quốc hội khóa này, diễn ra từ ngày 24-6 đến 3-7-1976, đã quyết định đổi tên nước Việt Nam Dân chủ Cộng hòa thành nước Cộng hòa Xã hội chủ nghĩa Việt Nam; đổi tên Sài Gòn - Gia Định thành Thành phố Hồ Chí Minh; tự công nhận mình là Quốc hội Khoá VI.

[357] Có thể thấy rõ vai trò trình diễn sự ủng hộ "của dân" với Đảng thông qua các khẩu hiệu chính trị mà Quốc hội đưa ra trong các thời kỳ. Trong thập niên 1960, khi "đất nước thực hiện cả hai nhiệm vụ chiến lược: Miền Bắc tiến hành công cuộc xây dựng chủ nghĩa xã hội; miền Nam đẩy mạnh cuộc đấu tranh giải phóng", Quốc hội Khóa III đưa ra khẩu hiệu chính trị: "Tất cả cho tiền tuyến/ Tất cả để thắng giặc Mỹ xâm lược". Khẩu hiệu này được giữ nguyên trong nhiệm kỳ thứ IV, khi miền Bắc vẫn: "Tiếp tục động viên quân và dân kiên trì bảo vệ và xây dựng chủ nghĩa xã hội ở miền Bắc; động viên sức người, sức của cho tiền tuyến lớn đánh thắng đế quốc Mỹ xâm lược và bè lũ tay sai ở miền Nam".

niên 1960 cho đến cuối thập niên 1980 quyền lực công được vận hành chủ yếu theo mô hình nhà nước Đảng. Quốc hội có rất ít việc phải "hợp thức hóa". Các chỉ thị, nghị quyết gần như có hiệu lực thi hành ngay sau khi được Đảng ban hành[358].

Chức năng quan trọng nhất của Quốc hội là biểu quyết nhất trí. Từ Khóa VII trở về trước, Quốc hội thường chỉ họp mỗi năm một lần, mỗi lần chỉ kéo dài từ ba đến bốn ngày. Do tính long trọng của Quốc hội thống nhất, kỳ họp thứ nhất của Khóa VI mới kéo dài chín ngày; kỳ họp thứ nhất của Khóa VII kéo dài mười ngày. Quốc hội Việt Nam cũng có hình thức họp tổ - bao gồm một số đoàn đại biểu - như Xô viết Liên Xô. Ở Quốc hội Việt Nam, thảo luận tổ lúc đầu chủ yếu giúp phát hiện những ý kiến khác với "tinh thần lãnh đạo" để mà "chấn chỉnh". Ở Xô viết thời Stalin, những người phát biểu như thế có thể bị thanh trừng. Những ai được chọn phát biểu trong các phiên họp toàn thể đều phải gửi tham luận trước cho Văn phòng, Tổng Thư ký Quốc hội sẽ đọc duyệt, nhằm đảm bảo không để xuất hiện trên Hội trường những ý kiến "lệch lạc".

Chức năng trình diễn khối đoàn kết toàn dân được thể hiện cả bằng xương, bằng thịt: công, nông, binh, dân tộc[359]. Công nhân, nông dân cơ cấu trong Quốc hội từ Khóa VIII trở về trước là theo nghĩa đen. Có đại biểu Quốc hội là thợ rèn, thợ tiện. Đoàn Thành phố Hồ Chí Minh còn có đại biểu là một nữ công nhân quét rác. Ông Hồ Giáo, một người chăn bò nổi tiếng, được đưa vào ngồi trong Quốc hội tới ba khóa liền (IV, V, VI). Ông Giáo thừa nhận, vốn ít học và những năm ấy vẫn độc thân, nên ông dồn tất cả tình cảm, tâm trí và sức lực cho những con bò mà ông yêu quý. Những lần đi dự họp Quốc hội, theo ông Hồ Giáo, ông phải rất gắng gượng, mỗi khi Quốc hội cần ông lên diễn đàn phát biểu để chụp hình, có người sẽ viết sẵn cho ông bài phát biểu.

---

[358] Quốc hội khóa II chỉ sửa đổi bổ sung Luật Nghĩa vụ quân sự, tháng 11-1962, sau khi "cách mạng miền Nam" bắt đầu phát triển theo con đường dùng bạo lực trong khi đó, Ủy ban Thường vụ Quốc hội thông qua chín pháp lệnh. Quốc hội Khóa III chỉ sửa đổi, bổ sung Luật Nghĩa vụ Quân sự, 25-4-1965. Công tác lập pháp có ý nghĩa "quy phạm" nhất trong Khóa III là "Pháp lệnh Quy định cấm nấu rượu trái phép" do Ủy ban Thường vụ ban hành tháng 10-1966. Cho dù ¾ thời gian hoạt động trong thời bình, trong khóa IV cũng chỉ có một pháp lệnh được Ủy ban Thường vụ thông qua: Pháp lệnh Quy định việc bảo vệ rừng, ngày 11-9-1972. Ngoài bốn pháp lệnh không mấy ý nghĩa, công việc của Quốc hội Khóa VI là thông qua Hiến pháp 1980 còn Quốc hội Khóa VII thì thông qua Bộ luật Hình sự theo tinh thần thực thi "chuyên chính vô sản" được nhấn mạnh sau Đại hội lần thứ IV của Đảng.

[359] Trong số 362 đại biểu được bầu của Quốc hội Khóa II, có: Công nhân: 50; nông dân: 47; cán bộ chính trị: 129; quân đội: 20; Đảng viên: 298; ngoài Đảng: 64; dân tộc thiểu số: 56; phụ nữ: 49; thanh niên (20, 30 tuổi): 42; phụ lão: (trên 60 tuổi): 19; cán bộ kinh tế, khoa học - kĩ thuật: 66; Anh hùng lao động và chiến đấu: 19; cán bộ ở Trung ương: 110; cán bộ ở địa phương: 252. Cho đến Khóa VIII, thành phần đại biểu vẫn được cơ cấu theo mô hình tương tự: 91 công nhân; 105 nông dân, 49 quân nhân và 123 "trí thức xã hội chủ nghĩa".

Sự chuyển động của Quốc hội - từ vai trò trang trí cho chế độ đến chỗ trở thành một diễn đàn, nơi các đại biểu có thể bày tỏ khát khao quyền lực - không nằm ngoài ảnh hưởng của những chính sách đổi mới trong Đảng, nhưng bản lĩnh của từng cá nhân lãnh đạo Quốc hội đã đóng một vai trò quyết định.

Từ Khóa VII, tuy bầu không khí chính trị vẫn rất chuyên chính, và chức vụ chủ tịch Quốc hội cũng không có nhiều quyền lực cả trên thực tế và lý thuyết, Luật sư Nguyễn Hữu Thọ[360] đã làm được một cuộc "cách mạng hình thức" cho Quốc hội. Ngày 24-6-1981, khi nắm quyền điều khiển kỳ họp thứ nhất Quốc hội Khóa VII, Luật sư Nguyễn Hữu Thọ đã mời các ủy viên Bộ Chính trị, những người trong các nhiệm kỳ trước vẫn ngự trị trên các dãy ghế Chủ tịch Đoàn, rời khỏi lễ đài. Quyền chủ trì các phiên họp Quốc hội, từ hôm đó, được trả lại cho chủ tịch và các phó chủ tịch Quốc hội.

"Cuộc cách mạng" này về sau đã không chỉ tạo ra sự thay đổi về mặt hình thức. Ngay trong nhiệm kỳ thứ VII, tại kỳ họp thứ 10 vào cuối năm 1985, Đại biểu Đào Thị Biểu, tỉnh ủy viên Tỉnh Cửu Long, thay vì đọc bản tham luận được "duyệt" trước, đã "rút từ lưng quần" ra một bài phát biểu khác, nêu đích danh những cá nhân mà theo bà, phải "chịu trách nhiệm trước nhân dân" trong vụ "giá - lương - tiền". Sau tham luận về những sai lầm trong cải cách ruộng đất của Luật sư Nguyễn Mạnh Tường đọc tại Trung ương Mặt trận Tổ quốc Việt Nam, bản tham luận của bà Đào Thị Biểu đã đưa "sóng gió" nghị trường trở lại.

Dù vậy, Quốc hội chỉ bắt đầu trở thành một diễn đàn kể từ Khóa VIII, được bầu vào ngày 19-4-1987, gần bốn tháng sau Đại hội Đảng lần thứ VI. Ở kỳ họp thứ nhất, Tổng Bí thư Nguyễn Văn Linh đã làm không ít đồng chí của ông ngạc nhiên khi đưa bà Ngô Bá Thành[361] lên làm chủ nhiệm Ủy ban Pháp luật của Quốc hội. Chức danh chủ nhiệm Ủy ban Pháp luật Quốc hội được

---

[360] Ông Nguyễn Hữu Thọ gia nhập Đảng Cộng sản Đông Dương từ năm 1948; bị chính quyền Ngô Đình Diệm bắt giam năm 1954; được "Cách mạng" giải cứu đưa ra Chiến khu từ năm 1961 sau đó được bố trí giữ chức Chủ tịch Mặt trận Dân tộc Giải phóng miền Nam; được cơ cấu làm Phó Chủ tịch nước Việt Nam thống nhất. Tháng 4-1980, sau khi Chủ tịch nước Tôn Đức Thắng qua đời, theo Hiến pháp, ông Thọ trở thành Quyền Chủ tịch nước.

[361] Nữ luật sư Ngô Bá Thành, tên thật là Phạm Thị Thanh Vân, sinh năm 1931 tại làng Tùng Ảnh, huyện Đức Thọ, Hà Tĩnh. Cha bà, ông Phạm Văn Huyến, là bác sĩ thú y đầu tiên của Việt Nam. Năm hai mươi sáu tuổi, sau khi bảo vệ xuất sắc luận án tiến sĩ Luật tại Pháp, bà được đích thân Tổng Thư ký Liên Hợp Quốc, ông Dag Hammarskjöld, mời làm việc cho ban luật quốc tế nhưng đã từ chối để nhận một công việc khác tại Việt Nam. Bà từng nổi tiếng với tư cách là chủ tịch Hội Phụ nữ đòi quyền sống. Cũng như Giáo sư Lý Chánh Trung, một nhân sỹ Sài Gòn khác, bà Ngô Bá Thành được đưa vào Quốc hội từ Khóa VI, cho dù trong suốt hơn một thập niên đó họ gần như không có được tiếng nói đáng kể nào. Năm 1987, Quốc hội có thêm một đại biểu miền Nam từng giữ chức phó thủ tướng trong chế độ Sài Gòn, ông Nguyễn Xuân Oánh.

xếp ngạch tương đương hàm bộ trưởng, và bà Thành trở thành người đầu tiên từng cộng tác với chế độ Sài Gòn đạt được vị trí này[362]. Sự kiện ba mươi ba đoàn đại biểu Quốc hội, đa số là các đoàn miền Nam, giới thiệu ông Võ Văn Kiệt ra tranh cử chức chủ tịch Hội đồng Bộ trưởng với ông Đỗ Mười (tháng 6-1988) dù không trở thành một tiền lệ vẫn cho thấy các đại biểu đã không còn đến Hội trường Ba Đình để chỉ giơ tay như trước.

Chủ tịch Lê Quang Đạo[363] đã đóng một vai trò quan trọng trong những bước dân chủ hóa đầu tiên của Quốc hội. Ông Lê Quang Đạo vốn là trung tướng, phó chủ nhiệm Tổng cục Chính trị, nhưng khi trở thành chủ tịch, ông đã điều hành các phiên họp Quốc hội một cách mềm mỏng và uyển chuyển. Thay vì đứng trên Quốc hội theo thứ bậc trong Đảng, bằng sự trung thực và lịch lãm của một nhà cách mạng, ông Đạo giúp các đại biểu có cảm giác an toàn khi đưa ra ý kiến của mình. Cách điều khiển phiên họp của ông Lê Quang Đạo đã tạo ra đột phá trong sinh hoạt nghị trường, thu hút được sự chú ý của công chúng vào Quốc hội.

Lịch sử chất vấn chắc chắn phải được đánh dấu bởi sự kiện ngày 20-12-1991, ngày làm việc trên hội trường của kỳ họp thứ 10, Quốc hội Khoá VIII. Hôm đó, sau khi đọc xong một bản báo cáo, Bộ trưởng Tài chính Hoàng Quy đã định xách cặp đi xuống, nhưng Chủ tịch Lê Quang Đạo yêu cầu ông đứng lại. Cả hội trường xôn xao. Hàng chục đại biểu đưa tay xin đặt câu hỏi. Cuộc chất vấn trực tiếp đầu tiên của Quốc hội Việt Nam xã hội chủ nghĩa đã diễn ra như vậy suốt hai giờ liền.

Sự xuất hiện của ông Vũ Mão vào năm 1987 với vai trò chủ nhiệm Văn phòng Quốc hội và Hội đồng Nhà nước cũng đã tạo ra những thay đổi không nhỏ trong cơ quan này[364]. Những đóng góp làm thay đổi Quốc hội của ông Vũ Mão thường bắt đầu từ bản tính thích tìm tòi cái mới của ông. Trước đây, khi Quốc hội biểu quyết "quyết định những vấn đề lớn của đất nước", chủ tịch đoàn kỳ họp chỉ cần hỏi "ai đồng ý giơ tay?" là lập tức cả hội trường giơ tay;

---

[362] Một đại biểu Quốc hội cùng khóa, ông Lê Văn Triết kể: "Khi Quốc hội Khóa VIII bắt đầu bàn nhân sự, trong danh sách giới thiệu các chức danh của Quốc hội không có tên Ngô Bá Thành. Khi Tổng Bí thư Nguyễn Văn Linh đến tham gia thảo luận tổ với Đoàn Thành phố Hồ Chí Minh, bà Thành bật khóc. Ông Linh ngồi xuống động viên và đến ngày hôm sau, bà Ngô Bá Thành được đề cử vào chức danh chủ nhiệm Ủy ban Pháp luật Quốc hội".

[363] 1921-1999.

[364] Ông Vũ Mão vốn là một kỹ sư thủy lợi, được điều về Quảng Ninh làm đội trưởng rồi Phó ty Thủy Lợi năm 1971 khi đang là cán bộ giảng dạy trường Đại học Thủy Lợi Hà Nội. Năm 1979, từ Trưởng ty Thủy Lợi ông được đưa đi làm Bí thư Tiên Yên, một "pháo đài huyện" ở tuyến đầu chống Trung Quốc. Năm 1980 ông được Bí thư Tỉnh ủy Quảng Ninh lúc bấy giờ là Nguyễn Đức Tâm đưa sang làm Bí thư Tỉnh Đoàn rồi mấy tháng sau, được đưa lên làm Bí thư Trung ương Đoàn. Ông Vũ Mão được đưa vào Trung ương năm 1982.

rồi chủ tịch đoàn lại hỏi "ai không đồng ý giơ tay?" là có thể tuyên bố "một trăm phần trăm" ngay. Nhưng vào cuối thập niên 1980, khi Quốc hội phải biểu quyết việc chia lại địa giới hành chính của các tỉnh, có những phiên biểu quyết hàng trăm người giơ tay "không đồng ý". Trưởng đoàn thư ký, luôn là ông Vũ Mão, không còn nhàn hạ hô "trăm phần trăm" nữa.

Năm 1989, ông Mão quyết định đặt hàng bên quân đội thiết kế cho Quốc hội máy đếm khi biểu quyết. Chiếc máy đếm đầu tiên mà Quốc hội Việt Nam sử dụng chỉ có hai nút, "đồng ý" và "không đồng ý". Những con số tăng, giảm, ngập ngừng trên bảng điện đã tạo thêm kịch tính cho hoạt động Quốc hội. Đầu thập niên 1990 tranh luận xuất hiện thường xuyên hơn trên diễn đàn, nhất là thời gian Quốc hội thông qua Hiến pháp[365].

Cũng thời gian đó, khi thăm Nghị viện Đài Loan, ông Vũ Mão "phát hiện" máy đếm của họ có ba nút: "đồng ý", "không đồng ý" và "không biểu quyết". Theo ông Nguyễn Sỹ Dũng người tháp tùng ông Mão trong chuyến đi này, ông Vũ Mão quyết định thiết kế máy biểu quyết mới "theo chuẩn quốc tế". Nhưng trên ông Vũ Mão lúc đó còn có một chức danh trung gian: tổng thư ký Quốc hội và Hội đồng Nhà nước. Nắm chức vụ này lúc bấy giờ là ông Nguyễn Việt Dũng, một con người cực kỳ nguyên tắc[366]. Trước một chuyến công tác, ông Vũ Mão giao cho Thư ký Nguyễn Sỹ Dũng phải thuyết phục ông Nguyễn Việt Dũng.

Thay vì gặp tổng thư ký, ông Sỹ Dũng thảo một tờ trình để một phó chủ nhiệm Văn phòng ký đưa thẳng lên chủ tịch Quốc hội. Ông Lê Quang Đạo nhất trí liền. Nhưng để lệnh của chủ tịch có thể thi hành, vẫn phải qua tổng thư ký. Ông Sỹ Dũng lại phải đi gặp ông Việt Dũng. Vừa nghe tới cái nút thứ ba, "không biểu quyết", ông Việt Dũng nói: "Không được, đã là đảng viên thì chính kiến phải rõ ràng". Ông Sỹ Dũng thuyết phục: "Không nên đẩy những người đang cân nhắc vào thế phải ủng hộ hay chống. Cháu vẫn cho rằng những người không biểu quyết vẫn tích cực hơn là chống ạ". Ông Việt Dũng: "Mày mới về đây, biết gì". Ông Sỹ Dũng đành nói thẳng: "Thưa bác, Chủ tịch

---

[365] Quyền "thừa kế quyền sử dụng đất" ghi trong Điều 18 của Hiến pháp đã từng phải biểu quyết hai lần. Năm 1992, Quốc hội đã từng biểu quyết không quá bán việc chia Hải Hưng thành hai tỉnh Hải Dương và Hưng Yên. Năm 1996, Quốc hội cũng từng biểu quyết không phê chuẩn chức bộ trưởng Giao thông cho ông Đào Đình Bình mặc dù việc bổ nhiệm đã được Ban Chấp hành Trung ương quyết định.

[366] Văn phòng Quốc hội lúc ấy chỉ có hơn sáu mươi cán bộ, tiền bạc mất giá, bổng lộc không có, gương mặt nào nhìn cũng xanh xao. Đa số lãnh đạo Quốc hội đều kiêm nhiệm một công việc khác. Trừ chủ tịch, tổng thư ký, chủ nhiệm Văn phòng có tiêu chuẩn xe Volga, Văn phòng Quốc hội chỉ có một chiếc xe cũ đưa từ miền Nam ra, không có phụ tùng thay thế, xịt lốp, nằm bất động dưới gốc cây. Thỉnh thoảng, lễ tết, một đại biểu miền Nam, bà Ba Thi, giám đốc Công ty Lương thực Thành phố, có gửi ra cho mấy tấn gạo, nhưng ông Nguyễn Việt Dũng bắt nhập kho vì theo ông: "Mọi người đã có chế độ, chính sách".

Lê Quang Đạo đã đồng ý rồi". Phàm là những người nguyên tắc thì nguyên tắc quan trọng nhất mà họ tuân thủ là cấp trên, nghe tới đó, ông Việt Dũng nói: "Chủ tịch đã đồng ý thì cứ thế mà làm".

Khi mới về Văn phòng, ông Nguyễn Sỹ Dũng tìm thấy trong đống thư từ có một bức thư của Liên minh Quốc hội Thế giới gửi cho quốc hội các nước giới thiệu chương trình tài trợ giúp "nâng cao năng lực các thiết chế dân chủ"[367]. Nguyễn Sỹ Dũng xin phép ông Vũ Mão cho "mở rộng hợp tác quốc tế", ông Vũ Mão đồng ý. Ông Dũng soạn một lá thư đứng tên bà Nguyễn Thị Bình, chủ nhiệm Ủy ban Đối ngoại Quốc hội. Bức thư được bà Bình ký gửi đi. Mấy tháng sau, Liên minh Quốc hội Thế giới cử ông Martin Chungong, một chuyên gia người châu Phi tới Việt Nam.

Chương trình hợp tác đầu tiên ký với tổ chức này đã giúp Văn phòng Quốc hội lập mạng máy tính và lắp đặt phần mềm ghi tốc ký biên bản. Quốc hội trở thành cơ quan nhà nước đầu tiên sử dụng máy tính ở Việt Nam, và kể từ lúc đó, từng lời phát biểu trên hội trường của các đại biểu được ghi lại và lưu trữ. Từ năm 1993, Văn phòng Quốc hội bắt đầu tiếp nhận sự hỗ trợ của các tổ chức quốc tế thông qua các hoạt động hợp tác: dự án nâng cao năng lực các thiết chế dân chủ của Liên minh Quốc hội Thế giới, các dự án nâng cao năng lực thể chế của UNDP, dự án hỗ trợ các cơ quan dân cử của Đan Mạch, dự án phát triển thông tin công chúng và năng lực giám sát của Thụy Điển [368].

Tiến trình này đã ảnh hưởng sâu sắc tới Quốc hội Việt Nam. Toàn bộ các khái niệm truyền thống và hiện đại về nghị viện, về thông tin công chúng, kiến thức chuyên sâu về công cụ và hiệu năng giám sát của Quốc hội, kiến thức căn bản về lập pháp, về nhà nước pháp quyền, chức năng đại biểu… đã đến với Quốc hội Việt Nam thông qua các dự án hợp tác quốc tế [369].

---

[367] Năm 1981, sau khi tốt nghiệp sư phạm ngoại ngữ tiếng Anh ở Liên Xô ông Nguyễn Sỹ Dũng được đưa về Bộ Ngoại thương. Do có thành tích cao trong khi học ở bậc đại học, cũng trong năm 1981, ông được đưa trở lại Liên Xô làm nghiên cứu sinh phó tiến sỹ về giáo dục. Trong thời gian này ông gặp ông Vũ Mão. Năm 1985, từ Liên Xô, ông Nguyễn Sỹ Dũng được ông Vũ Mão đưa về Trung ương Đoàn để rồi năm 1987, cùng ông Vũ Mão về Văn phòng Quốc hội và Hội đồng Nhà nước. Năm 1990, Chính phủ Úc đưa bốn mươi cán bộ Việt Nam sang Úc học tiếng Anh, ông Nguyễn Sỹ Dũng được cử làm trưởng đoàn cán bộ đi học này. Theo ông Dũng: "Cho dù có mười năm học ở Liên Xô với thành tích học tập chưa bao giờ bị điểm 4/5 nhưng toàn bộ kiến thức về khoa học chính trị mà tôi học được là thông qua các bài học tiếng Anh và bắt đầu từ lớp học này, để thấy nhà nước tư bản hoàn toàn không phải như những gì mà nhà trường Liên Xô chỉ trích. Cũng tại đây, tôi bắt đầu tiếp xúc với những nhà Việt Nam học như Davis Marr, Carl Thayer".

[368] Kể từ năm 1993, ông Nguyễn Sỹ Dũng được giao trực tiếp làm giám đốc các Dự án này. Năm 2006, khi ông Nguyễn Phú Trọng sang làm chủ tịch Quốc hội, ông Dũng, phó chủ nhiệm Văn phòng Quốc hội mới không còn phụ trách Trung tâm Bồi dưỡng đại biểu và công tác hợp tác quốc tế.

[369] Từ năm 2004, Văn phòng Quốc hội đã lập ra Trung tâm Bồi dưỡng đại biểu dân cử để tiếp tục truyền bá những kiến thức này cho các thế hệ đại biểu mới cả của Quốc hội và của cả các cơ quan dân cử.

Cuộc chất vấn trực tiếp (Bộ trưởng Tài chính Hoàng Quy) diễn ra ngày 20-12-1991 sẽ không thu hút sự chú ý của công chúng như thế nếu ngay sau đó không được tờ Tuổi Trẻ tường thuật chi tiết. Phản ứng của bạn đọc với những bài tường thuật Quốc hội, bắt đầu trên Tuổi Trẻ, đã khiến cho báo chí thay đổi cách tiếp cận các sự kiện diễn ra ở Hà Nội. Thay vì dùng những bản tin công thức của Thông tấn xã hoặc của báo Nhân Dân, các báo - đặc biệt là báo chí Sài Gòn - bắt đầu gửi phóng viên về Thủ đô. Chính trị không còn là một đề tài tẻ nhạt, số lượng phát hành của những tờ báo như Tuổi Trẻ, Thanh Niên, Người Lao Động… đã tăng rõ rệt mỗi kỳ Quốc hội họp.

Nhưng báo chí chỉ thực sự khiến cho Quốc hội tạo được ảnh hưởng trong đời sống chính trị của Việt Nam khi các phiên chất vấn và sau đó là các phiên thảo luận về tình hình kinh tế xã hội bắt đầu được truyền hình trực tiếp. Ý tưởng truyền hình trực tiếp các phiên chất vấn được ông Vũ Mão đề xuất áp dụng vào năm 1998. Ủy ban Thường vụ Quốc hội sau khi thảo luận đã đồng ý với đề nghị này.

Ở thời điểm ấy, đó là một sáng kiến chính trị táo bạo. Thường vụ quyết định phải báo cáo xin ý kiến Bộ Chính trị. Sau khi cân nhắc, Bộ Chính trị chấp nhận. Tuy nhiên, khi đảng đoàn Quốc hội họp với Ban Cán sự Đảng của Chính phủ để chính thức triển khai, Ban Cán sự Đảng của Chính phủ đã không đồng ý. Cận ngày chất vấn, việc truyền hình trực tiếp hay không vẫn còn ý kiến đôi co. Tuy nhiên, ông Vũ Mão vẫn triển khai kế hoạch với Đài Truyền hình Trung ương.

Sự việc có nguy cơ bất thành khi ông trưởng Ban Văn hóa - Tư tưởng Trung ương gặp ông An Duyệt, phó Ban Thời sự VTV, nói: "Không nên! Truyền hình trực tiếp chất vấn và trực tiếp trả lời chất vấn dễ làm lộ bí mật và dễ làm mất uy tín cán bộ lãnh đạo". An Duyệt, người phụ trách nhóm làm truyền hình trực tiếp, vội vàng chạy đến gặp ông Mão, trưởng đoàn thư ký kỳ họp. Vũ Mão kiên quyết: "Tôi nói với các bạn là Bộ Chính trị đã cho phép, cứ làm". Nhưng sau đó ông trưởng Ban Tư tưởng - Văn hóa vẫn giữ thái độ kiên quyết với ông An Duyệt: "Đã nói rồi, các cậu làm mà xảy ra chuyện gì thì các cậu phải chịu trách nhiệm". Trưa hôm đó, ông Vũ Mão cùng An Duyệt phải đến xin ý kiến Chủ tịch Quốc hội Nông Đức Mạnh và Thủ tướng Phan Văn Khải.

Cả Thủ tướng lẫn Chủ tịch Quốc hội đều e ngại. Chủ tịch Nông Đức Mạnh nói: "Hay là Đài Truyền hình vẫn cứ ghi hình toàn bộ phiên chất vấn, sau đó rà lại, bỏ bớt những chỗ gay cấn, phức tạp, đến tối mới đưa lên để nhân dân xem". Ông Vũ Mão trấn an: "Mọi việc đã được chuẩn bị chu đáo, với lại, việc truyền hình trực tiếp đã được thông báo rộng rãi, nhân dân đang chờ, sẽ khó giải thích nếu không có lý do gì mà việc truyền hình trực tiếp lại không được thực hiện". Ông Mạnh im lặng, ông Vũ Mão yêu cầu ông An Duyệt tiến hành.

Từ ngày 14-5-1998, các phiên chất vấn của Quốc hội đều được Đài Truyền hình Việt Nam truyền hình trực tiếp.

Người nhận được nhiều lợi ích chính trị nhất từ hoạt động này không phải là ông Vũ Mão mà chính là Chủ tịch Quốc hội Nông Đức Mạnh. Đóng góp lớn nhất của ông Nông Đức Mạnh nằm ở chỗ ông không đủ sức để cản trở các sáng kiến cải cách. Khi điều khiển các phiên họp, ông Mạnh cũng không tham gia vào nội dung và không ngắt lời các đại biểu. Không khí tranh luận, vì thế, diễn ra có vẻ dân chủ hơn. Ông Mạnh đã điều hành nghị trường Việt Nam giống như một người phát ngôn (speaker) trong quốc hội của quốc gia dân chủ. Hình ảnh ông Mạnh, tóc tai chải chuốt, ăn nói mềm mỏng và đôi khi đột nhiên lóe sáng[370] trước ống kính truyền hình dần dần được công chúng thừa nhận như là một nhà lãnh đạo.

Người kế nhiệm, ông Nguyễn Văn An, thì hoàn toàn ngược lại. Ông Nguyễn Văn An ý thức khá rõ vai trò của truyền hình. Ông là nhà lãnh đạo cấp cao đầu tiên của Việt Nam sử dụng email và thường xuyên truy cập thông tin trên internet. Các phiên chất vấn mà ông An chủ trì trở nên căng thẳng hơn vì ông thường can thiệp vào nội dung, đôi khi tỏ thái độ gay gắt với các bộ trưởng.

Cuối các phiên chất vấn, Chủ tịch Quốc hội Nguyễn Văn An đều có một văn bản kết luận, đánh giá trả lời chất vấn của các thành viên Chính phủ. Chủ tịch nghị viện của các quốc gia dân chủ không điều hành quốc hội theo cách của ông Nguyễn Văn An, nhưng ở Việt Nam thì có vẻ như ông đã thành công. Cách điều hành của ông An làm cho chủ tịch Quốc hội trở nên quyền lực hơn. Các thành viên chính phủ ý thức được sinh mệnh chính trị của họ có thể bị lung lay nếu ông An muốn.

Trong năm đầu nhiệm kỳ của ông Nguyễn Văn An, tháng 11-2001, Quốc hội đã sửa đổi Luật Tổ chức Quốc hội, trong đó có đề cập đến quyền bỏ phiếu tín nhiệm "những người giữ các chức vụ do Quốc hội bầu hoặc phê chuẩn" như chủ tịch nước, thủ tướng, viện trưởng Viện Kiểm sát Tối cao, chánh án Tòa án Tối cao và các bộ trưởng. Nhưng quy trình được thiết kế trong Luật đã khiến cho quyền này không thể thực hiện[371].

---

[370] Khi Quốc hội chất vấn về vụ án công dân Lê Thị Nga bị bắt vì bị vu oan chiếm đoạt 200.000 đồng, Chánh án Tòa án Nhân dân Tối cao Trịnh Hồng Dương chống chế: "Do các cơ quan chưa làm rõ được tội chứ chưa chắc Lê Thị Nga đã vô tội"; Chủ tịch Nông Đức Mạnh đã cho rằng: "Anh không thể nói vậy, không ai bị coi là có tội khi không có chứng cứ, khi không có một bản án có hiệu lực của tòa án cả".

[371] Chỉ có Ủy ban Thường vụ Quốc hội mới tự mình quyết định việc bỏ phiếu tín nhiệm. Ngay cả Hội đồng Dân tộc, các Ủy ban của Quốc hội hoặc của ít nhất 20% tổng số đại biểu, nếu có kiến nghị bỏ phiếu tín nhiệm ai, thì vẫn phải chờ Ủy ban Thường vụ xem xét, quyết định.

Sau Hiến pháp 1992, mô hình "Nhà nước Đảng" đã không còn vận hành một cách công khai. Quyền lực thực tế lặng lẽ lùi vào phía sau, Quốc hội trở thành nơi bộc lộ những xung đột và đôi khi trở thành công cụ giải quyết xung đột quyền lực của các bên. Việc tiếp cận với các khái niệm phổ quát và nhận thức được vai trò chung của nghị viện cũng làm thay đổi nhận thức của một số cá nhân, nhất là khi trong Quốc hội bắt đầu có nhiều người chuyên trách.

Khái niệm "quốc hội chuyên nghiệp" được Đoàn Đại biểu Quốc hội Thành phố Hồ Chí Minh đặt ra trước và trong thời gian thảo luận Hiến pháp 1992 một cách công khai[372]. Như các đề nghị về "tam quyền phân lập" hay cho tư nhân sở hữu đất đai, ý tưởng chuyên nghiệp hóa quốc hội đã không được chấp nhận[373].

Tháng 4-1992, khi thông qua Luật Tổ chức Quốc hội, Quốc hội khóa VIII đã đưa vấn đề chuyên trách vào Luật một cách dè dặt: "Trong số các đại biểu Quốc hội, có những đại biểu làm việc theo chế độ chuyên trách và có những đại biểu làm việc theo chế độ không chuyên trách. Số lượng đại biểu Quốc hội làm việc chuyên trách do Quốc hội quyết định". Số lượng đại biểu chuyên trách làm việc thường xuyên ở 35 Ngô Quyền từ đó chỉ tăng lên nhỏ giọt[374].

Tháng 8-1999, Ban Chấp hành Trung ương Đảng khóa VIII họp lần thứ 7, đưa vào Nghị quyết một câu ngắn trong phần nói về tổ chức bộ máy của Quốc hội: "Từng bước tăng tỷ lệ đại biểu Quốc hội chuyên trách". Năm 2001,

---

[372] Ngày 26-12-1990, Phó Chủ tịch Hội đồng Nhà nước Nguyễn Hữu Thọ, khi tiếp xúc cử tri tại Quận 5, thành phố Hồ Chí Minh, đã nói: "Do Quốc hội ta chưa phải là quốc hội chuyên nghiệp nên trong nhiều vấn đề nóng bỏng chưa tìm được giải pháp, chỉ mới dừng lại ở phản ánh tình hình" (Tuổi Trẻ 27-12-1990).

[373] Quốc hội Khóa I cũng có vài đại biểu hoạt động chuyên nghiệp, hay thường gọi là đại biểu chuyên trách, như Nguyễn Văn Tố, Bùi Bằng Đoàn. Từ Khóa II, các ông Trường Chinh, Tôn Đức Thắng cũng được coi như là những người làm quốc hội chuyên trách. Ngay cả các ủy viên Thường vụ Quốc hội của các nhiệm kỳ từ Khóa VIII trở về trước cũng không chuyên trách, trừ chủ tịch Quốc hội, chủ nhiệm Văn phòng Quốc hội.

[374] Chỉ có hai mươi hai đại biểu, tức là 5,56%, được Quốc hội bố trí làm việc theo chế độ chuyên trách ở Quốc hội Khóa IX, họ gồm những người giữ chức danh: chủ tịch, phó chủ tịch Quốc hội; chủ tịch và một phó chủ tịch Hội đồng Dân tộc; chủ nhiệm các ủy ban và mỗi ủy ban có thêm một phó chủ tịch làm chuyên trách. Chỉ có một đại biểu chuyên trách không có chức vụ, là thành viên một ủy ban của Quốc hội. Quốc hội Khóa IX kết thúc nhiệm kỳ vào tháng 9-1997 trong khi Đại hội Đảng VIII diễn ra vào tháng 6-1996, có mười lăm đại biểu Quốc hội không còn được Đảng tái cơ cấu, đồng thời không còn được tiếp tục giữ các chức vụ trong bộ máy quyền lực tại địa phương. Họ chỉ còn một cửa để về là Đoàn đại biểu Quốc hội ở tỉnh. Số đại biểu chuyên trách của Quốc hội Khóa IX vì thế lên tới ba mươi bảy người trong năm cuối cùng của nhiệm kỳ. Nhiệm kỳ X, số đại biểu được bố trí làm việc chuyên trách tăng lên ba mươi mốt do số quan chức ở các ủy ban quốc hội tăng lên, trước chỉ có một phó chủ nhiệm, Khóa X tăng lên hai phó chủ nhiệm và một ủy viên chuyên trách. Năm 1998, số đại biểu chuyên trách của Quốc hội Khóa X tăng thêm một do có một cán bộ mặt trận ở một địa phương đến tuổi nghỉ hưu. Cuối năm 2000, sau Đại hội Đảng cấp địa phương, và Đại hội Đảng toàn quốc năm 2001, mười ba đại biểu Quốc hội là cấp ủy viên không được tái cơ cấu, lui về, khiến cho số đại biểu chuyên trách tăng lên con số bốn mươi lăm người.

tại kỳ họp thứ 10, Luật Tổ chức Quốc hội được sửa, theo đó: "Số lượng đại biểu Quốc hội hoạt động chuyên trách có ít nhất là 25% tổng số đại biểu"[375].

Chủ trương cơ cấu 25% đại biểu chuyên trách, đã làm thay đổi không ít số phận cán bộ. Tiến sĩ Trịnh Huy Quách, khi đang làm thư ký cho Chủ tịch Nông Đức Mạnh, thường vẫn đi từ nhà riêng ở phía Hồ Tây đến 35 Ngô Quyền bằng xe đạp. Ngày 31-7-2002, ông được bầu làm phó chủ nhiệm Ủy ban Kinh tế và Ngân sách. Từ cán bộ có hàm cấp vụ lên cấp thứ trưởng, từ sáng sớm ngày 1-8-2002, trước nhà ông Quách bắt đầu có một chiếc xe hơi mang biển xanh 80B đậu chờ đưa rước. Tuy nhiên, với những cán bộ đang ở các vị trí quyền lực thì việc bị đưa sang làm chuyên trách Quốc hội cũng giống như bị đặt vào thế "dự bị hưu" trừ khi họ ý thức được tầm quan trọng của vai trò mới.

Đại biểu chuyên trách Nguyễn Minh Thuyết đã đi vào lịch sử giám sát của Quốc hội khi ngày 1-11-2010 công khai đưa ra đề nghị thành lập ủy ban độc lập điều tra để bỏ phiếu tín nhiệm thủ tướng[376]. Nếu như câu chuyện của bà Đào Thị Biểu chỉ được nhắc lại sau hàng chục năm, thì đề nghị của ông Nguyễn Minh Thuyết ngay lập tức được truyền hình trực tiếp. Cho dù đề nghị của ông bị bác[377], ảnh hưởng chính trị của nó có sức lan tỏa ngay.

Nhưng những đại biểu như Giáo sư Nguyễn Minh Thuyết ngay sau đó đã không được cơ cấu lại. Sau mỗi nhiệm kỳ, chỉ có trên dưới 30% số đại biểu đương nhiệm được Đảng phân công ra ứng cử. Nguyên tắc một người không giữ một chức vụ quá hai nhiệm kỳ lẽ ra chỉ áp dụng cho các chức danh hành pháp, Đảng Cộng sản Việt Nam đã áp dụng cho cả những cán bộ dân cử có thể dẫn sự đổi mới của Quốc hội đi "quá đà".

---

[375] Ngày 7-3-2002, trước khi bầu cử Quốc hội khóa mới, Ủy ban Thường vụ có công văn hướng dẫn các địa phương về tiêu chuẩn, điều kiện để chọn người làm đại biểu chuyên trách ở địa phương là những người trong độ tuổi, cao nhất đối với nữ, không quá 52, với nam không quá 56, đang giữ chức thường vụ tỉnh ủy, thành ủy, phó chủ tịch hội đồng nhân dân, ủy ban nhân dân, hoặc đang giữ các chức vụ tương đương giám đốc sở, trưởng ban hội đồng nhân dân. Từ đầu Khóa XI, ở mỗi địa phương đều có một vị đại biểu chuyên trách làm phó đoàn đại biểu Quốc hội, kể cả bốn vị được cơ cấu nhưng vẫn ráng làm thêm chức phó chủ tịch hội đồng nhân dân tỉnh cho hết nhiệm kỳ. Ở cấp Trung ương, số đại biểu chuyên trách ở các ủy ban tăng từ bốn lên chín, gồm bốn vị làm phó chủ nhiệm và bốn vị làm ủy viên chuyên trách.

[376] Ngày 1-11-2010, Giáo Sư Nguyễn Minh Thuyết đã yêu cầu Quốc hội thành lập ủy ban lâm thời điều tra về sự sụp đổ của Vinashin dẫn đến sự thua lỗ lên đến hơn một trăm nghìn tỷ đồng. Đại biểu Nguyễn Minh Thuyết nói trước phiên họp được truyền hình trực tiếp: "Căn cứ Hiến pháp và Luật Tổ chức Quốc hội, tôi trân trọng đề nghị Ủy ban Thường vụ Quốc hội biểu quyết để Quốc hội lập ủy ban lâm thời điều tra trách nhiệm các thành viên chính phủ khi để xảy ra sai phạm ở Vinashin. Cuối kỳ họp Quốc hội sẽ bỏ phiếu tín nhiệm thủ tướng và các thành viên chính phủ khác có liên quan. Để tạo điều kiện cho công tác của ủy ban lâm thời, tôi cũng đề nghị Quốc hội tạm đình chỉ chức vụ các vị có liên quan".

[377] Ngày 12-11-2010, Ủy ban Thường vụ Quốc hội gửi công văn trả lời ông Thuyết nói rằng "chưa cần thiết trình Quốc hội việc thành lập ủy ban lâm thời".

Nhiều đại biểu, đầu nhiệm kỳ chưa biết nghị trường là gì, cuối nhiệm kỳ bắt đầu quen việc và có tiếng nói độc lập thì không còn được ra ứng cử nữa. Thất thoát thể chế rất lớn. Cứ mỗi đầu nhiệm kỳ, Quốc hội lại phải tổ chức các lớp dạy các ông nghị cách làm đại biểu trong khi những đại biểu rành rẽ công việc lập pháp và giám sát thì bị loại dần ra khỏi nghị trường.

THỦ TƯỚNG VÀ "NGƯỜI ĐỨNG ĐẦU"

Tháng 8-1991, ông Võ Văn Kiệt được bầu giữ chức chủ tịch Hội đồng Bộ trưởng. Chính phủ của ông khi ấy vẫn hình thành dựa trên nguyên tắc của Hiến pháp 1980. Nhưng, thay vì giữ sáu phó chủ tịch Hội đồng Bộ trưởng như kế thừa, ông Kiệt chỉ để cử ba phó chủ tịch[378].

Ngay sau khi được Quốc hội bầu, chiều ngày 9-8-1991, ông Võ Văn Kiệt giải thích: "Đây là hướng đổi mới về tổ chức nhà nước nói chung và tổ chức chính phủ nói riêng. Hội đồng Bộ trưởng bớt các phó chủ tịch, bộ bớt các thứ trưởng, ban bớt các phó ban… để làm sao tập trung trách nhiệm của người đứng đầu"[379]. Đây là mô hình mà theo ông Kiệt sẽ từng bước được áp dụng ở các địa phương[380]. Lúc ấy, ông Kiệt tỏ ra rất lạc quan: "Một khi đã phân định rõ quản lý nhà nước bằng pháp luật, phân định rõ trách nhiệm của trung ương, địa phương thì số cấp phó không chỉ là ba mà có khi chỉ cần một là đủ"[381].

Ông Võ Văn Kiệt đã hình thành bộ máy "Hội đồng Bộ trưởng" theo phương án chính phủ mà thủ tướng có vai trò như người đứng đầu, trong khi ở thời điểm ấy Ban Soạn thảo Hiến pháp vẫn thiết kế mô hình nhà nước với nhiều phương án.

Dự thảo I đã từng thiết kế định chế chủ tịch nước với những quyền hạn gần như chủ tịch nước theo Hiến pháp 1946. Quốc hội theo Dự thảo này không có cơ quan thường vụ - hội đồng nhà nước, đoàn chủ tịch hay ủy ban thường vụ. Dự thảo I cũng quy định rõ lượng đại biểu chuyên trách ở

---

[378] Sau Đại hội Đảng lần thứ V, Hội đồng Bộ trưởng có tới mười hai vị phó chủ tịch. Trong năm đầu của Khóa VIII, Hội đồng Bộ trưởng vẫn còn chín phó chủ tịch, đến tháng 5-1988, vài ngày trước khi Đỗ Mười trở thành chủ tịch Hội đồng Bộ trưởng, các phó: Nguyễn Ngọc Trìu, Phan Minh Tánh, Đoàn Duy Thành ra đi, sáu phó chủ tịch còn lại ở nguyên vị trí cho tới sau Đại hội Đảng lần thứ VII.

[379] Huy Đức, Một giờ với Tân Chủ tịch Hội đồng Bộ trưởng Võ Văn Kiệt, Tuổi Trẻ 13-8-1991.

[380] Cho tới đầu thập niên 1990, các chủ tịch ủy ban nhân dân quận, huyện vẫn đi ký hợp đồng kinh tế, đi bảo lãnh vay ngân hàng, chỉ đạo ngân hàng và các tổ chức tín dụng cho vay. Trước tháng 9-1987, Thành phố Hồ Chí Minh và một số địa phương cấp tỉnh khác vẫn có tới 42 sở và cơ quan ngang sở, 290 phòng ban thuộc sở, 378 phòng ban thuộc quận huyện. Tới tháng 6-1991, Thành phố giảm được 12 sở và cơ quan ngang sở, 98 phòng ban thuộc sở và 141 phòng ban thuộc quận, huyện.

[381] Huy Đức, Một giờ với Tân Chủ tịch Hội đồng Bộ trưởng Võ Văn Kiệt, Tuổi Trẻ 13-8-1991.

Hội đồng Dân tộc là 1/3, ở các ủy ban là 1/2; bỏ hội đồng nhân dân ở các quận, huyện, phường và thị xã. Tháng 5-1991, Dự thảo I được đưa ra lấy ý kiến cán bộ trung, cao cấp. Tuy phương án nguyên thủ một người không bị bác hẳn, nhưng, trong Dự thảo II, được Chủ tịch Hội đồng Nhà nước Võ Chí Công trình bày ngày 27-7-1991 trước kỳ họp thứ 9 của Quốc hội khóa VIII, Ban Soạn thảo đã phải đưa thêm phương án nguyên thủ tập thể: đoàn chủ tịch quốc hội.

Quốc hội đã dành trọn ngày 1-8-1991 để thảo luận về Dự thảo II. Chỉ có bốn ý kiến đồng ý với phương án II vì cho rằng không nên tập trung quyền vào tay một người, trong khi tám ý kiến khác phát biểu trong phiên họp toàn thể đều tán dương phương án I. Các đại biểu cho rằng cơ chế tập thể được áp dụng quá nhiều, đã có Quốc hội giám sát nên không lo cá nhân lạm quyền[382]. Phương án lập chính phủ thay cho Hội đồng Bộ trưởng được ủng hộ cao, nhiều đại biểu còn đề nghị tăng cường trung ương tập quyền bằng cách để thủ tướng bổ nhiệm chủ tịch ủy ban hành chính tỉnh thành, chủ tịch cấp trên bổ nhiệm chủ tịch ủy ban cấp dưới.

Ngày 29-11-1991, tại Hội nghị Trung ương 2, Ủy ban Sửa đổi Hiến pháp kiến nghị lập thiết chế chính phủ và thủ tướng chính phủ thay cho hội đồng bộ trưởng. Hiến pháp trao cho thủ tướng đủ quyền hạn để thực thi nhiệm vụ, trong đó có quyền lựa chọn bộ trưởng để nghị Quốc hội phê chuẩn, bổ nhiệm người đứng đầu cơ quan hành chính cấp dưới trực tiếp theo đề nghị của hội đồng nhân dân cùng cấp, và thống nhất điều hành bộ máy hành chính nhà nước thông suốt từ trung ương đến cơ sở.

Hội nghị Trung ương 2 đã đồng ý với đề nghị này của Ủy ban Sửa đổi Hiến pháp nên trong bản Dự thảo III công bố lấy "ý kiến nhân dân" ngày 30-12-1991, phương án chính phủ đã được đưa ra để thay thế hội đồng bộ trưởng, thủ tướng được dự kiến trao cho nhiều quyền hơn. Quốc hội chỉ bầu thủ tướng còn các phó thủ tướng và bộ trưởng thì quốc hội không bầu mà phê chuẩn theo đề nghị của thủ tướng. Thủ tướng còn có quyền bổ nhiệm, miễn nhiệm các thứ trưởng, bổ nhiệm miễn nhiệm và điều động chủ tịch, các phó chủ tịch ủy ban hành chính cấp tỉnh, thành. Hội đồng nhân dân các cấp chỉ còn là cơ quan đại biểu của dân thay vì là cơ quan quyền lực cao nhất tại địa phương...

---

[382] Chủ tịch tỉnh Đồng Tháp Nguyễn Thanh Phong nói: "Quốc hội cũng tập thể, Hội đồng Nhà nước cũng thập thể, rồi Hội đồng Bộ trưởng cũng tập thể nốt. Đồng, vướng mắc nhiều nên không nhạy bén được". Theo Đại biểu Nguyễn Minh Khoát, Lạng Sơn: "Chúng ta đã trả giá đắt vì trong một thời gian dài, cả cơ quan lập pháp và hành pháp đều không được tập trung đúng mức".

Trong Dự thảo IV được Ủy ban Sửa đổi Hiến pháp gửi tới các đại biểu Quốc hội vào ngày 14-3-1992, định chế chủ tịch nước đã được đưa vào phương án chính thức, trong khi, quốc hội có một cơ quan thường trực là ủy ban thường vụ. Định chế hội đồng nhà nước vẫn được đưa vào như một phương án phụ để Quốc hội thảo luận. Mô hình chính phủ và quyền hạn của thủ tướng được giữ như Dự thảo III nhưng thủ tướng chỉ phê chuẩn kết quả bầu chủ tịch ủy ban tỉnh thành của hội đồng nhân dân thay vì bổ nhiệm. Đây là phương án đã được đưa vào hiến pháp. Mô hình chính phủ còn tiếp tục được điều chỉnh chỉ một thời gian ngắn sau khi Hiến pháp 1992 có hiệu lực[383].

Các cơ quan chính phủ thời Thủ tướng Võ Văn Kiệt và Thủ tướng Phan Văn Khải đều được chuyển dần từ vai trò cơ quan chủ quản, trông coi sản xuất kinh doanh của khối quốc doanh, sang vai trò quản lý nhà nước với tất cả các loại hình doanh nghiệp. Tuy nhiên, cả hai ông đều chưa tách bạch được chức năng hành pháp chính trị với hành chính công vụ. Cải cách hành chính vì thế không thể đi tới tận cùng, bộ máy các bộ ngành tuy có sắp xếp lại, có giảm về đầu mối vẫn cứ lần lượt phình ra[384].

Biên chế tăng một phần là do kinh tế phát triển, nhu cầu hành chính trong xã hội tăng, nhưng chủ yếu do các bộ ngành vẫn bám giữ các đặc quyền nhà nước thông qua việc duy trì các thủ tục. Cho dù xây dựng kinh tế thị trường, mối quan hệ giữa các cơ quan hành chính nhà nước với người dân và doanh nghiệp vẫn là mối quan hệ "xin - cho".

CHIA TỈNH

Ngay trong giai đoạn "tiền hiến pháp", địa giới hành chính hình thành dưới thời Tổng Bí thư Lê Duẩn đã bắt đầu bị phá vỡ. Các địa phương gây áp lực rất lớn để đòi chia tỉnh.

Gần năm tháng sau khi Sài Gòn sụp đổ, ngày 20-9-1975, Bộ Chính trị ra Nghị quyết 245, quyết định sáp nhập năm mươi hai tỉnh nhỏ với nhau thành hai mươi mốt tỉnh lớn, "nhằm xây dựng tỉnh thành những đơn vị kinh tế, kế hoạch và đơn vị hành chính có khả năng giải quyết đến mức cao nhất những yêu cầu về đẩy mạnh sản xuất, tổ chức đời sống vật chất và văn hóa của nhân dân".

---

[383] Tháng 10-1995, Thủ tướng Võ Văn Kiệt đã trình ra Quốc hội phương án giảm bớt năm bộ và cơ quan ngang bộ, theo đó: Lập Bộ Nông nghiệp và Phát triển nông thôn bằng cách nhập ba bộ Nông nghiệp, Lâm nghiệp và Thủy lợi; lập Bộ Công nghiệp từ ba bộ Công nghiệp nặng, Công nghiệp nhẹ, Năng lượng; lập Bộ Kế hoạch - Đầu tư từ việc nhập Ủy ban Kế hoạch Nhà nước và Ủy ban Nhà nước về Hợp tác và Đầu tư.

[384] Trong các năm 1991-1994, biên chế giảm được 31.000 người, để rồi trong các năm 1995-1998, số biên chế lại tăng trở lại 113.000 người. Đến cuối năm 1998, tổng số người hưởng lương và phụ cấp là 2,5 triệu người, trong đó, biên chế của bộ máy Nhà nước là 1,3 triệu.

Ở miền Nam[385], có nơi ba, bốn tỉnh bị yêu cầu nhập lại làm một như: Cần Thơ, Sóc Trăng, Vĩnh Long, Trà Vinh; Long Châu Tiền, Sa Đéc, Kiến Tường, Mỹ Tho, Gò Công, Long An, Bến Tre. Ở miền Trung, Quảng Bình - một tỉnh Bắc giới tuyến - bị nhập với Thừa Thiên và Quảng Trị. Ở miền Bắc, Yên Bái, Lào Cai cũng bị yêu cầu nhập với Nghĩa Lộ… Tuy nhiên, tiến trình thi hành Nghị quyết 245 diễn ra không đơn giản. Năm 1976, việc phân chia lại địa giới hành chính mới chính thức bắt đầu, theo đó, thay vì hợp thành ba mươi ba tỉnh, thành như Nghị quyết 245, số tỉnh, thành mới là ba mươi chín.

Không đợi đến khi công cuộc làm ăn lớn nhằm "đưa cả nước tiến nhanh, tiến mạnh lên chủ nghĩa xã hội" thất bại, ngày 29-12-1978, trước khi cuộc chiến tranh biên giới với Trung Quốc nổ ra, tỉnh Cao Lạng đã được tách về như cũ thành hai tỉnh Cao Bằng và Lạng Sơn. Sau Đại hội Đảng lần thứ VI, không khí độc đoán trong Đảng giảm dần, các địa phương bắt đầu bộc lộ mâu thuẫn. Ở Bình Trị Thiên dân Huế than: "Ơi Huế của ta, hai phần ba là Quảng Trị…". Ở Nghệ Tĩnh dân Hà Tĩnh nói: "Nhập tỉnh cũng Vinh dự, tách tỉnh cũng Vinh dự"[386].

Trung ương buộc phải chấp nhận tách các tỉnh ra "cho phù hợp với trình độ quản lý". Ngày 30-6-1989, Quốc hội biểu quyết: tách Bình Trị Thiên về như cũ Quảng Bình, Quảng Trị, Thừa Thiên-Huế; tách Nghĩa Bình thành Quảng Ngãi và Bình Định; tách Phú Khánh thành Phú Yên và Khánh Hòa. Từ ba mươi chín tỉnh thành, năm 1989, cả nước có bốn mươi bốn tỉnh thành. Nhưng địa phương nào cũng chất chứa các vấn đề nội bộ, các tỉnh tách đợt đầu đã tạo ra phản ứng dây chuyền.

Trong năm 1991, có tới ba đợt tách tỉnh: Ngày 12-8-1991, Hà Sơn Bình được tách ra thành Hà Tây và Hòa Bình; Gia Lai-Kon Tum được tách ra thành Gia Lai và Kon Tum. Tháng 10-1991, Hoàng Liên Sơn được tách thành Lào Cai và Yên Bái; Hà Tuyên được tách thành Tuyên Quang và Hà Giang. Ngày 26-12-1991, Hà Nam Ninh tách thành Nam Hà và Ninh Bình; Thuận Hải

---

[385] Đầu năm 1956, sau khi Việt Nam bị chia thành hai miền, ở miền Nam, Chính quyền Ngô Đình Diệm lập thêm các tỉnh Tam Cần, Mộc Hóa, Phong Thạnh, Cà Mau. Đến tháng 10-1956, ở Nam Bộ có hai mươi hai tỉnh và Đô thành Sài Gòn, đưa số địa phương thuộc Việt Nam Cộng hòa lên tới ba mươi lăm tỉnh. Ngày 19-5-1958, tỉnh Đồng Nai Thượng được tách thành hai tỉnh Lâm Đồng và Tuyên Đức. Ngày 23-1-1959, lập thêm hai tỉnh Quảng Đức và Phước Thành. Ngày 21-1-1961, lập tỉnh Chương Thiện. Năm 1962, lập thêm hai tỉnh Quảng Tín và Phú Bổn. Năm 1963, lập thêm hai tỉnh Hậu Nghĩa và Gò Công. Năm 1964, lập hai tỉnh Châu Đốc và Bạc Liêu. Năm 1965, bỏ hai tỉnh Côn Sơn và Phước Thành. Năm 1966, lập tỉnh Sa Đéc. Từ đó cho đến năm 1975, Việt Nam Cộng hòa có bốn mươi bốn tỉnh và Đô thành Sài Gòn.

[386] Người Nghệ phát âm dấu nặng thay cho dấu ngã, chữ "giữ" phát âm thành "dự", Vinh là thành phố thuộc Nghệ An, khi nhập tỉnh được đầu tư xây dựng những khu nhà khang trang trong khi thị xã Hà Tĩnh thì hoang vu cỏ mọc. Nói "Vinh dự", không có nghĩa là "vinh dự" mà là "có chi Vinh giữ hết".

được tách thành Bình Thuận và Ninh Thuận; Cửu Long được tách thành Vĩnh Long và Trà Vinh; Hậu Giang được tách thành Cần Thơ và Sóc Trăng. Số địa phương năm 1991 là năm mươi ba.

Sau Đại hội Đảng lần thứ VIII, ngày 6-11-1996, lại thêm một đợt tách tỉnh khác: Bắc Thái được tách thành Bắc Cạn và Thái Nguyên; Hà Bắc được tách thành Bắc Giang và Bắc Ninh; Nam Hà được tách thành Hà Nam và Nam Định; Quảng Đà được tách thành Quảng Nam và thành phố Đà Nẵng; Minh Hải được tách thành Bạc Liêu và Cà Mau. Cuối kỳ họp này, ngày 26-11-1996, Quốc hội phải bỏ phiếu lại để tách Vĩnh Phú thành Phú Thọ và Vĩnh Phúc.

Đầu năm 1997, Sông Bé được tách thành Bình Dương và Bình Phước; Hải Hưng được tách thành Hải Dương và Hưng Yên. Số tỉnh thành cả nước tăng lên sáu mươi mốt. Ngày 1-1-2004, tách luôn hai tỉnh còn lại: Lai Châu thành Lai Châu và Điện Biên; Đăk Lăk thành Đăk Lăk và Đăk Nông. Nhưng cơ cấu hành chính không dừng lại con số của năm 1997 với sáu mươi bốn tỉnh thành[387].

"CÔNG NÔNG HOÁ" TƯ PHÁP

Chiều ngày 5-10-1992, Quốc hội đã quyết định để Bộ Tư pháp phối hợp với Tòa tối cao quản lý tòa địa phương về mặt tổ chức với 292 phiếu thuận, 71

---

[387] Năm 2008, Hà Tây và một phần của ba tỉnh khác được nhập vào Hà Nội. Tiến trình này diễn ra khá bất thường. Ngay từ đầu, nhiều người đã công khai lên tiếng phản đối việc sáp nhập Hà Tây vào Thủ đô. Ngày 5-5-2008, đúng ngày Quốc hội họp, ông Võ Văn Kiệt cho công bố trên báo Tuổi Trẻ một bài viết mà ông chuẩn bị từ ngày 30-4-2008, phản đối quyết liệt ý định này. Ông Võ Văn Kiệt viết: "Thăng Long - Hà Nội với nghìn năm lịch sử phong phú; hào hùng, với văn hóa được tích lũy nhiều đời, không phải thủ đô nào trên thế giới cũng có được. Hà Nội không nhất thiết phải lựa chọn mô hình đầu tàu kinh tế, việc mà nhiều địa phương có nhiều thuận lợi và có khả năng làm tốt hơn Hà Nội nhiều". Ông cho rằng: "Mô hình đô thị cực lớn với động lực công nghiệp là một mô hình đô thị đã cũ, nhiều sai lầm mà phương Tây đang phải từ bỏ. Chính những thành phố có hàm lượng văn hóa cao, có đời sống đô thị giàu tính nhân văn, có thiên nhiên trong lành, có nhịp sống hợp lý, làm giàu bằng kinh tế tri thức mới là mô hình mà các nước đi trước chúng ta đang tìm kiếm". Ông đề nghị Quốc hội nghiên cứu: "Một mô hình đô thị không cần nhiều đất đai mà cần nhiều hơn những giá trị đạo đức, nhân văn, nhân tài và chất xám. Đấy mới chính là 'hướng nhìn - tầm nhìn' của nghìn năm Thăng Long và của thời đại". Quan điểm của ông Võ Văn Kiệt cũng là suy nghĩ của nhiều người lúc bấy giờ. Kết quả thăm dò trong Quốc hội cho thấy: chỉ có 226 đại biểu đồng ý, ngang với số không đồng ý, 226 đại biểu. Do số đại biểu Quốc hội muốn mở rộng Hà Nội chỉ chiếm tỉ lệ 45% (trên tổng số đại biểu) nên Quốc hội đã phải hoãn lịch bỏ phiếu thông qua nghị quyết đã được xếp vào ngày 23-5-2008. Nhưng Thủ tướng Nguyễn Tấn Dũng đã hết sức kiên quyết để dự án sáp nhập Thủ đô thành hiện thực. Sau khi "quán triệt" nhiều lần ở Đảng - Đoàn Quốc hội, ngày 29-5-2008, Thủ tướng lên Hội trường tha thiết đề nghị: "Nếu việc mở rộng địa giới hành chính Hà Nội để chậm lại thì các dự án này hoặc sẽ phải chờ đợi tiếp, hoặc nếu cho phép tiếp tục triển khai theo thẩm quyền của địa phương thì có thể sẽ không phù hợp với định hướng quy hoạch phát triển Thủ đô trong tương lai, sau này phải điều chỉnh lại sẽ gây lãng phí lớn cho xã hội". Ngay trong chiều hôm ấy, tỉ lệ biểu quyết mở rộng Hà Nội lên tới 458/475, chỉ có bốn đại biểu Quốc hội bỏ phiếu chống. Đầu cơ đất đai diễn ra sôi động phía sau những quyết định này: Con số các dự án mua đất ở vùng Hà Tây cũ không dừng lại ở mức 300 như ông Dũng nói trước Quốc hội. Từ khi Quốc hội biểu quyết cho đến ngày 1-8-2008, ngày Quyết định mở rộng Hà Nội có hiệu lực, con số dự án được duyệt lên tới 772 với diện tích đất được duyệt là 75.695 ha; trong khi tổng diện tích đất của toàn Hà Nội mở rộng cũng chỉ có 145.770 ha, bao gồm cả Hà Nội và các thành phố cũ. Ngay khu vực bốn xã Hòa Bình cũ, dù chưa có quy hoạch chung nhưng vẫn có mười ba dự án.

phiếu chống, sau hai ngày tranh luận gay gắt về hai phương án: Bộ Tư pháp phối hợp với Tòa án Nhân dân Tối cao quản lý tòa địa phương hay để cho Tòa án Tối cao quản lý tòa theo ngành dọc.

Chánh án Tòa án Nhân dân Tối cao Phạm Hưng ủng hộ phương án hai và có ý chỉ trích ngành tư pháp, nơi soạn thảo Dự luật Tổ chức Tòa án, tự trao cho mình quyền quản lý các tòa cấp dưới. Nhưng, Bộ trưởng Nguyễn Đình Lộc cho rằng, tòa án không phải là một cơ quan hành chính để cấp trên quản lý cấp dưới mà là một cơ quan xét xử. Theo ông, việc tòa án cấp dưới phụ thuộc tòa án cấp trên về mặt tổ chức là nguyên nhân nảy sinh hiện tượng thỉnh thị án, hiện tượng các thẩm phán khi xét xử đã có sẵn bản án bỏ túi.

Một "sách trắng" mà Bộ Tư pháp gửi đến các đại biểu Quốc hội tại kỳ họp đó cho biết: Nhiều tòa án cấp tỉnh đã xếp lịch cụ thể để lên thỉnh thị án. Năm 1988, do tòa hình sự Tòa án Nhân dân Tối cao có văn bản chỉ thị tòa án Hà Nam Ninh xử một bị cáo năm năm tù mà bị cáo này đã bị ức chế, dùng súng bắn hai cán bộ tòa án rồi tự sát.

Những nỗ lực của Bộ trưởng Nguyễn Đình Lộc có tác động đáng kể đến cải cách tư pháp thời thập niên 1990. Tuy nhiên, một mặt do tư pháp Việt Nam không chỉ lệ thuộc vào mô hình mà nó được thiết kế, mặt khác, ngay từ lúc ban sơ, "tam quyền phân lập" đã không được những người khai sinh chính thể "dân chủ cộng hòa" tán thành, nên cũng như những quyền tự do khác, quyền được thụ hưởng công lý của người Việt Nam đã không được mở ra đúng mức.

Trong quá trình hình thành Hiến pháp 1946, trong nội bộ Ban Dự thảo và trên báo chí đã từng có nhiều cuộc tranh luận. Theo Bộ trưởng Tư pháp Vũ Đình Hòe, Hồ Chí Minh không đánh giá cao mô hình nhà nước theo kiểu tam quyền phân lập. Ông muốn dùng kinh nghiệm xây dựng chính quyền nhân dân trong các căn cứ địa, muốn tập trung cả ba quyền cho cơ quan đại diện của toàn dân. Hồ Chí Minh cho rằng các nhánh quyền không cần giám sát lẫn nhau vì mặt trận vừa là một cơ quan giám sát vừa là chỗ dựa cho nhà nước[388].

---

[388] Hồ Chí Minh khi đó đã từng phát biểu: "Cách mạng Pháp đã tạo kiểu tam quyền phân lập nhưng qua hàng trăm năm thực hiện thấy cũng không hay lắm. Cơ quan đại diện cho toàn dân ở ta sẽ nắm toàn quyền, cả ba quyền trong tay. Ta không cóp của ai cả mà chỉ xuất phát từ yêu cầu tự nhiên về dân quyền của toàn dân ta, và lại ta đã bắt đầu có chút kinh nghiệm của Ta trong việc xây dựng chính quyền nhân dân ở các căn cứ địa giải phóng. Cũng không cần chế độ hai Viện nói để hai Viện kiềm chế lẫn nhau, ta sẽ có cách kiềm chế sự lộng quyền hoặc kém sáng suốt của cơ quan đại diện bằng sự giám sát của cử tri, dựa trên quyền bãi miễn và quyền phủ quyết. Đặc biệt là ta có kinh nghiệm độc đáo mà chế độ Nhà nước tập quyền Xô viết không có, không thể có. Đó là mặt trận dân tộc thống nhất, chỗ dựa của Nhà nước đồng thời là cơ quan giám sát thường trực đối với Nhà nước, một cơ quan giám sát có tổ chức cực kỳ rộng rãi của cử tri" (Hồi Ký Vũ Đình Hòe, Nhà Xuất bản Hội Nhà văn 2004, trang 998).

Tòa án bắt đầu xuất hiện ở Việt Nam với tư cách là một nhánh quyền lực độc lập kể từ khi người Pháp thiết lập quyền cai trị trên các vùng nhượng địa: Nam Kỳ, Đà Nẵng, Hà Nội và Hải Phòng. Việc xử án, thoạt đầu hoàn toàn do các nhà hành chính người Pháp đảm trách. Kể từ năm 1921, ở Nam Kỳ, nhiều vị thẩm phán người Việt đã được bổ nhiệm để xét xử các vụ hình sự đối với các nguyên và bị cáo nói tiếng Việt. Ở các xứ ngoài Nam Kỳ, bên cạnh các "tòa Nam án" do các quan tỉnh điều khiển theo tổ chức tư pháp của Triều Nguyễn, có những tòa án Pháp đặt dưới sự điều khiển của các viên công sứ [389].

Trong thời kỳ tiền hiến pháp, Chủ tịch Hồ Chí Minh đã ký Sắc lệnh số 13, ngày 24-1-1946, quy định: "Tòa án sẽ độc lập với các cơ quan hành chính. Các vị thẩm phán sẽ chỉ xử trong vòng pháp luật và công lý. Các cơ quan khác không được can thiệp vào việc tư pháp". Tư pháp theo thiết kế của Hiến pháp 1946 cũng "độc lập, chỉ tuân theo pháp luật". Tuy "các viên thẩm phán đều do chính phủ bổ nhiệm"[390] cơ quan tư pháp không thiết lập theo các cấp hành chính như về sau mà thiết lập theo cấp xét xử: toà án tối cao, các toà án phúc thẩm, các tòa án đệ nhị cấp và sơ cấp. Tiến trình xét xử phải theo nguyên tắc: "các viên thẩm phán chỉ tuân theo pháp luật, các cơ quan khác không được can thiệp"[391]. Nhưng, chỉ mấy năm sau đó, chính Hồ Chí Minh sẽ từ bỏ dần những nguyên tắc này.

Tại "An toàn khu", theo Bộ trưởng Lê Văn Hiến: "Vấn đề tư pháp - hành chính lâu nay cứ lủng củng mãi, mỗi bên đều có sự than phiền. Tư pháp trách hành chính lạm quyền và lộng quyền, bất chấp luật lệ, nhân tình thế chiến tranh mà thi hành nhiều thủ đoạn tổn thương đến quyền tự do cá nhân. Hành chính tố cáo tư pháp lợi dụng nguyên tắc độc lập mà đi dần đến chỗ độc lập với chính quyền, có khi lấy luật pháp để bảo vệ những hành vi phản động"[392].

Tháng Giêng 1948, trong một cuộc họp mở rộng, Hồ Chí Minh và Tổng bộ Việt Minh đã yêu cầu các ngành: "Ra sức trừ bỏ những tệ như: Việt Minh lấn quyền hành chính... Mặt trận và bộ đội xung đột và tị nạnh nhau... Kháng

---

[389] Các tòa thượng thẩm là những tòa án Pháp: Thượng thẩm viện Hà Nội, với quyền quản hạt bao gồm Ai-lao, Bắc kỳ và miền bắc Trung kỳ cho đến đèo Hải Vân; Thượng thẩm viện Sài gòn với quyền quản hạt bao gồm miền nam Trung kỳ, Nam kỳ và Cao-miên. Một kháng tố viện cho tất cả xứ Đông Dương đặt tại Sài Gòn. Ngoài ra còn có những "hành chánh pháp viện" để xử các vụ hành chánh. Tham chính viện của Pháp (conseil d' Etat) là nơi có thẩm quyền tối cao để xét về các vi phạm hành chánh gây ra bởi chính phủ thuộc địa, Đại thẩm viện ở Paris (Cour de Cassation) giữ quyền tài phán tối cao. "Trong thực tế, người Pháp kiểm tra tổ chức tư pháp và sự tham gia của người Việt trong lãnh vực tư pháp là rất ít ỏi".

[390] Điều thứ 64

[391] Điều 69

[392] Lê Văn Hiến, Nhật Ký Của Một Bộ Trưởng, Nhà Xuất bản Đà Nẵng 1995, ghi ngày 9-9-1948, trang 417.

chiến kiêm hành chính và chuyên môn (nhất là tư pháp) xung đột nhau"[393]. Nhưng, khi xung đột tư pháp - hành chính không dừng lại ở cấp huyện, tỉnh thì chính Hồ Chí Minh cũng phản ứng [394].

Ngoài xung đột giữa giới tư pháp với giới hành chính, theo ông Vũ Đình Hòe, khía cạnh sâu sắc hơn còn là xung đột giữa Đảng và các trí thức, giữa Đảng Cộng sản và những người thuộc hai đảng Xã hội và Dân chủ. Từ năm 1950, tuy đảng viên Đảng Dân chủ Vũ Đình Hòe vẫn còn là Bộ trưởng Tư pháp, nhưng quyền lực trên thực tế nằm trong tay Thứ trưởng Trần Công Tường, một cán bộ cao cấp của Đảng Cộng sản. Không cần trao đổi với bộ trưởng, ông Tường đã "cùng với chi bộ" của ông chuẩn bị ba dự án sắc lệnh đề cập đến ba vấn đề thay đổi căn bản nền tư pháp.

Hơn một tháng sau khi "cướp chính quyền", ngày 10-10-1945, Chủ tịch Hồ Chí Minh ký Sắc lệnh 90, tạm thời áp dụng các nguyên tắc dân sự ghi trong Dân pháp điển Bắc Kỳ và Trung Kỳ, Pháp quy giảm yếu 1883 thi hành ở Nam Kỳ. Theo ông Vũ Đình Hòe, trong quá trình soạn thảo Hiến pháp 1946, Hồ Chí Minh cũng đã ra lệnh giữ lại các luật lệ của chế độ cũ không trái với chế độ mới. Nhưng, đến năm 1950, Hồ Chí Minh đã trực tiếp nghe và đồng ý với đề xuất của ông Trần Công Tường, thiết lập ba nguyên tắc cơ bản của dân luật dựa trên ba nguyên tắc tương ứng của bộ Dân luật Nga Xô năm 1922, được soạn thảo dưới sự chủ trì của Lenin.

Thay vì tuân thủ nguyên tắc "quyền tư hữu được nhà nước bảo hộ" theo Hiến pháp 1946, Sắc lệnh 97 của Hồ Chí Minh quy định rằng: "Các quyền dân sự của công dân chỉ được thực hiện và bảo vệ khi công dân sử dụng các quyền ấy của mình một cách phù hợp với quyền lợi của nhân dân... Công dân chỉ hành xử quyền tư hữu trong phạm vi phù hợp... Tòa án nhân dân có thể hủy

---

[393] Hồi Ký Vũ Đình Hòe, Nhà Xuất bản Hội Nhà văn 2004, trang 847.

[394] Giữa năm 1948, Đặc ủy đoàn Chính phủ, do ông Bộ trưởng Hoàng Minh Giám và cụ Linh mục Phạm Bá Trực dẫn đầu đi thanh tra khu III. Tới tỉnh Thái Bình thì được Ủy ban Kháng chiến Hành chính tỉnh này đề nghị ân xá cho 19 phạm nhân. Đặc ủy đoàn đồng ý và ký quyết định ân xá. Giám đốc tư pháp khu III phản đối vì không được hỏi ý kiến như luật lệ đã quy định và vì có những người trong số được tha là "những tên đảng viên cường hào đã ức hiếp nhân dân nên bị tòa kết án tội, nay thả ra, chúng sẽ báo thù những người đã tố cáo chúng, còn dân thì có thể thắc mắc" (Hồi Ký Vũ Đình Hòe, Nhà Xuất bản Hội Nhà văn 2004, trang 842). Giám đốc Tư pháp báo cáo lên Bộ và được Bộ trưởng Vũ Đình Hòe đồng tình. Ủy ban Kháng chiến cũng báo cáo lên văn phòng Chủ tịch phủ, phê phán sự phản đối của Giám đốc Tư pháp. Hồ Chí Minh, tuy cũng cho rằng, Đặc khu ủy nên thu hồi lệnh ấy, nhưng trong thư gửi "Chú Hòe", Hồ Chí Minh đã chủ yếu phê phán và yêu cầu Bộ "sửa đổi cách làm việc" của Giám đốc Tư pháp: "Về vấn đề tha cho 19 phạm nhân, thái độ của Giám đốc Tư pháp Khu III có chỗ không đúng: vì sao Giám đốc không trình bày ý kiến với Đặc ủy đoàn? Trong tờ trình lên Bộ, Giám đốc lại dùng những lời quá đáng... Bộ nên ra chỉ thị cho Giám đốc Tư pháp Khu III sửa đổi cách làm việc. Chào thân ái và quyết thắng/ 10-1948 - Hồ Chí Minh" (Sđd, trang 843). Bộ Tư pháp đã "khiển trách nghiêm khắc" Giám đốc Vũ Văn Huyền theo chỉ thị của Hồ Chí Minh. Ông Vũ Văn Huyền coi là bị ức hiếp đã vào vùng của Pháp.

bỏ bất kỳ hợp đồng nào ký kết giữa hai công dân, nếu sự chênh lệch quá đáng về tài sản giữa họ đối với nhau"[395].

Ông Trần Công Tường còn đề nghị xóa bỏ chế độ luật sư của Pháp để lại, thay bằng chế độ bào chữa viên nhân dân, để cải tiến triệt để việc xử án. Trong cuộc họp Chính phủ để trình ba dự án sắc lệnh này, Bộ trưởng Vũ Đình Hòe đã "bật lên phản đối" nhưng theo ông Hòe, "sự dàn hòa, điều giải của Hồ Chủ tịch thật tài tình". Hồ Chí Minh vẫn ký Sắc lệnh 85-SL, ngày 22-5-1950, quy định "Chế độ hội thẩm nhân dân" do Thứ trưởng Tư pháp Trần Công Tường đệ trình nhưng vẫn "tán thành ý kiến bổ sung của Bộ trưởng Vũ Đình Hòe", không đụng đến Đoàn Luật sư [396].

Trong thời kỳ tiền Hiến pháp 1959, Quốc hội đã ra nghị quyết, ngày 29-4-1958, tách hệ thống công tố ra khỏi tòa án để trở thành bốn cơ quan ngang bộ trực thuộc Hội đồng Chính phủ. Trong giai đoạn 1945-1958, cơ quan công tố chưa được tổ chức thành một hệ thống riêng mà hợp cùng với cơ quan xét xử thành tòa án các cấp. Nhiệm vụ của Viện Công tố là điều tra, truy tố những vụ phạm pháp về hình sự, giám sát việc chấp hành pháp luật trong công tác điều tra của cơ quan điều tra, trong việc xét xử của tòa án, trong việc tạm giữ và cải tạo ở các trại giam.

Sau Hiến pháp 1959, hệ thống tòa án nhân dân và viện kiểm sát nhân dân ra đời, thay vì nằm trong hội đồng chính phủ, trở thành những cơ quan trực thuộc Quốc hội, ở cấp tỉnh, thành thì trực thuộc hội đồng nhân dân cùng cấp. Sau Hiến pháp 1959, Bộ Tư pháp bị giải thể. Theo ông Nguyễn Đình Lộc, ngoài lý do sao chép từ mô hình nhà nước liên bang của Liên Xô, sự sửa đổi này còn mục tiêu nhắm tới ông Bộ trưởng Vũ Đình Hòe[397].

Đặc biệt, ngày 17-11-1950, Hồ Chí Minh ký Sắc lệnh số 158-SL, quyết định việc bổ sung cán bộ công nông vào ngạch thẩm phán và thăng bổ các thẩm phán tòa án nhân dân huyện lên tòa án nhân dân tỉnh. Từ đây, trường luật Tam Đảo lập ra theo chủ trương của ông Vũ Đình Hòe nhằm đào tạo các thẩm phán đệ nhị cấp đã bị đóng cửa vì theo ông Hòe: "Chủ trương đào tạo thẩm phán chuyên môn đương nhiên là bị Đảng đoàn Tư pháp gạt bỏ vì người cộng

---

[395] Sắc lệnh số 97/SL, "Sửa đổi một số quy lệ và chế định trong dân luật", Hồ Chí Minh ký ngày 22-5-1950.
[396] Sau cuộc họp này, Luật sư Phan Anh ghi nhật ký: "Nghề luật sư vẫn được duy trì. Vấn đề anh Nguyễn Mạnh Tường, anh Đỗ Xuân Sảng, anh Nguyễn Văn Hưởng làm việc bào chữa... Bác quyết định vẫn giữ tổ chức luật sư. Nói chung, Đoàn Luật sư chưa bao giờ bị giải tán. Nhưng nó không phát triển vì hoạt động bị hạn chế. Thay vào đoàn Luật sư, có những đoàn gọi là bào chữa viên (nhân dân) chất lượng tùy tiện" (Hồi Ký Vũ Đình Hòe, Nhà Xuất bản Hội Nhà Văn, 2004, trang 904-905).
[397] Năm 1960, Bộ Tư pháp giải thể, ông Vũ Đình Hòe chuyển về Viện Luật học thuộc Ủy ban Khoa học Xã hội Việt Nam, làm chuyên viên nghiên cứu luật pháp và về hưu năm 1975.

sản coi chính trị là thống soái, nên chỉ cần đề bạt cán bộ công nông là đủ giải quyết vấn đề cán bộ tư pháp"[398].

Từ đây, theo ông Vũ Đình Hòe: "các thẩm phán huyện, đa số là đảng viên cộng sản, chỉ qua lớp chính trị và nghiệp vụ". Quan điểm lựa chọn thẩm phán chủ yếu "đứng trên lập trường nhân dân" của Hồ Chí Minh đã ảnh hưởng lâu dài đến nền tư pháp Việt Nam. Trong giai đoạn 1960-1970, khi vai trò của Nhà nước bị lu mờ trước vai trò của Đảng, sự sa sút về chất lượng của đội ngũ thẩm phán và tính thiếu độc lập của tòa án ít được chú ý. Nhưng, từ cuối thập niên 1980, điều này bắt đầu trở thành một vấn đề lớn.

Theo một báo cáo của Bộ Tư pháp tại kỳ họp thứ nhất, Quốc hội Khóa IX: Năm 1981, chỉ có 3% cán bộ tòa án cấp tỉnh, huyện có trình độ đại học. Năm 1991 số thẩm phán có trình độ đại học được nâng lên ở mức 50% nhưng thẩm phán cấp quận huyện cũng chỉ 41% có trình độ đại học, trong đó nhiều người tốt nghiệp hệ tại chức. Cũng trong kỳ họp đó, Đại biểu Quốc hội Hoàng Ngọc Nhất, giám đốc Công an Thanh Hóa, nêu tình trạng thẩm phán, người nhân danh Nhà nước, nhân danh pháp luật, lại không có hiểu biết về luật bằng người bảo vệ các bị cáo: luật sư. Ông Nhất nói: "Có phiên tòa, bị cáo còn thuộc luật hơn cả thẩm phán". Trình độ thẩm phán càng thấp tòa án càng lệ thuộc lớn vào cấp ủy. Chính báo Nhân Dân cũng phải thừa nhận ở tòa, các thẩm phán thường chỉ đưa ra các bản án đã được cấp ủy xử trước; những người muốn độc lập với cấp ủy thường phải gánh chịu hậu quả, có khi là mất việc[399].

Đầu thập niên 1990, Đảng bắt đầu chấn chỉnh tình trạng cấp ủy can thiệp thô bạo vào các bản án. Nhưng, đối với những bản án có ảnh hưởng lớn, Đảng vẫn cho rằng, "cấp ủy cần tham gia ý kiến về quan điểm xét xử làm cơ sở cho việc quyết định của cơ quan kiểm sát và tòa án"[400]. Chất lượng tòa

---

[398] Hồi Ký Vũ Đình Hòe, Nhà Xuất bản Hội Nhà Văn 2004, trang 901-902.

[399] Theo báo Nhân Dân: "Hội đồng xét xử muốn xét xử nghiêm minh nhưng lại vấp phải những tác động từ cấp ủy, chính quyền địa phương, từ cá nhân người lợi dụng chức quyền... Không thể vượt qua được, họ đành xử hữu khuynh, né tránh, xử không đúng pháp luật để được yên thân. Có không ít vụ án đã được xét xử ở một chỗ khác, còn lại, phiên tòa công khai, thẩm phán chỉ đưa bản án có sẵn trong túi ra tuyên, bất chấp thực tế khách quan đã được chứng minh tại phiên tòa. Thực tế cũng cho thấy, một số thẩm phán đã không chịu sự tác động bên ngoài, giữ thái độ độc lập và chỉ tuân theo pháp luật thì chính họ sau đó lại phải gánh chịu những hậu quả tai hại, bị bãi miễn thẩm phán, bị chuyển công tác khác, bị cấp này, ông kia chiếu tướng" (Vũ Thế Lân, Về những vụ án chưa được xử nghiêm, Nhân Dân số ra ngày 18-3-1992).

[400] Ngày 29-11-1991, trong Hội nghị Trung ương "cho ý kiến về Hiến pháp", Tổng Bí thư Đỗ Mười phát biểu: "Đối với hoạt động của ngành kiểm sát và tòa án, các cấp ủy định kỳ nghe báo cáo tình hình và nêu ý kiến về phương hướng chỉ đạo, bảo đảm thực hiện đúng pháp luật và các quy định của Nhà nước, không can thiệp trực tiếp, nhất là vào công tác xét xử; không quyết định tội danh và các mức án. Khi xét xử, tòa án phải theo đúng pháp luật và chỉ tuân theo pháp luật. Đối với những vụ án có ảnh hưởng chính trị rộng, có liên quan đến quốc phòng, an ninh, đối ngoại hoặc liên quan đến những cán bộ thuộc diện cấp ủy quản lý, cấp ủy cần tham gia ý

án cho đến lúc bấy giờ vẫn lệ thuộc vào "tính chất công nông" nằm ở trong số đông của đội ngũ. Ngày 5-12-1997, Đại biểu Hoàng Ngọc Thành, Lào Cai, nói trước Quốc hội: "Tỉnh tôi có bảy thẩm phán thì năm thẩm phán có trình độ từ lớp 2-3". Đại biểu Đặng Thanh Hương cho biết thêm: "Có chánh án chỉ tốt nghiệp cấp I".

Chất lượng xét xử, buộc tội thấp đến nỗi, thời gian ấy, tòa án tỉnh phải hủy khoảng 10% án do tòa huyện xử; Tòa tối cao hủy 6,9% án của tòa tỉnh. Cũng trong phiên họp ngày 5-12-1997, ông Vũ Đức Khiển, chủ nhiệm Ủy ban Pháp luật cho Quốc hội biết: Chỉ có 1/3 tổng số người bị bắt trong mười tháng đầu năm 1997 là bắt theo lệnh có phê chuẩn của Viện Kiểm sát, số còn lại chủ yếu bắt khẩn cấp, bắt quả tang; có tới 18.197 người bị bắt nhưng rồi phải xử lý hành chính, chiếm 30,26%. Tình trạng này vẫn chưa được cải thiện nhiều trong thập niên kế tiếp[401].

"BỎ ĐIỀU 4 LÀ TỰ SÁT"

Trong chế độ cộng sản, cho dù bộ máy nhà nước tổ chức theo lý thuyết nào thì quyền lực cũng chỉ tập trung vào một nơi: Đảng.

Ngày 10-9-1980, khi phát biểu trước phiên họp "xem xét bản dự thảo hiến pháp" của Ban Chấp hành Trung ương Đảng khóa IV, Tổng Bí thư Lê Duẩn nói: "Đảng cầm quyền phải biết sử dụng Nhà nước, coi đó là một công cụ hùng mạnh và sắc bén để thực hiện quyền làm chủ thực sự của nhân dân và sự lãnh đạo của Đảng trên quy mô toàn xã hội"[402]. Trong hai mệnh đề mà ông Lê Duẩn đề cập, nếu như quyền làm chủ thực sự của nhân dân là rất mông lung thì sự lãnh đạo của Đảng quả thực là đã ngự trị trên "quy mô toàn xã hội".

"Công lao" của Đảng Cộng sản Việt Nam bắt đầu được ghi trong hiến pháp từ năm 1959 [403]. Lời nói đầu của Hiến pháp 1980 nói thêm: "Nước Cộng

---

kiến về quan điểm xét xử, làm cơ sở cho việc xét xử, quyết định của cơ quan kiểm sát và tòa án. Cần kiên quyết khắc phục tình trạng một số đồng chí trong cấp ủy can thiệp vào công tác xét xử, thậm chí thô bạo đến mức quyết định cả các bản án, mức án. Phải ngăn chặn tệ bao che, ô dù, và nhiều tiêu cực khác, làm suy giảm hiệu lực của pháp luật, gây bất bình trong nhân dân".

[401]. Ngày 27-11-2006, Quốc hội đã giật mình khi Chánh án Tòa án Nhân dân Tối cao Nguyễn Văn Hiện cho biết: Cho tới năm 2005, hệ thống tòa án của cả nước thiếu 1.116 thẩm phán, do đó tòa án đã phải "vơ vét", bổ nhiệm thêm các thẩm phán chưa đạt yêu cầu. Cũng theo ông Hiện, trong năm 2005, có hơn 9000 bản án đã bị cãi, sửa. Chất lượng hoạt động tư pháp yếu kém không chỉ ở bên tòa.

[402]. Lê Duẩn, Nhà Xuất bản Sự Thật 1980, trang 16.

[403]. Con đường giành độc lập được Hiến pháp 1946 trình bày giản dị: "Cuộc cách mạng tháng Tám đã giành lại chủ quyền cho đất nước, tự do cho nhân dân và lập ra nền dân chủ cộng hoà. Sau tám mươi năm tranh đấu, dân tộc Việt Nam đã thoát khỏi vòng áp bức của chính sách thực dân, đồng thời đã gạt bỏ chế độ vua quan". Trong khi Hiến pháp 1959 cho rằng: "Từ năm 1930, dưới sự lãnh đạo của Đảng cộng sản Đông Dương, ngày nay là Đảng lao động Việt Nam, cách mạng Việt Nam đã tiến lên một giai đoạn mới. Cuộc đấu tranh bền bỉ đầy

hòa Xã hội Chủ nghĩa Việt Nam cần có một bản hiến pháp thể chế hoá đường lối của Đảng Cộng sản Việt Nam trong giai đoạn mới. Đó là hiến pháp của thời kỳ quá độ lên chủ nghĩa xã hội trong phạm vi cả nước". Điều 4, Hiến pháp 1980, ghi: "Đảng Cộng sản Việt Nam, đội tiên phong và bộ tham mưu chiến đấu của giai cấp công nhân Việt Nam, được vũ trang bằng học thuyết Mác - Lênin, là lực lượng duy nhất lãnh đạo nhà nước, lãnh đạo xã hội; là nhân tố chủ yếu quyết định mọi thắng lợi của cách mạng Việt Nam". Tuy không dịch nguyên văn, nhưng theo ông Nguyễn Đình Lộc, Điều 4 Hiến pháp 1980 được mô phỏng từ Điều 6 Hiến pháp 1977 của Liên Xô.

Ngày 12-12-1980, khi báo cáo trước Quốc hội, Chủ tịch Ủy ban Dự thảo hiến pháp Trường Chinh giải thích về vai trò lãnh đạo của Đảng Cộng sản Việt Nam, theo ông: "Nhà nước Cộng hòa Xã hội Chủ nghĩa Việt Nam là nhà nước chuyên chính vô sản... Nhà nước chuyên chính vô sản chỉ có thể hoàn thành sứ mệnh lịch sử của mình dưới sự lãnh đạo của Đảng của giai cấp công nhân"[404]. Báo cáo của ông Trường Chinh nói tiếp: "Vai trò lãnh đạo của Đảng được ghi nhận với tinh thần và lời văn trang trọng như vậy là rất có ý nghĩa. Với Điều 4, Dự thảo Hiến pháp khẳng định công lao to lớn của Đảng ta...; thể hiện tình cảm sâu đậm của nhân dân cả nước đối với Đảng và đáp ứng yêu cầu tăng cường sự lãnh đạo toàn diện của Đảng trong tình hình mới"[405].

Trước đó, ngày 10-9-1980, Tổng Bí thư Lê Duẩn định nghĩa: "Nhà nước chuyên chính vô sản là nơi biểu hiện tập trung sự lãnh đạo của Đảng và quyền làm chủ tập thể của nhân dân lao động"[406]. Trên thực tế, đây là một giai đoạn mà các hoạt động của Đảng là bao trùm. Suốt cả nhiệm kỳ, Quốc hội khóa VII không ban hành bất cứ đạo luật nào trừ Hiến pháp 1980. Đất nước chủ yếu vận hành theo các chỉ thị, nghị quyết của các cấp ủy Đảng.

↪ gian khổ và hy sinh dũng cảm của nhân dân ta chống ách thống trị của đế quốc và phong kiến đã giành được thắng lợi vĩ đại: Cách mạng tháng Tám thành công, nước Việt Nam dân chủ cộng hoà thành lập, ngày 2-9-1945, Chủ tịch Hồ Chí Minh tuyên bố nước Việt Nam độc lập trước quốc dân và toàn thế giới. Lần đầu tiên trong lịch sử, nhân dân Việt Nam đã xây dựng một nước Việt Nam độc lập và dân chủ". Hiến pháp 1980 thêm "Đảng Cộng sản Việt Nam do Chủ tịch Hồ Chí Minh sáng lập và rèn luyện"; bổ sung "chiến thắng vĩ đại Điện Biên Phủ năm 1954" và "Chiến thắng đế quốc Mỹ năm 1975"; bổ sung "Cuộc chiến tranh bảo vệ Tổ quốc chống bọn phản động Cam-pu-chia ở biên giới Tây Nam và chống bọn bá quyền Trung Quốc ở biên giới phía Bắc".

[404] Trường Chinh, Báo cáo về Dự thảo Hiến pháp trước Quốc hội ngày 12-12-1980, bản in ngày 9-12-1980, trang 18.

[405] Trường Chinh, tài liệu đã dẫn, trang 19.

[406] Lê Duẩn, Hiến pháp mới, Hiến pháp của chế độ làm chủ tập thể xã hội chủ nghĩa, Nhà Xuất bản Sự Thật 1980, trang 16.

Tại Hội nghị Trung ương 25, Khóa III, ông Lê Duẩn đưa ra mô hình chính trị: "Đảng và Nhà nước dính nhau làm một. Ở trung ương, thủ tướng là của Nhà nước, đồng thời là của Đảng, là Ủy viên Bộ Chính trị, bộ trưởng cũng thế... Nhà nước làm là Đảng làm. Ví dụ, Đảng làm thủy lợi qua bộ trưởng Thủy lợi, qua Bộ Thủy lợi chứ không qua một tổ chức khác"[407].

Trong thời gian "Đảng và Nhà nước dính nhau làm một" (1976-1986) này, một khối lượng lớn chỉ thị, nghị quyết đã được Đảng ban hành. Các văn kiện Đảng đã trở thành những văn bản có tính quy phạm, trực tiếp điều chỉnh mọi hành vi chính trị, văn hóa, giáo dục và xã hội. Thậm chí, giấy đăng ký kết hôn giữa ông Võ Văn Kiệt và bà Phan Lương Cầm lập năm 1984 cũng do Ban Tài chính Quản trị Trung ương cấp. Các nhà lãnh đạo cao cấp của Đảng trong giai đoạn này gần như đều có một sự nghiệp chính trị trọn đời: Hồ Chí Minh, Tôn Đức Thắng, Lê Duẩn đều từ trần khi đang tại chức. Vai trò của Đảng cũng như của các nhà lãnh đạo trong hệ thống chính trị bắt đầu được điều chỉnh dần kể từ sau Đại hội Đảng lần thứ VI (1986)[408].

Chủ tịch Quốc hội Lê Quang Đạo tại Hội nghị toàn quốc về hội đồng nhân dân vào tháng 2-1992 từng phát biểu: "Nhiều nơi, tổ chức Đảng đã tự biến mình thành nhà nước, thậm chí siêu nhà nước"[409]. Luật pháp mà

---

[407] Nguyên văn phát biểu tại Hội nghị Trung ương 25, Khóa III, của ông Lê Duẩn: "Đảng và Nhà nước dính nhau làm một. Ở Trung ương, Thủ tướng là của Nhà nước, đồng thời là của Đảng, là Ủy viên Bộ Chính trị, Bộ trưởng cũng thế... Nhà nước làm là Đảng làm. Ví dụ, Đảng làm thủy lợi qua Bộ trưởng Thủy lợi, qua Bộ Thủy lợi chứ không qua một tổ chức khác. Làm thủy lợi cũng là nhà nước làm. Làm theo đường lối của Đảng, song không có song trùng, chỉ có một bộ máy làm thủy lợi: là Bộ Thủy lợi. Bộ Thủy lợi cũng là Nhà nước, đồng thời cũng là của Đảng. Cũng như trong Quân đội. Tổng tư lệnh là của Đảng và của quân đội. Làm ra 8 tấn thóc/ hecta là Nhà nước và Đảng. Đảng giao Nhà nước làm. Đảng không tổ chức cơ cấu khác để làm nữa, Thủ tướng là Đảng và Nhà nước. Nhưng Đảng phải có tổ chức riêng của mình để xây dựng mình; nên ngoài nhiệm vụ chính trị Đảng giao cho Nhà nước làm, Đảng còn có nhiệm vụ xây dựng Đảng mà Đảng phải tự làm bằng các tổ chức của Đảng. Về thực hiện nhiệm vụ chính trị của Đảng thì Đảng sử dụng bộ máy Nhà nước, do đó nhiệm vụ chính trị của Đảng và của Nhà nước chỉ là một, và bộ máy quản lý kinh tế của Nhà nước cũng là bộ máy quản lý kinh tế của Đảng" (Văn Kiện Đảng Toàn Tập, tập 37, Nhà Xuất bản Chính trị Quốc gia 2004, trang 405).

[408] Sau Đại hội Đảng lần thứ VI (1986), Tổng Bí thư Nguyễn Văn Linh đã không còn để cho Trưởng ban Tổ chức Trung ương Nguyễn Đức Tâm có nhiều quyền như thời Lê Duẩn dung túng Lê Đức Thọ. Trong Bộ Chính trị, trong Trung ương và trong từng cấp ủy bắt đầu định kỳ phải sinh hoạt kiểm điểm, các ủy viên tự nhận xét và đánh giá ưu khuyết của nhau. Trong Khóa VII (1991-1996), Tổng Bí thư Đỗ Mười đưa ra sáng kiến thực hiện quy chế dân chủ ở cơ sở. Cán bộ đảng viên phải sinh hoạt tại nơi làm việc và nơi cư ngụ. Trước khi đề bạt phải lấy phiếu tín nhiệm ở cơ sở. Đến Khóa VIII (1996-2001), Bộ Chính trị quy định, mỗi cán bộ không giữ một chức vụ quá hai nhiệm kỳ; đưa ra giới hạn tuổi: lần đầu tham gia Ban Chấp hành Trung ương không quá 55; lần đầu tham gia Bộ Chính trị không quá 60; tuổi về hưu của ủy viên Bộ Chính trị là 65; của bốn cương vị chủ chốt, tổng bí thư, chủ tịch nước, thủ tướng, chủ tịch quốc hội, không quá 67. Tại Hội nghị Trung ương 4, Khóa X, các cơ quan trung ương được sắp xếp lại, chỉ còn sáu ban Đảng: Văn phòng; Ban Tổ chức; Ban Tuyên Giáo; Ủy ban Kiểm tra; Ban Dân vận; Ban Đối ngoại. Một số ban được tổ chức các nhiệm kỳ trước đó như: Ban Kinh tế; Ban Bảo vệ Đảng; Ban Nội chính đã bị giải tán (Hội nghị Trung ương 5, Khóa XII, quyết định lập lại Ban Nội chính sau chuyển chức năng chỉ đạo chống tham nhũng từ Chính phủ về bên Đảng và sau đó lập thêm Ban Kinh tế).

[409] Tuổi Trẻ 13-2-1992.

các công cụ nhà nước thông qua thường chỉ là "thể chế hóa đường lối, nghị quyết của Đảng".

Đặc biệt, Đảng nắm gần như tuyệt đối công tác cán bộ ở cả ba ngành quyền lực. Lá phiếu của người dân trong các kỳ bầu cử chỉ là xác nhận những người được Đảng ghi tên trong danh sách phiếu bầu. Đảng không chỉ kiểm soát Quốc hội thông qua con số hơn 90% đại biểu là đảng viên. Ngay cả những đại biểu Quốc hội không phải đảng viên cũng phải là người của Đảng. Quy trình giới thiệu, hiệp thương, cho đến lấy ý kiến cử tri nơi ở và nơi công tác đều do các cấp ủy Đảng chi phối, kể cả những ứng cử viên gọi là "tự ứng cử"[410].

Ở cấp quốc gia, việc bỏ phiếu ở Quốc hội bầu các chức danh nhà nước chỉ là vấn đề thủ tục. Theo quy trình cán bộ của Đảng, Ban Chấp hành Trung ương quyết định các chức danh chủ tịch quốc hội, chủ tịch nước, thủ tướng, chánh án Tòa án Nhân dân Tối cao, Viện Kiểm sát Tối cao; Bộ Chính trị quyết định các chức danh phó thủ tướng, phó chủ tịch nước, phó chủ tịch quốc hội, các bộ trưởng; Ban Bí thư quyết định các chức vụ tương đương thứ trưởng. Bộ Chính trị cũng đồng thời quyết định nhân sự cấp bí thư, chủ tịch ủy ban, chủ tịch hội đồng nhân dân các tỉnh thành phố trực thuộc trung ương. Cấp ủy Đảng ở địa phương cũng quyết định nhân sự theo quy trình tương tự.

Dự thảo Hiến pháp 1992 chỉ thực sự được đưa ra thảo luận sau Đại hội Đảng lần thứ VII, tháng 6-1991. Đó là một thời điểm cả thế giới lẫn trong nước đều có nhiều biến động. "Kinh tế nhiều thành phần" mà Đảng Cộng sản Việt Nam chấp nhận hồi năm 1986 buộc Đảng phải "đổi mới hệ thống chính sách, pháp luật" thay vì tiếp tục chi phối mọi mặt đời sống bằng các chỉ thị, nghị quyết như thời "quan liêu, bao cấp". Nhưng kinh tế nhiều thành phần và sự sụp đổ của các đảng cộng sản trên thế giới cũng đặt Đảng Cộng sản Việt Nam trước mối lo về tính chính đáng trong vai trò tiếp tục nắm quyền lãnh đạo.

Tháng 5-1990, Yeltsin - người bị Gorbachev đưa ra khỏi Bộ Chính trị trước đó không lâu - được bầu giữ chức chủ tịch Xô viết Tối cao nước Cộng hòa Liên bang Nga. Tháng 7-1990, ông tuyên bố ra khỏi Đảng Cộng sản. Tháng 6-1991, trong cuộc bầu cử dân chủ đầu tiên của nước Cộng hòa Liên bang Nga, Yeltsin trở thành tổng thống. Quyền lực của nhà nước liên bang có nguy cơ tan rã khi vào tháng 8-1991, một hiệp ước liên bang mới trao chủ quyền

---

[410] Trong cuộc bầu cử Quốc hội năm 2007, có 238 người tự ứng cử nhưng chỉ có 30 người lọt vào vòng trong. Năm 2011, chỉ có tám mươi ba người tự ứng cử ở hai mươi hai tỉnh, thành, và quy trình "sàng lọc" của Mặt trận Tổ quốc cũng chỉ để cho mười lăm người lọt vào danh sách ứng cử viên chính thức. Quy trình bầu cử này được dân gian gọi là "Đảng cử, dân bầu".

cho các nước cộng hòa bắt đầu được hình thành. Tình hình tưởng có thể đảo ngược khi, ngày 19-8-1991, Phó Tổng thống Liên Xô Yanaev làm đảo chính, bắt giữ Gorbachev và lập ra "Ủy ban Nhà nước về tình trạng khẩn cấp".

Trong khi thế giới, nhất là phương Tây, đang tỏ ra lo lắng thì ở Việt Nam, có thể đọc thấy một sắc thái tình cảm khác thông qua lượng thông tin về cuộc đảo chính tràn ngập mặt báo ra ngày 20-9-1991. Tất cả các văn kiện của "Ủy ban Nhà nước về tình trạng khẩn cấp" đều được báo chí nhà nước cho đăng nguyên văn, báo Nhân Dân và Quân Đội Nhân Dân còn gọi Yanaev là "đồng chí" thay vì dùng chức danh "quyền tổng thống" như ngôn từ được phát đi từ chính những người đảo chính.

Nhưng niềm hân hoan này đã không đủ để kéo dài tới ngày hôm sau. Từ vị trí lãnh đạo Xô viết Tối cao Nga, Yeltsin trở thành người hùng Liên Xô khi đứng trên tháp pháo xe tăng đọc diễn văn kêu gọi dân chúng tuần hành chống lại những người đảo chính. Ngày 21-8-1991, những người đảo chính bỏ chạy khỏi Moscow; một thành viên của "Ủy ban Khẩn cấp", Bộ trưởng Nội vụ Liên Xô Boris Karlovic tự sát. Gorbachev được đưa ra khỏi nơi "tạm giam" nhưng quyền lực của ông thì đã hết.

Tháng 11-1991, cựu Ủy viên Bộ Chính trị Yeltsin ký lệnh cấm Đảng Cộng sản hoạt động trên lãnh thổ nước Nga. Ngày 8-12-1991, một tuần sau khi Ukraina trưng cầu dân ý tuyên bố độc lập với Liên Xô, Yeltsin gặp Tổng thống Ukraina và Tổng thống Belarus, cả ba đưa ra tuyên bố giải tán Liên bang Xô viết, lập ra "Cộng đồng các quốc gia độc lập". Ngày 24-12-1991, Nga nắm lấy chiếc ghế của Liên Xô tại Liên Hợp Quốc. Hôm sau Gorbachev, vị tổng thống không còn nhà nước, đành phải ra đi.

Trong khi đó, tại Việt Nam, trong bản dự thảo Hiến pháp mà Chủ tịch Hội đồng Nhà nước Võ Chí Công trình ra trước Quốc hội vào ngày 27-7-1991, Liên Xô và một số nước xã hội chủ nghĩa vẫn được nhắc tên trong lời nói đầu. Ngày hôm sau, trong thảo luận tổ[411], nhiều đại biểu đề nghị nên cân nhắc. Bộ trưởng Bộ Đại học và Trung học chuyên nghiệp Trần Hồng Quân nói: "Một khi chính những nước đó không còn muốn nhận họ là chủ nghĩa xã hội nữa thì ta không nên nhắc lại".

Phát biểu ngay sau đó của các tướng lĩnh có mặt trong Quốc hội cho thấy, ở Việt Nam, chạm tới thành trì xã hội chủ nghĩa không phải là một việc dễ dàng. Thượng tướng Nguyễn Minh Châu yêu cầu giữ nguyên phần nói về Liên Xô, ông tuyên bố: "Chủ nghĩa xã hội vẫn còn và vẫn còn phát triển". Một đại

---

[411] Gồm một hoặc hai, ba đoàn đại biểu Quốc hội.

biểu quân đội khác, Thiếu tướng Nguyễn Răng, cũng phản bác các ý kiến đề nghị hiến pháp chỉ nên đề cập đến "tư tưởng Hồ Chí Minh" thay vì bao gồm cả "Marx - Lenin". Tướng Nguyễn Răng nói: "Đừng vì thế giới có lộn xộn mà chúng ta thay đổi".

Khi thảo luận ở tổ hay thảo luận trong phiên họp toàn thể trên Hội trường Ba Đình[412], gần như không có ai phát biểu mà không đề cập đến "Điều 4 Hiến pháp" nhưng tất cả đều chỉ góp ý về cách diễn đạt chứ không ai dám đề nghị xem xét lại vai trò của lãnh đạo.

Đảng Cộng sản Việt Nam không phải đang "lãnh đạo nhân dân cầm quyền", như Chủ tịch Lê Quang Đạo nói, mà đang trực tiếp cầm quyền. Đó là lý do mà nhiều nhà lãnh đạo cao cấp trong Đảng cho rằng "bỏ Điều 4 Hiến pháp là tự sát"[413]. Nguyên lý tam quyền phân lập, cho dù được coi là lựa chọn tốt nhất để tránh bộ máy nhà nước tha hóa, lạm quyền, cũng không thể vận hành trong một quốc gia độc đảng .

---

[412] Ngày 1-8-1991.
[413] Ngày 27-8-2007, khi tới thăm Tổng cục Chính trị của quân đội, Chủ tịch nước Nguyễn Minh Triết cho rằng, bỏ Điều 4 là "tự sát". Bộ Công an từng treo một Pano trước trụ sở ghi khẩu hiệu: "Chỉ biết còn Đảng, còn mình".

CHƯƠNG 18 . TAM NHÂN PHÂN QUYỀN

Tướng Lê Đức Anh và ông Đỗ Mười thời kỳ hưu trí.

VỀ MẶT LÝ THUYẾT, CHỦ TỊCH QUỐC hội nằm trong "tứ trụ" nhưng khi viết lời tựa cho cuốn Đại tướng Lê Đức Anh, ông Đỗ Mười chỉ nhắc đến tổng bí thư, chủ tịch nước và thủ tướng. Ông Mười viết: "Ba chúng tôi về quan điểm đường lối, đối nội, đối ngoại trên các lĩnh vực nói chung đều nhất trí với nhau, có việc gì chưa thật thống nhất thì đưa ra tập thể Bộ Chính trị bàn để đi đến thống nhất". Rất khó để tìm được bằng chứng về sự không nhất trí giữa ba ông thông qua các biên bản họp Bộ Chính trị. Khi xuất hiện trước công chúng, cả ba đều đứng cạnh nhau tươi cười, và sinh thời, họ chỉ dành cho nhau những lời tốt đẹp. Nhưng đằng sau sự yên tĩnh trên bề mặt ấy, quyền lực được ba ông chế ước lẫn nhau một cách chặt chẽ trong thế chân kiềng.

BỘ BA

Không gian chính trị trong thập niên 1990 đã rút ngắn khoảng cách giữa các giai tầng trong xã hội Việt Nam. Trong các thập niên trước, chỉ có các nhà báo thực sự cung đình như Thép Mới, Hoàng Tùng, Bùi Tín… mới mong có thể tiếp cận được những nhà lãnh đạo như Lê Duẩn, Trường Chinh, Phạm Văn Đồng. Giữa họ có một khoảng cách xa vời với không chỉ các thường dân mà còn với cả các ủy viên trung ương, thậm chí cả với nhiều ủy viên Bộ Chính trị.

Tuy được truyền thông nhà nước mô tả như là một nhà lãnh đạo giản dị, trên thực tế, Tổng Bí thư Nguyễn Văn Linh vẫn là một người khó gần. Theo ông Nguyễn Đình Hương[414]: "Ông Linh thường cấm những uỷ viên Trung ương có khuyết điểm như Hà Trọng Hòa, Phạm Song… vào họp Trung ương một cách vô nguyên tắc". Thế hệ Đỗ Mười, Lê Đức Anh, Võ Văn Kiệt, tuy vẫn còn được coi như "cha, chú", đã bắt đầu ý thức được họ đang ở trong thời kỳ chuyển tiếp từ giai đoạn cầm quyền với vai trò lãnh tụ sang giai đoạn cầm quyền như các nhà chính trị.

Đầu thập niên 1990, Quốc hội bắt đầu họp dài ngày hơn, vườn hoa Nhà Kiếng và hành lang Hội trường Ba Đình bắt đầu trở thành nơi tiếp xúc giữa các nhà lãnh đạo trung ương với các đại biểu là quan chức địa phương và các nhà doanh nghiệp. Đây cũng là khu vực mà báo giới có thể tiếp xúc phỏng vấn trực tiếp các bộ trưởng, các trưởng ban của Đảng, tổng bí thư, chủ tịch nước và thủ tướng.

Chủ tịch Lê Đức Anh không có mặt thường xuyên bên ngoài vườn hoa. Tuy ông luôn tỏ ra thân thiện nhưng uy lực của "vị tướng một mắt" vẫn làm e ngại không ít người. Chỗ ông đứng không mấy khi có vòng trong vòng ngoài, và báo chí cũng không có cho ông nhiều câu hỏi. Ngược lại, Tổng Bí thư Đỗ Mười xuất hiện ở đâu là kéo theo đó một đám đông. Tổng Bí thư có thể "hùng biện" cho đến khi các nhà báo lần lượt lên đi vì ông bắt đầu lặp lại những điều đã nói trong các giờ giải lao trước đó. Ông Võ Văn Kiệt thì khác. Sau khi Trợ lý Vũ Quốc Tuấn "bật mí" vài điều muốn giải tỏa của Thủ tướng với các nhà báo quen biết, ông Kiệt sẽ tươi cười

---

[414] Phó Ban Tổ chức Trung ương Khóa V, VI; Trưởng Ban Bảo vệ Trung ương Đảng Khóa VII.

xuất hiện ở tam cấp của Hội trường Ba Đình, bắt đầu một cuộc họp báo không chính thức.

Với Lê Đức Anh và Võ Văn Kiệt, ông Đỗ Mười bao giờ cũng thể hiện sự tương kính. Khi có việc gì cần trao đổi, đích thân ông Mười đi thẳng vào "Thành" gặp ông Lê Đức Anh hoặc ra tận sân tennis gặp ông Võ Văn Kiệt. Nhưng với Chủ tịch Quốc hội Nông Đức Mạnh thì ông lại thường thể hiện cách "lãnh đạo" rất khác thường. Khi Quốc hội không phê chuẩn ông Đào Đình Bình, một ứng cử viên trẻ vào chức bộ trưởng Bộ Giao thông, từ hàng ghế đầu, ông Đỗ Mười đã nhấp nha nhấp nhổm. Đến giờ giải lao, ông bước ngay lên bục Chủ tịch Đoàn, đuổi theo ông Nông Đức Mạnh ra tận hậu phòng của Hội trường Ba Đình. Ông Đỗ Mười dí tay sát cổ áo Chủ tịch Quốc hội và nói: "Anh lãnh đạo Quốc hội thi hành nghị quyết của Ban Chấp hành Trung ương Đảng như thế à?"[415].

Ông Đỗ Mười sùng bái nền kinh tế xã hội chủ nghĩa và chấp hành nghị quyết một cách chân thành. Năm 1958, khi làm bộ trưởng Bộ Nội thương, ông chỉ huy đánh tư sản ở Hà Nội. Hai mươi năm sau, cũng chính ông dẫn "đại quân" vào Sài Gòn đánh tư sản ở miền Nam. Nhưng đến Tết năm 1989, khi đã trở thành người đứng đầu của một chính phủ thi hành nghị quyết "đổi mới", ông lại lên tivi "chúc mọi người làm ăn phát tài". Theo ông Trần Xuân Giá: "Khi về làm chủ tịch Hội đồng Bộ trưởng, từ tư duy cho đến cách điều hành của ông Đỗ Mười thay đổi một cách không ngờ. Ông lắng nghe và thấy được những cân đối lớn của nền kinh tế, có khả năng tổng hợp và đưa ra được những quyết định sắc sảo".

Ông Đỗ Mười cũng chọn mang theo sang Văn phòng Tổng Bí thư những người gần gũi trong đội ngũ chuyên gia đã giúp ông chống lạm phát thành công như Lê Đức Thúy, Nguyễn Văn Nam... Đặc biệt, không ít người bất ngờ khi ông chọn ông Hà Nghiệp làm người giúp việc. Ông Hà Nghiệp được coi là một trong những người có đóng góp trong tiến trình thay đổi tư duy của ông Trường Chinh. Sau khi ông Nguyễn Văn Linh lên tổng bí thư, ông Trường Chinh có ý giới thiệu Hà Nghiệp với hy vọng ông Linh tiếp tục phát triển tư duy đổi mới, nhưng ông Linh gạt đi. Ông Hà Nghiệp phải sang làm trợ lý cho tổng bí thư của Lào rồi về nước "ngồi chơi xơi nước".

Tháng 8-1991, khi được đưa lên làm chủ tịch Hội đồng Bộ trưởng, ông Võ Văn Kiệt đã nhờ ông Hà Nghiệp viết cho mình bài diễn văn nhậm chức và theo ông Kiệt, ông dự định sẽ mời Hà Nghiệp sang làm việc cho mình. Khi

---

[415] Sau đó, khi họp Bộ Chính trị, ông Nông Đức Mạnh đã bảo vệ quyết định này của Quốc hội.

Hà Nghiệp ở không thì không thấy ai hỏi han, khi ông Kiệt định mời thì ông Đỗ Mười đã đi trước một bước ra quyết định đưa Hà Nghiệp về làm trợ lý.

Tiểu sử chính thức của ông Đỗ Mười ghi: "Xuất thân từ một gia đình nông dân, bản thân là thợ sơn". Nhưng, khi trở thành tổng bí thư, theo thư ký của ông, Tiến sỹ Nguyễn Văn Nam, ông lại có tham vọng trở thành một nhà lý luận. Bên cạnh hai nhà Marxist cứng rắn là Đào Duy Tùng và Nguyễn Đức Bình, ông trọng dụng Lê Xuân Tùng và tới đại hội giữa nhiệm kỳ, đưa thêm một nhà lý luận khác, ông Nguyễn Phú Trọng, vào Trung ương. Sự say sưa của ông đã tập hợp thêm được Nguyễn Hà Phan, Lê Khả Phiêu, hai nhân vật được ông bổ sung vào Bộ Chính trị trong hội nghị giữa nhiệm kỳ tháng 1-1994.

Nhưng, theo ông Nguyễn Văn Nam: "Ông Đỗ Mười vẫn là một con người hành động chứ không phải là một con người lý luận. Cho nên khi điều hành bên chính phủ, ông có thể nhận biết thực tế để có những quyết định phù hợp; khi làm công tác Đảng, đụng đến các vấn đề lý luận thì ông phải trông cậy vào Đào Duy Tùng, Nguyễn Đức Bình, về sau có thêm Nguyễn Phú Trọng và chịu ảnh hưởng không ít từ những người này".

Đỗ Mười tên thật là Nguyễn Duy Cống, sinh ngày 2-2-1917, tại xã Đông Mỹ, huyện Thanh Trì, Hà Nội. Chú ruột ông là Nguyễn Thọ Chân, bộ trưởng Lao động trong Chính phủ Phạm Văn Đồng. Thuở hàn vi, ông có hai người bạn thân là Hoàng Hữu Nhân và Nguyễn Văn Đào. Cả hai đều sắc sảo, ông Nhân từng có những ý định đổi mới táo bạo từ khi còn là bí thư Thành ủy Hải Phòng, sau Đại hội VI làm trưởng Ban Công nghiệp Trung ương nhưng phẫn uất, có lúc phải nhảy lầu, vì bị Tổng Bí thư Nguyễn Văn Linh o ép. Ông Đào thì ngang ngạnh, vui vẻ hưu trí với chức thứ trưởng Bộ Ngoại thương, thậm chí còn "đàn đúm" với Lê Hồng Hà, Nguyễn Kiến Giang, những người từng ủng hộ Trần Xuân Bách. Ông Đào thường gọi những người được Đỗ Mười trọng dụng như Đào Duy Tùng, Nguyễn Đức Bình… là lũ "chim ri, chim sẻ".

Ông Đỗ Mười sống gần như độc thân trong ngôi nhà Tây phía sau Phủ Chủ tịch, vốn là nơi ở của Thủ tướng Phạm Văn Đồng. Người gần gũi ông nhất suốt gần ba thập niên tại ngôi nhà này là bà Thuận, người nấu cơm của ông. Năm 1997, ông Đỗ Mười chuyển về sống trong biệt thự số 11 Phạm Đình Hổ. Bà Thuận, lúc này đã có một người con, không về ở cùng. Trong phòng riêng của mình, ông Đỗ Mười cho treo bức ảnh chụp ông và Fidel Castro, cho đặt một chậu địa lan bằng nhựa… Bàn làm việc của ông đầy những tài liệu, bài báo chi chít những nét gạch đỏ. Một chiếc phản cá nhân trải nệm bông gòn, bọc vải hoa màu đỏ sẫm, được kê gần đó. Ông thường đặt lưng trên chiếc giường này sau những giờ xem tài liệu.

So với Lê Đức Anh, lý lịch tham gia cách mạng của ông Đỗ Mười rõ ràng hơn, và so với ông Võ Văn Kiệt, Đỗ Mười là bậc tiền bối cả về tuổi đời và tuổi

Đảng[416]. Ông Đỗ Mười trở thành ủy viên dự khuyết Trung ương Đảng từ năm 1955. Ông Võ Văn Kiệt là ủy viên dự khuyết năm 1960. Trong khi tới năm 1976, ông Lê Đức Anh mới vào Trung ương. Đỗ Mười giữ chức phó phủ tướng từ năm 1969, nhưng, năm 1982, ở Đại hội V, ông bị đặt thứ ba trong hàng kế cận do Tổng Bí thư Lê Duẩn và nhà tổ chức quyền biến Lê Đức Thọ sắp xếp: Tố Hữu, Võ Văn Kiệt, Đỗ Mười.

Ngày 12-8-1991, ba ngày sau khi trở thành chủ tịch Hội đồng Bộ trưởng, ông Võ Văn Kiệt nhận xét: "Đồng chí Tổng Bí thư Đỗ Mười vừa là người kế thừa những kinh nghiệm rất lớn của đồng chí Nguyễn Văn Linh, vừa có những kinh nghiệm lớn về quản lý nhà nước. Một khi đồng chí lãnh đạo cao nhất hiểu và thông cảm sâu sắc những khó khăn của công tác quản lý nhà nước thì đó là một thuận lợi lớn cho chúng tôi"[417]. Theo ông Vũ Quốc Tuấn: "Sáu tháng sau, ông Kiệt mới nhận ra là mình nhầm. Ông Kiệt nói với tôi: Tôi tưởng anh Mười đã từng làm việc nhiều năm ở chính phủ, hiểu biết công việc chính phủ thì sẽ là một thuận lợi cho tụi mình. Không ngờ, ông biết nhiều việc của chính phủ quá thì ông lại can thiệp nhiều hơn, làm khó mình hơn".

Theo ông Trần Xuân Giá: "Từ đầu đến cuối, ông Đỗ Mười không ủng hộ ông Kiệt, cả về lối sống lẫn quan điểm. Cuối năm 1981, một buổi chiều sau những giờ họp căng thẳng, tôi cùng ông tản bộ trên đoạn đường trước Lăng, ông cho tôi biết tin Võ Văn Kiệt được điều ra Hà Nội. Khi đó, ông Đỗ Mười đã dùng những câu, những từ rất nặng nề mà tôi không tiện nhắc lại để nói về ông Kiệt. Ông Mười cho rằng: Thằng đó sẽ chết vì quan điểm kinh tế thị trường của nó". Ông Phan Văn Khải cho rằng: "Ông Đỗ Mười đổi mới là do áp lực chứ không phải do chuyển biến về nhận thức như ông Trường Chinh. Ông cũng không được học hành căn bản để hiểu các vấn đề một cách có hệ thống".

Theo ông Đoàn Mạnh Giao: "Thời kỳ Đỗ Mười - Võ Văn Kiệt xuất hiện thuật ngữ Nhà Đỏ - Nhà Trắng hay Hùng Vương Đông - Hùng Vương Tây để chỉ mối quan hệ giữa bên Đảng và bên Chính phủ". Nhưng, theo ông Phan Văn Khải: "Khi còn cầm quyền, ông Kiệt không thèm nghe Đỗ Mười, ông Mười nói gì thì nói, ông cứ làm theo kiểu của ông". Ông Khải thừa nhận đây

---

[416] Ông tham gia Mặt trận Bình dân năm 1936, vào Đảng Cộng sản Đông Dương năm 1939. Từng bị kết án mười năm tù giam, và đã phải nằm ở Hỏa Lò bốn năm. Năm 1945, khi Nhật đảo chính Pháp ông cùng với các đồng chí của mình vượt ngục, bắt liên lạc ngay với Đảng rồi tham gia lãnh đạo khởi nghĩa ở Hà Đông. Sau đó, ông đã từng làm bí thư Tỉnh ủy Hà Đông, bí thư Tỉnh ủy Hà Nam, bí thư Thành ủy kiêm chủ tịch Ủy ban Bảo vệ tỉnh Nam Định. Trong kháng chiến chống Pháp, ông đã từng là khu ủy viên Khu III, bí thư Tỉnh ủy Ninh Bình, phó bí thư Liên khu ủy III, chính ủy Bộ Tư lệnh Liên khu III, bí thư Khu ủy Tả Ngạn sông Hồng kiêm chủ tịch Ủy ban Kháng chiến Hành chính và chính ủy Bộ Tư lệnh khu Tả Ngạn; Năm 1955, ông được phân công chỉ đạo tiếp quản khu 300 ngày rồi làm bí thư Thành ủy kiêm chủ tịch Ủy ban Quân chính thành phố Hải Phòng.

[417] Huy Đức, Một Giờ Với Tân Chủ Tịch HĐBT Võ Văn Kiệt, Tuổi Trẻ 13-8-1991.

là lý do mà khi trả lời phỏng vấn báo Thanh Niên ngay khi vừa nhận chức, ông nói: "Về bản lĩnh chính trị tôi không thể nào so sánh với đồng chí Võ Văn Kiệt"[418]. Khi ông Kiệt làm "phó", theo ông Vũ Quốc Tuấn: "Những việc ông Đỗ Mười chủ trì thì ông Kiệt cũng ít tham gia. Có nhiều cuộc họp Hội đồng Bộ trưởng, ông Kiệt không dự. Ông Kiệt tập trung cho những công trình của mình ở Đồng bằng sông Cửu Long, đặc biệt là chương trình khẩn hoang Đồng Tháp Mười. Ông Mười thấy ông Kiệt chủ động quá nên lại kéo ông Kiệt về, hai ông tỏ ra tâm đầu ý hợp".

Khi trở thành thủ tướng, ông Võ Văn Kiệt có các thành viên chính phủ như Phan Văn Khải, Đỗ Quốc Sam, Lê Xuân Trinh và cả những người từng được cất nhắc bởi ông Đỗ Mười như Trần Xuân Giá, Nguyễn Đình Lộc... Họ là những nhà kỹ trị, giúp ông thiết kế các thiết chế pháp lý cho nền kinh tế thị trường vận hành. Ông Kiệt tập trung thời gian của mình cho những công trình quốc gia và tích cực hoạt động trong lĩnh vực đối ngoại. Trong thập niên 1990, "nụ cười Võ Văn Kiệt" trở thành một gương mặt nổi bật không chỉ ở trong nước. Nhưng, uy tín trong dân không phải bao giờ cũng trở thành sức mạnh trong một nền chính trị mà quyền lực được giải quyết trong nội bộ[419].

Tướng Lê Đức Anh dường như không tham gia tranh luận về ý thức hệ, về kinh tế thị trường. Chủ tịch nước, theo Hiến pháp, là một chức danh không mấy thực quyền, nhưng trong thời gian giữ cương vị này, ông Lê Đức Anh đã tạo ra được một ngoại lệ.

Năm 1986, khi từ Campuchia trở về thay thế Tướng Lê Trọng Tấn làm tổng tham mưu trưởng, Tướng Lê Đức Anh không ở những căn biệt thự dân sự bên ngoài mà chọn một căn nhà thuộc cụm nhà khách Bộ Quốc phòng. Đó là một căn nhà hai tầng được xây từ thời Pháp nằm trong khuôn viên Thành Hà Nội cũ. Tướng Anh thường vào ra Thành bằng cổng chính, 51B Phan Đình Phùng nhưng có thể đón khách từ cổng phụ, số 5 Hoàng Diệu. Bà Võ Thị Lê, người vợ thứ hai mà ông cưới năm 1956, sau khi tập kết ra Bắc, sống như hình

---

[418] Huy Đức, Phỏng Vấn Tân Thủ Tướng Phan Văn Khải, Thanh Niên 27-9-1997.
[419] Ông Võ Văn Kiệt cũng có những quyết định gây tranh cãi rộng rãi trong công chúng. Một trong những quyết định đó là Chỉ thị 406-TTg ngày 8-8-1994 về việc "cấm sản xuất, buôn bán và đốt pháo". Đốt pháo trong các dịp cưới xin, hội hè đặc biệt là trong ngày Tết là một truyền thống lâu đời. Tuy nhiên, những năm đầu thập niên 1990, khi kinh tế khởi sắc, đốt pháo càng trở nên phổ biến hơn. Theo chỉ thị 406: "Các đêm giao thừa, việc đốt pháo trong các thành phố Hà Nội, Thành phố Hồ Chí Minh, Hải Phòng, Quảng Nam - Đà Nẵng... kéo dài liên tục từ 30 đến 40 phút, tạo tiếng nổ ồn ào, làm cho người già, trẻ em, người yếu tim, thần kinh yếu không chịu nổi, khói pháo dày đặc kéo dài, xe ô tô, xe gắn máy có lúc không đi lại được, gây tắc nghẽn giao thông. Theo báo cáo của 44/53 địa phương, trong dịp Tết Nguyên đán Giáp Tuất (1994) đã có 728 vụ tai nạn do pháo gây ra, làm chết 71 người, làm bị thương 765 người và tiêu tốn hàng 20-30 tỷ đồng". Kể từ ngày 1-1-1995, việc "sản xuất, buôn bán và đốt các loại pháo nổ, thuốc pháo nổ trong phạm vi cả nước (trừ các loại pháo hoa và thuốc làm pháo hoa)" đều bị nghiêm cấm.

[CHƯƠNG 18 • TAM NHÂN PHÂN QUYỀN] 261

với bóng với ông trên tầng hai, trong khi những người giúp việc thì ở tầng dưới hoặc các ngôi nhà nằm trong khuôn viên.

Ông Lê Đức Anh sinh ngày 1-12-1920 tại Truồi, một làng quê nghèo đói bên phá Tam Giang, thuộc huyện Phú Lộc, tỉnh Thừa Thiên. Cha ông vừa làm ruộng vừa có thêm nghề thuốc nên cuộc sống gia đình, theo ông, đỡ cực hơn mọi người. Ông học vỡ lòng ở trong làng rồi ra Huế học tiểu học. Năm mười một tuổi, ông được gửi ra nhà chị gái, có chồng đang dạy học ở thành Vinh học tiếp nhưng cũng chỉ được thêm một, vài năm. Học vấn của ông Lê Đức Anh ở mức đọc thông viết thạo.

Ông Lê Đức Anh bắt đầu được "giác ngộ" thông qua những câu chuyện về "một người có tên là Nguyễn Ái Quốc" do hai người cậu ruột của ông, Lê Bá Giản và Lê Bá Dị, kể. Theo lý lịch tự khai: Lê Đức Anh chính thức tham gia cách mạng từ năm 1937 và được kết nạp vào Đảng Cộng sản Đông Dương vào ngày 1-5-1938. Năm 1939, khi bị đàn áp, một số đồng chí bị bắt, ông lánh vào Đà Nẵng, lên Đà Lạt, rồi đến năm 1942 thì xuống đồn điền cao su Lộc Ninh. Cuộc hôn nhân với bà Lê cùng với một số điểm không rõ ràng về thời điểm vào Đảng là hai vấn đề khiến ông Lê Đức Anh luôn bị những người từng hoạt động với ông xới lên mỗi khi quyền lực của ông được nới rộng [420].

Ông Lê Đức Anh gặp người vợ đầu tiên, bà Phạm Thị Anh, vào tháng 8-1945, khi ông đang là "ủy viên Thường vụ Tỉnh ủy phụ trách tổ chức và quân sự"[421] và bà Bảy Anh đang là phó chủ tịch Hội Phụ nữ xã An Tây, huyện Bến Cát.

---

[420] Các ông: Phạm Văn Xô, nguyên ủy viên thường vụ Xứ ủy Nam Bộ thời kháng chiến chống Pháp sau là ủy viên thường vụ Trung ương Cục miền Nam; Tướng Đồng Văn Cống, trung đoàn trưởng Trung đoàn 99 Nam Bộ; Tư lệnh quân khu 9, Phó Tư lệnh quân giải phóng miền Nam; Đại tá Nguyễn Văn Thi, nguyên ủy viên thường vụ Tỉnh ủy Thủ Dầu Một, cho tới lúc chết vẫn ký đơn tố cáo Lê Đức Anh. Những nhà cách mạng đàn anh của Lê Đức Anh cho rằng: Ông Lê Đức Anh không phải là công nhân cao su như tự khai trong lý lịch mà là người phụ trách việc chế biến thực phẩm (chef des cooperatives) cho chủ đồn điền và các quan chức Pháp ở Lộc Ninh, bị công nhân cao su đặt cho biệt danh là "cai lé" do chột mắt vì bệnh đậu mùa. Lê Đức Anh cũng là người giúp việc thân cận của chủ đồn điền De Lalande, một sĩ quan Phòng nhì của Pháp. Ông đã từng bị nghi ngờ là "surveillant" (cai, giám thị), là "2ème bureau (Phòng nhì)", không phải là đảng viên từ năm 1938 ở quê mà được kết nạp tháng 4-1945, trong một cuộc họp của Ban Cán sự Đảng Thủ Dầu Một có ông Nguyễn Văn Thi cùng dự...Vào thời điểm những lá thư tố cáo của ba vị lão thành này được phát tán rộng rãi, ông Anh cho xuất bản cuốn Đại Tướng Lê Đức Anh, thanh minh: Khi ở Đà Lạt, ông làm cu ly, quét nhà, quét sân cật lực cũng chỉ được trả lương tháng 15 đồng. Nhưng: "Làm được hai tháng, ông thấy mình phải cố gắng học lấy một nghề, có nghề vững mới kiếm được tiền đủ sống và hoạt động cách mạng" và một "thằng Tây" đã hướng dẫn ông làm pa-tê, xúc xích, dăm bông. Về "chủ đồn điền De Lalande", mà các vị lão thành tố cáo là "Phòng nhì", ông Lê Đức Anh giải thích: "Thằng chủ Tây đích thực của sở cao su này khi thì ở thành phố khi thì ở Paris... Cả hai thằng Đờ La-lan và Man-đông cũng đều là những thằng làm thuê. Man-đông thỏa thuận trả lương tháng cho ông 30 đồng. Thấy pa-tê, xúc xích ông làm ra ngon nên nó yêu cầu ông làm thêm giờ... và trả thêm cho ông mỗi tháng 15 đồng. Như vậy, mỗi tháng ông có thu nhập đều đặn 45 đồng. Có tiền dư dật, công việc lại không bị quản thúc như phu cạo mủ nên ông bắt đầu hoạt động cách mạng" (Đại Tướng Lê Đức Anh, Nhà Xuất bản Quân đội Nhân dân, 2005, trang 20-21).

[421] Đại tướng Lê Đức Anh, Nhà Xuất bản Quân đội Nhân dân 2005, trang 30.

Bà Phạm Thị Anh sinh năm 1925, con một gia đình địa chủ nhỏ ở Bình Dương. Cả mấy anh chị em đều đi theo Việt Minh, có người đang làm chủ tịch huyện, có người đang làm bí thư xã. Thời gian ấy, bà Bảy Anh chỉ mới vừa đôi mươi lại được coi là hoa khôi trong khi ông Lê Đức Anh thì bị rỗ và một bên mắt bị bệnh vảy cá. Ông Lê Đức Anh "tìm hiểu" bà bằng cách cho mượn sách và mỗi lần như thế lại kẹp vào một mảnh giấy ghi mấy chữ. Làm hậu thuẫn cho ông còn có hai tỉnh ủy viên: Tư Đang và Nguyễn Oanh[422]; Tư Đang khi ấy là con nuôi của gia đình bà Bảy. Nhưng, bà Bảy Anh cho rằng, việc bà chọn ông Lê Đức Anh chủ yếu vì nếu lấy ông thì bà không phải làm dâu; ông Lê Đức Anh cũng ngỏ lời đúng khi bà muốn yên bề gia thất.

Cuộc hôn nhân ngay ngày đầu đã gặp sự cố: Đám cưới vừa bắt đầu thì có Tây càn, ông Lê Đức Anh đạp xe chở vợ về bên Hội Phụ nữ rồi quay lại chỉ huy chống càn. Đứa con đầu lòng của họ ra đời khi bà Bảy Anh chỉ mới có bầu bảy tháng, bà ngoại cháu đặt tên là Lê Thiếu. Vừa sinh xong lại gặp càn, y tế xã đưa lên võng gánh chạy vào rừng, đứa bé nhiễm lạnh, chết. Sau đó, Lê Đức Anh được điều về Khu 8. Năm 1950, khi xuống miền Tây thăm chồng, bà Bảy có thai đứa con thứ hai. Năm 1951, bà sinh hạ một người con gái đặt tên là Lê Xuân Hồng.

Sau Hiệp định Geneva, Lê Đức Anh nằm trong số những cán bộ được đưa ra miền Bắc. Từ Bình Dương, hai mẹ con bà Bảy Anh xuống thăm chồng. Nhưng bà quyết định không tập kết ra Bắc như những người phụ nữ khác. Khi ấy, mấy anh em bà Bảy theo kháng chiến để lại một đám trẻ con lít nhít, bà không nỡ để cho cha, một người đàn ông góa vợ phải một mình chăm nom bọn trẻ. Chỉ không lâu trước đó, gia đình bà Bảy Anh đã phải mất ba anh em trai trong một vụ án oan lớn ở Bến Cát[423].

Lê Đức Anh ra Bắc, thoạt đầu được giao làm sư trưởng Sư đoàn 330, đóng ở Thanh Hóa; sau được điều về Bộ Tổng tham mưu làm cục phó Cục Tác chiến. Thời gian này, quân đội đang chịu cuộc "chỉnh huấn, chỉnh quân" khốc liệt do cố vấn Trung Quốc chỉ đạo. Trong chi bộ của ông có hai người bị kiểm điểm nặng, ông và ông Bội Dong, vì lấy vợ thuộc thành phần tư sản, địa chủ. Cả hai sau đó đều tuyên bố "ly khai với gia đình vợ"[424].

---

[422] Tên ông được đặt cho một con đường ở Gò Vấp.
[423] Phòng nhì Pháp đã đánh vào một điệp viên để cho những người kháng chiến "bắt được". Người này khai ra hàng chục cán bộ chủ chốt "nhận làm điệp viên" cho Phòng nhì. Ngay lập tức, hàng chục cán bộ bị các đồng chí của mình đưa đi thủ tiêu, trong đó có 3 người anh và em trai của bà Bảy Anh.
[424] Theo Đại tá Khuất Biên Hòa.

Năm 1956, ông kết hôn với bà Võ Thị Lê, có chồng là một đại úy quân đội đã hy sinh và đang có một người con riêng. Năm 1957, họ có với nhau một con trai, đặt tên là Lê Mạnh Hà; năm 1959, họ sinh thêm một người con gái, cũng đặt tên là Lê Xuân Hồng. Giữa thập niên 1960, Lê Xuân Hồng lớn, người con của ông Lê Đức Anh và bà Bảy Anh, cũng được Tướng Trần Văn Trà tổ chức đưa ra miền Bắc [425]. Ở Hà Nội, bà Lê làm y sỹ ở bệnh viện Hữu Nghị. Những năm ông làm bộ trưởng Quốc phòng rồi chủ tịch nước bà luôn ở bên cạnh chăm sóc ông. Đây là thời gian mà cuộc sống của ông bà được mô tả là cẩn trọng tới từng chén cơm, viên thuốc.

GỠ CẤM VẬN

Bộ ba Đỗ Mười, Lê Đức Anh, Võ Văn Kiệt bắt đầu nhiệm kỳ khi "cánh cửa Trung Quốc" đã được khai thông. Chuyến đi Bắc Kinh, từ ngày 5 đến 10-11-1991, của Tổng Bí thư Đỗ Mười và Chủ tịch Hội đồng Bộ trưởng Võ Văn Kiệt là chặng cuối trong tiến trình bình thường hóa mà Tổng Bí thư Nguyễn Văn Linh bắt đầu và Tướng Lê Đức Anh đóng một vai trò trung gian quan trọng. Sứ mệnh của họ là gỡ bỏ lệnh cấm vận thương mại và bình thường hóa quan hệ với Mỹ.

Việc ông Võ Văn Kiệt chọn Thái Lan và các nước ASEAN trước khi tới Bắc Kinh, mở đầu chuyến công du ngay sau khi nhận chức chủ tịch Hội đồng Bộ trưởng là có cân nhắc. Theo ông Vũ Khoan: "Tại một cuộc họp của lãnh đạo Đảng và Nhà nước bàn về cơ hội thoát khỏi tình thế bị bao vây, cấm vận, mở rộng quan hệ quốc tế, trong lúc nghỉ giải lao anh Sáu gọi tôi - đại diện cho Bộ Ngoại giao được triệu tập sang dự họp - ra trao đổi ý kiến. Anh đặt vấn đề: đã có sự nhất trí cao về đánh giá tình hình và chủ trương phá vây, song ta cần tính kỹ bước đi sao cho có hiệu quả nhất. Anh gợi ý nên áp dụng chiến thuật 'hoa sen nở', đi từ trong ra, theo đó trước hết cần cải thiện quan hệ với các nước trong khu vực Đông Nam Á vốn có lợi ích sát sườn trong quan hệ với ta đi đôi với việc bình thường hoá quan hệ với nước láng giềng phương Bắc là Trung Quốc; từ đó tạo ra thế mới để cải thiện, thiết lập quan hệ với các nước ở vòng cung thứ hai thuộc khu vực Tây Thái Bình Dương như Nhật Bản, Hàn Quốc, Australia, New Zealand, rồi vươn sang vòng cung xa hơn là EU; thành công của những bước đi ấy sẽ tạo thuận lợi cho việc thúc đẩy Mỹ chấm dứt chính sách cô lập, cấm vận nước ta".

---

[425] Bà Phạm Thị Anh biết tin này từ cuối thập niên 1950 nhưng bà không đi bước nữa, sau 1975 bà về sống với con gái tại Cư xá Bắc Hải. Bà mất ngày 8-1-2011. Trong thời suốt thời gian ấy hai người chưa bao giờ gặp lại nhau.

Giữa ba ông gần như không có bất đồng trong các nỗ lực nhằm thoát ra khỏi lệnh cấm vận thương mại của Mỹ. Tướng Lê Đức Anh thừa nhận: "Chúng ta bị dồn tới chân tường". Lệnh cấm vận mà người Mỹ áp dụng với Việt Nam đã khóa chặt cửa gần hai thập niên: Việt Nam không thể nhập khẩu công nghệ mới từ các nước phương Tây, không thể làm ăn trực tiếp với các công ty đa quốc gia, tài khoản bị phong tỏa, không thể hưởng các trợ giúp đầy đủ từ ngay cả các định chế quốc tế như World Bank, IMF…

Bình thường hóa quan hệ Việt - Mỹ gần như bế tắc kể từ khi những nỗ lực dưới thời Tổng thống Jimmy Carter thất bại. Hai trở ngại chính cho tiến trình này là việc Việt Nam đóng quân ở Campuchia và việc tìm kiếm tù nhân và người Mỹ mất tích trong chiến tranh (POW/MIA). Cho tới lúc đó, Việt Nam thường chỉ được người Mỹ nhớ tới như là tên của một cuộc chiến tranh, cuộc chiến được biết theo cách mô tả của Hollywood.

Ngay sau Hiệp định Paris, 27-1-1973, 590 tù binh Mỹ bị bắt ở Việt Nam, Lào và Campuchia đã được trao trả. Tuy nhiên, vẫn còn 2.646 người Mỹ bị xếp vào danh sách mất tích. Không ai biết bao nhiêu trong đó bị chết mà không tìm được hài cốt. Việc tìm kiếm MIA gần như phải đình lại sau ngày 30-4-1975. Trong khoảng từ tháng 2-1973 đến tháng 3-1975, người Mỹ chỉ xác nhận được sáu mươi ba bộ hài cốt trong đó có hai mươi ba chết trong thời gian bị giam giữ và năm trường hợp chết tại Lào. Trong thập niên 1980, một số người Việt vượt biên đến Mỹ đã đổ thêm dầu vào lửa khi nói là họ vẫn nhìn thấy tù binh Mỹ ở Việt Nam. Nhiều người Mỹ tin rằng Hà Nội đã nói dối về số lượng tù nhân chiến tranh.

Những cố gắng tìm kiếm của Chính phủ Mỹ ở Lào và Campuchia sau năm 1975 không làm hài lòng người dân. Một số cựu binh Mỹ trong vai người hùng đã quay lại Đông Dương trong các nỗ lực được gọi là "chiến dịch giải cứu" tù binh. Hollywood làm trầm trọng thêm vấn đề POW/MIA khi để trí tưởng tượng của mình tô vẽ những cuộc phiêu lưu của những cựu binh này. Trong thập niên 1980, có lẽ không mấy người Mỹ không biết đến Chuck Norris và Sylvester Stallone. Đặc biệt là Sylvester Stallone trong vai Rambo. Trong khi tù binh Mỹ được mô tả là đã bị chính phủ của mình bỏ quên thì hình ảnh Stallone và Chuck Norris vạm vỡ, quả cảm trên những bích chương quảng cáo - "Chiến tranh chưa kết thúc cho đến khi chàng trai cuối cùng trở về" - đã tác động rất lớn đến tinh thần người Mỹ.

Chính quyền của Tổng thống Reagan (1980-1988) phản đối việc bình thường hóa cho đến khi có sự xác nhận Việt Nam đã rút hết quân ở Campuchia và có sự hợp tác đầy đủ của Việt Nam nhằm đạt được mức độ cao nhất có thể về việc tìm kiếm những người mất tích có tên trong danh sách.

[CHƯƠNG 18 • TAM NHÂN PHÂN QUYỀN]

Ronald Reagan cũng như người kế nhiệm ông, George H. W. Bush (1988-1992), đã giao công cuộc tìm kiếm POW/MIA cho Bộ Quốc phòng, nhằm tránh áp lực của các nhóm vận động hành lang. Năm 1987, Reagan phái tướng về hưu John Vessey đến Hà Nội. Năm 1988, Hà Nội cho phép các nhóm tìm kiếm POW/MIA đến hoạt động trên toàn lãnh thổ Việt Nam. Nhưng vấn đề người Mỹ mất tích vẫn không nhờ thế mà dịu xuống.

Chính quyền Mỹ liên tục bị chỉ trích là đã che giấu thông tin, những sản phẩm bịa đặt thường lại được tin cậy hơn là những thông tin chính thức. Tháng 7-1991, một thăm dò trên tờ Wall Street Journal cho thấy: 3/4 số người được hỏi tin chính quyền Mỹ đã không làm đủ những điều cần thiết để tù binh được trao trả. Tổng thống Nga Boris Yeltsin, tháng 6-1992, đã đổ thêm dầu vào lửa khi nói với NBC News rằng, một số tù binh Mỹ có thể đã được chuyển từ Hà Nội đến Liên Xô.

Năm 1991, theo đề nghị của Thượng nghị sỹ Bob Smith, Thượng viện lập Ủy ban Đặc biệt về POW/MIA. Ủy ban do Thượng nghị sỹ John Kerry, một cựu binh trong chiến tranh Việt Nam làm chủ tịch. Một cựu binh khác, Thượng nghị sỹ John McCain[426], tham gia với tư cách ủy viên. Tiếng nói của hai ông trở nên có trọng lượng nhất trong vấn đề này[427].

Từ Hà Nội, Chủ tịch Hội đồng Bộ trưởng Việt Nam Võ Văn Kiệt cũng đã "đánh vào" tâm lý của dân chúng Mỹ khi ông trả lời phỏng vấn báo Time, tuần lễ từ ngày 7 đến 13-1-1992, nói rằng: "Sự nghi ngờ chúng tôi còn giam giữ một số người Mỹ còn sống... là một điều ngớ ngẩn. Động cơ nào có thể thúc đẩy chúng tôi làm điều đó?". Báo Time hỏi: "Làm sao để dân chúng Mỹ có thể tin vào sự đảm bảo của các ông?". Ông Kiệt: "Ở Việt Nam có hàng chục ngàn gia đình có người thân bị mất tích. Tôi cũng là một nạn nhân. Gia đình tôi có bốn người, vợ và ba con của tôi, bị mất tích trong chiến tranh. Trực thăng Mỹ đã giết 300 người trong một trận càn dọc sông Sài Gòn, vợ và con trai, một con gái của tôi đã mất trong trận càn đó. Tôi có thể thấu hiểu được nỗi đau của tất cả các gia đình Mỹ có người thân bị mất tích trong chiến tranh... Tôi mong muốn dân chúng Mỹ hiểu được hoàn cảnh của chúng tôi trong vấn đề này.

---

[426] John McCain đã từng trải qua sáu năm bị giam giữ trong nhà tù Hỏa Lò sau khi máy bay của ông bị bắn hạ và dù của ông rơi xuống hồ Trúc Bạch.

[427] John Kerry nhớ lại: "Chúng tôi đã trở về nhà trên hai con đường khác nhau nhưng cùng có những trải nghiệm giống nhau trong thời gian tại ngũ. Chúng tôi cùng chia sẻ một tầm nhìn về con đường phía trước, không phải như những cộng sự mà như hai người bạn... Chúng tôi cam kết truy tìm sự thật cho dù điều đó dẫn chúng tôi tới đâu". Thượng nghị sỹ John Kerry mô tả công việc sau đó của Ủy ban là "hàng nghìn giờ chậm rãi, đau xót và tỉ mẩn", giải mật hàng triệu trang tài liệu của Chính quyền Mỹ. John Kerry nói tiếp: "Tôi đã bay tới Việt Nam và các nước trong khu vực mười bốn chuyến, nghiên cứu từng chi tiết các câu chuyện kể về hàng trăm trường hợp mất tích và hồi tưởng từng ký ức chiến tranh của cá nhân mình gần như hàng ngày".

Chúng tôi xin mời bất cứ người nào nghi ngờ còn người Mỹ sống ở Việt Nam hãy đến Việt Nam mà tìm hiểu".

Cuối năm 1992, khi tới Hà Nội lần thứ hai, ông John Kerry đã đề nghị Chủ tịch nước Lê Đức Anh cho phép một cộng sự của ông, Thượng nghị sỹ Bob Smith xuống đường hầm ở khu vực lăng Hồ Chí Minh để tận mắt thấy không có lính Mỹ bị giam dưới lăng như Hollywood nói.

Vào cuối nhiệm kỳ của mình, Tổng thống George H. W. Bush đã đi được một quãng dài trong "lộ trình" do phía Mỹ đơn phương đưa ra để bình thường hóa. Đáp lại việc Việt Nam chấp nhận một văn phòng của Mỹ tại Hà Nội để xử lý vấn đề POW/MIA, Mỹ bãi bỏ lệnh hạn chế đi lại trong bán kính hai mươi lăm dặm đối với các nhà ngoại giao Việt Nam ở Liên Hợp Quốc, đồng thời cho phép người Mỹ được đi đến Việt Nam một cách có tổ chức, thay vì chỉ được đi theo từng cá nhân. Tháng 12-1991, các công ty Mỹ được phép có một số hoạt động kinh doanh ở Việt Nam. Tháng 11-1992, lệnh hạn chế liên lạc điện thoại được bãi bỏ, dịch vụ gọi điện trực tiếp giữa Mỹ và Việt Nam được thiết lập.

Lệnh cấm vận có thể đã được bãi bỏ nhanh hơn nếu G.H.W. Bush tái đắc cử. Nhưng ông đã thua cuộc trước Bill Clinton, một thống đốc chỉ bằng tuổi con trai ông. Bình thường hóa quan hệ với Việt Nam sẽ rất khó khăn với Bill Clinton, người đã tránh nhập ngũ thời chiến tranh Việt Nam, nếu không có tiếng nói của hai cựu binh, Thượng nghị sỹ Dân chủ John Kerry và Thượng nghị sỹ Cộng hòa John McCain.

Đầu tháng 4-1993, Chính quyền Clinton lặng lẽ, thận trọng tìm kiếm những bước đi tiến tới bình thường hóa với Việt Nam. Ngày 12-4-1993, tờ Wall Street Journal tuyên bố "Bill Clinton dường như đã ở bên bờ của sự kết thúc hoàn toàn chiến tranh Việt Nam". Nhưng ngay trong ngày hôm đó, tờ New York Times giật tít lên đầu trang nhất: "Nhiều tài liệu cho thấy năm 1972 Hà Nội đã đối trá về số lượng tù binh". Bài báo được viết bởi Celestine Bohlen, trưởng văn phòng tại Moscow của tờ New York Times. Ngay trong ngày 12-4-1993, Hà Nội tuyên bố tài liệu này là bịa đặt. Nhưng, cả báo chí và chính trường Mỹ lúc đó dường như không ai còn đủ sự điềm tĩnh để đánh giá "bản báo cáo" về sau được chứng minh là ngụy tạo này[428]. Báo chí Mỹ tuyên bố: "Chúng

---

[428] Tài liệu trên đây, còn được gọi là "Russian Document" hay "smoking gun", được nói là một báo cáo 30 trang của Tướng Trần Văn Quang gửi Bộ Chính trị Việt Nam được KGB dịch ra tiếng Nga ngày 15-9-1972, được tìm thấy trong kho lưu trữ Liên Xô bởi một nhà nghiên cứu có uy tín người Úc, Stephen J. Morris, đang làm việc tại đại học Harvard. "Russian Document" đề cập đến số lượng tù binh bị giữ ở Việt Nam cho tới trước 15-9-1972 là 1.205 người Mỹ thay vì chỉ 368 người như thừa nhận lúc đó của Lê Đức Thọ. Nếu báo cáo này là đúng thì Hà Nội còn giữ tới 614 tù binh Mỹ vì 591 tù binh đã được trao trả vào tháng 3-1973.

ta không thể thiết lập quan hệ với những kẻ đã giết tù binh chiến tranh". Một thăm dò do Wall Street Journal/NBC thực hiện vào các ngày 17 và 20-4-1993 cho thấy 2/3 người Mỹ tin rằng tù binh Mỹ vẫn còn bị giữ tại Đông Nam Á.

Ngày 18-4-1993, Tướng John Vessey từ Hà Nội trở về khẳng định với Tổng thống Bill Clinton, không có cơ sở để tin là vẫn còn người Mỹ bị giam giữ ở Việt Nam. Tuyên bố này của Tướng Vessay tiếp tục bị các tổ chức hoạt động chống Việt Nam trong vấn đề POW/MIA phản đối.

Khi đó, cựu Phó Thủ tướng Việt Nam Cộng hòa Nguyễn Văn Hảo đang ở Washington, D.C.. Hơn hai năm trước, ông đã nhận giúp Hà Nội vận động hành lang. Khi ông Hảo xuất cảnh năm 1981, ông Võ Văn Kiệt vẫn giữ liên lạc với ông thông qua bà Bùi Thị Mè [429].

Tháng 2-1990, vừa tới Thụy Sỹ dự Diễn đàn Kinh tế Thế giới, ông Kiệt gọi điện thoại ngay cho ông Hảo, khi ấy đang là một chuyên gia tư vấn của World Bank. Ông Nguyễn Văn Hảo kể: "Đang ở Haiti, tôi nhận được điện thoại, người đàn ông ở đầu dây bên kia hỏi tôi có nhận ra ai không. Tôi đề nghị ông nói lại một lần nữa, rồi kêu lên: Sáu Dân. Tôi hỏi ông đang ở đâu? Ông bảo: Geneva. Tôi nói: Mai tôi qua".

Tháng 12-1991, sau khi trở thành chủ tịch Hội đồng Bộ trưởng, Ông Võ Văn Kiệt mời ông Nguyễn Văn Hảo trở lại Việt Nam. Ông Kiệt bàn với ông Hảo việc quay trở lại Washington, vận động Mỹ bỏ cấm vận và thúc đẩy nhanh tiến trình bình thường hóa. Ông Kiệt không làm việc này "đơn tuyến". Ông bố trí để ông Hảo gặp Chủ tịch Lê Đức Anh và Tổng Bí thư Đỗ Mười. Theo ông Hảo: Ông Đỗ Mười coi ông như một "người của mình". Ông Mười hỏi: "Anh về đã vào viếng lăng Cụ chưa?". Ông Hảo trả lời: chưa. Ông bảo: "Anh nên đi". Ông Hảo nói: "Vậy anh đưa tôi đi đi". Thế là ông Đỗ Mười đích thân đưa ông Hảo viếng lăng Hồ Chủ tịch.

Sứ vụ của ông Nguyễn Văn Hảo bắt đầu cuối năm 1992, khi ứng cử viên của Đảng Dân chủ, Bill Clinton dần dần thắng thế. Thông qua một nhà cung cấp thực phẩm cao cấp, Marc Ashton, ông Hảo đã ba lần tiếp cận được ông Ron Brown. Lần đầu, khi Ron Brown đang là chủ tịch Ủy ban Toàn quốc của Đảng Dân chủ, tổ chức thành công đại hội của Đảng đưa Bill Clinton chính thức ra tranh cử tổng thống Mỹ. Cuộc gặp gần như tình cờ khi ông Hảo đang ở nhà Ashton và Brown từ cuộc gặp với các thành viên Đảng Dân chủ ở Virginia trở về ghé ngang. Họ kéo nhau ra một nhà hàng gần đó. Bữa tối diễn ra khá thân

---

[429] Nguyên "thứ trưởng" trong Chính phủ Lâm thời Cộng hòa miền Nam Việt Nam, người đồng thời làm "hộp thư" giữa ông Kiệt và Đại tướng Dương Văn Minh, sau khi ông Minh sang định cư ở Pháp vào năm 1978.

thiện, Brown còn nói đến việc hợp tác làm ăn với Việt Nam khi giao thương được tái lập.

Tháng 12-1992, khi cuộc bầu cử đã ngã ngũ với phần thắng thuộc về Bill Clinton, Ashton đến thăm cô em vợ, Madsen, đang là "bạn rất thân" của Brown, đang ở trong nhà của chính Brown, rồi rủ Brown cùng ghé lai rai chút đỉnh. Khi Brown đến thì ông Hảo đã ở đó. Cuộc gặp được viết lại trên báo Time ngày 11-10-1993 rằng, ông Hảo mang theo một lá thư được viết sẵn của Chính phủ Việt Nam chúc mừng ông Brown và hy vọng quan hệ hai nước sẽ tốt đẹp hơn. Brown để lại lá thư trên bàn sau khi nói rằng ông không muốn nhận một lá thư như thế. Mấy ngày sau, theo đề nghị của Ashton, Brown gửi ông Hảo một mảnh giấy ghi: "Nice to have met you. Happy holidays". Lần gặp thứ ba diễn ra vào trưa 13-2-1993, Ashton lại mời Brown ăn trưa cùng cô bạn Madsen, cùng đi có thêm ông Hảo. Rồi chính ông Ashton đề nghị Brown đưa mọi người ghé thăm Bộ Thương mại nơi Brown vừa được bổ nhiệm làm bộ trưởng. Brown đồng ý.

Thượng nghị sỹ John Kerry đưa tên của Thủ tướng Võ Văn Kiệt lên đầu danh sách những người Việt Nam mà ông cho là có đóng góp đặc biệt cho chương trình POW/MIA và tiến trình bình thường hóa quan hệ Việt-Mỹ. Thượng nghị sỹ John Kerry gặp ông Kiệt nhiều lần, và năm 1993 khi ông Kiệt tiếp ông ở Thành phố Hồ Chí Minh, John Kerry đã đề nghị ông Kiệt nên viết thư gửi Tổng thống Bill Clinton yêu cầu Mỹ xóa lệnh cấm vận thương mại, tiến tới bình thường hóa. Ông Kiệt hỏi: "Theo ngài thì tôi nên viết cho tổng thống như thế nào?". Thay vì chỉ góp ý, ông John Kerry đã lấy giấy bút ra tự tay thảo giúp ông Kiệt lá thư gửi Bill Clinton. Theo ông Võ Văn Kiệt: "Tôi gần như chỉ phải sửa lại rất ít bản thảo mà ông John Kerry chuẩn bị giúp. Tôi cho chuyển bức thư ra Hà Nội đóng dấu rồi gửi vào ngay để kịp nhờ Thượng nghị sỹ John Kerry mang về Mỹ". Ngày 2-7-1993, Clinton tuyên bố: "Mỹ không còn phản đối những dàn xếp được ủng hộ bởi Pháp, Nhật, và các nước khác nhằm nối lại sự giúp đỡ của các định chế tài chánh quốc tế cho Việt Nam".

Đầu năm 1994, Việt Nam được Liên Hợp Quốc mời đến Ohio dự một hội nghị của Tổ chức Thương mại và Phát triển, UNCTAD. Thủ tướng Võ Văn Kiệt cử Bộ trưởng Thương mại Lê Văn Triết đi với tư cách là trưởng đoàn. Ông Lê Văn Triết kể: Vừa tới Ohio thì Tổng thư ký Liên Hợp Quốc, Boutros Boutros Ghali, gặp nói: "Tôi muốn có một cuộc họp riêng giữa ông và ông bộ trưởng Thương mại của nước chủ nhà". Không kịp xin ý kiến Hà Nội, ông Triết trao đổi với phiên dịch Trần Đức Minh và một quan chức Bộ Ngoại giao đi cùng rồi nhận lời. Hôm sau, ông B. B. Ghali giới thiệu ông Triết với Bộ trưởng Thương mại Mỹ Ron Brown rồi lấy cớ bận một việc khác, rút lui.

Sau vài câu xã giao, Ron Brown nói: "Tôi muốn có cuộc gặp này để thông báo với ông, tổng thống của chúng tôi sắp tuyên bố bỏ cấm vận thương mại đối với Việt Nam". Ông Triết cố gắng giấu sự xúc động, trả lời: "Tôi rất hoan nghênh; điều đó rất phù hợp với nguyện vọng của người Việt Nam cũng như người Mỹ". Brown nói: "Tôi muốn nghe ông nói sâu hơn về suy nghĩ của người Việt Nam". Ông Triết: "Lịch sử hai nước có sự bất hạnh là gặp nhau trong chiến tranh, tôi không nói lỗi của ai, nhưng chiến tranh ở Việt Nam cũng là bất hạnh của cả nhân dân Mỹ. Lệnh cấm vận gây thiệt hại rất lớn cho chúng tôi, chúng tôi có nhiều hàng hóa mà không thể bán sang đây, nhưng nhiều doanh nghiệp Mỹ muốn làm ăn với Việt Nam cũng không thể được". Brown: "Tôi cám ơn ông. Tôi muốn hỏi thêm, sau dỡ bỏ cấm vận, cái gì sẽ đi theo?". Ông Triết: "Với tư cách cá nhân, tôi nghĩ, sau đó là thiết lập quan hệ ngoại giao". Brown: "Ở tầm nào?". Ông Triết: "Đại sứ". Brown: "Đó cũng là ý kiến của Thủ tướng?". Ông Triết: "Thủ tướng sẽ có ý kiến riêng, nhưng tôi biết ông là một người cởi mở, đường lối của Đảng chúng tôi hiện nay là làm bạn với tất cả, đây là một quyết định phù hợp với thời đại". Ron Brown cám ơn rồi nói tiếp: "Tôi đề nghị chúng ta nên thường xuyên quan hệ với nhau. Sau ngoại giao, thương mại sẽ có rất nhiều việc để làm".

Ở thời điểm Bộ trưởng Ron Brown gặp Bộ trưởng Lê Văn Triết, ông đang chuẩn bị để ra trước một bồi thẩm đoàn. Giữa năm 1993, một cộng sự của Tiến sỹ Nguyễn Văn Hảo, ông Lý Thanh Bình - Việt kiều ở Miami - tố cáo: Chính phủ Việt Nam đã hối lộ ông Brown 700 nghìn USD nhằm đổi lại việc Mỹ dỡ bỏ lệnh cấm vận và thiết lập bình thường hóa. Theo Tiến sỹ Nguyễn Văn Hảo, Bình đã cùng ông về Việt Nam và trong cuộc gặp các nhà lãnh đạo Việt Nam ông đã đưa Bình theo và ông ta biết được phần nào câu chuyện. Sau khi máy kiểm tra không phát hiện ra Bình nói dối, cảnh sát Miami đã khởi tố vụ án. Bình được trang bị các thiết bị ghi âm, mang mật danh "radar" và được hướng dẫn cách đưa ông Nguyễn Văn Hảo vào bẫy điều tra của cảnh sát. Nhưng những băng ghi âm của Bình sau đó đã không cung cấp được thêm bằng chứng nào cho thấy ông Hảo đang thực hiện một âm mưu hối lộ.

FBI thu được hai bản fax ông Hảo gửi cho các quan chức Việt Nam hồi tháng 12-1992 nói rằng phản ứng của Ron Brown là tích cực. Theo tờ New York Times thì FBI cũng tìm thấy dấu hiệu chính quyền Việt Nam dự định mở một tài khoản ở Singapore. Tuy nhiên, không có bằng chứng cho thấy việc mở các tài khoản này có liên quan tới những hoạt động vận động hành lang của ông Hảo. Các tổ chức phản đối tiến trình bình thường hóa Việt - Mỹ đã khai thác những lời tố cáo của Bình. Nhưng cả ông Hảo và Brown đều chỉ nhận là có gặp nhau ba lần và không làm gì sai trái. Sau bảy tháng điều tra công phu, ngày 1-2-1994, Bộ trưởng Thương mại Mỹ Ron Brown phải ra hầu tòa. Trong ngày, bồi thẩm đoàn cho rằng Ron Brown vô tội. Hai hôm sau, 3-2-1994, Tổng thống Bill Clinton tuyên bố bãi bỏ lệnh cấm vận thương mại Việt Nam.

Tuyên bố của Tổng thống Clinton được đưa ra vào 5 giờ sáng ngày 4-2-1994 theo giờ Việt Nam. Chưa đầy hai giờ sau, Công ty Pepsi Cola tung một quả bóng bay khổng lồ (hình cái lon Pepsi) lên vùng trời Thành phố Hồ Chí Minh, và phát không những lon Pepsi đầu tiên sản xuất tại Việt Nam. Ngày 5-2-1994, Coca Cola bảo trợ một cuộc biểu diễn nhạc rock tại Việt Nam. Pepsi và Coca Cola là hai trong số hơn 100 công ty Mỹ có mặt ở Việt Nam lúc đó.

Ngay trong tháng 4-1994, một hội chợ triển lãm hàng Mỹ lần đầu được khai mạc. Ở thời điểm ấy, các doanh nghiệp Đài Loan, Hồng Kông, Hàn Quốc, Nhật, Pháp và Úc đã ký kết các dự án đầu tư lên tới 8 tỷ đôla. Giới doanh nghiệp Mỹ đã tạo sức ép khá lớn để bỏ cấm vận.

"ĐA PHƯƠNG HÓA"

Cả ông Đỗ Mười và Lê Đức Anh đều thừa nhận vai trò của Thủ tướng Võ Văn Kiệt trong các hoạt động đối ngoại. Tướng Lê Đức Anh nói: "Chủ trương làm bạn với tất cả, bình thường hóa quan hệ với Mỹ, trước hết do các anh: anh Linh, anh Mười, anh Kiệt trong Bộ Chính trị và anh Tô, cố vấn, đề ra. Nhưng nói cho đúng, hoạt động nhiều là ông Kiệt".

Tuy nhiên, mọi đường đi nước bước của Chính phủ, của Bộ Ngoại giao đều phải được các ông Lê Đức Anh, Đỗ Mười chấp thuận dưới dạng các nghị quyết của Bộ Chính trị. Ông Lê Đức Anh được phân công phụ trách an ninh, quốc phòng, ngoại giao. Theo Bộ trưởng Nguyễn Mạnh Cầm: "Các vấn đề về ngoại giao tôi đều phải xin ý kiến ông Lê Đức Anh và thường được anh ủng hộ". Ông Đỗ Mười cũng rất ít khi phát ngôn, nhưng theo ông Võ Văn Kiệt: "Tôi hiểu ý anh ấy thông qua ý kiến của Đào Duy Tùng, Nguyễn Hà Phan, Nguyễn Đức Bình". Ông Kiệt đôi khi còn nhận được thông điệp bất lợi từ tổng bí thư một cách trực tiếp.

Giữa năm 1993, trong một cuộc họp của Ban Bí thư do ông Đỗ Mười chủ trì để quán triệt với cán bộ đối ngoại các ngành. Ông Đoàn Mạnh Giao kể: "Tôi tới muộn một chút nên chỉ còn chiếc ghế trống trước mặt ông Đỗ Mười. Vào họp, ông Mười than phiền: 'Sao lại cho Tây ba lô mắc võng nằm cả ở Hồ Tây'. Tôi bảo: 'Họ cũng là dân Tây nghèo đi du lịch thôi ạ'. Ông Mười nói: 'Chúng nó làm gián điệp đấy! Tớ vừa ký cho cậu lên thứ trưởng mà nói gì cũng cãi'. Ông Đỗ Mười vừa dứt lời thì Chánh Văn phòng Trung ương Hồng Hà lấy ra một đống sách do sứ quán các nước châu Âu in bằng tiếng Việt, rồi nói: 'Các sứ quán in tài liệu tuyên truyền công khai anh ơi'. Ông Đỗ Mười hỏi: 'Chủ nghĩa xã hội dân chủ à?', rồi quay sang tôi: 'Tại sao Chính phủ lại cho in như vậy?'. Tôi nói: 'Thưa bác, luật lệ ngoại giao không cấm điều này. Hồi xưa, sứ quán ta ở Trung Quốc cũng in những tài liệu tuyên truyền. Những tài liệu này để trong sứ quán, vấn đề là cán bộ ta vào đó rồi mang ra thôi ạ".

Cho dù về đối nội, tổng bí thư là người giữ vị trí cao nhất trong hệ thống chính trị Việt Nam, nhiều quốc gia vẫn không thể tiếp đón ông Đỗ Mười với các nghi thức dành cho nguyên thủ. Trong thời gian đầu, gần như ông Đỗ Mười chỉ có thể thăm viếng những nước như Trung Quốc, Lào, Cuba... về sau có thêm Hàn Quốc, Nhật... đồng ý tiếp ông. Trong khi đó, "nguyên thủ quốc gia" trên danh nghĩa là Tướng Lê Đức Anh lại bị ấn tượng là quá cứng rắn.

Mãi tới tháng 11-1993, Chủ tịch nước Lê Đức Anh mới bắt đầu chuyến thăm chính thức tới Lào và chặng kế tiếp theo thông lệ là tới Bắc Kinh. Năm 1994, ông đến Indonesia và Iran. Năm 1995, ông thăm Kuwait, Syria, Campuchia, Brazil, Cuba, Philippines. Cũng trong năm 1995, Lê Đức Anh đến Pháp dự lễ kỷ niệm 50 năm chiến thắng phát xít và sau đó tới New York dự lễ kỷ niệm 50 năm ngày thành lập Liên Hợp Quốc. Ông là người duy nhất trong thế hệ các nhà lãnh đạo vào Đảng trước năm 1945 và là vị nguyên thủ cộng sản Việt Nam đầu tiên tới Mỹ.

Trong khi đó, ngay từ tháng 10-1991, ông Võ Văn Kiệt đã bắt đầu các chuyến công du "phá băng" xuống các nước ASEAN. Không chỉ đi nhiều hơn những người đồng nhiệm, thật khó giải thích vì sao ông Võ Văn Kiệt, một người xuất thân từ nông dân, lại chính là nhà lãnh đạo đầu tiên nhận ra việc phải chấn chỉnh từ bên trong để chuẩn bị một tư thế mới, không chỉ cho cá nhân ông mà cho cả Việt Nam, trước khi thiết lập quan hệ rộng rãi hơn với các quốc gia trên thế giới.

Ngày 5-11-1991, trên chuyến chuyên cơ từ sân bay Nội Bài đi Bắc Kinh, ông Võ Văn Kiệt nói với ông Đỗ Mười ý định mở ngay một tuyến cao tốc từ Hà Nội lên Nội Bài và đã được ông Đỗ Mười ủng hộ. Ngày ấy, để đi từ Hà Nội đến sân bay, xe phải qua Cầu Đuống, sang Đông Anh, vừa phải lòng vòng xa, vừa đi qua những khu phố nhếch nhác, chật hẹp. Không chỉ rút ngắn khoảng cách từ sân bay quốc tế về Thủ đô, đoạn đường cao tốc đầu tiên được làm với nguyên tắc BOT này đã gieo những ấn tượng đầu tiên về một Việt Nam đang thoát ra khỏi nghèo nàn, lạc hậu.

Ông Kiệt cũng cho chuyển nơi đón các vị nguyên thủ quốc gia từ Nhà khách Chính phủ số 12 Ngô Quyền về Phủ Chủ tịch. Ông Kiệt nói: "Một lần tôi được cử tháp tùng Chủ tịch Hội đồng Nhà nước Võ Chí Công đi đón Tổng Bí thư Rumania Ceausescu. Lễ đón được tổ chức trước Nhà khách Ngô Quyền, hình Hồ Chủ tịch đặt trên nóc tòa nhà Ngân hàng Nhà nước, một phông vải lớn căng che nhà Ngân hàng, cờ quạt trông như một sân khấu hát bội. Cả chúng tôi và dân chúng được huy động đến phải đứng đợi giữa nắng. Tôi thấy không ổn, nghĩ, phải thay đổi từ những việc tưởng là nhỏ như thế này. Nhưng khi đó tôi mới chỉ là phó chủ tịch Hội đồng Bộ trưởng".

Chuyện nơi đón khách thì buộc phải phá một "vườn hoa con cóc" ở trước sân Phủ Chủ tịch, quyết định của ông Kiệt bị phản ứng. Ông Kiệt kể: "Có người tố cáo với anh Phạm Văn Đồng: Ông Kiệt san bằng di tích. Anh Đồng gọi tôi đến, tôi thưa: anh biết rõ cái gọi là di tích ở đó, chỉ là một cái mỏ neo cắt trên một thảm cỏ cây. Rồi tôi nói, để tổ chức một lễ đón các nguyên thủ cho có tư thế quốc gia, không có chỗ nào trang trọng như trước Phủ Chủ tịch. Mặt khác, chúng ta cũng không thể phơi nắng, phơi mưa cả chủ lẫn khách như lâu nay vẫn làm. Anh Đồng nói: Anh nói cũng phải. Thế là tôi về, cho sửa. Lúc đầu ta vẫn đón khách theo kiểu duyệt binh, có đủ hải-lục-không quân. Tôi bỏ duyệt binh, chỉ để đại diện các binh chủng đứng thành hàng và không còn bắt dân phơi nắng nữa".

Ông Kiệt nói: "Các anh làm đối ngoại lâu năm như anh Nguyễn Duy Trinh, anh Nguyễn Cơ Thạch, đặc biệt, anh Thạch là một bộ trưởng ngoại giao rất có tầm, sau anh không có ai bằng. Nhưng, lạ là các anh ấy vẫn để cho việc lễ tân trong những cuộc họp hành, đón khách quốc tế rất luộm thuộm. Gần như không có đối chiếu, gần như không để ý đến cái không phù hợp của mình, để sửa". Ngay như quyết định của ông Kiệt cấm đi dép lê và yêu cầu mặc complet, thắt cà vạt tại các nghi lễ trọng thể, theo ông Vũ Khoan: "Anh em làm ngoại giao lúc đầu cũng cho rằng đó là một quyết định không thực tế. Cho tới một lần, lên một tỉnh miền núi họp, tôi bị hố vì chỉ có tôi ăn mặc tuềnh toàng trong khi các vị lãnh đạo địa phương đều mặc comple, đeo cà vạt".

Ông Võ Văn Kiệt cũng là nhà lãnh đạo đầu tiên nhận ra nhu cầu chấn chỉnh cung cách thiếu chuyên nghiệp của các cơ quan ngoại giao Việt Nam ở nước ngoài. Năm 1990, khi tới Davos dự Diễn đàn Kinh tế thế giới, ông Kiệt nhận ra sự thiếu chuyên nghiệp của các quan chức ngoại giao. Nữ phiên dịch của ông trong chuyến đi, bà Tôn Nữ Thị Ninh kể: "Khi tiễn ông ra sân bay, sứ quán nói, đại sứ ra trước để chuẩn bị, tôi với ông đi sau. Nhưng cậu lái xe lại không biết phòng VIP ở đâu, ba thầy trò loay hoay mãi. Cuối cùng, tôi đành phải tìm một góc yên tĩnh, để ông ngồi đấy. Tôi đi được ít phút thì người của sứ quán chờ không thấy ông, đi tìm. Ông không la mắng gì nhưng rất bực mình, trên đường về ông nói, cơ quan ngoại giao của mình ở nước ngoài chưa đủ tầm và thiếu chuyên nghiệp".

Chuyến đi Davos tháng 2-1990 là chuyến đi đến phương Tây đầu tiên của ông Võ Văn Kiệt. Trước ngày lên đường, bà Phan Lương Cẩm, phu nhân của ông, cho mời bà Tôn Nữ Thị Ninh đến, nói: "Chị sống ở bên đó lâu, xin chị mạnh dạn góp ý, kể cả chuyện ăn mặc, anh Sáu nên thế nào?". Bà Ninh nói: "Ông Kiệt có phong thái của một chính khách rất gần với phương Tây".

Bộ trưởng Ngoại giao Nguyễn Mạnh Cầm cho rằng: "Quan hệ cá nhân đóng một vai trò quan trọng trong công tác đối ngoại. Trong đàm phán, ông Kiệt thường tạo được cảm tình và độ tin cậy rất cao, không chỉ với những nhà lãnh đạo châu Á như Mahathir, Than Shwe, Chatichai, Aquino... Các nhà lãnh đạo ASEAN như Chatichai, Mahathir, đặc biệt là Lý Quang Diệu đều giữ quan hệ khá thân mật với ông Võ Văn Kiệt.

Ông Võ Văn Kiệt gặp ông Lý Quang Diệu năm 1990, ở Davos, khi cả hai cùng tham dự Diễn đàn Kinh tế thế giới. Lần đó khi phát biểu trên diễn đàn, ông Lý Quang Diệu nói: "Tôi qua đây, có tiếp xúc với mười đoàn, và hiện đoàn Việt Nam đang muốn gặp". Ngồi ở dưới nghe, ông Kiệt nghĩ: "Ông này chơi mình đây. Cuộc gặp là thỏa thuận của đôi bên, nhưng ổng nói như mình xin gặp ổng". Sau đó khi gặp nhau, Lý Quang Diệu lại chỉ trích: "Việc chọn đi theo mô hình Liên Xô đã làm cho nền kinh tế Việt Nam lạc hậu mất hai mươi năm". Nhưng, thay vì tạo thêm xung đột, ông Kiệt đã tìm cách kết bạn với người đã phê phán mình.

Năm 1991, khi ông Võ Văn Kiệt tới Singapore, Lý Quang Diệu đã thôi làm thủ tướng được đúng một năm, nhưng vẫn là một nhân vật đầy quyền uy. Trong một dạ tiệc đón tiếp, ông Kiệt ngồi gần, nói với ông Lý Quang Diệu: "Chúng tôi hân hạnh mời Ngài qua thăm Việt Nam và ngài nên bố trí thời gian đi thăm nhiều nơi, qua đó ngài có thể có những ý kiến đề xuất, gợi ý vì chúng tôi từ chiến tranh ra, chưa có nhiều kinh nghiệm xây dựng kinh tế". Ông Kiệt kể: Ông Lý cảm ơn lia lịa và nhận lời. Sáng hôm sau, khi báo chí phỏng vấn, Lý Quang Diệu nói: "Thủ tướng Việt Nam mời tôi làm cố vấn và tôi đã nhận lời". Ở nhà, ông Đỗ Mười, rất lo. Ông Kiệt về, ông Mười hỏi: "Anh mời Lý Quang Diệu làm cố vấn à?". Ông Kiệt kể: "Tôi thuật lại sự tình nhưng có vẻ như ông Mười không tin lắm. Ông nói, như thế là bất lợi. Tôi động viên, không sao, biết đâu về chính trị, không phải bất lợi mà hay, vì mình được tiếng chịu chơi. Thực tế là hay. Sau đó, báo chí nước ngoài viết: Việt Nam mời một ông chống Cộng làm cố vấn chắc đã đổi mới lắm".

Năm 1992, Việt Nam được mời làm quan sát viên của ASEAN với điều kiện năm năm sau mới có thể trở thành quốc gia thành viên. Nhưng, theo ông Nguyễn Mạnh Cầm: "Chỉ hai năm, họ đặt vấn đề, nếu Việt Nam đã chuẩn bị và sẵn sàng gia nhập ASEAN thì phải trả lời trong hội nghị ngoại trưởng các nước ASEAN năm 1994 để năm 1995 gia nhập chính thức". Đúng lúc đó, theo Bộ trưởng Ngoại giao Nguyễn Mạnh Cầm: "Trong Bộ Chính trị có anh phân vân, quan hệ với ASEAN thì được nhưng gia nhập ASEAN thì không được. Đào Duy Tùng nói: ASEAN là sự tiếp nối của khối SEATO[430]". Ông Cầm cho rằng: "Nhận thức của một số đồng chí trong Bộ Chính trị lúc bấy giờ không theo kịp những thay đổi của tình hình thế giới".

Đầu năm 1994, ASEAN thông báo nếu Việt Nam đủ điều kiện tham gia thì đến Hội nghị Các bộ trưởng ngoại giao ASEAN tại Bangkok phải trả lời. Tháng 7-1994, trước giờ ông Nguyễn Mạnh Cầm đi Bangkok, Hà Nội vẫn chưa đưa ra quyết định. Ông Cầm kể: "Sáng sớm, gặp Thường vụ Bộ Chính trị, tôi nói: Khi còn vấn đề Campuchia, ASEAN có những đối kháng với mình. Nay, họ cũng có nhu cầu quan hệ với mình, ta phải tranh thủ. Bán anh em xa mua láng giềng gần. Mình có quan hệ được với ASEAN thì mới quan hệ được với các nước". Đỗ Mười, Lê Đức Anh đồng ý nhưng, Đào Duy Tùng kiên quyết phản đối. Ông Tùng cho rằng vào ASEAN không mang lại lợi ích gì trong khi lại làm tăng nguy cơ "diễn biến hòa bình". Đến giờ ông Cầm phải ra máy bay, Đào Duy Tùng vẫn bảo lưu ý kiến, ông Đỗ Mười dặn: "Anh cứ đi nhưng chưa trả lời, chờ điện của Bộ Chính trị".

Rồi, ông Đỗ Mười cử ông Vũ Khoan vào Sài Gòn gặp ông Võ Văn Kiệt, lúc bấy giờ đang làm việc với chính quyền Thành phố Hồ Chí Minh. Ông Kiệt từ cuộc họp trong 86 Lê Thánh Tôn ra bảo: "Tôi đã nói từ lâu, chuyện này còn có gì mà phải cân nhắc nữa. Anh báo ngay với anh Cầm là ta đồng ý". Ông Kiệt nói: "Các chính khách thân tình của ASEAN nói với tôi, nếu ASEAN đặt vấn đề mà Việt Nam do dự thì sẽ mất thời cơ vì họ sẽ nghĩ, Việt Nam chỉ thăm dò chứ không thành thật. ASEAN làm việc theo nguyên tắc đồng thuận, chỉ cần vài nước rút lại ý kiến là sẽ rất bất lợi".

Ông Nguyễn Mạnh Cầm kể: "Ông Đỗ Mười dặn phải chờ điện trả lời của Bộ Chính trị. Theo kế hoạch, các bộ trưởng sẽ gặp nhau trong bữa ăn tối ngày hôm đó, tôi hy vọng nhận được điện vào buổi chiều nhưng chờ tới sáng hôm sau vẫn không thấy đâu. Tôi quyết định vẫn trả lời 'có' với ASEAN. Anh Kiệt đã nỗ lực để đưa Việt Nam gia nhập ASEAN và tôi tin nếu có gì thì anh sẽ đấu tranh trong nội bộ. Mãi tới chiều hôm sau mới có điện của Bộ Chính trị đánh sang trả lời đồng ý". Điện do Ủy viên Thường trực Thường vụ Bộ Chính trị Đào Duy Tùng ký.

---

[430] The Southeast Asia Treaty Organization, Hiệp ước phòng thủ chung, chống cộng, của các nước Đông Nam Á, ra đời tháng 2-1955.

Khi nhận được câu trả lời từ ông Cầm, Bộ trưởng Ngoại giao Malaysia, ông Badawi, vui vẻ: "Cầm ơi, năm tới Việt Nam sẽ là thành viên của ASEAN nhưng với anh thì còn hai điều kiện". Ông Cầm hỏi: "Điều kiện gì?". Badawi: "Đến đây, anh không nói tiếng Pháp hoặc tiếng Nga nữa mà phải nói giỏi tiếng Anh và, điều kiện thứ hai là phải biết đánh golf". Ông Cầm: "Tiếng Anh thì tôi cố gắng được còn golf thì tôi sợ lắm. Thời gian để tôi chuẩn bị đánh golf còn khó hơn Việt Nam chuẩn bị điều kiện gia nhập ASEAN". Badawi: "Việt Nam điều gì cũng làm được. Tôi sẽ giúp anh chuẩn bị. Golf là làm việc chứ không phải chơi".

Thiết lập quan hệ ngoại giao với Hàn Quốc, quốc gia mà cho tới khi đó vẫn được Việt Nam gọi là Nam Triều Tiên, cũng là một mốc đáng nhớ trong tiến trình hội nhập, cho dù bên thúc đẩy không phải Việt Nam. Việt Nam và Hàn Quốc bắt đầu có quan hệ buôn bán, đầu tư từ năm 1983, nhưng chỉ ở mức phi chính phủ. Ông Vũ Khoan kể: "Năm 1991, Ủy ban Kinh tế Xã hội của Liên Hợp Quốc về châu Á và Thái Bình Dương, ESCAP, họp ở Seoul. Nam Triều Tiên muốn có đại diện của Việt Nam, họ mua vé và chi phí cho cả đoàn. Tôi trở thành quan chức đầu tiên của Việt Nam đến Nam Triều Tiên. Tại Seoul, chúng tôi bắt đầu đàm phán về thiết lập ngoại giao. Họ muốn đặt sứ quán tại Hà Nội ngay, nhưng mình chủ trương mở trước ở cấp tổng lãnh sự. Hai bên thỏa thuận là bàn kín nhưng đang bàn thì họ lộ tin cho báo chí, tôi bỏ ra về".

Sau đó, Nam Triều Tiên đề nghị đàm phán ở cấp vụ. Họ cử đại sứ tại Thái Lan sang Hà Nội. Theo ông Nguyễn Mạnh Cầm: "Trong quá trình đàm phán có mấy điểm phải xin ý kiến Bộ Chính trị: Mình đòi bồi thường chiến tranh, họ nói nếu chúng tôi nhận bồi thường, người Mỹ sẽ gây khó khăn; mình đòi họ phải có trách nhiệm với Việt Nam, họ nói, vậy cũng không được vì Mỹ có trách nhiệm lớn hơn. Thay vì bồi thường, họ hứa sẽ ưu tiên vốn ODA cho Việt Nam và thúc đẩy mạnh mẽ quan hệ giữa hai nước".

Việc thiết lập ngoại giao với Nam Triều Tiên cũng không suôn sẻ. Trước 1975, Nam Triều Tiên là nước đồng minh của Mỹ, cùng với Australia, Chính quyền Park Chung Hee có gửi quân đến tham chiến ở miền Nam Việt Nam. Họp Bộ Chính trị, ông Nguyễn Hà Phan phát biểu: "Tôi không bao giờ quên tội ác của lính Park Chung Hee, các anh muốn quan hệ thì phải giải trình, phải làm tư tưởng với người dân miền Đông nơi lính Park Chung Hee đã gây nhiều tội ác. Tôi tin là người dân sẽ phản ứng". Ông Phan nói: "Anh Đào Duy Tùng cũng có ý kiến là tụi này nó xấu lắm". Cả ông Nguyễn Hà Phan và Đào Duy Tùng thật ra chỉ là người phát ngôn. Theo ông Võ Văn Kiệt, nói Nam Triều Tiên đã từng đưa quân tới Việt Nam chỉ là cái cớ. Việc thiết lập ngoại giao với Nam Triều Tiên bị Bắc Triều

Tiên phản ứng và Trung Quốc thì tỏ ý không hài lòng[431]. Tháng 4-1992, hai nước đồng ý thiết lập văn phòng liên lạc.

Ngày 24-5-1992, sau một chuyến thăm Đại Hàn, Xuân Lương, thành viên Hội Nhà báo Việt Nam viết bài "Seoul, mùa Xuân thoáng qua" đăng trên tờ Hà Nội Mới Chủ Nhật. Bài viết mô tả: Nam Triều Tiên sau giải phóng rất nghèo bởi tài nguyên hầu như không có gì đáng kể, lại sau ba năm "chiến tranh huynh đệ tương tàn". Cũng Xuân Lương, ngày 30-5-1992, có bài đăng trên báo Nhân Dân, tựa đề: "Nam Triều Tiên chặng đường đi tới phồn vinh", mô tả "sự xuất hiện của bốn con rồng Châu Á" theo đó, ca ngợi "con rồng" Nam Triều Tiên đi lên nhờ "tinh thần dân tộc, tính nhẫn nại cộng với chủ trương đúng đắn của nhà nước".

Ngay sau đó, Đại sứ Bắc Triều Tiên tại Hà Nội đã gặp Vụ phó Vụ Báo chí Bộ Ngoại giao Đỗ Công Minh để phản ứng về hai bài báo của Xuân Lương. Ông Đại sứ cho rằng, cuộc chiến tranh năm 1953 ở bán đảo Triều Tiên là "chiến tranh giải phóng"; sở dĩ Nam Triều Tiên phát triển là vì "họ sống bám vào viện trợ của Mỹ, Nhật". Ông Đại sứ còn đặt vấn đề: "Có thể dẫn tới sự chia tay giữa ngành báo chí hai nước"[432].

Từ trước đó, các phản ứng của Bình Nhưỡng đã được đưa ra cân nhắc trong các cuộc họp của Bộ Chính trị. Yếu tố xã hội chủ nghĩa được đặt lên bàn cân. Ông Võ Văn Kiệt phát biểu: "Bắc Triều Tiên là xã hội chủ nghĩa nhưng khi ta đánh sang Campuchia, họ là nước tiên phong chống ta nhất chứ không phải Nam Triều Tiên. Nếu nói về xấu tốt thì chưa chắc ai đã hơn ai". Bộ Chính trị không có lý do để từ chối quan hệ với một nước quan trọng như thế trong

---

[431] Theo ông Trần Tam Giáp, thư ký Thủ tướng Phạm Văn Đồng (viết trong cuốn Lê Đức Thọ, Nhà Xuất bản Chính trị Quốc gia 2011), cho đến thập niên 1980, Việt Nam vẫn còn giữ bảy viên tướng của Hàn Quốc bị bắt giữ trong ngày 30-4-1975, ông Giáp viết: "Chủ trương của ta là tạo điều kiện cho Cộng hoà Dân chủ nhân dân Triều Tiên trong cuộc đàm phán với Cộng hoà Triều Tiên để Chính phủ ta thả bảy viên tướng của Hàn Quốc về nước. Lúc đó hai bên đàm phán ở New Dehli, Ấn Độ, tại Đại sứ quán Việt nam. Sau nhiều năm, hai bên không đi đến thoả thuận nào do Hàn Quốc không đáp ứng đòi hỏi của Cộng hoà Dân chủ nhân dân Triều Tiên mà họ cho là quá cao. Qua cuộc trao đổi với Thủ tướng Phạm Văn Đồng, đồng chí Lê Đức Thọ cho biết số tướng lĩnh này tuổi đã cao, điều kiện giam giữ của ta không đảm bảo, sức khỏe của họ giảm sút, nếu tính mạng họ có vấn đề gì nảy sinh thì sẽ rất khó cho ta. Sau đó, ta đã giao cho Bộ ngoại giao gợi ý bạn (Cộng Hoà Dân chủ nhân dân Triều Tiên) nên có phương án hợp lý hợp tình. Bạn đòi giao số này cho họ nhưng ta không nhất trí. Lúc đó có sự vận động của Chính phủ Thuỵ Điển, qua Đại sứ Oberg chuyển thư cho Tổng thống Pak Chung Hy thỉnh cầu Chính phủ ta (trong số này có người là bạn thân hoặc gia đình của Tổng thống). Thủ tướng Phạm Văn Đồng và đồng chí Lê Đức Thọ đã thảo luận với nhau nhiều lần, bàn nhiều khía cạnh và cuối cùng đã đi đến kết luận là thả tự do số tướng lĩnh này vì lý do nhân đạo. Đây là một quyết định không dễ dàng khi đưa ra Bộ Chính trị quyết định. Cuối cùng, qua trung gian của Chính phủ Thuỵ Điển, một chuyến cơ đã được phép đến Hà Nội nhận số tướng lĩnh nói trên. Phía Hàn Quốc rất cảm kích và đánh giá cao quyết định của ta, họ tỏ ý muốn viện trợ kinh tế xứng đáng cho ta". Tuy nhiên, theo một nhà Việt Nam học người Hàn Quốc, giáo sư Bae Yang Soo (Bùi Lương Tú), thì chỉ có 3 nhà ngoại giao Hàn Quốc (1 công sứ, 2 lãnh sự) bị giữ và cả ba đã được thả vào tháng 4 năm 1980. Ông công sứ đó là tướng còn 2 vị lãnh sự không phải là quân nhân.

[432] Báo cáo số 8/BC, ngày 10-6-1992 của Vụ phó Vụ Báo chí Bộ Văn hóa - Thông tin Nguyễn Thắng.

khu vực. Ngày 22-12-1992, Bộ trưởng Ngoại giao hai nước ký tuyên bố chung thiết lập ngoại giao ở cấp đại sứ.

Tháng 2-1993, khi Bộ trưởng Nguyễn Mạnh Cầm đến Seoul, ông được đón tiếp rất trọng thị. Ông Cầm nói: "Cả tổng thống đương nhiệm và tổng thống đắc cử đều bảo tôi, họ muốn mời Thủ tướng Võ Văn Kiệt sang thăm. Tôi trả lời: Tôi nghĩ là Thủ tướng sẽ đồng ý".

Trước chuyến đi của Thủ tướng Võ Văn Kiệt vào tháng 5-1993, đại sứ Nam Triều Tiên tại Hà Nội trình lên Bộ Ngoại giao một lá thư, đề nghị Việt Nam, từ nay gọi họ là Hàn Quốc thay vì gọi Nam Triều Tiên. Ông Đoàn Mạnh Giao kể: "Ông Kiệt tham vấn, tôi nói: Thưa chú, cháu tên là Giao, cháu yêu cầu mọi người gọi cháu đúng tên không lẽ hàng xóm có quyền không chịu. Ông Kiệt cười. Trước khi ông lên đường, Văn phòng Chính phủ có một công văn yêu cầu các cơ quan trong nước từ nay chính thức gọi Nam Triều Tiên là Hàn Quốc". Khi tiếp ông Võ Văn Kiệt, theo Bộ trưởng Nguyễn Mạnh Cầm: "Tổng thống Kim Young Sam nói: Ngày trước, Hàn Quốc có một món nợ với Việt Nam. Đó là điều đáng tiếc xảy ra trong một thời điểm mà chúng tôi không thể tránh vì là đồng minh với Mỹ. Giờ đây tôi xin sửa bằng cách hợp tác với nhau tốt hơn".

Khi đàm phán để ký kết hiệp định hợp tác với EU, trong Bộ Chính trị, cũng có nhiều ý kiến phản đối cho dù lúc đó Việt Nam rất cần các bạn hàng châu Âu nhất là bạn hàng dệt may. Ông Võ Văn Kiệt nói: "Bàn đi, bàn lại rất nhiều. EU đưa ra các điều kiện đòi Việt Nam phải tôn trọng nhân quyền. Có ý kiến cho rằng, đó là điều kiện chính trị, không thể chấp nhận. Tranh luận không ngã ngũ. Năm 1995, khi tôi chuẩn bị đi châu Âu, tôi nói với ông Đỗ Mười: Đề nghị anh đồng ý với tôi về mặt nguyên tắc, nếu như trong các hiệp định mà EU ký với các nước khác không có điều kiện nhân quyền mà chỉ đặt ra khi ký với mình thì tôi sẽ thuyết phục họ rút lại. Nếu đó là nguyên tắc mà EU áp dụng chung thì đề nghị anh cho tôi quyết định vì mình không phải là một ngoại lệ. Việt Nam cũng không thể đặt mình trong một sự khác biệt và không thể từ chối các đòi hỏi hợp lý về nhân quyền. Ông Mười đồng ý về mặt nguyên tắc".

Trong lịch sử ngoại giao, theo ông Nguyễn Mạnh Cầm, hiếm khi trong một tháng có tới ba sự kiện lớn như tháng 7-1995: Gia nhập ASEAN, bình thường hóa quan hệ với Mỹ, ký hiệp định khung với EU. Kể từ khi Việt Nam đổi mới cho tới năm 1996, ngoài việc phục hồi quan hệ với một số quốc gia, Việt Nam thiết lập quan hệ mới với năm mươi bốn nước. Năm 1950, chỉ có các nước xã hội chủ nghĩa công nhận Việt Nam Dân chủ Cộng hòa. Từ 1950-1987, Việt Nam thiết lập quan hệ với 112 nước. Năm 1996, Việt Nam có quan hệ ngoại giao với 166 nước.

TỔNG CỤC II

Khi nhận chức bộ trưởng Bộ Quốc phòng, Tướng Lê Đức Anh chọn người đã kế vị mình ở Campuchia, Tướng Đoàn Khuê, làm tổng tham mưu trưởng. Năm 1992, Đoàn Khuê trở thành bộ trưởng Bộ Quốc phòng và, năm 1991, một nhân vật khác cũng từng ở Quân khu IX và Bộ tư lệnh 719 với Lê Đức Anh, Tướng Lê Khả Phiêu, được đưa lên làm chủ nhiệm Tổng cục Chính trị.

Ngoài những chức năng hiến định, ông Lê Đức Anh còn được Bộ Chính trị phân công phụ trách công tác quốc phòng, an ninh và ngoại giao. Nhưng, khi nói đến thực quyền của ông không thể không nhắc đến lực lượng tình báo quân đội mà cho dù trong thời bình, đã được ông nâng từ cấp cục lên tổng cục.

Cuối năm 1986, khi Tướng Lê Trọng Tấn mất đột ngột, Lê Đức Anh thay vị trí tổng tham mưu trưởng. Chỉ huy tình báo quân đội, Tướng Phan Bình, được cho về hưu. Trung tướng Phan Bình là người kế nhiệm Đại tá Lê Trọng Nghĩa làm cục trưởng Cục II kể từ năm 1968, thời kỳ mà tình báo quân đội thực sự phục vụ cho quốc phòng. Sau khi bàn giao, Tướng Phan Bình vào Sài Gòn. Ông nghỉ tại nhà khách Cục II, số 30 Lê Quý Đôn. Đêm 13 tháng Chạp năm Bính Dần (đầu năm 1987), ông chết ở tư thế "ngã sấp trên thềm nhà trước phòng khách, ở đầu bị bắn toác một lỗ rộng".

Những thông tin không chính thức sau đó nói rằng "đồng chí Phan Bình bị bệnh tâm thần, tự sát"[433]. Tướng Lê Đức Anh đưa Nguyễn Như Văn, vốn là trưởng Đoàn 12, cơ quan tình báo quân đội bên cạnh Bộ tư lệnh 719 ở Campuchia lên làm cục trưởng Cục II. Đại tá Vũ Chính, người kế vị ông Tư Văn ở Đoàn 12 được đưa lên làm cục phó. Năm 1995, Cục II được nâng cấp thành Tổng cục II, Tướng Vũ Chính thay Nguyễn Như Văn nắm quyền tổng cục trưởng. Một triều đại mới của tình báo quân đội bắt đầu.

Không dừng lại ở quy mô tổng cục. Dưới sự chỉ đạo của Tướng Lê Đức Anh, chủ tịch nước kiêm phó bí thư thứ nhất Đảng ủy Quân sự Trung ương, Tướng Vũ Chính bắt đầu soạn thảo Pháp lệnh tình báo theo đó thay đổi gần như căn bản chức năng nhiệm vụ của cơ quan tình báo. Pháp lệnh được Ủy ban Thường vụ Quốc hội thông qua và được Chủ tịch Nông Đức Mạnh ký vào ngày 14-12-1996. Sau khi có Pháp lệnh, Tổng cục II soạn thảo một nghị định trình lên Thủ tướng Võ Văn Kiệt.

---

[433] Theo ông Trần Quốc Hương, bí thư Trung ương Đảng Khóa VI: "Tin ông Phan Bình bị bệnh tâm thần, tự sát là do Cục II báo cáo".

Ông Kiệt thừa nhận là khi nhận thấy sự bất ổn của nghị định tình báo, lẽ ra ông phải đủ can đảm để từ chối ký (Nghị định 96/CP). Nhưng, ông Kiệt giải thích: "Phần do ông Lê Đức Anh không ngừng thúc ép, phần do, theo nguyên tắc, Ủy ban Thường vụ Quốc hội đã thông qua pháp lệnh thì Chính phủ có chức năng phải hướng dẫn thi hành nên chín tháng sau, ngày 11-9-1997, tôi đã phải ký". Ông Phan Văn Khải giải thích thêm: "Nghị định tình báo mở rộng quá, ông Kiệt cảm thấy bất ổn nhưng không vượt qua được"[434].

Từ một cơ quan trực thuộc Bộ Tổng tham mưu, Pháp lệnh Tình báo đã đặt những cơ quan như Tổng cục II "dưới sự lãnh đạo tuyệt đối trực tiếp về mọi mặt của Đảng Cộng sản Việt Nam, sự thống lĩnh của Chủ tịch nước, sự quản lý thống nhất của Chính phủ". Pháp lệnh cũng biến Tổng cục II, từ một cơ quan thay vì chỉ làm chức năng chuyên trách tình báo về quân sự và thực thi các nhiệm vụ của Bộ Quốc phòng, trở thành một cơ quan có chức năng "tình báo" trong nội bộ, có quyền: cài người vào các địa phương, các cơ quan của Đảng, Nhà Nước, các tổ chức chính trị, xã hội, văn hóa và kinh tế, được phép thiết lập kênh thông tin đặc biệt với lãnh đạo cấp cao của Đảng và Nhà nước.

Trong quá trình đàm phán Hiệp định Thương mại Việt Mỹ, theo ông Nguyễn Đình Lương[435], nhiều ủy viên Bộ Chính trị nhận được những "báo cáo tình báo" của Tổng cục II do Tướng Vũ Chính trực tiếp đưa tận tay. Những báo cáo này đã từng có tác động không nhỏ đến tiến trình đàm phán. Theo ông Võ Viết Thanh: "Xem lại các báo cáo của Tổng cục II thấy, phần lớn đó là những báo cáo mang tính chất tác động vào nội bộ của lãnh đạo Việt Nam, tạo bất lợi về mặt tâm lý trong các hoạt động đối ngoại, có khuynh hướng đẩy tới sự đối đầu với Mỹ. Tôi không hiểu tại sao khi đọc những báo cáo như vậy mà Bộ Chính trị không yêu cầu chấn chỉnh".

---

[434] Khi ba ông cố vấn bị kiểm điểm bởi vụ "Lê Khả Phiêu", ông Võ Văn Kiệt nói ông đề nghị kiểm điểm luôn trách nhiệm của những người liên quan đến Pháp lệnh Tình báo và ông sẵn sàng nhận phần trách nhiệm của mình khi ký Nghị định 96/CP. Ông Võ Văn Kiệt còn phải chịu trách nhiệm về một nghị định gây tranh cãi khác đó là Nghị định số 31/CP theo đó "những người có hành vi vi phạm pháp luật xâm phạm đến an ninh quốc gia được quy định tại Chương I phần các tội phạm của Bộ luật hình sự nhưng chưa đến mức truy cứu trách nhiệm hình sự"(Điều 2) có thể bị quản chế tại địa phương từ 6 tháng đến 2 năm (như trường hợp của tiến sỹ Hà Sỹ Phu, Nguyễn Ngọc Lan) hoặc có thể bị đưa đi quản chế ở nơi khác (như trường hợp của linh mục Chân Tín...). Nghị định 31/CP của Chính phủ do ông Võ Văn Kiệt ký ngày 14-4-1997 về mặt pháp lý là một văn bản hướng dẫn thi hành Pháp lệnh xử lý vi phạm hành chánh do Ủy ban Thường vụ Quốc hội thông qua ngày 6-7-1995. Cũng như Nghị định Tình báo, phải gần hai năm sau khi có Pháp lệnh xử phạt hành chánh, ông Võ Văn Kiệt mới ký Nghị định 31/CP. Tuy nhiên việc chấp nhận áp dụng một biện pháp hành chánh để tước một số quyền tự do của công dân thay vì phải bằng quyết định của tòa án cho thấy ông Võ Văn Kiệt đã không vượt qua được khung chính trị đương thời và thiếu dứt khoát với tinh thần pháp quyền mà ông cổ vũ. Biện pháp này càng bị chỉ trích nhiều hơn khi nó chủ yếu được áp dụng với những người bất đồng chính kiến.

[435] Trưởng đoàn đàm phán Hiệp định thương mại Việt - Mỹ.

Ông Phan Văn Khải thừa nhận: "Ông Lê Đức Anh dùng quân đội, lực lượng tình báo quân đội để tạo thế và dùng tin tình báo để gây ảnh hưởng lên cả các vấn đề nhân sự. Năm 2002, khi Nguyễn Chí Vịnh được bổ nhiệm làm tổng cục trưởng Tổng cục II thay bố vợ là Vũ Chính, tôi có dặn: anh đừng có dùng Tổng cục II vào những việc như bố vợ anh đã từng làm, Vịnh nói, cháu sẽ nghe lời chú"[436]. Thời Vũ Chính còn làm tổng cục trưởng, Tổng Bí thư Lê Khả Phiêu cũng đã không thoát khỏi "lưới Tổng cục II" của Tướng Lê Đức Anh.

ĐẤT QUÂN ĐỘI

Hai ông Đỗ Mười và Võ Văn Kiệt chính thức nhận vị trí "nguyên thủ" ngay sau Đại hội Đảng lần thứ VII, trong khi ông Lê Đức Anh phải đợi Chủ tịch Hội đồng Nhà nước Võ Chí Công chủ trì việc thông qua Hiến pháp mới. Tướng Lê Đức Anh nhận chức Chủ tịch nước vào tháng 9-1992, khi Quốc hội khóa IX bắt đầu nhóm họp. Ông có lẽ là vị nguyên thủ đầu tiên kết hợp khá nhuần nhuyễn quyền lực trên thực tế với vai trò mang tính biểu tượng của chức danh chủ tịch nước. Không phải ngẫu nhiên khi đã trở thành nguyên thủ quốc gia, ông Lê Đức Anh vẫn ở trong Thành. Quân đội vẫn là một lãnh địa mà ông tiếp tục nắm vững rồi từ đó tỏa ra sức mạnh.

Tướng Lê Đức Anh là người đưa ra sáng kiến phong tặng danh hiệu Bà mẹ Việt Nam anh hùng[437]. Ngày 10-9-1994, Lê Đức Anh ký Lệnh ban hành Pháp lệnh 29-8-1994 và ngày 29-12-1994, trong một đại lễ được Đài truyền hình Việt Nam trực tiếp truyền đi, Lê Đức Anh đã cùng với hàng trăm bà mẹ, khi ấy ở tuổi ngoài 70, cùng duyệt hàng quân danh dự trong khuôn viên Phủ Chủ tịch.

Chiến tranh đã cướp đi hàng triệu sinh linh của cả hai bên, chỉ riêng phía Cộng sản đã có tới 44.253 bà mẹ Việt Nam đủ mất mát để được gọi là anh hùng: miền Bắc có 15.033 bà; miền Nam có 29.220 bà. Họ là những người phụ nữ bị mất đứa con duy nhất, bị mất cả chồng lẫn con, bị mất ba con, thậm chí,

---

[436] Tướng Nguyễn Chí Vịnh sinh năm 1957 là con trai út của Đại tướng Nguyễn Chí Thanh. Sự nghiệp của ông trầy trật sau khi bị kỷ luật ở Học viện Kỹ thuật Quân sự vào cuối thập niên 1970, phải chuyển sang học tiếp ở trường sỹ quan thông tin. Năm 1981, sau khi ra trường, Vịnh được Tướng Lê Đức Anh đưa sang Phnom Penh, công tác trong Đoàn 12, một đơn vị của Cục Tình báo Quân đội đặc trách chiến trường Campuchia. Tại đây, ông kết hôn với con gái một lãnh đạo Đoàn 12, đại tá Vũ Chính. Tháng 5-1995, tức là chỉ mấy tháng sau khi Vũ Chính thay Tướng Tư Văn làm tổng cục trưởng Tổng cục II, Nguyễn Chí Vịnh được bổ nhiệm giữ chức cục phó Cục 12, với quân hàm trung tá. Chỉ bốn năm sau ông được phong hàm thiếu tướng, sau hơn một năm giữ chức tổng cục phó.

[437] Những bà mẹ: Có ba con là liệt sỹ; Có hai con và có chồng hoặc mình là liệt sỹ; Có một con duy nhất mà người đó là liệt sỹ; Có hai con mà cả hai đều là liệt sỹ thì được phong tặng hoặc truy tặng danh hiệu "Bà mẹ Việt Nam Anh hùng".

có những người như bà Nguyễn Thị Thứ, ở xã Điện Thắng, Điện Bàn, Quảng Nam, có tới 9 người con được Chính quyền công nhận là liệt sỹ.

Từ năm 1987, khi Việt Nam bắt đầu rút quân ở Campuchia, căng thẳng biên giới với Trung Quốc giảm dần, hơn 600 nghìn sỹ quan, binh lính được cho giải ngũ: 37.338 người đã được Bộ Quốc phòng "xuất khẩu lao động" sang các nước Đông Âu, trong đó có 9.333 sỹ quan; 25.454 hạ sỹ quan và quân nhân chuyên nghiệp; 2.551 người thuộc diện con em cán bộ quân đội. Phần lớn phải tự mình xoay xở: một số trở lại quê hương lam lũ; một số đưa vợ con vào Nam, lên Tây Nguyên… Các chàng trai chỉ mong có ngày cởi bỏ những bộ quân phục, chia tay với súng đạn, ít ai nghĩ tới những ưu đãi mà quân đội sắp dành cho những người ở lại.

Đầu thập niên 1990, sỹ quan quân đội bắt đầu được hưởng mức lương ưu đãi theo hệ số 1,8. Theo đó, một sỹ quan sẽ nhận được số lương trên thực tế cao gấp 1,8 lần so với một viên chức dân sự có cùng ngạch bậc. Theo ông Vũ Quốc Tuấn: "Ông Võ Văn Kiệt không đồng ý. Ông Kiệt cho rằng, nếu anh ở chiến trường hoặc ở biên cương, hải đảo thì mức lương đó tôi tán thành. Nhưng nếu anh ở Hà Nội hay Sài Gòn, hằng ngày về với vợ con mà hưởng lương thế là vô lý"[438]. Tranh cãi kéo dài suốt từ năm 1991 đến 1994 nhưng không có kết quả. Vấn đề không phải là công bằng mà là vai trò quân đội trong tương quan chính trị.

Tướng Lê Đức Anh có một quyết định khác làm đổi đời nhiều sỹ quan, đó là quyết định lấy đất doanh trại và đất mà các đơn vị quân đội đang nắm giữ ở các thành phố như Sài Gòn, Hà Nội, Cần Thơ, Đà Nẵng… chia cho cán bộ xây nhà. Ở Hà Nội là các phần đất quân sự xung quanh sân bay Bạch Mai, sân bay Gia Lâm, khu Lý Nam Đế… Ở Sài Gòn là các vùng đất bao quanh Trung tâm như: trại Hoàng Hoa Thám; trại Đào Duy Từ; căn cứ 26; Bộ Tổng Tham mưu; căn cứ Hải quân, từ khu vực Ba Son ăn thông sang khu Lê Thánh Tôn, kéo xuống Tân Cảng; các nhà máy thuộc Tổng cục Kỹ thuật kéo từ đường 3-2 đến Chí Hòa…

Con trai Tướng Lê Đức Anh, ông Lê Mạnh Hà nói: "Trong thời gian ông (Lê Đức Anh) làm Bộ trưởng Quốc phòng, ngoài những việc về vấn đề chiến lược quốc phòng, hay bình thường hóa quan hệ với Trung Quốc, mà tôi không dám lạm bàn, có một việc ông làm mà tôi nghĩ được nhiều quân nhân đánh giá cao, nếu không nói là biết ơn. Đó là việc chia đất cho sĩ quan quân đội,

---

[438] Chính sách ưu đãi này đã khiến cho chi tiêu quốc phòng chiếm phần 40% chi tiêu của Chính phủ cho khu vực phi xã hội, tương đương với 4,2% GDP trong năm 1990, tương đương với mức chi cho quốc phòng trong giai đoạn chiến tranh 1986: 4,4% GDP, tuy có giảm hơn năm 1988: 5,3% GDP.

những người hầu như không có gì cả sau khi các cuộc chiến kết thúc. Cuộc sống của họ rõ ràng có sự thay đổi, bởi như các cụ vẫn nói an cư lạc nghiệp" (theo Vietnamnet).

Những người được cấp đất có thể sẽ dễ dàng đồng ý với ông Lê Mạnh Hà. Nhưng, trong số hơn 1,6 triệu quân lúc đó, chỉ có hơn 50.000 sỹ quan và quân nhân chuyên nghiệp được cấp đất, họ là những người may mắn công tác trong những đơn vị đóng quân tại các thành phố lớn. Nhiều tướng lĩnh đã có biệt thự ở cư xá Bắc Hải, cư xá Lam Sơn… vẫn được cấp đất trên đường Sư Vạn Hạnh, trên đường 3-2 hay đường Cộng Hòa. Trong khi, nhiều sỹ quan khác, có người là tướng, là sỹ quan cao cấp, trở về quê chỉ nhận được một ít lương, trợ cấp.

Đặc biệt, hàng trăm nghìn người lính, nhất là những người đang bám trụ ở biên giới, hải đảo, đã không may mắn được hưởng đặc ân đất đai, nhà cửa. Không chỉ tạo ra sự không công bằng trong quân đội, việc cấp đất ồ ạt cho sỹ quan xây nhà trên những khu đất không được đầu tư cơ sở hạ tầng đã tạo ra nhiều vấn nạn về đô thị và xã hội. Phần lớn các khu nhà này đều được xây lên mà không có đường sá, cầu cống, đặc biệt là không có điện nước. Các gia đình tự khoan giếng và câu điện. Nhiều nơi, mỗi khi mưa xuống là cả khu ngập ngụa, lầy lội.

Ông Lê Văn Năm, khi ấy là Viện trưởng Viện Quy hoạch Thành phố Hồ Chí Minh, nói: "Thành phố biết trước những khu đất này sẽ được chuyển giao cho mục tiêu dân sự nên muốn chủ động quy hoạch để phát triển đồng bộ. Nhưng, những năm 1987, 1988, mỗi lần vào khu vực Tân Sơn Nhất hay Hoàng Hoa Thám, chúng tôi đều phải xin phép trước. Chủ tịch Thành phố Phan Văn Khải dặn: Giữ thân, Lê Văn Năm ơi. Tôi đến Quân khu 7 xin cho làm quy hoạch, làm không công, tôi nói: Làm xong sẽ trình các anh trước. Nhưng chỉ khi chia đất, xây nhà xong, quân đội mới giao cho Thành phố. Chúng tôi lại phải điều chỉnh quy hoạch, khép mối các tuyến đường vừa mở".

Năm 1989, Chính phủ lập Đoàn Thanh tra 186. Mặc dù chỉ ra nhiều điều bất cập về quy hoạch phát triển và không ít tiêu cực trong quá trình phân phối đất, Đoàn Thanh tra chỉ đóng vai trò hợp thức hóa quyền cấp đất cho Bộ Quốc phòng. Ngày 24-5-1990, Bộ Quốc phòng và Tổng cục Địa chính ban hành một thông tư liên bộ, thừa nhận quyền cấp đất của các quân chủng, quân khu với yêu cầu quân nhân được cấp đất trước khi xây nhà phải liên hệ với chính quyền sở tại.

Nhưng, các khu nhà ở vẫn mọc lên theo cách tự phát vì bản thân chính quyền các địa phương cũng không hài lòng khi quyền chia đất không nằm trong tay mình. Không phải sỹ quan nào được cấp đất cũng có tiền mua nhà, một số xẻ đất ra bán một phần, hoặc bán hết rồi về quê.

Không chỉ tạo ra sự bất bình đẳng giữa những người được cấp đất và những người không được cấp, hệ lụy do sự cát cứ đất đai của các cơ quan không chỉ quân đội khiến cho tài nguyên quốc gia quan trọng này đã không được huy động theo cách đúng đắn nhất cho quá trình xây dựng đô thị. Sau năm 1975, đất đai, nhà cửa ở miền Nam cũng được coi như một loại chiến lợi phẩm. Từng ngành tiếp quản các cơ sở mà Việt Nam Cộng hòa đã sử dụng cho các chức năng tương ứng. Ví dụ: Bộ Công nghiệp vào tiếp quản các nhà máy; Bộ Giáo dục tiếp quản trường học; Bộ Y tế vào nắm các bệnh viện… Vì Sài Gòn là thủ đô của một bộ máy chiến tranh, Bộ Quốc phòng tiếp quản nhiều đất đai, nhà cửa nhất, với tổng diện tích lên tới 1.600 hecta.

Đất đai do các đơn vị quân đội tiếp quản trở thành các lãnh địa mà địa phương bất khả sử dụng. Theo ông Vũ Quốc Tuấn, trợ lý của ông Kiệt, đây cũng là một trong những vấn đề khiến cho Lê Đức Anh và Võ Văn Kiệt thường có những bất đồng. Đất đai, nhà xưởng mà quân đội nắm giữ rộng mênh mông. Ở Đà Nẵng, có lần địa phương dẫn ông Kiệt đi xem cả một dọc dài những vùng đất có thể phát triển hạ tầng cho các khu kinh tế nhưng Đà Nẵng không thể làm gì vì nó đang nằm trong tay quân đội. Ở Sài Gòn, quân đội nắm phần lớn những vị trí có vai trò yết hầu.

Theo ông Lê Văn Năm, khi Thành phố trình phương án Quy hoạch Tổng mặt bằng, dự kiến bắc bốn cây cầu qua sông Sài Gòn ở hướng Thủ Thiêm, ông Lê Đức Anh nói: "Tại sao các cậu đòi nhiều cầu thế, trước nay Sài Gòn chỉ có một cầu cũng đủ kia mà". Theo quy định, Bộ Chính trị trực tiếp xem xét và quyết định quy hoạch của những thành phố như Hà Nội, Sài Gòn. Thay vì dự báo mức tăng trưởng để phát triển hạ tầng tương ứng, các nhà quy hoạch phải "vẽ" một thành phố chỉ với quy mô dân số mà Bộ Chính trị phê duyệt. Theo ông Lê Văn Năm: "Năm 1993, Bộ Chính trị yêu cầu khống chế quy hoạch Thành phố ở quy mô 5 triệu dân. Khi đó, chúng tôi đã thấy là không thể nào đáp ứng yêu cầu. Năm 1998, Bộ Chính trị phải đồng ý điều chỉnh quy mô dân số Thành phố lên 10 triệu"[439].

Khi trở lại Sài Gòn làm Chủ tịch, ông Võ Viết Thanh có ý định di chuyển xưởng Ba Son và Tân Cảng về Thủ Thiêm, ông nói: "Tôi và anh Mai Xuân Vĩnh, Tư lệnh Hải quân nhất trí với nhau, trước sau cũng phải dời, thấy trước, chủ động thì đỡ tốn kém". Một trong những cây cầu mà Thành phố định làm, được bắc từ đường Tôn Đức Thắng, thẳng theo con đường này tính từ hướng Đinh Tiên Hoàng chạy xuống bờ sông, trước khi nó uốn cong về phía cột cờ

---

[439] Quy mô phát triển đến năm 2020.

Thủ Ngữ. Chủ tịch Võ Viết Thanh nói: "Tôi trình bày riêng với Thủ tướng Võ Văn Kiệt, ông nhất trí. Nhưng, theo lời khuyên của ông Kiệt, tôi mời Bộ trưởng Quốc phòng Đoàn Khuê vào, dẹp hết các ấn tượng cá nhân về con người này, tôi đích thân cùng ông đi ca-nô dọc sông Sài Gòn để xem kế hoạch di dời Tân Cảng, Ba Son trong điều kiện xây cầu Thủ Thiêm. Ông Đoàn Khuê không kết luận gì, nhưng sau chuyến đi ấy, thấy anh Mai Xuân Vĩnh cho Thành phố mượn trước 30 tỷ để giải phóng mặt bằng".

Nhưng khi phương án được trình lên, theo ông Võ Viết Thanh: "Tại cuộc họp Bộ Chính trị, khi ông Đỗ Mười chưa kịp nói gì, ông Đoàn Khuê đã phản ứng gay gắt. Đoàn Khuê nói rằng, xây cầu, nếu có chiến tranh thì làm sao bảo vệ. Tôi nói thẳng, vấn đề là làm sao đừng để chiến tranh xảy ra, chứ khi đã có chiến tranh thì không chỉ cầu mà đường hầm cũng không bảo vệ được. Tôi không nghĩ là tất cả Bộ Chính trị đều không nhận ra tư duy quân sự ấu trĩ ấy của Đoàn Khuê". Theo ông Trần Xuân Giá: "Ông Lê Đức Anh cũng cho rằng, dứt khoát không được làm cầu nổi vì Ba Son cần giữ bí mật".

Khi làm đại lộ Đông - Tây, lẽ ra nếu làm cầu thì chỉ hết chưa tới 100 triệu đôla, nhưng Thành phố cũng đã bị buộc phải làm đường hầm qua Thủ Thiêm với kinh phí cao hơn gần gấp ba lần. Ông Võ Văn Kiệt nói: "Thôi, Bảy Thanh, hãy để cho 4 triệu dân Thành phố đánh giá". Nhưng, sẽ không có một thiết chế chính trị nào để bốn triệu dân Thành phố đánh giá những quyết định của các nhà chính trị. Bản chất vấn đề, theo ông Lê Văn Nam: "Ông Kiệt nói ngắn gọn: Tụi mình thua nhà binh".

Theo Bộ trưởng Trần Xuân Giá, nhiều lần, ông Võ Văn Kiệt "tức như bò đá" vì có những dự án đầu tư đã xong đâu vào đấy nhưng không thể nào thực hiện vì Bộ Tổng Tham mưu trả lời không. Theo nguyên tắc, tất cả các dự án đầu tư nước ngoài đều phải có văn bản hỏi ý kiến Bộ Tổng Tham mưu về vị trí. Bộ Tổng Tham mưu sẽ căn cứ vào bản đồ "Bố phòng Quốc gia" để trả lời được hay không mà không cần giải thích.

Theo ông Giá, quốc gia nào cũng có một bản đồ bố phòng, nhưng vấn đề là những người lãnh đạo Bộ Quốc phòng đã sử dụng tư duy quân sự của thập niên 1960 để điều chỉnh những bước đi của thập niên 1990, 2000. Có lần ông Kiệt phải kêu lên: "Tôi là thủ tướng, là ủy viên Bộ Chính trị mà cũng không được xem bản đồ bố phòng". Theo ông Giá, đấu tranh mãi cuối cùng ông Kiệt mới yêu cầu Bộ Chính trị tổ chức một cuộc họp, đưa bản đồ bố phòng quốc gia ra, thống nhất chỗ nào dứt khoát người nước ngoài không được đầu tư, chỗ nào có thể xem xét.

Tuy nhiên, ông Kiệt cũng không dễ dàng thắng "tư duy nhà binh". Theo ông Giá: "Khi xem xét những vấn đề cụ thể như khu đô thị Nomura, ông Lê Đức Anh cũng phản đối. Lê Đức Anh nói: Chúng ta để cho người nước ngoài đứng ở những đầu cầu vững chắc để tấn công Hà Nội. Có lẽ ông ấy nghĩ, Nomura được đầu tư bởi người nước ngoài thì cũng có thể thành một căn cứ quân sự của nước ngoài".

HÓA GIÁ NHÀ

Ở Sài Gòn và các tỉnh phía Nam, sau ngày 30-4-1975, Chính quyền tiếp quản hàng trăm nghìn căn nhà, phần từ quỹ nhà công của Việt Nam Cộng hòa, phần nhà tư của những người di tản trước ngày 30-4-1975 hoặc tịch thu của những người ở lại [440].

Hơn 70.000 căn nhà ở Thành phố Hồ Chí Minh, trong đó có hàng ngàn căn biệt thự, được phân phối cho cán bộ, công nhân viên, dưới danh nghĩa là "thuê". Nói là thuê, nhưng những cán bộ ở trong đó đã coi việc thuê nhà như một động thái chiếm hữu. Theo chính sách bao cấp, tiền thuê những căn nhà, kể cả những căn biệt thự đó, được tính không quá 5% tiền lương của người thuê. Nhà nước chỉ thu được một khoản tiền rất tượng trưng: một ngôi biệt thự chỉ từ 10 đến 20 nghìn đồng/tháng; một căn hộ cấp II, 5.000 đồng/tháng; một căn hộ trong chung cư có từ 2 -3 phòng, giá chỉ từ 2.000 đến 4.000 đồng/tháng. Chính sách bao cấp đưa cả căn biệt thự rộng 400 - 500m^2 cho một hộ 3-4 nhân khẩu, trong khi hàng triệu người vẫn không có nhà.

Vì là chủ sở hữu nên Nhà nước vẫn có trách nhiệm phải sửa chữa những căn nhà này khi có yêu cầu. Chính quyền Thành phố tính rằng, phải thu 100 năm tiền thuê nhà mới bằng khoản tiền mà Nhà nước phải bỏ ra để sửa chữa trong hơn 10 năm đó. Trong thời gian bao cấp, ít ai để ý, nhưng khi nền kinh tế chuyển dần sang thị trường, các nhà đầu tư nước ngoài bắt đầu vào, nhu cầu thuê nhà xuất hiện thì sự bất hợp lý này càng bộc lộ. Giá biệt thự cho người nước ngoài thuê ở thời điểm đầu thập niên 1990, trung bình từ 1.000-3.000 USD/tháng/căn, có khi lên tới 6.000 USD, chủ nhà lại

---

[440] Phần bị tịch thu theo Quyết định 111/CP ngày 14-4-1977; phần từ những nhà mà "giai cấp tư sản" bị buộc phải "hiến" lại cho nhà nước. Chính quyền cũng ra lệnh "quản lý" nhà của những người vượt biên trong thập niên 1970, 80. Từ thập niên 1990, Chính quyền quản lý thêm một lượng nhà không nhỏ của những người được đi xuất cảnh mà không được quyền bán nhà vì họ thuộc đối tượng bị "quản lý nhà" theo Quyết định 111/CP và 305/CP mà, trước đó, chưa bị tịch thu. Họ gồm: sỹ quan từ cấp thiếu tá trở lên; cảnh sát từ cấp trung úy trở lên; chủ sự phòng của các cơ quan trung ương; phó ty và mật vụ, chiêu hồi... Theo ông Mười Hải, Giám đốc sở Nhà đất Thành phố Hồ Chí Minh: "Ông Võ Văn Kiệt cho rằng, Quyết định 111/CP, cải tạo nhà sỹ quan cũ, có những điểm không hợp lý. Sỹ quan từ cấp trung úy trở lên, Nhà nước lấy nhà cửa hết. Trong khi, theo ông, có nhiều loại trung úy, có anh trung úy quân y, có anh trung úy thổi kèn. Quan chức trong bộ máy hành chánh của Sài Gòn, từ quận phó trở lên cũng bị tịch thu. Anh đề nghị nên phân loại ra và sau đó, Thành ủy đã đề nghị Trung ương sửa đổi Quyết định 111/CP theo đó, thêm hai chữ "ác ôn" vào sau thành phần sỹ quan, nghĩa là chỉ những "sỹ quan ác ôn" mới bị thu nhà. Quyết định sửa đổi này là Quyết định 305/CP ngày 17-11-1977 của Hội đồng Chính phủ.

thường được trả trước một năm tiền nhà với một khoản tiền đủ để đi mua nhà mới. Thành phố điều chỉnh bằng quy định, "điều tiết" một phần tiền từ những người này với mức tối đa 25.000 đồng/m^2, trong khi họ có thể cho thuê lại với giá 10-15 USD/m^2.

Chính sách bao cấp đã làm cho diện tích bình quân về nhà ở ở Sài Gòn giảm từ 8m^2/người năm 1945 xuống còn 5,1m^2/người năm 1989. Với tốc độ tăng dân số bình quân mỗi năm là 100.000 người, để giữ được diện tích tối thiểu của năm 1990: 5m^2/người, mỗi năm Thành phố phải xây mới 500.000m^2 nhà ở. Trong khi, theo thống kê của Sở Nhà đất, 15 năm "sau ngày giải phóng", Thành phố chỉ xây được từ 150.000 đến 175.000 m^2 nhà ở/năm.

Ở thời điểm năm 1990, Thành phố có 43.000 căn nhà lụp xụp, rách nát, trong đó có 17.000 căn hộ sống trên kênh rạch ô nhiễm nặng cần phải cải thiện hoặc giải tỏa. 15 năm sau ngày "giải phóng", trong số 185 hộ ở Cầu Ván, một vùng nghèo ở vùng ven, chỉ có một hộ thay được mái lá bằng mái tôn, loại tôn cũ gỡ lại. Ở phường 12, quận Bình Thạnh, năm 1990, có 1.200 người sống trong 300 căn hộ dựng tạm trên nghĩa địa, không nước, không điện. Toàn Thành phố còn hơn 10.000 người sống lang thang dọc các vỉa hè hoặc gầm cầu.

Từ cuối năm 1989, Thành phố chủ trương tìm nguồn vốn bằng cách bán những căn nhà đang cho thuê này cho những người đang thuê những căn nhà đó, chủ yếu họ là cán bộ, công nhân, với giá nhà nước, thấp hơn nhiều so với giá thị trường, gọi là hóa giá nhà.

Theo ông Nguyễn Vĩnh Nghiệp, khi ấy là Chủ tịch Thành phố: "Đoàn của Hội đồng Bộ trưởng đã đồng ý cho phép Thành phố làm và khuyến khích khẩn trương làm. Ngày 9-2-1990, Ủy ban Nhân dân Thành phố ra thông báo về chỉ đạo này của Hội đồng Bộ trưởng để các nơi tích cực chuẩn bị tổ chức thực hiện". Từ đó cho tới tháng 7-1991, theo Báo cáo của giám đốc Sở Nhà đất: đã có 12.000 đơn xin hóa giá nhà cấp III, IV; các ban chỉ đạo hóa giá nhà đã hoàn tất 3.349 hồ sơ, trong đó đã thu tiền bán 1.761 căn nhà; trong số này, có 87 căn nhà theo diện chính sách được cấp không.

Sau Đại hội Đảng lần thứ VII, tháng 6-1991, ông Đỗ Mười trở thành tổng bí thư, ông Võ Văn Kiệt, tuy chưa chính thức được Quốc hội bỏ phiếu bầu, nhưng theo sự phân công của Đảng đã trở thành người thay thế ông Đỗ Mười đứng đầu Chính phủ. Theo ông Nguyễn Vĩnh Nghiệp, Thành phố cử ba cán bộ phụ trách lĩnh vực - ông Nguyễn Văn Huấn, ủy viên Ban Thường vụ Thành ủy, phó chủ tịch Ủy ban Phụ trách nhà đất; ông Lê Văn Năm, ủy viên Ủy ban; ông Lê Thanh Hải, giám đốc Sở Nhà đất - ra Hà Nội xin ý kiến Thường vụ Hội đồng Bộ trưởng và Bộ Xây dựng cho hóa giá nhà cấp I, II và biệt thự". Đây là những cán bộ đã từng có mối quan hệ gần gũi với ông Võ Văn Kiệt và sau khi tiếp xúc, cả chính thức và tại nhà riêng, Đoàn về báo cáo với Thường vụ Thành ủy, Thường vụ Hội đồng Bộ trưởng và Bộ Xây dựng đồng ý cho thành phố làm.

Sáng 12-7-1991, trong một cuộc họp có báo chí tham dự, Chủ tịch Nguyễn Vĩnh Nghiệp chỉ thị phải tăng nhanh tiến độ hóa giá nhà để đến cuối tháng 9-1991 phải hóa giá xong nhà cấp III, IV. Ngày 30-7-1991, Thành phố ra Quyết định "hóa giá nhà cấp I, II và biệt thự".

Hàng trăm căn biệt thự đã được bán ra với giá vô cùng rẻ mạt. Thế nhưng, để có tiền mua hóa giá, nhiều người đã phải "bán lúa non" cho người khác với giá cao hơn hàng chục lần so với giá thực trả cho Nhà nước. Thanh tra phát hiện ra bốn trường hợp bán lại, trong đó có những trường hợp đã kịp bán lại hai lần trong những tuần đầu. Một trong những người bán lại sớm nhất nhà hóa giá là Đại tá Lê Hãn, con trai trưởng Tổng Bí thư Lê Duẩn.

Khi được điều vào Quân khu VII, ông Hãn được cấp một căn biệt thự có khuôn viên rộng trên đường Nguyễn Thông, giữa trung tâm Quận 3. Ngay sau khi "hóa giá", ông Lê Hãn đã bán lại căn nhà này với khoản chênh lệch giá lên tới 1,6 tỷ, một khoản tiền khổng lồ lúc đó. Ông Lê Thanh Hải nói: "Tôi biết là có chuyện liền gửi thư cho Lê Hãn nói đừng làm thế, nhưng Lê Hãn không nghe".

Khi cho cán bộ công nhân viên thuê nhà, thực chất là Nhà nước đã trả lương cho những cán bộ, công nhân đó một khoản tiền lương bằng hiện vật. Nhưng, có tới 70% cán bộ, công nhân viên và lực lượng vũ trang trên cả nước không được cấp nhà, nghĩa là không được hưởng phần lương bằng hiện vật này. Trong số 30% được cấp nhà ấy, phần lớn sống tại các thành phố phía Nam, đặc biệt là Sài Gòn.

Trừ một số vị công thần của Đảng, đa số cán bộ ở Hà Nội, đầu thập niên 1990 chỉ được sống trong những căn hộ chật hẹp, hoặc có khi, hàng chục hộ chia nhau một căn biệt thự. Bộ trưởng Tư pháp Nguyễn Đình Lộc và Chủ tịch thành phố Hà Nội Hoàng Văn Nghiên khi nhận chức đều đang sống trong những căn hộ chỉ có 24m². Trong khi, chỉ cần là cán bộ cấp sở ở Sài Gòn cũng đã có thể được cấp những căn biệt thự có khuôn viên rộng hàng trăm mét. Con số chênh lệch giá lên tới hàng trăm lượng vàng sau khi được hóa giá nhà trở thành những thông tin làm rúng động cả nước. Ông Nguyễn Văn Huấn nói: "Bà Ngô Bá Thành cho rằng Thành phố tham nhũng tập thể. Nhiều ý kiến nói Thành phố chia chiến lợi phẩm, cướp công trạng của cả dân tộc, chia chác xương máu của cả nước".

Ngày 13-9-1991, Hội đồng Bộ trưởng có công điện yêu cầu Thành phố đình hoãn việc hóa giá nhà. Nhưng, như đã đâm lao, Thành phố không thể dừng lại ngay vì sức ép của chính các cán bộ đang ở trong những căn nhà mà nếu được hóa giá ngay lập tức họ trở thành triệu phú. Nếu như, trong khoảng từ ngày 30-7 đến ngày 13-9-1991, Thành phố chỉ hóa giá được 465 căn nhà cấp I, II và biệt thự, thì chỉ bảy ngày sau khi có lệnh ngưng của Hội đồng Bộ trưởng, từ ngày 13 đến ngày 19-9-1991, số nhà được hóa giá lên tới 991 căn.

Bộ Chính trị triệu tập lãnh đạo Thành phố, Bí thư Võ Trần Chí, Phó Chủ tịch Trương Tấn Sang và Giám đốc Sở Nhà đất Lê Thanh Hải, ra Hà Nội. Những người ở hậu trường biết rõ, mũi tên hóa giá nhà chủ yếu nhắm thẳng vào ông Võ Văn Kiệt. Ông Võ Văn Kiệt lúc đó buộc phải nói rằng những người gặp ông hồi đầu tháng 7-1991 đã hiểu sai câu nói của ông, Hội đồng Bộ trưởng chưa có chủ trương cho hóa giá nhà cấp I, II và biệt thự.

Trước áp lực chất vấn của Quốc hội (ngày 20-12-1991), Bộ trưởng Xây dựng Ngô Xuân Lộc nói: "Việc hóa giá nhà cấp III, IV là hợp lệ vì Hội đồng Bộ trưởng đã cho phép. Tuy nhiên, hóa giá nhà cấp I, II và biệt thự thì Hội đồng Bộ trưởng chưa có chủ trương. Việc Ủy ban Nhân dân Thành phố Hồ Chí Minh ký quyết định cho hóa giá là vượt thẩm quyền". Ông Lộc còn cho rằng: "Chúng ta đang điều hành Nhà nước theo pháp luật nhưng đấy là một việc làm sai pháp luật, gây thất thoát lớn tài sản của Nhà nước. Hội đồng Bộ trưởng tiếp tục yêu cầu hoãn hóa giá nhà cấp I, II; những người đã mua, đã có chủ quyền, tạm thời không được bán; khẩn trương xác định danh sách khu vực nhà không được bán để thu lại những nhà đã hóa giá".

Bộ trưởng Ngô Xuân Lộc vừa trả lời xong thì đại biểu Dương Xuân An công bố trước Quốc hội văn bản số 96, ký ngày 2-12-1991 của Thành phố nói rằng "việc hóa giá nhà, Thành phố chỉ làm sau khi có thỉnh thị ý kiến của Hội đồng Bộ trưởng và Bộ trưởng Bộ Xây dựng". Gần hai mươi đại biểu có ý kiến ngay sau đó, nhiều người đòi "đặt vấn đề hóa giá nhà của Thành phố trong bối cảnh chống tham nhũng" để xử lý, nhất là với những cán bộ đương chức được hóa giá nhà với giá rẻ có thể bán lại thu lợi hàng trăm lượng vàng. Chánh án Phạm Hưng, Phó Chủ nhiệm Ủy ban Pháp luật Nguyễn Tài, Chủ nhiệm Ủy ban Pháp luật Ngô Bá Thành, đòi "vụ việc phải được xử lý trước pháp luật"[441].

Chủ tịch Hội đồng Bộ trưởng Võ Văn Kiệt phải xuất hiện, ông nói: "Tôi tán thành với ý kiến của các đại biểu và đề nghị Quốc hội lập một đoàn thanh tra, nếu phát hiện sai phạm pháp luật thì xử lý theo pháp luật". Các đại biểu Quốc

---

[441] Năm tháng sau, trong cuộc bầu cử Quốc hội khóa IX, bà Ngô Bá Thành đã không đắc cử khi ứng cử tại quận 5 và quận 10 của Thành phố Hồ Chí Minh. Ngay lập tức bà nói với đài BBC Việt Ngữ rằng, cuộc bầu cử bị gian lận và đây là hành động đáp trả của Thành phố cho việc chỉ trích chính sách hóa giá nhà của bà.

hội cho rằng lập đoàn thanh tra là cần thiết để xử lý các sai phạm, để thu hồi tài sản thất thoát và đòi Quốc hội phải ra một nghị quyết bày tỏ thái độ[442].

Lúc ấy, nhiệm kỳ của "tam nhân" chỉ mới bắt đầu, sức ép đã đủ để ông Võ Văn Kiệt có những bước lùi. Về mặt công khai, Chủ tịch Quốc hội Lê Quang Đạo cho trì hoãn việc Quốc hội ra nghị quyết bằng cách hứa là Hội đồng Nhà nước sẽ ra quyết định. Ông Võ Văn Kiệt vượt qua được sóng gió nhưng đã phải chịu những tổn thất lớn trong tình cảm với những người bạn ở Sài Gòn[443].

ĐƯỜNG DÂY 500

Không còn như thời kỳ "nhà nước đảng". Bắt đầu từ thập niên 1990, Chính phủ trực tiếp ban hành và trở thành trung tâm điều hành các chủ trương, chính sách lớn. Một trong những chủ trương lớn của thời kỳ đó là cho xây dựng đường dây tải điện siêu cao áp từ Nhà máy thủy điện Hòa Bình vào miền Nam, về sau gọi là Đường dây 500 kV[444].

---

[442] Về sau, cả Hà Nội, Sài Gòn và nhiều địa phương đều áp dụng chính sách hóa giá nhà. Hầu hết các nhà lãnh đạo Đảng, Nhà nước, hoặc con cái họ, đều có nhà ở Sài Gòn, và đều được hóa giá với giá gần như cho những căn biệt thự trị giá hàng nghìn lượng vàng. Các bậc công thần như Trần Văn Giàu, Trần Bạch Đằng, Dương Quang Đông... đều nhận nhà hóa giá rồi vội vàng bán lại với giá hơn hai nghìn lượng vàng. Ông Kiệt cũng có được sở hữu tư nhân căn biệt thự 16 Tú Xương theo chính sách hóa giá của Thành phố Hồ Chí Minh. Nhưng, về sau, ông viết thư gửi Thành ủy xin trả lại căn nhà này sau khi ông và bà Phan Lương Cầm qua đời.

[443] Theo ông Nguyễn Văn Huấn: Sau đó, Thành ủy nhận mức kỷ luật "khiển trách", mức thấp nhất trong thang kỷ luật của Đảng. Nhưng, ông Lê Đức Anh nói: "Phải kỷ luật đồng chí nào trực tiếp cầm chịch". Sức ép buộc ông Nguyễn Vĩnh Nghiệp phải viết thư cho 15 vị chủ chốt trong Bộ Chính trị và Hội đồng Bộ trưởng khẳng định là ông đã có sự đồng ý của Hội đồng bộ trưởng trước khi cho hóa giá nhà. Thư của ông Nguyễn Vĩnh Nghiệp viết: "Tôi nghĩ trong dân gian đối xử với nhau họ còn tin và tôn trọng lời hứa miệng với nhau, huống chi chúng tôi 30 năm kháng chiến chống Pháp, chống Mỹ cũng đã quen chỉ thị miệng, đối với cấp trên dù chỉ thị miệng chúng tôi đều răm rắp chấp hành và chấp hành nghiêm chỉnh... Tôi đề nghị Bộ Chính trị cho mời các đồng chí liên quan gặp lại nhau để làm sáng tỏ vấn đề này".

[444] Ông Võ Văn Kiệt là một người quyết đoán, có rất nhiều công trình lớn mang đậm dấu ấn của ông, đồng thời cũng gây ra nhiều tranh cãi. Việt xây dựng nhà máy lọc dầu ở Dung Quất là một ví dụ. Những người chỉ trích cho rằng chính trị đã xen vào quyết định kinh tế. Năm 1995, tập đoàn Total SA của Pháp bỏ đi vì rằng vị trí đặt nhà máy nằm cách quá xa những cơ sở hạ tầng dầu mỏ trong nước. Các định chế quốc tế như WB, IMF cũng nghi ngờ hiệu quả kinh tế của Dung Quất. Ngày 8 và 9-6-2005, các đại biểu Quốc hội (kỳ họp thứ 7, khóa XI) đã chất vấn về quyết định và tiến độ xây dựng Nhà máy Lọc dầu Dung Quất, Bộ trưởng Bộ Công nghiệp và Chủ tịch Quốc hội đã phải "nhận lỗi trước cử tri". Ngày 10-6-2005 ông Võ Văn Kiệt có thư gửi Quốc hội (đăng trên báo Tuổi Trẻ số ra cùng ngày) giải thích: Total muốn địa điểm đặt tại Long Sơn (Vũng Tàu)... nhưng Chính phủ không muốn "tập trung quá lớn những công trình trọng điểm quốc gia vào một khu vực"; ở Long Sơn không có cảng nước sâu, để xây nhà máy lọc dầu phải làm 3 km cầu cạn nhưng lý do chính, Chính phủ e "quá trình vận chuyển dầu, nếu có sự cố rò rỉ sẽ đe dọa trực tiếp hoạt động của khu du lịch Vũng Tàu". Petronas (Malaysia) sẵn sàng xây dựng nhà máy lọc dầu ở Dung Quất với điều kiện được phân phối sản phẩm ngay tại thị trường VN để tránh khỏi phải chi phí vận chuyển về lại Malaysia để rồi mới xuất đi. Theo ông Kiệt đề nghị này đã không được ông Đỗ Mười chấp thuận do đó Chính phủ đã xin ý kiến Bộ Chính trị đi đến quyết định tự mình làm lấy. Thư của ông Võ Văn Kiệt viết: "Cho đến nay, nếu được xem xét lại, tôi vẫn chọn Dung Quất làm địa điểm xây dựng nhà máy lọc dầu như nhận định ban đầu, góp phần rất có ý nghĩa cho khu vực kinh tế miền Trung và cho cả nước trong quá trình đẩy mạnh sự nghiệp công nghiệp hóa, hiện đại hóa trên con đường hội nhập kinh tế quốc tế. Nếu bây giờ, trước những diễn biến của tình hình, Quốc hội phân tích và kết luận việc lựa chọn đó là sai thì người nhận lãnh hoàn toàn trách nhiệm đó phải chính là tôi, Võ Văn Kiệt, nguyên Thủ tướng Chính phủ".

Cuối năm 1991, miền Nam thiếu điện nghiêm trọng, trong khi, Nhà máy thủy điện Hòa Bình, dự kiến vào năm 1995, sẽ sản xuất ra một lượng điện mà miền Bắc không có khả năng khai thác hết. Bộ Năng lượng tuy đưa ra hai phương án: bán sang Trung Quốc hoặc làm đường dây siêu cao áp để tải vô Nam. Nhưng Bộ trưởng Vũ Ngọc Hải vẫn nói trong Thường vụ Hội đồng Bộ trưởng: "Chúng tôi khảo sát, nếu bán sang Trung Quốc thì giá không đến nỗi nào nhưng do phải xây dựng một đường dây 220 kV để tải điện sang nên tính ra không còn dư bao nhiêu. Nếu chuyển điện vào miền Nam thì phải xây một đường dây siêu cao áp".

Việt Nam khi ấy vừa bình thường hóa quan hệ với Trung Quốc, phương án bán điện cho họ cũng được một số người tán thành. Nhưng, theo ông Kiệt: "Nam Bộ thiếu điện trầm trọng, các nhà đầu tư vào, câu đầu tiên là hỏi về điện. Vấn đề không chỉ là Trung Quốc, trong đầu tôi không có chuyện bán điện. Cũng may là khi bàn chuyện bán điện, có người phản ứng, miền Bắc thiếu gạo thì miền Nam đưa ra, bây giờ miền Nam thiếu điện, không lẽ miền Bắc đưa bán sang Trung Quốc". Theo ông Vũ Ngọc Hải: "Ông Kiệt nói: Tôi còn làm Thủ tướng thì không bán điện đi đâu cả". Ông Kiệt quyết định sớm làm đường dây siêu cao áp để đưa điện vào Nam. Chủ trương này được Tổng Bí thư Đỗ Mười đồng tình.

Về mặt thủ tục, ông Võ Văn Kiệt thừa nhận, quá trình hình thành chủ trương xây dựng đường dây 500 kV cũng có những thiếu sót. Ông Kiệt nói: "Tôi và ông Đỗ Mười trao đổi, hai bên thống nhất lắm. Hai, ba lần họp Bộ Chính trị, ông Mười nhắc: Anh Kiệt nên làm gấp đường dây 500. Nhưng, ông Mười không bao giờ cho bàn chính thức để đi đến một quyết nghị của Bộ Chính trị. Thế rồi, khi anh Nguyễn Văn Linh hỏi anh Đỗ Mười: Chủ trương đâu, thì té ra, trong Bộ Chính trị cũng có nhiều người không đồng tình, tỏ ra bực bội, nói ông Kiệt tự ý làm. Anh Mười im lặng. Ông Linh dựa vào đó nạt mình".

Trước Tết năm 1992, nghĩa là ở thời điểm mà chủ trương đã hình thành, Giáo sư Nguyễn Khắc Nhẫn, một Việt kiều ở Pháp, nêu ra ba nghi vấn về đường dây 500 kV: Đường dây dài gần 1.500 km, tạo ra chênh lệch 1/4 bước sóng cho nên không thể tải điện đi miền Nam; Chưa có luận chứng mà đặt mục tiêu thi công trong hai năm là không tưởng; Giá thành sẽ rất cao, về mặt hiệu quả kinh tế là không có. Nhà báo Minh Thu kể: "Tôi đến gặp ông không lâu sau khi có thư của ông Nhẫn. Ông đưa lá thư cho tôi coi rồi nói: Chú đã cho thư ký photo gửi hết cho anh em. Tôi kêu lên: Trời ơi, sao chú làm thế? Ông cười: Không có ai chỉ ra những điểm yếu của mình đầy đủ như những người phản đối mình. Ở đây có những cảnh báo mà anh em chưa đặt ra hết".

Ông Vũ Ngọc Hải thừa nhận: "Dù tin anh em, ông Kiệt vẫn bị ám ảnh bởi ý kiến của Giáo sư Nhẫn". Ông Kiệt triệu tập khẩn cấp ông Vũ Ngọc Hải. Ông Hải nói: "Tôi thức trắng một đêm, xem tài liệu và tự mình tính toán. Việc xử lý chênh lệch 1/4 bước sóng bằng năm trạm bù đã được các chuyên gia nước ngoài thẩm định. Tôi quyết định ký và đảm bảo với Thủ tướng: Anh an tâm, tôi lo nhất là vấn đề an ninh chứ không phải là an toàn. Anh đảm bảo vấn đề an ninh, vấn đề kỹ thuật, tôi đảm bảo. Ông Kiệt quyết định và nói: Cứ làm, nếu thất bại thì không đợi cách chức, tôi sẽ chủ động từ chức".

Nhưng lá thư của ông Nhẫn đã được những người phản đối công trình khai thác. Theo ông Vũ Ngọc Hải, ông Nguyễn Văn Linh vốn ủng hộ phương án bán điện, lấy tiền xây nhà máy nhiệt điện ở miền Nam, nhưng trước đó, chưa có đủ lập luận để phản bác. Sau khi có được lá thư của ông Nhẫn, từ miền Nam, bà Ngô Bá Thành, người được ông Nguyễn Văn Linh đưa lên chức Chủ nhiệm Ủy ban Pháp luật Quốc hội, nói gần nói xa: Làm đường dây 500 là tự sát. Ông Đỗ Mười lúng túng.

Trụ điện đầu tiên của công trình đường dây 500 kV được khởi công vào ngày 1-3-1992. Ông Võ Văn Kiệt đã "đổ thêm dầu vào lửa" khi, ngày 24-3-1992, ngày Quốc hội Khóa VIII khai mạc kỳ họp cuối cùng, ông bay lên Hòa Bình dự lễ khởi công công trình xây dựng cột điện ở nơi khởi nguồn của đường dây. Ông Nguyễn Hà Phan nói: "Bữa ông đi khởi công, tôi khuyên: Anh đợi tới chiều hẳng đi, dự khai mạc Quốc hội đã. Nhưng ông vẫn đi. Bà Nguyễn Thị Bình, Phó Chủ tịch nước nói: Ông này bất kể thiên địa. Một ông rất to trong Quốc hội lo: Gió bão nó đổ một cây cột thì ai chịu? Chủ tịch Quốc hội Lê Quang Đạo nói với tôi: Sáu Phan à, làm cái này coi bộ vướng".

Trong khi đó, Hà Nội nhận được những tín hiệu mà Cố vấn Nguyễn Văn Linh phát ra từ Sài Gòn. Khi không chính thức đưa công trình đường dây 500 ra bàn ở Bộ Chính trị, ông Đỗ Mười cũng có những tính toán. Năm 1989, hai lần ông Đỗ Mười cho thảo một nghị quyết để Bộ Chính trị hoặc Ban Chấp hành Trung ương thông qua, hợp thức hóa chủ trương chống lạm phát bằng "lãi suất cưỡi sóng" của ông, nhưng cho dù ủng hộ, ông Nguyễn Văn Linh lờ đi. Chỉ khi làm thí điểm ở Hải Phòng có kết quả, Hội nghị Trung ương 6 khóa VI mới đưa vấn đề chống lạm phát vào Nghị quyết.

Không phải ông Võ Văn Kiệt không biết tình huống chính trị này, nhưng khi không hối thúc ông Đỗ Mười chính thức có chủ trương, ông Kiệt cũng có những cân nhắc. Ông Kiệt không muốn tạo tiền lệ Chính phủ làm gì cũng phải được bàn trước trong Bộ Chính trị và phải xin ý kiến Quốc hội[445]. Việc ông Kiệt phát lệnh khởi công một công trình lớn ba tuần trước khi Quốc hội khóa VIII họp kỳ cuối cùng đã làm mếch lòng rất nhiều đại biểu.

---

[445] Khi ấy Quốc hội chưa ban hành quy chế Công trình quốc gia, công trình buộc Chính phủ phải xin chủ trương của Quốc hội.

Ngày 13-4-1992, trong phiên họp toàn thể của Quốc hội, Phó Chủ nhiệm Ủy ban Khoa học, Công nghệ và Môi trường, Giáo sư Vũ Đình Cự nói: "Ủy ban chúng tôi đã phải làm một việc rất khó khăn vì phải phát biểu ý kiến về một công trình quan trọng, nhân dân cả nước quan tâm, đã có quyết định của Hội đồng Bộ trưởng và lại vừa được cử hành lễ khởi công rất trọng thể ở nhiều nơi trong nước"[446].

Ông Vũ Đình Cự nói tiếp: "Ngày 3-2-1992, Bộ Năng lượng mới trình hồ sơ luận chứng kinh tế kỹ thuật, ngày 17-2-1992, Hội đồng Thẩm tra Nhà nước chỉ làm việc trong một ngày, vậy mà đến ngày 19-2-1992 đã trình lên Hội đồng Bộ trưởng để phê duyệt. Từ đó dẫn đến một số khiếm khuyết. Nhiều vấn đề khoa học kỹ thuật và công nghệ chưa được nghiên cứu một cách thấu đáo… Chúng tôi xin nói thêm là khi đề nghị các chuyên gia đầu ngành về kỹ thuật điện cho biết là đã có những nước nào làm đường dây 500 kV dài trên 1000 cây số, thì các đồng chí không nắm vững; có một đồng chí cho biết đường dây của chúng ta là đường dây thứ ba. Trên thế giới mới có hai đường dây trên dài trên 1000 cây số và điện áp là siêu cao áp. Sau khi xây dựng chỉ có đường dây của Pakistan, dài 1200 cây số là dùng được, còn đường dây kia, dài 1700 cây số thì không dùng được". Đặc biệt, theo ông Vũ Đình Cự: "Chưa có cơ sở về khả năng thi công hoàn thành đúng thời gian trong hai năm khi mà nguồn vốn chưa được xác định vững chắc, vật tư chủ yếu đều phải nhập ngoại".

Một thành viên của Hội đồng Bộ trưởng, Chủ nhiệm Ủy ban Khoa học Nhà nước Đặng Hữu, cũng dấy lên không ít hoài nghi khi ông nói trước Quốc hội: "Chủ trương đặt ra là cần thiết nhưng, có nhiều vấn đề khoa học chúng ta chưa kịp nghiên cứu. Anh em cũng hơi băn khoăn lo lắng… Cái phần 1/4 bước sóng, tôi đồng ý như anh Nguyễn Đình Tứ đã nói. Thực ra, về lý thuyết anh em hiểu hết và trên thực tế các nước đã làm rất nhiều ở Liên Xô và Mỹ. Nhưng vấn đề lại là chúng ta chưa có đội ngũ chuyên gia để làm những công việc đó. Lo là lo chỗ đấy!… Nếu như làm một cái trụ thôi thì có lớn hơn chúng ta cũng có thể làm được. Nhưng mà đây là làm một dây dài hơn 3.000 cái trụ trong một thời gian ngắn. Mặt thứ hai, nếu dựa vào nước ngoài một nửa thì hôm trước anh Hiệu có đề xuất với anh Sáu (Võ Văn Kiệt), anh Sáu cũng đồng ý có thể mời chuyên gia Liên Xô cùng tham gia vào đây".

---

[446] Theo ông Cự, ngày 23-3-1992 trong phiên họp Ủy ban Khoa học và Công nghệ của Quốc hội nhiều thành viên của Ủy ban đã nêu nhiều vấn đề về đường dây Bắc Nam 500 kV nhưng do không có thông tin nên Ủy ban đã phải gửi công văn số 426 KH-KT ngày 24-3-1992, yêu cầu Ủy ban Khoa học Nhà nước cung cấp những thông tin cần thiết về đường dây nói trên. Ngày 24-3-1992 cũng là ngày Quốc hội Khóa VIII khai mạc kỳ họp thứ 11.

Nhưng hai tiếng "chuyên gia Liên Xô" được nói lên ở thời điểm này lại dấy lên những quan ngại khác. Bí thư Trung ương Đảng, Viện trưởng Viện kiểm sát Tối cao Trần Quyết nói: "Liên Xô trước đây thì chúng ta rất an tâm bởi vì là nước xã hội chủ nghĩa, Đảng Cộng sản cầm quyền, bây giờ Đảng Cộng sản mất rồi, chính quyền Xô viết mất rồi. Những chuyên gia mà lại là đảng viên cộng sản thì còn được dùng không? Có được gửi sang Việt Nam không? Hay người ta gửi những thứ ba vạ sang đây, mang tiếng chuyên gia Liên Xô. Cái ông Yeltsin ấy, Quốc hội chẳng lạ lùng với những gì họ làm ở nước Nga. Họ phá tan Đảng Cộng sản, phá tan Liên bang Xô viết. Vậy thì đối với Việt Nam thì như thế nào".

Tháng 8-1992, tại Hội nghị Cán bộ tổ chức toàn quốc, họp tại Thành phố Hồ Chí Minh, ông Nguyễn Văn Linh, bấy giờ đang là Cố vấn Ban Chấp hành Trung ương đến dự đã nói: "Làm đường dây 500 kV là một chủ trương phiêu lưu, mạo hiểm. Là lợi dụng tiền Nhà nước để gây thanh danh cá nhân". Đặc biệt tại đây, ông Linh đã dấy lên những lo ngại về vấn đề tham nhũng.

Nữ nhà báo Minh Thu nhớ lại: Đầu thập niên 1980, khi lên Trị An làm phóng sự, bà chứng kiến một nhóm cán bộ đứng trong rừng trước một tấm bản đồ. Chính giữa họ là một người đàn ông trạc 60 tuổi, phong trần, mặc áo may ô, đang nói rất say sưa: "Tôi nói với mấy anh rằng, xây dựng một công trình như thế này mà tham ô, ăn cắp, thì cũng như ăn đồ dơ". Ông chấm dứt câu nói bằng một cú chém tay rất mạnh ngang trong không khí. Minh Thu, một phóng viên mới vào nghề, sau đó mới biết đó là Bí thư Thành ủy Võ Văn Kiệt.

Hơn mười năm sau khi bắt đầu đường dây 500 kV, ông Kiệt cũng căn dặn "các tướng" của mình là "không được tắt mắt". Ngày 24-3-1992, khi ông Kiệt lên xã Mạc Đức, Hòa Bình làm lễ khởi công trụ điện số Một, một công nhân đã bỏ vào túi ông Vũ Quốc Tuấn, thư ký ông Kiệt, một lá thư tố cáo vụ mất cắp năm tấn xi măng ở công trường. Ông Vũ Ngọc Hải nói: "Ông Tuấn báo với ông Kiệt, ông Kiệt đọc và nói với tôi: Phải xử lý ngay để làm gương". Vừa bắt đầu ra quân đã phải trảm tướng: Giám đốc Công ty xây lắp Điện I bị cách chức.

Về sau, chính tác giả của đường dây 500, Bộ trưởng Bộ Năng lượng Vũ Ngọc Hải cũng phạm phải một sai lầm chết người. Ban Quản lý công trình do ông Hải đứng đầu có thẩm quyền nhập thẳng thiết bị, vật tư từ nước ngoài. Nhưng, ông Hải đã đồng ý cho một "công ty đời sống" của Hội hữu nghị Việt Nam - Ba Lan mà ông làm Chủ tịch, đấu thầu đứng ra nhập 4.000 tấn thép, giúp công ty này hưởng một khoản lời khá lớn. Công trình đường dây 500 lúc ấy có hàng chục nghìn công nhân nhưng đồng thời cũng có hàng triệu con mắt để ý đến từng chi tiết. Áp lực chính trị đè nặng lên ông Võ Văn Kiệt khi có nhiều ý kiến yêu cầu bỏ tù ông Hải.

Ông Vũ Ngọc Hải lúc bấy giờ đang là một ủy viên Ban Chấp hành Trung ương, theo nguyên tắc Đảng, việc khởi tố ông chỉ có thể tiến hành sau khi Trung ương họp quyết định hình thức kỷ luật. Ông Hải kể: "Hôm Trung ương họp để kỷ luật tôi, họ có mời tôi đến nhưng tôi không được vào phòng họp ngay. Một chuyên viên của Văn phòng Trung ương đợi tôi ở cổng số 4 Nguyễn Cảnh Chân, kèm tôi đi vào một phòng riêng, đợi đến khi Hội nghị Trung ương khai mạc mới cho tôi vào dự. Trước Hội nghị Trung ương, tôi thừa nhận đã 'bút phê' để công ty của Hội có thể tham gia đấu thầu và cho rằng việc đó không có gì sai pháp luật. Nếu là một công ty khác, tôi vẫn giới thiệu". Trình bày xong, người của Văn phòng Trung ương lại đến bên ông Hải nói: "Theo yêu cầu của Ban Bí thư, mời anh về".

Ông Hải không được có mặt trong phần "luận tội" sau đó. Thủ tướng Võ Văn Kiệt thấy "cách làm không dân chủ" cũng bỏ về. Theo Bộ trưởng Chủ nhiệm Văn phòng Chính phủ Lê Xuân Trinh: Cuộc họp do ông Đỗ Mười chủ trì. Thứ trưởng Bộ Nội vụ Phạm Tâm Long chỉ nói một câu: "Nếu không khởi tố anh Hải với anh Lê Liêm thì vụ án coi như bỏ đi". Ông Đỗ Mười kết luận: "Cứ khởi tố, nếu điều tra xong mà không thấy vấn đề gì thì thôi". Sau Hội nghị Trung ương, ông Đỗ Mười cho gọi Bộ trưởng Nội vụ Bùi Thiện Ngộ và Chánh án Tối cao Phạm Hưng lên, quán triệt: "Đây là Nghị quyết của Ban Chấp hành Trung ương, các anh chấp hành".

Sau đó, theo ông Vũ Ngọc Hải, ông Nguyễn Văn Linh có ra Hà Nội gặp ông Lê Thanh Đạo, viện trưởng Viện Kiểm sát Nhân dân Tối cao. Cáo trạng, được điều chỉnh từ khung 1, cảnh cáo, lên khung 2, có mức án từ ba năm tù trở lên. Ông Hải sau đó lãnh án 3 năm tù giam. Thứ trưởng Lê Liêm lãnh án tù treo.

Mất tướng giữa đường, ông Võ Văn Kiệt càng quyết tâm cao hơn để hoàn thành công trình. Ông có mặt ở những nơi cam go nhất. Ông chứng kiến những công nhân gùi vật tư leo lên đèo Lò Xo (Quảng Nam – Kontum), đầu người đi sau chạm vào gót chân người đi trước. Thay vì dùng trực thăng kéo cáp như Thái Lan, ông chứng kiến cảnh công nhân cầm bó mía đi trước dụ con voi đang cong lưng kéo những đoạn cáp mồi. Đường dây hoàn thành đúng tiến độ. Nhưng chính đây lại là thời điểm ông Kiệt lo lắng nhất: Đóng điện.

Chiều ngày 27-5-1994, báo chí túc trực trước cổng Tổng công ty Điện lực Việt Nam, ông Kiệt đến từ cổng sau. Gần 6 giờ mà báo chí vẫn chưa được vào. Nhà báo Minh Thu kể: "Tôi viết vào một mảnh giấy nhỏ: Xin chú cho quay làm tư liệu thôi. Sát giờ đóng điện, ông nói với Điện lực: Cho truyền hình vào. Tôi là người duy nhất có mặt. Khi ấy ông vẫn rất căng thẳng, môi ông khô khốc, miệng há hốc, ngước nhìn lên bảng điện. 19 giờ 07, đèn bật sáng, báo: Phú Lâm đã nhận được dòng điện đúng như tính toán. Ông thở phào bước lên phòng tiếp tân. Người đầu tiên mà ông đi tới, ôm lấy, là Thứ trưởng Lê Liêm, đang thụ án treo. Ông Liêm, khi ấy đã ngoài 60 tuổi, mếu máo trong vòng tay Thủ tướng".

Sáng hôm sau, vào lúc 5 giờ sáng ở trại giam Thanh Xuân, phạm nhân Vũ Ngọc Hải đang tập thể dục ở sân thì một Trại phó chạy tới bảo: "Anh Hải về mặc quần áo nhanh lên, Thủ tướng vào thăm đấy". Ông Hải nhớ lại: Tôi thay đổ, lên phòng khách, Thủ tướng đã ngồi đó. Ông mang theo hai chai sâm banh, ba chiếc ly, vì sợ trong tù không có ly. Ông đứng dậy nắm chặt tay tôi, hỏi tôi có khỏe không, sinh hoạt ra sao. Trầm ngâm một chút, ông hỏi: "Có biết vì sao mình vào không?". Tôi bảo: "Tôi biết hôm nay đóng điện, chỉ không biết đóng vào giờ nào thôi! Nhưng tôi tin là đóng điện đã thành công". Ông bảo: "Mấy hôm nay mình mất ngủ vì lo". Tôi hỏi: "Thế còn tối hôm qua anh có ngủ được không?". Ông nói: "Cũng mất ngủ vì vui sướng quá!". Rồi ông gắn huy hiệu đường dây 500 kV cho tôi. Ông bảo: "Anh là người đầu tiên được gắn huy hiệu này đấy". Ông tự tay rót ba cốc sâm banh, một cốc đưa cho tôi, một cốc đưa cho Giám thị trại giam. Chúng tôi cùng chạm cốc. Còn một chai nữa, ông đưa cho tôi: "Hải cầm lấy".

Phạm nhân được giữ lại trong trại cho đến khi Thủ tướng về. Khi vừa ra khỏi phòng, họ giơ tay chào ông Hải, có người hỏi: "Bộ trưởng vừa mới tiếp Thủ tướng à?". Ông Hải: "Bộ trưởng cái cóc khô". Nhưng rõ ràng là ông Hải đã ở tù như bộ trưởng. Ông Hải kể: "Khi tôi nhập trại, ông Lê Minh Hương, khi đó là thứ trưởng Bộ Nội vụ vào kiểm tra trại giam và cho giải phóng một cái trạm xá cũ để tôi vừa ở vừa tiếp khách. Cái trạm xá này một nửa nằm trong trại, một nửa nằm nhô ra khu tập thể của cán bộ trại. Hằng ngày, khách đến thăm tôi nhiều nên anh em bố trí một phòng gần phòng làm việc của cán bộ trại giam. Đồng thời bố trí một phạm nhân phục vụ, cứ có khách đến đăng ký thì họ lại gọi tôi lên phòng đó tiếp khách, tiếp không có công an ngồi kèm đâu. Trong thời gian tôi ở tù, ngoài Thủ tướng, Phó Thủ tướng, có hai mươi tám bộ trưởng, thứ trưởng và hai phu nhân bộ trưởng cũng vào thăm".

Sau Tết năm 1995, Phó Thủ tướng Phan Văn Khải vào thăm. Ông Hải kể: "Anh Khải đem hai chai rượu, nói: Đây là cơ quan tặng cậu. Rồi anh lấy ra một chiếc áo rét: Cái này của tớ. Rồi rút ra một bao lì xì đỏ: Còn đây là của vợ tớ lì xì cậu! Anh Khải bảo: "Đường dây 500 kV đóng điện thành công thế mà có vị vẫn phản đối đấy". Tôi nói: "Cái này thì tôi biết. Khi mới bị khởi tố, tôi vào Thành phố Hồ Chí Minh, đến chơi nhà vợ chồng ông Mười Hải, một người cũng vừa bị khởi tố trong vụ án khác, ông Mười Hải nói: "Vị ấy đã đồng ý sẽ thả tớ, nhưng cậu sẽ chết".

Sau khi vào trại gắn huy hiệu cho ông Hải, ông Kiệt tác động để ông được tha. Ông Nguyễn Văn Linh nghe tin, điện cho ông Đỗ Mười ngăn chặn. Ông

Mười nói với ông Kiệt: "Tình hình chưa thể cho anh Hải ra trước Tết được". Ông Kiệt nói: "Ta có bản lĩnh của ta, vì sao lại phải sợ?". Ông Mười: "Thôi cứ để sau Tết". Sau Tết ông Hải được đặc xá cùng với hàng ngàn phạm nhân khác. Lần đầu tiên, lệnh đặc xá được Hà Nội áp dụng, ở Sài Gòn, ông Nguyễn Văn Linh nói: "Đây là con bài để tha thằng Hải!".

Đường dây 500 kV thành công nhưng Ban Bí thư không đồng ý cho làm lễ khánh thành. Một người thư ký cũ của ông Kiệt lúc bấy giờ là Phó Chủ tịch trực Ủy ban Nhân dân Thành phố Hồ Chí Minh, ông Nguyễn Văn Huấn, nói: "Chẳng lẽ không làm gì? Tôi nói với anh Sáu Dân: Để tôi làm cho. Anh Sáu dặn, không được lấy một cắc từ ngân sách. Tôi huy động Hàng không, Sài Gòn Tourist tài trợ, tổ chức một bữa tiệc mời 600 quan khách. Trước Dinh Độc Lập treo băng-rôn: Thành phố Hồ Chí Minh mừng dòng điện 500 kV".

Nhà báo Minh Thu kể: "Tôi vào Dinh, không có một quan chức nào của Ban Bí thư hay Bộ Chính trị vào dự. Thấy ông ngồi một mình, tôi đến, hỏi: Chú, cái nhà trẻ xây xong còn có lễ khánh thành, sao một công trình thế này mà không có ngày khánh thành hả chú. Ông kéo tôi ngồi xuống: Thôi, đóng điện an toàn là tao mãn nguyện lắm rồi".

Suốt buổi lễ, ông Kiệt im lặng. Một diễn từ cực ngắn được ông Nguyễn Văn Huấn đọc: "Cái tên Phú Lâm giờ đây đã trở nên quen thuộc, thân thương. Bởi, Phú Lâm là điểm cuối cùng của đường dây huyết mạch nối liền với Hòa Bình. Sức mạnh sông Đà qua Phú Lâm tỏa khắp phương Nam, làm đẹp, làm giàu thêm, miền đất Cửu Long và Thành phố Hồ Chí Minh có thêm điều kiện mới để tiến lên trong vận hội mới. Cho phép tôi được thay mặt đồng bào Thành phố gửi tới hai vạn người anh hùng, vẫn đang đứng trên công trường, bất chấp tất cả". Nhiều năm sau, khi kể lại câu chuyện này, ông Nguyễn Văn Huấn vẫn tỏ ra vô cùng tâm đắc với câu: Bất chấp tất cả! .

[CHƯƠNG 18 • TAM NHÂN PHÂN QUYỀN]

■ Thủ tướng Võ Văn Kiệt thăm trạm biến áp 500KV Đà Nẵng (12.7.1994) - Ảnh: Minh Đạo (TTXVN)

■ Chủ tịch nước Lê Đức Anh thăm Trung đoàn 43, Quảng Ninh (16-4-1994) - Ảnh: TTXVN.

CHƯƠNG 19 . ĐẠI HỘI VIII

GIỮA THẬP NIÊN 1990, ĐỔI MỚI CÓ khuynh hướng chững lại. Đây là giai đoạn trong Đảng vẫn có những người được coi là "bảo thủ", có những người được coi là "đổi mới". Các nỗ lực phát triển kinh tế theo hướng thị trường rất có thể bị các nhà lý luận quy là "chệch hướng"; các nỗ lực dân chủ hóa cũng có thể bị quy là "diễn biến hòa bình". Trong tình hình đó, thay vì có những tháo gỡ về mặt lý luận để tránh tụt hậu và tiếp tục cải cách, Đại hội VIII, diễn ra đầy kịch tính vào cuối tháng 6-1996, chủ yếu để những nhà lãnh đạo tuổi cao sắp xếp các vị trí cầm quyền trong Đảng.

KHÚC DẠO ĐẦU

Nhân sự Đại hội VIII được chuẩn bị trong tình huống Tổng Bí thư Đỗ Mười đã bước vào tuổi tám mươi, người trẻ nhất trong "tam nhân" - ông Võ Văn Kiệt - cũng sắp bước sang tuổi bảy mươi tư, còn ông Lê Đức Anh vừa tròn bảy mươi sáu.

Trưởng Ban Bảo vệ Trung ương Đảng Khóa VII, ông Nguyễn Đình Hương, nói: "Xu thế chung là muốn có sự thay đổi để đưa một thế hệ lãnh đạo hoàn toàn mới lên. Nhưng cũng có ý kiến cho rằng đất nước ở giai đoạn cực kỳ quan trọng mà thay cùng lúc ba 'cụ' chủ trì thì rất mệt". Để thăm dò mức độ hậu thuẫn cho cả ba tại vị, Tổng Bí thư Đỗ Mười bắt đầu bằng việc lấy ý kiến từ các vị "lão thành"[447].

Trong vòng đầu tiên, ý kiến từ cả miền Bắc và miền Nam đều có vẻ như ủng hộ ông Võ Văn Kiệt. Từ Hà Nội, thư ngày 7-8-1995 của ông Trần Văn Hiển viết: "Nếu đồng chí Đỗ Mười xin rút vì đã ở tuổi tám mươi thì nên giữ lại anh Sáu Dân (Võ Văn Kiệt) thay anh Mười làm tổng bí thư". Theo ông Hiển, ông Kiệt năm ấy "tuy đã ở tuổi bảy ba, nhưng vẫn khỏe mạnh và đầu óc còn minh mẫn". Từ Sài Gòn, cựu phó chủ tịch Hội đồng Bộ trưởng Vũ Đình Liệu làm hẳn một "tờ trình" đề ngày 7-8-95, cho rằng: "Nên giao chức vụ Tổng Bí thư cho đồng chí Võ Văn Kiệt; vì một lý do nào đó - chúng tôi không thể hiểu được - thì anh Đỗ Mười nên và cần làm thêm nửa nhiệm kỳ".

Không rõ bằng cách nào, nhân vật mới vào Bộ Chính trị chỉ hơn một năm, ông Nguyễn Hà Phan, lại lọt vào mắt của một số cán bộ lão thành. Theo thư của ông Trần Văn Hiển, cho dù ông Đỗ Mười tiếp tục làm tổng bí thư hay trao lại cho ông Võ Văn Kiệt thì ông Nguyễn Hà Phan cũng cần được đặt vào vị trí của người kế vị. Chức vụ mà ông Hiển đề nghị cho ông Nguyễn Hà Phan là "bí thư trực thứ nhất của Ban Bí thư".

Ở miền Nam, cả Trưởng Ban Tổ chức Trung ương Đảng Lê Phước Thọ và Cố vấn Nguyễn Văn Linh đều tích cực vận động cho Nguyễn Hà Phan đồng thời có những hoạt động làm giảm uy tín của hai ông Võ Văn Kiệt và Phan Văn Khải. Theo đặc phái viên Chính phủ, ông Đặng Văn Thượng[448]: Cố vấn Nguyễn Văn Linh đã gặp khoảng ba mươi cán bộ, gồm ủy viên Trung ương Cục miền Nam, ủy viên Trung ương nghỉ hưu và các ủy viên thường vụ tỉnh

---

[447] Thư ngày 7-8-1995 của ông Trần Văn Hiển, ủy viên Trung ương Đảng Khóa IV, gửi Bộ Chính trị viết: "Đồng chí Đỗ Mười có nói với chúng tôi: (nguyên là các ủy viên Trung ương Đảng đã nghỉ hưu) cần góp ý kiến với Đại hội nhất là vấn đề về nhân sự".

[448] Thư ngày 23-8-1995 của ông Đặng Văn Thượng, đặc phái viên Chính phủ (ông Thượng nguyên là bí thư Tỉnh ủy Tây Ninh) gửi Thủ tướng Võ Văn Kiệt.

ủy thuộc các tỉnh miền Tây Nam bộ để phổ biến về chuyện, kỳ đại hội này cả ông Phan Văn Khải và ông Võ Văn Kiệt đều "không còn tham gia chính phủ".

Ông Phan Văn Khải được nói là sẽ về "công tác tại Thành phố Hồ Chí Minh thay ông Võ Trần Chí" vì "có vấn đề thuộc quan điểm lập trường giai cấp của gia đình trước đây"; vì "thả lỏng cho con trai lộng hành, dám cả gan xây dựng khách sạn cho đĩ hoạt động ở thủ đô Hà Nội". Theo thư của ông Thượng, các cán bộ ở địa phương đã rất băn khoăn khi ông cố vấn và ông ủy viên Bộ Chính trị nói rằng ông Võ Văn Kiệt cũng "kiên quyết kêu nghỉ và đã được một số ủy viên Bộ Chính trị tán thành. Anh ấy rất tốt chỉ tội là vợ con". Đây không phải là lần đầu tiên Cố vấn Nguyễn Văn Linh nói về chuyện vợ con của ông Võ Văn Kiệt.

Tại Hội nghị Cán bộ Tổ chức toàn quốc, họp tại Thành phố Hồ Chí Minh vào tháng 8-1992, Cố vấn Nguyễn Văn Linh công khai phát biểu: "Tham nhũng đâu cần chống ở đâu, cứ chống ngay trong nhà Thủ tướng". Phát biểu của ông Linh không chỉ râm ran trong nội bộ. Tối 8-11-1992, Đài Chân trời mới, trong một chương trình phát thanh của mình, nói: "Về vấn đề tham ô cửa quyền, ông Võ Văn Kiệt tuyên bố người nào tham ô thì phải bị cách chức. Nhưng khi một nhà báo hỏi ông về tin ông Nguyễn Văn Linh tố cáo ông tham nhũng, ông Kiệt đã không trả lời câu hỏi này[449]. Ông Kiệt cũng cho rằng việc diệt trừ tham nhũng cần phải có thời gian. Và ông chấm dứt trả lời câu hỏi của các nhà báo khi mọi người xoay quanh việc ông Linh tố cáo vợ ông Kiệt tham nhũng".

Chương trình phát thanh đêm 19-10-1992 của Đài BBC nói thêm: "Mục Tin tình báo của tạp chí Kinh tế Viễn Đông số ra tuần này, đề ngày 22-10, nhận xét về địa vị của Thủ tướng Võ Văn Kiệt. Báo này cho rằng thủ tướng Việt Nam đang bị áp lực ngày càng nặng từ phía Đảng Cộng sản Việt Nam. Trong bài diễn văn nhận chức, ông đã nhắc đến 'các thử thách mà nội các của ông phải đương đầu' tới tám lần. Các nhà quan sát nói điều này chứng tỏ đang có thêm những lời chỉ trích về khả năng hoạt động của ông. Trong cuộc họp với các viên chức Thành phố Hồ Chí Minh gần đây, ông Nguyễn Văn Linh công khai phàn nàn rằng hai vợ chồng ông Kiệt đang tham nhũng. Mặt khác, ông Kiệt không được ủy nhiệm vào Ủy ban Thường vụ Bộ Chính trị mà chỉ có ông Đỗ Mười, ông Lê Đức Anh và ông Đào Duy Tùng. Như vậy ông Kiệt không được tham dự vào các quyết định quan trọng nhất[450]".

---

[449] Trong tài liệu gửi Ban Tổ chức Trung ương, ông Kiệt ghi chú "câu này là bịa đặt".
[450] Đài BBC nhầm, Khóa VII (1991-1996) Đảng Cộng sản Việt Nam mới có chức danh bí thư chứ chưa thiết lập chức danh ủy viên thường vụ. Thủ tướng thường không tham gia ban bí thư.

Tối 21-10-1992, Đài RFI đưa thêm: "Thủ tướng Việt Nam Võ Văn Kiệt đang phải đối phó với áp lực đến từ phe bảo thủ trong Đảng Cộng sản Việt Nam. Theo tạp chí Kinh tế Viễn Đông số ra ngày 22-10 (trên thực tế xuất bản sớm hơn), hiện nay ông Kiệt đang bị yếu thế… Nguyên Tổng Bí thư Nguyễn Văn Linh gần đây đã công khai phê bình ông Kiệt và phu nhân là tham nhũng. Ông Linh đã tuyên bố như trên trong buổi họp với các cấp lãnh đạo Thành phố Hồ Chí Minh". Những tin tức trên đây càng lan tỏa rộng hơn khi nó được "Bản tin A" của Thông tấn xã Việt Nam in lại đưa vào dạng tài liệu "lưu hành nội bộ". Ông Võ Văn Kiệt đã gửi thư phản đối tới ông Lê Phước Thọ (Sáu Hậu), Trưởng Ban Tổ chức Trung ương.

Hơn ba tuần trôi qua, ông Lê Phước Thọ vẫn im lặng. Ông Kiệt biết rõ lý do ông Thọ trì hoãn việc trả lời. Ngày 16-11-1992, ông Kiệt gửi lá thư thứ hai, lần này ngoài Trưởng Ban Tổ chức, ông Kiệt còn chuyển thư đến các nhân vật trong Thường trực Bộ Chính trị và Ban Bí thư. Thư được viết tay trên mẫu thư của khách sạn Shangri-La, Singapore, với lời lẽ khá gay gắt, phê phán Ban Tổ chức chậm trả lời thư trước của ông. Ông Kiệt viết: "Nếu vấn đề không được làm sáng tỏ thì nguyên tắc kỷ cương trong Đảng đã bị buông lỏng từ trên. Tôi là Ủy viên Bộ Chính trị, nếu đúng như anh Linh nói trước hội nghị tổ chức toàn quốc thì tôi không những không xứng đáng là một ủy viên trong Bộ Chính trị nữa mà còn không xứng đáng là một người đảng viên"[451].

Khi tháp tùng chồng trong các chuyến công du, bà Phan Lương Cầm có góp phần làm cho ông Võ Văn Kiệt có được một hình ảnh khác hơn so với các nhà lãnh đạo đến từ các quốc gia cộng sản. Nhưng ở trong chính trị nội bộ, chuyện tháp tùng chồng của bà cũng bị đánh giá và đàm tiếu. Càng ngày bà càng bị coi như một "gót chân Achilles" của ông Kiệt.

Bà Cầm có những hạn chế nhất định trong giao tiếp và trong tính cách nhưng để dẫn đến tình trạng này cũng không hoàn toàn do lỗi của bà. Phần lớn thời gian trong cuộc đời mình, kể cả sau khi kết hôn với bà Trần Kim Anh, ông Võ Văn Kiệt chủ yếu sống với thư ký, cận vệ, cần vụ. Những thư ký có gia đình riêng như ông Phạm Văn Hùng, Nguyễn Văn Huấn, trong giai đoạn sau

---

[451] Ngày 24-11-1992, ông Lê Phước Thọ viết thư: "Anh Sáu Dân thân mến. Ban tổ chức Trung ương có nhận được thư của anh nói việc đồng chí cố vấn Ban Chấp hành Trung ương Đảng Nguyễn Văn Linh phát biểu về cá nhân anh tại Hội nghị cán bộ tổ chức toàn quốc đầu tháng 8-1992 ở TP Hồ Chí Minh. Khi nhận được thư của anh, Ban tổ chức có bàn chờ lấy cuốn băng trong thành phố Hồ Chí Minh gởi ra, nắm chắc nội dung rồi sẽ báo cáo với anh để bảo đảm tính chính xác trung thực, vì ngại ghi sổ tay không đầy đủ. Chiều ngày 8-11 tôi mới nhận được cuộn băng thì 6 giờ sáng ngày 9-11-1992 tôi đi công tác ở Miền Trung đến ngày 24-11-1992 mới về, khi về Hà Nội nhận được bức thư thứ hai của anh. Việc trả lời cho anh chậm, tôi nhận khuyết điểm. Tôi đề nghị anh thu xếp thời gian nào thích hợp tôi sẽ trực tiếp báo cáo với anh. Thân kính. Lê Phước Thọ".

năm 1975 cũng thường ngủ lại nhà của ông. Thầy trò thường bắt đầu làm việc từ 5 giờ 30 sáng. Lương thưởng, quà cáp đều do các bác sỹ, bảo vệ quản lý.

Những người bạn "tao, mày" với ông Kiệt như ông Bảy Phạm Quang Khai, hiệu trưởng Đại học Cần Thơ và ông Trần Bạch Đằng thì gần như coi nhà ông Kiệt cũng là nhà mình. Khi nào tiện đường là ghé qua, rồi với chai rượu, một ít khô cá sặc, gỏi xoài, họ lại ngồi với nhau nhâm nhi và đàm đạo. Trước đây, ông không bao giờ giữ cái gì là của riêng, kể cả tiền lương. Từ khi ông lấy vợ, đương nhiên bà Cầm trở thành người quản lý, kể cả quà tặng của Thủ tướng. Trong nhóm giúp việc cũng xầm xì và theo ông Phan Minh Tánh: Có lần một ủy viên Bộ Chính trị đến gặp ông, mang theo tấm hình bà Cầm đang cầm gói quà trong một chuyến công du rồi nói: "Ông xem, nó chỉ đi để lấy quà".

Theo ông Nguyễn Văn An: "Ông Nguyễn Văn Linh đi đâu cũng nói xấu ông Võ Văn Kiệt. Một lần, tôi dẫn các cán bộ trẻ trong Ban Tổ chức tới thăm, vừa vào nhà, ông Linh đã chỉ trích ông Kiệt ngay, bất kể người nghe là các cháu cán bộ còn ít tuổi"[452]. Thư đề ngày 23-8-1995 của ông Đặng Văn Thượng còn nói rõ hơn: "Thật tình tôi rất buồn. Dù sai lầm đến đâu, giữa cuộc họp có cán bộ đảng viên, có cán bộ trí thức mà gọi đồng chí mình là thằng này, thằng nọ. Gọi vợ của đồng chí mình là con mẹ Giang Thanh này, Giang Thanh nọ".

Theo ông Trần Trọng Tân, trong một lần ông Nguyễn Văn Linh ốm gần như thập tử nhất sinh, ông Tân vào bệnh viện Chợ Rẫy thăm, hôm đó có cả vợ ông, bà Bảy Huệ, ông Linh nói: "Nhiều anh em không hiểu vì sao mình đi đâu cũng nói chuyện Sáu Dân (Võ Văn Kiệt). Trên thực tế mình lo. Nếu tới đây, Sáu Dân trở thành tổng bí thư thì gay lắm. Sáu Dân thông minh, phiêu cao, rất dễ thành tổng bí thư. Theo mình, Sáu Dân chỉ là người tổ chức thực hiện chứ không vững vàng khi cầm chịch".

Không chỉ có ông Nguyễn Văn Linh, theo ông Phan Văn Khải: "Cái gốc của vấn đề là ông Đỗ Mười và các ông khác đều rất sợ ông Kiệt làm tổng bí thư". Ông Khải cho rằng: "Nếu ông Kiệt làm tổng bí thư, Việt Nam sẽ đổi mới nhanh hơn. Tuy không được đào tạo hệ thống nhưng ông Kiệt luôn nhất quán ủng hộ cái mới. Ông chán đến tận cổ mô hình xã hội chủ nghĩa miền Bắc và ông làm tất cả để phá bỏ nó".

Ông Trần Trọng Tân giải thích thêm về sự "không vững vàng" của ông Võ Văn Kiệt: "Sáu Dân phát biểu nhiều cái ẩu, ví dụ như ông đề xuất dẹp quốc doanh, tư nhân hóa nền kinh tế. Có ông Trung ương đọc 'Thư gửi Bộ Chính trị' của Sáu Dân nói Sáu Dân nối giáo cho giặc".

---

[452] Trước Đại hội VIII ông Nguyễn Văn An là phó Ban Tổ chức Trung ương Đảng.

"THƯ GỬI BỘ CHÍNH TRỊ"

Khi Hồ Chí Minh còn sống, ông yêu cầu: "Chú Ba, chú Thận, chú Tô phải thống nhất ý kiến với nhau trước khi đưa lên Bác". Cho dù bản chất mối quan hệ như thế nào thì các nhà lãnh đạo cao nhất của Đảng ở mọi thời kỳ đều ý tứ để nó không bộc lộ. Giữ gìn sự đoàn kết luôn được dùng như một tiêu chí để đánh giá năng lực của người lãnh đạo. Hơn ai hết, Tổng Bí thư Đỗ Mười có lợi ích chính trị khi mối quan hệ giữa ba người được coi là "luôn luôn nhất trí với nhau". Trên thực tế, mối quan hệ Lê Đức Anh, Võ Văn Kiệt, Đỗ Mười là rất khó để dư luận lúc đó coi là "đoàn kết".

Ngày 4-5-1993, ông Võ Văn Kiệt chuyển tới ông Đỗ Mười một số trích đoạn bức thư của "đồng chí có trách nhiệm, trên 60 tuổi" cho biết: Trong cán bộ cao cấp, "nghỉ hưu có, đương nhiệm có" đang có dư luận "hoài nghi sự đoàn kết của ba đồng chí chủ chốt, hoài nghi đường lối kinh tế, chủ trương chiến lược kinh tế, quốc phòng". Dư luận cho rằng, "giữa ba ông không thống nhất với nhau về chủ trương đường lối phát triển. Đồng chí Đỗ Mười bản thân là một anh bần nông làm nghề tự do nên không có khả năng lãnh đạo chung"[453].

Trong một bức thư gửi ông Đỗ Mười vào tháng 6-1994, ông Võ Văn Kiệt cũng đề cập đến "tình hình rất phân tán trong lãnh đạo". Bức thư của ông Kiệt không nói về các mối quan hệ cá nhân mà đi thẳng vào mối quan hệ lãnh đạo giữa Đảng và Nhà nước. Thư của ông Kiệt cho thấy, ở thời điểm ấy, vai trò của Đảng được nhấn mạnh trở lại, các cơ quan Đảng có khuynh hướng can thiệp một cách trực tiếp hơn dưới nhiều hình thức vào hoạt động của chính quyền[454].

Có lẽ vì bức thư gửi Đỗ Mười vào tháng 6-1994 không có hồi âm nên ngày 9-8-1995, ông Võ Văn Kiệt gửi đi bức thư mà về sau được biết đến với tên gọi là "Thư gửi Bộ Chính trị". Lấy lý do, khi "xây dựng các văn kiện chuẩn bị Đại hội", Tổng Bí thư Đỗ Mười cho rằng "cần tổ chức nghiên cứu và thảo luận sâu

---

[453] "Sáu Dân, 4/5/1993, TỐI MẬT. Kính gởi anh Mười".
[454] Thư tháng 6-1994 của ông Võ Văn Kiệt cho thấy: "Có nhiều công việc điều hành cụ thể, Ban cán sự Đảng của các Bộ (trưởng ban là bộ trưởng) phải báo cáo trước các ban của Đảng, trước Ban Bí thư và phải quán triệt các ý kiến chỉ đạo của Đảng. Cũng đồng chí Bộ trưởng đó phải báo cáo và xin ý kiến Thủ tướng Chính phủ theo hệ thống của hành pháp. Tương tự, có nhiều vấn đề cụ thể, kể cả các việc thuộc lĩnh vực kinh tế, xã hội và thuộc nhân sự, đáng ra là thuộc trách nhiệm của Chính phủ phải xử lý, bên Chính phủ đã bàn đi bàn lại nhiều lần nhưng vẫn phải báo cáo với Ban Bí thư hoặc Thường trực Bộ Chính trị - Ban Bí thư". Ông Võ Văn Kiệt viết: "Chúng ta nói nhiều về nguy cơ diễn biến hòa bình, nhưng nếu để công cuộc đổi mới mất đà, kinh tế - xã hội phát triển chậm, nguy cơ tụt hậu tăng thêm, thì đó chính là cơ sở, là miếng đất rất tốt để nguy cơ diễn biến hòa bình tăng thêm lên". Ông Kiệt cho rằng: "Chính phủ đủ mạnh, làm tốt chức trách chỉ đạo, điều hành thì tức là tăng cường sự lãnh đạo của Đảng, bởi vì trong chính phủ, hiện nay các bộ trưởng đều là đảng viên, lại có hai ủy viên Bộ Chính trị. Những vấn đề lớn về đường lối, chủ trương đều do Bộ Chính trị quyết định... Tôi phát biểu ý kiến này hoàn toàn xuất phát từ ý muốn chân thành, xây dựng cho Chính phủ đủ mạnh. Dù tôi hay đồng chí khác làm cũng cần phải vậy... Xin đề nghị anh em xem xét và nếu cần thì đưa ra Bộ Chính trị vấn đề tôi trình bày trong thư này. Kính: Sáu Dân".

hơn" một số vấn đề thuộc về quan điểm, thư Gửi Bộ Chính trị của ông Võ Văn Kiệt nêu bốn nội dung: "1- Đánh giá tình hình, cục diện thế giới ngày nay; 2- Vấn đề chệch hướng hay không chệch hướng; 3- Nâng cao năng lực quản lý nhà nước; 4- Xây dựng Đảng".

Về tình hình quốc tế, ông Võ Văn Kiệt cho rằng "tính chất đa dạng, đa cực" đang chi phối quan hệ giữa các quốc gia thay vì "mâu thuẫn đối kháng giữa chủ nghĩa xã hội và chủ nghĩa đế quốc" như Đảng từng quan niệm. Đó là lý do mà theo ông Kiệt, một nước đi theo chủ nghĩa xã hội như Việt Nam vẫn có thể trở thành thành viên ASEAN, ký kết hiệp định khung với EU. Thư 1995 của ông Võ Văn Kiệt viết: "Ngày nay, Mỹ và các thế lực phản động khác không thể giương ngọn cờ chống cộng để tranh thủ dư luận và tập hợp lực lượng chống lại nước Cộng hòa Xã hội Chủ nghĩa Việt Nam như trước nữa".

Trong thư, ông Võ Văn Kiệt cho rằng không nên kỳ vọng vào sự phục hồi của "phong trào cộng sản và công nhân quốc tế", bởi nó không bao giờ có "giá trị và chất lượng cộng sản" như ngày xưa nữa. Với "bốn nước xã hội chủ nghĩa còn lại"[455], ông Kiệt cũng cho rằng "tính chất quốc gia sẽ lấn át tính chất xã hội chủ nghĩa", thậm chí quan hệ Việt Nam - Trung Quốc còn "tồn tại nhiều điểm nóng". Ông Võ Văn Kiệt viết: "Sự chấp nhận đối với chế độ chính trị một đảng của Việt Nam cũng đang tăng lên - mặc dầu lúc nầy lúc khác vấn đề dân chủ và nhân quyền được sử dụng như một phương tiện chính trị đối phó với chúng ta".

Ông Võ Văn Kiệt cảnh báo sẽ là "thảm họa cho đất nước" nếu Đại hội VIII "rụt rè bỏ lỡ cơ hội" xây dựng "dân giàu nước mạnh, xã hội công bằng, dân chủ, văn minh". Đồng thời, nếu không đáp ứng được đòi hỏi phát triển của đất nước, "Đảng sẽ đứng trước nguy cơ bị tước quyền lãnh đạo"[456]. Phê phán khuynh hướng khẳng định "kinh tế quốc doanh giữ vai trò chủ đạo là một tiêu chí cho định hướng xã hội chủ nghĩa"[457], ông Kiệt viết: "Để giữ được

---

[455] Trung Quốc, Việt Nam, Bắc Triều Tiên và Cuba.

[456] Ông Võ Văn Kiệt đưa ra năm tiêu chí "định hướng" xã hội chủ nghĩa: "1- Dân giàu, nước mạnh, xã hội công bằng và văn minh; 2- Phát triển gắn liền với giữ gìn độc lập chủ quyền và bản sắc văn hoá của dân tộc; 3- Phát triển gắn liền với phúc lợi xã hội và bảo vệ môi trường; 4- Xây dựng nhà nước của dân, do dân và vì dân có hiệu lực; 5- Đảng Cộng sản Việt Nam lãnh đạo toàn bộ quá trình phát triển đó".

[457] Trong "Thư gửi Bộ Chính trị", ông Võ Văn Kiệt viết: "Có đồng chí nói biểu hiện của chệch hướng là quốc doanh không làm chủ được lưu thông phân phối, tư thương hầu như chi phối thương nghiệp. Một biểu hiệu khác của chệch hướng - cũng theo cách nhìn như vậy - là trong giao thông vận tải tỷ lệ xe tư nhân chiếm quá cao... Cũng những sự việc nói trên, đúng ra phải được đánh giá hoàn toàn ngược lại. Sự thật là đường lối đổi mới đã tạo ra được một cơ chế kinh tế cho phép huy động mọi tiềm năng trong xã hội, nhờ đó đã xử lý có thể nói khá thành công vấn đề lưu thông hàng hoá và giao thông vận tải. Về phương diện nầy chúng ta đã thành công rất xa so với thời kỳ còn cơ chế kinh tế bao cấp. Bây giờ hàng hóa đi và về hầu như mọi miền đất nước, nhân dân trong cả nước đi lại dễ dàng hơn trước nhiều lần".

định hướng xã hội chủ nghĩa, đòi hỏi bức xúc là phải nâng cao tính hiệu quả của kinh tế quốc doanh, nhằm làm cho nó chiếm một vai trò chủ đạo trong thị trường nước ta chứ không phải là dành cho nó quyền 'nắm' thứ này thứ khác".

Theo ông Võ Văn Kiệt, "nguy cơ chệch hướng đang ẩn náu" trong nhiều hiện tượng như tham nhũng, cục bộ, cửa quyền và tính vô chính phủ, và "sẽ sai lầm nếu đem tất cả những phát triển không lành mạnh này đổ cho cơ chế kinh tế thị trường". Theo ông: "Càng kiên trì định hướng xã hội chủ nghĩa, càng phải hoàn thiện và phát triển thị trường, không thể có bất kỳ sự phân biệt đối xử nào. Cần sớm xoá bỏ sự phân biệt hoặc sự hình thành các loại hình kinh tế phi dân sự, kinh tế đoàn thể, kinh tế đảng, kinh tế các lực lượng vũ trang".

Ông Kiệt cũng phê phán hệ thống pháp luật, bộ máy nhà nước và năng lực của cán bộ viên chức không đáp ứng đòi hỏi của nhiệm vụ. Ông đề nghị chuyển "phương thức điều hành đất nước trong thời chiến" với "cơ chế chính ủy", cơ chế "bộ máy của đảng đứng trên hoặc làm thay bộ máy chính quyền". Ông Kiệt đề nghị để cho Quốc hội, hội đồng nhân dân, ủy ban nhân dân các cấp được "làm tròn chức năng quyền hạn" của mình, "các tổ chức cơ sở đảng không làm thay, không quyết định thay" nhà nước. Đồng thời, ông cũng đề nghị "bỏ cách suy nghĩ công thức" về nguyên tắc "dân chủ tập trung" hay còn gọi là "tập trung dân chủ", cụ thể: "Để huy động trí tuệ của toàn đảng và bảo vệ sự trong sáng trong đảng, cần phải triệt để dân chủ, đồng thời để bảo đảm sức chiến đấu của đảng mọi đảng viên phải tuyệt đối tuân theo điều lệ và phục tùng các nghị quyết của đảng".

Người chấp bút "Thư gửi Bộ Chính trị", ông Nguyễn Trung, nói: "Ông Kiệt là người cảm thấy bức bối về sự mất dân chủ trong Đảng. Năm 1995 Việt Nam vừa kết thúc được thời kỳ hậu chiến, đổi mới lại bắt đầu chững lại. Trong khi, theo ông Kiệt, năm 1995 lẽ ra phải bung mạnh ra vì có rất nhiều cơ hội". Ông Nguyễn Trung nói: "Ông Lê Đức Anh thì quá kín đáo, ông Đỗ Mười thì cản quá trình bình thường hóa với ASEAN thông qua lá phiếu của Đào Duy Tùng. Sau một loạt thành công của Chính phủ, năm 1995, uy tín bên trong, bên ngoài của ông Kiệt đều lên cao, có nguy cơ ông trở thành tổng bí thư, điều mà cả Trung Quốc, ông Đỗ Mười, Lê Đức Anh, đặc biệt là Nguyễn Văn Linh đều không thích. Trong bối cảnh đó, thư Gửi Bộ Chính trị ra đời. Ông Kiệt viết thư này, đụng đến một vấn đề cốt lõi trong sinh hoạt Đảng, với mong muốn làm cho mối quan hệ thật rõ ràng: dân chủ ra dân chủ, tập trung ra tập trung".

Ngày 10-10-1995, "Thư gửi Bộ Chính trị" được đưa ra bàn trong Bộ Chính trị. Ông Kiệt bị nhiều thành viên trong Bộ Chính trị chỉ trích kịch liệt. Quan điểm không còn đấu tranh giai cấp, Mỹ không phải là đối tượng của Việt Nam, thế giới đang cần hợp tác, đến lúc cạnh tranh kinh tế chứ không phải coi nhau như kẻ thù,... chỉ được rất ít người ủng hộ [458]. Ông Phạm Thế Duyệt, ủy viên Bộ Chính trị khóa VII (1991-1996), nói: "Không có ai quá đao to búa lớn, khi Bộ Chính trị phân tích, anh Sáu Dân cũng bình tĩnh tiếp thu. Anh là một người hăng hái, suy nghĩ có lúc mạnh dạn. Nhưng dưới góc độ tổ chức, không nên coi cách làm đó là bình thường. Cho dù ý kiến của anh mang tính chiến lược, phù hợp với đổi mới của Đảng. Nhưng cách làm phải có sức thuyết phục" [459].

Ông Nguyễn Hà Phan cho rằng: "Bức thư chệch hướng 100%. Nhưng cả tôi, anh Đỗ Mười, anh Đào Duy Tùng và anh Lê Đức Anh đều thống nhất một hướng là không làm to chuyện và không kỷ luật ông Kiệt mà chỉ phân tích làm sao cho ông Kiệt phải nhận khuyết điểm. Chúng tôi biết người chấp bút là Nguyễn Trung, cái nguy là ông Kiệt cũng bức xúc với đổi mới nên ký vào" [460]. Anh Đỗ Mười nói: "Anh Kiệt lập trường tốt thôi nhưng từ khi lấy anh Trung làm trợ lý thì hay có việc này việc nọ" [461]. Ông Phạm

---

[458] Trong Bộ Chính trị, Bộ trưởng Ngoại giao Nguyễn Mạnh Cầm là người chia sẻ điều này nhưng ông Cầm vốn là một người thận trọng.
[459] Trả lời phỏng vấn tác giả ngày 10-3-2011.
[460] Trả lời phỏng vấn tác giả ngày 16-12-2011.
[461] Người giúp việc cũng là một điểm yếu để khi cần, được "tam nhân" sử dụng cho các mục tiêu chính trị. Ngày 31-10-1992, trợ lý của ông Đỗ Mười, ông Hà Nghiệp, có một bài phát biểu tại Viện Marx-Lenin. Sau khi cổ vũ cho kinh tế thị trường và phân tích hoàn cảnh Việt Nam đang ở thời kỳ quá độ, ông Hà Nghiệp nói: "Chúng ta nên nói: kiên trì mục tiêu và lý tưởng của chủ nghĩa xã hội chứ không nên nói kiên trì chủ nghĩa xã hội vì cái đó ta chưa biết. Không thể kiên định cái mà ta không biết". Đặc biệt, ông Hà Nghiệp đề nghị: "Hồ Chí Minh đặt tên Đảng là Đảng Lao động Việt Nam là rất đúng, là không phải suy nghĩ bỗng chốc. Đảng phải trở về với Hồ Chí Minh, trở về với cái gốc của mình. Tên nước cũng nên trở về với tên mà Hồ Chí Minh đặt: Việt Nam dân chủ cộng hòa". Phát biểu của Hà Nghiệp chỉ cho năm người nghe: Phạm Như Cương, Đặng Xuân Kỳ, Vũ Hữu Ngoạn, Trần Nhâm và Đào Duy Quát, con trai Đào Duy Tùng. Không ngờ có người ghi âm, sau đó phản ánh lại cho Bộ Chính trị. Đào Duy Tùng, Lê Đức Anh phản ứng quyết liệt. Lê Đức Anh đòi: "Đuổi cổ thằng này ra khỏi Đảng". Ông Đỗ Mười bèn nói: "Các anh nên nhớ, khi trao đổi nội bộ, anh Hà Nghiệp chỉ đặt vấn đề có tính gợi mở. Còn khi làm các tôi là theo tôi, anh ấy sai là tôi sai. Việc anh Hà Nghiệp đề nghị các anh để tôi xử lý".
Phát biểu của Hà Nghiệp mang tính nội bộ và không nhiều người tin đó là quan điểm của ông Đỗ Mười. Trong khi "Thư gửi Bộ Chính trị" ký tên Võ Văn Kiệt và ai cũng biết đó là những điều ông trăn trở. Bức thư được đưa ra ở thời điểm tạo ra không ít bất lợi cho ông Kiệt. Ngày 26-6-1996, ông Nguyễn Trung viết thư gửi ông Kiệt: "Thưa Anh, đã đến lúc tôi gởi thư này xin trình Anh đôi điều. Khi Anh gọi tôi về làm trợ lý cho Anh, một trong hai điều tôi xin Anh là xin được phục vụ Anh đến Đại hội VIII. Điều mong muốn này lúc đó là do ước lượng sức mình, và bây giờ tôi xin được thực hiện lời nói của mình. Đó là lý do thứ nhất. Nhưng bây giờ có thêm lý do thứ hai hệ trọng hơn nhiều lần khiến tôi phải xin Anh điều này, đó là: tôi thấy giúp Anh được thì ít, nhưng gây khó khăn cho Anh thì lớn quá, tôi muốn nói về câu chuyện bức thư 9-8-1995. Hơn nữa trọng trách của Anh bây giờ là đối với đất nước, đối với Đảng ta rất lớn và khó hơn trước nhiều lần... Điều làm tôi vô cùng ân hận không phải là nội dung bức thư, mà là những yếu kém của tôi khi giúp Anh trong công việc cụ thể này, trong đó yếu tố kém lớn nhất là sự hiểu biết của tôi về tình hình và vận mệnh đất nước ta. Làm trợ lý mà hiểu biết còn hạn chế của tôi quá ít như vậy thì không thể chấp nhận được, mặc dù đã bạc đầu với cuộc đời rồi! Nhiều lúc tôi bị day dứt ghê gớm vì sự ân hận này, song tôi cắn răng chịu đựng, cũng không xin lỗi Anh một lời, vì biết Anh cũng đang lặng lẽ như vậy - và còn vì chúng ta là đàn ông.
Tôi chân thành cảm ơn mọi sự ưu ái của Anh dành cho tôi, nhất là rất biết ơn sự độ lượng lớn lao của Anh chung quanh câu chuyện bức thư. Được phục vụ đồng chí lãnh đạo như vậy mãi mãi là niềm vui của tôi. Chắc chắn tôi học tập được ở Anh nhiều điều mà Anh khó đoán hết được. Tôi xin Anh cho về hưu. Sau khi tôi về hưu, Anh

Thế Duyệt cũng cho rằng: "Anh Sáu Dân đôi khi để bị tác động của các chuyên gia".

Sau hội nghị Bộ Chính trị, theo ông Nguyễn Hà Phan: "Vì Bức thư ông Kiệt chỉ gửi cho các ủy viên Bộ Chính trị chứ không gửi cho các ông cố vấn nên ông Nguyễn Văn Linh có mượn bản của tôi. Tôi cũng muốn tranh thủ ông Linh nên dàn xếp êm, không đưa chuyện ông Kiệt ra Trung ương nên đưa cho ông. Ông Linh lại dùng lá thư có ghi tên tôi sao ra gửi cho các ông cố vấn khác". Bức thư nhanh chóng được tán phát rộng rãi ở trong và ngoài nước.

Vậy nhưng, ngày 15-11-1995, ông Vũ Đình Liệu vẫn viết thư gửi Bộ Chính trị tha thiết đề nghị để ông Võ Văn Kiệt làm tổng bí thư "nhằm tiếp tục giữ và phát triển được cái đà của nền kinh tế". Thư của ông Liệu viết: "Anh Đỗ Mười nên nghỉ vào thời điểm này là phù hợp vì đã ở tuổi tám mươi. Đồng chí Đỗ Mười đã vững vàng cùng với các đồng chí lãnh đạo khác, chẳng những đã khắc phục được những khó khăn mà còn đem lại bao nhiêu thành tựu to lớn cho tổ quốc, cho nhân dân. Đồng chí Đỗ Mười rút ở thời điểm này là phù hợp và rất vinh quang". Lá thư của ông Vũ Đình Liệu cho thấy các bậc cách mạng lão thành chưa coi những quan điểm trong thư gửi Bộ Chính trị của ông Kiệt là lệch lạc.

Ngày 5-12-1995, ông Hà Sĩ Phu, tác giả của nhiều bài chính luận sắc sảo được truyền đọc ở thời điểm ấy, đang đi xe đạp trên đường phố Hà Nội thì bị hai người đi xe máy chèn ngã. Ông Hà Sĩ Phu kêu to: "Ăn cướp! Ăn cướp!". Lập tức công an xuất hiện. Thay vì bắt "cướp", công an đã đưa Hà Sĩ Phu về đồn, khám túi xách, phát hiện bản sao chép thư gửi Bộ Chính trị ngày 9-8-1995 của ông Võ Văn Kiệt. Hà Sĩ Phu khai tài liệu này ông lấy từ ông Nguyễn Kiến Giang; ông Giang khai lấy từ ông Lê Hồng Hà, một cán bộ lão thành, từng là chánh Văn phòng Bộ Công an và trước đó, từng là giám đốc trường Đào tạo sĩ quan công an 500. Ba người có liên quan đến tài liệu này đã bị bắt ngày 6-12-1996[462].

Vụ án Hà Sĩ Phu ầm ĩ trên các đài báo nước ngoài và được Câu lạc bộ Ba Đình, nơi sinh hoạt chính thức của các cán bộ cao cấp nghỉ hưu, công khai

---

↪ thấy cần phụ giúp việc gì xin Anh cứ gọi. Xin Anh hiểu cho không phải sự quản ngại nào, cũng không phải ý nghĩ giữa đường trở bỏ thầy, chỉ có bao điều day dứt trong lòng khiến tôi viết thư này. Trong gia đình, xưa nay tôi vẫn thường dạy các con mình điều quan trọng hơn vẫn là mọi việc ở phía trước, và tôi cố gắng làm gương cho các cháu về điều này- không phải chỉ vì ý chí cầu tiến bộ, mà còn vì cách nhận thức những giá trị trong cuộc sống. Cho đến khi gặp Anh, tôi gặp một gương lớn về cách suy nghĩ này. Đấy chính là một trong những điều khiến tôi trong lòng rất mến phục Anh. Với lòng trân trọng này, kính chúc Anh mạnh khỏe. Kính thư/ Nguyễn Trung".

[462] Ngày 22-8-1996, Tòa án Nhân dân Thành phố Hà Nội xử: Hà Sĩ Phu, 1 năm tù giam; Lê Hồng Hà, 2 năm tù giam; Nguyễn Kiến Giang, 15 tháng tù treo.

bàn tán. Nhưng ngày 23-12-1995, một thành viên của câu lạc bộ này, ông Trần Lâm, ủy viên Trung ương Đảng Khóa IV và V, trong thư gửi Bộ Chính trị, vẫn đánh giá cao vai trò của thủ tướng và yêu cầu "ba đồng chí chủ chốt hiện nay, dù tuổi đã cao, vẫn cần tiếp tục một nhiệm kỳ nữa".

Thay vì đặt vấn đề "chệch hướng", điểm yếu của ông Võ Văn Kiệt mà ông Trần Lâm chỉ ra vẫn là những tai tiếng liên quan đến bà vợ Phan Lương Cầm. Nhưng, theo ông Trần Lâm, miễn là ông Kiệt "không bao che". Ông Lâm viết: "Trong xã hội phức tạp hiện nay, không phải chỉ một mình đồng chí Võ Văn Kiệt bị dư luận xì xào, mà hầu hết các đồng chí lãnh đạo cao cấp nhất đều bị dư luận bàn tán về người thân, ta cần cảnh giác với dư luận".

Tuy nhiên, ý kiến của các bậc lão thành chỉ có ảnh hưởng phần nào. Uy tín của cả ba ông trong Trung ương đều giảm sút. Khi lấy phiếu tín nhiệm lãnh đạo chủ chốt, chỉ có Đỗ Mười đạt số phiếu hơn 50%, ông Kiệt có lúc chỉ còn mức tín nhiệm 40%. Cũng trong thời gian đó, theo ông Lê Khả Phiêu: "Ba đồng chí cố vấn Nguyễn Văn Linh, Phạm Văn Đồng, Võ Chí Công viết thư đề nghị những đồng chí đã ở trong độ tuổi bảy mươi nên rút lui. Bàn đi bàn lại mãi cũng không thống nhất được". Đầu tháng 3-1996, Trung ương họp Hội nghị 11, về sau trong nội bộ gọi là Hội nghị 11a, đưa ra khỏi danh sách tái ứng cử các ủy viên Bộ Chính trị trên bảy mươi tuổi như Lê Đức Anh, Võ Văn Kiệt, Đoàn Khuê, Đào Duy Tùng, Nguyễn Đức Bình, Lê Phước Thọ, Vũ Oanh, Bùi Thiện Ngộ.

Ngày 13-3-1996, ông Vũ Đình Liệu gửi thư "Mật khẩn" cho Bộ Chính trị, Tổng Bí thư Đỗ Mười và Ban Nhân sự Đại hội VIII, nói rằng việc các ủy viên tới tuổi nghỉ hết đã làm cho "nhiều đồng chí, chủ yếu là các đồng chí cách mạng lão thành ở Thành phố Hồ Chí Minh và một số tỉnh Nam Bộ băn khoăn lo lắng". Ông Vũ Đình Liệu nói ông ủng hộ phương án cả ba ông - Đỗ Mười, Võ Văn Kiệt và Lê Đức Anh - rút lui. Nếu "giữ lại một" thì theo ông Liệu "người cần giữ lại phải là đồng chí Võ Văn Kiệt". Ông Liệu viết: "Đồng chí Đỗ Mười đã bảy mươi chín tuổi. Tôi nay đã bảy mươi tám nên tôi rất hiểu, khi tuổi càng cao sức khỏe càng thấp".

Hơn một tuần sau, thư gửi Bộ Chính trị của ông Võ Văn Kiệt trở thành đối tượng phê phán trong bài phát biểu của Thượng tướng Lê Khả Phiêu tại đại hội Đảng bộ Học viện Chính trị - Quân sự cao cấp [463]. Bài nói của Tướng Phiêu không chỉ đích danh Thủ tướng Võ Văn Kiệt nhưng nội dung của nó "đập lại" khá đanh thép những vấn đề được đặt ra trong bức thư.

---

[463] Ông Phiêu lúc đó là ủy viên Bộ Chính trị, chủ nhiệm Tổng cục Chính trị.

Ba tháng trước ngày khai mạc Đại hội Đảng lần thứ VIII, toàn văn bài phát biểu của Tướng Lê Khả Phiêu được công bố trên trang nhất báo Quân Đội Nhân Dân [464]. Sau khi ca ngợi "bản lĩnh chính trị" của Đảng bộ Học viện, Tướng Phiêu nói đến "diễn biến hòa bình", bạo loạn, lật đổ và đặc biệt ông nhấn mạnh "âm mưu phi chính trị hóa các lực lượng vũ trang". Những "âm mưu và thủ đoạn" mà ông Phiêu nói là của các thế lực thù địch ở "trong và ngoài nước".

Tướng Lê Khả Phiêu nói: "Khi Liên Xô sụp đổ, các thế lực đế quốc chủ nghĩa và các trào lưu cơ hội xét lại đã chuyển phương thức tiến công lấy kinh tế, chính trị làm chính, kết hợp bạo lực và can thiệp vũ trang, hy vọng xóa bỏ những nước xã hội chủ nghĩa trong thời gian ngắn nhất, trong đó có Việt Nam ta. Nhưng thực tiễn đã chứng tỏ rằng, lịch sử đã và đang diễn ra khác với mong ước của họ". Tướng Lê Khả Phiêu cho rằng: "Các mâu thuẫn cơ bản của thời đại tuy có những biểu hiện mới nhưng vẫn tồn tại một cách khách quan, bất chấp cái mốt tư tưởng thời thượng về điều hòa và hợp tác giai cấp".

Sau khi phân tích những "mưu mô điên cuồng hòng xóa bỏ chế độ xã hội chủ nghĩa ở nước ta trong những năm cuối thế kỷ này", Tướng Phiêu nói tiếp: "Không phải không có người muốn giã từ hệ tư tưởng mà thực chất là giã từ hệ tư tưởng Marx - Lenin để rơi vào một hệ tư tưởng khác; muốn phi tư tưởng hóa, coi việc phân chia ra ranh giới giữa hai chế độ tư bản và xã hội chủ nghĩa là một cái gì xơ cứng, giáo điều, gây trở ngại cho việc nước ta hòa nhập vào thế giới và gào lên cùng với thế giới đó". Tướng Phiêu nhấn mạnh: "Cũng chưa có lúc nào mà các tuyên bố mang tính chất 'cương lĩnh chính trị' do các nhóm người ở trong nước và nước ngoài tự xưng là 'chí sỹ yêu nước' lại được đưa ồn ào như vậy! Người ta cho rằng, đất nước ta hiện nay chỉ cần 'độc lập và dân chủ' chỉ cần 'độc lập và phát triển' chứ chẳng cần định hướng phát triển nào, nhất là định hướng xã hội chủ nghĩa".

Lê Khả Phiêu coi những đề nghị cải cách cơ chế lãnh đạo là "cuộc tiến công vào tổ chức của Đảng ta. Tướng Phiêu nói: "Có người đang đòi hỏi từ bỏ nguyên tắc tập trung dân chủ, cho rằng, tập trung sẽ dẫn đến quan liêu, độc đoán; có người đang phê phán nguyên tắc lãnh đạo tập thể, cá nhân phân công phụ trách".

Trong thư gửi Bộ Chính trị, ông Võ Văn Kiệt đề nghị xóa bỏ các tổ chức kinh tế đoàn thể, kinh tế đảng, kinh tế của các lực lượng vũ trang. Trong phát biểu của mình, Tướng Lê Khả Phiêu nâng tầm quan điểm: "Không phải không

---

[464] Số ra thứ Hai, ngày 25-3-1996.

có ý kiến cho rằng, lực lượng vũ trang chỉ nên làm một công cụ vũ trang thuần túy chỉ tập trung vào sẵn sàng chiến đấu và chiến đấu, cho rằng, cơ cấu Đảng lãnh đạo lực lượng vũ trang như hiện nay là không thích hợp. Về thực chất, đó là âm mưu 'phi chính trị hóa' lực lượng vũ trang nhân dân, làm suy yếu sức mạnh tổng hợp của cách mạng Việt Nam trong cuộc đấu tranh hiện nay".

Trước Đại hội, tinh thần bài phát biểu của Tướng Lê Khả Phiêu được phổ biến khá rộng rãi trong những đợt sinh hoạt chính trị của quân đội. Tên tuổi Võ Văn Kiệt bắt đầu được các sỹ quan chính trị nhắc đến một cách không chính thức khi họ phê phán "chệch hướng" và "khuynh hướng xã hội chủ nghĩa dân chủ" đang hình thành trong Đảng.

VỤ ÁN NGUYỄN HÀ PHAN

Trong những ngày ấy, ông Nguyễn Hà Phan đang làm trưởng Ban Tổ chức Đại hội Đảng lần thứ VIII, công việc thường được giao cho ứng cử viên của một trong những vị trí chủ chốt. Ông Đỗ Mười vẫn nắm giữ vai trò quan trọng nhất: Trưởng Ban Nhân sự Đại hội.

Nếu thế hệ các nhà lãnh đạo vào Đảng "trước Cách mạng" rời khỏi chức vụ trong Đại hội VIII, Nguyễn Hà Phan chắc chắn trở thành người kế cận có nhiều tiềm năng nhất. Điều này có thể trở thành niềm tự hào của các đảng viên miền Nam nếu như ông Nguyễn Hà Phan không trở thành một trong những ngọn cờ tiên phong chống lại ông Võ Văn Kiệt.

Năm 1991, khi được đưa từ Hậu Giang ra Hà Nội, với cách ăn nói khéo léo và với một bề ngoài toát lên quan điểm lập trường: thường xuyên mặc những bộ đồ ba túi màu xanh xám, chân đi dép sandal, tóc tai bơ phờ "thâu đêm lo việc nước", ông Nguyễn Hà Phan được đưa vào Ban Bí thư, giữ chức trưởng Ban Kinh tế Trung ương Tại Đại hội VII. Tháng 7-1992 ông Phan được giao thêm chức phó chủ tịch Quốc hội. Như một người tiên phong bảo vệ thành trì xã hội chủ nghĩa, cứng nhắc cả trong các chính sách kinh tế và trong các chủ trương đối ngoại, Nguyễn Hà Phan nhanh chóng làm hài lòng cả ông Đỗ Mười và ông Lê Đức Anh.

Khi còn là một nhà lãnh đạo địa phương, Nguyễn Hà Phan là một người năng động. Trước Đại hội VII (1991), theo ông Phan Văn Khải: "Khi dự thảo Luật Đất đai được đưa xuống Long An lấy ý kiến lãnh đạo các tỉnh miền Tây, Nguyễn Hà Phan khi ấy đang là bí thư Hậu Giang, ủng hộ chính sách đa sở hữu đất đai, công nhận quyền tư hữu về ruộng đất. Nhưng khi ra Hà Nội, vào Ban Bí thư, ông lập tức theo quan điểm của ông Đỗ Mười, chống tư nhân hóa đất đai và trở thành một trong những người lớn tiếng bảo vệ sở hữu toàn dân".

Đặc biệt, Nguyễn Hà Phan luôn "sát cánh" bên cạnh nhà lý luận Đào Duy Tùng, phê phán thị trường, phê phán chính phủ nuông chiều đầu tư nước ngoài, nuông chiều tư nhân và các thành phần kinh tế, xem nhẹ vai trò quốc doanh. Những cải cách kinh tế theo hướng thị trường của Chính phủ bị coi là có "nguy cơ chệch hướng". Theo ông Phan Văn Khải: "Trước Hội nghị giữa nhiệm kỳ, Nguyễn Hà Phan đưa ra một bản thống kê mười sáu điểm chệch hướng của Chính phủ". Tháng 1-1994, trong hội nghị đó, Nguyễn Hà Phan được đưa vào Bộ Chính trị cùng với Lê Khả Phiêu, Nguyễn Mạnh Cầm.

Trong Bộ Chính trị, không chỉ có các tướng lĩnh nhân danh an ninh quốc phòng để ngăn cản một số dự án đầu tư nước ngoài. Điều mà ông Võ Văn Kiệt và nhiều thành viên Chính phủ cảm thấy khó chịu là, người nhiệt tình ủng hộ Tướng Lê Đức Anh nhất trong vấn đề này lại là một nhân vật được ông Kiệt cất nhắc từ miền Nam: ông Nguyễn Hà Phan.

Theo Bộ trưởng Kế hoạch Đầu tư Trần Xuân Giá: Đầu thập niên 1990, Chính phủ chọn BHP làm đối tác thăm dò dầu ở mỏ Đại Hùng. Khi thông qua Bộ Chính trị, sau khi nghe ông Đậu Ngọc Xuân, Chủ tịch Hội đồng thẩm định các dự án Quốc gia trình bày, Nguyễn Hà Phan đứng dậy nói: "Đồng bào miền Nam chắc chắn không một ai đồng tình chọn Úc làm đối tác khai thác dầu khí vì bọn Úc đã từng đưa quân vào tàn sát đồng bào ta". Ông Đậu Ngọc Xuân phân tích: "Căn cứ vào công nghệ thì công nghệ Úc là tiên tiến. Trong các nước phương Tây chỉ có Úc chịu đầu tư còn các nước khác sợ cấm vận Mỹ". Ông Võ Văn Kiệt liền đứng dậy: "Nếu nói như Sáu Phan thì tôi đề nghị Bộ Chính trị nên chọn Lào đầu tư. Mỹ là kẻ thù mới đánh ta; Pháp đô hộ 80 năm; Nhật khiến cho 2 triệu người chết đói; Úc, Hàn theo Mỹ mang quân sang... Không có nước nào có công nghệ tốt lại không có dính líu vào một 'tội ác' nào đó".

Ông Nguyễn Hà Phan thừa nhận: "Tôi còn phản đối nhiều quyết định đầu tư vi phạm an ninh quốc gia khác của Chính phủ. Sân bay Nội Bài, Chính phủ quyết định cho Malaysia đầu tư, họ đã bỏ vô 2 triệu USD nhưng tôi thấy không thể để cho nước ngoài đầu tư ở cửa ngõ Thủ đô như thế tôi phản đối. May mà ông Kiệt có quan hệ tốt với Thủ tướng Mahathia nên họ không phạt. Tôi cũng phản đối việc ông Kiệt cho phép Singapore đầu tư vào khu Ba Đình, xây dựng lại khu Nhà khách Chính phủ, 37 Hùng Vương, và Nhà khách Trung ương, số 8 Chu Văn An".

Đặc biệt, Nguyễn Hà Phan rất được "ông cố vấn" Nguyễn Văn Linh và Trưởng ban Tổ chức Lê Phước Thọ ủng hộ. Theo ông Nguyễn Đình Hương: "Ông Linh muốn Nguyễn Hà Phan thay ông Kiệt làm thủ tướng". Theo ông Đặng Văn Thượng, ông Cố vấn Nguyễn Văn Linh trực tiếp phổ biến với các cán bộ chủ chốt ở miền Tây: "Kỳ này, anh Sáu Phan, ủy viên Bộ Chính trị, sẽ được cử lên thay anh Sáu Dân, vì anh Sáu Phan có lịch sử chính trị suôn sẻ, tận tụy vô tư, sẽ giúp cho nhân dân đồng bằng sông Cửu Long phát triển nhanh hơn" [465]. Ông Đặng Văn Thượng viết tiếp: "Anh Sáu! Tôi đã dám viết và ký tên tức là tôi dám chịu trách nhiệm về những thông tin ấy. Có lẽ vì quá buồn chán tình đời 'sớm nắng chiều mưa' - Tôi hiểu trong Đảng còn nhiều người hết sức tốt, nhưng cũng không thiếu những kẻ trở cờ, trở rất nhanh, đổ tội cũng rất khéo. Có anh bây giờ nói ra câu nào cũng có anh Sáu nhưng không phải Sáu Dân, Sáu Khải đâu nghe [466]".

Việc tạo dư luận cho Nguyễn Hà Phan không chỉ được tiến hành ở Nam Bộ. Hai tuần trước đó, ngày 7-8-1995, từ Hà Nội, ông Trần Văn Hiến, ủy viên Trung ương Đảng Khóa IV cũng đã viết thư gửi Bộ Chính trị, đề nghị: "Anh Đỗ Mười có thể ở lại thêm một nửa nhiệm kỳ ở chức tổng bí thư nhưng cũng với điều kiện để anh Sáu Phan làm bí thư trực thứ nhất trong Ban Bí thư nhằm khi anh Đỗ Mười nghỉ thì có người thay thế". Nhưng điều mà ông Nguyễn Hà Phan "gặt" được sau những vận động chính trị này không phải là chức tổng bí thư hay thủ tướng mà là phản ứng của những người biết rõ quá khứ của ông.

Theo ông Nguyễn Đình Hương: "Chỉ còn mấy tháng nữa là đại hội, tự nhiên có hàng loạt đơn thư, tố cáo Nguyễn Hà Phan đã từng khai báo nghiêm trọng và khi ra tù nhận làm nội gián cho địch". Khi đưa Nguyễn Hà Phan vào Bộ Chính trị, không phải ông Đỗ Mười không biết chuyện ông Nguyễn Hà Phan từng khai báo trong tù, nhưng khi ấy, do ủng hộ ông Phan, ông Mười chủ trương "không đào bới quá khứ". Nhưng rồi, theo ông Nguyễn Đình Hương, những lá thư nêu các dẫn chứng thuyết phục đến nỗi làm cho các ông Đỗ Mười, Lê Đức Anh sợ, dù cả hai đều thích Sáu Phan.

Ông Nguyễn Đình Hương nói: "Ông Đỗ Mười bắt buộc phải đồng ý cho thẩm tra, ông Lê Đức Anh cũng bắt buộc phải đồng ý. Riêng cố vấn Nguyễn Văn Linh không đồng ý. Ông Mười tính giao cho Bộ trưởng Nội vụ Bùi Thiện Ngộ đi thẩm tra nhưng ông Ngộ từ chối. Ông Mười gọi tôi lên, tôi nói, gần đại hội quá rồi. Ông Mười nói phải làm. Tôi bảo, nếu anh giao cho tôi anh phải giao bằng văn bản. Ông Mười cho văn bản. Anh Bùi Thiện Ngộ tuy chối nhưng trong quá trình làm lại giúp tôi rất nhiều. Ông Kiệt thì nói ngắn: Anh cứ làm. Không có ông Kiệt thì tôi không làm được".

Ông Nguyễn Đình Hương kể: "Trước khi vào Nam tôi hỏi ông Lê Phước Thọ có biết gì về trường hợp của Nguyễn Hà Phan không. Tuy đã từng là cấp trên của ông Phan từ trong chiến tranh nhưng ông Lê Phước Thọ nói không biết. Tôi bay vào Sài Gòn. Biết tôi ở T78, ông Nguyễn Văn Linh cho gọi tới

---

[465] Thư ngày 23-8-1995.
[466] Nguyễn Hà Phan, gọi theo thứ bậc của người miền Tây là Sáu Phan - Thư đã dẫn.

nhà. Tôi đến, mặt ông hầm hầm: 'Đồng chí vào lâu chưa? Làm gì?'. Tôi bảo: 'Chúng tôi vào có hai việc: gặp lại các đồng chí Trung ương Cục xác minh lại câu chuyện ai viết Nghị quyết 15; xác minh các đơn thư tố cáo đồng chí Nguyễn Hà Phan'. Ngay lập tức, ông Linh mắng: 'Cậu không xứng đáng làm trưởng Ban Bảo vệ Đảng'. Thái độ của ông Linh làm chúng tôi và cả người giúp việc của ông, cùng sững sờ. Tôi đứng dậy nói: 'Tôi vào đây theo sự phân công của Bộ Chính trị, có ấn kiếm tổng bí thư giao, nếu anh thấy không xứng đáng thì đề nghị anh có ý kiến với Bộ Chính trị'. Rồi, tôi bỏ ra về".

Ông Hương kể tiếp: "Cuộc tìm kiếm phức tạp hơn tôi tưởng. Trước khi vào Nam, tôi yêu cầu Bộ trưởng Nội vụ Bùi Thiện Ngộ ra lệnh cho bên tàng thư hỗ trợ. Tuy nhiên, cơ quan này lưu giữ tới hơn hai triệu tàng thư, một số lại bị đốt trong những ngày tranh tối tranh sáng sau 30-4-1975. Tôi nghĩ thật khó mà tìm được. Nhưng, ông Kiệt nói: 'Tôi sẽ tìm thầy lang giỏi cho anh'. 'Thầy Lang' mà ông Kiệt nói là một vị đại tá lớn tuổi, trước ở Quân khu IX. Tôi nhớ khi Nguyễn Hà Phan vừa vào Ban Bí thư, vị đại tá này đã viết thư cho tôi: 'Chú làm bảo vệ Đảng, chú chú ý, Nguyễn Hà Phan còn định leo cao đấy'. Một người nữa cũng biết khá rõ Sáu Phan là ông Nguyễn Văn Hơn, Bí thư An Giang".

Ông Nguyễn Hà Phan bị chính quyền Ngô Đình Diệm bắt vào tháng 12-1958, khi đang là tỉnh ủy viên Sóc Trăng. Ông Phan thừa nhận: "Tôi bị bắt sau khi cả bí thư và phó bí thư Tỉnh ủy đầu hàng, khai ra. Những gì nó khai rồi, không chối được thì mình cũng khai. Lúc kiểm điểm mình đã nói hết. Lỗi thì có lỗi nhưng thử hỏi có ai bị bắt mà không khai. Năm 1964, sau khi ra tù, Đảng đã kiểm thảo và thử thách tôi ba tháng. Từ đó ở đâu khó khăn nhất là lại cử tôi đi. Khi được giới thiệu vô Trung ương, Khóa VI, tôi nói, cứ để tôi ở địa phương. Nhưng, ông Vũ Đình Liệu nói: 'Mày phải ra'. Năm 1986, chính ông Kiệt rút tôi ra làm phó chủ nhiệm Ủy ban Kế hoạch, đến năm 1988, khi xảy ra biểu tình ở Nông trường Sông Hậu, ông Linh bắt tôi quay về. Có lẽ chuyện của tôi xuất phát ở chỗ hay góp ý, có lần ông Sáu (Kiệt) nghe có vẻ không vui. Sau đó, ông Vũ Đình Liệu vào mượn hồ sơ trong tù của tôi rồi in ra".

Đây chỉ là cách nói nhằm kịch tính hóa tình huống bị truất phế của ông Phan. Cho dù biết rõ quá khứ nhưng khi thấy Nguyễn Hà Phan "lập công chuộc tội" chính những người như ông Nguyễn Văn Hơn, Vũ Đình Liệu vẫn cất nhắc ông. Nhưng, khi ông Phan phê phán ông Võ Văn Kiệt đi chệch hướng thì họ không ngồi yên nữa. Ông Nguyễn Văn Hơn tuyên bố: "Thằng ấy là cái gì mà đánh Võ Văn Kiệt. Tụi tao sẽ cho nó biết". Trên thực tế, theo những gì mà Ban Bảo vệ Trung ương Đảng thu thập được, câu chuyện khai báo của ông Nguyễn Hà Phan phức tạp hơn điều ông nói trên đây rất nhiều.

Ông Nguyễn Đình Hương kể: "Chúng tôi phải lục tìm từ hàng triệu tài liệu trong tàng thư. Điều này vô cùng khó khăn vì Sáu Phan sinh ra ở Bến

Tre, hoạt động địch vận ở Sóc Trăng và bị bắt ở đây. Tên khai sinh của ông không phải là Nguyễn Hà Phan, còn hồ sơ trong tù lại ghi là Phạm Khoa. Sau năm 1975, ta có thu được hồ sơ nhưng ông Mười Kỷ, bí thư Bến Tre, để thất lạc mất. Trong quá trình bị bắt, ông bị đưa qua bốn, năm nhà tù của chế độ Sài Gòn. Khi ra tù, ông viết một bản tự kiểm, khai đã đấu tranh bất khuất, có nhiều thành tích trong tù. Sau giải phóng, ông tiếp tục báo cáo thái độ trong thời gian ở tù tốt. Khi giới thiệu ứng cử Ban Chấp hành Trung ương Khóa VII, ông được 100% phiếu tín nhiệm. Trong hai nội dung tố cáo, không có cơ sở để nói Nguyễn Hà Phan được địch cài lại làm nội gián; tôi chỉ chứng minh được, trong tù, Sáu Phan khai báo nghiêm trọng, những người được ông xây dựng cơ sở trong lòng địch đều bị ông khai ra và sau đó bị địch giết sạch".

Ông Nguyễn Đình Hương mang hồ sơ tìm được ra Hà Nội. Ông Hương nói: "Tôi chỉ có hai ngày làm báo cáo để trình bày trước Bộ Chính trị. Khi họp nghe báo cáo về vụ Nguyễn Hà Phan, Bộ Chính trị mời cả hai ông cố vấn Phạm Văn Đồng và Nguyễn Văn Linh. Tôi trình bày chi tiết, kể cả những bút tích của Nguyễn Hà Phan. Sau khi nói suốt hai giờ, tôi đề nghị ông Phan có mặt, muốn bảo vệ gì thì bảo vệ. Ông Nguyễn Hà Phan xin lỗi về những điều mình đã làm. Ông Nguyễn Văn Linh im lặng". Theo ông Lê Khả Phiêu, Bộ Chính trị chỉ đề nghị cách chức Nguyễn Hà Phan chứ không khai trừ. Nhưng, ngay sau hội nghị Bộ Chính trị, hồ sơ về ông Nguyễn Hà Phan đã được lặng lẽ đưa tới tay các ủy viên Trung ương Đảng.

Ông Nguyễn Thái Nguyên kể: "Chủ nhiệm Văn phòng Chính phủ Lê Xuân Trinh gọi tôi lên nói: Sáu Hơn (Nguyễn Văn Hơn) bảo ta có trách nhiệm phát tài liệu cho các ủy viên Trung ương từ Bình Thuận trở ra, phần Nam Bộ ông ấy lo. Tôi nhận các tập hồ sơ từ tay ông Lê Xuân Trinh, gửi ai, đã được ông Sáu Hơn ghi rõ". Ngày 17-4-1996, chỉ trong vòng một buổi sáng, Trung ương họp biểu quyết khai trừ Nguyễn Hà Phan ra khỏi Đảng.

Ngay sau phiên họp Trung ương, Nguyễn Hà Phan chỉ có vài ngày để thu xếp hành lý. Ông gần như bị trục xuất khỏi Thủ đô và đưa ngay về Cần Thơ cho dù lúc đó ông vẫn còn là phó chủ tịch Quốc hội. Hành tung của ông Phan ở quê tiếp tục bị các nhà cách mạng lão thành theo dõi và nhiều người tỏ ra không hài lòng khi ông Phan không bị đối xử như tội phạm [467].

---

[467] Trong một bức thư riêng đề ngày 26-7-1996 gửi ông Võ Văn Kiệt, ông Vũ Đình Liệu viết: "Định lại gặp anh để trao đổi, nhưng sợ anh nhiều công việc quá, hơn nữa tôi cũng muốn hạn chế gặp anh để bớt gây khó khăn cho anh. Nên tôi biên thư này báo cáo với anh một số vấn đề để anh biết và có kế hoạch đối phó... Khi Sáu Phan về Cần Thơ chẳng có kế hoạch bố trí kiểm tra gì cả. Y tự do tiếp xúc lung tung, xuyên tạc nghị quyết của Ban Chấp hành Trung ương. (Đối với người không thân lắm, y nói đây là khuyết điểm nhưng là khuyết điểm cũ. Nhưng có khuyết điểm phải ráng sửa, đối với người thân, muốn lôi kéo thì y nói do y khám phá một vụ

TAM NHÂN TẠI VỊ

Từ ngày 3 đến ngày 9-6-1996, Trung ương tái nhóm họp để bàn về nhân sự. Tại hội nghị mà về sau ngôn từ nội bộ gọi là "Trung ương 11b", Ban Nhân sự đã đưa bốn phương án về "ba đồng chí lãnh đạo chủ chốt" - Đỗ Mười, Lê Đức Anh, Võ Văn Kiệt - ra Trung ương thăm dò. Kết quả, Trung ương đã không bỏ phiếu cho ba ông ở lại nhưng cũng không đủ phiếu để mời ba ông về làm cố vấn.

Phương án "cả ba đồng chí ở lại Bộ Chính trị" chỉ được 35 phiếu đạt 22,01%. Phương án "hai đồng chí ở lại Bộ Chính trị" được 11 phiếu, 6,9%. Phương án "một đồng chí ở lại Bộ Chính trị" được 68 phiếu, 42,76%. Còn phương án "cả ba đồng chí đều không tái cử Bộ Chính trị, làm cố vấn", được 38 phiếu, 23,89%. Chỉ còn chưa đầy ba tuần là đại hội mà nhân sự chủ chốt vẫn rất mơ hồ. Trong lời bế mạc Hội nghị lần thứ 11 Ban Chấp hành Trung ương khóa VII, Tổng Bí thư Đỗ Mười nói: "Về danh sách giới thiệu Ban Chấp hành Trung ương Khóa VIII, nếu có vấn đề mới, đến Hội nghị Trung ương 12, Bộ Chính trị sẽ báo cáo xin ý kiến Ban Chấp hành Trung ương"[468].

Hơn hai tuần trước khi Đại hội VIII bắt đầu, vấn đề nhân sự vẫn còn chưa có gì rõ ràng. "Cách mạng lão thành" lại viết thư góp ý. Phương án không để những uỷ viên Trung ương đã đến tuổi sáu mươi lăm tái cử bị một số người phản đối. Thư đề ngày 12-6-1996 của ông Trần Lâm viết: "Đồng chí Đỗ Mười tiếp tục làm tổng bí thư ở độ tuổi tám mươi, mà gạt bỏ hết những uỷ viên Trung ương ở tuổi sáu lăm thì khoảng cách về tuổi giữa tổng bí thư và các đồng chí khác trong Bộ Chính trị và Ban Chấp hành TW sẽ là mười sáu tuổi trở lên đến vài ba chục tuổi. Như vậy tổng bí

---

tham nhũng lớn bên Chánh phủ nên Chánh phủ lật y, còn vợ con y hoàn toàn nói theo luận điệu của đài VOA hoặc đài BBC. Trong lúc về phía ta không cố giải thích gì ngoài những bản thông báo vắn tắt, nên trong đảng viên, cán bộ có nhiều người hoang mang, có người oán trách Đảng. Ở Hà Nội, anh Chín Đào lại thăm tôi, có cho biết: khi anh Chín Đào và anh Nông Đức Mạnh đang trao đổi về việc xử lý anh Sáu Ph, anh Đỗ Mười gặp hỏi: các ông bàn vụ gì đó? Trả lời: chúng tôi đang trao đổi để giải quyết vấn đề Sáu Ph. Anh Đỗ Mười nói: vụ Sáu Ph thì báo cáo Trung ương không được rõ nên Trung ương quyết định khai trừ khỏi Đảng, thật quá nặng, anh sẽ đưa ra Trung ương khóa 8 để xem xét lại, trước mắt, anh phải giữ nguyên chế độ phó chủ tịch Quốc hội cho anh Sáu Ph. Theo anh Chín Đào cho biết thì các anh không nhất trí để cho anh Sáu Phan giữ nguyên chế độ. Đến nay thì vấn đề nầy (vận động cho anh Sáu Ph và còn giữ cương vị phó chủ tịch Quốc hội) đã rõ. Theo anh Mười Dài và anh Đoàn Công Thịnh (Ba Đoàn) nguyên phó Ban tổ chức Thành uỷ Thành phố Hồ Chí Minh thì anh Sáu Hậu được phân công đi bàn với các đoàn đại biểu Quốc hội của Nam bộ, phiên họp tháng 10 nầy đặt vấn đề vẫn giữ chức phó chủ tịch Quốc hội cho Sáu Ph và tiếp tục đánh anh (Sáu Dân) ở kỳ họp thứ 10 nầy". Theo ông Nguyễn Đình Hương: "Ông Mạnh không định cách chức phó chủ tịch Quốc hội của ông Nguyễn Hà Phan. Nguyễn Hà Phan sau khi về Cần Thơ, vận động một số cán bộ từng ở tù tỉnh gỡ gạc. Ông Mạnh khi ấy không ở trong Thường vụ Bộ Chính trị, nắm vấn đề không rõ ràng lại bị tác động. Tôi nói với ông Mạnh: Anh không biết đâu, để tôi nói cho anh rõ". Trước sức ép của những nhà lãnh đạo miền Nam, Quốc hội Khóa IX đã biểu quyết bãi miễn Nguyễn Hà Phan vào ngày 24-10-1996 sau một phiên họp kín.

[468] Lấy từ bản "Trích tài liệu Hội nghị 11-12 Ban Chấp hành Trung ương Khóa VII về nhân sự chủ chốt"; Văn phòng Võ Văn Kiệt sao ngày 27-11-1997.

thư sẽ dễ được coi như cha chú, như lãnh tụ". Ông Trần Lâm ủng hộ việc "kiếm người thay thế Chủ tịch nước Lê Đức Anh" trong khi phê phán ông Đỗ Mười: "Trong vấn đề chuẩn bị nhân sự này đồng chí (Đỗ Mười) tỏ ra nể nang, chịu sức ép của một số người muốn gạt anh Võ Văn Kiệt vì định kiến hoặc vì chủ nghĩa cá nhân mờ ý chí sáng suốt".

Ngày 19-6-1996, tại Hội nghị Trung ương 12, khi đọc "Báo cáo về việc thực hiện Nghị quyết Trung ương 11", Tổng Bí thư Đỗ Mười nói: "Xin đề nghị đồng chí Lê Đức Anh và đồng chí Võ Văn Kiệt tiếp tục tham gia Ban Chấp hành Trung ương, Bộ Chính trị Khóa VIII… Xin đề nghị thêm hai đồng chí nữa là đồng chí Đoàn Khuê và đồng chí Nguyễn Đức Bình tái cử Trung ương và Bộ Chính trị Khóa VIII". Tuy bị một số ủy viên phản ứng [469] nhưng Trung ương vẫn biểu quyết thuận đề nghị này của ông Đỗ Mười [470]. Chiều ngày 19-6-1996, Tổng Bí thư Đỗ Mười trấn an: "Chúng tôi - Đỗ Mười, Võ Văn Kiệt, Lê Đức Anh - đã nhiều tuổi, tư tưởng của chúng tôi là muốn chuẩn bị tốt nhân sự cho Khóa VIII, tốt nhất là đến Quốc hội Khóa X có thể thay thế nhân sự chủ chốt, nhất là chức tổng bí thư. Thay thế đồng chí tổng bí thư là một vấn đề lớn. Chúng ta cần có thời gian chuẩn bị để thay thế các vị trí chủ chốt và nếu tìm được thì sẽ thay thế ngay, lúc đó chúng tôi sẵn sàng lui về tuyến hai".

Cũng trong buổi chiều 19-6-1996, theo bản Tổng hợp ý kiến thảo luận tổ: "Nhiều ý kiến nhấn mạnh các đồng chí trên chỉ nên ở trong Trung ương và Bộ Chính trị đến hết nhiệm kỳ quốc hội (tháng 7-1997) rồi rút, phải kiên quyết chuẩn bị người đến lúc đó thay thế. Có ý kiến chức vụ tổng bí thư cũng nên như vậy. Bộ chính trị nói các đồng chí sẽ rút dần nhưng không rõ có thời hạn không. Ba đồng chí chủ chốt đều cao tuổi mà ở lại cả nhiệm kỳ thì không hay, nhưng có cơ sở gì đảm bảo các đồng chí rút dần hay bầu rồi là ở cả nhiệm kỳ?" [471]. Một số ý kiến cho rằng: "Bộ Chính trị nói phương án Trung ương 11 làm lòng dân không yên là không có cơ sở. Chính phương án ba đồng chí ở lại cả dân mới không yên lòng vì thấy lãnh đạo cao tuổi mà không chuẩn bị được người thay" [472].

---

[469] Theo ông Lê Khả Phiêu thì sau khi nghe ông Đỗ Mười nói vậy, lập tức, ba uỷ viên Trung ương, trong đó có Hà Đăng, phản đối vì cho rằng làm như thế là không có nguyên tắc nhưng Trung ương vẫn biểu quyết. Kết quả, cả Lê Đức Anh, Võ Văn Kiệt, Đoàn Khuê và Nguyễn Đức Bình đều ở lại.

[470] Theo kết quả kiểm phiếu ngày 20-6-1996, Lê Đức Anh nhận được 130 phiếu, 84%; Võ Văn Kiệt nhận được 120 phiếu, 78%; Đoàn Khuê 112 phiếu, 72,7%; Nguyễn Đức Bình, 101 phiếu, 65%.

[471] Lấy từ bản "Trích tài liệu Hội nghị 11-12 Ban Chấp hành Trung ương Khóa VII về nhân sự chủ chốt"; Văn phòng Võ Văn Kiệt sao ngày 27-11-1997.

[472] Lấy từ bản "Trích tài liệu Hội nghị 11-12 Ban Chấp hành Trung ương Khóa VII về nhân sự chủ chốt"; Văn phòng Võ Văn Kiệt sao ngày 27-11-1997.

Đoàn Khuê và Trần Đức Lương cùng được dự kiến làm chủ tịch nước. Tháng 5-1996, Đoàn Khuê thăm Pháp với tư cách là bộ trưởng quốc phòng, theo ông Nguyễn Văn An: "Gặp Tổng thống Jacques Chirac, ông Đoàn Khuê nói: tôi rất vui mừng tới đây được đón ngài tại Hà Nội. Cố vấn Phạm Văn Đồng nghe hỏi: Đoàn Khuê nói thế với tư cách gì". Trong một chuyến thăm Nhật, Phó Thủ tướng Trần Đức Lương cũng nói ngụ ý rằng tới đây, Việt Nam sẽ có thay đổi lớn về nhân sự. Nhằm tìm người thay thế mình ở cương vị tổng bí thư, Đỗ Mười đã đưa ra "bốn phương án" thăm dò, gồm Đào Duy Tùng, Lê Xuân Tùng, Đặng Xuân Kỳ và Lê Khả Phiêu.

Cách làm này bị một số cán bộ lão thành phê phán: "Việc đưa ra hội nghị trung ương vừa qua ba bốn phương án để lấy biểu quyết tín nhiệm tổng bí thư, thủ tướng và chủ tịch nước, không phải là biểu hiện của phong cách làm việc dân chủ, tập thể, mà nó chỉ là biểu hiện sự không đồng nhất trong Bộ Chính trị và của sự thiếu quyết đoán (sự quyết đoán cần thiết) của tổng bí thư trong tình huống hết sức phức tạp này"[473]. Không phải ai cũng thực sự hiểu được chiến thuật nhân sự của ông Đỗ Mười. Theo ông Nguyễn Văn An: "Ông Đỗ Mười đưa ra bốn người là rất có kỹ thuật để tranh thủ các lực lượng. Dù thật, dù giả, ai thấy tổng bí thư đưa mình vào danh sách kế vị cũng đều hài lòng. Đấy là nghệ thuật chính trị của anh ấy".

Trước Đại hội một tháng, ứng cử viên Đào Duy Tùng bắt đầu ở trong tình trạng hôn mê sâu. Còn về ứng cử viên Đặng Xuân Kỳ, ông An nói: "Ông Đỗ Mười không có ý tiến cử mà chỉ là điệu hổ li sơn. Ông Mười muốn đưa Đặng Xuân Kỳ ra khỏi trung tâm lý luận của Đảng. Ở chỗ rộng, ông Mười nói ông giới thiệu nhưng ông Kỳ xin rút, thực ra ông Kỳ không hề xin rút. Ở chỗ hẹp, ông đánh giá Đặng Xuân Kỳ rất nặng nề về quan điểm". Danh sách bốn chỉ còn lại hai, theo ông Nguyễn Văn An: "Ông Lê Xuân Tùng thì sức khỏe kém chỉ còn lại ông Lê Khả Phiêu".

Nhiều phương án thì phân tán phiếu. Qua thăm dò, không có ứng cử viên nào hội đủ số phiếu tín nhiệm để thay thế Tổng Bí thư Đỗ Mười. Ông Mười, tám mươi tuổi, như ông Trần Lâm viết, cũng không tiện ngồi lại một mình. Kết quả: Đỗ Mười, Lê Đức Anh, Võ Văn Kiệt, Đoàn Khuê, Nguyễn Đức Bình tiếp tục tại vị; chỉ một số ủy viên Bộ Chính trị trên bảy mươi tuổi như Lê Phước Thọ, Vũ Oanh, Bùi Thiện Ngộ là nghỉ như đề nghị của ba ông cố vấn.

---

[473] Thư đề ngày 12-6-1996 của ông Trần Lâm.

SỨC KHỎE TRUNG ƯƠNG

Trước Đại hội VIII, ứng cử viên sáng giá cho chức Bộ trưởng Ngoại giao, ông Lê Mai, bị mất đột ngột; ngay sau bầu cử, một tân ủy viên Bộ Chính trị, ông Nguyễn Đình Tứ, cũng đột tử trước khi nhận chức [474]. Cái chết của ông Tứ đã làm thay đổi chút ít phương thức tiến hành đại hội. Cho dù quy trình nhân sự vẫn được làm kỹ trong thời gian trù bị, nhưng từ Đại hội IX, chỉ khi đại hội chính thức khai mạc việc bỏ phiếu mới được tiến hành. Ngoài hai trường hợp chết bất ngờ này, chuyện sức khỏe Trung ương trước và sau Đại hội VIII cũng diễn ra đầy kịch tính.

Chỉ mấy tháng sau Đại hội, Tướng Lê Đức Anh bị đột quỵ. Ông bị xuất huyết não khá nặng. Thông tin về bệnh tình của Tướng Anh được giữ kín tuyệt đối. Hơn ba tháng sau, khi bắt đầu hồi phục, bằng một ý chí tại vị sắt đá, Tướng Lê Đức Anh quyết định vẫn xuất hiện trên truyền hình và đài phát thanh đọc lời chúc mừng năm mới.

Giám đốc Quân y viện 108, Bác sỹ Vũ Bằng Đình, nói: "Chúng tôi phải hộ tống ông từ bệnh viện ra phòng thu. Ống kính chỉ quay nửa người nên dân chúng không biết ông vẫn ngồi trên giường bệnh. Các bác sỹ nấp phía sau sẵn sàng cấp cứu". Theo Bác sỹ Vũ Bằng Đình, sau khi đọc xong lời chúc năm mới, ông Lê Đức Anh về nhà, từ đây, ông được một ê-kíp bác sỹ người Trung Quốc trực tiếp chăm sóc trong giai đoạn hồi phục. Các bác sỹ Việt Nam hoàn toàn không biết phác đồ điều trị mà các bác sỹ Trung Quốc dùng cho Tướng Lê Đức Anh.

Người Trung Quốc còn nắm giữ không ít bí mật về sức khỏe của các nhà lãnh đạo Việt Nam. Giữa thập niên 1990, thỉnh thoảng, bị cánh nhà báo chặn lại khi vừa bước từ toilet ra, Tổng Bí thư Đỗ Mười, với quần quên kéo khóa, leo lên chiếc bàn nước nhỏ đặt phía sau Hội trường Ba Đình, ngồi xếp bằng vui vẻ chuyện trò với dân báo chí. Nhiều khi cao hứng, ông nói: "Tôi đã từng bị thần kinh đấy". Không phải ông nói đùa, theo ông Nguyễn Văn Trân, Bí thư Trung ương Đảng Khóa III, người từng hoạt động với ông, có thời gian ông Đỗ Mười bị bệnh thần kinh, gần như không thể làm việc, có lúc lên cơn, ông

---

[474] Ngày 27-6-1996, trong phiên trù bị, Đại hội Đảng lần thứ VIII đã bầu Giáo sư Nguyễn Đình Tứ, một nhà vật lý tên tuổi, vào Trung ương và ngay sau đó, được Trung ương đưa vào Bộ Chính trị. Sẽ không có gì để thường dân xầm xì nếu như ông Nguyễn Đình Tứ không bị tai biến và đột ngột chết vào lúc 20 giờ ngày hôm sau, 28-6-1996, ngày mà về công khai, Đại hội VIII mới bắt đầu khai mạc. Và theo chương trình làm việc được công bố cho người dân thì mãi tới ngày 30-6-1996, Đại hội mới bắt đầu bầu cử. Thế nhưng, Cáo phó do Ban Chấp hành Trung ương đưa ra vẫn phải công bố ông Nguyễn Đình Tứ là ủy viên Bộ Chính trị. Những người trong hệ thống thì không có gì bất ngờ, nhưng thường dân ngay tình thì không hiểu tại sao một người chết vẫn được Đảng bầu vào hàng ngũ mười chín người quyền lực nhất.

phải dùng một cây gậy múa cho hạ nhiệt, có lúc người ta thấy ông Đỗ Mười một mình leo lên cây… Năm 1963, ông đã phải đi Trung Quốc chữa bệnh tới mấy năm mới về Việt Nam làm việc [475].

Từ trước Đại hội VIII, khi công việc cơ cấu nhân sự bắt đầu, theo ông Nguyễn Văn An, người có trách nhiệm nắm hồ sơ các nhà lãnh đạo, kể cả các hồ sơ về sức khỏe, trong Bộ Chính trị xuất hiện một số "ông giấu bệnh". Ông Lê Xuân Tùng, sau khi bị tai biến, một chân gần như bị liệt vẫn khẳng định là đang rất khỏe. Ông Lê Minh Hương giấu bệnh tiểu đường nặng. Ông Đoàn Khuê giấu bị ung thư hạch. Ông Đào Duy Tùng bị ung thư nhưng vẫn bám giữ chức Trưởng Ban Văn kiện của Đại hội cho đến khi bị tế bào ung thư lan lên não.

Tổ trưởng Tổ Biên tập Văn kiện Hà Đăng kể: "Trong nhiều cuộc họp, cả trong một vài cuộc tiếp xúc, thấy anh (Đào Duy Tùng) có những lúc lim dim, chừng như lơ đãng… Sau Hội nghị Trung ương 10, Tổ Biên tập Văn kiện chúng tôi họp lại trên cơ sở tiếp thu những ý kiến của Trung ương, sửa chữa lần cuối bản Dự thảo Báo cáo chính trị. Tôi thay mặt Tổ trình bày nội dung và cách sửa. Anh vẫn lim dim. Và khi tôi trình bày xong, anh đặt một vài câu hỏi, lại chính là những điều tôi vừa nói" [476]. Tháng 5-1996, "ứng cử viên tổng bí thư" Đào Duy Tùng xuống Hải Phòng dự đại hội đại biểu Đảng bộ Thành phố, đang phát biểu thì bị đột quỵ rồi từ đó, như đã nói, ở trong tình trạng hôn mê sâu cho đến khi qua đời [477].

Tuy vẫn giữ nguyên chức vụ, nhưng ở Đại hội VIII, Đỗ Mười, Lê Đức Anh, Võ Văn Kiệt đều mất phiếu rất nhiều vì lớn tuổi. Cả ba ông chỉ đắc cử với số phiếu đứng áp chót trong Ban Chấp hành Trung ương. Theo ông Nguyễn Đình Hương: "Cả ba đều thấy xu thế của Đại hội nên đẩy nhanh quy trình chuyển giao". Tháng 4-1997, khi chuẩn bị nhân sự cho Quốc hội Khóa X, Bộ Chính trị quyết định cả ba ông sẽ không tiếp tục ra ứng cử [478]. Công tác nhân sự vẫn diễn ra với nhiều kịch tính trong giai đoạn tìm người kế vị này.

Ông Nguyễn Văn An nói: "Ông Đỗ Mười muốn ông Lê Khả Phiêu thay thế mình. Ông Mười muốn có ảnh hưởng với quân đội. Về già ông ấy vẫn muốn

---

[475] Ông Đặng Quốc Bảo xác nhận ông đã từng đi Trung Quốc chữa bệnh cùng ông Đỗ Mười mấy năm trời. Trong tiểu sử tóm tắt của ông Đỗ Mười, có một khoảng trống từ năm 1961 đến 1967 không nêu chi tiết chức vụ và công việc.

[476] Tuyển tập Đào Duy Tùng II, Nhà Xuất bản Chính trị Quốc gia 2008, trang 634.

[477] Đào Duy Tùng mất vào tháng 6-1998.

[478] Tuy chức danh tổng bí thư không bị ràng buộc bởi hiến pháp, nhưng trong các đời chủ tịch đảng, các tổng bí thư từ Hồ Chí Minh, Trường Chinh, đến Lê Duẩn đều đồng thời là đại biểu quốc hội. Các chức danh chủ tịch nước và thủ tướng thì theo hiến pháp phải là đại biểu quốc hội.

tiếng nói của mình có trọng lượng. Nhưng uy tín của ông Lê Khả Phiêu trong quân đội rất thấp". Ông Lê Khả Phiêu giải thích: "Khi sang chủ trì họp Quân ủy Trung ương, anh Đỗ Mười mấy lần nhấn mạnh sự ủng hộ tôi. Đối với anh Mười, có ba thành phần cán bộ mà anh nhiệt tình ủng hộ và cất nhắc: một là con cái gia đình cán bộ, hai là xuất thân từ giai cấp công nhân, ba là đã kinh qua chiến đấu. Lúc ấy, trong Quân ủy, ai cũng biết tôi là người ở lâu nhất trong các chiến trường chống Pháp, chống Mỹ, chống Khmer Đỏ. Mãi tới năm 1991, tôi mới thực sự rời khỏi chiến trường Campuchia".

Theo ông Lê Khả Phiêu thì việc ông trở thành ủy viên thường vụ Thường trực Bộ Chính trị diễn ra khá thuận lợi. Ông Phiêu nói: "Khi anh Đào Duy Tùng còn, anh Đỗ Mười đã nói tôi qua cùng trực Bộ Chính trị. Làm thường trực thì anh Lê Đức Anh đồng ý nhưng làm tổng bí thư thì lúc đầu anh ấy hơi ngại. Trong thâm tâm, anh Lê Đức Anh vẫn muốn làm tổng bí thư. Có lần anh nói tôi sang làm thủ tướng". Nhưng mối quan hệ Lê Khả Phiêu - Lê Đức Anh phức tạp hơn những gì ông Lê Khả Phiêu nói này [479].

Theo ông Nguyễn Văn An, ông Đỗ Mười cử ông sang làm việc với quân đội hai lần để đưa ông Phiêu sang Thường trực, cả hai lần đều bị ông Lê Đức Anh và Đoàn Khuê trả lời "không đi được" vì "quân đội đang rất cần đồng chí Lê Khả Phiêu nắm Tổng cục Chính trị". Ông Nguyễn Văn An nói: "Có vấn đề đằng sau. Ông Lê Đức Anh đang muốn đưa Đoàn Khuê lên giữ chức chủ tịch nước. Nhưng nếu ông Đoàn Khuê đã chủ tịch nước thì làm sao ông Lê Khả Phiêu có thể làm tổng bí thư. Tôi nói với ông Đỗ Mười, nếu anh thực sự muốn xây dựng anh Lê Khả Phiêu thì nên sớm có quyết định. Ông Mười quyết định và cử tôi sang gặp lần thứ ba. Ông Lê Đức Anh đồng ý để ông Lê Khả Phiêu đi nhưng vẫn giữ ý kiến sẽ đưa Đoàn Khuê lên làm chủ tịch nước. Tôi nghĩ, thời bình mà chính quyền để hai ông tướng nắm thì coi sao được".

Theo ông Nguyễn Văn Nam, thư ký của ông Đỗ Mười: "Khi Lê Đức Anh giới thiệu Đoàn Khuê, Bộ Chính trị họp mấy ngày. Ông Mười về hỏi chúng tôi: Đoàn Khuê làm chủ tịch được không? Tôi nói: anh định đưa ông tướng thứ hai lên nữa à? Ông Kiệt bằng tuổi Đoàn Khuê, các anh ép ông ấy nghỉ. Người giỏi thì không để, lại để một ông tướng ham chức ham quyền".

---

[479] Ông Lê Khả Phiêu được điều vào Quân khu IX, khi Tướng Lê Đức Anh đang là tư lệnh Quân khu. Trong chiến tranh ở Campuchia, Tướng Lê Đức Anh là tư lệnh lực lượng tình nguyện quân ở chiến trường Campuchia còn ông Phiêu, lúc đầu chỉ là đại tá, phó tư lệnh chính trị Mặt trận 979, cơ quan tiền phương của Quân khu IX. Ông Phiêu từng giữ chức phó chủ nhiệm chính trị Quân tình nguyện Việt Nam tại Campuchia với quân hàm thiếu tướng. Năm 1989, khi Việt Nam rút quân, ông Phiêu được thăng trung tướng, giữ chức phó chủ nhiệm Tổng cục Chính trị.

Ông Nguyễn Văn An kể: "Khi chuẩn bị nhân sự chủ chốt, ông Lê Đức Anh vẫn giới thiệu Đoàn Khuê làm chủ tịch nước và Thường vụ không có ai phản đối. Tôi gặp anh Đỗ Mười nói Đoàn Khuê bị ung thư đấy, anh Mười nói: Đoàn Khuê nói với tao, uống tam thất nó tan hết rồi mà. Đoàn Khuê còn vạch bụng cho tao xem. Tôi bảo: thưa anh, theo chuyên môn thì đấy là khối u nó chạy chứ không phải tan đâu ạ".

Theo Giáo sư Vũ Bằng Đình, viện trưởng Quân y 108 kiêm phó chủ tịch Hội đồng Bảo vệ sức khỏe Trung ương: "Chúng tôi phát hiện Đoàn Khuê bị ung thư hạch rất sớm. Sau khi bí mật hội chẩn trên cơ sở các mẫu xét nghiệm mà không cho biết là của ai, tất cả các chuyên gia trong nước đều khẳng định đấy là ung thư hạch. Tôi đích thân trên dưới mười lần đến năn nỉ ông vào bệnh viện. Biết khi ấy ông Lê Đức Anh đang giới thiệu Đoàn Khuê kế vị, tôi trấn an ông: nếu anh đồng ý để chúng tôi chữa trị kịp thời thì anh không những có thể sống thêm một thời gian dài mà còn có sức khỏe để đảm đương những nhiệm vụ quan trọng hơn. Nhưng ông Đoàn Khuê vẫn phủ nhận kết quả hội chẩn và chỉ thị cho tôi phải báo cáo Hội đồng Bảo vệ sức khỏe Trung ương là ông chỉ bị viêm hạch".

Trước khi Quốc hội Khóa IX nhóm họp để chuẩn bị nhân sự cao cấp, theo Đại tá Vũ Bằng Đình, Tướng Lê Khả Phiêu, với tư cách là ủy viên thường vụ Thường trực Bộ Chính trị, cùng với Trưởng Ban Tổ chức Trung ương Nguyễn Văn An yêu cầu Viện 108 báo cáo sức khỏe của cả hai vị tướng Lê Đức Anh và Đoàn Khuê. Ông Đình nói: "Tôi và bác sỹ Nguyễn Thế Khánh cùng ký vào bệnh án, bí mật báo cáo lên Bộ Chính trị".

Theo ông Nguyễn Văn An: "Sau khi anh em đưa cho tôi bệnh án của Đoàn Khuê: ung thư gan giai đoạn ba, chỉ có thể kéo dài cuộc sống không quá một năm, họp Thường vụ Bộ Chính trị, tôi đưa vấn đề sức khỏe ra, ông Đoàn Khuê vẫn cãi. Tôi phải công bố bệnh án". Đoàn Khuê đập bàn tuyên bố: "Tôi là người khỏe mạnh, chúng nó phá. Tôi sẽ cho hai thằng đó nghỉ". Đại tá Vũ Bằng Đình nhớ lại: "Cả tôi và anh Lê Thi, bí thư Đảng ủy Viện 108, nhận được quyết định nghỉ ngay lập tức". Không chỉ "lỡ cơ hội" trở thành nguyên thủ quốc gia, bệnh tình Đoàn Khuê tiến triển xấu từng ngày. Cuộc sống của ông chỉ còn sáu tháng thay vì một năm như dự đoán. Ngày 16-1-1998, Tướng Đoàn Khuê chết.

Tháng 7-1997, Quốc hội Khóa X khai mạc, chức chủ tịch nước được trao ông Trần Đức Lương, một người cùng quê Quảng Ngãi với ông Phạm Văn Đồng; chức thủ tướng thuộc về ông Phan Văn Khải. Từ nhiệm kỳ VII, lãnh đạo cấp cao có khuynh hướng được phân đều cho ba vùng: tổng bí thư miền Bắc, chủ tịch nước người miền Trung, thủ tướng người miền Nam.

"Tam nhân" khi ấy vẫn ở trong Thường vụ Bộ Chính trị, và ông Đỗ Mười thì vẫn còn là tổng bí thư. Tại cuộc họp Bộ Chính trị vào trung tuần tháng

12-1997, vấn đề đưa Đỗ Mười, Lê Đức Anh, Võ Văn Kiệt ra khỏi Bộ Chính trị mới được đặt ra. Trưởng Ban Tổ chức Trung ương Nguyễn Văn An báo cáo kết quả lấy phiếu thăm dò trong cán bộ chủ chốt từ cấp bộ trưởng trở lên, cho thấy có tới 80% đồng ý để cả ba ông nghỉ. Theo ông Nguyễn Văn Nam, thư ký ông Đỗ Mười: "Họp Bộ Chính trị, ông Lê Đức Anh sợ chết không nhắm được mắt nếu ra khỏi Bộ Chính trị. Ông Anh nói không ứng cử đại biểu Quốc hội đã là một sai lầm rồi giờ ra khỏi Bộ Chính trị là một sai lầm nữa".

Trước ngày khai mạc Hội nghị Trung ương lần thứ Tư, Khóa VIII, cố vấn Võ Chí Công đề nghị ba người nên rút ra khỏi Bộ Chính trị nhưng trong ba ông không ai có một quyết định dứt khoát. Trong tình thế đó, ông Phạm Văn Đồng đã vận động ông Nguyễn Văn Linh và ông Võ Chí Công, cùng đưa ra sáng kiến cả ba từ chức cố vấn Ban Chấp hành Trung ương Đảng. Theo ông Lê Khả Phiêu: "Khi có thư của ba đồng chí xin Trung ương cho thôi vai trò cố vấn để giao cho các đồng chí trẻ làm, anh Đỗ Mười gọi tôi sang nói: như vậy là các cụ muốn mở đường để chúng tôi lui về".

Chức vụ tổng bí thư lúc này coi như thuộc về ông Lê Khả Phiêu nhưng ông Đỗ Mười vẫn "dân chủ" đưa "bốn phương án" ra lấy phiếu thăm dò. Kết quả, ông Phiêu cao phiếu nhất, ông Nguyễn Văn An, người không có trong bốn phương án này, đứng thứ hai, người thứ ba là ông Nông Đức Mạnh. Theo ông Nguyễn Văn Nam: "Nhiều người chất vấn ông Đỗ Mười, sao thời bình lại chọn tổng bí thư là một ông tướng? Ông Mười phân bua: các anh xem, tôi chọn bốn, năm người mà đều hỏng cả, chỉ còn anh Phiêu uy tín nhất".

Ngày 31-12-1997, trong phiên bế mạc Hội nghị Trung ương 4, ông Đỗ Mười chính thức bàn giao chức tổng bí thư cho Tướng Lê Khả Phiêu. Ba ông ra khỏi Ban Chấp hành Trung ương, chấp nhận giữ vai trò cố vấn .

CHƯƠNG 20. LÊ KHẢ PHIÊU VÀ BA ÔNG CỐ VẤN

Tổng thống Clinton bắt tay trẻ em ở một chung cư khi đang thăm cửa hàng bán quà Giáng Sinh ở Hà Nội, 17/11/2000.

THÁNG 6-1991, ÔNG LÊ KHẢ PHIÊU MỚI được bầu vào Ban Chấp hành Trung ương; năm 1992, vì giữ chức chủ nhiệm Tổng cục Chính trị, ông được cơ cấu vào Ban Bí thư và tháng 1-1994, tại đại hội Đảng giữa nhiệm kỳ, ông được đưa vào Bộ Chính trị. Vậy mà tháng 12-1997, ông Lê Khả Phiêu đã trở thành tổng bí thư. Nhưng, ông Lê Khả Phiêu làm tổng bí thư ở một giai đoạn mà các nhà chính trị Việt Nam bắt đầu bị quan sát bởi Internet. Ông cũng làm tổng bí thư khi các ông Đỗ Mười, Lê Đức Anh, Võ Văn Kiệt vẫn giữ quyền bính như những "thái thượng hoàng". Cho dù có không ít nỗ lực để thay đổi bên trong Đảng Cộng sản Việt Nam, người bị thay thế lại là ông Lê Khả Phiêu chỉ sau hơn ba năm giữ chức.

KỶ NGUYÊN INTERNET

Tuy con đường phát triển hạ tầng viễn thông được đắp bởi công lao của rất nhiều người, sự chấp thuận của ông Lê Khả Phiêu vào năm 1997 là rất quan trọng để Việt Nam có thể kết nối Internet. Đó là giai đoạn ông Phiêu bắt đầu nhận chuyển giao quyền lực và bản thân ông cũng không hình dung được khả năng thay đổi thế giới của công nghệ này. Internet từ đây sẽ đưa Việt Nam bước sang một kỷ nguyên rất khác.

Cuối thập niên 1980, điện thoại vẫn là một dịch vụ xa xỉ mà rất ít người dân miền Bắc biết tới. Cho dù tiếp quản một hệ thống viễn thông tương đối hiện đại của miền Nam, đến năm 1990, cả nước chỉ có chưa tới 80.000 máy điện thoại[480].

Cho đến giữa thập niên 1980, Việt Nam hoàn toàn là một quốc gia bị đóng cửa. Năm 1985, phải mất chín mươi phút mới có thể có một cuộc điện thoại gọi từ Việt Nam ra nước ngoài. Theo ông Đỗ Trung Tá[481], lúc đó Việt Nam chỉ có sáu kênh vô tuyến nối Việt Nam với Hồng Kông. Năm 1993, cũng theo ông Tá, tỉ lệ điện thoại chỉ đạt 0,087%, nghĩa là một vạn dân Việt Nam chưa có được một máy điện thoại.

Năm 1987, ông Đặng Văn Thân[482] đã có một quyết định làm thay đổi căn bản ngành viễn thông Việt Nam. Theo ông Đỗ Trung Tá: "Khi ấy, Liên Xô viện trợ không hoàn lại mười triệu rúp vàng để trang bị mạng thông tin cho Bộ Công an nhưng ông Thân thuyết phục ông Phạm Hùng không nên dùng vì cho dù đó là thiết bị hiện đại nhất của Đông Đức thì công nghệ analog của

---

[480] Trong thập niên 1960, điện thoại tư nhân đã tăng rất nhanh ở miền Nam: Năm 1965, 23.377; năm 1966, 24.837; năm 1967, 27.082; năm 1968, 30.964; năm 1969, 36.150; năm 1970, 34.889; năm 1971; 38.133 máy. Ngày 30-1-1966, lần đầu tiên người dân Sài Gòn được xem một bộ phim Mỹ, vừa có tiếng Việt vừa có tiếng Anh, qua 1.000 máy vô tuyến truyền hình được đặt ở những địa điểm đông người tại Sài Gòn và các tỉnh lân cận. Tín hiệu được phát đi từ hai máy bay hiệu Constellation bay vòng quanh Sài Gòn. Hôm sau, ngày 31-1-1966, Tháp vô tuyến truyền hình đã được khánh thành tại số 7 đường Hồng Thập Tự (nay là Nguyễn Thị Minh Khai). Cuối thập niên 1960, máy vô tuyến truyền hình trở thành phổ biến ở các đô thị lớn và bắt đầu về tới các vùng nông thôn miền Nam. Trong khi đó, mãi tới ngày 7-9-1970, miền Bắc mới cho phát thử một chương trình truyền hình đen trắng và phải sau ngày 30-4-1975, một số người dân ở Hà Nội, mới được "xem vô tuyến" nhờ các máy thu hình đưa từ miền Nam ra chuyển hệ hoặc đưa từ Liên Xô và các nước Đông Âu. Truyền thông báo chí, ngay cả của nhà nước cũng phát triển rất hạn chế ở miền Bắc. Trong thập niên 1960, trong một xã may ra có ông chủ tịch hay bí thư là có được chiếc máy thu thanh hiệu Xiong Mao hoặc Orionton. Sau năm 1975, những chiếc radio bán dẫn Nhật như Standard, National,… được các anh bộ đội, các cán bộ vào Nam công tác đưa ra nhưng nó vẫn là một mặt hàng bị "nhà nước quản lý".

[481] Bộ trưởng Bưu chính Viễn thông 2001-2006.

[482] Tổng cục trưởng Tổng cục Bưu điện 1985-1995.

họ đã rất lạc hậu so với thế giới. Những thiết bị này sau đó được mang tặng Cuba. Trong số mười triệu rúp thiết bị ấy, ông Thân chỉ dùng bốn thứ: pin mặt trời, cột, kèo và xe chuyên dùng". Công nghệ kỹ thuật số của "tư bản" được ông Thân chọn từ năm 1987, thông qua việc hợp tác đầu tư với Úc, đã mở ra một giai đoạn mới của ngành viễn thông Việt Nam cho dù đầu thập niên 1990, giá cước viễn thông của Việt Nam vẫn thuộc vào hàng đắt nhất thế giới [483].

Năm 1992, trong một lần làm việc với Thủ tướng Võ Văn Kiệt, ông Đặng Văn Thân đưa ra kế hoạch, đến năm 2000, Việt Nam sẽ có một điện thoại cho 100 dân. Ông Võ Văn Kiệt hỏi: "Tại sao phải là năm 2000 mà không phải là 1995?". Theo ông Tá, người cùng có mặt trong buổi làm việc: "Chúng tôi coi đó là một mệnh lệnh và trên đường về, chúng tôi đưa ra chiến lược tăng tốc hai giai đoạn: 1993-1995 và 1995-2000". Khi bắt đầu đưa điện thoại di động vào Việt Nam, ông Đặng Văn Thân lại quyết định đúng khi chọn công nghệ số GSM, loại công nghệ mà châu Âu mới triển khai năm 1991. Ngày 16-4-1993, Mobifone, mạng di động đầu tiên của Việt Nam, chính thức đi vào hoạt động[484]. Hạ tầng kỹ thuật và dịch vụ viễn thông phát triển là cơ sở để Việt Nam tiến tới kết nối Internet.

Chiến tranh đã đưa Việt Nam tiếp cận với máy tính khá sớm [485], nhưng cho tới thập niên 1980, "tin học" vẫn là một khái niệm rất xa lạ đối với công chúng. Trong suốt thập niên 1980, khoa Toán trường Đại học Kinh tế Thành

---

[483] Theo Quyết định 221, ngày 23-3-1993 của Tổng cục Bưu điện, được triển khai từ ngày 2-5-1993 tại Thành phố Hồ Chí Minh: Giá cước thuê bao nội hạt trong định mức tăng khoảng 50%, từ 45.000 đồng/tháng lên 68.000đồng/tháng. Giá cước phút đầu tiên của một cuộc điện đàm đường dài giảm 10%, những mỗi phút sau tăng từ 20-30% so với giá cũ. Trong khi, giá cước điện thoại, telex và điện báo thuê bao kể cả đại lý công cộng đi các nước giảm khoảng 30%, nhất là các nước có đông Việt kiều như Mỹ, Pháp, Anh, Ý, Thụy Điển, Đan Mạch, Bỉ, Phần Lan, Thụy Sĩ... Cước gọi đi Mỹ, giá cũ là 17.90USD/3 phút đầu, giá mới là 13.80USD, gọi đi Pháp giá cũ là 16.38USD, giá mới là 13.80USD, Canada giá cũ là 16.38USD, giá mới là 13.80USD.

[484] Mạng Mobifone ban đầu chỉ có một tổng đài dung lượng 2.000 số với 7 trạm thu phát sóng (BTS) tại Hà Nội và một tổng đài 6.400 số với 6 trạm BTS tại khu vực phía Nam, phủ sóng 4 địa phương Thành phố Hồ Chí Minh, Biên Hòa, Long Thành, Vũng Tàu. Trong hai năm đầu Mobifone gặp nhiều khó khăn, số lượng thuê bao không nhiều do vùng phủ sóng hạn chế và giá cước cũng như thiết bị đầu cuối chưa hoàn thiện và giá cực kỳ đắt đỏ. Mỗi cục điện thoại di động lúc đó lớn gần bằng viên gạch và giá thì lên tới hàng nghìn USD/chiếc.

[485] Năm 1965, tức là chỉ hơn một năm sau khi IBM giới thiệu mẫu máy tính IBM 360 Model 50, một chiếc IBM 360/50 đã được đưa tới Việt Nam. Chiếc máy tính này được đặt tại Trung tâm Điện Toán Tiếp Vận thuộc Bộ tư lệnh quân đội Mỹ (MACVI) ở Tân Sơn Nhất và được dùng để quản lý toàn bộ vật tư ở Tổng kho Long Bình. Trong khoảng từ 1965-1973, có 250 kỹ thuật viên IBM đã được đưa tới làm việc tại Nam Việt Nam. Trong khoảng thời gian từ 1965-1968, Bộ trưởng Quốc phòng Robert McNamara chủ trương vi tính hóa cuộc chiến, hàng lô máy tính siêu mạnh đã được đưa tới Việt Nam. Ở miền Bắc, ngày 22-6-1968 chiếc Minsk-22 dùng bóng bán dẫn, chưa có hệ điều hành, do Liên Xô chế tạo theo mẫu máy PDP của hãng DEC Hoa Kỳ, cũng được đưa về tới ga Đồng Đăng, Lạng Sơn. Tháng 7-1968, các chuyên gia Liên Xô sang lắp đặt và bàn giao máy tại số 39 Trần Hưng Đạo. Tháng 9-1968, chiếc Minsk-22 bắt đầu được sử dụng vào việc giải các bài toán khoa học kỹ thuật, tính toán dự báo thời tiết, tính toán bảng bắn cho pháo binh, giải các bài toán thẩm, tính toán các công trình cầu đường, giải các bài toán vận trù trong nông nghiệp...

phố Hồ Chí Minh chỉ đào tạo được 143 người có khả năng ứng dụng tin học vào quản lý kinh tế. Năm 1988, Tiến sỹ Nguyễn Quang A tiếp xúc với một Việt kiều có liên hệ với một công ty phần mềm của Pháp tên là Genlog. Một liên doanh 50-50 giữa Tổng cục Điện tử và Genlog, lấy tên là Genpacific, ra đời.

Theo ông Nguyễn Quang A: "Mục tiêu ban đầu của chúng tôi là nhận outsourcing phần mềm cho người Pháp". Nhưng, kế hoạch này thất bại bởi không làm sao liên hệ được với các đơn đặt hàng. Khi ấy, phải chờ ít nhất bốn mươi phút mới có thể nối được một cuộc điện thoại với Paris, còn Air France thì phải hai tuần mới có một chuyến. Genpacific chuyển sang lắp ráp máy tính cá nhân.

Có khoảng sáu nghìn máy tính loại 286, tốc độ cực thấp: 8Mhz và bộ nhớ chỉ 20Mb, đã được Genpacific sản xuất trong năm 1989. Cho dù, theo ông Nguyễn Quang A, sản phẩm của ông chủ yếu được xuất sang Liên Xô, máy tính cá nhân đã được Genpacific tặng trường Nguyễn Ái Quốc và được nhiều doanh nghiệp, công sở, trường học ở Việt Nam trang bị. Sau Genpacific, Công ty 3C của Nguyễn Quang A và FPT bắt đầu kinh doanh máy tính, xã hội Việt Nam không còn phải học chay tin học nữa.

Tháng 8-1990, Giáo sư Phan Đình Diệu kêu gọi: "Nhà nước cần khuyến khích mọi thành phần kinh tế đầu tư tin học". Ông cũng đề nghị Nhà nước đưa giáo dục tin học vào các nhà trường. Từ đầu năm 1990, ở Sài Gòn, tin học bắt đầu được ứng dụng trong ngành in ấn.

Chương trình quốc gia về công nghệ thông tin đề cập đến khả năng "một số hệ thông tin trong nước được ghép nối với các mạng thông tin quốc tế"[486]. Tổng cục Bưu điện bắt đầu thiết lập mạng Vietpac X.25, cung cấp các dịch vụ truyền dữ liệu chuyển mạch gói công cộng, kết nối với mạng điện thoại tự động đã được số hóa. Đến cuối năm 1995, các dịch vụ thuê bao kênh X.25 đã đáp ứng nhu cầu đến tất cả các tỉnh lỵ và một số huyện, và cuối năm 1996 đến hơn 400 huyện trong cả nước.

Khoảng năm 1993, một kỹ sư ở Viện Công nghệ Thông tin, ông Trần Xuân Thuận lập ra mạng T-net với tham vọng tạo ra một mạng truyền dẫn mang

---

[486] Ngày 4-8-1993, Thủ tướng Võ Văn Kiệt ký Nghị quyết 49 về phát triển công nghệ thông tin. Tháng 4-1995, ông Kiệt ký tiếp Quyết định 211 kèm theo Chương trình quốc gia về công nghệ thông tin, xác định mục tiêu đến năm 2000: xây dựng hệ thống các máy tính và các phương tiện truyền thông được liên kết với nhau trong các mạng, có khả năng phục vụ các hoạt động quản lý nhà nước và các hoạt động huyết mạch của nền kinh tế; phát triển rộng rãi việc ứng dụng công nghệ thông tin; phổ cập "văn hoá thông tin" trong xã hội nhằm tạo môi trường thuận lợi cho việc chuẩn bị hướng tới một "xã hội thông tin"; xây dựng cơ sở cho một ngành công nghiệp công nghệ thông tin, làm ra được các sản phẩm và dịch vụ tin học có giá trị; ưu tiên phát triển công nghiệp "phần mềm", đồng thời tận dụng các khả năng chuyển giao công nghệ để phát triển một cách thích hợp các cơ sở sản xuất linh kiện và thiết bị tin học hiện đại.

tên ông nhưng không mấy thành công. Cùng thời gian ấy ở Viện Công nghệ Thông tin, ông Trần Bá Thái, trưởng phòng mạng trở thành người Việt Nam đầu tiên đi tiên phong khi Phòng của ông nhận chuyển giao công nghệ chuyển nhận thư điện tử UUCP từ Úc, lập ra mạng NetNam. Tháng 4-1994, NetNam đã chuyển một lá thư của Thủ tướng Võ Văn Kiệt cho Thủ tướng Thụy Điển. Ông Kiệt trở thành người Việt Nam đầu tiên từ trong nước chính thức gửi email ra nước ngoài.

Cuối năm 1995, từ Khánh Hòa, ông Nguyễn Anh Tuấn, giám đốc Trung tâm Tin học Teltic, Bưu điện Khánh Hòa, tiếp cận với cả ông Thuận, ông Thái, tự mày mò nghiên cứu công nghệ giao thức truyền thông Internet rồi lập ra mạng VietNet. VietNet thuê cửa ra Úc của NetNam và sử dụng hệ thống điện thoại nội bộ để kết nối với các thuê bao cá nhân. Từ 31-1-1996, VietNet chính thức hoạt động[487]. Cuối năm 1996, về mặt nhà nước, một "taskforce" được thành lập để chuẩn bị kết nối Internet gồm: Chu Hảo, thứ trưởng Bộ Khoa học, Công nghệ và Môi trường, Mai Liêm Trực, Tổng cục Bưu Điện; Nguyễn Khánh Toàn, thứ trưởng Bộ Công an[488].

Những điều kiện tối thiểu để có thể nối mạng đều đã được chuẩn bị, lợi ích thì ai cũng rõ nhưng làm cho các nhà lãnh đạo hết lo sợ là một điều không hề dễ dàng. Thời điểm quyết định kết nối Internet cũng là thời điểm chuyển giao thế hệ lãnh đạo ở Việt Nam. Ông Chu Hảo nói: "Từ ông Võ Văn Kiệt đến ông Phan Văn Khải đều ủng hộ, nhưng khó nhất là phải được Bộ Chính trị cho phép". Giáo sư Đặng Hữu, từ sau Đại hội VIII, tháng 6-1997, chuyển sang bên Đảng làm trưởng Ban Khoa giáo Trung ương. Từ bên trong, các ủy viên Bộ Chính trị lo sợ Internet nhất được ông Đặng Hữu tìm cách thuyết phục[489].

Theo ông Đỗ Trung Tá, ông Đỗ Mười cũng trở thành một người ủng hộ, ông Mười nói: "Tôi mà thạo tiếng Anh có khi tôi còn sử dụng Internet

---

[487] Trong khi các thuê bao của NetNam chỉ có thể gửi email thì các thuê bao của VietNet vừa có thể gửi email vừa có thể vào các trang mạng quốc tế. Vào thời điểm cao nhất, VietNet có tới gần 10.000 thuê bao với phí cài đặt lên đến ba triệu/thuê bao và cước phí cho một email là 5 nghìn đồng.

[488] Trước đó, giới khoa học đã bắt đầu thảo luận và các nhà lãnh đạo có học như Phạm Văn Đồng, Võ Nguyên Giáp, Nguyễn Khánh, Phan Diễn, Phạm Gia Khiêm đều có sự ủng hộ. Ông Đỗ Trung Tá nói: "Cụ Phạm Văn Đồng mỗi khi gặp lại mắng sao bảo làm mà lâu thế. Còn Đại tướng Võ Nguyên Giáp thì cho rằng, nếu không phát triển nhanh Internet thì sẽ có tội với đất nước".

[489] Ông Đặng Hữu nói: "Hồi đó, tôi phải đưa anh Nguyễn Đức Bình, ủy viên Bộ Chính trị, đến tận nơi truy cập Internet để giới thiệu rằng những ai truy cập Internet, truy cập như thế nào đều được ghi lại nội dung, và kiểm soát được. Sau đó, khi đi Đà Lạt với anh Đỗ Mười để chuẩn bị cho Hội nghị Trung ương 2, Khóa VIII về khoa học và công nghệ, tôi cũng cố gắng kết nối Internet, mở các trang web Yahoo, MSN... để giới thiệu với tổng bí thư rằng với mạng Internet, anh muốn tìm thông tin gì là có ngay, còn trên Internet cũng có thông tin, nội dung đồi trụy, nhưng truy cập vào đó cũng phải có tiền (cười). Còn nội dung phản động thì không đi cách này thì đi cách khác, chứ không phải là tất cả từ Internet mà ra. Cứ thế, dần dần chúng tôi thuyết phục các nhà lãnh đạo về vai trò, ý nghĩa của Internet"(theo VNN).

nhiều hơn các anh vì tôi đọc nhiều hơn". Phó Thủ tướng Phan Văn Khải yêu cầu nhóm phải trực tiếp báo cáo Ban Bí thư. Theo ông Chu Hảo: "Đến ngày hẹn, ông Đỗ Mười đang ở miền Nam, đề nghị chúng tôi báo cáo trực tiếp ông Lê Khả Phiêu, thời gian ấy là ủy viên Thường vụ Thường trực Bộ Chính trị".

Gặp ông Lê Khả Phiêu, ông Mai Liêm Trực trình bày về pháp lý, Chu Hảo nói về kỹ thuật, Nguyễn Khánh Toàn báo cáo về đảm bảo an ninh. Đây là giai đoạn mà ông Lê Khả Phiêu sắp trở thành tổng bí thư, ông tỏ ra khá cởi mở. Giáo sư Chu Hảo nói: "Chúng tôi chia sẻ những lo sợ của ông Phiêu cũng như của các vị trong Ban Bí thư về an ninh, về bí mật quốc gia, sợ văn hóa đồi trụy và phản động tràn vào Việt Nam. Chúng tôi nói về những tiến bộ khoa học kỹ thuật trong ngành bảo mật thông tin nhưng không dám khẳng định là kiểm soát được tất cả. Chúng tôi cho rằng tường lửa cũng như cái khóa, khóa tốt thế nào cũng có người mở được, nên vấn đề quan trọng vẫn là con người. Ông Phiêu rất thích lập luận 'vấn đề quan trọng là con người', ông đồng ý".

Tháng 12-1996, Trung ương Đảng khóa VIII họp Hội nghị lần thứ hai bàn về khoa học công nghệ. Ông Đỗ Trung Tá nói: "Tôi mở một phòng máy và dùng sơ đồ đơn giản nhất để 'giới thiệu Internet và các biện pháp đề phòng'. Các ủy viên dự họp Trung ương được Tổng Bí thư Đỗ Mười cho phép tới tìm hiểu về Internet và tường lửa. Bằng vài thuê bao Internet nối với server của VDC, tôi cho tải các websites có nội dung tốt xuống cho các uỷ viên Trung ương xem; rồi cho tải những web-sex, các uỷ viên Trung ương giữ ý quay mặt đi, tôi cho anh em biểu diễn kỹ thuật ngăn các web-sex này lại. Các ủy viên Trung ương nói: Nếu làm được như thế thì cho mở được. Hội nghị Trung ương 2 thừa nhận Internet tải được trí tuệ của nhân loại về và tin rằng có thể ngăn các nội dung xấu".

Ngày 5-3-1997, Chính phủ ban hành Nghị định 21 "quy định tạm thời quản lý Internet" theo nguyên tắc "quản lý được đến đâu thì phát triển tới đó"[490]. Ngày 19-11-1997, tại trụ sở Tổng cục Bưu điện, 18 Nguyễn Du, Hà Nội, "Lễ kết nối Internet toàn cầu" đã được long trọng tổ chức[491].

---

[490] Nguyên tắc quản lý được tới đâu thì phát triển tới đó đã khiến Internet Việt Nam trong giai đoạn 1998-2000 phát triển rất chậm. Phải đến cuối năm 2000, những người chủ trương Internet mới đưa được vào Chỉ thị 58 của Bộ Chính trị một nguyên tắc tiến bộ hơn: Đã đến lúc, nhu cầu phát triển Internet tới đâu thì năng lực quản lý của các ngành phải theo kịp sự phát triển tới đó.

[491] Trong giai đoạn đầu, mạng Chính phủ, Văn phòng Trung ương Đảng, Ban Cơ yếu, chưa được kết nối Internet.

LUÂN CHUYỂN CÁN BỘ

Ông Lê Khả Phiêu được đưa lên giữ chức tổng bí thư trong một hội nghị Trung ương, thay vì được bầu trong đại hội (12-1997)[492]. Sau khi nhận chức không lâu, ông Phiêu xuất hiện trong một cuộc họp báo với gần 200 phóng viên trong nước và quốc tế. Bộ quân phục cấp tướng đã được thay bằng complet xám, cà vạt màu sáng, mái tóc vốn lòa xòa phủ trán, che sát cặp mắt nhỏ, được xịt keo, chải lật ra phía sau, để lộ vầng trán rộng. Cuộc họp báo được thực hiện vào buổi chiều, được ghi hình và sau khi biên tập, được phát trong chương trình thời sự tối của Đài Truyền hình Việt Nam. Ông Lê Khả Phiêu, rõ ràng, đã nỗ lực tạo ra khác biệt với những người tiền nhiệm.

Ngày 18-1-1998, khi đến thăm Viện Khoa học Xã hội Việt Nam, Tổng Bí thư Lê Khả Phiêu tuyên bố: "Dân chủ 100% là hình thức". Trong nền chính trị của Việt Nam nơi mà các ứng cử viên của Đảng thường không lo sợ rớt mà chỉ lo mất phiếu mấy phần trăm thì phát biểu đó của Tổng Bí thư có rất nhiều thông điệp. Tuy nhiên, quyết định mang tính cải cách chính trị ngay sau đó của ông: "Quy chế dân chủ ở cơ sở" lại là một điển hình về hình thức[493].

Quyền lực thực sự của Tổng Bí thư Lê Khả Phiêu bắt đầu được thể hiện sau Nghị quyết Hội nghị Trung ương 6 lần hai[494]. Tuy trong Nghị quyết này, ông Lê Khả Phiêu đặt ra tham vọng "nghiên cứu lý luận trong nước và thế giới, làm rõ hơn mô hình và con đường đi lên chủ nghĩa xã hội ở nước ta" nhưng trên thực tế chỉ có "cuộc vận động xây dựng, chỉnh đốn Đảng" và "luân chuyển, điều động cán bộ" mới thực sự giúp ông tạo ra những bước đi quyền lực.

---

[492] Điều lệ Đảng quy định tổng bí thư chỉ do Ban Chấp hành Trung ương bầu. Tuy nhiên, những người được đưa lên từ các đại hội thường có tính chính danh cao vì trước khi đại hội bầu Ban Chấp hành Trung ương, những người được cơ cấu vào các chức danh chủ chốt như tổng bí thư, chủ tịch nước, thủ tướng, chủ tịch quốc hội đều được Ban Chấp hành khóa bắt đầu mãn nhiệm chuẩn bị và trình ra đại hội.

[493] Chỉ thị 30 ngày 18-02-1998 của Bộ Chính trị, Lê Khả Phiêu ký, đưa ra quy trình dân chủ được gọi là "dân chủ trực tiếp". Dân chủ trực tiếp, được thực hiện ở thành Athena, Hy Lạp, từ khoảng năm 500 trước Công nguyên, dưới hình thức người dân không bầu các đại diện để họ bỏ phiếu nhân danh mình mà trực tiếp quyết định các vấn đề liên quan đến hành pháp và lập pháp. Hình thức tương tự cũng được áp dụng trong nhà nước La Mã cổ đại, loài người trải nghiệm nền dân chủ trực tiếp theo hình thức này được khoảng hơn 400 năm, sau cái chết của Julius Caesar, năm 44 trước Công nguyên. Dân chủ được đánh dấu bằng một hình thức phát triển mới ở thế kỷ 13: dân chủ đại diện, người dân bầu ra những đại biểu thay mình thực hiện quyền lập pháp và hành pháp. Dân chủ trực tiếp xuất hiện trở lại vào năm 1847, khi người Thụy Sỹ đưa khái niệm "đạo luật trưng cầu dân ý" vào hiến pháp của họ. Theo đó, thông qua các cuộc trưng cầu dân ý, người dân có thể phủ quyết các sáng kiến luật của nghị viện. Trong khi dân chủ trực tiếp mà Tổng Bí thư Lê Khả Phiêu định áp dụng ở Việt Nam chỉ là để cho công nhân, cán bộ, công chức "ở cơ sở xã, phường, doanh nghiệp, bệnh viện, trường học, viện nghiên cứu, cơ quan hành chính" được "góp ý kiến, đánh giá, phê bình" thủ trưởng.

[494] Họp từ 25-1 đến 2-2-1999 tại Hà Nội ra nghị quyết "Về một số vấn đề cơ bản và cấp bách trong công tác xây dựng Đảng".

Vấn đề luân chuyển, điều động cán bộ từng được Hội nghị Trung ương Ba[495], Khóa VIII đặt ra như một giải pháp nhằm "bồi dưỡng toàn diện, tạo điều kiện cho cán bộ trẻ có triển vọng, cán bộ trong quy hoạch được rèn luyện trong thực tiễn; khắc phục tình trạng khép kín, cục bộ trong từng ngành, từng địa phương, từng tổ chức". Nhưng, kể từ khi Nghị quyết này được thông qua (6-1997), việc luân chuyển cán bộ gần như chưa thực hiện.

Từ thập niên 1990, vai trò địa phương trong hệ thống chính trị Việt Nam càng ngày càng gia tăng. Điều này thể hiện qua con số các bí thư tỉnh ủy được cơ cấu vào Trung ương[496]. Đặc biệt, đại biểu địa phương cũng thường chiếm hơn 80% số đại biểu của các đại hội Đảng, thành phần thực sự có tiếng nói thông qua các lá phiếu. Kinh tế thị trường đã làm cho con số các tỉnh thành tự túc được ngân sách tăng lên. Luật Đất đai và Luật Đầu tư bắt đầu tăng thẩm quyền được cấp đất, cấp giấy phép đầu tư cho tỉnh, thành. Chính quyền địa phương bắt đầu có điều kiện để độc lập hơn với trung ương. Đây cũng là giai đoạn xuất hiện thuật ngữ "trên bảo dưới không nghe", một câu đùa ý nhị còn để chỉ trật tự hành chính không còn trung ương tập quyền nữa.

Chính sách luân chuyển cán bộ không chỉ giúp Tổng Bí thư Lê Khả Phiêu bố trí nhân sự của mình vào các vị trí chủ chốt mà còn đặt các nhà lãnh đạo địa phương vào thế phụ thuộc vào ông hơn. Đang là người đứng đầu một tỉnh, họ có thể bị "luân chuyển" đến một vị trí ngồi chơi xơi nước[497]. Các quyết định "luân chuyển" lại chủ yếu được thông qua trong Thường vụ Bộ Chính trị nơi mà tổng bí thư là người có tiếng nói quyết định.

Ngay sau khi nhậm chức, ông Lê Khả Phiêu đã đưa Bộ trưởng Lao động và Thương binh Xã hội Trần Đình Hoan về làm chánh Văn phòng Trung ương. Quyết định này được coi là nhằm tạo chỗ trống để có thể đưa một ủy viên Trung ương cùng quê Thanh Hóa, bà Nguyễn Thị Hằng, lên bộ trưởng Lao động và Thương binh Xã hội. Cuối năm 1999, một ủy viên Trung ương người

---

[495] Nghị quyết Trung ương Ba, Khoá VIII: "chiến lược cán bộ thời kỳ đẩy mạnh công nghiệp hóa, hiện đại hóa đất nước", trong đó có quy định có ý nghĩa chấm dứt truyền thống nắm quyền trọn đời của các nhà lãnh đạo: "Cán bộ đứng đầu từ cấp huyện, quận trở lên không giữ một chức vụ quá hai nhiệm kỳ ở cùng một đơn vị, địa phương".

[496] Từ thập niên 1990, tổng số các đơn vị địa phương đã tăng lên 61 tỉnh, thành phố trực thuộc Trung ương. Nếu như ở Đại hội V, năm 1982, chỉ có 15,6% lãnh đạo các địa phương được bầu vào Trung ương, ở Đại hội VI, năm 1986, con số này là 23,7% và tiếp tục tăng lên đến 35% trong Đại hội VII năm 1991. Tỉ lệ lãnh đạo địa phương được bầu vào Trung ương có giảm chút ít trong khóa VIII, còn 31,2%. Nhưng, kể từ khóa VII, năm 1991, bí thư thành ủy của cả Hà Nội và Sài Gòn bắt đầu được cơ cấu vào Bộ Chính trị. Tại Đại hội IX có tới 56/61 bí thư tỉnh ủy được cấu tạo vào Trung ương.

[497] Đầu năm 2000, Chủ tịch một tỉnh lớn, Nghệ An, ông Hồ Xuân Hùng bị điều ra Hà Nội giữ chức phó ban Vật giá Chính phủ.

Thanh Hóa khác, ông Tô Huy Rứa phó giám đốc Học viện Chính trị Quốc gia được luân chuyển về làm bí thư Thành ủy Hải Phòng. Tháng 2-2000, Bộ trưởng Thương mại Trương Đình Tuyển bị "luân chuyển" về làm bí thư Tỉnh ủy Nghệ An.

Trong tiệc tiễn do Văn phòng Chính phủ tổ chức, ông Trương Đình Tuyển đã đọc một bài thơ của ông nói rằng, việc ra đi của ông đơn giản vì (Tổng Bí thư) cần "chỗ trống". Chỗ trống để đưa Thứ trưởng kỳ cựu Vũ Khoan rời Bộ Ngoại giao, tạo "chỗ trống" cho ông Nguyễn Dy Niên, cùng quê Thanh Hóa với Tổng Bí thư, lên bộ trưởng.

Luân chuyển cán bộ còn ảnh hưởng tới các ủy viên Bộ Chính trị: Tháng 1-2000, Trưởng ban Kinh tế Trung ương Phan Diễn được điều về làm bí thư Đà Nẵng thay thế ông Trương Quang Được ra Hà Nội làm Trưởng Ban Dân vận thay thế ông Nguyễn Minh Triết được điều trở lại Sài Gòn làm bí thư[498]; Bí thư Thành ủy Thành phố Hồ Chí Minh Trương Tấn Sang lại phải ra Hà Nội "lấp vào chỗ trống" trưởng Ban Kinh tế của ông Phan Diễn.

Không mấy địa phương hài lòng với việc trung ương đưa người về nắm những vị trí chủ chốt, cho dù, có những người được điều "về quê" như Trương Đình Tuyển, bí thư Nghệ An, Phan Diễn, bí thư Đà Nẵng, và có những người như ông Nguyễn Minh Triết, được đưa về một nơi thế lực hơn. Luân chuyển có thể là cơ hội của người này, có thể lại chấm dứt sự nghiệp chính trị của người khác. Luân chuyển cán bộ, vì thế, vừa có thể tạo ra đồng minh, vừa tích lũy "ân oán" cho ông Lê Khả Phiêu, người vận hành cơ chế đó.

"16 CHỮ VÀNG"

Ông Lê Khả Phiêu còn phải nhận lãnh trách nhiệm lịch sử trong một giai đoạn mà quan hệ đối ngoại, đặc biệt là với Trung Quốc, có rất nhiều thử thách. Nguyên tắc "hai nước xã hội chủ nghĩa phải cùng chống âm mưu của đế quốc xóa bỏ chủ nghĩa xã hội" xác lập trước Hội nghị Thành Đô (9-1990) đã được Tổng Bí thư Nguyễn Văn Linh và những đồng chí của ông đặt trên cả truyền thống cảnh giác nghìn năm trong quan hệ Việt Nam - Trung Quốc[499].

---

[498] Ông Nguyễn Minh Triết, từ tháng 1-1997, đã được đưa từ Sông Bé, nơi ông làm bí thư, về làm phó bí thư trực Thành ủy Thành phố Hồ Chí Minh, sau khi tỉnh này được tách thành hai tỉnh: Bình Dương và Bình Phước. Theo Trưởng Ban Tổ chức Trung ương Nguyễn Văn An, lúc bấy giờ, Bộ Chính trị có ý định điều chuyển ông Trương Tấn Sang đi nên đưa ông Triết về với ý định sẽ lên thay vị trí bí thư Thành ủy. Nhưng việc không thành vì nội bộ Thành phố tỏ ra không ủng hộ. Tháng 12-1997, ông Nguyễn Minh Triết được bầu bổ sung vào Bộ Chính trị cùng với Nguyễn Phú Trọng, Phan Diễn, Phạm Thanh Ngân và được điều ra Hà Nội giữ chức trưởng Ban Dân vận Trung ương Đảng.

[499] Xem Trần Quang Cơ, Hồi Ức Và Suy Nghĩ, bản thảo 2003.

Là một vị tướng quân đội mới bắt đầu làm chính trị, ông Lê Khả Phiêu đã không tránh khỏi những ứng xử thiếu kinh nghiệm với các nhà lãnh đạo cơ mưu của Bắc Kinh. Những quyết định đưa ra trong nhiệm kỳ của ông đã từng bị chỉ trích cả trong nội bộ và trên dư luận, nhất là đối với những quyết định gay go để kết thúc đàm phán Hiệp định Biên giới Việt Nam - Trung Quốc. Nhưng, trên nhiều phương diện, Tổng Bí thư Lê Khả Phiêu chỉ là người thừa kế những chính sách được thiết lập từ thời "Thành Đô".

Đầu năm 1991, ông Đoàn Mạnh Giao được cử đi Đài Loan. Đây là chuyến đi đầu tiên của một quan chức Việt Nam đến một nhà nước không được chính quyền Trung Quốc công nhận. Đài Loan được coi là đối tác đầu tư tiềm năng số một của Việt Nam. Theo ông Đoàn Mạnh Giao: "Đôi bên cần mở một đường bay thẳng. Lâu nay, từ Đài Loan đến Việt Nam vẫn phải quá cảnh ở Bangkok. Tôi làm đề án, chuẩn bị khôi phục quan hệ kinh tế với Trung Quốc và khôi phục kinh tế dân gian với Đài Loan. Chủ nhiệm Văn phòng Trần Xuân Giá trình lên, ông Võ Văn Kiệt đưa ra Bộ Chính trị khóa VI, cả Bộ Chính trị đồng ý".

Sau một thời gian ngắn đàm phán, Việt Nam chấp thuận cho hãng China Airline mở đường bay thẳng Cao Hùng - Tân Sơn Nhất. Mọi việc chuẩn bị xong, China Airline mở tiệc ra mắt ở khách sạn Rex, Sài Gòn. Tiệc mời lúc 5 giờ 30 chiều, thì 1 giờ 30, Phó chủ nhiệm Văn phòng Hội đồng Bộ trưởng Hoàng Thúc Tấn nhận được điện thoại từ đích thân Tổng Bí thư Đỗ Mười. Ông Đỗ Mười hỏi: "Ai phụ trách vấn đề Đài Loan?". Ông Tấn: "Thưa anh, Đoàn Mạnh Giao?". "Phải Giao con ông Đoàn Trọng Truyến không? Bảo cậu ấy nói chuyện với tôi". Ông Giao cầm máy, ông Đỗ Mười hỏi: "Ai cho phép cậu bay với Đài Loan?". Ông Giao: "Thưa, chính bác cho phép, Đề án đã được Bộ Chính trị thông qua ạ". Ông Đỗ Mười: "Đấy là trước khi khôi phục quan hệ với Trung Quốc".

Ông Đỗ Mười yêu cầu, ngay trong chiều hôm ấy, Thứ trưởng Ngoại giao Trần Quang Cơ và Đoàn Mạnh Giao phải sang làm việc với Ban Bí thư. Chiều, ông Trần Quang Cơ sang, cuộc làm việc có cả Thường trực Ban Bí thư Đào Duy Tùng và Chánh Văn phòng Trung ương Hồng Hà. Đào Duy Tùng nói thẳng: "Trước thì Bộ Chính trị chủ trương như thế, nhưng nay kinh tế phải phục tùng chính trị. Không cho Đài Loan bay. Nếu ai cho bay, tôi sẽ ra lệnh cho tên lửa bắn hạ".

Buổi tiệc hôm ấy ở Rex và các chuyến bay từ Đài Loan sang Sài Gòn bị hủy bỏ. Chủ tịch hãng China Airline gọi điện thoại cho ông Đoàn Mạnh Giao than phiền. Ông Giao trấn an: "Chuyện này sẽ được xử lý". Ông Võ Văn Kiệt sau đó chỉ đạo lập hồ sơ cho thấy hàng không Đài Loan bay đến hầu như tất cả các nước, kể cả bay đến Quảng Châu, Trung Quốc, chứ không chỉ có bay đến Việt Nam để xin Bộ Chính trị Khóa VII xem xét lại.

Ông Đoàn Mạnh Giao nói: "Ông Kiệt là người mà những lúc bế tắc luôn vượt ra khỏi ý thức hệ và ngoại giao kinh điển để đạt được mục đích". Khi đó,

[CHƯƠNG 20 • LÊ KHẢ PHIÊU VÀ BA ÔNG CỐ VẤN]

ông Võ Văn Kiệt đang thèm khát nguồn vốn ODA từ Đài Loan cho đường dây 500kV và các công trình hạ tầng đầy tham vọng của ông. Đài Loan có quỹ OECDF có thể cho "những nước chậm phát triển có quan hệ kinh tế thực chất với Đài Loan" vay. Theo ông Đoàn Mạnh Giao: "Buổi tối trước khi tôi đi Đài Loan, ông Kiệt gọi lên Văn phòng. Tôi lên thấy ông đang ngồi một mình. Ông nói: 'Qua đó, mày tìm cách vay năm mươi triệu USD cho đường dây 500kV'. Tôi nói: 'Không được đâu chú ơi, quỹ này người ta chỉ cho vay cho các vấn đề xã hội'. Ông nói: 'Vậy mới phải tìm cách'. Tôi sang gặp một quan chức quen của Đài Loan tên là Giang Bỉnh Khôn, chuyển thông điệp của Thủ tướng cho Đài Loan, ông Giang nói sẽ báo lên trên và tính".

Ít lâu sau, Lâm Thủy Cát, vụ trưởng Vụ Á - Thái của Bộ Ngoại giao Đài Loan đến Hà Nội gặp ông Đoàn Mạnh Giao, nói: "Có một việc khẩn thiết tôi muốn bàn: Tổng thống Lý Đăng Huy đang ở Indonesia, trên đường về muốn dừng ở Đà Nẵng và muốn hội kiến với Thủ tướng Võ Văn Kiệt một giờ. Việt Nam có thể bố trí để Thủ tướng đi tuần du miền Trung ghé qua. Cuộc gặp sẽ được giữ hết sức bí mật để thỏa thuận một số việc, phía Đài Loan, sau cuộc gặp này có thể cho Việt Nam vay từ 300 đến 500 triệu USD". Ông Giao nói: "Tôi báo lại với Thủ tướng, chỉ lưu ý ông là truyền thông Đài Loan có thể sẽ có được tin này và sẽ loan đi. Một tuần sau ông Kiệt nói ông Đỗ Mười đã đồng ý. Chưa kịp liên hệ với Lâm Thủy Cát thì mấy ngày sau ông Kiệt lắc đầu: "Hỏng rồi, ì xèo hết trong Bộ Chính trị. Căng lắm, không thuyết phục được".

Nhưng chính quyền Đài Loan vẫn rất thực tế: Đường bay Cao Hùng - Tân Sơn Nhất vẫn được mở. Văn phòng Kinh tế - Văn hóa Đài Bắc tại Thành phố Hồ Chí Minh vẫn được thiết lập. Ông Võ Văn Kiệt vẫn vay được ba mươi triệu USD đầu tiên với lãi suất rất thấp.

Kể từ năm 1991, quan hệ giữa Hà Nội và Trung Quốc bắt đầu được thúc đẩy bằng các "chuyến thăm hữu nghị". Các nhà lãnh đạo Trung Quốc tăng dần nhịp độ đến Hà Nội: tháng 11-1992, Thủ tướng Lý Bằng; tháng 11-1994, Chủ tịch Quốc hội Kiều Thạch; tháng 6-1996, Tổng Bí thư Đảng, Chủ tịch nước Giang Trạch Dân; tháng 11-1996, Thủ tướng Chu Dung Cơ. Nhưng, có thể nói, phải đến chuyến thăm Trung Quốc của Tổng Bí thư Lê Khả Phiêu tới Bắc Kinh vào tháng 2-1999, công cụ "ý thức hệ" mới được Bắc Kinh khai thác ở "tầm cao" để đến gần hơn với Hà Nội.

Trong cuộc gặp thượng đỉnh này, Tổng Bí thư Giang Trạch Dân đưa ra "hai phương châm" làm nền tảng cho quan hệ hai nước thể hiện trong "16 chữ vàng" và "4 tốt". "16 chữ vàng" của Giang Trạch Dân là: "Ổn định lâu dài, hướng tới tương lai, láng giềng hữu nghị, hợp tác toàn diện". Và "4 tốt" gồm: "Láng giềng tốt, bạn bè tốt, đồng chí tốt, đối tác tốt".

"Hai phương châm" cùng với Bản Tuyên bố chung giữa Giang Trạch Dân và Lê Khả Phiêu đưa ra trong chuyến đi được hai Đảng đánh giá: "Đã xác định tư tưởng chỉ đạo và khung tổng thể phát triển quan hệ hai nước trong thế kỷ mới, đánh dấu quan hệ Trung Việt đã bước vào giai đoạn phát triển mới". Thủ tướng Phan Văn Khải (1997-2006) nói: "16 chữ vàng với 4 tốt chỉ là những lời nói. Tôi làm thủ tướng cũng muốn tạo ra sự tin cậy lẫn nhau nhưng Trung Quốc chẳng tin mình, mình thì cũng không tin họ".

Nhưng, như Đặng Tiểu Bình từng tuyên bố "Trung Quốc làm gì cũng có tính toán". Đây là thời điểm Trung Quốc cần những quyết định của phía Hà Nội để kết thúc tiến trình đàm phán Hiệp định Biên giới.

Ngày 7-11-1991, trong chuyến đi Bắc Kinh của Tổng Bí thư Đỗ Mười và Chủ tịch Hội đồng Bộ trưởng Võ Văn Kiệt, "Hiệp định tạm thời về việc giải quyết các công việc trên vùng biên giới hai nước", Việt Nam - Trung Hoa, đã được ký kết. Đường biên giới đất liền giữa Việt Nam và Trung Quốc dài 1.406 km, có truyền thống lâu đời [500], bắt đầu được phân định lại.

Đường biên giới truyền thống đó là cơ sở để người Pháp, sau khi chiếm Bắc Kỳ, đàm phán với triều đình Mãn Thanh, ký Công ước 26-6-1887 và Công ước bổ sung 20-6-1895. Đây là hai văn bản pháp lý quốc tế đầu tiên xác định biên giới giữa Việt Nam và Trung Quốc. Tuy nhiên, đường biên giới dài 1.406 km, từ Móng Cái đến biên giới Lào - Trung, chỉ có 341 cột mốc. "Lời văn công ước mô tả đơn giản, không rõ ràng, không phù hợp với thực địa, bản đồ tỷ lệ nhỏ, nhiều địa danh, khu vực không thể hiện như bãi Tục Lãm, Tài Xẹc, Dậu Gót, nhiều khu vực chưa được phân giới cắm mốc hoặc cắm mốc quá thưa. Ngoài ra, qua hơn trăm năm, hệ thống mốc cũng bị hư hại, xê dịch, phá hủy do chiến tranh và thời gian"[501].

Năm 1955, ngay trong giai đoạn mà tình hữu nghị Việt - Trung đang được mô tả là như "môi với răng", chính quyền Trung Hoa cộng sản đã có ý "đẩy lùi biên giới" sâu vào phía lãnh thổ Việt Nam: "Tại khu vực Hữu Nghị Quan, khi giúp Việt Nam khôi phục đoạn đường sắt từ biên giới Việt-Trung đến Yên Viên gần Hà Nội, lợi dụng lòng tin của Việt Nam, phía Trung Quốc đã đặt điểm nối ray đường sắt Việt Trung sâu trong lãnh thổ Việt Nam trên 300m so với đường biên giới lịch sử, coi điểm nối ray là điểm mà đường biên giới giữa hai nước đi qua... Cũng tại khu vực này, phía Trung Quốc đã ủi nát mốc biên giới số 18 nằm cách cửa Nam

---

[500] Ngày 29-10-1964, tạp chí Geographer, số 38, của vụ Tình báo và Nghiên cứu Bộ Ngoại giao Hoa Kỳ viết: "Nhà nước mới này đã bảo vệ được nền độc lập của mình... một đường biên giới gần giống như ngày nay dường như đã tồn tại giữa hai quốc gia cách đây mười thế kỷ" (theo TS Nguyễn Hồng Thao, Việt – Trung và Đường Biên giới pháp lý, công bằng, hữu nghị, Vietnamnet).

[501] TS Nguyễn Hồng Thao, thành viên Việt Nam trong Đoàn Đàm phán Biên giới.

Quan 100m trên đường quốc lộ để xoá vết tích đường biên giới lịch sử, rồi đặt cột kilômét số 0 đường bộ sâu vào lãnh thổ Việt Nam trên 100m, coi đó là vị trí đường quốc giới giữa hai nước ở khu vực này"[502].

Ngày 2-11-1957, Ban Bí thư Trung ương Đảng Lao động Việt Nam gửi thư cho Ban Chấp hành Trung ương Đảng Cộng sản Trung Quốc đề nghị hai bên giải quyết vấn đề biên giới trên cơ sở tôn trọng đường biên giới lịch sử theo hai Công ước Pháp - Thanh (1887 và 1895) và mọi tranh chấp có thể giải quyết bằng đàm phán. Tháng 4-1958, Trung ương Đảng Cộng sản Trung Quốc trả lời đồng ý với đề nghị của phía Việt Nam. Điều này có thể được coi là một "thắng lợi quan trọng của quan hệ Trung - Việt" nếu như hơn một thập niên sau, Trung Quốc không lặp lại những điều mà họ đã làm hồi năm 1955.

Có lẽ ít có một quốc gia to lớn nào lại sử dụng những phương thức lấn cõi theo kiểu người Trung Quốc đã làm ở Việt Nam: "Ở một số địa phương, do địa hình phức tạp, điều kiện sinh hoạt của dân cư Trung Quốc gặp khó khăn, theo yêu cầu của phía Trung Quốc, Việt Nam đã cho mượn đường đi lại, cho dùng mỏ nước, cho chăn trâu, lấy củi, đặt mồ mả… trên đất Việt Nam. Nhưng, lợi dụng thiện chí đó của Việt Nam, họ đã dần dần mặc nhiên coi những vùng đất mượn này là đất Trung Quốc. Khi xây dựng các công trình cầu cống trên sông, suối biên giới như cầu ngầm Hoành Mô, Quảng Ninh, cầu ngầm Pò Hèn, Quảng Ninh, đập Ái Cảnh, Cao Bằng, cầu Ba Nậm Cúm, Lai Châu… phía Trung Quốc cũng lợi dụng việc thiết kế kỹ thuật làm thay đổi dòng chảy của sông, suối về phía Việt Nam, từ đó dịch dần đường biên giới"[503].

Chuyện Trung Quốc tự ý di chuyển, lén lút đập phá, thủ tiêu các cột mốc, lấy tên bản của Trung Quốc đặt cho xóm của Việt Nam… có thể tìm thấy ở

---

[502] Bị vong lục ngày 15-3-1979 của Bộ Ngoại giao Việt Nam, Sài Gòn Giải Phóng (SGGP) 19-3-1979.
[503] Bị vong lục ngày 15-3-1979 của Bộ Ngoại giao Việt Nam, SGGP 19-3-1979: "Tại khu vực Phia Un, mốc 94-95, thuộc huyện Trà Lĩnh, Cao Bằng, mới đầu phía Trung Quốc mượn con đường mòn rồi tự ý mở rộng mặt đường để ô tô đi lại được vào khu vực mỏ của Trung Quốc, đặt đường dây điện, đưa dân đến ở ngày càng đông, lập làng bản mới. Dựa vào 'thực tế' đó, từ năm 1956 họ không thừa nhận đường biên giới lịch sử chạy trên đỉnh Phia Un mà đòi biên giới chạy xa về phía Nam con đường sâu vào đất Việt Nam 500 m. Lý lẽ của họ là nếu không phải đất của Trung Quốc sao họ lại có thể làm đường ô tô, đặt đường điện thoại được. Nguyên nhân chủ yếu việc họ lấn chiếm là vì khu vực Phia Un có mỏ Mangan. Ở khu vực Trình Tường, Quảng Ninh, từ năm 1956, Trung Quốc tìm cách nắm số dân Trung Quốc sang làm ăn ở Trình Tường bằng cách cung cấp cho họ các loại tem phiếu mua đường, vải và nhiều hàng khác, đưa họ vào công xã Đồng Tâm thuộc huyện Đông Hưng, khu tự trị Choang, Quảng Tây. Nhà đương cục Trung Quốc nghiễm nhiên biến một vùng lãnh thổ Việt Nam dài 6 km, sâu hơn 1,3 km thành sở hữu tập thể của công xã Trung Quốc, thành lãnh thổ Trung Quốc. Từ đó họ đuổi người Việt Nam đã nhiều đời làm ăn sinh sống ở Trình Tường đi nơi khác, đặt đường dây điện thoại, tự cho phép đi tuần tra khu vực này, đơn phương sửa lại đường biên giới sang đồi Khẩu Thúc của Việt Nam. Trình Tường không phải là một trường hợp riêng lẻ, còn đến trên 40 điểm khác mà phía Trung Quốc tranh lấn với thủ đoạn tương tự như xã Thanh Lòa, huyện Cao Lộc (mốc 25, 26, 27) ở Lạng Sơn; Khẩm Khau (mốc 17, 19 ở Cao Bằng; Tà Lũng, Làn Phù Phìn, Minh Tân (mốc 14) ở Hà Tuyên; khu vực xã Năm Chay (mốc 2, 3) ở Hoàng Liên Sơn với chiều dài hơn 4 km, chiều sâu hơn 1 km, diện tích hơn 300 ha".

bất cứ địa phương nào trên vùng biên giới. Họ cũng không ngần ngại áp dụng những phương thức như vậy để lấn chiếm những vùng lãnh thổ nổi tiếng lâu đời của Việt Nam như Đồng Đăng, thác Bản Giốc.

"Ngày 20-2-1970 phía Trung Quốc đã huy động trên 2.000 người kể cả lực lượng vũ trang lập thành hàng rào bố phòng dày đặc bao quanh toàn bộ khu vực thác Bản Giốc thuộc lãnh thổ Việt Nam, cho công nhân cấp tốc xây dựng một đập kiên cố bằng bê tông cốt sắt ngang qua nhánh sông biên giới, làm việc đã rồi, xâm phạm lãnh thổ Việt Nam trên sông và ở cồn Pò Thoong, và ngang nhiên nhận cồn này là của Trung Quốc. Khi quan hệ hai bên còn hữu nghị, Trung Quốc đã xây dựng đường sắt vượt qua đường biên giới lịch sử 300m rồi coi điểm nối ray đó là biên giới. Họ trắng trợn ngụy biện rằng khu vực hơn 300m đường sắt đó là đất Trung Quốc vì không thể có đường sắt của nước này đặt trên lãnh thổ nước khác"[504].

Đàm phán biên giới Việt - Trung lần thứ nhất diễn ra tại Bắc Kinh ngày 15-8-1974, khi "tình hữu nghị" giữa hai nước bắt đầu có những rạn nứt sau chuyến đi Bắc Kinh năm 1972 của Nixon. Sau khi đánh chiếm Hoàng Sa, ngày 19-1-1974, Trung Quốc bắt đầu gia tăng các hoạt động khiêu khích biên giới[505]. Đàm phán lần thứ hai, kéo dài từ ngày 7-10-1977 tới tháng 6-1978, diễn ra khi các vụ khiêu khích vũ trang từ phía Trung Quốc tăng cao hơn[506]. Đối thoại chấm dứt khi xung đột lên đỉnh điểm bởi vụ "nạn kiều". Sau cuộc chiến tranh biên giới, kéo dài từ ngày 17-2 đến 5-3-1979, ngày 18-4-1979, cuộc đàm phán lần thứ ba được nối lại tại Hà Nội. Nhưng, từ đó cho đến năm 1991, xung đột vũ trang liên tục diễn ra. Theo Bộ trưởng Ngoại giao Nguyễn Mạnh Cầm, mỗi năm Trung Quốc gây ra hơn tám trăm vụ khiêu khích biên giới[507].

Đàm phán chỉ thực sự bắt đầu ở vòng thứ tư, tháng 10-1992, sau khi Việt Nam bình thường hóa quan hệ với Trung Quốc. Ngày 19-10-1993, hai đoàn đàm phán chính phủ đã ký thỏa thuận về những nguyên tắc cơ bản giải quyết vấn đề biên giới lãnh thổ[508].

---

[504] Bị vong lục ngày 15-3-1979 của Bộ Ngoại giao Việt Nam, SGGP 19-3-1979.
[505] Năm 1974, 179 vụ; năm 1975, 294 vụ; năm 1976, 812 vụ.
[506] Năm 1977, 873 vụ; năm 1979, 2.175 vụ.
[507] Năm 1986: 831 vụ, năm 1987: 875 vụ.
[508] Phần nói về biên giới trên bộ quy định: "Hai bên đồng ý căn cứ vào Công ước hoạch định biên giới ký giữa Trung Quốc và Pháp ngày 26-6-1887 và Công ước bổ sung Công ước hoạch định biên giới ngày 20-6-1895 cùng các văn kiện và bản đồ hoạch định và cắm mốc biên giới kèm theo đã được Công ước và Công ước bổ sung nói trên xác nhận hoặc quy định, cũng như các mốc quốc giới cắm theo quy định, đối chiếu xác định lại toàn bộ đường biên giới trên bộ giữa hai nước Việt Nam - Trung Quốc".

Trên cơ sở bản đồ và thực địa, hai bên đưa ra đường biên giới trên thực tế theo nhận thức của mình. Đây là một công việc không hề dễ dàng cho Việt Nam vì phần đất biên giới phía Việt Nam vẫn đầy mìn Trung Quốc. Chiến tranh cũng đã buộc dân chúng ở nhiều nơi phải rời khỏi những vùng đất sinh sống và canh tác truyền thống. Trong khi đó, các đoàn khảo sát từ Hà Nội lên lại chỉ tiến hành "xác lập bản đồ hiện trạng" trong bí mật. Những phần đất mà bản "Bị vong lục ngày 15-3-1979 của Bộ Ngoại giao Việt Nam" mô tả là đã "bị Trung Quốc dùng những thủ đoạn xấu xa" để lấn chiếm trong giai đoạn từ năm 1955 đến năm 1978 giờ đây phần lớn được gọi là những khu vực "hai bên có nhận thức khác nhau"[509]. Cả Bộ trưởng Ngoại giao Nguyễn Mạnh Cầm và trưởng đoàn đàm phán giai đoạn đầu, ông Vũ Khoan, đều thừa nhận, các địa phương không hài lòng với kết quả này.

Trong khi đó, kể từ năm 1993, Trung Quốc tiếp tục gây xung đột ở nhiều sắc thái khác nhau để tiếp tục gây áp lực lên các vòng đàm phán. Đường lên cửa khẩu Chi Ma, huyện Lộc Bình, Lạng Sơn, phải dừng lại trước đường biên 63m. Cho dù cột mốc 44, cắm từ thời Pháp - Thanh vẫn còn, năm 1993, khi tỉnh Lạng Sơn cho rải đá, lực lượng vũ trang Trung Quốc từ phía Ái Điểm, đã tràn sang để ngăn cản việc thi công. Ngày 28-5, Trung Quốc đưa hàng trăm binh sỹ có vũ trang từ Ái Điểm sang, theo sau là mười lăm xe chở đá. Trong khi phía Việt Nam chưa kịp phản ứng, hai xe "vượt biên" sang đổ đá chồng lên đoạn công nhân Việt Nam đang thi công. Ngay lập tức bộ đội biên phòng, hải quan, công nhân và nông dân Chi Ma được huy động ra ngăn chặn.

Ngày 11-6-1993, lính Trung Quốc rút. Từ đó, Tổ cột mốc 44 được đồn biên phòng Chi Ma thành lập, bảy cán bộ biên phòng đã phải túc trực 24/24, trong gió Chi Ma thổi bạc mặt, trong rét Chi Ma có khi xuống dưới độ 0. Vì bị phía Trung Quốc ngăn cản không thể dựng nhà, Tổ cột mốc 44 chỉ có thể dựng

---

[509] Kết quả là gần 900 km trên tổng chiều dài biên giới 1.350 km, đo trên bộ bản đồ thể hiện đường biên giới chủ trương, nhận thức của hai bên trùng nhau, tức là không có tranh chấp. Khoảng 450 km còn lại, tức là 33% tổng chiều dài đường biên giới, không có văn bản, hoặc văn bản và bản đồ chưa rõ ràng nên nhận thức hai bên có khác nhau, được chia thành 289 khu vực (với tổng diện tích khoảng 231 km2), trong đó: 74 khu vực khác nhau vì lý do kỹ thuật vẽ chồng lấn lên nhau, được gọi là khu vực A,51 khu vực vì lý do kỹ thuật hai bên đều chưa vẽ tới, gọi là khu vực B. Các khu vực loại A và B có diện tích không lớn, chỉ khoảng 5 km2; 164 khu vực có tranh chấp, hoặc có nhận thức khác nhau về hướng đi của đường biên giới, gọi là khu vực C (rộng khoảng 227 km2). Các cuộc đàm phán chủ yếu tập trung vào việc xử lý 164 khu vực C này (Theo TS Nguyễn Hồng Thao). Do điều kiện đo đạc của từng lần, có nhiều số liệu về chiều dài đường biên giới trên đất liền Việt Nam - Trung Quốc, theo số liệu chính thức của Uỷ ban Biên giới Quốc gia, đường biên dài 1449,566 km (đường biên giới trên đất liền: 1065,652 km, đường biên giới đi theo sông suối: 383,914 km).

một túp lều bằng sáu cọc tre và những thùng giấy carton nằm bên lãnh thổ Việt Nam năm mét.

"Nhật ký" của Tổ ghi nhận ba mươi hai sự kiện tiêu biểu xảy ra xung quanh mốc 44: một lần biên phòng Ái Điểm, Trung Quốc, cho dựng một nhà tạm lấn sang đất Việt Nam hai mét; hai mươi hai lần lực lượng vũ trang Trung Quốc xâm nhập sâu vào đất Việt Nam từ năm đến ba mươi lăm mét, bảy lần xâm canh, một lần lén chôn một bia đá sang đất Việt Nam hai mươi mét… Phía bên kia mốc 44, Trung Quốc dựng một bức tường đá, dày một mét, cao ba mét, bao bọc đồn Ái Điểm. Trên bức tường đó, sâu hoắm những lỗ châu mai, nhìn sang.

Thiếu tá Lục Văn Moong, người từng là đồn phó Chi Ma bốn năm, nói: "Có rất nhiều chuyện không được ghi chép, đó là những cục đá được ném sang từ phía bên kia lúc nửa đêm"[510]. Mỗi tấc đất biên giới trong thời gian này, không chỉ để cấy lúa, trồng rau mà còn là khát vọng lãnh thổ và ý chí quốc gia của đôi bên. Tại Cao Bằng, nhiều nơi, bộ đội biên phòng phải dựng lưới B40 cho nông dân cày cấy ở những thửa ruộng giáp biên để ngăn phía Trung Quốc ném đá sang. Ở Hà Giang, cho đến trước khi tiến trình phân giới cắm mốc thực hiện xong, hầu hết các điểm cao chiến lược đều đang có quân Trung Quốc chiếm đóng.

Ngày 30-12-1999, sau sáu vòng đàm phán ở cấp chính phủ, mười sáu vòng đàm phán ở cấp chuyên viên, chủ yếu tập trung xử lý 164 khu vực C, hai bên đã ký "Hiệp ước hoạch định biên giới đất liền". Theo đó: "Quy thuộc khoảng 114,9 km^2 cho Việt Nam (gồm 112,3 km^2 thuộc khu vực C; 2,6 km^2 thuộc khu vực A và B) và khoảng 117,2 km^2 thuộc Trung Quốc (trong đó có 114,8 km^2 thuộc khu vực C; 2,4 km^2 thuộc khu vực A và B)"[511]. Nhìn qua các con số thì có vẻ như "đây là một kết quả công bằng"[512]. Nhưng, trên thực tế, chính quyền địa phương, các cán bộ biên phòng và người dân nhìn thấy từng tấc đất giờ đây đã thuộc về Trung Quốc. Theo ông Nguyễn Mạnh Cầm: "Khi tôi lên, Cao Bằng nói, những phần đất này lâu nay là của ta sao các anh để thế này. Tôi phải giải thích là phải theo các nguyên tắc đã thỏa thuận trong quá trình đàm phán".

Quá trình "chuyển đường biên giới từ lời văn Hiệp ước 1999 và bản đồ ra thực địa, một cách chính xác, rõ ràng và đánh dấu bằng một hệ thống mốc

---

[510] Trận đá kích cuối cùng xảy ra năm 2003, Tổ Cột mốc 44 tồn tại từ tháng 6-1993 đến tháng 1-2009.
[511] Nguyễn Hồng Thao, thành viên đoàn đàm phán (theo VNN).
[512] Nguyễn Hồng Thao (VNN).

giới chính quy hiện đại" vẫn là một con đường cam go. Ở 109 "khu vực tồn đọng", được coi là những "khu vực khó, nhạy cảm, có lịch sử tranh chấp lâu đời", hai bên đã phải tiến hành thêm mười lăm vòng đàm phán các loại, "vòng ngắn nhất kéo dài chín ngày, vòng dài nhất hai mươi ba ngày, phiên họp dài nhất ba mươi mốt giờ liền"[513], để "giải quyết các mâu thuẫn giữa lời văn với bản đồ đính kèm Hiệp ước, giữa bản đồ với thực địa và sự không rõ ràng của một số từ ngữ trong Hiệp ước"[514].

Một trong những "khu vực nhạy cảm", cửa khẩu Hữu Nghị, mốc km0 nơi đường biên giới giờ đây đi qua vốn là mốc 19 cũ của Pháp, cách điểm nối ray 148m về phía Bắc. Đối chiếu với "Bị vong lục ngày 15-3-1979 của Bộ Ngoại giao Việt Nam" sẽ thấy cột mốc tham chiếu ở khu vực này không phải là "19 cũ" mà là "cột mốc 18 nằm cách cửa Nam Quan 100m trên đường quốc lộ đã bị Trung Quốc ủi nát để xóa vết tích đường biên giới lịch sử, rồi đặt cột km0 đường bộ sâu vào lãnh thổ Việt Nam trên 100m". Nếu 300m từ đường biên giới lịch sử đến điểm nối ray này là khu vực có "nhận thức khác nhau", thì việc Việt Nam được chia 148m so với phần nước lớn Trung Quốc được chia 152m là công bằng như các nhà đàm phán giải thích. Nhưng, phần 300m này là của Việt Nam, năm 1955 bị Trung Quốc lấn vào so với đường biên lịch sử[515].

Tại khu vực thác Bản Giốc: "Theo quy định của Hiệp ước 1999, luật pháp và thông lệ quốc tế, đường biên giới đi theo trung tuyến dòng chảy phía Nam cồn Pò Thoong, hai bên đã điều chỉnh đường biên giới đi qua cồn Pò Thoong, qua dấu tích trạm thủy văn xây dựng những năm 1960, quy thuộc 1/4 cồn, 1/2 thác chính và toàn bộ thác cao cho Việt Nam"[516]. Thác Bản Giốc là một biểu tượng mà trong suốt hàng trăm năm đã nằm trong tiềm thức của người Việt Nam. Bức ảnh nổi tiếng về thác Bản Giốc do nhà nhiếp ảnh Võ An Ninh chụp đã từng ngự trị trong sách giáo khoa, trên các tờ lịch in màu hiếm hoi của miền Bắc thời trước năm 1975.

Theo "Bị vong lục 15-3-1979 của Bộ Ngoại giao" thì toàn bộ khu vực thác Bản Giốc nằm trong lãnh thổ Việt Nam cho tới ngày 20-2-1970 mới bị phía Trung Quốc "đưa 2.000 người kể cả lực lượng vũ trang" sang lấn chiếm. Các tài liệu lịch sử của người Pháp và những người dân sống lâu năm ở khu vực Đàm Thủy đều biết rõ toàn bộ thác Bản Giốc nằm sâu trong biên giới Việt

---

[513] Nguyễn Hồng Thao (VNN).
[514] Nguyễn Hồng Thao (VNN).
[515] Bị vong lục 15-3-1979
[516] Nguyễn Hồng Thao (VNN).

Nam chứ không phải là phần được "quy thuộc" như các nhà đàm phán trong thập niên 1990 giải thích[517] .

Bộ trưởng Ngoại giao Nguyễn Mạnh Cầm thừa nhận: "Anh em Cao Bằng cũng phản ứng, nhưng muốn thỏa thuận được thì mình cũng phải nhượng bộ". Tại khu vực thác Bản Giốc, theo quy định của Hiệp ước 1999, đường biên giới đi theo trung tuyến dòng chảy phía Nam cồn Pò Thoong. Ông Nguyễn Mạnh Cầm giải thích: "Sở dĩ chia thác Bản Giốc như vậy là vì trước đó mình đã thỏa thuận nguyên tắc 'đường biên giới đi theo trung tuyến dòng chảy'. Nguyên tắc này do anh Vũ Khoan trực tiếp đàm phán thỏa thuận với Đường Gia Triền. Tất nhiên là có xin ý kiến Bộ Chính trị".

Theo ông Vũ Khoan: "Bản thân vấn đề là quá phức tạp, chúng tôi phải lần mò từng mét đất. Năm 1991, thỏa thuận nguyên tắc mở ra đàm phán biên giới. Năm 1992 bắt đầu đàm phán nguyên tắc, ông Võ Văn Kiệt chỉ đạo trực tiếp cụ thể và phải bàn, quyết định tập thể. Nhiều người không hiểu, một con sông ở biên giới hai nước thì phải chia đôi. Thực tế lịch sử có những điều mình nói cũng không đúng". Ông Nguyễn Mạnh Cầm thừa nhận: "Năm 1993, khi thông qua những nguyên tắc cơ bản giải quyết vấn đề biên giới, thấy rằng việc phân chia theo trung tuyến dòng chảy là một nguyên tắc hợp lý. Lúc bàn nguyên tắc này, Bộ Chính trị chưa nghĩ tới những trường hợp cụ thể như Bản Giốc".

Theo Thủ tướng Phan Văn Khải: "Thác Bản Giốc mình không thể nào lấy hết. Đại tướng Võ Nguyên Giáp không chịu nhưng kéo dài quá thì không xong toàn cục. Bãi Tục Lãm họ có ý đồ lấn thật. Tổng Bí thư Lê Khả Phiêu và Cố vấn Đỗ Mười cũng phải đấu với Trung Quốc trên tình hữu hảo mới được như vậy. Tôi, ông Vũ Khoan và ông Lê Khả Phiêu đã đấu tranh rất căng thẳng nhưng đôi bên cũng phải có nhân nhượng, chẳng thà mình có một phân định sau này còn có cơ sở để đấu tranh".

Việc hoạch định biên giới, cụ thể là phân chia 227 km2 nằm trong 164 khu vực có tranh chấp, hoặc có nhận thức khác nhau về hướng đi của đường biên giới, gọi là khu vực C được quyết định trong nhiệm kỳ của Tổng Bí thư Lê Khả Phiêu và Thủ tướng Phan Văn Khải. Tương nhượng là điều không thể tránh

---

[517] Hồi ký "Au Tonkin et sur la frontière du Kwang-si" của Famin - phó chủ tịch Ủy ban Phân giới năm 1894, phụ trách công tác phân giới vùng Cao Bằng, Lạng Sơn tiếp giáp với Quảng Tây, Trung Quốc, trang 12-13 viết: "Trên vùng phía Bắc (vùng II Quân-Sự), sông Qui Thuận chảy qua Trùng Khánh Phủ. Đây là một phụ lưu của sông Tây Giang (Shi-Jiang). Có chiều rộng khoảng 60 thước, chảy vào Tonkin qua cửa Ải Lung và chảy vào lại đất Tàu ở gần công sự Tàu, có tên Nam-Ton, sau khi đã tưới một thung lũng rộng lớn và rất trù mật. Hai cây số trước khi rời khỏi đất Tonkin, sông này chảy xuống một bậc đá và tạo thành một cái thác tuyệt đẹp cao khoảng 40 thước".

khỏi trong các cuộc đàm phán, nhưng tương nhượng ở Hữu Nghị Quan, thác Bản Giốc, những nơi mà từ xa xưa các nhà nước Việt Nam đều đã khẳng định chủ quyền và trong tiềm thức nhân dân, đã trở thành một phần lãnh thổ thiêng liêng quả là những quyết định khó phân công, tội.

Còn một sự nhượng bộ khác mà chắc chắn lịch sử rồi sẽ có ý kiến đó là nhượng bộ trên điểm cao 1509, Vị Xuyên, Hà Giang.

Ngày 16-5-1984, sau mười tám ngày dùng một lực lượng lớn tấn công, Trung Quốc đã chiếm và chốt giữ hai mươi chín điểm dọc biên giới Việt Nam, trong đó có điểm cao 1509. Hàng ngàn người lính Việt Nam đã hy sinh trong các đợt phản công lấy lại hai mươi cao điểm ở Thanh Thủy, Vị Xuyên bị Trung Quốc chiếm đóng từ năm 1984. Nghĩa trang Vị Xuyên, Hà Giang, có 1680 ngôi mộ. Trong đó, 1600 mộ là của các liệt sỹ hy sinh trong cuộc chiến tranh Biên giới, đa số hy sinh trong giai đoạn 1984 - 1985, có người hy sinh năm 1988 khi tái chiếm điểm cao 1509. Giai đoạn 1984 - 1985, theo ông Nguyễn Thanh Loan, người trông coi nghĩa trang: "Cứ nửa đêm về sáng, xe GAT 69 lại chở về từng túi tử sỹ xếp chồng lên nhau".

Theo Đại tá Phó chỉ huy trưởng Biên phòng Hà Giang Hoàng Đình Xuất: "Từ khi chiếm được điểm cao 1509, Trung Quốc cho xây dựng trên đỉnh một pháo đài quân sự. Ở phía bên kia, Trung Quốc xây được đường xe hơi lên tận đỉnh trong khi bên mình dốc, hiểm trở. Theo nguyên tắc mà hai bên thống nhất, đường biên giới đi qua đỉnh, cắt đôi pháo đài mà Trung Quốc xây dựng trên cao điểm này, nhưng khi hoạch định biên giới, phía Trung Quốc cho rằng, đây là một khu vực có ý nghĩa thiêng liêng nên họ xin được giữ lại toàn bộ pháo đài để làm du lịch. Đau xót là các nhà lãnh đạo của chúng ta đã đồng ý. Phần Việt Nam nhượng Trung Quốc ở đây tuy chỉ có 0,77 hecta nhưng, 1509 là một vị trí chiến lược. Từ trên pháo đài ấy có thể nhìn thấy từng chiếc ô tô ở thị xã Hà Giang".

Tuy không bình luận trực tiếp trường hợp điểm cao 1509, nhưng Bộ trưởng Ngoại giao Nguyễn Mạnh Cầm giải thích: "Tôi nghĩ, các anh ấy cũng biết, nhượng một tấc đất là có tội, nhưng với một nước lớn như Trung Quốc thì tranh chấp phải được giải quyết để có được một biên giới hòa bình. Trước đó không ngày nào là không có khiêu khích". Chính quyền Trung Quốc đã liên tục gây sức ép, từ cả những việc nhỏ mọn như ném đá vào những người dân Việt Nam cày cấy trên lãnh thổ bên biên giới của mình. Điều này đe dọa sự ổn định mà chính quyền Việt Nam kỳ vọng nên không dám bảo lưu những "khu vực nhạy cảm" như thác Bản Giốc, Hữu Nghị Quan… Theo ông Vũ Khoan: "Bảo lưu là mình luôn phải sống trong nơm nớp".

Đường biên giới trước đây chỉ có 341 cột mốc, nay được đánh dấu chi tiết hơn bằng 1.971 cột mốc, với 1.378 vị trí mốc chính và 402 vị trí mốc phụ. Theo ông Nguyễn Hồng Thao: "Kết quả này là sự thể hiện sinh động của mối quan hệ đối tác hợp tác chiến lược toàn diện Việt Nam - Trung Quốc theo phương châm 16 chữ và tinh thần 4 tốt"(VNN). Nguyễn Hồng Thao là thành viên của Đoàn đàm phán, ông ấy có thể chỉ nhắc lại "phương châm 16 chữ và tinh thần 4 tốt" như một cái máy ngoại giao. Nhưng người dân Việt Nam thì không mấy ai thiếu trải nghiệm để hiểu sâu về người láng giềng tự cho là tốt đó.

Việt Nam đã phải phân chia biên giới phía Bắc trong thế yếu. Yếu không chỉ vì đàm phán với một đối tác to lớn hơn mình gấp nhiều lần, với một chính quyền rất khó lường, mà còn vì, toàn bộ quá trình đàm phán, hoạch định và phân giới cắm mốc đều được tiến hành trong bí mật. Trí tuệ của các nhà nghiên cứu trong và ngoài nước không được tập hợp. Sức mạnh của dư luận không được sử dụng để vạch trần những thủ đoạn khiêu khích của Bắc Kinh. Sự hiểu biết thực địa của người dân biên giới đã không được khai thác để giúp Việt Nam giữ từng tấc đất.

HIỆP ĐỊNH THƯƠNG MẠI VIỆT-MỸ

Cũng năm 1999, trong khi mang "Phương châm 16 chữ và tinh thần 4 tốt" về từ một láng giềng nhiều thủ đoạn, Tổng Bí thư Lê Khả Phiêu lại đánh mất cơ hội ký hiệp định thương mại với một đối tác tiềm năng: Hiệp định Thương mại Việt - Mỹ.

Tại tiểu bang Ohio (Mỹ), sau khi thông báo quyết định dỡ bỏ lệnh cấm vận của Tổng thống Bill Clinton với Bộ trưởng Lê Văn Triết, Bộ trưởng Ron Brown đề nghị bộ thương mại hai nước lập ra tổ công tác chuẩn bị cho quan hệ song phương. Brown cho biết luôn là ông sẽ lập nhóm USTA do bà Barshefsky làm nhóm trưởng. Khi trở về Việt Nam, Bộ trưởng Lê Văn Triết đến thẳng phủ thủ tướng, chờ ông ngoài Thủ tướng còn có Bộ trưởng Đậu Ngọc Xuân, Bộ trưởng Ngoại giao Nguyễn Mạnh Cầm.

Ông Triết kể chi tiết cuộc trò chuyện với Ron Brown. Ông Kiệt hỏi: "Theo anh, điều này sẽ tác động đến việc mở cửa của Việt Nam như thế nào?". Ông Triết: "Theo tôi, nó phù hợp với chủ trương đa phương hóa, thêm bạn bớt thù. Chắc chắn sẽ có một số anh chưa nhất trí, có anh sẽ phân vân, nhưng mình mà lẩn quẩn thì không những mất cơ hội mà còn ảnh hưởng đến việc mở rộng quan hệ với những đối tác khác". Ông suy nghĩ rồi nói: "Các anh nghiên cứu ngay xem quyết định bỏ cấm vận sẽ tác động đến việc Việt Nam mở rộng quan hệ với các nước như thế nào. Phần ngoại giao, anh Cầm phải có kế hoạch mở rộng quan hệ đa phương ngay sau khi Mỹ chính thức tuyên bố. Anh Triết chuẩn bị tờ trình, trình Bộ Chính trị xin chủ trương cho đàm phán ký kết hiệp định thương mại với

Mỹ". Ông Triết hỏi: "Ký một hiệp định song phương như với các nước?". Ông Kiệt nói: "Đúng!".

Ông Lê Văn Triết kể: Tôi về làm phương án đàm phán, chuẩn bị xong, tôi mời đại diện Bộ Ngoại giao, Tài chánh, Ngân hàng, Bộ Kế hoạch Đầu tư... tới họp và góp ý. Văn phòng Trung ương cũng thông báo năm ngày sau đó Bộ Chính trị sẽ nghe trình bày. Tại cuộc họp Bộ Chính trị, tôi trình bày xong, ông Đỗ Mười nói: "Yêu cầu các bộ có phản biện trước". Bộ trưởng Kế hoạch Đầu tư Đậu Ngọc Xuân vun xới mạnh. Bộ trưởng Ngoại giao Nguyễn Mạnh Cầm phát biểu thận trọng. Thứ trưởng Bộ Tài chính Chu Tam Thức thì chừng mực. Nghe xong, ông Đỗ Mười phát biểu rất căng: "Chúng ta đã đổi mới thành công, các nước đều thừa nhận, đời sống khá hơn có cần bàn tay của Mỹ?". Ông Đậu Ngọc Xuân nói: "Sự giúp đỡ của Mỹ là cần thiết". Ông Đỗ Mười: "Mình hoàn toàn độc lập, cần gì phải giúp đỡ. Việc gì phải ký hiệp định thương mại?".

Hôm ấy, theo chỉ đạo của anh Kiệt, Bộ Thương mại trình một lúc hai đề án: một để đàm phán gia nhập WTO, một để ký BTA[518]. Nhưng, theo ông Triết, với cả hai, ông Đỗ Mười nói: "Việt Nam còn nghèo, hàng hóa sản xuất tỷ trọng bao nhiêu, ăn thua gì, ra nó đè chết ngay lập tức. Cái thứ ba, mình xưa giờ chủ yếu quan hệ với các nước xã hội chủ nghĩa, chỉ am hiểu xã hội chủ nghĩa. Giờ quan hệ với người ta, bị buộc phải theo những quy định của người ta mình càng mất độc lập". Bấy giờ ông Triết mới nhận ra lý do ông Võ Văn Kiệt mời bằng được Cố vấn Phạm Văn Đồng tham gia phiên họp này. Theo đề nghị của ông Kiệt, Cố vấn Phạm Văn Đồng phát biểu ngắn: "Bây giờ là thời kỳ toàn cầu hóa, ai cũng phải có quan hệ với các quốc gia. Đường lối đa phương hóa mà ta đã đi là đúng. Đã đúng thì cứ tiếp tục. Thời đại này không ai còn tự cung, tự túc. Có gì mà không dám làm ăn với Mỹ với WTO".

Ông Kiệt tiếp lời: "Tôi tán thành ý kiến anh Đồng. Xu thế đó là không thể tránh khỏi. Nói để anh Mười yên tâm, tiền thân của WTO là GATT, một tổ chức mà Liên Xô là sáng lập viên, lúc đầu có ba mươi quốc gia. Chỉ khi có khối SEV, Liên Xô mới rút ra. Bây giờ nước Nga cũng muốn trở lại WTO, làm đơn xin mà họ đã chấp nhận đâu. Những nước tham gia đều theo những nguyên

---

[518] Ngay từ năm 1993, ông Trần Văn Thình, một người Pháp gốc Việt, làm Đại sứ Cộng hòa Pháp tại Ủy ban châu Âu (EC) từ năm 1993 đến 1995, đã có nhiều nỗ lực giúp giải thích những lợi ích và khó khăn nếu Việt Nam nếu gia nhập GATT. Ông Thình khuyến nghị Việt Nam gia nhập GATT và giới thiệu ông Arthur Dunkel, tổng thư ký của GATT, người có thể hỗ trợ Việt Nam gia nhập GATT. Chính ông Long Vĩnh Đồ, trưởng đoàn đàm phán của Trung Quốc tại Thụy Sĩ về việc Trung Quốc gia nhập GATT cũng trao đổi kinh nghiệm đàm phán với các quốc gia để đạt các hiệp định song phương. Các vị đại sứ phương Tây ở Hà Nội tư vấn, nếu ký được BTA với Mỹ thì Việt Nam sẽ được các nước nể nang hơn, việc đàm phán WTO sẽ thuận lợi hơn nhiều.

tắc nhất định được hình thành bằng sự đóng góp của các thành viên. Đã có 100 nước tham gia, có những nước yếu hơn Việt Nam, nhiều nước còn phải sắp hàng. Anh Đồng rất đúng, Việt Nam tuy còn yếu, hàng hóa chưa nhiều, chưa hiểu hết quy luật. Nếu mình đứng ngoài thì sẽ như cũ. Tham gia vào thì đội ngũ mới trưởng thành. Mới hiểu thị trường, luật pháp ra sao mà ứng phó. Phải tham gia để có tiếng nói của mình, còn nếu đứng ngoài thì họ quyết sao mình chịu vậy. Trung Quốc đã gửi hàng trăm người đi đàm phán lâu nay mà vẫn chưa được. Giữ gìn chế độ là nhiệm vụ của mình, nhưng không thể giữ chế độ bằng cách không chơi với ai cả".

Ông Phạm Văn Đồng tiếp: "Anh Mười lo lắng mình bị lép vế cũng có lý vì mình còn yếu. Nhưng, tôi thì tôi không sợ. Như anh Kiệt nói, phải vào hang mới bắt được cọp". Ông Đỗ Mười không kết luận. Ông Phạm Văn Đồng đề nghị: "Bộ Thương mại và Bộ Ngoại giao hoàn chỉnh phương án, để báo cáo lại".

Tháng 5-1996, ông Nguyễn Đình Lương tháp tùng ông Lê Văn Triết đi Washington, DC., gặp Charlene Barshefsky, trưởng Đại diện Thương mại Mỹ. Thông điệp mà Barshefsky chuyển cho ông Triết vẫn là Hoa Kỳ sẵn sàng ký hiệp định thương mại song phương. Ông Lương nói: "Khi về nhà, tôi biết số phận của mình. Tháng 8-1996, tôi chuẩn bị một tờ trình, phân tích bối cảnh quốc tế, phân tích những ý đồ của Hoa Kỳ đối với Việt Nam rồi đề ra năm nguyên tắc để bộ trưởng ký trình thủ tướng. Ông Triết đưa ra lấy ý kiến trong Bộ, một số cán bộ chủ chốt không đồng ý, lấy lý do, "không cần bàn nguyên tắc, cần bàn cụ thể thôi", ông Triết cũng phân vân chưa ký. Phải một tháng sau, trước giờ ông Lê Văn Triết ra sân bay đi nước ngoài, tôi nói: "Anh ký đi, Văn phòng Chính phủ giục". Ông ký. Chiều tôi mang lên Văn phòng Chính phủ. Sáng hôm sau, Văn phòng gọi: Lương ơi, báo tin mừng cho mày, anh Sáu (Võ Văn Kiệt) chỉ ghi một chữ: 'Đồng ý', viết từ bên này trang giấy kéo sang tới bên kia".

Đàm phán Việt- Mỹ, theo ông Nguyễn Đình Lương: "Lên bờ xuống ruộng. Năm năm cực kỳ khó khăn. Khó nhất là vì ngay từ khi bắt đầu, ông Võ Văn Kiệt đã không còn ở vị trí quyết định. Trong các vị lãnh đạo, số người đồng ý không nhiều, lý do: đây là vấn đề nhạy cảm, nhiều người muốn mình không trắng, không đen, công được hưởng, tội không phải mình. Tôi là một quan chức bé tí. Nhưng cuộc họp nào cũng phải có mặt, vì viết bài, sửa bài cũng tôi. Bộ Chính trị họp xong bảo chuẩn bị bài ra Ban Chấp hành. Cứ tiếc, ông Kiệt không còn làm Thủ tướng nữa".

Lúc ấy trên Bộ Chính trị còn có ba ông cố vấn: Đỗ Mười, Lê Đức Anh, Võ Văn Kiệt. Ông Lương nói, chúng tôi gọi tổng bí thư là "hoàng thượng", trên "hoàng thượng" là "vương gia". Trước khi quyết, "hoàng thượng" còn phải

[CHƯƠNG 20 • LÊ KHẢ PHIÊU VÀ BA ÔNG CỐ VẤN]

xem ý "vương gia". "Vương gia" lại có hai phía, người ủng hộ quyết liệt, người thì không. Theo ông Lương: "Cứ mỗi khi họp Bộ Chính trị, chúng tôi lại phải hỏi Văn phòng: ông Kiệt có ra họp không. Có mặt ông Kiệt thì cán cân sẽ khác. Từ đầu, quan điểm của ông Kiệt đã rất rõ ràng: phải bình thường hóa với Mỹ, ký Hiệp định Biên giới với Trung Quốc, ký Hiệp định thương mại Việt-Mỹ. Trong cuộc họp, có khi ông mở đầu, nhưng thường, ông nghe hết các ý kiến. Cho dù các ý kiến trong cuộc họp phát biểu theo chiều hướng nào thì ý kiến của ông Kiệt vẫn là phải ký".

Ngày 30-8-1999, ông Nguyễn Đình Lương sang Washington, D.C., hoàn tất văn bản để chuẩn bị ký. Theo ông Lương: Ngày 1-9, khi tiếp ông Lương tại phòng làm việc, Phó đại diện thương mại Hoa Kỳ Richard Fisher nói: "Lương, tôi hỏi ông một câu thôi: phía Hoa Kỳ định ký BTA tại Hội nghị APEC[519], Việt Nam có ký không?". Ông Lương nói: "Chắc chắn ký với điều kiện ông giải quyết cho tôi mười vấn đề". Thực ra, theo ông Lương: "Mười vấn đề mà tôi để nghị ấy chỉ là tiểu tiết nhưng các nhà lãnh đạo bên Đảng đòi giải quyết". Fisher nói: "Ông về báo với lãnh đạo của ông, nếu Việt Nam quyết định ký tại Auckland, có sự chứng kiến của Bill Clinton thì những vấn đề còn lại sang đó sẽ được giải quyết hết". Hội nghị APEC cấp bộ trưởng dự kiến nhóm họp vào ngày 9 và 10-9-1999 và cuộc gặp cấp cao lần thứ 11 sẽ diễn ra ngày 12 và 13-9-1999 tại Auckland, New Zealand.

Ông Nguyễn Đình Lương nói tiếp: "Tôi về báo cáo. Bộ Chính trị họp đồng ý nhưng chưa ra thông báo. Hai ngày trước khi APEC nhóm họp, phía Hoa Kỳ cử bà Ngoại trưởng Madeleine Korbelová Albright sang Hà Nội. Albright sang, chỉ làm một việc duy nhất là thuyết phục ký. Bill Clinton muốn gây tiếng vang, ông ta muốn kết thúc trang sử quan hệ Việt Nam - Hoa Kỳ trong nhiệm kỳ tổng thống của mình. Nếu việc ký kết thành công, tháng 11-1999, Bill sẽ sang thăm Việt Nam luôn. Người Mỹ khi ấy còn có một mục tiêu khác: đàm phán Mỹ - Trung đang bế tắc sau chuyến đi của Chu Dung Cơ, Bill Clinton muốn việc ký BTA với Việt Nam như một tín hiệu gửi tới Bắc Kinh".

Ông Võ Văn Kiệt nhận được những thông tin này ngay khi ông Nguyễn Đình Lương chưa về tới Hà Nội. Ngày 05-9-1999, từ Thành phố Hồ Chí Minh, ông viết thư gửi Bộ Chính trị, xin vắng mặt phiên họp ngày 7-9-1999 bàn về Hiệp định Thương mại Việt-Mỹ và "xin phát biểu với Bộ Chính trị một số ý kiến". Ông Kiệt cho biết, những ý kiến này, ông đã trao đổi với ông Nguyễn Mạnh Cầm tại Hà Nội trong lần gặp tuần trước đó. Ông Võ Văn Kiệt viết:

---
[519] Asia-Pacific Economic Cooperation.

"Nên lưu ý những diễn biến trong quan hệ Mỹ - Trung và nên tính tới tình hình chính trị nội bộ của Mỹ. Chúng ta không đặt vấn đề nhất thiết, bằng mọi giá phải ký nhanh hiệp định này nhưng nếu có điều kiện thì nên ký sớm để phía Mỹ có thể phê chuẩn hiệp định trước bầu cử". Ông Kiệt cũng đưa ra một số lập luận để cho thấy việc hai nước ký hiệp định tại một nơi thứ ba, Auckland, New Zealand, nhân Hội nghị APEC là "bình thường và ngày càng thông dụng".

Theo ông Nguyễn Mạnh Cầm: "Ngày 7-9-1999, Bộ Chính trị họp đồng ý ký hiệp định tại Auckland. Anh Phiêu đã rất hào hứng nói, nên thưởng gì cho anh em đàm phán. Tôi nói khoan đã anh ạ, chờ xem thế nào, nhỡ người Mỹ lật lọng". Người Mỹ không lật lọng nhưng nhà ngoại giao lão luyện người Mỹ, bà Albright, đã phạm một lỗi nhỏ góp phần làm hỏng việc lớn. Mười giờ sáng ngày 8-9-1999, gặp Ngoại trưởng Nguyễn Mạnh Cầm, bà Albright được ông Cầm xác nhận "sẽ ký"; hai giờ chiều gặp Thủ tướng Phan Văn Khải, ông Khải vui vẻ trả lời: "Sẽ ký".

Có lẽ, nghĩ sứ vụ đã hoàn thành, cho nên năm giờ chiều hôm ấy, khi hội đàm với Tổng Bí thư Lê Khả Phiêu, thay vì chỉ đề cập đến việc ký kết BTA, bà Albright đã buột mồm hỏi: "Thế giới giờ chỉ còn bốn nước xã hội chủ nghĩa, theo ông, có tiếp tục giữ được không?". Sau khi khẳng định với bà Albright, "chủ nghĩa xã hội sẽ tiếp tục phát triển thắng lợi", Tổng Bí thư Lê Khả Phiêu gặp hai ông cố vấn Đỗ Mười và Lê Đức Anh. Mọi việc bắt đầu thay đổi.

Ông Đỗ Mười thừa nhận: "Buổi chiều, khoảng năm giờ, trước ngày đi họp APEC, anh Phan Văn Khải sang gặp tôi, nói: 'Anh Mười ạ, mai tôi đi, anh cho ký đi'. Tôi bảo chưa được. Mai anh gặp Clinton, tôi đề nghị anh nói ba điểm: Chúng tôi muốn ký trong nhiệm kỳ của ngài nhưng hiệp định phức tạp quá không như hiệp định chúng tôi ký với EU, nên còn một số vấn đề trong Đảng và Chính phủ có ý kiến khác nhau. Tôi đề nghị ngài chỉ thị cho phái đoàn đàm phán phía Mỹ cùng chúng tôi bàn tiếp những vấn đề đó rồi sẽ ký. Ký được trong nhiệm kỳ của ngài thì tốt, nhưng nếu chưa ký được thì trước khi ngài nghỉ, mời ngài sang thăm Việt Nam để quan hệ giữa ngài và Việt Nam có trước, có sau".

Trước đó, theo ông Đỗ Mười: "Hiệp định nó dày thế này, Bộ Chính trị ít người đọc. Tôi có thời giờ, đọc thấy nhiều vấn đề quá. Tôi gọi các vị lãnh đạo đến, nói: 'Cái này mới quá. Đây là hợp tác toàn diện chứ đâu có phải chỉ là thương mại. Tôi đề nghị Bộ Chính trị bàn tiếp'".

Theo ông Nguyễn Đình Lương: "Hôm sau, 8-9-1999, trước giờ chuyên cơ chở Thủ tướng Phan Văn Khải, Bộ trưởng Thương mại Trương Đình Tuyển và Ngoại trưởng Nguyễn Mạnh Cầm đi Auckland, tôi nhận được điện: Ông Lương ngồi đấy, chờ có lệnh mới đi". Ông Lương chờ, ngày thứ nhất Bộ Chính trị chưa họp, ngày thứ hai nghe tình hình khó khăn. Ngày thứ ba, quyết định không ký. Ngày thứ tư, tôi về. Vừa tới nhà đã thấy chuyên viên trong vụ ngồi đợi, bảo "lên văn phòng Ba Dũng ngay". Ông Lương chạy lên thấy Phó Thủ tướng Nguyễn Tấn Dũng đang nhăn nhó.

Ông Lê Khả Phiêu giải thích về việc trì hoãn ký BTA một cách thận trọng: "Tôi bảo anh Phan Văn Khải cứ đi, mời Tổng thống Bill Clinton sang, sẽ ký. Lúc đó có chế độ cố vấn, dù sao cũng phải tôn trọng. Trong Bộ Chính trị, tuyệt đại đa số cũng chưa đồng ý. Ta không được chuẩn bị kỹ. Có hai chương họ tự đưa vào, năm thành bảy chương. Trước những vấn đề quốc tế khi có những ý kiến khác nhau thì phải đảm bảo chín muồi cả về nội dung lẫn kỹ thuật và phải tôn trọng tính tập thể".

Trong nhiều tình huống "tập thể" chỉ là nơi pha loãng trách nhiệm cho các cá nhân. Phiên họp Bộ Chính trị mang tính quyết định này diễn ra khi những người am hiểu quá trình đàm phán nhất như ông Phan Văn Khải, Trương Đình Tuyển (ủy viên Trung ương thường được mời dự), Nguyễn Mạnh Cầm đều đang ở Auckland. Ông Đỗ Mười chỉ tay hỏi: "Các anh đã đọc chưa mà biểu quyết? Các anh biểu quyết bán nước à?".

Đúng như ông Đỗ Mười nói, trong Bộ Chính trị rất ít người đọc và gần như không có ai đọc kỹ như ông. Ông Nguyễn Đức Bình buông một câu: "Toàn cầu hóa chỉ đem lại đói nghèo". Trong khi ông Nguyễn Phú Trọng lưu ý về "diễn biến hòa bình". Tuy không có được vai vế như Đào Duy Tùng nhưng từ khóa VIII, ông Nguyễn Đức Bình trở thành "nhà lý luận hàng đầu của Đảng". Theo ông Nguyễn Đình Lương, trong suốt quá trình đàm phán, mỗi khi xin ý kiến Bộ Chính trị, ông Nguyễn Đức Bình lại nói: "Chúng ta không chống toàn cầu hóa nhưng chỉ tham gia phong trào toàn cầu hóa do vô sản lãnh đạo chứ không nên tham gia toàn cầu hóa do giai cấp tư sản lãnh đạo hiện nay".

Cũng theo ông Nguyễn Đình Lương: "Chúng tôi rất khó để biết ý kiến thật sự của ông Lê Đức Anh. Không chống BTA nhưng ông Lê Đức Anh nói: nên ký Hiệp định Biên giới với Trung Quốc trước khi ký Hiệp định Thương mại Việt - Mỹ. Trong khi đó, nhiều ủy viên Bộ Chính trị nhận được những 'thông tin mật' từ Tổng cục II: Trung Quốc phản ứng rất xấu nếu ký hiệp định thương mại"[520]. Theo ông Phan Văn Khải, khi ông Đỗ Mười đặt lại vấn đề về

---

[520] Khi Việt Nam bỏ lỡ cơ hội của mình ở Auckland, Bắc Kinh đã tận dụng cơ hội ấy. Cuối năm 1999, Barshefsky đến Bắc Kinh, tiếp tục đàm phán với Bộ trưởng Đầu tư và Thương mại quốc tế Thạch Quảng Sinh các điều kiện để Trung Quốc gia nhập WTO. Cuộc đàm phán gần như bế tắc, Barshefsky đã quyết định chín giờ sáng hôm sau sẽ rời Bắc Kinh. Nhưng, đêm hôm ấy, đích thân Giang Trạch Dân gặp Barshefsky, nhân nhượng các điều kiện của Mỹ và quyết định ký với Mỹ Thỏa thuận những điều kiện để Trung Quốc gia nhập WTO.

BTA, ông Lê Đức Anh đã đồng ý với ông Mười là chưa ký. Tại Auckland, theo ông Phan Văn Khải, ông và Bill Clinton vẫn gặp nhau. Clinton biết rõ nội tình Việt Nam nên cả hai đều không nhắc tới BTA.

Phó Thủ tướng Nguyễn Mạnh Cầm nói: "Tôi tiếc đứt ruột. Năm 1999, Bill Clinton muốn ký trước mặt các nhà lãnh đạo đủ cả phương Tây lẫn phương Đông. Khi ấy các tập đoàn sản xuất hàng xuất khẩu sang Mỹ chỉ chờ có hiệp định là nhảy vào Việt Nam. Mình quyết định không ký, mất biết bao nhiêu cơ hội". Những thỏa thuận đạt được với Mỹ đã giúp Trung Quốc gia nhập WTO vào tháng 11-2001[521]. Thị trường 1,2 tỷ dân này đã có một sức hút to lớn đối với các nhà đầu tư. Năm năm sau, năm 2006, Trung Quốc trở thành quốc gia có mức tăng trưởng cao nhất thế giới: 10,7% so với năm 2005.

Theo ông Nguyễn Mạnh Cầm: "Mất thêm một năm đàm phán, phía Mỹ cũng chấp nhận một số đề nghị của ta nhưng đồng thời cũng bắt mình phải chấp nhận thêm những yêu cầu của họ". Mãi tới ngày 14-7-2000, Hiệp định Thương mại Việt - Mỹ mới được ký ở Washington, khi nhiệm kỳ của Tổng thống Bill Clinton chỉ còn chưa đầy 6 tháng.

Về tổng thể, theo Thủ tướng Phan Văn Khải: "So với những nội dung định ký năm 1999, Hiệp định Thương mại (BTA) Việt - Mỹ ký năm 2000 không đạt được thêm tiến bộ nào". Nhưng, về mặt thời gian, thất bại năm 1999 đã đánh mất của Việt Nam hơn hai năm cơ hội. Ngày 4-10-2001, Thượng viện Mỹ mới thông qua BTA và hai tuần sau, ngày 17-10-2001, được Tổng thống G.W.Bush phê chuẩn. Cứ mỗi năm chậm trễ, người dân Việt Nam phải chịu thiệt hại hơn 1,5 tỷ USD[522].

BILL CLINTON VÀ LÊ KHẢ PHIÊU

Gần cuối nhiệm kỳ của mình, Tổng thống Bill Clinton thăm chính thức Việt Nam. Ông là vị tổng thống Mỹ thứ hai đến nơi mà ông nói, giờ đây là tên của một đất nước chứ không chỉ là một cuộc chiến tranh, và là tổng thống Mỹ đầu tiên tới Hà Nội. Tại đây, Bill Clinton đã được đón tiếp bằng hai thái độ có thể nói là trái ngược nhau, một của người dân và một của các nhà lãnh đạo trong các nghi lễ đón ông chính thức.

---

[521] Ngày 7-11-2006, Việt Nam mới chính thức gia nhập WTO.
[522] Trong bài phát biểu với sinh viên Đại học Quốc gia Hà Nội ngày 18-11-2000, Tổng thống Bill Clinton nói: "Khối lượng thương mại trên thế giới đã tăng gấp đôi, số lượng đầu tư từ những quốc gia giàu vào những quốc gia đang phát triển đã tăng gấp sáu lần, từ hai mươi lăm tỷ đô la vào năm 1990 lên đến hơn 150 tỷ đôla vào năm 1998. Những quốc gia đã mở cửa nền kinh tế trong hệ thống thương mại quốc tế đã tăng trưởng nhanh ít nhất gấp đôi so với những quốc gia có nền kinh tế khép kín... Một tính toán của Ngân hàng Thế giới nói rằng Hiệp định Thương mại Việt - Mỹ có thể đưa lại cho Việt Nam thêm mỗi năm 1,5 tỷ đôla, chỉ riêng từ xuất khẩu".

[CHƯƠNG 20 • LÊ KHẢ PHIÊU VÀ BA ÔNG CỐ VẤN]

Bill Clinton và tùy tùng tới sân bay Nội Bài lúc 11 giờ đêm ngày 16-11-2000. Điều ngạc nhiên là vị tổng thống của quốc gia mà chính quyền đang coi như kẻ thù lại được hàng ngàn người dân Hà Nội và các địa phương lân cận đứng chờ trong đêm lạnh dọc hai bên đường cao tốc Thăng Long - Nội Bài. Dường như cảm kích trước sự chào đón đó, Tổng thống Clinton đã bật đèn trong khoang xe của mình để vẫy tay đáp trả người dân Hà Nội. Dân chúng cũng đã chen chúc đến khu Văn Miếu để nhìn thấy Bill Clinton. Hai hôm sau, khi rời Hà Nội đến Sài Gòn cũng vào lúc mười một giờ đêm, Bill Clinton lại được người dân đứng chờ và reo hò khi thấy ông xuất hiện từ sân bay Tân Sơn Nhất.

Trong khi đó, Bộ Chính trị đã phải tính đến từng nụ cười, cái bắt tay khi đón vợ chồng Tổng thống Mỹ. Thủ tướng Phan Văn Khải kể, khi tiếp Clinton, ông đã không cười và bàn tay thì chỉ đưa ra nhẹ mà không nắm lại. Ông Nguyễn Đức Hòa, trợ lý của ông hỏi: "Người ta đã sang tận đây, tiếc gì anh không nở một nụ cười với họ?". Ông Khải nói: "Không được đâu mày ơi, Bộ Chính trị đã thống nhất là không được cười"[523]. Chiều 17-11-2000, một ngày trước khi Tổng thống Bill Clinton nói chuyện với sinh viên ở trường Đại học Quốc gia Hà Nội, Tướng Nguyễn Chí Trung, trợ lý của Tổng Bí thư Lê Khả Phiêu đã mấy lần xuống "quán triệt" với Ban Giám đốc các nghi thức, khi nào thì đứng dậy, khi nào vỗ tay.

Bill Clinton là một nhà hùng biện, bài nói chuyện ngày 17-11-2000 tại hội trường Đại học Quốc gia Hà Nội của ông được chuẩn bị kỹ. Thay vì theo kịch bản, sinh viên đã vỗ tay gần như liên tục ở các đoạn đầu. Trước hàng trăm sinh viên, Bill Clinton đã bập bẹ vài từ tiếng Việt mà ông nói là vừa cố học: "Xin chào các bạn". Clinton đã làm cho các sinh viên phải vỗ tay lần thứ hai trong đoạn mở đầu khi ông nhắc tới thành tích của vận động viên Trần Hiếu Ngân [524], người Việt Nam đầu tiên đoạt huy chương tại một Olympic, và các tuyển thủ bóng đá như Lê Huỳnh Đức, Hồng Sơn, đang tranh giải ở Tiger Cup 2000 Bangkok.

Bill Clinton cho rằng, lịch sử giữa hai quốc gia "vừa là nguồn đau thương cho các thế hệ đã qua vừa là nguồn hứa hẹn cho các thế hệ sắp tới". Ông

---

[523] Tháng 6-2005, Thủ tướng Phan Văn Khải trở thành nhà lãnh đạo Việt Nam Cộng sản đầu tiên thăm chính thức Washington. Chuyến đi của ông Khải gây chú ý đặc biệt và người ta không khỏi bàn tán khi trước báo giới, ngồi bên cạnh một ông Bush tự tin, ông Khải tỏ vẻ bối rối, tay cầm tờ giấy trả lời báo chí. Ông Khải thừa nhận: "Quan hệ với Mỹ dễ dàng hơn nhiều so với Trung Quốc. Tôi hội đàm hết sức thoải mái với Tổng thống G. W. Bush và Bill Clinton trước đây nhưng đúng là tôi ngại báo chí. Chỉ cần báo chí đưa không đúng một câu nói của mình thì sẽ có vấn đề ngay với Bộ Chính trị. Sang Mỹ nhưng thực ra chúng tôi phải lo đối nội nhiều hơn đối ngoại".
[524] Vận động viên Taekwondo, huy chương bạc Olympic Sydney, 28-9-2000.

nói: "Cách đây hai thế kỷ, trong những ngày đầu của Hợp Chủng Quốc Hoa Kỳ, chúng tôi đã vượt biển để tìm các đối tác thương mại và một trong các nước mà chúng tôi tiếp cận đầu tiên là Việt Nam". Clinton dẫn thêm một câu chuyện, cho tới lúc đó, ít người biết đến: hơn 200 năm trước, Thomas Jefferson đã cố gắng để đưa các giống lúa Việt Nam về trồng trong trang trại của ông ở Virginia. Jefferson là tác giả của Bản Tuyên Ngôn Độc Lập năm 1776 của nước Mỹ. Bản tuyên ngôn mà Clinton nói là đã "vang vọng trong Bản Tuyên Ngôn Độc Lập 1945" của Việt Nam.

Theo Bill Clinton: "Tất cả những điểm gặp gỡ nhau trong lịch sử 200 năm này đã bị lu mờ trong vài thập niên vừa qua bởi cuộc xung đột mà chúng tôi gọi là Chiến tranh Việt Nam và các bạn gọi là Kháng chiến chống Mỹ". Bill Clinton nhắc đến bức tường đá đen ghi tên những người Mỹ chết trong chiến tranh Việt Nam, nhắc đến điều mà theo ông, các cựu binh Mỹ gọi là "mặt sau của bức tường", đó là "sự hy sinh lớn lao" [525] của ba triệu người Việt Nam. Đứng giữa thủ đô của một chế độ coi chính quyền miền Nam là "ngụy quyền", coi những người lính miền Nam là "ngụy quân", Bill Clinton đã gọi đội quân người Việt ở cả hai bên là "những người lính dũng cảm".

Không đến hội trường Đại học Quốc gia như một khách mời, nhưng có thể nói, người lắng nghe đầy đủ nhất bài phát biểu của Bill Clinton chính là ông Nguyễn Chí Trung [526]. Thế hệ Nguyễn Chí Trung rất khó để chấp nhận cách gọi những người Việt ở phía bên kia, những người mà ông coi là kẻ thù là "những người lính dũng cảm".

Nhưng ông Trung còn quan ngại khi Bill Clinton giải thích toàn cầu hóa và nói: "Theo kinh nghiệm chúng tôi, giới trẻ sẽ có nhiều niềm tin hơn vào tương lai nếu họ có tiếng nói trong việc định hướng tương lai, trong việc lựa chọn các nhà lãnh đạo chính phủ của họ và có một chính phủ có trách nhiệm đối với những người dân mà chính phủ phục vụ". Mặc dù nhấn mạnh "chúng tôi không tìm cách và cũng không thể áp đặt những ý tưởng này", Bill Cliton nói với sinh viên: "Chỉ có các bạn mới quyết định xem có nên chăng tiếp tục mở cửa thị trường, mở cửa xã hội của mình và củng cố nền pháp trị. Chỉ có các bạn mới quyết định liên kết như thế nào giữa tự do cá nhân và nhân quyền trên nền tảng giàu mạnh của bản sắc quốc gia Việt Nam".

---

[525] Staggering sacrifice.

[526] Nguyễn Chí Trung sinh năm 1930, khởi nghiệp bằng một số truyện ngắn rồi trở thành một cán bộ tuyên huấn trong quân đội. Khi ông Lê Khả Phiêu giữ chức chủ nhiệm chính trị Quân Tình nguyện Việt Nam ở Campuchia, Nguyễn Chí Trung là phó chủ nhiệm. Nguyễn Chí Trung được phong hàm thiếu tướng khi làm trợ lý cho tổng bí thư. Do không vướng bận gia đình, Nguyễn Chí Trung gần như dành trọn thời gian của mình, trở thành người giúp việc gần gũi và có ảnh hưởng nhất đến Tổng Bí thư Lê Khả Phiêu.

Vào thời điểm mà Bill Clinton đang nói chuyện với sinh viên ở Hà Nội, Lý Tống, một cựu phi công của Không lực Việt Nam Cộng hòa, từ California bay về Thái Lan, thuê một máy bay thể thao bí mật bay vào vùng trời Việt Nam, rải truyền đơn ở Sài Gòn và Tây Ninh, kêu gọi lật đổ chế độ cộng sản. Lực lượng phòng không hôm ấy đã bị Lý Tống qua mặt và hôm sau, 18-11-2000, vì quá cảnh giác đã nổ súng sượt vào một máy bay dân dụng.

Cuối buổi chiều 18-11-2000, Tổng Bí thư Lê Khả Phiêu chào đón Tổng thống Bill Clinton bằng một bài phát biểu dài [527], sau khi mở đầu theo đúng thủ tục: "Tôi hoan nghênh Ngài và Phu nhân cùng phái đoàn Hoa Kỳ sang thăm Việt Nam". Ông Lê Khả Phiêu bắt đầu: "Tôi đồng ý với Ngài là chúng ta không quên quá khứ, không làm lại được quá khứ. Vấn đề quan trọng là hiểu cho đúng thực chất cái quá khứ ấy. Cụ thể là hiểu cho đúng thực chất cuộc kháng chiến chống xâm lược mà chúng tôi đã phải tiến hành… Việt Nam có đem quân đi đánh Hoa Kỳ đâu mà Hoa Kỳ lại đem quân sang đánh Việt Nam? Cuộc kháng chiến chống xâm lược của chúng tôi là giành độc lập dân tộc, thống nhất tổ quốc và đưa đất nước đi lên chủ nghĩa xã hội. Cho nên đối với chúng tôi, quá khứ không phải trang sử đen tối, đau buồn và bất hạnh".

Ông Lê Khả Phiêu nói tiếp: "Bà bộ trưởng Ngoại giao Hoa Kỳ trong một lần gặp tôi có hỏi: chủ nghĩa xã hội có tồn tại được không? Tôi nói: không những tồn tại mà chủ nghĩa xã hội sẽ tiếp tục phát triển thắng lợi… Việt Nam đã có quan hệ ngoại giao với gần 170 nước, quan hệ thương mại với hơn 150 nước. Đảng chúng tôi có quan hệ với hơn 180 đảng cộng sản, cánh tả, đảng cầm quyền… Trong quan hệ quốc tế ngày nay, mọi quốc gia, dân tộc đều cần hợp tác để cùng phát triển. Chúng tôi tôn trọng sự lựa chọn, cách sống và chế độ chính trị của các dân tộc. Chúng tôi cũng đòi hỏi các nước tôn trọng chế độ chính trị, sự lựa chọn của dân tộc chúng tôi".

Tổng Bí thư Lê Khả Phiêu kết thúc bài phát biểu "chào mừng" tổng thống đầu tiên của nước Mỹ đến Văn phòng Trung ương Đảng: "Chúng tôi quý trọng nhân dân Mỹ, cảm ơn nhân dân Mỹ đã ủng hộ cuộc kháng chiến chính nghĩa của nhân dân Việt Nam. Thấy hình ảnh cháu Chelsea, tôi chạnh nhớ cháu Emily [528], con gái của Morrison [529], và mẹ cháu cũng đã từng sang thăm Việt Nam. Đó là biểu tượng đẹp của tình hữu nghị giữa nhân dân hai nước".

---

[527] Nhân Dân 19-11-2000.
[528] Emily rất nổi tiếng ở Việt Nam sau khi bài thơ "Ê-mê-ly, con ơi!" của Tố Hữu được đưa vào sách giáo khoa giảng dạy suốt nhiều thập niên.
[529] Một người Mỹ ở Pennsylvania, ngày 2-11-1965, bế con gái Emily một tuổi tới trước văn phòng Bộ trưởng Quốc phòng McNamara rồi tự thiêu để phản đối chiến tranh Việt Nam.

Bill Clinton nhớ lại: "Lê Khả Phiêu cố gắng sử dụng hành động phản đối chiến tranh Việt Nam của tôi để cáo buộc những gì Mỹ đã làm là hành vi đế quốc. Tôi đã rất giận dữ nhất là khi ông ta nói vậy trước sự có mặt của Đại sứ Pete Peterson, một người đã từng là tù binh chiến tranh. Tôi nói với nhà lãnh đạo Việt Nam rằng khi tôi không tán thành các chính sách đối với Việt Nam, những người theo đuổi nó cũng không phải là đế quốc hay thực dân, mà là những người tốt chiến đấu chống cộng sản. Tôi chỉ Pete và nói, ông đại sứ không ngồi sáu năm rưỡi trong nhà tù 'Hà Nội Hilton' vì muốn thực dân hóa Việt Nam"[530].

Ông Phan Văn Khải nhớ lại: "Ông Phiêu nói như thời chiến tranh làm cho họ rất khó chịu. Ông ấy muốn tỏ rõ thái độ của một chính quyền cộng sản. Nhưng, ông Phiêu không hiểu tình hình thế giới giờ đây đã khác. Phe xã hội chủ nghĩa đã tan rã. Vấn đề là mối quan hệ giữa hai quốc gia, chúng ta cần Mỹ. Nếu người Mỹ không vào thì những công ty lớn trên thế giới không có ai vào cả". Theo Tổng thống Bill Clinton thì giữa ông và Thủ tướng Phan Văn Khải đã xây dựng được mối quan hệ tốt đẹp trong lần gặp ở Auckland, khi đó ông Khải cũng nói là ông cảm kích trước việc Bill Clinton đã từng phản đối chiến tranh Việt Nam. Clinton nhớ lại: "Khi tôi nói: những người Mỹ phản đối hay ủng hộ cuộc chiến tranh đó đều là người tốt. Ông Khải nói: tôi hiểu". Clinton nhận xét, dường như những người mà ông gặp ở Việt Nam, chức vụ càng cao hơn thì ngôn ngữ càng "sặc mùi" cộng sản theo kiểu cũ hơn[531].

ĐẠI HỘI IX

Ông Lê Khả Phiêu giữ chức tổng bí thư được ba năm. Trong ba năm đó ông luôn chứng tỏ sự vững vàng, kiên định lập trường của mình[532]. Nhưng

---

[530] My Life, Bill Clinton, Vintage Books, 2005, trang 930 - Phát biểu của Bill Clinton được lược thuật trên báo Nhân Dân ngày 19-11-2000: "Về cuộc chiến tranh ở Việt Nam, nhiều người ở Hoa Kỳ không nhất trí với nhau về chính sách của Chính phủ Hoa Kỳ và về bản chất cuộc chiến tranh. Nhiều người, trong đó có Đại sứ Peterson của chúng tôi, đã tưởng rằng họ sang chiến đấu để giúp cho người Việt Nam được tự do và tự quyết. Ngày nay, tôi thấy rất thú vị là đã có một nước Việt Nam thống nhất và tiến bộ".

[531] Bill Clinton mô tả Chủ tịch Thành phố Hồ Chí Minh: "Võ Viết Thanh ăn nói như những thị trưởng năng nổ ở Mỹ mà tôi biết. Ông khoe về việc cân đối ngân sách, cắt giảm chi tiêu, và nỗ lực lôi kéo thêm các nhà đầu tư nước ngoài". Còn Chủ tịch nước Trần Đức Lương thì Bill Clinton nhận xét: "Chỉ kém giáo điều hơn (Lê Khả Phiêu) một chút". Ông Phiêu có lý do đối nội khi cố ý làm mất lòng Bill Clinton như thế nhưng rồi chính những người mà ông nghĩ sẽ hài lòng với thái độ cứng rắn trước tổng thống Mỹ lại chính là người sẽ sử dụng điều đó để chỉ chống lại ông (sách đã dẫn).

[532] Tại lễ kỷ niệm bảy mươi năm ngày thành lập Đảng Cộng sản Việt Nam tổ chức tại Hà Nội đầu tháng 2-2000, Lê Khả Phiêu nhấn mạnh: "Chúng ta đổi mới nhưng chúng ta kiên quyết không đổi màu. Những khó khăn và thách thức sẽ không buộc chúng ta đi chệch hướng xã hội chủ nghĩa". Tổng Bí thư Lê Khả Phiêu nhấn mạnh điều này trong tình thế mà ông cho rằng "chủ nghĩa đế quốc đang tiếp tục tìm cách xóa hết những nước xã hội chủ nghĩa còn lại". Lê Khả Phiêu nói: "Khi chủ nghĩa đế quốc đẩy mạnh tự do hóa thương mại và dịch vụ, toàn cầu hóa đầu tư, những nước giàu sẽ trở nên giàu hơn, khoảng cách giữa các quốc gia giàu và nghèo sẽ càng mở rộng".

những nỗ lực của ông trước hết lại bị chính các ông cố vấn sử dụng như một lý do để chống lại ông. Thái độ "kiên định" trước Tổng thống Bill Clinton rồi sẽ bị các cố vấn phê bình là cứng nhắc. Trước Đại hội Đảng lần thứ IX (4-2001) ông Lê Khả Phiêu đã bị cả ba ông cố vấn hiệp sức ép ông phải rời chính trường.

Kiến nghị buộc ông Phiêu thôi chức được cả ba ông cố vấn đồng tình và cùng ký. Ông Nguyễn Văn An nói: "Nó có kịch tính, chính các ông ấy đưa ông Lê Khả Phiêu lên rồi lại đưa xuống. Những khuyết điểm của ông Lê Khả Phiêu chỉ là nguyên cớ. Sẽ không làm được điều đó nếu cả ba ông cố vấn không đồng tình, đặc biệt là vai trò của Lê Đức Anh và Đỗ Mười. Rất ít trường hợp cả ba ông lại đồng tình như vậy". Ông Nguyễn Văn An cũng thừa nhận: "Nếu để ông Phiêu tiếp tục giữ chức thì sẽ dẫn đến tiền lệ tổng bí thư vi phạm nguyên tắc cả đối nội và đối ngoại". Điều đáng nói là sự "vi phạm nguyên tắc cả đối nội lẫn đối ngoại" của ông Lê Khả Phiêu đều có bàn tay của Tổng cục II.

Về đối ngoại, ông An nói: "Ông Lê Khả Phiêu gặp Giang Trạch Dân không theo con đường chính thống bằng quan hệ Đảng, Nhà nước mà theo con đường tình báo". Theo ông Nguyễn Đình Hương, thành viên Ban Chuyên án A10: "Tháp tùng chuyến đi ấy của Lê Khả Phiêu gồm Trần Đình Hoan, Nguyễn Mạnh Cầm và Phó Tổng cục trưởng Tổng cục II Nguyễn Chí Vịnh. Vịnh bố trí một cuộc gặp giữa ông Lê Khả Phiêu và Giang Trạch Dân. Khi gặp, cả ông Nguyễn Mạnh Cầm và ông Trần Đình Hoan cùng đi nhưng phía Trung Quốc ngăn ông Cầm và ông Hoan, chỉ cho Vịnh vào. Theo báo cáo của Vịnh thì hội đàm cũng không có thỏa thuận riêng gì nhưng có nhiều người đặt vấn đề trong đó có Trần Đình Hoan".[533]

Theo ông Lê Khả Phiêu thì đây là một cuộc gặp theo đề xuất của Giang Trạch Dân, phía Việt Nam cũng nhân đấy, muốn "thăm dò thái độ của Trung Quốc đối với Mỹ và đối với chủ nghĩa xã hội". Phía Trung Quốc thỏa thuận thành phần, mỗi bên bốn người, chủ yếu là chỉ để tổng bí thư gặp tổng bí thư. Tuy nhiên, theo ông Nguyễn Mạnh Cầm, trong khi ông bị chặn lại thì phía Trung Quốc, Bộ trưởng Ngoại giao Đường Gia Triền vẫn vào ngồi cùng Giang Trạch Dân.

Ông Lê Khả Phiêu giải thích: "Tôi gặp Giang Trạch Dân hai lần, lần thứ hai, hai bên thống nhất là nên có gặp riêng để bàn về biên giới và Biển Đông.

---

[533] Câu chuyện này xảy ra trong chuyến thăm Trung Quốc của Tổng Bí thư Lê Khả Phiêu vào tháng 2-1999. Theo Bộ trưởng Ngoại giao Nguyễn Mạnh Cầm: "Trước cuộc họp kín giữa Giang Trạch Dân và Lê Khả Phiêu, chúng tôi bị chặn lại. Phía Trung Quốc chỉ cho tổng bí thư, chánh Văn phòng, thư ký tổng bí thư và Nguyễn Chí Vịnh, phó tổng cục trưởng Tổng cục II vào. Bọn tôi phản ứng nhưng anh Phiêu bảo thôi".

Trước cuộc gặp tôi có xin ý kiến Bộ Chính trị nhưng nhiều anh quên. Tôi và Giang Trạch Dân chỉ thỏa thuận, trong vấn đề Biển Đông, cái gì chỉ liên quan đến hai nước thì đàm phán song phương, cái gì còn liên quan đến quốc gia khác thì đàm phán đa phương. Cho đến bây giờ thỏa thuận này vẫn còn được thực hiện"[534].

Về đối nội, ông Lê Khả Phiêu bị cáo buộc làm trái nguyên tắc khi ký Quyết định 234, cho lập ra một cơ quan theo dõi nội bộ, chủ yếu là cán bộ cao cấp. Theo ông Vũ Quốc Hùng, phó chủ nhiệm Ủy ban Kiểm tra Trung ương Đảng: "Việc xem xét những sai lầm của Quyết định 234 bắt đầu sau khi ông Lê Đức Anh chính thức đặt ra". Một ban chuyên án được Bộ Chính trị cho thành lập với thành phần gồm: Chủ tịch nước Trần Đức Lương, Chủ nhiệm Ủy ban Kiểm tra Nguyễn Thị Xuân Mỹ, Trưởng Ban Bảo vệ Đảng Nguyễn Đình Hương[535].

Ông Vũ Quốc Hùng, phó chủ nhiệm Ủy ban Kiểm tra Trung ương Đảng, người được giao thẩm tra các sai phạm của ông Lê Khả Phiêu, cho biết: "Đầu năm 2001, Bộ Chính trị họp chuẩn bị Đại hội IX, chị Nguyễn Thị Xuân Mỹ đi họp về nói, Bộ Chính trị đang kiểm điểm anh Phiêu gay gắt nhiều chuyện: vấn đề Campuchia, quan hệ nam nữ, vô nguyên tắc khi ra Quyết định 234, ngành tình báo lâu nay chỉ nắm địch, nay được theo dõi nội bộ, gặp Giang Trạch Dân, đi không hỏi, về không trình. Từ đó, Ủy ban Kiểm tra phải vào cuộc, họp cả ngày cả đêm. Trong khi Bộ Chính trị vẫn cứ họp. Ông Phạm Thế Duyệt, ủy viên thường trực Thường vụ Bộ Chính trị, thường xuyên gọi tôi sang, dặn: phải có trách nhiệm với Đảng, phải khách quan, không chịu áp lực của mấy ông cố vấn".

Theo ông Vũ Quốc Hùng: "Quyết định 234 được ký theo tham mưu của ông Vũ Chính. Lẽ ra anh Phiêu phải thận trọng. Khi Vũ Chính tham mưu thì nói là làm sao để ngăn chặn diễn biến hòa bình, ngăn chặn những xu hướng không tốt trong nội bộ Đảng. Tham mưu bằng mồm và có tham mưu cả bằng giấy. Ông Phiêu thấy cần phải có một văn bản, một tổ chức nên ký". Ông Lê Khả Phiêu giải thích: "Lúc đó, có nhiều tin tình báo được đưa ra thiếu kiểm chứng nhiều người có ý kiến. Tôi còn giữ thư anh Võ Văn Kiệt yêu cầu phải chấn chỉnh công tác tình báo, nguồn tin tình báo

---

[534] Gánh nặng lịch sử còn đặt lên vai Tổng Bí thư Lê Khả Phiêu khi trong nhiệm kỳ của mình, Bộ Chính trị mà ông đứng đầu phải đưa ra những đưa ra những quyết định liên quan đến việc phân chia thác Bản Giốc, Hữu Nghị Quan, bãi Tục Lãm và Điểm cao 1509 - những khúc mắc cuối cùng trong hiệp định phân định biên giới giữa Việt Nam và Trung Quốc - và ông bị cáo buộc đã có những thỏa thuận kín với Giang Trạch Dân.

[535] Theo ông Nguyễn Đình Hương, "Chuyên án mang mật danh 'A10' nên về sau người ta cứ gọi cơ quan tình báo lập ra theo Quyết định 234 là A10".

cần được thẩm định trước khi cho lưu hành trong nội bộ. Bản thân anh Lê Đức Anh cũng đồng ý là phải chấn chỉnh. Vì thế tôi lập ra bộ phận này giao cho anh Phạm Thanh Ngân phụ trách".

Về "quan hệ nam nữ", theo ông Vũ Quốc Hùng: "Trước khi đi Cuba, ông Lê Khả Phiêu có đến nhà anh Đoàn Mạnh Giao ăn cơm. Tới đó có cả cô Đặng Thu Hà, con gái Trung tướng Đặng Kinh. Ông Phiêu giải trình, quan hệ giữa ông và ông Đặng Kinh là quan hệ giữa cấp dưới với thủ trưởng, ông coi cô Hà như là cháu. Tôi có hỏi anh Trần Đình Hoan, anh có thấy yếu tố quan hệ nam nữ không. Anh Hoan nói không thấy. Còn "quan hệ với CIA", khi đi Cuba, đoàn có Ngô Xuân Lộc, Nguyễn Mạnh Cầm, Đỗ Trung Tá đi cùng, chuyển tiếp máy bay ở Thụy Điển. Tại đây thông qua Hà có gặp một phụ nữ tên là Vũ Thị Dung, có người tố cáo Dung là CIA".

Trên thực tế, Vũ Thị Dung chỉ là một cán bộ doanh nghiệp đi trong phái đoàn Tổng Bí thư Lê Khả Phiêu thăm châu Âu. Một tấm hình chụp có Vũ Thị Dung trong chuyến đi này được photoshop, cắt hình những người cùng chụp chỉ để lại hình Lê Khả Phiêu và Vũ Thị Dung để nói ông Phiêu lén lút quan hệ với "gái" là một nữ điệp viên. Tại phiên họp Bộ Chính trị mà tấm hình này được đưa ra, ông Nguyễn Mạnh Cầm xác nhận bức ảnh này khi chụp có cả ông nhưng đã bị xóa. Trưởng Ban Tổ chức Nguyễn Văn An thừa nhận: "Bức ảnh được cắt xén quá ấu trĩ. Tổng cục II đưa ảnh cho ông Đỗ Mười, ông Đỗ Mười đưa cho nhiều người xem trước mặt Bộ Chính trị rồi đưa lại cho tôi quản lý".

Đường đi của Quyết định 234 cho thấy, khó có viên tướng nào trưởng thành trong thời gian ông Lê Đức Anh cầm quyền lại có thể dễ dàng thoát ra khỏi tầm ảnh hưởng của ông. Khi trở thành tổng bí thư, kiêm bí thư Quân ủy Trung ương, ông Lê Khả Phiêu bàn với Tướng Phạm Văn Trà, bộ trưởng Quốc phòng và Phạm Thanh Ngân, chủ nhiệm Tổng cục Chính trị, lập ra một cơ quan, thành phần gồm Tổng cục II, Cục Bảo vệ An ninh, Tổng cục Chính trị. Người mà Tướng Lê Khả Phiêu giao thiết kế mô hình, chức năng, nhiệm vụ lại là Trung tướng Vũ Chính.

Tướng Vũ Chính đã "thiết kế" chức năng quyền hạn cho cơ quan này gồm cả quyền "theo dõi lực lượng cấp tiến trong và ngoài quân đội". Ông Phiêu được nói là đã gạch bỏ đoạn này nhưng, Tướng Chính chỉ bỏ trong phần quyết định còn phần phụ lục hướng dẫn thì vẫn giữ nguyên. Sau khi Tướng Phạm Thanh Ngân ký nháy, Bí thư Quân ủy Lê Khả Phiêu đã ký Quyết định 234.

Theo ông Vũ Quốc Hùng, từ khoảng tháng 6-2000, Vũ Chính đã báo cáo với Cố vấn Lê Đức Anh rằng Quyết định 234 do Tổng Bí thư Lê Khả Phiêu ký là sai. Nhưng đến ngày 5-1-2001, khi Bộ Chính trị họp bàn chuẩn bị nhân sự Đại hội IX, Tướng Lê Đức Anh mới đưa ra Bộ Chính trị, đòi kỷ luật ông Lê Khả Phiêu vì đã có "chủ trương theo dõi cán bộ cao cấp trong và ngoài quân đội". Ông Nguyễn Đình Hương cho rằng: "Quyết định 234 là một kịch bản của ông Lê Đức Anh nhằm hạ bệ ông Lê Khả Phiêu, nhất là sau khi ông Phiêu tuyên bố bỏ định chế cố vấn". Ông Phiêu nói: "Có thể có mưu mẹo gì đấy nhưng tôi thì chỉ nghĩ đơn giản".

Trong tuần lễ từ ngày 3 đến 11-1-2001, nhân Đại hội Đảng toàn quân, cố vấn Lê Đức Anh đột ngột buộc tội Tổng Bí thư Lê Khả Phiêu. Trong Hội nghị Bộ Chính trị, ông Lê Khả Phiêu thừa nhận có sơ hở về hành chính trong việc ký Quyết định 234, ông vẫn còn giữ được bản thảo và chứng minh Tướng Vũ Chính đã không sửa phần ông gạch bỏ. Ông Phiêu cũng cho biết trước khi quyết định có họp Thường vụ Đảng ủy Quân sự Trung ương gồm Lê Khả Phiêu, Phạm Văn Trà và Phạm Thanh Ngân. Hội nghị Bộ Chính trị ngày 5-1-2001 kết luận việc ông Lê Khả Phiêu ký quyết định 234 là vi phạm nguyên tắc lãnh đạo tập thể, yêu cầu hủy bỏ ngay Quyết định 234, giải tán ngay bộ phận tình báo theo dõi nội bộ.

Sau Hội nghị Trung ương 11, các vị cố vấn, đặc biệt là Tướng Lê Đức Anh cử người gặp các cán bộ lão thành, thông báo những thông tin liên quan đến các "sai phạm của Tổng Bí thư Lê Khả Phiêu". Theo ông Vũ Quốc Hùng, đây là những việc làm sai nguyên tắc của Đảng và chính Ủy ban Kiểm tra Trung ương Đảng đã gửi công văn yêu cầu các vị cố vấn phải giải trình.

Cũng theo ông Vũ Quốc Hùng, trước khi có kết luận chúng tôi đã mời ông Lê Khả Phiêu sang Ủy ban Kiểm tra chất vấn. Ủy ban Kiểm tra kết luận không đề nghị kỷ luật ông Lê Khả Phiêu và ông Phạm Thanh Ngân nhưng không để tái cử trong nhiệm kỳ IX. Bộ Chính trị họp nói thẳng, ông Phiêu phải rút khỏi Ban Chấp hành Trung ương. Có ý kiến đòi phải kỷ luật ông Phiêu trước khi cho nghỉ.

Ở Bộ Chính trị, ông Lê Khả Phiêu chấp nhận, nhưng tại Hội nghị Trung ương 12, theo ông Nguyễn Văn An: 'Khi Trung ương bỏ phiếu, số người đồng ý cho ông Lê Khả Phiêu nghỉ chỉ chiếm 50,5%, số không đồng ý là 49,5%, trong khi có năm ủy viên Trung ương vắng họp. Ông Phiêu không tâm phục khẩu phục mà những người ủng hộ ông Phiêu cũng không tâm phục khẩu phục. Chúng tôi cũng lo ngại rằng ra đại hội sẽ lộn xộn. Trong Bộ Chính trị thì còn phân hóa. Ông Phiêu lại đang nắm quân đội. Tôi bàn với anh Phạm Thế Duyệt cho bỏ phiếu lại. Bộ Chính trị đồng ý. Các ông cố vấn phản đối nhưng chúng tôi kiên quyết làm. Thực ra khi đó đánh giá tình hình, bỏ phiếu lại thì ông Lê Khả Phiêu chỉ mất thêm phiếu. Đưa ra Trung ương cũng bàn cãi mãi thì Trung ương mới biểu quyết đồng ý cho bỏ phiếu lại. Ngày 18-4-2001, Ban Chấp hành Trung ương bỏ phiếu lại, ông Phiêu chỉ còn một số phiếu rất thấp. Ông chấp nhận".

Khi Ban Chấp hành Trung ương Khóa IX họp phiên thứ nhất (22-4-2001) để bầu tổng bí thư, ông Phan Văn Khải được giao chủ trì phiên họp. Trong danh sách thăm dò mà Ban Tổ chức công bố, ông Nông Đức Mạnh đứng đầu, kế đó là Trần Đức Lương, Phan Văn Khải, Nguyễn Văn An và Phạm Thế Duyệt. Ông Phan Văn Khải đã đề nghị "để thể hiện thái độ nhất trí cao trong Đảng" chỉ giữ một mình ông Mạnh trong danh sách bầu tổng bí thư. Trung ương vỗ tay đồng ý. Ông Mạnh "được bầu" với số phiếu 100%.

Ở sau hậu trường, theo ông Nguyễn Đình Hương: "Ba ông cố vấn cũng đã có bàn nhau, cả ba nhân vật được các cố vấn đưa ra cân nhắc trước như Lương, Trọng, An, đều có những vấn đề. Ông Mạnh nhờ không nằm trong danh sách được chuẩn bị nên không có phản đối, con người ông Mạnh lại trung dung, các ông tính, đưa ông Mạnh lên là yên. Nhưng cách tính trước mắt ấy đã dẫn đến một sai lầm chiến lược".

■ Tổng Bí thư Lê Khả Phiêu dự lễ kỷ niệm 50 năm ngày truyền thống Học viện Chính trị Quốc gia Hồ Chí Minh - Ảnh: Cao Phong (TTXVN)

■ Chủ tịch nước Trung Quốc Dương Thượng Côn tiếp ông Đỗ Mười và Võ Văn Kiệt

CHƯƠNG 21. ĐỊNH HƯỚNG XÃ HỘI CHỦ NGHĨA

Ảnh: NGUYỄN THÀNH LAM.

CHO DÙ VẪN LÀ QUỐC GIA MỘT ĐẢNG, kể từ khi chấp nhận kinh tế nhiều thành phần, về bản chất, Việt Nam không còn là quốc gia cộng sản. Thế nhưng, định hướng xã hội chủ nghĩa vẫn như một "nơi trú ẩn" của đảng cầm quyền và ý thức hệ vẫn ảnh hưởng sâu sắc đến tiến trình ban hành chính sách. Thật khó để khẳng định, chủ nghĩa xã hội có thực sự là niềm tin của một số nhà lãnh đạo Đảng lúc bấy giờ nhưng nó đã trở thành quyền lực chính trị, ngăn chặn thành công những chính sách phát triển đất nước theo hướng kinh tế thị trường. Quan điểm lấy quốc doanh làm chủ đạo được thiết lập trong thập niên 1990 đã để lại di chứng lâu dài cho đất nước.

QUỐC DOANH CHỦ ĐẠO

Không phải ngẫu nhiên mà ở giai đoạn 1991-1995, GDP tăng bình quân 8,2%, mức tăng trưởng cao nhất so với cả thập niên sau đó [536]. Từ chỗ bị cấm đoán, trên nhiều lĩnh vực, Nhà nước đã để cho người dân được tự do làm ăn[537]. Kinh tế thị trường đã đánh thức khát vọng cơm no, áo ấm của người dân và trong giai đoạn sơ khai, các nguồn lực trong dân như những chiếc lò xo đã bung ra mạnh mẽ [538]. Nhưng, khi sức đàn hồi tự nhiên yếu dần, những bất cập về chính sách, luật pháp và thủ tục hành chính mới bắt đầu bộc lộ.

Đổi mới bắt đầu chững lại vào giữa thập niên 1990, và tốc độ chuyển sang kinh tế thị trường có nguy cơ dẫm chân tại chỗ. Sự sốt ruột được ông Võ Văn Kiệt thể hiện một phần trong "Thư gửi Bộ Chính trị"[539]. Nhưng Đại hội Đảng lần thứ VIII, giữa năm 1996, từ nhân sự cho đến đường lối, đã không cung cấp được nhân tố mới nào. Theo ông Phan Văn Khải, nói là Đảng bắt đầu đổi mới từ năm 1986, nhưng trên thực tế trong suốt nhiệm kỳ VI (1986-1991), trong Đảng vẫn tranh cãi liên miên về đường đi. Chấp nhận kinh tế tư nhân vì thấy "vẫn còn cần" nhưng mối quan tâm chính của Đảng vẫn là kinh tế quốc doanh.

Trước khi cho phép tư nhân lập công ty, tháng 3-1989, tại Hội nghị Trung ương 6, khóa VI, Tổng Bí thư Nguyễn Văn Linh nói: "Ban Chấp hành Trung ương đòi hỏi phải có những biện pháp mạnh mẽ, đồng bộ và thiết thực để cởi trói, tháo gỡ các khó khăn vướng mắc cho kinh tế quốc doanh nâng cao hiệu quả kinh tế của nó, khẳng định vai trò chủ đạo của kinh tế quốc doanh trong cơ cấu kinh tế nhiều thành phần". Cuối năm 1989, sau mấy tháng áp dụng các biện pháp chống lạm

---

[536] GDP tăng đạt mức cao nhất vào năm 1995: 9,5%. Từ năm 1996, tốc độ tăng trưởng bắt đầu có khuynh hướng giảm nhưng năm 1997, khi ông Võ Văn Kiệt rời nhiệm sở, GDP vẫn còn tăng 9%. Do ảnh hưởng của khủng hoảng kinh tế 1997 ở châu Á, đầu tư nước ngoài vào Việt Nam trong năm 1999 chỉ còn 1,568 tỷ USD vốn đăng ký so với 8,979 tỷ USD của năm 1996; GDP nhanh chóng rơi xuống đáy 4,8% vào năm 1999, nhưng sau đó đã tăng trở lại.

[537] Trong nền kinh tế xã hội chủ nghĩa, vàng là mặt hàng nhà nước độc quyền, những người sở hữu từ hai chỉ vàng trở lên bị coi là bất hợp pháp. Ngày 24-5-1989, Chủ tịch Hội đồng Bộ trưởng Đỗ Mười ký Quyết định 139, cho phép tư nhân mở tiệm vàng với điều kiện phải ký quỹ năm lượng vàng. Người soạn thảo điều kiện này, ông Trần Xuân Giá, cũng bất ngờ: "Chỉ sau hai tháng có tới 400 tiệm vàng ra đời".

[538] Năm 1992, Hiến pháp mới 1992 công nhận quyền tự do kinh doanh của người dân. Tính đến ngày 31-12-1996, Việt Nam có 1.439.683 đơn vị kinh doanh tư nhân, trong đó gồm 1.412.166 cá nhân và nhóm kinh doanh, 17.535 doanh nghiệp tư nhân, 6.883 công ty trách nhiệm hữu hạn, 153 công ty cổ phần và 2.946 hợp tác xã.

[539] Tháng 9-1995.

phát, trong đó áp dụng khá triệt để nguyên tắc tự hạch toán kinh doanh đối với các doanh nghiệp, thị trường tốt hẳn lên. Nhìn kết quả chung của toàn nền kinh tế thì đó là một thành công. Khu vực kinh tế phi nhà nước được lợi, người dân được lợi lớn. Nhưng các doanh nghiệp nhà nước thì bế tắc.

Quen được bao cấp từ cung cấp vật tư cho tới khâu tiêu thụ, nay phải tự vay vốn, tự tính đúng, tính đủ giá thành sản phẩm, nhiều doanh nghiệp nhà nước đứng bên bờ vực vì thiếu vốn, hàng làm ra không bán được. Than Quảng Ninh bốn năm tháng không có lương trả công nhân. Nhà máy Diesel Sông Công, Thái Nguyên, niềm tự hào của nền công nghiệp Việt Nam, trong năm 1989 sản xuất được 5.000 đầu máy 50 mã lực nhưng chỉ bán ra được một cái.

Theo ông Nguyễn Văn Nam, thư ký của ông Đỗ Mười: "Tổng Bí thư Nguyễn Văn Linh bốn lần gặp Chủ tịch Hội đồng Bộ trưởng Đỗ Mười phê phán. Giữa năm 1989, khi họp Trung ương, nghe ông Đỗ Mười báo cáo những mặt tích cực của nền kinh tế, ông Linh nói: 'Mất chủ nghĩa xã hội tới nơi rồi còn nói thành tích'. Ông Linh đòi ông Mười phải bỏ áp dụng các biện pháp chống lạm phát áp dụng từ quý II năm 1989. Ông Mười triệu tập các chuyên gia bàn cách thi hành lệnh của Tổng Bí thư".

Thôi áp dụng các nguyên tắc trong đề án chống lạm phát đồng nghĩa với việc từ bỏ những nguyên tắc của kinh tế thị trường, yếu tố giúp nền kinh tế vượt qua khủng hoảng. Các chuyên gia gặp nhau, hết sức lo lắng, Giáo sư Đào Xuân Sâm đề nghị: "Tôi đến tuổi rồi, có gì thì về hưu, các cậu cứ để đấy tôi nói". Vào họp, Giáo sư Đào Xuân Sâm hỏi ông Đỗ Mười: "Anh làm thủ tướng của sáu mươi triệu dân hay chỉ là sáu triệu cán bộ quốc doanh?". Ông Đỗ Mười nói: "Làm gì tới sáu triệu, chỉ khoảng ba, bốn triệu thôi". Giáo sư Sâm tiếp: "Quốc hội bầu anh đứng đầu Chính phủ là để lo cho toàn dân chứ đâu phải chỉ lo cho mấy triệu công nhân quốc doanh. Một phương án đang đem lại lợi ích cho đất nước, cho nhân dân mà anh tính bỏ sao được". Bị đặt giữa hai dòng áp lực, ông Đỗ Mười đành phải duy trì những chính sách đang phát huy hiệu quả đồng thời yêu cầu: "Các anh tìm cho tôi phương án cứu quốc doanh".

Nhóm chuyên gia của ông Đỗ Mười bàn và đưa ra lý lẽ: Kinh tế thị trường là thả các doanh nghiệp, trong đó có quốc doanh, ra bơi chung trong một biển hồ. Vì quốc doanh chưa biết bơi nên thả ra là chết. Ngày xưa bao cấp như những chiếc lồng ấp, nên nếu quốc doanh ngắc ngoải có thể vớt lên đưa vào lồng may ra sống lại. Nhưng nay, những chiếc lồng ấp không còn, có vớt lên bờ nó cũng chết. Nguyên tắc của doanh nghiệp là phải bơi trong thị trường. Nếu chưa biết bơi thì thả thêm phao cho nó.

Ông Nguyễn Văn Nam giải thích: "Cái phao được thả ra vào thời điểm này là vốn, toàn bộ khấu hao, Chính phủ cho các doanh nghiệp quốc doanh giữ lại. Các doanh nghiệp còn được cấp trực tiếp một khoản tiền: Than Quảng

Ninh và Diesel Sông Công được cấp bốn tỷ đồng để trả lương; quốc doanh được áp dụng tín dụng ưu đãi, được vay vốn với lãi suất khoảng 6-7% thay vì 13% như thị trường". Các ngân hàng quốc doanh lại trở về với nguyên tắc bao cấp khi phải cung cấp một lượng tín dụng rất lớn cho ngân sách có tiền chi tiêu và cho các xí nghiệp quốc doanh [540].

Theo ông Nguyễn Văn Nam: "Sự trì trệ của quốc doanh bắt đầu từ chính sách này. Họ đã không dựa vào phao để học bơi mà suốt đời cứ bám vào cái phao Nhà nước. Sức bám càng ngày càng nặng dần đó là lý do mà khu vực kinh tế quốc doanh chậm đổi mới và hiệu quả của nền kinh tế thì càng ngày càng thấp". Sự tồn tại của quốc doanh, từ đó, theo ông Trần Đức Nguyên[541], "chủ yếu dựa vào những ưu ái của Nhà nước: được khai thác tài nguyên, đặc biệt là đất đai; được độc quyền trong những ngành mà Nhà nước giữ quyền chi phối; nhận được tín dụng ưu đãi theo kênh hành chánh, người vay không phải chịu trách nhiệm gì".

Những người soạn thảo "Chiến lược ổn định và phát triển kinh tế xã hội đến năm 2000" [542], một trong ba văn kiện chính của Đại hội Đảng lần thứ VII, tháng 6-1991, đã cố gắng đặt các khung chính trị để phát triển kinh tế nhiều thành phần, chỉ giữ quốc doanh trên những lĩnh vực mà các thành phần khác không có điều kiện hoặc không muốn đầu tư kinh doanh. Tổ phó Biên tập Chiến lược, ông Trần Đức Nguyên, thừa nhận những quan điểm này được hình thành sau chuyến đi "khảo sát kinh nghiệm phát triển kinh tế ở bốn nước châu Á"[543].

Tuy ghi nhận kinh nghiệm sử dụng vai trò nhà nước trong giai đoạn đầu đối với các nước từ nông nghiệp lạc hậu đi lên [544], nhưng đoàn của ông Phan

---

[540] "Năm 1989, khoản tín dụng mới dành cho ngân sách lên tới gần hai nghìn tỷ đồng và số tín dụng cấp cho các xí nghiệp quốc doanh tăng 1,9 nghìn tỷ đồng. Năm 1990 có 1,4 nghìn tỷ đồng tín dụng dành cho ngân sách và 1,7 nghìn tỷ đồng cấp cho các xí nghiệp quốc doanh. Tổng số dư nợ tín dụng trong nước vào đầu cuối năm 1990 là 6,7 nghìn tỷ đồng. Tín dụng cấp cho ngân sách hoàn toàn không có lãi. Hơn thế nữa, tất cả các loại lãi suất cho vay đối với các xí nghiệp quốc doanh đều thấp hơn lãi suất trả cho tiền gửi dân cư có thời hạn ba tháng" (Văn phòng Chính phủ, UNDP và WB, Kinh tế Việt Nam - Hội thảo Quốc tế ngày 20-4 đến 1-5-1992, Nhà Xuất bản Hà Nội, trang 231).

[541] Trưởng Ban Nghiên cứu của Thủ tướng Phan Văn Khải.

[542] Tổ trưởng Tổ Biên soạn: Phan Văn Khải, tổ phó: Trần Đức Nguyên, các thành viên: Lê Đức Thúy, Lưu Quang Hồ, Lương Xuân Kỳ, Đào Công Tiến...

[543] Chuyến đi do Quỹ Christopher Reynolds bảo trợ về tài chính và Viện Nghiên cứu Quốc tế về Phát triển thuộc trường Đại học Harvard (Harvard International Institute of Development-HIID) giúp đỡ về chương trình, nội dung nghiên cứu.

[544] Trong giai đoạn đầu, chính phủ ở bốn nước mà đoàn khảo sát tới đều có xu hướng can thiệp nhiều vào kinh tế: có những tài sản được quốc hữu hóa, khu vực tư nhân nhỏ, vốn trong nước ít, yêu cầu xây dựng kết cấu hạ tầng và một số cơ sở then chốt phải dựa vào đầu tư của nhà nước. Do đó, quốc doanh phải nắm những ngành then chốt hỗ trợ cho toàn bộ nền kinh tế và khu vực tư nhân như điện, nước, giao thông, bưu điện, ngân hàng, một số cơ sở công nghiệp nặng, nắm độc quyền một số sản phẩm bảo đảm nguồn thu ngân sách như rượu, thuốc lá, muối.

Văn Khải chủ yếu tiếp thu các khuyến cáo về kinh tế quốc doanh. Ở cả bốn nước mà đoàn đi qua đều có tình trạng chung: trong cùng một ngành hoạt động, quốc doanh thường kém hiệu quả hơn tư nhân, do ít tự chủ, được ưu đãi nhưng lại bị nhà nước can thiệp sâu, nên bị động và ỷ lại.

Báo cáo chuyến khảo sát của ông Phan Văn Khải viết: "Cuối cùng chính các quốc gia này rút ra: cái gì tư nhân làm được thì để tư nhân làm; Khác với quan điểm cái gì quốc doanh không làm được mới để tư nhân làm. Cả bốn nước đều tư nhân hóa khu vực quốc doanh, nhưng vẫn giữ lại những cơ sở cần thiết như cơ sở phục vụ công cộng, cơ sở khai thác tài nguyên quan trọng như dầu mỏ, cơ sở ở những lĩnh vực tư nhân không muốn làm hoặc không đủ sức làm"[545].

THỊ TRƯỜNG VÀ LẬP TRƯỜNG

Đầu thập niên 1990, người Nga sang Việt Nam đàm phán không nói chuyện buôn bán mà chỉ đòi nợ cũ của Liên Xô. Nền công nghiệp gia công mũi giày, may áo sơ mi, xuất sang Liên Xô, Đông Âu bắt đầu điêu đứng vì thị trường truyền thống không còn nữa. Hàng vạn công nhân thất nghiệp. Việt Nam bắt đầu phải tìm kiếm bạn hàng từ những thị trường khác.

Các doanh nghiệp phải trầy vi, tróc vẩy, đi dần từng bước, từ các bạn hàng Hồng Kông, Đài Loan rồi mới nhích tới EU. Đã có biết bao công ăn, việc làm được phục hồi nhờ những bạn hàng mới đó. Nhưng do chưa quen gia công hàng cao cấp, hàng hóa cứ bị trả vì không đạt chất lượng. Khách hàng khắc phục bằng cách cử chuyên gia sang kiểm tra. Hàng hóa không còn bị trả lại nữa nhưng việc các chuyên gia tư bản ngồi trong các nhà máy quốc doanh làm cho nhiều người chạnh lòng.

Bộ trưởng Lê Văn Triết kể: "Tôi báo với ông Kiệt, ông Kiệt nói: làm với ai, làm gì mà có lợi cho đất nước thì mình cứ làm. Nhưng rồi bên Ban Bí thư nói vô nói ra, có người sợ cho tư bản kiểm tra hàng hóa của mình là mất chủ quyền, mình lệ thuộc vào nó. Có người thậm thà, thậm thụt với ông Đỗ Mười. Ở nhiều hội nghị, kể cả trong hội nghị trung ương, ông Đỗ Mười cảnh báo: Coi chừng mất định hướng, mất chủ nghĩa xã hội". Theo ông Phan Văn Khải, tết năm 1989, tuy chúc "người dân làm giàu", nhưng ông Đỗ Mười vẫn dùng ảnh hưởng của mình để bảo vệ quan điểm kinh tế nhà nước và kinh tế hợp tác là nền tảng.

---

[545] Báo cáo của chuyến khảo sát, do ông Phan Văn Khải ký ngày 20-2-1991, viết: "Cả bốn nước đều nhấn mạnh, ngày nay, không có nền kinh tế thị trường nào không có sự điều tiết của nhà nước."

Ông Phan Văn Khải nói: "Tôi và Thủ tướng Võ Văn Kiệt cho rằng, phải phá bằng được thế kế hoạch hóa tập trung, phải chuyển nền kinh tế từ chỗ nhà nước quyết định đến chỗ do thị trường quyết định. Nhà nước chỉ tạo ra hành lang pháp lý còn chuyện làm giàu thì phải để cho người dân, nhân dân phải là người quyết định sự nghiệp của đất nước. Trong suốt một thời gian dài chúng tôi phải tranh cãi để bảo vệ quan điểm này với những nhà lý luận mà ông Đỗ Mười tập hợp, từ Đào Duy Tùng đến Nguyễn Đức Bình và kể cả Lê Xuân Tùng. Mãi về sau này, chúng tôi mới có thêm những người ủng hộ như Phan Diễn, Nguyễn Văn An. Còn những người còn lại trong Bộ Chính trị thì không quan tâm đến lý luận".

Trong hai ngày 30 và 31-7-1993, ông Võ Văn Kiệt tổ chức một phiên họp thường kỳ của Chính phủ tại Dinh Thống Nhất. Sau khi đánh giá: "Tình hình kinh tế xã hội đang có những chuyển biến tích cực, đúng hướng, đã vượt qua được những thử thách to lớn, đi dần vào thế ổn định". Trước sự có mặt của báo giới, ông Kiệt gửi đi thông điệp: Phải làm bật dậy mọi tiềm năng trong cả nước, khai thác khả năng tiềm tàng của các thành phần kinh tế, đồng thời tranh thủ tối đa nguồn lực bên ngoài nhằm đẩy nhanh công cuộc xây dựng đất nước.

Ngay sau phiên họp, khi trả lời phỏng vấn Tuổi Trẻ, Phó Thủ tướng Phan Văn Khải, tuy cho rằng "trong giai đoạn trước mắt, dân doanh còn nghèo, quốc doanh còn phải trụ cột", nhưng vẫn nhấn mạnh: "Quốc doanh vẫn chủ yếu đầu tư cơ sở hạ tầng để tạo điều kiện cho các thành phần, các ngành kinh tế phát triển". Mặc dù vẫn "hướng tới thành lập những công ty lớn và những tập đoàn [quốc doanh] có sức cạnh tranh với bên ngoài", Chính phủ sẽ cho cổ phần hóa để huy động vốn đầu tư vào những công trình quan trọng hơn". Nhưng theo ông Phan Văn Khải: "Chính phủ củng cố quốc doanh không có nghĩa là tiếp tục ôm lấy gánh nặng cho nền kinh tế"[546].

Cũng từ giai đoạn này, chính phủ chủ trương bỏ dần khái niệm bộ chủ quản và khái niệm xí nghiệp trung ương, xí nghiệp địa phương, tách bạch vai trò quản lý nhà nước của các bộ với quản lý sản xuất kinh doanh. Chính phủ, kể từ năm 1991, thể hiện khá nhất quán chính sách nhắm tới nền kinh tế nhiều thành phần[547].

---

[546] Trả lời phỏng vấn Huy Đức, Tuổi Trẻ 3-8-1993.

[547] Năm 1992, Chính phủ bắt đầu "sắp xếp lại doanh nghiệp nhà nước" bao gồm cả việc cho cổ phần hóa một phần theo Nghị định 388. Đặc biệt, hàng loạt nông trường, lâm trường quốc doanh đã được giải tán, các xí nghiệp quốc doanh quận, huyện cũng bị dẹp bỏ dần. Từ 12.300 xí nghiệp Quốc doanh trước năm 1990, tới tháng 7-1993, chỉ còn hơn 7.000 xí nghiệp.

Hơn bốn tháng sau khi đứng đầu chính phủ, ông Võ Văn Kiệt đã ký quyết định thành lập Hội đồng Trung ương Lâm thời các doanh nghiệp ngoài quốc doanh, bổ nhiệm cựu Bộ trưởng Thương mại Hoàng Minh Thắng làm chủ tịch. Ông Thắng nói: "Chủ trương của ông Kiệt khi cho ra đời tổ chức này là để khuếch trương kinh tế tư nhân, coi tư nhân là lực lượng chủ lực của nền kinh tế". Từ tháng 12-1991 cho đến tháng 10-1993, Hội đồng Trung ương Lâm thời đã tổ chức được ba mươi tám hội đồng lâm thời ở ba mươi tám tỉnh, thành phố, trực thuộc trung ương, đặc biệt, cũng trong giai đoạn này, các hợp tác xã đã được tổ chức lại theo tinh thần hợp tác tự nguyện.

Nhưng, cuối tháng 10-1993, khi đại biểu của ba mươi tám tỉnh, thành bắt đầu về Hà Nội để dự đại hội thành lập hội thì Trung ương Lâm thời được Ban Bí thư triệu tập. Theo ông Hoàng Minh Thắng: "Tôi trình bày trước Ban Bí thư về công tác chuẩn bị, về lực lượng hơn hai trăm nghìn doanh nghiệp tư nhân và ba trăm nghìn hợp tác xã và tổ kinh tế hợp tác. Ông Đỗ Mười nghe, nói: rộng quá, to quá! Không cần giải thích, ông quyết định thành phần hội viên chỉ còn là tổ hợp tác và hợp tác xã, không cho bao gồm cả doanh nghiệp tư nhân. Đại hội, do đó, vẫn diễn ra vào ngày 30-10-1993 nhưng thay vì thành lập Hội Doanh nghiệp ngoài quốc doanh, trở thành đại hội thành lập Liên minh các hợp tác xã".

Ba tháng sau, từ ngày 20 đến 25-1-1994, tại hội nghị giữa nhiệm kỳ của Đảng, ông Đỗ Mười đã đọc một văn kiện chỉ ra bốn nguy cơ: nguy cơ tụt hậu xa hơn về kinh tế so với nhiều nước trong khu vực và trên thế giới, nguy cơ chệch hướng xã hội chủ nghĩa nếu không khắc phục được những lệch lạc trong chủ trương, chính sách và chỉ đạo thực hiện, nguy cơ về nạn tham nhũng và tệ quan liêu, nguy cơ "diễn biến hoà bình" của "các thế lực thù địch". Nói là "bốn nguy cơ", nhưng chỉ có "chệch hướng" và "diễn biến hòa bình" là thực sự được nhấn mạnh. Nền "kinh tế thị trường" mà Đại hội Đảng lần thứ VII đưa vào văn kiện "Chiến lược phát triển kinh tế xã hội đến năm 2000" đã được thêm "đuôi" để trở thành: "Xây dựng đồng bộ cơ chế thị trường có sự quản lý của nhà nước theo định hướng xã hội chủ nghĩa"[548].

Không đơn giản chỉ là chuyện câu chữ, cái đuôi "định hướng xã hội chủ nghĩa" được gắn vào "kinh tế thị trường" phản ánh mối tương quan quyền lực,

---

[548] Hơn một năm trước đó, ở Trung Quốc, ngày 9-6-1992, Tổng Bí thư Đảng Cộng sản Trung Quốc Giang Trạch Dân đưa ra khái niệm "kinh tế thị trường xã hội chủ nghĩa" thay thế khái niệm "kinh tế thị trường có kế hoạch xã hội chủ nghĩa" của Trần Vân. Hành động này của Giang Trạch Dân là để hưởng ứng lời kêu gọi cải cách do Đặng Tiểu Bình đưa ra trong chuyến "hành phương Nam". Chủ trương của Giang Trạch Dân trên thực tế là để thoát ra khỏi nền kinh tế xã hội chủ nghĩa trong khi "định hướng xã hội chủ nghĩa" mà Việt Nam "mô phỏng" lại có khuynh hướng quay lại nhiều hơn với mô hình kinh tế xã hội chủ nghĩa bảo thủ.

cho thấy những nỗ lực để Việt Nam thoát ra khỏi mô hình kinh tế kế hoạch hóa là không hề dễ dàng. Sự nửa vời này gây bức bối cho cả khu vực kinh tế nhà nước lẫn khu vực kinh tế tư nhân.

Ngày 8-2-1995, ông Võ Văn Kiệt vào Sài Gòn, gặp 300 nhà doanh nghiệp tại Dinh Thống Nhất [549]. Ông Kiệt phân bua: "Chính phủ đang làm dâu hai họ, quốc doanh và tư doanh ai cũng kêu mình không được đối xử bình đẳng". Các xí nghiệp quốc doanh cho rằng họ đang phải chịu nhiều thuế và phí hơn tư doanh, trên đầu họ, ngoài pháp luật còn có một cơ quan chủ quản. Trong khi, các giám đốc tư nhân lại cảm thấy bị thua thiệt với không chỉ quốc doanh mà còn với các doanh nhân nước ngoài [550]. Sau cuộc họp đó, ông Kiệt cử người vào Nam và mặc dù bị các tổng công ty nhà nước kinh doanh lúa gạo phản ứng khá dữ dội, ông Kiệt quyết định, thay vì tập trung quyền xuất khẩu gạo cho hai tổng công ty, chính phủ còn trao quyền này cho các tỉnh [551].

Ông Khải cho rằng chưa có một chính phủ nào trong một thời gian ngắn có thể ban hành nhiều văn bản luật như Việt Nam của thập niên 1990. Điều mà nền kinh tế cần, theo thuật ngữ lúc đó, là một "hành lang pháp lý" để các thành phần kinh tế đều có thể vận hành theo kinh tế thị trường. Nhưng thị trường chính là điểm xung đột đối với những người coi lập trường quan trọng hơn quốc gia phát triển.

Khi Luật Thương mại được Chính phủ Võ Văn Kiệt biên soạn theo nguyên tắc "công dân có quyền tự do mua bán, tự do sản xuất kinh doanh", theo Bộ trưởng Thương mại Lê Văn Triết, trước khi Quốc hội họp, ông Đỗ Mười kêu ông lên, mắng: "Tự do gì cũng phải ở trong khuôn khổ, quốc doanh phải nắm, nước nào nhà nước cũng phải quản lý". Rồi ông Đỗ Mười yêu cầu Bộ Thương mại biên soạn lại theo hướng "quốc doanh thống lĩnh thị trường, kiên quyết không để cho tư thương đẩy lùi trận địa". Ông Triết nói với ông Mười: "Thưa anh, đây là Hiến pháp". Ông Mười nói: "Hiến

---

[549] Tuổi Trẻ 9-2-1995.

[550] Năm 1994, các doanh nghiệp tư nhân nhập về 1/3 lượng phân bón cung ứng cho nông dân, nhưng quyền nhập khẩu trực tiếp phân bón lại chỉ được Nhà nước giao cho các doanh nghiệp nhà nước. Tư nhân cũng không được sản xuất hàng trả nợ cho nước ngoài; cùng làm ăn với Liên Xô, sau khi nước này tan rã, Chính phủ chỉ giúp các đơn vị quốc doanh thu hồi nợ, không giúp các đơn vị tư nhân. Và thật phi lý khi theo bà Trần Ngọc Sương, phó giám đốc Nông trường Sông Hậu, nông trường của bà làm ra hàng trăm ngàn tấn gạo xuất khẩu, nhưng không được quyền bán trực tiếp cho khách hàng nước ngoài. Cứ mỗi chuyến tàu ủy thác qua các "đầu mối" nông trường phải chi phí ủy thác mất hàng trăm triệu đồng. Cũng không loại trừ những tiêu cực khác. Bà Sương cho biết: Những đơn vị quốc doanh được chỉ định xuất khẩu gạo thường không mua gạo trực tiếp. Bà muốn xuất gạo thì phải bán cho một trung gian tư nhân chịu chi phí thêm 70.000 đến 80.000 đồng/tấn.

[551] Trên cơ sở đề nghị của ông Nguyễn Thái Nguyên, thư ký Phó Thủ tướng Phan Văn Khải: "Thay vì tập trung 70% quota xuất gạo cho hai tổng công ty, chỉ nên cho họ khoảng từ 30-40%, hạn ngạch còn lại chia cho các tỉnh".

pháp thì cũng phải vận dụng. Anh phải hiểu chứ". Ông Triết buộc phải cắt bớt mấy chữ "tự do mua bán", các đại biểu không đồng tình, Quốc hội biểu quyết giữ nguyên như dự thảo ban đầu. Ông Đỗ Mười lại kêu ông Triết lên, mắng: "Anh làm lỡ hết, Quốc hội biết rồi. Bây giờ phải tìm cách sửa khi làm nghị định hướng dẫn".

Sở dĩ hàng chục năm sau đổi mới, Việt Nam vẫn không có một thị trường phát triển đúng tầm, không có những nhà tư sản thương nghiệp có khả năng tìm kiếm thị trường bên ngoài, theo Bộ trưởng Thương mại Lê Văn Triết, là do "những nỗ lực theo đúng kinh tế thị trường rất dễ bị coi là chệch hướng. Đề án xây dựng thị trường nội địa của tôi bị bác bỏ gần hết. Bản dự thảo sau khi đưa lên mấy tầng, cuối cùng trở về không còn là bản của mình nữa. Thủ tướng Võ Văn Kiệt cũng không bảo vệ được".

Ngay cả khi không còn giữ chức tổng bí thư, ông Đỗ Mười vẫn còn có ảnh hưởng quyết định trong việc duy trì vai trò chủ đạo của khu vực kinh tế nhà nước. Khi chuẩn bị Nghị quyết 05[552], Chính phủ Phan Văn Khải lưu ý: "Có nơi còn coi trọng số lượng hơn chất lượng, hiệu quả, còn cho rằng doanh nghiệp nhà nước phải chiếm tỉ trọng lớn, phải có mặt và phải chi phối ở hầu hết các lĩnh vực, các ngành kinh tế thì mới làm được vai trò chủ đạo"[553]. Nhận xét này đã bị ông Đỗ Mười phê phán.

Trong thư gửi Bộ Chính trị đề ngày 2-11-2000, Cố vấn Ban Chấp hành Trung ương Đảng Đỗ Mười cho rằng quan điểm "thu hẹp doanh nghiệp nhà nước, phát triển mạnh các thành phần kinh tế khác là một khuynh hướng sai lầm cần uốn nắn". Theo ông Đỗ Mười: "Quan hệ sản xuất xã hội chủ nghĩa dựa trên 'chế độ công hữu về tư liệu sản xuất là chủ yếu' là một trong những đặc trưng của xã hội chủ nghĩa... Mọi sự coi nhẹ, làm suy yếu kinh tế nhà nước chính là biểu hiện của nguy cơ chệch hướng". Ông Đỗ Mười cho rằng: "Luận điệu tuyên truyền và sức ép của các thế lực tư bản đế quốc bên ngoài về 'tư nhân hóa' đã tác động không ít đến nhận thức một số cán bộ, đảng viên ta". Cuối năm 2000 mà ông Đỗ Mười còn đề nghị quốc doanh nắm lại các ngành vận tải ô-tô, ngành bán buôn và bán lẻ vật tư và hàng hóa tiêu dùng..., vì ông cho rằng đó là những ngành "then chốt của nền kinh tế"[554].

---

[552] Nghị quyết 05 chính thức đưa ra khái niệm doanh nghiệp nhà nước hoạt động kinh doanh và doanh nghiệp nhà nước hoạt động công ích. Chuyển các doanh nghiệp mà Nhà nước giữ 100% vốn sang hình thức công ty trách nhiệm hữu hạn một chủ sở hữu hoặc công ty cổ phần gồm các cổ đông là các doanh nghiệp nhà nước. Sắp xếp các doanh nghiệp thuộc các tổ chức của Đảng như đối với doanh nghiệp nhà nước; Các doanh nghiệp thuộc các tổ chức chính trị - xã hội đăng ký hoạt động theo Luật Doanh nghiệp.
[553] "Đề án tiếp tục sắp xếp, đổi mới, phát triển doanh nghiệp nhà nước"
[554] Thư gửi Bộ Chính trị ngày 2-11-2000. Tư liệu do ông Đỗ Mười cung cấp.

Cố vấn Đỗ Mười đưa ra nguyên tắc: "Cổ phần hóa doanh nghiệp nhà nước phải nhằm tăng cường kinh tế nhà nước, chứ không phải làm suy yếu nó"[555]. Trong một bức thư khác, gửi đi ngày 14-11-2000, Cố vấn Đỗ Mười còn dẫn những số liệu cho thấy cổ phần hóa trên thực tế đã không theo đúng những nguyên tắc này[556].

Hội nghị Trung ương 3, cho dù họp vào tháng 9-2001, khi ông Đỗ Mười đã thôi cố vấn hơn nửa năm, vẫn phải thông qua Nghị quyết 05, theo hướng tuy "đẩy mạnh cổ phần hoá doanh nghiệp nhà nước, thực hiện giao, bán, khoán kinh doanh, cho thuê, sáp nhập, giải thể, phá sản doanh nghiệp nhà nước", nhưng lại coi "quy mô còn nhỏ là một trong những mặt hạn chế, yếu kém rất nghiêm trọng". Nghị quyết 05 "trao" cho kinh tế nhà nước "vai trò quyết định trong việc giữ vững định hướng xã hội chủ nghĩa, ổn định và phát triển kinh tế, chính trị, xã hội của đất nước".

Tháng Giêng năm 2004, khi vai trò thái thượng hoàng của "tam nhân" không còn nhiều, Chính phủ của ông Phan Văn Khải mới có thể mạnh tay sắp xếp lại khu vực kinh tế quốc doanh sau khi đạt được thỏa thuận trong Nghị quyết Hội nghị Trung ương 9, khóa IX: "Cổ phần hóa không chỉ được đẩy nhanh tiến độ mà còn được mở rộng diện, kể cả một số tổng công ty và doanh nghiệp lớn".

PHAN VĂN KHẢI

Cuối thập niên 1990, sau khi ông Phan Văn Khải đã trở thành thủ tướng, gia tộc họ Phan ở Nghệ An có mời ông về nhân một lần nhóm họ, ông Khải cho vợ, bà Nguyễn Thị Sáu, mang quà về. Sự xuất hiện của phu nhân thủ tướng tại gia tộc họ Phan đã khiến cho nhiều người tin vào những lời đồn

---

[555] Tư liệu do ông Đỗ Mười cung cấp.
[556] Thư ngày 14-11-2000 của Cố vấn Đỗ Mười viết: "Chưa có công ty cổ phần nào có vốn điều lệ là 100% vốn sở hữu nhà nước. Số công ty cổ phần có vốn sở hữu của nhà nước chiếm 50% vốn điều lệ trở lên rất ít, chỉ có 13 công ty trong 173 công ty. Nhiều công ty có vị trí quan trọng nhưng tỉ trọng vốn nhà nước rất thấp: Công ty Cơ điện lạnh REE, 10%; Công ty kho vận giao nhận Ngoại thương Transimex, 10%; Công ty Giấy Hải Phòng (Hapaco), thực chất là 0% vì trên số sách ghi vốn nhà nước còn 3,8% nhưng là giá trị những cổ phần bán chịu cho công nhân viên nghèo chưa đến thời hạn trả, Công ty giữ hộ". Trong thư, ông Cố vấn cũng phản bác ý kiến cho rằng, tuy tỉ trọng phần vốn nhà nước trong vốn điều lệ của các công ty cổ phần giảm, nhưng giá trị tuyệt đối của phần vốn này sau cổ phần hóa vẫn tăng cao, ví dụ: Công ty Cơ điện lạnh từ 4,8 tỉ tăng lên 17,36 tỉ, ở công ty Gemadept từ 1,15 tỉ tăng lên 23,2 tỉ. Cố vấn Đỗ Mười chỉ ra rằng: "Số tăng thêm rất nhỏ so với số giảm khi cổ phần hóa. Mức tăng phần vốn của các cổ đông khác, là tư nhân, cao gấp nhiều lần mức tăng phần vốn của Nhà nước". Không thừa nhận sự tham gia vốn của tư nhân vào các công ty cổ phần có nguồn gốc nhà nước là một tín hiệu đáng mừng cho nền kinh tế, ông Đỗ Mười chỉ quan tâm đến tỉ trọng vốn của Nhà nước ở trong các công ty này. Ông nêu ví dụ: Công ty Cơ điện lạnh, mức tăng vốn nhà nước chỉ là từ 4,8 lên 17,36 tỉ trong khi mức tăng vốn các cổ đông tư nhân từ 11,2 lên 132,64 tỉ; Công ty Gemadept, mức tăng vốn nhà nước chỉ từ 1,15 lên 23,2 tỉ trong khi mức tăng vốn các cổ đông khác từ 5 tỉ lên 101,8 tỉ.

đoán: Ông Phan Văn Khải là con của ông Phan Đăng Lưu [557], một người từng lãnh đạo Xứ ủy Nam Kỳ.

Trên thực tế, mãi tới năm 1939, Phan Đăng Lưu mới vào Nam Bộ trong khi ông Phan Văn Khải sinh ngày 25-12-1933 tại xã Tân Thông Hội, huyện Củ Chi. Mẹ ông, bà Phan Thị Mung [558] là con của ông Phan Văn Ngoan[559], một người có bảy mẫu ruộng, theo Thiên Địa Hội và có uy tín ở trong làng. Ông Ngoan và vợ, bà Trần Thị Lược [560], chỉ có được một người con gái sau bốn lần sinh con trai mà không nuôi được.

Năm mười chín tuổi, bà Mung mang thai với ông Nguyễn Văn Phèn, thường gọi là ông Cả Phèn, sinh ra Phan Văn Khải. Ông nội ông Cả Phèn từng làm cai tổng vùng Củ Chi. Theo ông Phan Văn Khải: "Ông ngoại tôi ghét ông Cả vì mẹ tôi vừa lớn lên, có bầu với ông rồi bị ông bỏ rơi. Nhưng, trong làng ai cũng biết, ông Cả hay đón tôi ở ngoài đường rồi chở tôi đi chơi bằng xe đạp. Các ông anh cùng cha cũng hiền và một người chị gái thì rất thương tôi. Vợ ông Cả thậm chí thỉnh thoảng còn cho mẹ tôi tiền. Khi tôi đi kháng chiến ông Cả có nhắn về để ông lo cho ăn học" [561].

Ông Phan Văn Khải kể: "Khi tôi ra đời thì gia đình phá sản, phải bán đất. Ông ngoại chỉ còn lại một hecta ruộng và một hecta vườn. Ông không có con trai nên không có lao động. Năm 1940 khó khăn, ông ngoại phải bán luôn cả cái nhà bằng gỗ. Tôi lớn lên trong hoàn cảnh nghèo nhưng ông ngoại vẫn cho đi học. Học hết tiểu học, thi lên lớp xong thì Việt Minh cướp chính quyền, thế là từ đó chỉ ở nhà giữ em, chăn trâu, làm thuê; ai kêu gì làm nấy, nhổ đậu, cắt lúa, nhặt đậu". Chính những công việc này lại là cơ duyên để ông Khải "thoát ly".

Ông Phan Văn Khải kể: "Một lần, đi chăn trâu ở Tân Phú Trung, tôi gặp mấy ông cán bộ xã trốn ở đây, huyện đưa giấy tờ về họ đọc không được, họ nhờ tôi đọc, riết thành 'giác ngộ cách mạng'. Năm 1947, tôi về làng tham gia đội thiếu nhi cứu quốc, lập ban chấp hành thiếu nhi cứu quốc, làm thư ký ban

---

[557] 1902-1941, Ủy viên Trung ương Đảng Cộng sản Đông Dương 1939-1941.
[558] 1914-2008.
[559] 1880-1965.
[560] 1887-1952.
[561] Năm 1935, bà Phan Thị Mung sinh thêm một người con tên là Phan Văn Hòa, rồi đến năm 1939, bà lập gia đình với ông Nguyễn Văn Góp sinh được thêm bốn người con: Nguyễn Văn Sanh 1940-1959, Nguyễn Thị Dương chết khi còn nhỏ, Nguyễn Văn Cảm, sinh năm 1946, theo Cách mạng, hy sinh năm 1971 và Nguyễn Thị Dự, sinh 1948. Sau tháng 8-1945, ông Góp cũng tham gia Việt Minh và bị giết chết năm 1948. Năm 1950, bà Mung lấy ông Huỳnh Văn Khắp, sinh hai con: Huỳnh Văn Phui, sinh năm 1952, cũng theo Cách mạng và hy sinh, còn lại người con gái là Huỳnh Thị Thu Hà, sinh 1956.

chấp hành chi đội. Tháng 2-1948, ông Tám Hòa, chủ nhiệm Việt Minh Hóc Môn, thấy tụi tôi khai hội, ông kéo lên huyện họp, lập Ban Chấp hành Thiếu nhi Hóc Môn, tôi là ủy viên. Họp xong, từ An Nhơn Tây về nhà, tới Mũi Lớn, nghe tin ông bố dượng là chủ nhiệm Việt Minh thôn bị bắn chết, tôi lội bưng về thì má vừa chôn cất dượng xong".

Bố dượng mất khi mẹ đang mang thai, ông Khải định ở nhà làm ăn đỡ đần mẹ nuôi ông bà. Nhưng, ông Khải nói: "Cấp trên thấy tôi lâu không lên, cử một người xuống xã Mỹ Hạnh gọi tôi qua. Ăn cơm xong, tôi nói hoàn cảnh. Vị đại diện này nói một câu: 'Xã đang căng, mày ở nhà trước sau cũng chết. Nợ nước thù nhà, mày phải đi mới trả được'. Tôi nghĩ, chết mà không làm tròn nghĩa vụ thì không đáng làm trai nên quyết dứt áo ra đi. Về gặp ông ngoại, ông nói 'nên đi', bà ngoại dặn, 'đừng ra nơi làn tên, mũi đạn'. Không dám gặp má từ giã, tôi viết thư, dặn ông ngoại đợi tôi đi rồi mới đưa cho má".

Từ đó, ông Phan Văn Khải học cách khai hội, phát biểu trước thanh niên. Huyện Hóc Môn chia thành năm khu, ông phụ trách công tác đoàn đội ở một khu. Năm 1950, ông được điều lên Văn phòng tỉnh đoàn Gia Định. Ông Khải nói: "Tất cả sách vở của Xứ ủy và Trung ương gởi vô, tôi đọc hết. Vừa làm vừa thi vào tiểu học tỉnh Gia Định, đậu thứ chín nhưng ông tỉnh đoàn trưởng không cho đi vì có một thằng nó đi ai làm. Tôi hứa sẽ vừa làm vừa học, 6, 7 tháng thì xong lớp 4".

Đầu năm 1954, ông và bà Nguyễn Thị Sáu [562] cùng ba người bạn khác được đưa xuống miền Tây học, mới tới Hồng Ngự thì nghe tin Pháp đầu hàng ở Điện Biên Phủ. Ông cùng bà Sáu vào tỉnh ủy, ông bí thư là Nguyễn Trọng Tuyến, giữ lại ăn cơm. Đang ăn thì ông Tô Ký đi họp về, ngồi vào bàn, nói: "Cho mấy đứa này ra Bắc học". Tháng 10-1954, hai người cùng lên một chuyến tàu của người Pháp chạy ra Sầm Sơn, Thanh Hóa.

Ông Phan Văn Khải kể: "Lúc đầu mấy ông định cho đi học, nhưng sau lại đưa đi làm giảm tô đợt 7. Trước khi đi, ông Tố Hữu tới giáo huấn một buổi rồi đưa xuống Bình Nghĩa, được bố trí ở trong một nhà nghèo. Mùa đông, đi cày, đi cấy, rét gần chết. Năm ấy, dân tình rất đói. Tôi thấy một bãi đất rộng khoảng hai mươi hecta, liền kêu gọi thanh niên trồng khoai lang. Đoàn về kiểm tra, thấy có thằng miền Nam năng nổ, quyết định tặng Huân chương Lao động hạng III, nhưng khi huân chương về thì tôi đã được đưa lên Sơn Tây, học trường cải cách ruộng đất. Học xong được phân công về xã Võng Xuyên, Phúc Thọ, Hà Tây. Mấy ông Đội khác rất hống hách. Ở Võng Xuyên, Đội tôi

---

[562] Người về sau trở thành vợ của ông Phan Văn Khải.

cũng có bắn một cai tổng vì được tố là đã giết chết nhiều người ở gốc đa đầu làng. Lúc đó tôi là đội phó".

Trong thời gian đó, bà Nguyễn Thị Sáu được đưa đi học Đại học Nhân dân, trường do ông Phạm Văn Đồng kiêm hiệu trưởng. Bà Sáu và ông Khải bắt đầu phải lòng nhau từ khi bị kẹt lại ở Hồng Ngự, mối quan hệ này trở thành tình yêu trong những ngày họ cùng ở trên đất Bắc. Ngày 16-8-1956, tại Yên Mỹ, nơi ông đang làm cải cách ruộng đất, họ chính thức làm lễ cưới với sự chứng kiến của ông chú ruột của ông Khải, nguyên chủ tịch Ủy ban Kháng chiến Chợ Lớn, cùng tập kết.

Tháng 9-1956, ông Khải nhận được thư của Ban Tổ chức Trung ương kêu về học trường Bổ túc Công nông Trung ương, nơi mà những người nổi tiếng lúc đó như anh hùng Ngô Gia Khảm, anh hùng La Văn Cầu đang học.

Ông Phan Văn Khải kể: "Trường bắt đầu với hai lớp, 4 và 5, tôi thi đậu vào lớp 5. Tôi học hết 6 lớp trong ba năm thay vì theo quy định là bốn năm, vừa học vừa làm công tác Đoàn toàn trường. Năm 1957, vợ tôi sinh con trai đầu lòng, hàng ngày tôi đi bộ từ trường về nhà ở số 4 Thụy Khuê. Năm 1959, ông anh vợ mới dành tiền, thương, mua cho cái xe đạp. Sáng vô trường mua nắm xôi, vừa lật bài, vừa ăn, vừa học. Học hết cấp III tôi thi đậu vào Bách khoa, định sẽ làm kỹ sư điện nhưng vừa nhận chức lớp trưởng thì có quyết định qua trường ngoại ngữ, ở đó, 1/3 sinh viên học tiếng Trung Quốc, 2/3 học tiếng Nga. Tôi học tiếng Nga rồi đi Liên Xô học ngành kinh tế kế hoạch".

Năm 1965, tốt nghiệp về nước, ông Khải muốn đi dạy nhưng bà Sáu, lúc ấy làm ở Ủy ban Kế hoạch Nhà nước, muốn ông về cùng. Ba năm sau ông được cử giữ chức trưởng phòng. Đến năm 1972, chuẩn bị ký Hiệp định Paris, ông Lê Duẩn có kế hoạch lập chính phủ ba thành phần, ông Khải cùng một số cán bộ được đưa vào Trung ương Cục. Khi kế hoạch này bất thành, hè năm 1973, ông ra Bắc trở lại nhận một chức vụ phó ở Ủy ban Thống nhất. Tháng Giêng năm 1976, ông Phan Văn Khải được đưa về Sài Gòn. Lúc này, Ủy ban Nhân dân Cách mạng vừa được thành lập, ông Khải được bổ nhiệm làm phó chủ nhiệm Ủy ban Kế hoạch, ông Võ Văn Kiệt khi ấy là chủ tịch Thành phố kiêm chủ nhiệm.

Ông Phan Văn Khải là một cán bộ mẫn cán. Thật khó để đánh giá ông là một người không muốn tranh đua danh vọng hay là một người không muốn đặt mình trong các tâm điểm của đấu trường. Khi về Sài Gòn, ông Trưởng Ban Tổ chức Trương Văn Tư hỏi: "Mày về đây muốn làm chức gì?". Ông Khải trả lời: "Ở ngoài kia, cháu vụ phó, chú có thể giao cháu làm phó chủ nhiệm Ủy ban, nếu một thời gian thấy cháu không làm được thì cho cháu thôi". Một năm sau ông Tư nói: "Mấy ổng kêu mày khá".

Làm phó cho ông Võ Văn Kiệt muốn được khen thì phải vô cùng nỗ lực. Ông Phan Văn Khải kể: "Khi ở Liên Xô về, tôi cân nặng 52 kg, vào Thành phố một thời gian còn 43 kg, Thành phố cho ra Thanh Đa an dưỡng lên được 3 kg". Năm 1976, ông Phan Văn Khải được giới thiệu vô Thành ủy nhưng đã rút lui để không chia phiếu của ông Vũ Đại, một người đồng cấp lớn tuổi. Nhưng từ khi đó, ông đã là người được ông Lê Đức Thọ xếp vào diện cán bộ nguồn. Năm 1978, ông được Ban Bí thư chỉ định làm Thành ủy viên, năm sau, 1979, được đưa bổ sung làm phó chủ tịch trực Ủy ban Nhân dân Thành phố kiêm chủ nhiệm Ủy ban Kế hoạch.

Những năm đầu thập niên 1980, ông Phan Văn Khải đã sử dụng các thương nhân người Hoa, lập các trạm thu mua nông sản để xuất khẩu. Ông cũng được ông Võ Văn Kiệt, khi đó đã là phó chủ tịch Hội đồng Bộ trưởng, ủng hộ lập công ty vận tải biển Saigonship. Ông cũng là người chủ trương mở đường cho tư nhân ở Thành phố được làm xăm lốp ô tô, xe đạp...

Giai đoạn này, ông Nguyễn Văn Linh được điều trở lại thay ông Kiệt làm bí thư Thành ủy. Theo ông Khải: "Khi mới về gặp công nhân, ông Nguyễn Văn Linh nói: Bây giờ chúng ta làm chủ nhà máy, xí nghiệp. Công nhân nói: Hồi xưa làm thuê chúng tôi có việc làm bây giờ làm chủ thì chúng tôi không có việc làm nữa. Ông Linh tỉnh ra. Ông Linh cũng đổi mới nhưng không phải bắt đầu bằng sự lăn lộn, nghiên cứu, tổng kết như ông Kiệt".

Thời gian đó, Thành phố bươn chải trong khung cảnh nhận thức của nhiều địa phương còn ấu trĩ. Ông Phan Văn Khải nhớ lại: "Thấy chúng tôi thu mua lương thực, thực phẩm, bí thư Đồng Nai than: Chiều chiều thấy bắp, trái chở về Sài Gòn là tôi lại xót xa. Trong một hội nghị ở Vĩnh Long, có người nói: Gạo thịt của chúng tôi bị chở về Thành phố hết. Chủ trì hội nghị, ông Kiệt nói: Sau này, nếu Thành phố không tiêu thụ thì dân họ sẽ níu áo ông vì bán không được đấy".

Cuối thập niên 1970, ông Phan Văn Khải luôn có mặt bên cạnh ông Kiệt trong những chuyến đi cơ sở gỡ rối cho doanh nghiệp. Sau Đại hội Đảng lần thứ VI, ông, một người được đào tạo về kinh tế kế hoạch hóa ở Liên Xô, bắt đầu nhận thấy nhu cầu tìm hiểu nền kinh tế của các nước phương Tây. Từ Sài Gòn, ông Phan Văn Khải đề nghị Bộ Chính trị cho ông tổ chức một đoàn nghiên cứu đi các nước trong khu vực. Mục đích của chuyến đi được đề nghị công khai là "thăm dò cơ hội đầu tư và thái độ của các nước ASEAN đối với chính sách đổi mới của Việt Nam". Tháng 9-1988, đề nghị của ông Khải được Bộ Chính trị đồng ý sau nhiều lần thảo luận.

Ông Phan Văn Khải lúc đó là chủ tịch Ủy ban Nhân dân Thành phố Hồ Chí Minh nhưng xin visa với danh nghĩa là trưởng đoàn doanh nhân Thành phố. Theo ông Nguyễn Văn Kích, thư ký ông Khải: "Lúc đầu Đoàn dự định đi năm nước, bao gồm cả Hồng Kông, nhưng sau khi đi Singapore, Thái Lan, Malaysia, Indonesia, do có vài trục trặc nên chuyến đi đến Hồng Kông không thực hiện".

[CHƯƠNG 21 • ĐỊNH HƯỚNG XÃ HỘI CHỦ NGHĨA]

Chuyến đi được sắp đặt bởi Charles Đức. Ở Singapore, theo ông Võ Tá Hân: "Tôi bỏ việc để đưa đoàn tham quan. Vì chưa có quan hệ ngoại giao giữa Việt Nam và Singapore nên Đoàn không thể thăm trực tiếp nhiều chỗ, chẳng hạn như khi muốn xem cảng Singapore thì tôi phải đưa lên tầng cao tòa nhà IBM đang xây của tập đoàn CDL - Hong Leong để ngắm".

Sau mấy ngày thăm Singapore, ông Khải muốn có một buổi nói chuyện và câu hỏi mà ông đặt ra là, "Việt Nam phải làm gì để đi theo con đường của Singapore?". Chiều 28-9-1988, Đoàn họp tại Vietnam Trade House [563]. Ông Lương Văn Tự khi ấy đang là trưởng đại diện thương mại của Việt Nam tại Singapore chủ trì.

Ông Võ Tá Hân, diễn giả được ông Tự mời đến cuộc họp này, kể: "Buổi họp kéo dài khoảng bốn tiếng đồng hồ. Tôi chuẩn bị mười bốn trang ghi chú viết tay, điểm qua mọi vấn đề như đâu là năm thế mạnh của Việt Nam, chiến thuật giúp tăng trưởng kinh tế, chống lạm phát phi mã, và nói về việc chống tham nhũng... Tôi bắt đầu buổi họp bằng một câu phát biểu rất ngắn gọn: Việc đầu tiên là các anh phải để dân chúng tự do làm ăn!".

Trong cuộc họp này, ông Hân mang theo một chồng sách tặng ông Phan Văn Khải, trong đó có cuốn Singapore, The Socialist Model That Works. Theo ông Hân: "Tôi nói với ông, Singapore thực sự cũng là một mô hình xã hội chủ nghĩa. Họ chỉ có một đảng cầm quyền là Đảng Hành Động Nhân Dân[564] và đảng này, mỗi lần viết các văn bản nội bộ, thường bắt đầu bằng câu 'Dear Comrades' mà Việt Nam vẫn dịch là 'Thưa các đồng chí'". Trưa thứ Sáu, 30-9-1988, thông qua sự thu xếp của ông Hân, Canadian Business Association tổ chức cho Đoàn một cuộc gặp tại Tanglin Club, hội quán lâu đời và uy tín nhất ở Singapore.

Ông Hân kể: "Trước khi bước lên thang lầu để vào phòng họp, tôi đứng chụp một bức hình kỷ niệm với ông Khải nơi chân cầu thang. Thấy ông Khải rút điếu thuốc định bật lửa để hút, tay hơi run, tôi bèn nói: anh Khải ơi, mình đang ở trong phòng lạnh, họ không cho mình hút thuốc; rồi trấn an để ông ấy lên tinh thần: anh phải hăng hái lên vì thế giới họ vẫn coi mình là cọp đó! Ông Khải trả lời với giọng Nam rặt: cọp gì! cọp... đói!".

Theo lời mời của CBA, sứ quán Mỹ và Canada tại Singapore đã cử hai vị phó đại sứ đến tham dự. Ông Khải tự giới thiệu là đại biểu quốc hội,

---

[563] Nay là trụ sở Đại sứ quán Việt Nam tại Singapore.
[564] People's Action Party.

chủ tịch Thành phố [565]. Tuy không cấm vận thương mại Việt Nam nhưng để bày tỏ thái độ trước việc Việt Nam đưa quân tới Campuchia, Singapore không cho các công ty nhà nước và công ty nhận bảo trợ của nhà nước có quan hệ thương mại với Việt Nam. Chính quyền cũng phản đối các doanh nghiệp Singapore cung cấp cho Việt Nam những vật tư chiến lược và giúp Việt Nam phát triển hạ tầng. Chính vì vậy, bài diễn văn của ông Phan Văn Khải được mở đầu bằng thông tin "việc rút quân khỏi Campuchia có thể hoàn thành trước năm 1990". Ông Khải nói: "Chúng tôi hy vọng với việc rút quân này, Mỹ không còn lý do gì để tiếp tục áp dụng cấm vận thương mại lên Việt Nam".

Ông Khải nói một cách chân thành: "Chuyến đi của chúng tôi là nhằm tìm kiếm một cái nhìn bên trong những thành tựu của các quốc gia Đông Nam Á. Những điều đã tạo nên sự phát triển kỳ diệu và giải quyết các vấn đề kinh tế xã hội một cách thành công. Chúng tôi tin rằng những điều đó có thể trở thành bài học tốt cho Việt Nam".

Ông Khải giới thiệu đôi nét về các chính sách mới ban hành kêu gọi đầu tư nước ngoài như Luật Đầu tư 1987, Nghị định 139, rồi ông nói: "Cánh cửa giờ đây đã mở ra. Chúng tôi muốn làm ăn với các quốc gia trên thế giới đặc biệt là các quốc gia Đông Nam Á". Sau cuộc họp, CBA tổ chức một cuộc họp báo, mời bốn cơ quan truyền thông: Reuters, Straits Times Singapore, Sunday Times và một tờ báo Nhật Bản.

Chính quyền Singapore đã phản ứng sau khi tờ Sunday Times, số ra ngày Chủ nhật 2-10-1988 đưa tin về "tiệc trưa" tại CBA. Ông Khải đến Singapore cùng mười người khác theo visa cá nhân, "khách hàng" được hai công ty Singapore, Thai Hing Long và Imkov Shipping, mời và bảo lãnh. Nhưng hoạt động của ông bị nhà báo Mike Yeong mô tả: "Khi đến Singapore, họ họp thành nhóm, cùng với hai quan chức từ cơ quan đại diện thương mại của Việt Nam tại Singapore, tự giới thiệu là phái đoàn thương mại Việt Nam và hoạt động ngoài khuôn khổ những gì được chỉ ra trong visa".

Chính quyền, như được cảnh báo sau bài tường thuật của Sunday Times, đã nhắc nhở ông Lương Văn Tự, nếu vi phạm hơn thế hoặc tiếp tục vi phạm như thế thì sẽ "không được tha thứ" và "việc xin visa của các doanh nhân Việt Nam sẽ bị khó khăn hơn". Bộ Ngoại giao Singapore cũng "dọa" trục xuất ông

---

[565] Lúc này, ông Phan Văn Khải đã là ủy viên Trung ương Đảng Cộng sản Việt Nam (dự bị từ Khóa V, chính thức từ Khóa VI).

[CHƯƠNG 21 • ĐỊNH HƯỚNG XÃ HỘI CHỦ NGHĨA]

Võ Tá Hân. Theo ông Lương Văn Tự: "Khi thấy tôi bị Bộ Ngoại giao Singapore triệu tập phê bình vì tự tiện tổ chức họp báo, ở nhà cũng xôn xao, nhưng tôi bình tĩnh vì biết họ sẽ chỉ làm điều này như một thủ tục, chính quyền Singapore lúc đó bắt đầu muốn nối lại làm ăn với Việt Nam" [566].

Sau chuyến đi, ông Phan Văn Khải có làm một bản báo cáo gửi Bộ Chính trị và Hội đồng Bộ trưởng. Theo ông Nguyễn Văn Kích, người chấp bút bản báo cáo này, sau khi điểm qua những hoạt động và ghi nhận chính của Đoàn trong chuyến đi, ông Khải đưa ra ba kiến nghị: cần sớm xác lập quan hệ với ASEAN, phải coi ASEAN là đối tác thay vì đối đầu; chỉ có trong kinh tế thị trường các nguồn lực và tài nguyên của đất nước mới được phát huy đúng mức; các nước sẵn sàng đầu tư tại Việt Nam miễn là mình có chính sách bảo vệ được đồng vốn cho họ. Ông Kích kể rằng, trong suốt chuyến đi, câu nói của Lý Quang Diệu mà Đoàn tâm đắc nhất là: Kinh tế thị trường + tổ chức xã hội theo kiểu xã hội chủ nghĩa = Singapore.

Uy tín của ông Phan Văn Khải bắt đầu lên cao, nhưng khi ấy ông vẫn ở Sài Gòn, lại thuộc thành phần tập kết. Ông Phan Minh Tánh kể, phó bí thư Thành ủy, ông Bảy Dự Nguyễn Võ Danh, từng nói: "Bắc Kỳ đã rất khó ưa nhưng còn đỡ hơn dân tập kết". Ông Khải vẫn được coi là một người của ông Võ Văn Kiệt, trong khi thế hệ lãnh đạo mới ở Sài Gòn hiện đã ở trong tầm ảnh hưởng của ông Nguyễn Văn Linh. Tháng 4-1989, ông Phan Văn Khải được điều ra Hà Nội [567].

Tuy nhiên, việc ông Khải ra Hà Nội giữ chức chủ nhiệm Ủy ban Nhà nước thay thế ông Đậu Ngọc Xuân đã giúp ông chứng tỏ khả năng nắm bắt các vấn đề vĩ mô và hình thành các chính sách ở tầm quốc gia. Vừa nhận chức, ông Khải đã được ông Đỗ Mười giao đứng đầu nhóm soạn thảo "Chiến lược ổn định và phát triển kinh tế xã hội đến năm 2000", công việc mà những người chủ trì trước đó đã không làm ông Mười vừa ý. Ông Phan Văn Khải ngay sau

---

[566] Singapore thiết lập quan hệ ngoại giao với Hà Nội năm 1976 nhưng cắt quan hệ năm 1979, khi Việt Nam đưa quân vào Campuchia.

[567] Trước Đại hội Đảng lần thứ VI, khi làm nhân sự cho Thành phố, ông Linh đã đưa Võ Trần Chí, trưởng Ban Nông thôn Thành ủy lên làm bí thư thay thế ông Mai Chí Thọ vừa được điều ra Hà Nội giữ chức bộ trưởng Bộ Nội vụ, thay vì đưa ông Khải, một cán bộ nguồn, được bầu giữ chức ủy viên dự khuyết Ban Chấp hành Trung ương từ năm 1982 khi đang là phó chủ tịch Thành phố. Ông Võ Trần Chí, sinh năm 1927, là một nông dân, nhiệt tình, chất phác. Khả năng ông Chí bị thay thế bởi ông Phan Văn Khải là rất cao vì cuối nhiệm kỳ ông Chí đã 64 tuổi. Trước tình thế đó, tháng 4-1989, ông Nguyễn Văn Linh đưa ông Đậu Ngọc Xuân từ Ủy ban Kế hoạch Nhà nước về làm chủ nhiệm Ủy ban Hợp tác và Đầu tư, tạo một chỗ trống hợp lý để đưa ông Phan Văn Khải ra khỏi Thành phố. Ông Khải cho rằng, so với những người không làm ông Linh vừa lòng thì ông chỉ mới bị "phạt thẻ vàng".

đó được cử làm trưởng đoàn thực hiện một chuyến "khảo sát kinh nghiệm phát triển kinh tế ở bốn nước châu Á"[568].

Chuyến đi, theo ông Phan Văn Khải, có ảnh hưởng trực tiếp vào quá trình biên soạn "Chiến lược ổn định và phát triển kinh tế xã hội đến năm 2000". Không chỉ làm việc trong những phiên chính thức, khi đã trở về khách sạn, ông Phan Văn Khải, ông Trần Đức Nguyên lại ngồi với Giáo sư Davis Dapice, ông Thomas Vallely[569]. Ông Khải thừa nhận đây là những ngày ông ở trong tâm thế của một người đi học và những gì ông thu nhận được có ảnh hưởng rất lớn đến tiến trình hình thành các chính sách xây dựng nền kinh tế thị trường ở Việt Nam trong thập niên 1990.

Thật khó để nói ông Phan Văn Khải là "người của ai" như cách mà những người quan tâm đến chính trường vẫn thường lý giải khi có ai đó được cất nhắc lên hàng lãnh đạo. Ông được đào tạo từ Liên Xô, đủ độ tin cậy cho những người muốn duy trì định hướng xã hội chủ nghĩa. Ông cũng từng là chủ tịch một thành phố năng động như Sài Gòn, ủng hộ Bí thư Võ Văn Kiệt thời kỳ xé rào, tiếp tục phát triển những thành quả đổi mới dưới thời Bí thư Thành ủy Nguyễn Văn Linh, và vào Trung ương năm 1982 với hậu thuẫn của ông Lê Đức Thọ.

Năm 1991, Thành phố có một nỗ lực nữa để ngăn cản ông Phan Văn Khải vào Bộ Chính trị. Ông Khải kể: "Trước Đại hội, ông Hai Chí, Bảy Dự và giám đốc Công an Thành phố ra Hà Nội xin gặp Ban Tổ chức Trung ương để tố cáo tôi khai lý lịch không đúng nhưng Ban Tổ chức không tiếp, nói vấn đề đó đã được xác minh. Họ gặp ông Nguyễn Văn Linh. Khi vấn đề được đưa ra Bộ Chính trị, ông Võ Văn Kiệt nói: Chuyện buồn thời xưa, sao Bộ Chính trị cứ hạch sách người ta hoài. Nếu xét lý lịch thì xét anh Khải có làm gì phản động không, anh ấy có đủ tiêu chuẩn vào Bộ Chính trị không, còn chuyện anh ấy con ai thì tôi đề nghị Bộ Chính trị thôi". Theo ông Phan Văn Khải: "Ngay từ khi bắt đầu tham gia cách mạng tôi luôn khai rõ tôi là con ngoài giá thú".

Sau Đại hội, ông Phan Văn Khải được cử làm phó thủ tướng thường trực. Trong suốt hơn sáu năm làm thủ tướng, ông Võ Văn Kiệt đã hành động như một đầu tàu, như một cỗ xe tăng đi trước, che chắn cho các ý tưởng cải cách

---

[568] Hội đồng Bộ trưởng đã cử hai đoàn, thành phần mỗi đoàn gồm năm cán bộ, hầu hết là thành viên Tiểu ban và Tổ biên tập chiến lược kinh tế - xã hội và ba phiên dịch. Đoàn thứ nhất do ông Phan Văn Tiệm làm trưởng đoàn đi Đài Loan và Thái Lan trong tháng 12-1990; đoàn thứ hai do ông Phan Văn Khải làm trưởng đoàn, đi Indonesia và Hàn Quốc trong tháng 1-1991.

[569] Giáo sư David Dapice thuộc HIID, người đã nhiều năm nghiên cứu về các nước đang phát triển, từng làm việc dài ngày ở một số nước châu Á; ông Thomas Vallely, điều phối viên của HIID. Cùng đi còn có bà Andrea Panaritis, phó giám đốc điều hành Quỹ Christopher Reynolds.

và đưa ra những quyết định lớn. Việc điều hành sự vụ và tiến trình soạn thảo các chính sách được giao cho Phó Thủ tướng Phan Văn Khải.

Ông Kiệt đánh giá ông Phan Văn Khải là "một nhà kinh tế hàng đầu của đất nước"[570] nhưng trong thâm tâm ông vẫn cho rằng ông Khải là một người thiếu quyết đoán để đóng vai trò đứng đầu. Đến phút chót, ông Võ Văn Kiệt mới chính thức giới thiệu ông Phan Văn Khải như một người kế nhiệm mình. Theo ông Phan Văn Khải: "Lúc đầu, ông Lê Đức Anh cản. Cùng lúc có nhiều tin đồn về con trai tôi được tung ra[571]. Vì những tin ấy, ở đại hội tôi mất hơn một trăm phiếu"[572].

Ông Võ Văn Kiệt không hài lòng lắm về khả năng quyết đoán của ông Phan Văn Khải nhưng ông biết ông Khải là người tiếp tục tốt nhất các chính sách đưa nền kinh tế phát triển theo hướng thị trường. Những người như ông Đỗ Mười biết rõ người kế vị mình, Tổng Bí thư Lê Khả Phiêu, vừa quá cứng rắn lại vừa hiểu biết không nhiều về kinh tế. Vai trò "nhà kinh tế hàng đầu" của ông Khải buộc các khuynh hướng quyền lực lựa chọn ông.

"SÂN CHƠI" KHÔNG BÌNH ĐẲNG

Tư duy của các nhà lãnh đạo đóng một vai trò vô cùng quyết định đối với từng giai đoạn phát triển của đất nước. Xét dưới góc độ chính sách, trong thập niên 1990, hai nhân vật có ảnh hưởng lớn nhất là Tổng Bí thư Đỗ Mười và Thủ tướng Võ Văn Kiệt. Theo ông Phan Văn Khải, điểm khác nhau căn bản giữa ông Võ Văn Kiệt và ông Đỗ Mười là một bên, ông Kiệt, muốn đặt hiệu quả của nền kinh tế lên hàng đầu; một bên, ông Mười, muốn xác định quốc doanh là chủ đạo.

Giữa năm 1997, Chính phủ của Thủ tướng Võ Văn Kiệt bắt đầu soạn thảo một nghị quyết trình Ban Chấp hành Trung ương Đảng để làm cơ sở cho việc ban hành những chính sách tiếp tục đổi mới và thúc đẩy kinh tế nhiều thành phần. Công việc đang dở dang thì tháng 9-1997, ông Võ Văn Kiệt bàn giao chức thủ tướng.

Để trình ra Hội nghị Trung ương, dự thảo nghị quyết này được Thủ tướng kế nhiệm Phan Văn Khải đặt tên là "Tiếp tục đẩy mạnh công cuộc đổi mới, phát huy nội lực, nâng cao hiệu quả hợp tác kinh tế, cần kiệm để công nghiệp hóa, phấn đấu hoàn thành các mục tiêu kinh tế - xã hội đến năm 2000". Dự thảo nghị quyết

---

[570] Trả lời phỏng vấn Huy Đức, Thanh Niên ra ngày 25-9-1997.

[571] Trước Đại hội VIII có rất nhiều đơn thư tố cáo con trai ông Phan Văn Khải đánh bạc, đã từng bắn chết người rồi trốn đi nước ngoài. Tuy nhiên, điều này nếu có rất khó được che giấu vì chính quyền Thành phố Hồ Chí Minh lúc ấy không ủng hộ ông Phan Văn Khải.

[572] Ông Phan Văn Khải nói: "Tôi yêu cầu Hoàng, con trai tôi thôi không làm kinh tế nữa. Hoàng có đầu óc nhưng không muốn làm chính trị. Tôi gọi Nguyễn Văn Hưởng, thứ trưởng Bộ Công an đến nói: Tôi giao nó cho anh, không cần quyền chức gì chỉ cần anh giao cho nó những công việc đàng hoàng. Tôi làm thủ tướng được một thời gian thì ông Lê Đức Anh, một hôm đến tận phòng làm việc của tôi, nói: Lúc trước tôi không hiểu anh".

đề cập đến nhiều lĩnh vực như tín dụng, ngân hàng, đất đai với ý định tạo ra một môi trường pháp lý bình đẳng cho các thành phần kinh tế.

Sau tháng 9-1997, ông Đỗ Mười tiếp tục làm tổng bí thư. Thư ký của ông Đỗ Mười, Tiến sỹ Nguyễn Văn Nam, nói: "Đụng đến doanh nghiệp nhà nước là đụng đến vấn đề định hướng. Họp lên họp xuống mấy tháng trời mà cứ dẫm chân tại chỗ. Ông Phan Văn Khải và ông Trần Xuân Giá rất than. Tôi nói với ông Đỗ Mười: Hai bên đang có những nghi vấn lẫn nhau, anh nghi Chính phủ đổi mới quá, thị trường quá; Chính phủ nghi anh bảo thủ quá, tôn sùng cơ chế cũ quá. Anh không nên để tình trạng này kéo dài. Ông Mười trong thâm sâu rất sợ bị coi là bảo thủ".

Dự thảo "đẩy mạnh đổi mới kinh tế" được đưa ra thông qua tại Hội nghị Trung ương 4, họp vào tháng 12-1997. Đây là hội nghị trung ương cuối cùng ông Đỗ Mười chủ trì với tư cách tổng bí thư. Những người soạn thảo trấn an các nhà lý luận của Đảng bằng những khẩu hiệu khẳng định quan điểm lập trường: "Tăng cường sự lãnh đạo của Đảng", "Thực hiện nguyên tắc tập trung dân chủ trong quản lý", đồng thời "cài cắm" không ít quan điểm mới: "Xoá bao cấp tín dụng", "Đặt các doanh nghiệp nhà nước trong môi trường cạnh tranh theo pháp luật". Nghị quyết Trung ương 4 là cơ sở chính trị để Chính phủ Phan Văn Khải tiến hành sửa đổi Luật Đất đai, bãi bỏ những tội danh trong Bộ Luật Hình sự vốn được hình thành trên cơ sở nền kinh tế tập trung quan liêu, xây dựng Luật Doanh nghiệp 1999 trên nền tảng "người dân được làm những gì pháp luật không cấm".

Nghị quyết Trung ương 4, Khóa VIII cũng là cơ sở chính trị để Chính phủ của Thủ tướng Phan Văn Khải thay thế Luật Công ty, Luật Doanh nghiệp Tư nhân bằng một luật mới chung cho mọi loại hình doanh nghiệp. Ông Phan Văn Khải nói: "Một khi mà các sản phẩm chính vẫn nằm trong tay quốc doanh, một khi quốc doanh vẫn còn độc quyền thì không thể có cạnh tranh, không thể có bình đẳng trong kinh doanh, không thể có kinh tế thị trường thực thụ".

Nền kinh tế Việt Nam bắt đầu mang một sắc thái mới khi khu vực kinh tế tư nhân chiếm tỉ trọng lớn dần[573]. Tuy nhiên, luật lệ vẫn được ban hành bởi

---

[573] Đến ngày 31-12-1996, Việt Nam có 1.439.683 đơn vị kinh doanh tư nhân, gồm: 1.412.166 cá nhân và nhóm kinh doanh; 17.535 doanh nghiệp tư nhân; 6.883 công ty trách nhiệm hữu hạn; 153 công ty cổ phần và 2.946 hợp tác xã. Đến tháng 4-1999, con số này tăng lên tới: 2 triệu cá nhân và nhóm kinh doanh; 27.000 doanh nghiệp tư nhân; 11.000 công ty trách nhiệm hữu hạn và 260 công ty cổ phần. Khoảng gần 2 triệu cá nhân và nhóm kinh doanh. Cũng vào thời gian này, doanh nghiệp nhà nước và doanh nghiệp có vốn đầu tư nước ngoài chiếm khoảng 43-45% GDP, sản xuất nông nghiệp chiếm khoảng 27-30% GDP, phần còn lại, khu vực kinh tế tư nhân, chiếm khoảng 25-28% GDP (Đánh giá tổng kết Luật Công ty, Luật Doanh nghiệp Tư nhân..., Viện Nghiên cứu Quản lý Kinh tế Trung ương, tháng 4-1999).

bộ máy hành chính quan liêu, chính sách vẫn được hình thành dựa trên nền tảng tư duy "xin-cho" khiến cho việc thành lập doanh nghiệp và xin giấy phép kinh doanh gặp rất nhiều khó khăn[574]. Người kinh doanh phải mất hàng tháng để xin một giấy phép chuyên ngành trong khi thời hạn mỗi giấy phép như vậy thường chỉ có giá trị trong vòng một năm. Giấy phép kinh doanh cấp ở địa phương này lại thường không có giá trị khi mở thêm một cơ sở kinh doanh ở địa phương khác.

Ngay trong năm 1998, Chính phủ của Thủ tướng Phan Văn Khải bắt tay soạn thảo Luật Doanh nghiệp, với tham vọng chỉ cần một luật này đã đủ để áp dụng cho không chỉ các loại hình kinh doanh tư nhân mà còn áp dụng cho cả các doanh nghiệp nhà nước và doanh nghiệp có vốn đầu tư nước ngoài dưới hình thức công ty trách nhiệm hữu hạn và công ty cổ phần. Mục tiêu nhắm tới là tự do kinh doanh, Nhà nước chỉ duy trì những giấy phép thật sự cần thiết đối với một số ngành hạn chế, thay thế cơ chế xin cho bằng cơ chế đăng kí kinh doanh với những thủ tục được tối đa đơn giản hóa.

Tuy nhiên, thiết lập một "sân chơi bình đẳng" như ngôn ngữ của những năm cuối thập niên 1990 và đưa địa vị kinh tế tư nhân lên ngang hàng với kinh tế quốc doanh không phải là một con đường dễ dàng. Ngay trong Hội nghị Trung ương 4, tháng 12-1997, một trưởng ban của Đảng nói: "Sở hữu tư nhân mạnh lên là nền tảng để xây dựng lực lượng chính trị; để cho kinh tế tư nhân phát triển cũng coi như để cho chúng nó đào mồ chôn chúng ta". Quan điểm ấy được nhiều ủy viên Trung ương và ủy viên Bộ Chính trị tán đồng.

Ông Trần Xuân Giá, người chủ trì soạn thảo Nghị quyết Trung ương 4 và sau đó soạn thảo Luật Doanh nghiệp [575], nói: "Các nhà lý luận của Đảng,

---

[574] Theo Luật Công ty và Doanh nghiệp Tư nhân, để thành lập doanh nghiệp hoặc công ty, nhà đầu tư phải thực hiện thủ tục qua hai giai đoạn: xin phép thành lập và đăng kí kinh doanh. Trong mỗi giai đoạn, nhà đầu tư phải làm đủ từ 8-10 giấy chứng nhận khác nhau. Như vậy, để thành lập được một doanh nghiệp, nhà đầu tư phải xin được khoảng gần 20 loại giấy tờ và con dấu khác nhau. Đối với mỗi loại giấy chứng nhận, họ có thể phải đến cơ quan nhà nước hai lần, một lần đến "xin" và một lần đến để được "cho". Một số tỉnh thành phố còn đặt ra những điều kiện và một số trình tự, thủ tục và giấy tờ trái khác với quy định của Luật. Do thủ tục hành chính phiền hà, nên thời gian cần thiết bình quân để thành lập một công ty khoảng vài tháng. Ngoài ra, nhà đầu tư còn phải trả một "khoản phí" phi chính thức không ít hơn 10 triệu đồng, chưa kể chi phí đi lại... Thủ tục quá phiền hà và tốn kém đã làm nản lòng không ít các nhà đầu tư muốn thành lập doanh nghiệp. Trong thập niên 1990, có thêm hơn 200 loại giấy tờ ra đời sau khi Nghị định 02 của Chính phủ quy định, doanh nghiệp kinh doanh các ngành nghề có điều kiện phải có giấy chứng nhận đủ điều kiện rồi mới được đăng ký kinh doanh, ví dụ: Muốn mở cửa hàng ăn uống giải khát người đăng ký phải được Sở Thương mại cấp giấy chứng nhận đủ điều kiện kinh doanh ngành ăn uống giải khát...

[575] Công việc soạn thảo Luật Doanh nghiệp được giao cho Viện Nghiên cứu Quản lý Kinh tế Trung ương, một cơ quan thuộc Bộ Kế hoạch Đầu tư thực hiện. Viện trưởng Viện này là Tiến sỹ Lê Đăng Doanh, một người được đào tạo từ Cộng hòa Dân chủ Đức, từng giúp việc cho Tổng Bí thư Nguyễn Văn Linh. Cùng với ông Lê Đăng Doanh, là Viện phó Đặng Đức Đạm, ông Nguyễn Đình Cung, Luật sư Trần Hữu Huỳnh, Trưởng ban Pháp chế VCCI, các luật gia Cao Bá Khoát, Dương Đăng Huệ, Bộ Tư pháp, Nguyễn Thái Sơn, Văn phòng Chính phủ

người thì tuyên bố công khai trên báo chí, người thì nói trong hội nghị Trung ương đều thể hiện bản chất đổi mới nửa vời, ép thì đổi chứ không mới. Cuộc đấu tranh dai dẳng về sở hữu, về mức độ phát triển tới đâu của kinh tế thị trường, đâu là phạm vi, đâu là giới hạn, vẫn không phân thắng bại. Đó là cuộc đấu tranh của tương quan lực lượng. Sau khi ông Kiệt nghỉ, nếu không có ông Khải là thua".

Quan điểm người dân được làm những gì pháp luật không cấm, lập doanh nghiệp không cần khai vốn điều lệ, đăng ký thay thế cho xin phép, theo ông Trần Xuân Giá, bị phê phán ở các cuộc họp Bộ Chính trị bàn về Luật Doanh nghiệp. Phó Chủ tịch nước Nguyễn Thị Bình ngồi nghe và khi giải lao đã nói với ông Trần Xuân Giá: "Tôi không muốn chống anh nhưng tôi hỏi thật, làm luật như thế này thì chúng ta có còn đi theo chủ nghĩa xã hội?".

Chiều ngày 29-5-1999, Quốc hội biểu quyết thông qua toàn văn Luật Doanh nghiệp, Luật bắt đầu có hiệu lực kể từ ngày 1-1-2000. Ngay trong năm 2000, số lượng doanh nghiệp mới được lập đã tăng gấp ba lần năm 1999 [576]. Tuy nhiên cuộc đấu tranh cho một môi trường tự do kinh doanh chỉ mới bắt đầu.

Luật Doanh nghiệp ra đời làm mất hiệu lực của hàng ngàn thủ tục xin cho. Trong khi hàng ngàn giấy phép khác vẫn đang được các địa phương, các bộ ngành che chở. Tổ Công tác thi hành Luật Doanh nghiệp do Bộ trưởng Trần Xuân Giá làm tổ trưởng đã được Thủ tướng Phan Văn Khải thành lập. Các tổ viên gồm Lê Đăng Doanh, Phạm Chi Lan, Vũ Quốc Tuấn và thư ký Nguyễn Đình Cung. Ngoài chức năng tư vấn trực tiếp cho thủ tướng, thời Chính phủ Phan Văn Khải, Ban Nghiên cứu của thủ tướng còn hoạt động như một chỗ dựa, đồng thanh tương ứng với Tổ Công tác thi hành Luật Doanh nghiệp.

Hơn một tháng sau khi Luật Doanh nghiệp bắt đầu có hiệu lực, ngày 3-2-2000, Thủ tướng Phan Văn Khải đã ký quyết định bãi bỏ tám mươi bốn giấy

---

và bà Phạm Chi Lan. Trực tiếp thiết kế Luật Doanh nghiệp là ông Nguyễn Đình Cung, vừa tốt nghiệp cao học ở Anh. Ông Cung nằm trong số 37 cán bộ đầu tiên của Việt Nam được gửi đi các nước phương Tây theo học bổng của UNDP hồi năm 1992. Nhóm biên soạn chính đã được gửi đi New York và Washington, D.C., nghiên cứu hai tuần dưới sự tài trợ của USAID. Một nhóm các nhà nghiên cứu người Mỹ và New Zealand, như Giáo sư Bernard Black, Giáo sư Krassman, Giáo sư Geordan, Luật sư David Goddard, được tài trợ bởi UNDP đã đến Việt Nam, trực tiếp tư vấn cho các bản dự thảo đầu tiên của Luật.

[576] Trong 3 năm, 2000-2002, có 55.793 doanh nghiệp mới được lập, trong khi chín năm trước đó, 1991-1999, chỉ có 45.000 doanh nghiệp.

phép con, quyết định này được coi là một món quà Tết của Thủ tướng đối với các nhà doanh nghiệp. Trước đó, Tổ Công tác thi hành Luật Doanh nghiệp được báo chí ủng hộ, đã phải "chiến đấu" khá cam go với các bộ trưởng chỉ vì phía sau mỗi tờ giấy phép là bổng lộc và quyền hành.

Ngày 1-8-2000, quyết định bãi bỏ giấy phép lần thứ hai được đưa ra, lần này dưới dạng chính phủ ban hành một nghị định theo đó, bãi bỏ hai mươi bảy giấy phép và chuyển ba mươi bốn giấy phép thành điều kiện kinh doanh. Những năm sau đó, gần 500 giấy phép con đã bị Thủ tướng Phan Văn Khải bãi bỏ, trong đó có những loại giấy phép như giấy phép xuất bản catalog kèm theo máy ảnh, giấy phép hành nghề in roneo, giấy phép hành nghề photocopy, giấy phép đánh máy chữ, giấy chứng nhận đủ điều kiện kinh doanh phế liệu, phế thải kim loại, giấy vụn, thủy tinh vụn...

Sau ba năm thi hành Luật Doanh nghiệp, năm 2003, Việt Nam đã tăng được hai bậc trong bảng xếp hạng của Diễn đàn Kinh tế Thế giới về năng lực cạnh tranh toàn cầu. Theo bảng xếp hạng này, năng lực cạnh tranh tăng trưởng của Việt Nam năm 2003 tăng sáu bậc nếu xếp hạng trên tám mươi nền kinh tế của năm 2002, hoặc tăng hai bậc nếu xếp hạng trên 102 nền kinh tế của năm 2003[577].

Cùng với việc bãi bỏ các loại thủ tục, các loại giấy phép, theo tinh thần của Luật Doanh nghiệp, thái độ cửa quyền của các cơ quan thuế, hải quan đã giảm đáng kể, giúp các doanh nghiệp tiết kiệm được những chi phí về thời gian và tiền bạc. Cho đến lúc ấy, kết cấu hạ tầng và bộ máy hành chính nhà nước của Việt Nam vẫn còn yếu kém[578].

Nhưng, "sự trỗi dậy của hàng loạt giấy phép kinh doanh" vẫn tựa như "đầu Phạm Nhan", cắt chỗ này lại mọc lên chỗ khác. Các bộ, ngành, khi dự thảo luật đã cài cắm các quy định để khi thi hành những quy định này lại đẻ ra giấy phép. Theo bà Phạm Chi Lan, đại biểu quốc hội cũng có thể bị "cài bẫy" bởi những điều khoản chung thì cơ quan soạn thảo viết hay đến nỗi có đại biểu

---

[577] So với thứ hạng trong khu vực, Việt Nam bị Thái Lan bỏ rơi xa thêm một bậc, rút ngắn được tám bậc so với Trung Quốc và một bậc so với Malaysia. Về môi trường kinh doanh, năm 2003, Việt Nam được xếp cao hơn năm 2002 mười bậc; chỉ còn đứng sau Trung Quốc bốn bậc so với 22 bậc của năm 2002; vượt rõ rệt so với Philippines và Nga là hai nước theo sát Việt Nam năm 2002.

[578] Năm 2002, Diễn đàn Kinh tế Thế giới đánh giá kết cấu hạ tầng vật chất và khung pháp luật của Việt Nam rất thấp. Các câu hỏi như: Có phải hối lộ để được mắc điện, nước, điện thoại, xếp 66; hối lộ để vay tín dụng, xếp thứ 66; hối lộ liên quan đến thuế, xếp 67; hối lộ liên quan đến giấy phép nhập khẩu, xếp thứ 69; hối lộ liên quan đến hợp đồng công trình của nhà nước xếp thứ 59; tình trạng cửa quyền trong các lĩnh vực độc quyền như viễn thông, điện, nước, vận tải, bến cảng... được xếp ở nhóm thấp nhất trong số 80 nền kinh tế. Về mức độ tham nhũng, năm 2003, Việt Nam cũng được Tổ chức Minh bạch Quốc tế (TI) xếp hạng 90/133 nước.

Quốc hội phải kêu lên là mở quá, thoáng quá, để rồi khi thiết kế những điều cụ thể họ mới bắt đầu trói lại [579].

Từ 2001-2005, Thủ tướng Phan Văn Khải đã ba lần ra chỉ thị yêu cầu các địa phương, các ngành bãi bỏ các quy định trái thẩm quyền nhưng, cứ bỏ giấy phép này thì lại nảy sinh thêm nhiều giấy phép khác. Cuối năm 2005, danh sách giấy phép cần bãi bỏ vẫn còn lên tới con số 300: bốn mươi mốt giấy phép thuộc ngành văn hóa thông tin; ba mươi bảy giấy phép thuộc ngành nông nghiệp; ba mươi tư giấy phép thuộc ngành ngân hàng; hai mươi tư giấy phép thuộc ngành tài chính.

Sự phục hồi các loại giấy phép con tiếp tục làm cho môi trường đầu tư kinh doanh ở Việt Nam chậm được cải thiện. Năm 2005, theo Ngân hàng Thế giới, Việt Nam vẫn phải mất tới sáu mươi ba ngày để hoàn tất các thủ tục pháp lý kinh doanh trong khi việc này ở Úc chỉ mất khoảng hai ngày. Ở Đan Mạch, người khởi nghiệp kinh doanh không phải tốn một chi phí nào để có thể hoạt động thì ở Việt Nam phải mất khoản phí tổn bằng gần 30% mức thu nhập bình quân GDP[580].

Từ giữa năm 2006, Tổ Công tác thi hành luật Doanh nghiệp trình danh sách 122 loại giấy phép cần bãi bỏ, sau khi nghiên cứu hơn 300 loại giấy phép được quy định trong 400 loại văn bản, đồng thời kiến nghị bổ sung, sửa đổi 247 loại giấy phép khác. Thế nhưng khi mới thảo luận ở tầm chuyên viên, số giấy phép đề nghị bãi bỏ đã bị cắt giảm từ 122 xuống còn bốn mươi hai và khi đưa ra lấy ý kiến các bộ ngành thì ý kiến của Tổ Công tác đã bị các bộ, ngành đồng thanh phản đối.

Ông Phan Văn Khải chưa kịp ký quyết định bãi bỏ nốt số giấy phép này khi kết thúc nhiệm kỳ. Người kế nhiệm, Thủ tướng Nguyễn Tấn Dũng, không chỉ để cho các giấy phép cũ tiếp tục "hành dân" mà còn bỏ mặc các địa phương, các ban ngành nữa, sinh thêm nhiều "giấy phép".

---

[579] Luật Thương mại 2005, sửa đổi theo yêu cầu của Tổ chức Thương mại thế giới (WTO) nhưng chỉ cho doanh nghiệp hoạt động khuyến mãi sau khi được chấp thuận; thương nhân nước ngoài muốn mua bán hàng hóa ở Việt Nam phải được Bộ Thương mại cấp phép. Tổng cục Du lịch, khi soạn thảo Pháp lệnh Du lịch, đã buộc các hướng dẫn viên du lịch khi hoạt động phải có thẻ do cơ quan du lịch cấp; chính quyền Hưng Yên đòi các doanh nghiệp tỉnh khác đến phải thành lập công ty mới thay vì cho mở chi nhánh; chính quyền Daklak yêu cầu sơn tên doanh nghiệp, số điện thoại, số xe lên taxi chứ không cho dán đề can…

[580] Theo Nguyên Tấn, Thời báo Kinh tế Sài Gòn số 43, trang 16, ngày 20-10-2005.

[CHƯƠNG 21 • ĐỊNH HƯỚNG XÃ HỘI CHỦ NGHĨA] 385

Chủ nhiệm Ủy ban Kế hoạch Nhà nước Phan Văn Khải tiếp xúc với ông Watanabe năm 1990.

Thủ tướng Phan Văn Khải và mẹ (1998)
- Ảnh: Trần Tiến Dũng.

CHƯƠNG 22 . THẾ HỆ KHÁC

CHO DÙ TRONG BỘ CHÍNH TRỊ KHÓA X (2006-2011) vẫn có những người trưởng thành qua chiến tranh, họ bắt đầu thuộc thế hệ "làm cán bộ" chứ không còn là thế hệ của những "nhà cách mạng". Nếu có khả năng nắm bắt các giá trị của thời đại và có khát vọng làm cho người dân được ngẩng cao đầu, họ hoàn toàn có cơ hội chính trị để đưa Việt Nam bước sang một trang sử mới. Ngay cả khi duy trì phương thức nắm giữ quyền bính tuyệt đối hiện thời, nếu lợi ích của nhân dân và sự phát triển quốc gia được đặt lên hàng đầu, họ có thể trao cho người dân quyền sở hữu đất đai, lấy đa sở hữu thay cho sở hữu toàn dân; họ có quyền chọn phương thức kinh tế hiệu quả nhất làm chủ đạo thay vì lấy kinh tế nhà nước làm chủ đạo. Vẫn còn quá sớm để nói về họ. Khi cuốn sách này ra đời, họ vẫn đang nắm giữ trong tay mình vận hội của chính họ và đất nước.

NGƯỜI KẾ NHIỆM

Theo ông Phan Văn Khải, khi thăm dò ý kiến chuẩn bị nhân sự cho Đại hội X, các ban ngành đánh giá ông Vũ Khoan cao hơn. Một trong những "ban, ngành" nhiệt tình ủng hộ ông Vũ Khoan là Ban Nghiên cứu của thủ tướng. Thời ông Phan Văn Khải, trước khi chính phủ ban hành bất cứ văn bản nào, thủ tướng cũng đều chuyển cho Ban Nghiên cứu xem trước. Các văn bản hay bị Ban Nghiên cứu có ý kiến lại thường được đưa lên từ Văn phòng Phó Thủ tướng Thường trực Nguyễn Tấn Dũng.

Ông Khải thừa nhận, thâm tâm ông cảm tình với ông Vũ Khoan hơn, tuy nhiên, phần vì Vũ Khoan bị coi là thiếu thực tế trong nước, phần vì ông đã lớn tuổi - Vũ Khoan sinh năm 1937, cùng năm sinh với các ông Trần Đức Lương, Nguyễn Văn An - nên việc giới thiệu ông là gần như không thể. Nhưng, chủ yếu, theo ông Khải: "Tương quan lực lượng không cho phép".

Ngày 28-6-2006, Quốc hội bỏ phiếu bầu ông Nguyễn Tấn Dũng làm thủ tướng. Trước khi rời nhiệm sở, ông Phan Văn Khải tổ chức một buổi gặp mặt toàn thể Ban Nghiên cứu với sự có mặt của thủ tướng mới được bầu Nguyễn Tấn Dũng. Tiếp lời ông Phan Văn Khải, trong một diễn văn ngắn, ông Dũng cũng đã dùng những từ ngữ tốt đẹp để nói về Ban Nghiên cứu và tương lai cộng tác giữa ông và các thành viên. Cũng trong cuộc gặp này, ý tưởng hình thành văn phòng thủ tướng trong Văn phòng Chính phủ đã được cả ông Khải và ông Dũng cùng ủng hộ.

Trong đúng một tháng sau đó, công việc của Ban vẫn tiến hành đều đặn. Chiều 27-7-2006, ông Trần Xuân Giá được mời lên phòng thủ tướng. Ông Giá nhớ lại, đó là một cuộc làm việc vui vẻ, Thủ tướng Nguyễn Tấn Dũng đồng ý để Giáo sư Đào Xuân Sâm, lúc ấy đã lớn tuổi, nghỉ hưu và ông cũng tỏ ra không bằng lòng với việc Tiến sỹ Lê Đăng Doanh vẫn hay phát biểu với vai trò thành viên của Ban Nghiên cứu. Cuộc nói chuyện kéo dài tới 17 giờ ngày 27, Thủ tướng thân tình đến mức ông Giá tạm thời gạt qua kế hoạch nghỉ hưu và trở về ngồi vẽ sơ đồ tổ chức văn phòng thủ tướng và chuẩn bị kế hoạch củng cố Ban Nghiên cứu.

Hôm sau, ngày 28-7-2006, khi ông Trần Xuân Giá đến cơ quan ở đường Lê Hồng Phong thì thấy Văn phòng vắng vẻ, nhân viên lúng túng tránh nhìn thẳng vào mắt ông. Ông Trần Xuân Giá làm tiếp một số việc rồi về nhà. Vào lúc 16 giờ cùng ngày, ông nhận được quyết định nghỉ hưu và quyết định giải thể Ban Nghiên cứu do văn thư mang tới. Cả hai cùng được chính Thủ tướng

Nguyễn Tấn Dũng ký vào ngày 28-7-2006, tức là chỉ ít giờ sau khi ngồi "hàn huyên" với ông Trần Xuân Giá. Theo ông Giá thì ông là người cuối cùng trong Ban Nghiên cứu nhận được quyết định này.

Ông Nguyễn Tấn Dũng sinh tại Cà Mau năm 1949. Mới mười hai tuổi đã theo cha vào "bưng" làm liên lạc, ông biết chữ chủ yếu nhờ các lớp bổ túc ở trong rừng do địa phương quân tổ chức. Sau đó, ông Dũng được đưa đi cứu thương rồi làm y tá cho Tỉnh đội.

Ngày 30-4-1975, Nguyễn Tấn Dũng là trung úy, chính trị viên Đại đội Quân y thuộc Tỉnh đội Rạch Giá. Đầu thập niên 1980, theo ông Lê Khả Phiêu: "Khi ấy, tôi là Phó chính ủy Quân khu IX, trực tiếp gắn quân hàm thiếu tá cho anh Nguyễn Tấn Dũng. Năm 1981, khi anh Dũng bị thương ở chiến trường Campuchia, tôi cho anh về nước đi học". Năm 1983, từ trường Nguyễn Ái Quốc trở về, ông Dũng ra khỏi quân đội, bạn bè của cha ông, ông Nguyễn Tấn Thử, đã bố trí ông Dũng giữ chức phó Ban Tổ chức Tỉnh ủy. Nhưng vị trí giúp ông có một bước nhảy vọt trong con đường chính trị là chức vụ mà ông nhận sau đó: bí thư Huyện ủy Hà Tiên.

Sau Đại hội V, ông Lê Duẩn có ý tưởng cơ cấu một số cán bộ trẻ và một số cán bộ đang là bí thư các 'pháo đài huyện' vào Trung ương làm ủy viên dự khuyết như một động thái đào tạo cán bộ. Ông Nguyễn Đình Hương[581] nhớ lại: "Trước Đại hội VI, tôi được ông Lê Đức Thọ phân công trực tiếp về địa phương gặp các ứng cử viên. Phía Nam có anh Nguyễn Tấn Dũng, bí thư huyện Hà Tiên, cô Hai Liên, bí thư huyện ủy Thống Nhất, Đồng Nai, cô Trương Mỹ Hoa, bí thư quận Tân Bình; phía Bắc có cô Nguyễn Thị Xuân Mỹ, bí thư Quận ủy Lê Chân, Hải Phòng". Sau Đại hội VI, ông Nguyễn Tấn Dũng rời "pháo đài" Hà Tiên về Rạch Giá làm phó bí thư thường trực rồi chủ tịch Ủy ban Nhân dân Tỉnh.

Trước Đại hội Đảng lần thứ VII, khi chuẩn bị cho Đại hội Tỉnh Đảng bộ Kiên Giang, ông Lâm Kiên Trì, một cán bộ lãnh đạo kỳ cựu của tỉnh từ chức, mở đường cho ông Nguyễn Tấn Dũng lên bí thư. Theo ông Năm Loan, khi ấy là ủy viên thường vụ, trưởng Ban Tổ chức Tỉnh ủy Kiên Giang: "Ông Đỗ Mười vào T78, triệu tập Thường vụ Tỉnh ủy lên họp, duyệt phương án nhân sự và quyết định đưa Nguyễn Tấn Dũng lên làm bí thư". Năm ấy ông Dũng bốn mươi hai tuổi.

Trong một nền chính trị, mà công tác cán bộ được giữ bí mật và phụ thuộc chủ yếu vào sự lựa chọn của một vài nhà lãnh đạo, các giai thoại lại xuất hiện

---

[581] Lúc ấy là Phó ban Tổ chức Trung ương Đảng.

để giải thích sự thăng tiến mau lẹ của một số người. Trong khi dư luận tiếp tục nghi vấn ông Nông Đức Mạnh là "con cháu Bác Hồ"[582], một "huyền thoại" khác nói rằng, cha của ông Nguyễn Tấn Dũng đã "chết trên tay ông Lê Đức Anh" và trước khi chết có gửi gắm con trai cho Bí thư Khu ủy Võ Văn Kiệt và Tư lệnh Quân khu IX Lê Đức Anh. Trên thực tế, cha ông Nguyễn Tấn Dũng là ông Nguyễn Tấn Thử, thường gọi là Mười Minh, đã mất trước khi hai ông Võ Văn Kiệt và Lê Đức Anh đặt chân xuống Quân khu IX.

Ngày 16-4-1969, một trái bom Mỹ đã ném trúng hầm trú ẩn của Tỉnh đội Rạch Giá làm chết bốn người trong đó có ông Nguyễn Tấn Thử khi ấy là chính trị viên phó Tỉnh đội. Một trong ba người chết còn lại là ông Chín Quý, chính trị viên Tỉnh đội. Trong khi, đầu năm 1970, ông Lê Đức Anh mới được điều về làm tư lệnh Quân khu IX còn ông Kiệt thì mãi tới tháng 10-1970 mới xuống miền Tây. Họ có nghe nói đến vụ ném bom làm chết ông Chín Quý và ông Mười Minh nhưng theo ông Kiệt thì cả hai ông đều chưa từng gặp ông Mười Minh Nguyễn Tấn Thử. Mãi tới năm 1991, trong đại hội đại biểu tỉnh đảng bộ Kiên Giang, ông Võ Văn Kiệt mới thực sự biết rõ về ông Nguyễn Tấn Dũng và cho tới lúc này ông Kiệt vẫn muốn ông Lâm Kiên Trì, một người mà ông biết trong chiến tranh, tiếp tục làm bí thư Tỉnh ủy Kiên Giang.

Ông Nguyễn Tấn Dũng được điều ra Hà Nội tháng 1-1995, ông bắt đầu với chức vụ mà xét về thứ bậc là rất nhỏ: thứ trưởng Bộ Nội vụ. Trước Đại hội VIII, theo ông Lê Khả Phiêu: "Khi làm nhân sự Bộ Chính trị, anh Nguyễn Tấn Dũng gặp tôi, nói: 'Anh em miền Nam yêu cầu tôi phải tham gia Bộ Chính trị'. Trong khi, thứ trưởng thường trực là anh Lê Minh Hương thì băn khoăn: 'Ngành công an không thể có hai anh ở trong Bộ Chính trị'. Tôi bàn, anh Lê Minh Hương tiếp tục ở trong Bộ Công an, anh Nguyễn Tấn Dũng chuyển sang Ban Kinh tế".

Tháng 6-1996, ông Dũng được đưa vào Bộ Chính trị phụ trách vấn đề tài chính của Đảng. Cho dù, theo ông Lê Khả Phiêu, ông Dũng đắc cử Trung ương với số phiếu thấp và gần như "đội sổ" khi bầu Bộ Chính trị nhưng vẫn được đưa vào Thường vụ Bộ Chính trị, một định chế mới lập ra sau Đại hội VIII, vượt qua những nhân vật có thâm niên và đang giữ các chức vụ chủ chốt như Nông Đức Mạnh, Phan Văn Khải. Ông Nguyễn Đình Hương giải thích: "Nguyễn Tấn Dũng được ông Đỗ Mười đưa đột biến vào Thường vụ Bộ Chính trị chỉ vì ông Đỗ Mười có quan điểm phải nâng đỡ, bồi dưỡng, con em gia đình cách mạng. Tấn Dũng vừa là một

---

[582] Còn có lời đồn nói rằng ông là con của nhà cách mạng Phùng Chí Kiên.

người đã tham gia chiến đấu, vừa là con liệt sỹ, tướng mạo cũng được, lại vào Trung ương năm mới ba mươi bảy tuổi".

Ngay cả khi đã ở trong Thường vụ Bộ Chính trị, ông Nguyễn Tấn Dũng vẫn là một con người hết sức nhã nhặn. Ông không chỉ cùng lúc nhận được sự ủng hộ đặc biệt của các ông Đỗ Mười, Lê Đức Anh, Võ Văn Kiệt, mà những ai biết ông Dũng vào giai đoạn này đều tỏ ra rất có cảm tình với ông. Theo ông Phan Văn Khải: "Nguyễn Tấn Dũng được cả ba ông ủng hộ, đặc biệt là ông Lê Đức Anh và Đỗ Mười. Tấn Dũng cũng biết cách vận động. Năm 1997, trước khi lui về làm cố vấn, cả ba ông thậm chí còn muốn đưa Tấn Dũng lên thủ tướng, tuy nhiên khi thăm dò phiếu ở Ban Chấp hành Trung ương cho cương vị này, ông chỉ nhận được một lượng phiếu tín nhiệm thấp".

KINH TẾ TẬP ĐOÀN

Trước Đại hội Đảng lần thứ X, tháng 4-2006, ông Nguyễn Tấn Dũng được Bộ Chính trị phân công làm tổ trưởng biên tập "Báo cáo của Ban Chấp hành Trung ương Đảng khóa IX về phương hướng, nhiệm vụ phát triển kinh tế-xã hội 5 năm 2006-2010". Khi chủ trì các buổi thảo luận, ông Nguyễn Tấn Dũng yêu cầu đưa vào văn kiện chủ trương tổ chức doanh nghiệp nhà nước theo hướng kinh doanh đa ngành.

Theo ông Trần Xuân Giá, tổ phó biên tập: "Cho doanh nghiệp nhà nước kinh doanh đa ngành là ngược lại với chủ trương lâu nay của chính phủ nên chúng tôi không dự thảo văn kiện theo chỉ đạo của ông Nguyễn Tấn Dũng. Đến gần đại hội, ông Dũng cáu, ông viết thẳng ra giấy ý kiến của ông rồi buộc chúng tôi phải đưa nguyên văn vào Báo cáo, phần nói về doanh nghiệp nhà nước: Thúc đẩy việc hình thành một số tập đoàn kinh tế và tổng công ty nhà nước mạnh, hoạt động đa ngành, đa lĩnh vực, trong đó có một số ngành chính; có nhiều chủ sở hữu, trong đó sở hữu nhà nước giữ vai trò chi phối".

Lúc ấy, ông Nguyễn Tấn Dũng đã có đủ phiếu ở Ban Chấp hành Trung ương để tiến đến chiếc ghế thủ tướng. Ông khát khao tạo dấu ấn và nôn nóng như những gì được viết trong Báo cáo Kinh tế mà ông chủ trì: "Đẩy nhanh tốc độ tăng trưởng kinh tế, đạt được bước chuyển biến quan trọng về nâng cao hiệu quả và tính bền vững của sự phát triển, sớm đưa nước ta ra khỏi tình trạng kém phát triển".

Mặc dù từ năm 1994, Quyết định số 91/TTg của Thủ tướng Võ Văn Kiệt đã nói đến việc "thí điểm thành lập tập đoàn kinh doanh" nhưng cho đến năm 2005, Việt Nam chưa có một tập đoàn nào ra đời. Cuối nhiệm kỳ, Thủ tướng Phan Văn Khải cho thành lập hai tập đoàn: Tập đoàn Công nghiệp Than-Khoáng sản Việt Nam ngày 26-12-2005 và Tập đoàn Công nghiệp Tàu thủy Việt Nam Vinashin ngày 15-5-2006.

Hai tháng sau khi nhận chức, ngày 29-8-2006, Thủ tướng Nguyễn Tấn Dũng cho ngành dầu khí được nâng lên quy mô tập đoàn, PetroVietnam, ngày 30-10-2006 thành lập Tập đoàn Công nghiệp Cao su, ngày 9-01-2006 thành lập Tập đoàn Bưu chính Viễn thông. Tốc độ thành lập tập đoàn kinh tế nhà nước có chững lại sau khi cựu Thủ tướng Võ Văn Kiệt viết một thư ngỏ đăng trên Thời Báo Kinh Tế Sài Gòn, yêu cầu thận trọng vì theo ông, trong khi những yếu kém của mô hình tổng công ty 90, 91 chưa được khắc phục mà lại làm phình to chúng ra bằng các quyết định hành chính là không hợp lý. Ông Võ Văn Kiệt viết: "Các doanh nghiệp nhà nước của ta có truyền thống dựa vào bao cấp nhiều mặt, không dễ từ bỏ thói quen cũ, nếu từ bỏ thói quen cũ cũng không dễ đứng vững trong thế cạnh tranh... Không có gì đảm bảo khi các tập đoàn được thành lập sẽ hoạt động tốt hơn các doanh nghiệp hiện nay"[583].

Trong khoảng thời gian từ khi ông Võ Văn Kiệt mất, tháng 6-2008, cho đến năm 2011, Thủ tướng Nguyễn Tấn Dũng đã kịp nâng số tập đoàn kinh tế nhà nước lên con số mười hai. Nhưng chính sách cho tập đoàn kinh tế nhà nước kinh doanh đa ngành chứ không phải số lượng tập đoàn kinh tế nhà nước mới là nguyên nhân chính dẫn đến khủng hoảng kinh tế.

Theo ông Phan Văn Khải: "Khi thành lập Tập đoàn Vinashin, tôi nghĩ, đất nước mình có bờ biển dài hơn 3.000km, phát triển ngành công nghiệp đóng tàu là cần thiết nhất là khi ngành công nghiệp này đang được chuyển dịch từ các nước Bắc Âu về Trung Quốc, Hàn Quốc. Chính tôi quyết định đầu tư cho Vinashin khoản tiền bán trái phiếu chính phủ hơn 700 triệu USD. Nhưng, sau đó thì không chỉ Vinashin mà nhiều tập đoàn khác cũng phát triển ồ ạt nhiều loại ngành nghề, ở đâu cũng thấy đất đai của Vinashin và của các tập đoàn nhà nước".

Theo ông Trần Xuân Giá: "Ông Nguyễn Tấn Dũng coi doanh nghiệp nhà nước như một động lực phát triển, nhưng phát triển doanh nghiệp nhà nước theo cách của ông Dũng không hẳn chỉ để làm vừa lòng ông Đỗ Mười". Cho phép các tập đoàn kinh tế nhà nước kinh doanh đa ngành cũng như tháo khoán các kênh đầu tư mà nguồn vốn cho khu vực này lại thường bắt đầu từ ngân sách. Ông Phan Văn Khải giải thích: "Nguyễn Tấn Dũng muốn tạo ra một thành tích nổi bật ngay trong nhiệm kỳ đầu tiên của mình. Tấn Dũng

---

[583] Thời báo Kinh tế Sài Gòn số ra ngày 26-7-2007.

muốn hoàn thành kế hoạch 5 năm chỉ sau bốn năm. Ngay trong năm 2007, ông đầu tư ồ ạt. Tiền đổ ra từ ngân sách, từ ngân hàng. Thậm chí, để có vốn lớn, dự trữ quốc gia, dự trữ ngoại tệ cũng được đưa ra. Bội chi ngân sách lớn, bất ổn vĩ mô bắt đầu".

Theo ông Trần Xuân Giá: "Thời Thủ tướng Phan Văn Khải, mỗi khi tổng đầu tư lên tới trên 30% GDP là lập tức thủ tướng được báo động. Trước năm 2006, năm có tổng đầu tư lớn nhất cũng chỉ đạt 36%. Trong khi, Thủ tướng Nguyễn Tấn Dũng, ngay sau khi nhận chức đã đưa tổng mức đầu tư lên 42% và đạt tới 44% GDP trong năm 2007". Cho tới lúc đó những ý kiến can gián thủ tướng cũng chủ yếu xuất phát từ các thành viên cũ của Ban Nghiên cứu như Trần Xuân Giá, Lê Đăng Doanh, Phạm Chi Lan. Nhưng tiếng nói của họ không còn sức mạnh của một định chế sau khi Ban Nghiên cứu đã bị giải tán. Cả ba sau đó còn nhận được các khuyến cáo một cách trực tiếp và nhiều cơ quan báo chí trong nhiều tháng không phỏng vấn hoặc đăng bài của những chuyên gia này.

Năm 2006, tăng trưởng tín dụng ở mức 21,4% nhưng con số này lên tới 51% trong năm 2007 [584]. Kết quả là lạm phát cả năm ở mức 12,6%. Các doanh nghiệp, các ngân hàng bắt đầu nhận ra những rủi ro, từng bước kiểm soát vốn đầu tư vào chứng khoán và địa ốc. Nhưng đầu năm 2008, Chính phủ của Thủ tướng Nguyễn Tấn Dũng dường như hoảng sợ khi lạm phát lên tới gần 3% mỗi tháng và những "liệu pháp" được đưa ra sau đó đã khiến cho nền kinh tế dồn dập chịu nhiều cú sốc.

Cuối tháng 1-2008, Ngân hàng Nhà nước yêu cầu các ngân hàng thương mại phải tăng dự trữ bắt buộc từ 10 lên 11%. Để có ngay một lượng tiền mặt lên tới khoảng 20.000 tỷ đồng nhằm đáp ứng nhu cầu dự trữ, các ngân hàng thương mại cổ phần buộc lòng phải tăng lãi suất huy động. Lãi suất qua đêm thị trường liên ngân hàng mấy ngày cuối tháng 1-2008 tăng vọt lên tới 27%, trong khi đầu tháng, con số này chỉ là 6,52%. Ngày 13-2-2008, Ngân hàng Nhà nước lại ra quyết định, buộc các ngân hàng thương mại phải mua một lượng tín phiếu trị giá 20.300 tỷ đồng. Áp lực tiền bạc đã làm náo loạn các tổ chức tín dụng.

---

[584] Năm 2007, số liệu được chính thức công bố là 38,7%. Năm 2008, Bộ Kế hoạch & Đầu tư cải chính bằng con số mới là 53,89%. Báo cáo kinh tế vĩ mô 2012: Từ bất ổn đến con đường tái cơ cấu của Ủy ban Thường vụ Quốc hội thì tăng trưởng tín dụng năm 2007 lên tới 53,89%. Các nghiên cứu của Ngân hàng Nhà nước đưa ra con số 51%.

Thoạt đầu, các tổng công ty nhà nước rút các khoản tiền đang cho vay lãi suất thấp ở các ngân hàng quốc doanh, gửi sang ngân hàng cổ phần. Chỉ trong ngày 18-2-2008, các tổng công ty nhà nước đã rút ra hơn 4.000 tỷ đồng. Các ngân hàng quốc doanh, vốn vẫn dùng những nguồn tiền lãi suất thấp từ Nhà nước đem cho các ngân hàng nhỏ vay lại, nay thiếu tiền đột ngột, vội vàng ép các ngân hàng này. "Cơn khát" tiền toàn hệ thống đã đẩy lãi suất thị trường liên ngân hàng có khi lên tới trên 40%.

Lãi suất huy động tăng, đã khiến cho các ngân hàng phải tăng lãi suất cho vay. Nhiều ngân hàng buộc khách hàng chấp nhận lãi suất lên tới 24 - 25%, cao hơn nhiều mức mà Luật Dân sự cho phép. Các doanh nghiệp cũng "khát" tiền mặt, tình trạng bán hàng dưới giá, hoặc vay với lãi suất cao đang khiến cho chi phí sản xuất tăng đột biến. Không có gì ngạc nhiên khi lạm phát ba tháng đầu năm 2008 lên tới 9,19%. Các biện pháp của Ngân hàng Nhà nước nói là chống lạm phát, nhưng đã trực tiếp làm "mất giá" đồng tiền khi đặt các ngân hàng trong tình thế phải nâng lãi suất.

Ngày 25-3-2008, Ngân hàng Nhà nước lại khiến cho tình trạng khan hiếm tiền mặt thêm nghiêm trọng khi yêu cầu thu về 52.000 tỷ đồng của ngân sách đang được đem cho các ngân hàng quốc doanh vay với lãi suất 3%/năm, thấp hơn nhiều so với lãi suất trên thị trường tín dụng. Khoản tiền này theo nguyên tắc phải được chuyển vào Ngân hàng Nhà nước. Tuy nhiên, từ mười năm trước, theo "sáng kiến" của Bộ Tài chính, nó đã được đem cho các ngân hàng quốc doanh vay. Một mặt, nó tạo ra sự bất bình đẳng trong môi trường kinh doanh, một mặt làm cho nền kinh tế lập tức rơi vào khủng hoảng do tín dụng bị cắt đột ngột và những khoản vay còn lại thì phải chịu lãi suất cao.

Thị trường chứng khoán nhanh chóng hiển thị "sức khỏe" của nền kinh tế. Từ mức trên 1000, ngày 6-3-2008, chỉ số VN-index xuống còn 611. Cho dù Phó Thủ tướng Nguyễn Sinh Hùng cố dùng uy tín chính trị của mình để cứu vãn bằng cách tuyên bố rằng đầu tư vào chứng khoán bây giờ là thắng vì đã xuống đến đáy nhưng chỉ hai mươi ngày sau, 25-3-2008, chỉ số VN-index chỉ còn 492 điểm. Ngày 5-12-2008, VN-index chỉ còn 299 điểm. Xuất khẩu quý 1-2008 vẫn tăng 23,7%; nhập khẩu tăng 60,7%. Tại Sài Gòn, kinh tế vẫn tăng trưởng khá, ngân sách quý I vẫn thu tăng 72,6%. Nhưng các biện pháp chống lạm phát đã làm cho Việt Nam rơi vào tình trạng khủng hoảng tài chánh hơn nửa năm trước khi khủng hoảng kinh tế thế giới bắt đầu.

Từ cuối năm 2008, khuynh hướng quay trở lại nền kinh tế chỉ huy càng tăng lên cho dù điều này là vô vọng vì ở giai đoạn này, đóng góp của khu vực tư nhân cho nền kinh tế đã vượt qua con số 50% GDP của Việt Nam. Dù vậy, Chính phủ Nguyễn Tấn Dũng vẫn liên tục ban hành các mệnh lệnh hành chánh hòng kiểm soát trần lãi suất, kiểm soát thị trường ngoại tệ, thị trường vàng[585].

Khi ông Đỗ Mười nhận chức Chủ tịch Hội đồng Bộ trưởng, để có ngoại tệ, Chính phủ phải cho một nhà đầu tư của Nhật thuê khu nhà khách ven hồ Thiền Quang. Khi ông Nguyễn Tấn Dũng nhận chức thủ tướng, Việt Nam có một khoản dự trữ ngoại tệ lên tới 23 tỷ đôla. Nhưng, di sản lớn hơn mà Thủ tướng Phan Văn Khải trao lại cho ông Dũng là một Việt Nam đã hoàn thành thủ tục để gia nhập WTO. Trong khoảng thời gian 1996-2000, cho dù chịu mấy năm khủng hoảng kinh tế thế giới, Việt Nam vẫn đạt mức tăng trưởng 7,5% trong khi lạm phát chỉ là 3,5%. Trong khoảng thời gian 2001-2005, lạm phát có cao hơn, 5,1%, nhưng tăng trưởng vẫn dương: 7%.

Chỉ sau mấy tháng nhận chức, Thủ tướng Nguyễn Tấn Dũng đã đưa GDP tăng trưởng tới mức kỷ lục: 8,5% vào tháng 12-2007; đồng thời cũng đã đưa lạm phát vào tháng 8-2008 lên tới 28,2%. Tháng 3-2009, tăng trưởng GDP rơi xuống đáy: 3,1%. Trong sáu năm ông Nguyễn Tấn Dũng giữ chứ Thủ tướng, mức tăng trưởng kinh tế luôn thấp hơn rất nhiều so với mức lạm phát. Năm 2007 GDP tăng trưởng ở mức 8,48% trong khi lạm phát lên tới 12,63%. Năm 2008 mức tăng trưởng giảm xuống 6,18% trong khi lạm phát là 19,89%. Năm 2009 GDP chỉ tăng 5,32% lạm phát xuống còn 6,52% do các nguồn đầu tư bị cắt đột ngột. Năm 2010 GDP tăng đạt mức 6,78% nhưng lạm phát tăng lên 11,75%. Năm 2011 tăng trưởng GDP giảm còn 5,89% trong khi lạm phát lên tới 18,13%. Năm 2012, nền kinh tế gần như ngưng trệ, lạm phát ở mức 6,81% nhưng GDP cũng xuống tới 5,03% thấp kỷ lục kể từ năm 1999[586]. Nền kinh tế rơi vào tình trạng gần như không lối thoát.

NÔNG ĐỨC MẠNH

Ông Nguyễn Tấn Dũng giữ chức thủ tướng sau Đại hội Đảng lần thứ X, một đại hội mà ông Nông Đức Mạnh cảm nhận được áp lực thông qua vụ án PMU 18. PMU 18 là một cơ quan quản lý các dự án giao thông sử dụng các nguồn vốn ODA lên tới gần hai tỷ USD. Thoạt đầu, gần như tình cờ, cảnh sát bắt được một vụ

---

[585] Ngày 25-5-2012, Thủ tướng Nguyễn Tấn Dũng đã ký nghị định 24, giành lấy quyền sản xuất vàng miếng cho nhà nước và buộc doanh nghiệp kinh doanh vàng miếng phải có vốn trên 100 tỷ đồng. Quyết định này đã dẫn tới việc đóng cửa hàng ngàn cửa hàng kinh doanh vàng bạc và giúp cho SJC trở thành nhãn hiệu vàng độc quyền. Hai mươi ba năm trước đó, ngày 24-5-1989, Chủ tịch Hội đồng Bộ trưởng Đỗ Mười ký Quyết định 139, cho phép tư nhân mở tiệm vàng với điều kiện chỉ cần ký quỹ 5 lượng (trước đó những người sở hữu từ 2 chỉ vàng trở lên bị coi là bất hợp pháp), chỉ sau hai tháng cả nước có tới 400 tiệm vàng.

[586] Nguồn: Tổng cục Thống kê. (Mức tăng trưởng GDP của năm 2012 bị các nhà kinh tế nghi vấn vì năm 2009, để GDP tăng 5,89% mức tăng tín dụng phải đạt 39,6%, trong khi năm 2012, tín dụng chỉ tăng 7%, tổng vốn đầu tư toàn xã hội chỉ đạt 33,5% GDP, tức là thấp nhất trong vòng 12 năm qua mà GDP vẫn tăng được 5,03%).

đánh bạc từ đó thu giữ một máy tính có chứa các dữ liệu cho thấy, Bùi Tiến Dũng, tổng giám đốc PMU 18 đã từng đánh bạc, cá độ với số tiền lên tới 1,8 triệu USD.

Nếu như vụ án "Năm Cam" hồi năm 2003 ảnh hưởng tới chính trị bởi cách triển khai mang tính anh hùng cá nhân thì vụ PMU 18 đã mang một màu sắc mới. Lực lượng công an biết sử dụng công cụ "làm án" của họ và các nhà chính trị cũng không còn để bị động. Kịch tính của vụ án PMU 18 được đẩy lên cao khi cơ quan điều tra cố tình rò rỉ các thông tin về sự dính líu của Thứ trưởng Bộ Giao thông Nguyễn Việt Tiến và những tin nhắn tình nghi chạy án liên quan đến Thiếu tướng Cao Ngọc Oánh, tổng cục phó Tổng cục Cảnh sát.

Cả ông Tiến và ông Oánh đều là những người được Hội nghị Trung ương 13 đưa vào danh sách đề cử bầu Ban Chấp hành Trung ương. Đặc biệt, ông Nguyễn Việt Tiến đích thân được Tổng Bí thư Nông Đức Mạnh giới thiệu. Cái gọi là "đường dây chạy án" được đồn đãi lúc đó còn nhắc tới Đặng Hoàng Hải, con rể Tổng Bí thư Nông Đức Mạnh đang làm chánh văn phòng cho Bùi Tiến Dũng. Ngày 14-4-2006, tức là chỉ chưa đầy hai tuần trước khi khai mạc Đại hội Đảng lần thứ X, ông Nguyễn Việt Tiến bị bắt.

Ngoài hai ứng cử viên bị lỡ cơ hội vào Trung ương, Đại hội vẫn diễn ra như dự kiến, ông Nông Đức Mạnh vẫn được giữ ngồi lại ghế tổng bí thư nhưng vụ PMU 18 đã ảnh hưởng rất lớn đến tinh thần của ông. Nhiều tháng sau Đại hội, ông Mạnh gần như không ra khỏi khu Nguyễn Cảnh Chân. Các cáo buộc về ông Nguyễn Việt Tiến và ông Cao Ngọc Oánh hóa ra là bịa đặt. Các phóng viên trong một cuộc cạnh tranh khốc liệt đã đăng bất cứ thông tin gì được mớm từ cơ quan điều tra bắt đầu phải đối diện với một cuộc điều tra mới dưới sự chỉ đạo của Tướng An ninh Nguyễn Văn Hưởng.

Quyền bính bắt đầu vận hành theo một sắc thái mới. Lần đầu tiên trong nền chính trị Hà Nội, mối quan hệ giữa Thủ tướng và công an thực sự có ảnh hưởng qua lại. Ngoài Bộ trưởng Lê Hồng Anh xuất thân từ Kiên Giang, bên cạnh Thủ tướng luôn là Tướng An ninh Nguyễn Văn Hưởng.

Trong suốt gần hai năm sau đại hội, hơn hai mươi lăm phóng viên của gần như đủ các tờ báo quan trọng nhất bị điều tra. Ngày 12-5-2008, Nguyễn Văn Hải, phóng viên báo Tuổi Trẻ và Nguyễn Việt Chiến, phóng báo Thanh Niên, bị bắt. Cùng với một cộng sự khác, Tướng Phạm Xuân Quắc, cục trưởng Cục Cảnh sát Hình sự, người ra lệnh bắt ông Nguyễn Việt Tiến đã bị chính ông Nguyễn Tấn Dũng, ngay sau khi nhận chức Thủ tướng, ký quyết định cho nghỉ hưu khi vẫn còn dở dang công việc của một trưởng ban chuyên án. Ông Quắc sau đó còn bị khởi tố.

Sau khi hai nhà báo phải lãnh án tù giam, theo yêu cầu của công an, Bộ Thông tin rút thẻ bốn nhà báo chủ chốt của hai tờ Thanh Niên, Tuổi Trẻ. Tổng

Biên tập Tuổi Trẻ, ông Lê Hoàng, và Tổng Biên tập Thanh Niên, ông Nguyễn Công Khế, bị mất chức. Báo chí trong nhiệm kỳ đầu tiên của ông Nguyễn Tấn Dũng gần như không còn nhuệ khí để phản biện các chính sách và đề cập đến các thông tin liên quan đến tham nhũng. Trong khi đó, người đứng đầu bên Đảng là Nông Đức Mạnh lại thể hiện rất giới hạn quyền lực Tổng Bí thư.

Về sau, ông Phan Văn Khải cũng đã nuối tiếc khi ủng hộ ông Nông Đức Mạnh làm tổng bí thư. Ông Khải nói: "Ông Mạnh trình độ yếu lại thiếu bản lĩnh nên gần như không có tác dụng gì. Khi ông Lê Khả Phiêu làm tổng bí thư, nếu điều gì đã thống nhất với tôi thì cho dù ra Bộ Chính trị có ý kiến khác ông vẫn bảo vệ nhưng ông Mạnh thì không. Gật gù với nhau nhưng khi thảo luận thấy có vài ý kiến hơi khác là ông im lặng". Theo ông Lê Khả Phiêu: "Sau Đại hội VIII khi anh Đỗ Mười giao cho tôi chuẩn bị nhân sự Bộ Chính trị và Thường vụ để bàn trước với các anh Lê Đức Anh và Võ Văn Kiệt. Nông Đức Mạnh gặp tôi nói: em biết thân phận em rồi, người dân tộc chỉ có thể làm đến thế" [587].

Từ một người vô danh trên chính trường bỗng chốc được đặt vào ghế chủ tịch Quốc hội, ngay từ khi đó, Nông Đức Mạnh đã trở thành tâm điểm của những lời đồn đoán. Cha ông là Nông Văn Lại, mẹ ông là Hoàng Thị Nhị. Nhưng họ Nông của ông khiến nhiều người liên tưởng tới một người phụ nữ từng gặp gỡ Hồ Chí Minh, bà Nông Thị Trưng. Nhiều người còn cho rằng tuổi thật của ông là sinh năm 1942, một năm sau khi Hồ Chí Minh trở về hang Pác Bó, chứ không phải năm 1940, như ghi trong hồ sơ. Lại còn có giai thoại, năm 1965, khi ông đang là công nhân lâm trường, đích thân Đại tướng Võ Nguyên Giáp lên gọi về đưa sang Liên Xô học [588].

Tại kỳ họp thứ tư của Quốc hội Khóa IX, tháng 7-1994, trong giờ giải lao, phóng viên Huỳnh Ngọc Chênh của báo Thanh Niên phỏng vấn: "Thưa, Chủ tịch có phải con của Bác Hồ?". Ông Nông Đức Mạnh lúng túng mấy giây rồi trả lời: "Người Việt Nam ta ai cũng là con cháu Bác Hồ cả". Cho dù sau đó, ông Mạnh rất tức giận [589] nhưng đấy là câu trả thông minh nhất trong suốt

---

[587] Thời gian đầu sau Đại hội VIII, tuy là chủ tịch Quốc hội nhưng Nông Đức Mạnh không được đưa vào Thường vụ Bộ chính trị. Trước khi hết nhiệm kỳ, ông Nông Đức Mạnh làm hai việc tai tiếng: đưa con trai là Nông Quốc Tuấn, một người xuất thân là "lao động xuất khẩu", năng lực giới hạn, lên làm bí thư Bắc Giang để được cơ cấu vào Trung ương.

[588] Tướng Giáp phủ nhận giai thoại này, việc ông Mạnh đi Liên Xô học như đã nói ở trên là do chính sách đối với cán bộ người dân tộc.

[589] Theo thư đề ngày 2-8-1994 của Tổng Biên tập báo Tuổi Trẻ gửi Ban Tuyên huấn Thành ủy thì ông Nông Đức Mạnh đã yêu cầu báo Tuổi Trẻ phải kỷ luật phóng viên hỏi câu này, ông Mạnh nhầm Huỳnh Ngọc Chênh với phóng viên Tâm Chánh của Tuổi Trẻ. Tám năm sau, ngày 11-1-2002, khi trả lời phỏng vấn báo Time, ông Nông Đức Mạnh đã khá cởi mở khi trả lời câu hỏi này: "**Time**: Trong suốt cuộc đời làm chính trị của Ngài có rất nhiều lời đồn đại. Tôi chỉ muốn Ngài xoá đi những tin đồn đó mãi mãi. Trên tinh thần cởi mở và hiểu biết nhau hơn, tôi xin hỏi Ngài là: Ngài Hồ Chí Minh có phải là cha ruột của Ngài không? **Nông Đức Mạnh**: Tôi cũng nghe

cuộc đời làm chính trị của ông. Từ đó cho đến khi làm tổng bí thư, ông Mạnh trở thành một người lúc nào cũng "mày râu nhẵn nhụi, áo quần bảnh bao" nhưng ăn nói nhạt nhẽo và có rất ít quyền lực. Ông xuất hiện trên truyền hình ở nhiều địa phương khác nhau với gần như chỉ có một câu nói: "Các đồng chí phải tìm ra thế mạnh của địa phương là nên trồng cây gì và nuôi con gì".

Người lập hồ sơ để đưa ông Mạnh vào Trung ương, ông Nguyễn Đình Hương, nhận xét: "Tôi cảm thấy rất xấu hổ vì Đảng ta có một tổng bí thư như vậy, Nông Đức Mạnh chỉ có trình độ ở tầm cán bộ cấp huyện". Theo ông Phan Văn Khải: "Nhiều lần, đặc biệt là trước Đại hội Đảng lần thứ X, mấy ông cựu cố vấn đề nghị ông nghỉ nhưng ông Mạnh không chịu. Nhân sự thay thế cũng chưa rõ ràng nên các ông ấy cũng không kiên quyết".

"PHƯƠNG ÁN" NGUYỄN VĂN AN

Cố vấn Võ Văn Kiệt biết, cách làm nhân sự truyền thống sẽ không thể nào đưa một lãnh đạo trì trệ như Nông Đức Mạnh ra khỏi vị trí của mình. Ngày 11-1-2005, ông Kiệt viết thư đề nghị để: "Đại hội đại biểu toàn quốc bầu trực tiếp chức danh tổng bí thư... Áp dụng triệt để nguyên tắc tự do ứng cử, tự do đề cử... Người được bầu phải là người có năng lực và phẩm chất, không phân biệt tuổi tác, không theo cơ cấu vùng miền, không theo danh sách đã quy hoạch, không phân biệt giữa người ứng cử và người được đề cử". Ông cũng đề nghị: "Đại hội X nên bầu ra đoàn chủ tịch gồm những đại biểu ưu tú thực sự có năng lực điều hành công việc của đại hội", thay vì theo truyền thống, đại hội vẫn do Bộ Chính trị cũ điều hành.

Tổng Bí thư Nông Đức Mạnh đã không cho lưu hành bức thư này trong Trung ương. Ông Kiệt, lúc ấy đang ở biệt thự Hồ Tây, cho Thư ký Nguyễn Văn Trịnh "xé rào", phát hành tận tay nhiều ủy viên Trung ương. Trong thư đề ngày 21-1-2005 gửi Tổng Bí thư Nông Đức Mạnh, ông Kiệt giải thích: "Tôi thấy không còn cách nào khác, vạn bất đắc dĩ tôi phải tự gửi trực tiếp thư của

---

được một số ý kiến như vậy từ phía các nhà báo nước ngoài. Tôi xin khẳng định là không phải như thế. Sau Đại hội Đảng IX, cũng có người hỏi tôi như vậy. Tôi trả lời rằng tôi có bố mẹ ở quê nhưng đã mất sớm. Hàng năm tháng ba âm lịch (tết thanh minh của Việt Nam) tôi về quê để tảo mộ bố mẹ tôi. Tôi còn có em trai, em gái tôi ở quê. Tôi cũng không biết lý do gì mà người ta bảo tôi như vậy. **Time:** Lý do để người ta vẫn còn đồn đại là câu trả lời của Ngài khi đó vẫn còn gây mơ hồ cho họ? **Nông Đức Mạnh:** Nhưng mà hôm nay, tôi đã trả lời rồi thì bà còn thấy mơ hồ không? **Time:** Chắc là không ạ. Như vậy, tôi có thể hỏi tên thật của cha mẹ Ngài không ạ? **Nông Đức Mạnh:** Được, tôi có thể trả lời. Bố mẹ tôi đều đã qua đời. Bố tôi tên là Nông Văn Lại, mẹ tôi tên là Hoàng Thị Nhị (website Bộ Ngoại giao ghi là Nhinh), nếu dịch ra tiếng phổ thông là Hoàng Thị Gái. Để xác minh điều này không khó, về quê tôi hỏi ai cũng biết. Còn về khuôn mặt hơi giống, thì trên đất nước Việt Nam có rất nhiều người giống nhau. Tôi nói rằng tất cả người dân Việt Nam ai cũng là con, cháu của Bác Hồ. Chúng tôi đều coi ông là người cha già của dân tộc Việt Nam (Kay Johnson, Time, thứ Ba ngày 22-1-2002, bản ghi tiếng Việt của Bộ Ngoại giao).

mình đến các đồng chí Trung ương ủy viên và một số đồng chí bí thư tỉnh uỷ dự Hội nghị Trung ương 11". Bộ Chính trị yêu cầu ai đã nhận bức thư của ông Võ Văn Kiệt thì gửi lại Văn phòng. Ủy viên Thường trực Bộ Chính trị Phan Diễn nói trước Hội nghị Trung ương 11 rằng đó là những tài liệu "không phát hành theo con đường của Đảng" và giải thích với ông Kiệt, sở dĩ cho "thu hồi" bức thư ấy là vì: "Nhận thấy một số nội dung trong thư góp ý của anh nếu để lọt ra ngoài thì sẽ không có lợi, dễ bị lợi dụng, xuyên tạc"[590].

Trung tuần tháng 4-2006, khi các đại biểu dự Đại hội X bắt đầu được triệu tập về Thủ đô, ông Võ Văn Kiệt lại bay ra Hà Nội. Từ khu biệt thự Hồ Tây, ông Võ Văn Kiệt nhờ Giáo sư Tương Lai đến gặp Chủ tịch Quốc hội Nguyễn Văn An, chuyển lời: "Nếu như trong đại hội có người đề nghị giữ anh lại, có người đề cử anh làm tổng bí thư thì anh đừng từ chối". Tiếp đó, Giáo sư Tương Lai lại được cử đi "ăn tối" với ông Nguyễn Thiện Nhân, phó chủ tịch Ủy ban Nhân dân Thành phố Hồ Chí Minh. Cuối bữa cơm, Giáo sư Tương Lai nói riêng với ông Nhân: "Anh Sáu Dân nhờ tôi nói với anh, làm sao để Đoàn Thành phố đề xuất anh Nguyễn Văn An ở lại". Ông Nguyễn Thiện Nhân nhận lời.

Ông Nguyễn Văn An đã từng là trưởng Ban Tổ chức Trung ương từ khóa VIII, biết rõ mọi việc đã được hội nghị trung ương an bài. Ông An nói với Giáo sư Tương Lai: "Anh về nói với anh Sáu Dân, tôi hết sức cám ơn anh ấy đã tin tôi. Nhưng, đây là quyết định của tổ chức, tôi không làm trái được". Ông Nguyễn Văn An thừa nhận: "Lúc ấy tôi cũng suy nghĩ, cũng có khá đông anh em muốn tôi ở lại, nhưng số đông ấy chưa đủ đông".

Năm 1954, khi Chính phủ Hồ Chí Minh tiếp quản Thủ đô, ông Nguyễn Văn An đang là công nhân nhà máy Điện Hà Nội. Năm 1961, ông được đưa đi học văn hóa hai năm rồi sang Liên Xô, học điện ở trường Đại học Bách khoa Donetsk. Ông An thừa nhận, người đồng hương Trần Xuân Bách đã đóng một vai trò quan trọng trong sự nghiệp chính trị của mình: Năm 1972, tỉnh ủy viên dự khuyết, phó giám đốc công ty kỹ thuật Điện Nam Hà; năm 1980, chủ tịch tỉnh mới Hà Nam Ninh[591]; năm 1982, ủy viên dự khuyết Trung ương Đảng.

Năm 1996, ông An năm mươi chín tuổi nói với lãnh đạo Ban Tổ chức là ông xin nghỉ. Theo ông An: "Lãnh đạo Ban biểu quyết nhất trí 100% nhưng Ban Chấp hành Trung ương vẫn giữ tôi ở lại". Ở Đại hội VIII, ông được bầu vào Bộ Chính trị, trong khi người dự kiến làm trưởng ban là ông Lê Huy Ngọ thì không, ông An trở thành trưởng Ban Tổ chức. Cuối năm 1997, trước khi rời khỏi chức vụ tổng

---

[590] Theo thư Phan Diễn gửi Võ Văn Kiệt ngày 19-1-2005.
[591] Sáp nhập từ Hà Nam - Nam Định - Ninh Bình.

bí thư, ông Đỗ Mười đưa một danh sách bốn người ra thăm dò nhân sự thay thế mình, ông Lê Khả Phiêu được cao phiếu nhất, Nông Đức Mạnh chỉ được một phiếu, người về nhì là ông Nguyễn Văn An, dù ông An không nằm trong bốn người được ông Đỗ Mười đề cử. Sự xuất hiện quá sớm đã khiến cho ông An thêm thận trọng.

Ông Nguyễn Văn An thường tìm cớ vắng mặt trong các phiên họp mà Bộ Chính trị bàn nhân sự có liên quan đến mình: trước Đại hội IX thì lấy cớ về nuôi mẹ bệnh[592]; trước Đại hội X, ông công du các nước châu Mỹ Latinh. Có mặt trong những phiên họp như vậy, nếu được giới thiệu mà từ chối thì không thật lòng, không từ chối thì dễ trở thành mục tiêu của các đợt tấn công chính trị. Ông An biết, sau một nhiệm kỳ trên cương vị trưởng Ban Tổ chức Trung ương, ơn huệ cũng lắm mà oán thán cũng nhiều[593].

Ông Nguyễn Văn An cho rằng: "Ông Kiệt quan tâm đến vấn đề cán bộ và nhận thức về tôi cũng chậm. Ông Kiệt là một người rất khéo dùng người cho những công trình lớn nhưng ông thường quan tâm đến chính sách, đường lối chứ ít quan tâm đến công tác cán bộ. Ông Kiệt không nâng đỡ những người thân quen, không co cụm trong lợi ích riêng. Có lúc tôi phải nói: anh phải lo nhân sự, chứ chỉ chăm lo đường lối thì lấy ai làm". Theo ông Nguyễn Văn An: "Công tác nhân sự rất phức tạp, chuẩn bị sai thì hỏng, chuẩn bị đúng mà không đúng lúc cũng không thành. Đảng ta sai lầm về cán bộ rất nhiều. Ngay từ Đại hội VI, chọn ông Nguyễn Văn Linh đã không đúng. Ông ấy không phải là người đổi mới. Ông Linh chọn ông Đỗ Mười cũng không đúng. Ông Mười chọn Lê Khả Phiêu cũng không đúng. Đến khi chọn Nông Đức Mạnh thì sai".

---

[592] Trả lời phỏng vấn Huy Đức, Thời báo Kinh tế Sài Gòn, số 27, ngày 28-06-2001: "**TBKTSG**: Có ít nhất hai lần, khi lãnh đạo Đảng bàn nhân sự, nghe nói, đã đề cập đến ông như là một trong những nhân vật trung tâm, nhưng, cứ bàn đến ông thì ông lại vắng vì lý do đi thăm mẹ? **Nguyễn Văn An** (cười to): Cái này là đi sâu vào đời tư đây. Làm cán bộ thì bao giờ cũng phải đặt lợi ích quốc gia lên trên. Nhưng cán bộ nào thì cũng là con người thôi, mà con người thì ngoài nghĩa vụ với đất nước còn phải có nghĩa vụ với những người ruột thịt, với mẹ. Mẹ tôi có ba người con gái, mình tôi là con trai, con trai út. Khi tôi ở Hà Nội, tôi mời mẹ lên, mẹ không lên. Chị gái kế tôi bị đau chân không đi lấy chồng, mẹ thương chị nên ở lại Nam Định. Lúc ấy, anh Huỳnh Công Thơ, người giới thiệu tôi vào Đảng, đọc lý lịch tôi, thấy vậy nói: 'An ơi, mày về Nam Định chăm mẹ đi, không sau này ân hận đấy'. Tôi nghe anh ấy, mặc dù bạn bè lúc ấy ai cũng khuyên nên ở Hà Nội. Sau này, trên lại điều tôi ra Hà Nội. **TBKTSG**: Ông vẫn chưa nói về cuộc họp liên quan đến cương vị của ông mà ông xin nghỉ họp để về thăm mẹ? **Nguyễn Văn An**: Hôm ấy mẹ tôi bị bệnh. Cụ có người em họ làm y tá trong quân đội, mọi lần mẹ bệnh, ông ấy vẫn chữa cho, rất nhanh. Lần này, cụ không cho tiêm, người nhà mới gọi tôi về. Tôi về thì cụ đã quá sức, một tuần sau cụ đi. Mẹ tôi mất năm 97 tuổi, tôi cứ ân hận, nếu tôi có điều kiện chăm sóc, cụ có thể sống hơn trăm tuổi. Tôi nghĩ, với một cán bộ cũng như với một người bình thường, nghĩa vụ với bố mẹ, anh em rất quan trọng. Anh hiếu thì sẽ trung, anh trung thì sẽ hiếu".

[593] Ngày 27-6-2001, khi Quốc hội bỏ phiếu bầu Chủ tịch Quốc hội, ông Nguyễn Văn An chỉ nhận được 60,02% số phiếu.

Về sau, ông Nguyễn Văn An nhận ra vấn đề của Đảng Cộng sản Việt Nam là "lỗi hệ thống". Nếu như năm 2001, ông không tán thành tranh cử trong Đảng[594] thì năm 2010, ông công khai đề nghị trên báo Vietnamnet: "Công nhận sở hữu tư nhân, bãi bỏ chế độ công hữu về tư liệu sản xuất; bãi bỏ chế độ 'đảng chủ', áp dụng tam quyền phân lập; thực hiện dân chủ theo nguyên tắc phải có tranh cử, phải công khai minh bạch". Nhưng, hệ thống chính trị mà ông đã cả đời phục vụ nhanh chóng dập tắt sự lan tỏa của đề nghị này[595]. Đại hội XI vẫn diễn ra theo đúng truyền thống: bộ máy cũ sản sinh ra chính nó.

SỞ HỮU TOÀN DÂN

Chiều 18-1-2011, với số phiếu biểu quyết 61,70%, Đại hội lần thứ XI Đảng Cộng sản Việt Nam đã chọn định nghĩa đặc trưng của chủ nghĩa xã hội là "có nền kinh tế phát triển cao dựa trên lực lượng sản xuất hiện đại với quan hệ sản xuất tiến bộ phù hợp" thay vì theo định nghĩa cũ trong "Cương lĩnh 1991" là phải "có nền kinh tế phát triển cao dựa trên lực lượng sản xuất hiện đại và chế độ công hữu về tư liệu sản xuất là chủ yếu".

---

[594] Chủ tịch Nguyễn Văn An trả lời phỏng vấn Huy Đức, Thời báo Kinh Tế Sài Gòn 28-6-2001: "**TBKTSG**: Thưa ông, ở Đại hội 9 vừa qua, danh sách bầu cử Ban chấp hành Trung ương đã nhiều hơn số cần bầu khá nhiều. Đặc biệt, danh sách bầu Bộ Chính trị có tới 27 người để chỉ bầu lấy 15. Điều đó là cần để giúp cho các đại biểu có sự lựa chọn dân chủ. Tuy nhiên, ở đây lại xuất hiện một vấn đề khác, những người bỏ phiếu có thực sự biết rõ người họ bầu là ai không? **Nguyễn Văn An**: Để phát huy dân chủ trong công tác cán bộ không phải đơn giản. Muốn có dân chủ, theo tôi, phải có thông tin. Đại hội lần này, thông tin có khá hơn: phiếu trong Trung ương thế nào; ý kiến nơi cư trú thế nào; ở cơ quan thế nào; kết quả kiểm điểm Trung ương 6, lần 2 thế nào... đều được gửi đến đại biểu. Vấn đề là thông tin ấy phải chính xác, ví dụ thông tin ở nơi cư trú. **TBKTSG**: Nơi cư trú thì làm sao nhận xét chính xác về một cán bộ ở cấp Trung ương thưa ông? **Nguyễn Văn An**: Đúng là có những người có vấn đề mà nơi cư trú vẫn đánh giá tốt, có người có vấn đề ở mức độ, nơi cư trú nhận xét quá gay gắt. Khi ấy phải bổ khuyết bằng kết luận của Ủy ban kiểm tra Trung ương của Bộ Chính trị. Nhưng đáng tiếc, có đại biểu nói là họ không đọc hoặc đọc không hết những tài liệu ấy. Không có gì tuyệt đối hết, muốn phát huy dân chủ thì thông tin là hết sức quan trọng. Ngay Quốc hội họp đây, thông tin đến đây như thế nào, khả năng tiếp nhận thế nào cũng là một vấn đề. Để thực hiện dân chủ không phải đơn giản. **TBKTSG**: Thưa ông, tại sao không phát huy dân chủ bằng cách cho tranh cử? Ta hay có ấn tượng với tranh cử nhưng tranh cử thực chất chỉ là một hình thức cung cấp thông tin cho người bỏ phiếu? **Nguyễn Văn An**: Đây là vấn đề lớn, vấn đề khó. Tranh cử có cái hay nhưng không phải không có cái dở. Để có một trình độ tranh cử văn minh không đơn giản, tranh cử không khéo sẽ thành tranh giành, cục bộ. Hiện giờ trong Đảng mình chỉ bàn bạc dân chủ rồi phân công. Đảng phải làm sao đảm bảo có dân chủ mà trong Đảng vẫn giữ được sự thống nhất. Vấn đề như tôi nói ở trên là "ý Đảng lòng dân" phải là một. Quốc hội là cơ quan đại biểu của nhân dân cho nên Đảng rất cần phải lắng nghe Quốc hội. Trước đây, có một số trường hợp chưa nghe hết ý kiến Quốc hội... **TBKTSG**: Nếu Đảng cử hai ứng cử viên cho mỗi chức danh thì thưa ông, khi bầu, Quốc hội có điều kiện lựa chọn tốt hơn chứ? **Nguyễn Văn An**: Chúng tôi cũng đã từng bàn. Nhưng đây là vấn đề rất nhạy cảm. Phải hết sức cân nhắc, phải lường trước hậu quả của nó. Thường thì vấn đề nhân sự, trong Đảng đã phải cân nhắc rất kỹ, bàn rất kỹ trước khi quyết định".

[595] Bài báo được đưa từ Vietnamnet đưa lên: **http://tuanvietnam.vietnamnet.vn/2010-12-05-nguyen-chu-tich-quoc-hoi-ban-ve-phuong-thuc-cam-quyen-cua-dang**, nhưng, chỉ sau bốn mươi tám giờ, tổng biên tập của tờ Vietnamnet nhận được lệnh trực tiếp từ Bộ trưởng Bộ Thông tin Truyền thông, buộc gỡ bỏ.

Tuy nhiên, người thuộc về thiểu số bảo vệ chế độ công hữu về tư liệu sản xuất, ông Nguyễn Phú Trọng, đã trở thành tổng bí thư chứ không phải là một nhân vật thuộc số đông ủng hộ "quan hệ sản xuất tiến bộ và phù hợp"[596].

Công hữu là đặc trưng quan trọng nhất của chủ nghĩa xã hội, nó được xác lập trong Tuyên Ngôn Đảng Cộng Sản viết năm 1848. Mở đầu Tuyên ngôn, các giả của nó, Friedrich Engels và Karl Marx, tuyên bố rằng: "Sự sụp đổ của giai cấp tư sản và thắng lợi của giai cấp vô sản đều là tất yếu". "Mười phương pháp nhằm xóa bỏ chủ nghĩa tư bản và xây dựng chủ nghĩa cộng sản" mà Marx và Engels kêu gọi gồm: "Tước đoạt sở hữu ruộng đất và trao nộp tô vào quỹ chi tiêu của nhà nước; áp dụng thuế luỹ tiến cao; xóa bỏ quyền thừa kế; tịch thu tài sản của tất cả những kẻ lưu vong và của tất cả những kẻ phiến loạn; tập trung tín dụng vào tay nhà nước thông qua một ngân hàng quốc gia với tư bản của nhà nước và ngân hàng này sẽ nắm độc quyền hoàn toàn; tập trung tất cả các phương tiện vận tải vào trong tay nhà nước; tăng thêm số công xưởng nhà nước và công cụ sản xuất…".

Trong "tám đặc trưng" [597] của chủ nghĩa xã hội mà cương lĩnh của Đảng xác định cho đến trước Đại hội XI, chỉ có "đặc trưng thứ ba", về mặt lý thuyết, là còn mang dấu hiệu của chủ nghĩa xã hội kinh điển. Nhưng hai ủy viên Trung ương sắp sửa về hưu, Bộ trưởng Kế hoạch Đầu tư Võ Hồng Phúc và cựu Thống đốc Ngân hàng Lê Đức Thúy, chiều 13-1-2011, khi yêu cầu sửa đổi "đặc

---

[596] Ông Nguyễn Phú Trọng sinh ngày 14-4-1944 ở xã Đông Hội, huyện Đông Anh, Hà Nội - cha mẹ là nông dân - ông thuộc thế hệ đầu tiên "lớn lên dưới mái trường xã hội chủ nghĩa". Ông Trọng được mô tả là mê văn học dân gian từ nhỏ. Năm 1963, ông vào khoa Văn, trường Đại học Tổng hợp Hà Nội và như nhiều học sinh, nghiên cứu sinh miền Bắc thời đó, thành công của Nguyễn Phú Trọng gắn liền với việc ngợi ca thơ Tố Hữu. Khóa luận tốt nghiệp đại học của ông là "Thơ ca dân gian với nhà thơ Tố Hữu" được nói là đạt điểm tối ưu duy nhất của Khóa. Điều này đã giúp ông được kết nạp Đảng khi sắp sửa ra trường. Tốt nghiệp, ông được điều về tạp chí Học Tập (tiền thân của tạp chí Cộng Sản). Bài báo đầu tiên mà ông viết khi trở thành phóng viên của tờ tạp chí khô khan này được đăng trên một tờ báo bạn, ca ngợi thơ ca của Bí thư Trung ương Đảng kiêm Trưởng ban Tuyên huấn, bài viết có tên "Phong vị ca dao dân ca trong thơ Tố Hữu"(tạp chí Văn Hóa 11-1968). Năm 1973, ông Trọng được đưa đi làm nghiên cứu sinh kinh tế chính trị tại Trường Đảng Cao cấp Nguyễn Ái Quốc, "tập trung nghiên cứu trực tiếp các tác phẩm kinh điển của chủ nghĩa Marx - Lenin". Năm 1981, ông được đưa đến Liên Xô và trong vòng hai năm, ông vừa học tiếng Nga vừa lấy bằng phó tiến sỹ. Tháng 8-1983, ông Nguyễn Phú Trọng về nước làm phó Ban Xây dựng Đảng của tạp chí Cộng Sản, một chức vụ có "hàm" vụ phó, tháng 8-1991, ông Nguyễn Phú Trọng đã được đưa lên chức tổng biên tập với hàm bộ trưởng; Tháng 1-1994, tại hội nghị giữa nhiệm kỳ của Đảng, ông được đưa vào Ban Chấp hành Trung ương cùng với mười chín người khác. Tháng 12-1997, sau hơn một năm được "luân chuyển" xuống Hà Nội làm phó bí thư Thành ủy, ông Trọng lại được bổ sung vào Bộ Chính trị; Tháng 1-2000, làm bí thư Thành ủy Hà Nội kiêm nhiệm chủ tịch Hội đồng Lý luận Trung ương, phụ trách công tác lý luận của Đảng.

[597] "Dân giàu, nước mạnh, dân chủ, công bằng, văn minh; do nhân dân làm chủ; có nền kinh tế phát triển cao dựa trên lực lượng sản xuất hiện đại là chế độ công hữu về các tư liệu sản xuất là chủ yếu; có nền văn hóa tiên tiến, đậm đà bản sắc dân tộc; con người có cuộc sống ấm no, tự do, hạnh phúc, có điều kiện phát triển toàn diện; các dân tộc trong cộng đồng Việt Nam bình đẳng, đoàn kết, tôn trọng và giúp nhau cùng phát triển; có nhà nước pháp quyền xã hội chủ nghĩa của nhân dân, do nhân dân, vì nhân dân do Đảng Cộng sản lãnh đạo; có quan hệ hữu nghị và hợp tác với nhân dân các nước trên thế giới".

trưng" này đã không thể nói thẳng ra rằng, các đặc trưng mà văn kiện Đảng đề cập không hề mang dáng dấp của cái gọi là định hướng xã hội chủ nghĩa mà Marx và Engels đã nói. Cuộc biểu quyết bằng phiếu kín hôm 18-1-2011 chỉ có ý nghĩa như một hành động cách mạng khi các nhà lãnh đạo mới khai thác "chữ nghĩa" trong văn kiện Đảng.

Chiều 18-1-2011, khi điều khiển phiên họp toàn thể của Đại hội Đảng lần thứ XI biểu quyết lựa chọn giữa "chế độ công hữu về tư liệu sản xuất" và "quan hệ sản xuất tiến bộ phù hợp", ông Nguyễn Phú Trọng hứa với Đại hội "thiểu số sẽ phục tùng đa số". Nhưng, tháng 5-2012, Ban Chấp hành Trung ương mà ông Nguyễn Phú Trọng là tổng bí thư vẫn quyết định duy trì "chế độ công hữu" với đất đai, "tư liệu sản xuất" quan trọng nhất[598].

Hiến pháp 1959 vẫn chưa "quốc hữu hóa đất đai" như Hiến pháp 1936 của Liên Xô mà nó được coi là một bản sao. Cho dù, từ thập niên 1960 ở miền Bắc và từ cuối thập niên 1970 ở miền Nam, ruộng đất của nông dân đã bị buộc phải đưa vào tập đoàn, hợp tác xã, đất đai chỉ chính thức thuộc về "sở hữu toàn dân" kể từ Hiến pháp 1980.

Bộ trưởng Tư pháp Nguyễn Đình Lộc[599] nói: "Trong Dự thảo Hiến pháp 1980 do Chủ tịch Trường Chinh trình Bộ Chính trị vẫn duy trì đa hình thức sở hữu đối với đất đai, trên cơ sở khuyến khích năm thành phần kinh tế. Nhưng Hiến pháp 1980 là Hiến pháp Lê Duẩn. Tổng Bí thư Lê Duẩn quan niệm: Đối với những nước lạc hậu phải dùng quan hệ sản xuất tiên tiến để kéo lực lượng sản xuất lên. Công hữu khi ấy được coi là quan hệ sản xuất tiên tiến. Đặc biệt, năm 1980 Lê Duẩn lại đang say sưa với làm chủ tập thể". Ông Tôn Gia Huyên, năm 1980 là Vụ phó Vụ Quản lý đất đai, bổ sung: "Ý kiến của Bộ Nông nghiệp và của Vụ chúng tôi là vẫn giữ ba hình thức sở hữu: sở hữu toàn dân (nhà nước), sở hữu tập thể, sở hữu tư nhân. Biên bản ghi rõ thế. Nhưng về sau tôi biết, đêm trước khi bỏ phiếu, Bộ Chính trị quyết định chỉ giữ một hình thức: sở hữu toàn dân"[600].

---

[598] Hội nghị lần thứ Năm (bế mạc ngày 15-5-2012) vẫn tiếp tục khẳng định: "Đất đai thuộc sở hữu toàn dân".
[599] 1992-2002.
[600] Phát biểu trong phiên bế mạc Hội nghị Ban chấp hành Trung ương, họp từ ngày 4 đến ngày 10-9-1980, Lê Duẩn nói: "Nhân đây, tôi nhấn mạnh một điểm rất quan trọng trong Dự thảo Hiến pháp mới là chuyển toàn bộ đất đai thành sở hữu toàn dân Đề ra như vậy hoàn toàn đúng với quy luật tiến lên chủ nghĩa xã hội, đúng với thực trạng ruộng đất nước ta, phù hợp với lợi ích của toàn xã hội và phù hợp lợi ích của chính nông dân. Thật vậy, nguyên tắc của chủ nghĩa xã hội là tất cả những tư liệu sản xuất cơ bản phải thuộc về của chung. Nhà nước xã hội chủ nghĩa phải thống nhất quy hoạch và có chính sách khai thác hợp lý, đầu tư thích đáng, bảo vệ và bồi bổ đất đai trên phạm vi cả nước cũng như ở từng vùng kinh tế, làm sao cho toàn bộ đất đai bảo đảm nuôi sống hơn 50 triệu người, làm sao đưa nông nghiệp lên sản xuất lớn xã hội chủ nghĩa để phục vụ đắc lực sự nghiệp công nghiệp hóa nước nhà. Chỉ với điều kiện chuyển toàn bộ đất đai thành sở hữu toàn dân mới làm được như thế".

Từ ngày 4 đến ngày 10-9-1980, Ban Chấp hành Trung ương Đảng "họp hội nghị toàn thể để xem xét bản Dự thảo Hiến pháp". Trong phiên bế mạc, Tổng Bí thư Lê Duẩn có bài nói chuyện với tựa đề: "Hiến pháp mới, Hiến pháp của chế độ làm chủ tập thể xã hội chủ nghĩa". Sau khi điểm lại những "công lao to lớn của Đảng Cộng sản Việt Nam", phân tích mối quan hệ giữa "tư tưởng làm chủ tập thể" với chủ nghĩa Marx - Lenin, Tổng Bí thư Lê Duẩn tuyên bố: "Làm chủ tập thể là tinh thần cơ bản, là nội dung nhất quán của Hiến pháp mới… Nhân đây, tôi nhấn mạnh một điểm rất quan trọng trong Dự thảo Hiến pháp mới là chuyển toàn bộ đất đai thành sở hữu toàn dân".

Sau chiến thắng 1975, theo ông Nguyễn Đình Lộc: "Ông Lê Duẩn coi mình là trung tâm của lý luận và những người còn lại thì không ai phản đối". Tuy Hiến pháp 1980 quốc hữu hóa đất đai nhưng theo ông Tôn Gia Huyên: "Ông Trường Chinh chủ trương giữ nguyên hiện trạng chứ không tịch thu ruộng đất như điều mà Lenin đã làm với kulak ở Nga sau năm 1917. Ông yêu cầu ghi vào Điều 20 của Hiến pháp 1980: Những tập thể và cá nhân đang sử dụng đất đai được tiếp tục sử dụng và hưởng kết quả lao động của mình theo quy định của pháp luật".

Người có vai trò quyết định trong tiến trình sửa đổi Hiến pháp năm 1992 là Tổng Bí thư Đỗ Mười thì theo Trưởng Ban Biên tập Hiến pháp 1992 Nguyễn Đình Lộc, "bị hạn chế trong tư tưởng của Lê Duẩn". Theo ông Lộc: "Tổng Bí thư Lê Duẩn coi quốc hữu hóa đất đai là một tiến bộ của chủ nghĩa xã hội. Trong tình hình Đông Âu sụp đổ, chủ nghĩa xã hội là rất thiêng liêng. Khi chuẩn bị bài phát biểu về Hiến pháp cho Tổng Bí thư Đỗ Mười, tôi có trình bày, nhưng ông Đỗ Mười nghiêng về sở hữu toàn dân. Ông lập luận, trước sau gì cũng tới đó nên cứ để vậy. Khi ấy, không ai có đủ dũng cảm đứng lên đòi bỏ sở hữu toàn dân, vì đó là một vấn đề nhạy cảm".

Theo ông Phan Văn Khải: "Thủ tướng Võ Văn Kiệt và tôi muốn sửa Hiến pháp theo hướng trao quyền sở hữu ruộng đất cho nông dân nhưng không thành công, chúng tôi đành phải tìm ra khái niệm 5 quyền cho người sử dụng đất". "5 quyền" mà ông Phan Văn Khải đề cập trên đây được ghi trong Luật Đất đai 1993 là một bước tiến so với những gì xác lập trong Chiến lược Phát triển kinh tế - xã hội mà Đại hội VII thông qua hồi tháng 6-1991[601]. Phó

---

[601] "Chiến lược phát triển kinh tế - xã hội" mà ông Phan Văn Khải làm Tổ trưởng biên tập ghi: "Đất đai thuộc sở hữu toàn dân. Các hộ nông dân được Nhà nước giao quyền sử dụng ruộng đất lâu dài và cấp giấy chứng nhận. Luật pháp quy định cụ thể việc thừa kế và chuyển quyền sử dụng ruộng đất".

Thủ tướng Nguyễn Công Tạn, trưởng Ban Soạn thảo Luật Đất đai 1993, nói: "Tôi biết trong bụng một số ông muốn cho người dân quyền tư hữu đất đai, nhưng đã vào Bộ Chính trị là không còn ông nào dám đưa ra chính kiến. Ông Kiệt, ông Khải muốn cho tư nhân sở hữu đất đai mà không dám nói. Tôi cũng muốn cho tư nhân sở hữu đất đai và tuy chỉ là Trung ương ủy viên, tôi cũng không dám nói".

Quan hệ ruộng đất thực hiện theo "các chính sách của nhà nước Cộng hòa xã hội chủ nghĩa Việt Nam" đã làm kiệt quệ đời sống nông dân. Chỉ thị 100, ban hành năm 1981, từng được coi là một bước tiến trong nông nghiệp. Nhưng, theo chính sách này ruộng đất vẫn nằm trong tay hợp tác xã, trên vai người nông dân vẫn phải mang gánh nặng của bộ máy quan liêu. Tham ô, lãng phí trong các hợp tác xã đã lấy hết phần lớn sản phẩm của người nông dân [602]. Năm 1987, phần vì thiên tai, phần chủ yếu do chính sách đất đai, sản lượng lương thực giảm gần một triệu tấn, từ tháng 3-1987 nhiều địa phương bắt đầu bị đói.

Đầu năm 1988, nạn đói lan ra ở hai mươi mốt tỉnh, thành miền Bắc với hơn 9,3 triệu người thiếu ăn, trong đó có 3,6 triệu người "đứt bữa và đói gay gắt". Quốc hội nhận được báo cáo: "Có nơi, xuất hiện người chết đói". Theo nhà báo Thái Duy: "Gần như cả nước thiếu ăn, một vài tỉnh mang dáng dấp của nạn đói năm Ất Dậu (1945). Người ăn xin đổ về Hà Nội đông khác thường, không riêng lẻ như trước mà đi từng gia đình. Ở quê không có gì ăn cả" [603]. Cuộc sống và phản ứng của người dân đã làm thay đổi tư duy của một số nhà lãnh đạo

---

[602] Theo Báo cáo Tổng kết 32 năm phong trào hợp tác hóa nông nghiệp (1958-1990) thì sau một thời gian áp dụng Khoán 100, nhiều nơi, người lao động chỉ còn được hưởng 16-20% sản lượng lương thực mà họ làm ra khi nhận khoán. Động lực sản phẩm bị triệt tiêu, nông dân lại không có cảm giác an tâm vì sự bấp bênh ruộng khoán. Năm 1981, năm đầu thực hiện Chỉ thị 100, sản lượng lương thực trên cả nước tăng thêm một triệu tấn. Năm 1982, mức tăng bắt đầu chững lại; tới năm 1983, 1984 thì mức tăng giảm đáng kể. Tình trạng nông dân nợ "sản phẩm" tăng lên, nhiều nơi xã viên bắt đầu trả khoán.

[603] Trước tình hình đó, chủ nhiệm Văn phòng Quốc hội và Hội đồng Nhà nước đã cử một đoàn cán bộ kiểm tra về Thanh Hóa, nơi có "cái đêm hôm ấy đêm gì" của Phùng Gia Lộc. Ông Nguyễn Ngọc Thọ, thành viên trong đoàn kiểm tra này của Quốc hội, kể lại: "Ở một số xã gay go nhất của ba huyện Quảng Xương, Nông Cống, Tĩnh Gia... làng xóm tiêu điều, người qua lại thưa thớt, ai cũng xanh xao, hốc hác, nhớn nhác đi tìm thức ăn. Những quả, củ, lá cây có thể ăn được đều đã bị đào bới, vặt trụi. Ruộng đồng, vườn tược xơ xác, chỉ còn vài mảnh nửa xanh, nửa úa vàng. Khi mà con người bị đói quá, không còn gì để ăn, thì mọi vật dụng quý giá xung quanh đều vô nghĩa. Có người đã dỡ nhà, chẻ cây que thành củi ra chợ đổi một bó lấy ba bát bột mì, bột ngô, nhưng rồi chẳng có ai còn bột mà đổi. Có người đem xe đạp Phượng Hoàng ra rao bán lấy mười lăm ký gạo, sau giảm xuống mười ký cũng không có ai mua. Đồng hồ, khuyên tai, nhẫn vàng... đều không có sức hấp dẫn nữa". Trong một trận đói trước đó ở Thanh Hóa, theo ông Nguyễn Thành Thơ, phó chủ tịch Hội Nông dân Việt Nam, ông đã gặp một người đàn ông phải cắt bắp chân của mình để nấu cháo cứu con qua trận đói.

và buộc Đảng phải thay đổi một phần chính sách trong đó có chính sách khoán trong nông nghiệp mà về sau gọi là "Khoán 10" hoặc "Nghị quyết 10"[604].

Sau khi thừa nhận những chính sách trước đó, kể cả Chỉ thị 100, đã không khắc phục được tình trạng "tự cấp, tự túc, chia cắt và độc canh", Nghị quyết 10 đã cho các hộ cá thể, tư nhân nhận "khoán đất ruộng, đất rừng và mặt nước để họ tổ chức sản xuất, kinh doanh"[605], đặc biệt, nông dân còn "được giao quyền thừa kế" đất khoán này cho con cái, và trong trường hợp chuyển sang làm nghề khác được phép "chuyển nhượng quyền tiếp tục sử dụng cho chủ khác". Cùng với quyết định bãi bỏ chính sách "ngăn sông, cấm chợ"[606], chỉ đơn giản là giao ruộng đất cho dân, Nghị quyết 10 đã tạo ra một cuộc cách mạng thật sự trong sản xuất nông nghiệp.

Tháng 3-1988, nạn đói vẫn đang hoành hành ở hai mươi mốt tỉnh thành. Tháng 7-1989, đã có 516.000 tấn gạo được đưa lên tàu xuất khẩu. Cả năm 1989, Việt Nam xuất khẩu gạo lên tới 1,4 triệu tấn. Người nông dân ngay sau đó đã "suy nghĩ trên luống cày" của mình và họ đã "đồng khởi" lần thứ hai để đòi lại đất đai trước đó bị ép đưa vào tập đoàn, hợp tác. Ông Nguyễn Văn Linh, cho dù gặp không ít khó khăn chính trị, đã chấp nhận để nông dân mang ruộng đất của mình ra khỏi các tập đoàn, hợp tác xã[607]. Bằng quyết

---

[604] Nghị quyết 10 "về đổi mới quản lý kinh tế nông nghiệp" được Bộ Chính trị thông qua ngày 5-4-1988. (Khi làm trưởng Ban Cải tạo Nông nghiệp, Võ Chí Công đã cùng Tố Hữu, Vũ Oanh, hô hào xây dựng đại trà hình thức tập đoàn ở miền Nam. Năm 1981, Võ Chí Công nhận thấy sự bế tắc của hợp tác xã và tập đoàn, ông ủng hộ "khoán sản phẩm" và muốn cho khoán luôn tới hộ. Sau Đại hội V, khuynh hướng trở về với các nguyên tắc xây dựng xã hội chủ nghĩa lại trỗi dậy. Chính Võ Chí Công, ngày 3-5-1983, đã thay mặt Ban Bí thư ký Chỉ thị 19, đốc thúc "cải tạo triệt để quan hệ sản xuất trong nông nghiệp". Đói kém lại càng trầm trọng. Các nhà lãnh đạo trong đó có Võ Chí Công lại phải thay đổi bằng việc cho ra đời "Nghị quyết 10").

[605] Theo Nghị quyết 10: "Đối với đất trồng rừng và cây công nghiệp dài ngày, có thể giao quyền sử dụng từ 1 đến 2 chu kỳ kinh doanh. Đối với mặt nước và đất trồng cây lương thực, cây công nghiệp hàng năm, thời gian đó có thể từ 15 đến 20 năm".

[606] Ngày 11-3-1987, Phó Chủ tịch thứ Nhất Hội đồng Bộ trưởng Võ Văn Kiệt ký Quyết định 80-CT: "Bãi bỏ các trạm kiểm soát trên tất cả các tuyến giao thông trong nước".

[607] Theo ông Nguyễn Thành Thơ, lúc bấy giờ là phó chủ tịch Hội Nông dân Việt Nam: "Một hôm, khoảng bảy giờ tối, anh Nguyễn Văn Linh kêu tôi đến, vào buồng vắng lạnh, anh ngồi bó gối nói: 'Anh báo cáo tình hình nông dân cho tôi nghe'. Tôi báo cáo mặt tốt về chính trị xã hội, mặt khó khăn về kinh tế đời sống. Anh khoát tay: 'Anh thấy không, họ ham xã hội chủ nghĩa hình thức, họ đánh sập nền kinh tế nông dân, nền kinh tế nông dân bị sập làm sao xây dựng nền kinh tế nào được anh!'. Rồi ông Linh nói: 'Anh thương dân, thương nước, anh phải đi cởi trói cho nông dân'". Sáng hôm sau, ông Nguyễn Thành Thơ quay lại, ông Nguyễn Văn Linh giải thích: "Quan điểm của tôi: Một, họ nói đất đai là sở hữu toàn dân, có chỗ nào nói sở hữu nhà nước đâu, họ quản lý muốn lấy đất ai họ lấy, lấy đất người nọ vụt qua đất người kia, lấy đất người kia vụt qua đất người nọ, nông dân không gắn với đất đai làm sao sản xuất tốt được. Hai, nông dân đổ mồ hôi và máu mới có đất, không ai được quyền tước đoạt, thế mà trắng trợn tước đoạt. Ba, Engels nói, 'sự nghiệp hợp tác hóa là sự nghiệp thế kỷ', họ vào họ đưa đất vào họ ra thì họ lấy đất ra, thế mà tập đoàn viên, xã viên ở ta muốn ra không được lấy đất ra. Bốn, vấn đề giai cấp nông dân là vấn đề chính trị lớn, quyết định thành bại tồn vong của chế độ, của đất nước. Anh thương dân thương nước anh phải đi cởi trói cho nông dân. Anh làm họ bắn anh, nhưng vì dân

định này, ông Nguyễn Văn Linh đã thêm một lần ra tay "cởi trói", lần này là đối với nông dân.

Thế nhưng, những lợi ích to lớn mà quốc gia được hưởng nhờ ruộng đất được giao cho nông dân này đã không làm lung lay ý chí "sở hữu toàn dân" của các nhà lãnh đạo, kể cả Nguyễn Văn Linh. Trong Cương lĩnh mà Đại hội Đảng lần thứ VII (6-1991) thông qua (soạn thảo khi Nguyễn Văn Linh còn là tổng bí thư) vẫn coi đất đai thuộc sở hữu toàn dân.

Trước khi Dự thảo Luật Đất đai 1993 được đưa ra thảo luận, ngày 14-4-1993, ông Đào Duy Tùng thay mặt Ban Bí thư ký Chỉ thị số 18, yêu cầu "lãnh đạo lấy ý kiến nhân dân đối với dự án Luật đất đai". Theo đó, phải "làm cho nhân dân, cán bộ, đảng viên nắm được những quan điểm cơ bản: toàn bộ đất đai đều thuộc sở hữu toàn dân". Đào Duy Tùng yêu cầu: "Đảng đoàn Quốc hội phối hợp với Ban Cán sự đảng Chính phủ, đảng đoàn Mặt trận Tổ quốc, Hội Nông dân, các đoàn thể nhân dân khác" phải "theo dõi sát sao quá trình thảo luận trong phạm vi cả nước, kịp thời giải thích, uốn nắn những tư tưởng và việc làm lệch lạc"[608]. Cũng như thời làm Hiến pháp 1980, một chính sách liên quan đến toàn dân mà một tập thể nhỏ (Bộ Chính trị, Ban Bí thư) đã quyết định trước khi nhân dân được biết.

Luật Đất đai 1993 tuy trao cho người sử dụng đất 5 quyền (sử dụng, chuyển nhượng, thừa kế, thế chấp và cho thuê) đã có một bước lùi khi đặt ra mức hạn điền và, thay vì "giao đất ổn định lâu dài" theo Điều 18 của Hiến pháp, Luật đã quy định thời hạn đối với người sử dụng đất.

Theo ông Tôn Gia Huyên, hạn điền và thời hạn giao đất là đặc trưng, là ranh giới cuối cùng để phân biệt giữa sở hữu tư nhân và sở hữu toàn dân.

---

vì nước anh vẫn phải làm". Vào Nam, ông Nguyễn Thành Thơ gặp Võ Văn Kiệt tại Vĩnh Long, ông Kiệt nói: "Tôi khuyên anh nên thi hành ý kiến anh Nguyễn Văn Linh. Đó là NEP của Lenin chứ không có gì lạ. Anh tiến hành, họ sẽ bắn anh, nhưng anh không từ chối được vì anh đã nhận nhiệm vụ anh Linh giao. Anh đã lên ngựa làm sao anh xuống. Nhưng tôi sẽ đứng sau lưng anh, ủng hộ anh thực hiện".

[608] Ngày 14-4-1993, Đào Duy Tùng thay mặt Ban Bí thư ký Chỉ thị: "Làm cho nhân dân, cán bộ, đảng viên nắm được những quan điểm cơ bản của Đảng và Nhà nước ta: toàn bộ đất đai đều thuộc sở hữu toàn dân, do Nhà nước thống nhất quản lý, Nhà nước chỉ giao cho các tổ chức và cá nhân quyền sử dụng đất, không cho mua bán đất; bảo đảm cho những người làm nghề nông đều có ruộng đất để canh tác, Nhà nước giao ruộng đất cho nông dân sử dụng ổn định lâu dài theo thời hạn thích hợp, người sử dụng đất có nghĩa vụ nộp thuế cho Nhà nước". Ban Bí thư cũng yêu cầu: "Đảng đoàn Quốc hội phối hợp với Ban Cán sự đảng Chính phủ, đảng đoàn Mặt trận Tổ quốc, Hội Nông dân, các đoàn thể nhân dân khác và ban cán sự đảng của các cơ quan hữu quan ở Trung ương, lãnh đạo tốt việc lập kế hoạch và tổ chức thực hiện kế hoạch lấy ý kiến nhân dân; theo dõi sát sao quá trình thảo luận trong phạm vi cả nước, kịp thời giải thích, uốn nắn những tư tưởng và việc làm lệch lạc; tổng hợp đầy đủ, nghiêm túc tiếp thu ý kiến đóng góp của nhân dân để chỉnh lý dự án luật trình Hội nghị lần thứ 5 của Ban Chấp hành Trung ương xem xét, cho ý kiến về những chủ trương lớn, làm cơ sở cho việc hoàn chỉnh dự án Luật đất đai (sửa đổi) trình Quốc hội thông qua vào tháng 6-1993".

Nhưng, các chuyên gia luật cho rằng, đây là trao quyền sở hữu một cách trá hình. Bộ trưởng Tư pháp Nguyễn Đình Lộc thừa nhận: "Vì không muốn xáo trộn chính trị mà phải vi phạm tính pháp lý".

Hiến pháp 1992 chỉ giao cho người sử dụng đất "3 quyền". Thế nhưng, theo ông Tôn Gia Huyên: "Ông Đỗ Mười vẫn cho là mở quá đà. Có những vấn đề Quốc hội định biểu quyết, thậm chí biểu quyết rồi, ông Mười cũng chặn lại. Cứ giờ giải lao là ông Đỗ Mười lại chạy vào phòng Chủ tịch Đoàn có ý kiến". Điển hình là việc xét lại kết quả cuộc biểu quyết ngày 6-4-1992.

Năm giờ chiều ngày 6-4-1992, khi Ban Soạn thảo đưa "quyền thừa kế" ra "xin ý kiến Quốc hội", có 318/422 đại biểu biểu quyết đồng ý. Nhưng ngay sau đó, Chủ tịch Quốc hội Lê Quang Đạo cho rằng, đây là vấn đề quan trọng, cần phải thận trọng, xin Quốc hội để lại chỉnh lý. Đại biểu Trần Thị Sửu, Long An, nói: "Tôi có cảm giác ai đứng sau lưng giật dây Quốc hội". Câu hỏi của bà Sửu đã làm cho ông Lê Quang Đạo, lần đầu tiên, mất bình tĩnh. Ông gần như đập mạnh tay xuống bàn: "Ai! Ai đứng sau lưng giật dây Quốc hội! Đây là một vấn đề phức tạp phải cân nhắc chứ không phải ai cả!"[609]. Tối 6-4-1992, Đảng đoàn Quốc hội nhóm họp quyết định sẽ đưa "quyền thừa kế của người sử dụng đất" ra bàn lại. Nhiều đại biểu cho rằng "biểu quyết lại là vô nguyên tắc"[610].

Tất nhiên, ông Lê Quang Đạo đã phát biểu với tư cách một uỷ viên Trung ương. Cũng như Chủ tịch, đa số đại biểu Quốc hội đều là đảng viên. Chiều 11-4-1992, khi biểu quyết lại, 302/411 đại biểu đã tán thành không ghi quyền thừa kế quyền sử dụng đất vào Điều 18 của Hiến pháp.

Sự thỏa hiệp giữa những người muốn coi đất đai là hàng hóa và những người muốn coi đất đai là tư liệu sản xuất đặc trưng của chủ nghĩa xã hội đã làm biến dạng các chính sách đất đai thời kỳ hậu Hiến pháp. Trong tuần lễ cuối cùng của tháng 6-1993, qua bốn buổi thảo luận trên Hội trường, trong khi các đại biểu miền Nam đề nghị "giao đất lâu dài" như Hiến pháp, các đại biểu miền Bắc và miền Trung lại tán thành giao đất có thời hạn; thậm chí có đại biểu còn đòi rút ngắn thời hạn giao đất xuống còn từ 10-15 năm. Trong

---

[609] Chủ tịch Lê Quang Đạo nói tiếp: "Ai trong chúng ta cũng nói lên tiếng nói của nhân dân, đại biểu cho nhân dân. Nhân dân cả nước có những nguyện vọng chung, giống nhau. Chúng ta đều ý thức điều này và đều ý thức tôn trọng sự lãnh đạo của Đảng. Đảng không áp đặt, Đảng có chính kiến của mình và kiến nghị Quốc hội, nhưng những vấn đề thuộc chức trách, quyền hạn của Quốc hội là do Quốc hội quyết định... Điều 18 có những ý kiến khác nhau, chúng tôi đã xin Quốc hội cho chúng tôi được cân nhắc thêm. Hơn nữa, khi công nhận chuyển quyền sử dụng đất đai, đã bao hàm vấn đề thừa kế cho con cháu quyền sử dụng đất và luật sau này sẽ định chế thêm vấn đề này".

[610] Đại biểu Lê Minh Tùng, An Giang.

tính toán của nhiều người, giao đất có thời hạn nghĩa là sau đó Nhà nước có thể lấy đất lại để giao cho người khác [611].

Luật Đất đai 1993 vì thế không gây phấn khởi như người dân chờ đợi. Đất đai của cha ông để lại, của chính họ đổ mồ hôi nước mắt khai khẩn hoặc bỏ tiền ra mua, sau khi có Luật còn phải ngồi chờ được Nhà nước làm thủ tục giao đất của mình cho mình. Trừ các giao dịch về đất đi liền với nhà ở, việc chuyển nhượng đất đai, đặc biệt là chuyển nhượng đất đi kèm với chuyển quyền sử dụng thường bị hành chính hóa bằng quyết định Nhà nước thu hồi đất của người bán, giao đất ấy cho người mua rồi người mua còn phải đóng 100% tiền sử dụng đất. Người dân cho rằng họ đã phải trả tiền hai lần để có được tờ giấy chứng nhận quyền sử dụng đất [612].

Luật đất đai 1993 còn bỏ ngỏ 18 vấn đề, trong đó có ba vấn đề Chính phủ phải trình Quốc hội hoặc Ủy ban thường vụ Quốc hội quyết định: Quyền và nghĩa vụ của các tổ chức trong nước; Quyền và nghĩa vụ của người nước ngoài thuê đất và Thuế chuyển quyền sử dụng đất.

Chính phủ khi điều hành các giao dịch về đất đai đã dựa trên quan điểm thị trường của mình, coi đất đai là hàng hóa trong khi, quyền sở hữu của người dân về đất đai vẫn là "trá hình". Năm quyền của người sử dụng đất đã được ghi vào Bộ Luật Dân sự 1985 của Việt Nam nhưng trên thực tế, các quyền dân sự này vẫn có thể bị vô hiệu bởi các quyền hành chánh [613]. Chính phủ đầu thập niên 1990 cũng đánh giá tiềm lực nguồn thu từ đất đai rất lớn nên đã định ra

---

[611] Một đại biểu của Thanh Hóa, ông Lê Văn Chi, nói: "Nếu không có thời hạn cụ thể thì thành ra sở hữu tư nhân rồi còn gì; điều đó sẽ gây ra tình trạng phân hóa giàu nghèo ngay và sau này khó xử lý". Đại biểu Đặng Quốc Tiến, Bắc Thái, nói: "Đất ít, người đông, giao có thời hạn thì sẽ bảo đảm cho công tác điều chỉnh đất đai khi có biến động nhân khẩu". Chủ tịch Thành phố Đà Nẵng Nguyễn Bá Thanh, bắt đầu quan lộ từ một chủ nhiệm hợp tác xã, cũng sợ nếu giao đất lâu dài cộng với 5 quyền thì thành tư nhân hóa đất đai. Ông Nguyễn Bá Thanh nói: "Thời hạn ghi trong Dự thảo là thoáng lắm rồi, đi nghĩa vụ quân sự 2 năm thì kêu dài giao đất 20 năm thì bảo ngắn". Trong khi, một đại biểu đến từ Tây Ninh, ông Đặng Văn Lý, cho rằng: "Quy định thời hạn giao đất để làm gì, điều này sẽ làm người dân không yên tâm vì cho rằng Nhà nước lăm lăm lấy lại".

[612] Cho đến tháng 3-1995, chỉ có 23/1.112 trường hợp hợp thức hóa quyền sử dụng đất chịu đóng 100% tiền sử dụng đất.

[613] Năm 1995, ông Bùi Văn Thanh mua của bà Nguyễn Thị Nương, ngụ tại ấp 7, xã Thanh Hòa, Lộc Ninh, Bình Phước một căn nhà kèm theo đất, hợp đồng mua bán được làm bằng giấy tay. Năm 1996, sau khi được Ủy ban Nhân dân huyện Lộc Linh cấp sổ đỏ cho lô đất đã bán cho ông Thanh, bà Nương kiện đòi lại đất. Bà Nương đã thắng kiện vì Tòa tuyên bố hợp đồng bà bán nhà đất cho ông Thanh là vô hiệu, vì vào năm 1995 bà Nương chưa được cấp sổ đỏ nên chưa có quyền chuyển nhượng quyền sử dụng đất (Bản án sơ thẩm số 40/DSST ngày 31-12-2002 của Tòa án huyện Lộc Ninh và Bản án phúc thẩm số 38/DSPT ngày 15-04-2003 của Tòa án Tỉnh Bình Phước). Vụ tranh chấp kể trên không phải là trường hợp cá biệt ở Việt Nam. Quyền sở hữu trá hình không phải lúc nào cũng được thừa nhận. Nếu 5 quyền của người sử dụng đất được đối xử như một tài sản thiêng liêng của công dân thì phần nhà đất mà ông Thanh mua của bà Nương đã thuộc về ông Thanh ngay sau khi ông trả đủ tiền theo thỏa thuận chứ không phải do nhà nước ban phát khi bắt đầu cấp sổ đỏ đối với ruộng đất, sổ hồng đối với nhà. Sổ đỏ, sổ hồng chỉ là một thủ tục ghi nhận giúp minh bạch hóa quyền tài sản của dân chứ tự nó không sinh ra quyền tài sản.

một mức thuế quá cao, khiến cho thị trường địa ốc đóng băng ngay chỉ sau vài năm nhen nhúm[614].

Thị trường địa ốc còn phải chịu rất nhiều tác động sau khi Nghị định 18 được ban hành[615]. Sau khi Hội nghị giữa nhiệm kỳ của Đảng (1-1994) đưa ra "bốn nguy cơ", các chính sách trong đó có chính sách đất đai có khuynh hướng thắt chặt hơn và "sở hữu toàn dân" lại được đặt lên trên những lợi ích mà đất đai mang lại[616]. Nghị định 18 không những trở thành một trong những tác nhân quan trọng dẫn đến sự sụp đổ của các doanh nghiệp đầu tư quá rủi ro vào đất đai như Minh Phụng, EPCO và Tamexco[617] mà còn gây thất thu lớn cho ngân sách[618].

---

[614] Ngày 22-6-1994, Luật thuế Chuyển quyền sử dụng đất được Quốc hội thông qua, theo đó: Trường hợp tổ chức, hộ gia đình, cá nhân chuyển quyền sử dụng đất, sẽ phải chịu thuế suất 10% nếu là đất nông nghiệp, lâm nghiệp, đất nuôi trồng thủy sản và làm muối; 20% nếu là đất ở, đất xây dựng công trình chuyển nhượng lần thứ nhất; 5% với đất ở, đất công trình đã nộp tiền sử dụng đất hoặc chuyển quyền sử dụng đất từ lần thứ hai trở đi; 40% với trường hợp quyền sử dụng đất đồng thời chuyển mục đích sử dụng từ đất nông nghiệp, đặc biệt là từ đất trồng lúa ổn định, sang đất phi nông nghiệp. Ngày 21-12-1999, Quốc hội đã sửa đổi thuế suất theo đó, thuế chuyển quyền sử dụng đất nông nghiệp, thủy hải sản, làm muối chỉ còn 2%; chuyển quyền đất ở, đất công trình chỉ còn 4%.

[615] Ngày 14-10-1994, Ủy ban Thường vụ Quốc hội thông qua Pháp lệnh Quyền và nghĩa vụ của các tổ chức trong nước khi được nhà nước giao đất và cho thuê đất. Trên cơ sở đó, ngày 13-2-1995, Chính phủ ban hành Nghị định 18. Theo đó: các tổ chức trong nước chỉ còn được quyền thuê đất. Nguyên tắc bất hồi tố trong dân sự đã không được áp dụng, Nghị định 18 còn buộc tất cả các tổ chức có đất đã được giao trước đó phải chuyển sang thuê đất.

[616] Ngay sau khi có phản ứng của dư luận, người soạn thảo Pháp lệnh 14-10 và Nghị định 18, ông Tôn Gia Huyên giải thích: "Ta không có chế độ sở hữu tư nhân về ruộng đất, nên ta phải xử lý theo cách mà ta có thể vận dụng được trong nguyên tắc đất đai thuộc sở hữu toàn dân" (Trả lời phỏng vấn của Huy Đức, Tuổi Trẻ 16-3-1995).

[617] Minh Phụng một doanh nghiệp chuyên về may mặc. Năm 1995, Minh Phụng có 10 phân xưởng gia công hàng may, quần áo và giày dép, xuất khẩu; 5 phân xưởng: dệt gòn, nhựa, sản xuất bao bì PP... có thời điểm thu hút trên 9.000 lao động. Nhưng, doanh thu từ các hoạt động đúng chức năng này chỉ chiếm một phần nhỏ. Từ năm 1993, bất động sản trở thành lĩnh vực kinh doanh chính của Minh Phụng. Có những khu đất mà Minh Phụng mua chỉ mấy năm sau đã tăng giá lên hàng chục lần. Nhưng, sau khi Pháp lệnh 14-10 và Nghị định 18 ra đời thị trường địa ốc bắt đầu đóng băng. Để có tiền trang trải, Minh Phụng và sau đó là đối tác của ông, Liên Khui Thìn, tổng giám đốc Công ty EPCO, đã phải nhập sắt thép, phân bón, bất chấp giá cả của các mặt hàng này với mục đích duy nhất là bán ra để có tiền mặt. Để lách luật, đối phó với quy định một doanh nghiệp không được vay, bảo lãnh vượt quá 10% vốn một ngân hàng, Minh Phụng và EPCO đã lập ra một hệ thống hàng chục "công ty con", các công ty này được lập ra chủ yếu để ký các hồ sơ mở tín dụng thư, bảo lãnh hoặc vay vốn ngân hàng, lấy tiền cho Minh Phụng, EPCO đầu tư địa ốc. Chính quyền e ngại một sự sụp đổ nằm ngoài tầm kiểm soát. Ngày 24-3-1997, vào lúc 1 giờ 30 chiều, Tăng Minh Phụng bị bắt và gần như cùng lúc, công an bắt tiếp đối tác của ông: ông Liên Khui Thìn. Ông Tăng Minh Phụng được tiếng là một người dồn hết thời gian và sức lực của mình để xây dựng cơ nghiệp. Nhưng, món nợ của ông và đối tác EPCO là quá lớn, gần 6.000 tỷ đồng và 32,6 triệu USD, trong khi khối tài sản của ông, trên 390 danh mục, gồm 476 đơn vị tài sản là nhà xưởng, dây chuyền sản xuất, máy móc, kho tàng, văn phòng, biệt thự, v.v... chỉ được Tòa định giá 2.232 tỷ đồng. Năm 1999, ông bị tòa tuyên án tử hình vì tội "lừa đảo", ngày 17-7-2003, Tăng Minh Phụng cùng một bị cáo khác bị hành quyết. Bị án tử hình, Liên Khui Thìn sau đó được giảm án xuống chung thân. Cũng bằng phương thức kinh doanh địa ốc tương tự, Giám đốc Tamexco Phạm Huy Phước, Giám đốc Công ty Bình Giã Trần Quang Vinh cũng bị tử hình, án thi hành năm 1998.

[618] Trước kỳ họp thứ 7, Quốc hội Khóa IX, Chính phủ đã gửi tới các đại biểu Quốc hội một báo cáo nói rằng, ngân sách 1995 sẽ thất thu hơn 1.000 tỷ đồng vì những ách tắc do thực hiện Pháp lệnh 14-10 và Nghị định 18.

Ngày 2-7-1998, trong một Hội nghị tại Thành phố Hồ Chí Minh có cả Tổng Bí thư Lê Khả Phiêu tham dự, Thủ tướng Phan Văn Khải nhận xét: "Luật nói đất đai là tài sản vô giá. Nhưng quy định một hồi đất không còn có giá. Luật không công nhận thì thị trường đất đai sẽ hoạt động ngầm thôi. Vấn đề là phải biến cái thị trường ngầm đó trở thành công khai để Nhà nước quản lý". Nhưng, ngày 2-12-1998, khi thông qua Luật "Sửa đổi, bổ sung một số điều của Luật Đất đai" tinh thần "đất đai thuộc sở hữu toàn dân" vẫn lấn át quan điểm thị trường mà Thủ tướng đã trình bày trước đó.

Chính sách hạn điền được ban hành dựa trên tính toán bình quân ruộng đất của từng vùng của thập niên 1990, khi hơn 80% dân số vẫn sống trong khu vực nông thôn. Các nhà lập pháp đã không tính đến khả năng thị trường sẽ điều chỉnh quan hệ này, nhất là khi đô thị và các ngành kinh tế khác thu hút thêm nhiều lao động. Theo Trưởng Ban Soạn thảo Luật Đất đai 1993, ông Nguyễn Công Tạn, "hạn điền và thời hạn giao đất là đặc trưng, là ranh giới cuối cùng để phân biệt giữa sở hữu tư nhân và sở hữu toàn dân".

Chính sách hạn điền đã cản trở chính chủ trương "công nghiệp hóa, hiện đại hóa" của Đảng Cộng sản Việt Nam. Không cho tích tụ ruộng đất thì không thể hiện đại hóa trong sản xuất nông nghiệp. Ruộng đất manh mún khiến cho nông dân, đặc biệt là nông dân miền Bắc tiếp tục cuốc bẫm cày sâu, ruộng ít mà không ít nơi, người nông dân lại bỏ ruộng. Tiến trình công nghiệp hóa vì thế sẽ được thay thế bằng một con đường gây biến động xã hội nông thôn hơn: Nhà nước thu hồi đất của nông dân giao cho các nhà doanh nghiệp phá ruộng làm khu công nghiệp.

Kể từ năm 1993, Luật Đất đai đã được sửa đổi 5 lần. Luật năm 1998 đã sửa đổi tương đối căn bản Pháp lệnh 14-10 và Nghị định 18 [619] nhưng phải đến Luật Đất đai năm 2003, thông qua ngày 26-11-2003, Nhà nước mới công nhận đủ các quyền sử dụng đất cho doanh nghiệp [620]. Điểm tiến bộ nhất của Luật Đất đai năm 2003 là bãi bỏ các điều kiện bắt buộc khi chuyển nhượng quyền sử dụng đất nông nghiệp áp dụng với hộ gia đình và cá nhân [621].

---

[619] Luật có hiệu lực từ 1-1-1999, tuyên bố hết hiệu lực với Pháp lệnh 14-10-1994; Pháp lệnh sửa đổi ngày 27-8-1996.

[620] Thay vì phải thuê, Luật chỉ coi thuê đất như một lựa chọn, các "tổ chức kinh tế" không chỉ được giao đất "xây dựng nhà ở để bán hoặc cho thuê, xây dựng kết cấu hạ tầng" mà còn được giao đất để "làm mặt bằng xây dựng cơ sở sản xuất, kinh doanh". Luật còn giao đất cho "người Việt Nam định cư ở nước ngoài" được giao đất để "thực hiện các dự án đầu tư".

[621] Theo Điều 75 Luật Đất đai 1993 và Điều 706 Bộ luật Dân sự năm 1995: Hộ gia đình, cá nhân sử dụng đất nông nghiệp, đất lâm nghiệp để trồng rừng chỉ được chuyển nhượng quyền sử dụng đất khi "chuyển đến nơi cư trú khác để sinh sống; chuyển sang làm nghề khác; không còn hoặc không có khả năng trực tiếp lao động". Luật Đất đai năm 2003 cho phép cá nhân, tổ chức, hộ gia đình được chuyển nhượng quyền sử dụng đất mà không cần những điều kiện này.

Làm luật cũng là chính quyền, giải thích luật cũng là chính quyền. Khi đất đai càng mang lại nhiều đặc lợi thì "sở hữu toàn dân" lại càng trở thành căn cứ để các chính sách giao cho người ban hành nó có thêm nhiều đặc quyền. Chỉ riêng các điều khoản thu hồi, nếu như từng được quy định khá chặt chẽ trong Luật 1993, đã trở nên rắc rối và dễ bị lũng đoạn hơn trong Luật 2003.

Điều 20, Luật Đất đai 1993 quy định: "Khi hết thời hạn giao đất, nếu người sử dụng đất có nhu cầu tiếp tục sử dụng và trong quá trình sử dụng đất chấp hành đúng pháp luật về đất đai thì được nhà nước giao đất đó để tiếp tục sử dụng". Luật Đất đai được sửa đổi vào ngày 2-12-1998 vẫn giữ nguyên quy định này ở Điều 20.

Đầu tháng 11-1998 khi Quốc hội bàn về Luật Đất đai sửa đổi, không khí thảo luận cho thấy một số đại biểu Quốc hội hiểu về thời hạn theo kiểu, giao đất 20 năm là để 20 năm sau thu hồi, chia lại đất đai một lần nữa. Trưởng Ban Soạn thảo Luật Đất đai 1998, Tổng Cục trưởng Địa chính Bùi Xuân Sơn giải thích: "Luật Đất đai không đặt ra vấn đề thu hồi đất chia lại. Luật chỉ qui định: sau 20 năm người sử dụng đất được giao tiếp tục sử dụng"[622].

Nhưng, ý chí của nhà làm luật đã không được minh định thành giấy trắng mực đen. Năm 2003, khi Quốc hội viết lại Luật Đất đai, tại Điều 38, mặc dù Khoản 7 có ghi: Nhà nước chỉ thu hồi đất khi "cá nhân sử dụng đất chết mà không có người thừa kế"; nhưng, tại Khoản 10 lại mở ra một rủi ro: Nhà nước thu hồi những phần đất không được gia hạn khi hết thời hạn. Hai mươi năm, rất tiếc, vẫn không phải là một thời gian đủ dài để chính quyền thay đổi nhận thức của mình về vấn đề sở hữu. Luật Đất đai nói người sử dụng đất được tiếp tục giao đất khi hết thời hạn nhưng không khẳng định đó là một điều kiện đương nhiên. Tài sản đất đai của người dân bị lệ thuộc rất nhiều vào chính quyền huyện, cấp được Luật giao cho quyền giao và thu hồi đất của cá nhân và hộ gia đình.

Điều 27, Luật Đất đai 1993, quy định: "Trong trường hợp thật cần thiết, Nhà nước thu hồi đất đang sử dụng của người sử dụng đất để sử dụng vào mục đích quốc phòng, an ninh, lợi ích quốc gia, lợi ích công cộng thì người bị thu hồi đất được đền bù thiệt hại". Điều Luật tiếp theo còn đưa ra những điều kiện ràng buộc nhằm tránh sự lạm dụng của Chính quyền. Luật sửa đổi 1998 gần như giữ nguyên tinh thần này. Nhưng, đến Luật Đất đai 2003, Chính quyền có thêm quyền thu hồi đất để sử dụng cho mục đích "phát triển kinh tế".

---

[622] Huy Đức, Tuổi Trẻ 12-11-1998.

Thời Thủ tướng Phan Văn Khải, "mục đích phát triển kinh tế" được minh định trong ba trường hợp: xây dựng khu công nghiệp, khu công nghệ cao và khu kinh tế. Các nghị định ban hành trong thời gian này tuy có đưa danh mục các trường hợp bị thu hồi đất tăng lên [623] nhưng phải tới năm 2007, khi các nhà kinh doanh địa ốc thực sự trở thành một thế lực, Chính phủ Nguyễn Tấn Dũng mới sửa đổi chính sách làm cho đất đai của dân bị thu hồi dễ dàng [624].

Người dân nhận đền bù theo chính sách "thu hồi" chỉ được trả một khoản tiền tượng trưng, rồi chứng kiến các nhà doanh nghiệp được chính quyền giao đất để "phát triển kinh tế" bán lại đất ấy với giá cao hơn hàng chục, có khi hàng trăm lần. Cho dù "đất đai thuộc sở hữu toàn dân", người dân chỉ có các quyền của người sử dụng. Nhưng, sở dĩ ai cũng gắn bó với nó là bởi: Đất ấy không phải được giao không từ quỹ đất công như những quan chức có đặc quyền, đặc lợi; Đất ấy họ đã phải mua bằng tiền; Đất ấy họ phải tạo lập bằng nước mắt, mồ hôi; Đất ấy là của ông cha để lại. Đó là lý do mà gia đình anh Đoàn Văn Vươn, hôm 5-1-2012, và 160 hộ dân Văn Giang, hôm 24-4-2012, phải chọn hình thức kháng cự bằng cách hết sức rủi ro trước lệnh cưỡng chế thu hồi đất [625].

Theo ông Nguyễn Đình Lộc: "Ban Soạn thảo Hiến pháp 1992 nhận thấy Hiến pháp 1980 đã quốc hữu hóa đất đai một cách máy móc, nhưng vẫn phải để yên vì nếu gỡ ngay sẽ trở thành một vấn đề chính trị". Hai mươi năm sau, Đại hội Đảng lần thứ XI đã cho các nhà lãnh đạo Việt Nam một lối thoát chính trị khi định nghĩa đặc trưng của chủ nghĩa xã hội không còn coi "sở hữu

---

[623] Nghị định 181 hướng dẫn chi tiết thi hành. Theo đó, ngoài các trường hợp xây dựng khu công nghiệp, khu công nghệ cao, khu kinh tế như luật định, Nhà nước còn được thu hồi đất đối với các dự án: a) Đầu tư sản xuất, kinh doanh, dịch vụ, du lịch (với điều kiện dự án thuộc nhóm A và không thể đầu tư trong khu công nghiệp, khu công nghệ cao, khu kinh tế); b) Các dự án sử dụng vốn ODA; c) Các dự án đầu tư 100% vốn nước ngoài (với điều kiện dự án không thể đầu tư trong khu công nghiệp, khu công nghệ cao, khu kinh tế). Chỉ riêng loại dự án thuộc nhóm A, theo quy định tại Nghị định 16 (sau đó được thay thế bằng Nghị định 12), được chi tiết hóa thành trên 50 lĩnh vực khác nhau ngoài ra còn đưa thêm các khái niệm như "dự án xây dựng khu nhà ở", "dự án xây dựng công trình dân dụng khác".

[624] Nghị định 84 năm 2007 bổ sung một loạt khái niệm không có trong Luật Đất đai như "Nhà nước thu hồi đất để thực hiện các dự án phát triển kinh tế quan trọng"; Nhà nước thu hồi đất để "xây dựng các khu kinh doanh tập trung". Theo đó, các dự án khu dân cư (bao gồm dự án hạ tầng khu dân cư và dự án nhà ở), trung tâm thương mại, khách sạn cao cấp; dự án khu thương mại - dịch vụ, khu vui chơi giải trí ngoài trời, khu du lịch... đều thuộc danh mục Nhà nước thu hồi đất để phát triển, xây dựng. Danh mục các trường hợp Nhà nước thu hồi đất còn được mở rộng hơn khi Bộ Tài nguyên và Môi trường ban hành Thông tư 06 hướng dẫn thi hành chi tiết.

[625] Ngày 5-1-2012, khi bị huyện Tiên Lãng, Hải Phòng, cưỡng chế thu hồi 19,5 hecta đất đầm do chính anh khai hoang, lấn biển và được huyện, năm 1997 giao với thời hạn 14 năm, người nhà anh Vươn đã dùng súng đạn ghém bắn bị thương 6 công an và bộ đội. Anh Vươn và 3 người em sau đó đã bị bắt, bị khởi tố với tội danh giết người. Ngày 24-4-2012, 160 hộ dân Văn Giang, Hưng Yên, đã chống lệnh cưỡng chế thu hồi đất của họ giao cho dự án Ecopark.

công về tư liệu sản xuất là chủ yếu". Thế nhưng, Nghị quyết Hội nghị Trung ương 5 (tháng 5-2012) vẫn "máy móc" bảo vệ sở hữu toàn dân với đất đai.

Khi hình thành chính sách đất đai, theo ông Tôn Gia Huyên: "Trước sau, ông Võ Văn Kiệt chỉ hỏi tôi một câu: Tại sao đất 5% giao cho nông dân tạo ra của cải nhiều hơn 95% ruộng đất trong hợp tác xã, tập đoàn mà không trả hết đất cho nông dân". Sở hữu toàn dân đối với đất đai không phải là một kinh nghiệm quản lý của ông cha ta mà là một chính sách cop-py từ Liên Xô, một nhà nước đã bị nhân dân lật đổ. Hình thức sở hữu ấy chỉ được giữ để bảo vệ niềm tin của một thiểu số coi nó là đặc trưng của chủ nghĩa xã hội thay vì căn cứ vào các phân tích dựa trên lợi ích của nhân dân và của quốc gia.

"Tập thể hóa" đã được cưỡng bức ở cả miền Bắc và miền Nam để thực hiện mục tiêu mà Nghị quyết Đại hội Đảng lần thứ IV, tháng 12-1976, đưa ra: "Năm 1980 đạt ít nhất 21 triệu tấn lương thực quy thóc". Để rồi, kết quả là: Năm 1976, sản lượng lúa cả nước đang là 11,8 triệu tấn; Năm 1980 chỉ còn 11,6 triệu tấn. Trong các năm từ 1981-1987, nhờ khoán ruộng cho nông dân (theo Chỉ thị 100), sản lượng lương thực mới tăng được lên 17 triệu tấn. Trong khi chỉ trong vòng tám tháng sau khi Bộ Chính trị đồng ý giao ruộng cho nông dân với quyền chuyển nhượng và thừa kế thì người dân đã làm ra một sản lượng lương thực tăng thêm 2 triệu tấn [626].

Chỉ cần có đất trong tay, chỉ sau hai năm, người nông dân đã đưa sản lượng lương thực đạt tới mức mà Đảng mất hàng thập niên để ước mơ. Sản lượng lương thực vượt qua con số 20 triệu tấn trong năm 1989 và lên đến 21,46 triệu tấn trong năm 1990, đạt mức 24,5 triệu tấn trong năm 1993. Năm 1988 đang là một quốc gia đói kém, năm 1989, Việt Nam đã có hơn 1,4 triệu tấn gạo dư đem xuất khẩu. Vậy mà, để bảo vệ định hướng xã hội chủ nghĩa Đảng vẫn không trả lại ruộng đất cho nông dân. Vẫn đặt cuộc sống của những người thực sự làm thay đổi hình ảnh quốc gia trong những rủi ro: hạn điền, thời hạn sử dụng và bất cứ lúc nào cũng có nguy cơ bị thu hồi đất.

Đổi mới đã giúp cho cuộc sống của người dân Việt Nam khá dần lên: Tỷ lệ người nghèo giảm từ 51,8%, năm 1990, xuống còn 14,5%, năm 2008; Tỷ lệ người thiếu đói giảm từ 24,9%, năm 1993, xuống còn 6,9%, năm 2008[627]. Đối

---

[626] Nghị quyết 10 ban hành tháng 4-1988 trong năm ấy sản lượng lương thực tăng lên 2 triệu tấn.
[627] Năm 1995, sau gần 10 năm đổi mới, GDP bình quân đầu người tính theo sức mua, Việt Nam vẫn thua Thái Lan 4,4 lần, thua Singapore 27 lần và thua Hàn Quốc 13 lần. Năm 2009, theo Báo cáo Phát triển Việt Nam của Ngân hàng Thế giới, thu nhập bình quân đầu người của Việt Nam vẫn bị tụt hậu 51 năm so với Indonesia, 95 năm so với Thái Lan và 158 năm so với Singapore. Nhưng, "cơm, áo" chỉ là một phần nhu cầu của con người. Người dân Việt Nam còn xứng đáng được hưởng những giá trị mà người dân ở các quốc gia tự do đang được hưởng.

mới đã biến hàng triệu người vô sản trở thành doanh nhân. Ở tuổi 17, 18, cô học sinh Lý Mỹ đã để cho Đoàn Thanh niên cộng sản dắt tay cùng cán bộ cải tạo đi kê biên tài sản của chính cha mẹ mình (tháng 3-1978) [628]. Đổi mới đã đưa Lý Mỹ trở lại truyền thống gia đình, trở thành một nhà tư sản. Nhưng Lý Mỹ đã phải bước qua biết bao đau thương. Cũng như Lý Mỹ, con đường trở lại làm doanh nhân của hàng triệu người dân Việt Nam cũng thấm đẫm biết bao máu và nước mắt [629].

Nhớ khi "cả nước tiến nhanh, tiến mạnh, tiến vững chắc lên chủ nghĩa xã hội", Việt Nam nhanh chóng trở thành một quốc gia kiệt quệ, dân chúng lầm than, hàng triệu người phải bỏ nước ra đi. Nhớ khi trả lại ruộng đất và một số quyền căn bản cho dân thì đất nước hồi sinh, đời sống người dân bắt đầu cải thiện. Bản chất của đổi mới là từ chỗ Đảng và Nhà nước cấm đoán, tập trung tất mọi quyền hành, đến chỗ để cho dân quyền được tự lo lấy cơm ăn, áo mặc.

Ngay sau khi tuyên bố độc lập, Chủ tịch Hồ Chí Minh viết: "Nếu nước được độc lập mà dân không được hưởng hạnh phúc, tự do thì độc lập cũng không có nghĩa lý gì"[630]. Không thể phủ nhận tầm nhìn của Hồ Chí Minh. Khi ông đưa ra tuyên bố này loài người chưa có Internet, thế giới chưa có toàn cầu hóa, độc lập dân tộc đối với người dân ở nhiều quốc gia vẫn được coi là vô cùng thiêng liêng.

Giá như không phải là ý thức hệ mà tự do và hạnh phúc của nhân dân mới là nền tảng hình thành chính sách của Đảng Cộng sản Việt Nam, đảng do Chủ tịch Hồ Chí Minh sáng lập và lãnh đạo, thì người dân đã tránh được chuyên chính vô sản, tránh được cải cách ruộng đất, cải tạo tư sản, tránh được Nhân Văn - Giai Phẩm, tránh được biết bao binh đao xung đột trong nội bộ dân tộc, gia đình .

---

[628] Xem Chương III, Đánh Tư Sản.
[629] Mặc dù tuyên bố từ con để gây áp lực nhưng trước khi ra đi theo "Phương án II", ông Lý Tích Chương đã tìm một người Hoa thân tín, gửi lại 10 lượng vàng, dặn cứ để cho Lý Mỹ nếm cực khổ, tới khi nào cô không chịu nổi nữa thì đưa số tiền ấy cho cô vượt biên. Khi ngôi nhà cha mẹ để lại cho Lý Mỹ bị chiếm mất, thay vì đấu tranh để trả lại tài sản cho cô, Lý Mỹ lại được động viên, "lý tưởng Đoàn không cần tài sản". Nhưng kể từ đó, cho dù được những đoàn viên cộng sản thế hệ 30-4 gắng quan tâm, Lý Mỹ bắt đầu khép mình, cô độc. Đêm nào Lý Mỹ cũng phải sống trong nước mắt, phải sống trong những lúc đói quay quắt, những lúc bị đòi nợ... Chính tình thương yêu gia đình đã giúp Lý Mỹ vượt qua những cám dỗ. Cô tiểu thư con nhà tư sản ấy, mỗi tối lại đi bưng cà phê, đi dọn bàn kiếm tiền... để học xong đại học. Năm 1985, không thấy Lý Mỹ vượt biên, người bạn của gia đình mới trao lại 10 cây vàng cho cô làm ăn. Đến lúc đó, Lý Mỹ mới biết, chuyện vượt biên của gia đình thành công. Nhưng trong thời gian ở trại tị nạn Malaysia, ông Lý Tích Chương lâm bệnh. Vào đúng hôm gia đình được chấp nhận đi định cư ở Úc, ông Chương mất. Tuy Lý Mỹ đã không bỏ Việt Nam ra đi như gia đình cô tiên liệu, nhưng cô cũng không trở thành một Pavel Korchagin (nhân vật trong tiểu thuyết Thép Đã Tôi Thế Đấy của Nikolai Ostrovsky). Như một thanh thép đã được tôi, Lý Mỹ tự chọn lấy con đường cho mình. Cô nữ sinh điển hình trong chiến dịch cải tạo tư sản năm 1978, 30 năm sau, lại trở thành một nhà tư sản. Lý Mỹ hiện cùng chồng, họa sỹ Nguyễn Văn Vinh, sở hữu bốn công ty kinh doanh trong lĩnh vực truyền thông và xuất nhập khẩu.
[630] Thư gửi UBND các kỳ, tỉnh, huyện và làng, Hồ Chí Minh toàn tập, Nhà Xuất bản Chính trị Quốc gia, 2000, tập 4, trang 64-66.

■ Bí thư tỉnh ủy Kiên Giang Nguyễn Tấn Dũng đón Chủ tịch nước Lê Đức Anh (5-5-1993)
- Ảnh: Cao Phong (TTXVN)

PHỤ LỤC 1. ĐÁNH VÀ ĐÀM

(PHẦN NÀY SỬ DỤNG NHIỀU TƯ LIỆU LẤY TỪ CUỐN ENDING THE VIETNAM WAR [SIMON & SCHUSTER XUẤT BẢN NĂM 2003] CỦA HENRY KISSINGER, TÁC GIẢ CÓ CHỌN LỌC, ĐỐI CHIẾU VỚI CÁC CUỐN SÁCH, CÁC BÀI BÁO CỦA CÁC NHÀ NGOẠI GIAO VIỆT NAM THAM GIA HIỆP ĐỊNH PARIS HOẶC NGHIÊN CỨU VỀ HIỆP ĐỊNH PARIS [CÓ DẪN TRONG PHẦN CHÚ GIẢI] VÀ TRAO ĐỔI TRỰC TIẾP THÊM VỚI NHIỀU NHÂN CHỨNG)

ĐÀM PHÁN

Washington đã từng yêu cầu thương lượng từ năm 1965, nhưng chỉ sau Mậu Thân, Hà Nội mới bắt đầu đàm phán. Đề nghị thương lượng của tổng thống Mỹ Lyndon B. Johnson đã được Hà Nội chấp nhận "trong vòng 72 giờ đồng hồ". Giữa W. Averell Harriman, Cyrus R. Vance và Lê Đức Thọ đã có những cuộc thương lượng công khai và ngầm nhưng không có một thỏa thuận nào đạt được trong cái năm Mậu Thân máu lửa ấy.

Ngày 20-12-1968, một tháng trước khi nhậm chức Tổng thống, Richard Nixon đã gửi một thông điệp tới Hà Nội nói rằng ông sẵn sàng để tiến hành các cuộc đối thoại nghiêm túc; nếu Hà Nội mong muốn *"trao đổi một số ý tưởng chung trước ngày 20-1 (ngày Nixon nhậm chức), các ý kiến này sẽ được xem xét với một thái độ mang tính xây dựng và đảm bảo bí mật tối đa"*. Nhưng *"Phúc đáp của miền Bắc Việt Nam ngày 31-12-1968 hầu như không quan tâm gì đến danh dự và tự trọng. Họ nêu một cách thẳng thừng hai yêu cầu cơ bản: Đơn phương rút toàn bộ lực lượng quân đội Hoa Kỳ và thay thế cái mà Hà Nội gọi là 'bè lũ Thiệu-Kỳ-Hương', cụm từ miệt thị chuẩn mà Hà Nội dùng để gọi giới lãnh đạo Sài Gòn"* [631].

---

[631] Henry Kissinger, Ending the Vietnam War, Simon & Schuster, 2003, trang 55.

Trong khi đó, ở Washington, các phong trào phản đối chiến tranh lại trở nên có tổ chức hơn và dứt khoát hơn. Gần nửa tổng số các trường hợp lính Mỹ chết ở Việt Nam trong thời gian Nixon cầm quyền xảy ra trong sáu tháng đầu tiên. Sau bốn tuần liên tục có số thương vong tổng cộng lên tới 1.500 lính Mỹ, Nixon đã phải hành động, và đòn quân sự đầu tiên mà Nixon nhắm vào là ở Campuchia.

Theo Kissinger, khi chưa chính thức vào Nhà Trắng, Nixon đã gửi cho ông một bức thư đề nghị có một báo cáo chính xác về những gì kẻ địch có ở Campuchia, đồng thời yêu cầu Kissinger nghiên cứu là phải làm gì để phá hủy các căn cứ được xây dựng ở đó. Người Mỹ ở Sài Gòn biết miền Bắc sử dụng cảng Sihanoukville để vận chuyển vũ khí vào miền Nam.

Một tuần sau khi Nixon nhậm chức, vào ngày 30-1-1969, Kissinger, Bộ trưởng Quốc phòng Melvin Laird và tướng Wheeler đã họp tại Nhà Trắng để xem xét khả năng tiếp tục ném bom miền Bắc hay tấn công vào các căn cứ của miền Bắc ở trên đất Campuchia. Trong khi Nixon đang chần chừ, ngày 22-2-1969, Quân Giải phóng đã tiến hành một cuộc tấn công trên khắp miền Nam. Ngay trong tuần đầu tiên, 453 lính Mỹ bị giết; tuần thứ hai, con số này là 336; tuần thứ ba là 351. Nixon giận dữ, nhưng khi ấy ông ta đang ở trên Airforce One bắt đầu chuyến công du ra nước ngoài đầu tiên với tư cách tổng thống.

Trong hai tuần đầu tháng Ba, quân Giải phóng tiến hành 32 cuộc tấn công vào các thành phố lớn ở miền Nam. Theo Kissinger, ngày 15-3-1969, quân Giải phóng đã bắn năm quả Rốc-két vào Sài Gòn. Ngay trong ngày đó, Nixon gọi điện thoại cho Kissinger *"ra lệnh tấn công ngay lập tức bằng B-52"* [632]. Cuộc tấn công bằng B-52 bắt đầu vào ngày 18-3. Ngày 22-3-1969, Washington, thông qua phái đoàn Ngoại giao ở Paris, yêu cầu đàm phán. Theo Kissinger thì chỉ trong vòng 72 giờ, đề nghị nói trên đã được Hà Nội chấp thuận.

Chính quyền Nixon bắt đầu nghiên cứu việc rút quân ngay trong tuần đầu của nhiệm kỳ nhằm tìm kiếm sự ủng hộ của dân chúng và tạo động cơ cho Hà Nội thương lượng. Ngày 10-4-1969, Tổng thống Nixon yêu cầu các bộ và cơ quan phải lên chương trình Việt Nam hóa cuộc chiến. Cuộc gặp ngày 8-6-1969 tại đảo Midway giữa Nixon và ông Thiệu là để bàn về kế hoạch này. Ngay sau cuộc gặp kéo dài một tiếng rưỡi đó, hai vị Tổng thống bước ra và Nixon đã tuyên bố đợt rút quân đầu tiên của Mỹ. Tuy nhiên, không như Chính quyền trông đợi, quyết định của Nixon đã không hề mang lại chút thời gian nghỉ ngơi nào. Đa số những người chỉ trích tin rằng, các cuộc biểu tình của họ đã

---

[632] Henry Kissinger, sđd, trang 64.

mang lại việc ngừng ném bom và hiện là quyết định rút quân. Sức ép vì thế càng tăng nhanh hơn nữa.

Trong một nỗ lực tìm kiếm cơ may thương lượng, ngày 15-7-1969, Trưởng Phái đoàn Pháp tại Hà Nội năm 1946, Jean Sainteny, được mời tới phòng Oval gặp Tổng thống Nixon. Sainteny sẵn sàng tới Hà Nội và mang theo một thông điệp và một bức thư riêng của Nixon gửi cho Hồ Chí Minh. Theo Kissinger, bức thư nhấn mạnh đến cam kết của Mỹ đối với hòa bình - qua đó Việt Nam sẽ thấy Mỹ sẵn sàng và cởi mở trong một nỗ lực chung để "mang hạnh phúc của hòa bình đến cho dân tộc Việt Nam dũng cảm". Nhưng Sainteny bị từ chối cấp visa. Bức thư được chuyển cho ông Mai Văn Bộ ở Paris thay vì đưa tận tay Hồ Chí Minh ở Hà Nội, có lẽ vì đây là thời gian mà Hồ Chí Minh đang ở trong tình trạng ốm rất nặng.

Ngày 4-8-1969, Sainteny thu xếp một cuộc gặp bí mật tại nhà riêng của ông ở Paris cho Kissinger và Bộ trưởng Ngoại giao Xuân Thủy, cuộc gặp có ông Mai Văn Bộ đi cùng. Kissinger cảm thấy Xuân Thủy là người không có thẩm quyền thương lượng. Hai ngày sau, quân Giải phóng tấn công vào vịnh Cam Ranh, và ba ngày sau đó, 11-8-1969, các cuộc tấn công lại diễn ra trên 100 thành phố, thị xã và các căn cứ khác. Ngày 23-8-1969, Nixon tuyên bố sẽ trì hoãn việc xem xét đợt rút quân tiếp theo.

Vào ngày 30-8-1969, ba ngày trước khi Hồ Chí Minh mất, Tổng thống Nixon nhận được phúc đáp lá thư mà ông gửi đi hôm 15-7, thư có chữ ký của Hồ Chí Minh đề ngày 25-8-1969. Bức thư tuyên bố: *"Dân tộc chúng tôi quyết tâm chiến đấu đến cùng, không sợ hy sinh gian khổ để bảo vệ đất nước mình và các quyền quốc gia thiêng liêng… Hoa Kỳ phải ngừng chiến tranh xâm lược và rút quân đội ra khỏi miền Nam Việt Nam, tôn trọng quyền của nhân dân miền Nam Việt Nam và của toàn đất nước Việt Nam tự giải quyết vấn đề nội bộ mà không có sự can thiệp của nước ngoài"* [633]. Ngày 16-9-1969, Nixon tuyên bố giảm thêm 40.500 quân Mỹ nữa.

Trước đó, giữa chuyến công du vòng quanh thế giới, Nixon đã đột ngột tới Sài Gòn. Trong thời gian đó, các cuộc biểu tình diễn ra hàng tuần trước Lầu Năm Góc, trước những nơi mà Tổng thống dừng chân.

Ngày 3-9-1969, 225 nhà tâm lý học biểu tình bên ngoài Nhà Trắng, gọi chiến tranh Việt Nam là "sự điên rồ của thời đại chúng ta". Các nghị sỹ liên tục tấn công Tổng thống. Ngày 9-10-1969, Kingman Brewster, hiệu trưởng trường Yale, yêu cầu rút quân vô điều kiện. Ngày 10-10, các hiệu trưởng của

---

[633] Henry Kissinger, sđd, trang 91.

79 trường đại học tư viết thư cho Tổng thống, yêu cầu có một thời gian biểu chắc chắn đối với việc rút quân. Ngày 14-10-1969, Thủ tướng Phạm Văn Đồng được Kissinger mô tả là đã "đổ thêm dầu vào lửa" khi viết thư "bày tỏ sự ngưỡng mộ những khát vọng cao xa" của công chúng Mỹ.

Trước ngày 3-11-1969, ngày Tổng thống Mỹ có một phát biểu quan trọng về Việt Nam, Nixon đã gặp Đại sứ Liên Xô tại Washington, gây sức ép: "Việc ngừng ném bom đã kéo dài một năm; nếu không sớm có tiến bộ, Hoa Kỳ sẽ phải thực hiện các phương pháp riêng của mình để kết thúc chiến tranh. Mặt khác, nếu Liên Xô hợp tác trong việc đưa chiến tranh tới một kết cục trong danh dự, thì chúng tôi sẽ 'thực hiện điều gì đó đáng kể để cải thiện quan hệ Hoa Kỳ-Xô viết".

Ngày 3-11-1969, Nixon đã từ chối nhượng bộ những người phản đối chiến tranh, kêu gọi đa số dân chúng Mỹ im lặng để ủng hộ vị chỉ huy của họ. Nixon tiết lộ việc trao đổi bí mật với miền Bắc trước khi lên nhậm chức; các cuộc thảo luận nhiều lần với Liên Xô để thúc đẩy thương lượng; các bức thư bí mật trao đổi với Hồ Chí Minh và tuyên bố là "không có tiến bộ nào".

Bài diễn văn đã làm cho tình hình trong nước Mỹ dịu xuống. Cuối tháng 11-1969, Tướng Vernon Walters, tùy viên quốc phòng Mỹ ở Paris, đưa đề nghị gặp Xuân Thủy. Theo Kissinger, đề nghị này nhanh chóng được chấp nhận. Ngày 12-12, Tướng Walter được mời đến nơi ở của đoàn miền Bắc tại Paris để nghe phàn nàn về "bài phát biểu hiếu chiến" ngày 3-11. Hai hôm sau, Tướng Walters gợi ý tổ chức một cuộc họp "vào một cuối tuần nào đó sau ngày 8-2". Hà Nội đã bắt người Mỹ chờ cho đến ngày 26-1-1970, mới nhận được tín hiệu có thể sớm tiến hành thương lượng.

Ông Lê Đức Thọ được bắn tin là sẽ tới tham dự đại hội đảng Cộng sản Pháp sắp diễn ra. Cuộc thương lượng bí mật giữa Kissinger và Lê Đức Thọ được bắt đầu vào ngày 20-2-1970, và từ đó cho đến ngày 4-4-1970 có thêm hai cuộc gặp nữa. Ông Lê Đức Thọ đòi "các vấn đề quân sự và chính trị phải được giải quyết đồng thời", theo đó, "loại bỏ lập tức Tổng thống Thiệu, Phó Tổng thống Kỳ và Thủ tướng Khiêm; thành lập một chính phủ liên hiệp gồm những người ủng hộ "hòa bình, độc lập và trung lập".

Chiến tranh Việt Nam chịu không ít tác động bởi chính trường Campuchia. Ngày 23-3-1970, ông hoàng Sihanouk bị lật đổ bởi Lon Nol, người mà ông ta vừa mới chọn làm thủ tướng hồi tháng 8-1969. Sihanouk khi ấy đang tiếp tục chuyến công du sau những ngày điều dưỡng thường niên tại Pháp. Kissinger nói là Mỹ đã bất ngờ trước cuộc đảo chính ở Campuchia trong khi miền Bắc Việt Nam thì cho rằng Lon Nol là tay sai của Mỹ. Nhưng cả hai phía sau đó đều thúc đẩy các hoạt động quân sự tại địa bàn có giá trị bàn đạp xuống miền Nam này.

Ngày 27-3-1970, Sài Gòn đưa quân qua biên giới Campuchia truy lùng quân Giải phóng. Kissinger ngại rằng Chính quyền Nixon sẽ bị cáo buộc là đã bị Nam Việt Nam lôi kéo vào cuộc chiến tranh mở rộng nên đã yêu cầu Bunker gặp Tổng thống Thiệu đề nghị tạm hoãn các hoạt động trên biên giới. Nhưng Nixon đã bác bỏ các lo ngại đấy và yêu cầu phải phục hồi các hoạt động xuyên biên giới. Cho đến thời điểm ấy, người Mỹ đã rút về nước 115.000 quân. Vào cuối tháng 4-1970, Nixon quyết định rút thêm 150.000 quân nữa.

Một ngày sau khi thông báo quyết định rút quân của Tổng thống, vào lúc 7 giờ sáng ngày 21-4-1970, Kissinger nhận được tin báo "Bắc Việt Nam đang tấn công trên toàn Campuchia; Phnom Penh không thể chống đỡ cuộc tấn công này lâu được". Đêm 28-4-1970, quân đội Sài Gòn với sự tham gia của 50 cố vấn Mỹ bất ngờ tấn công vào Mỏ Vẹt (Parrot's Beak), Campuchia. Tối 30-4-1970, Nixon đọc diễn văn giải thích: "Không thể chấp nhận sự đe dọa tính mạng của người Mỹ hiện đang ở Việt Nam sau khi rút thêm 150.000 lính". Sáng hôm sau, 1-5, quân Mỹ và quân Sài Gòn mở đợt tấn công tiếp theo, trong ba tuần đầu tiên, mười hai vùng căn cứ được nói là của Bắc Việt Nam ở Campuchia bị tấn công.

Chính quyền Nixon cố gắng dùng các con số để chứng minh, nhờ đưa quân vượt qua biên giới Campuchia mà mức thương vong kể từ tháng 6-1970 giảm còn một nửa so với trước đó (đến tháng 5-1971, chỉ còn 35 lính Mỹ chết mỗi tuần; tháng 5-1972, còn 10 lính Mỹ chết mỗi tuần), nhưng việc đưa quân sang Campuchia đã làm cho người Mỹ nổi giận [634].

Sau những cuộc hành quân vượt biên giới Campuchia, ngày 5-7-1970, Kissinger gửi thư đề nghị gặp Lê Đức Thọ. Mãi tới ngày 18-8, Kissinger mới nhận được trả lời, nhưng ông Thọ không đi. Ngày 7-9-1970, Kissinger gặp Xuân Thủy. Ngày 17-9-1970, tại Paris, Bà Nguyễn Thị Bình, đại diện cho Mặt trận Dân tộc Giải phóng Miền Nam, công bố một "chương trình hòa bình tám điểm", yêu cầu "rút toàn bộ và vô điều kiện quân Mỹ trong vòng 9 tháng". Ngày

---

[634] Theo Kissinger: "Washington trông chẳng khác gì một thành phố bị bao vây. Các cuộc phản đối ồ ạt của công chúng lên đến đỉnh điểm vào ngày 9-5, khi một đám đông ước tính khoảng 75.000 đến 100.000 người đã tập trung lại để phản đối trước vườn hoa Ellipse, ở phía Nam Nhà Trắng. Cảnh sát phải đứng làm hàng rào; một dãy 60 xe buýt được huy động để bảo vệ nơi ở của Tổng thống. Có khoảng 250 nhân viên Bộ Ngoại giao, trong đó có 50 sỹ quan quân đội từng phục vụ ở nước ngoài, đã ký vào một tuyên bố phản đối chính sách của chính phủ. Một nhóm nhân viên đã chiếm tòa nhà của Peace Corps và treo cờ của Việt Cộng lên. Bên ngoài Tổng thống tỏ vẻ bàng quan, nhưng thực ra ông bị tổn thương sâu sắc bởi sự thù ghét của những người phản đối chiến tranh. Tất cả chúng tôi đều bị kiệt sức. Tôi đã phải rời căn hộ của mình, nơi suốt ngày bị những người phản đối réo chuông, sang tầng hầm của Nhà Trắng để ngủ" (Kissinger, Ending the Vietnam War, Simon & Schuster, 2003, trang 169).

7-10-1970, trong một bài diễn văn đọc tại Washington, Nixon đề nghị một cuộc nói chuyện tại chỗ, trong đó ngừng ném bom trên toàn Đông Dương. Ngày hôm sau, Bộ trưởng Ngoại giao Xuân Thủy "bác bỏ thẳng thừng" những đề nghị đó.

Nixon cử người tới Sài Gòn, và tại đây, Tướng Nguyễn Văn Thiệu đã đưa ra kế hoạch đột kích sang Lào, chia cắt Đường mòn Hồ Chí Minh. Cho đến thời điểm ấy, theo Kissinger, các sư đoàn quân đội miền Nam Việt Nam chưa bao giờ tổ chức các chiến dịch phản công lớn ở ngoài lãnh thổ Việt Nam. Đặc biệt, họ sẽ phải tác chiến không có các cố vấn Mỹ ở bên, thậm chí không có cả sỹ quan Mỹ làm nhiệm vụ hướng dẫn không kích chiến thuật.

Ngày 8-2-1971, quân đội Sài Gòn bắt đầu vượt biên giới Lào, nơi, Tướng Lê Trọng Tấn đã dàn quân chờ sẵn [635]. Theo Tướng Giáp: "Năm 1970, tôi phát hiện âm mưu địch cô lập miền Nam sau khi mở mấy cuộc hành quân lên Campuchia và đẩy các đoàn sư chủ lực của ta ra khỏi biên giới. Thời gian này, Sihanouk có sang ta và Chu Ân Lai cũng tỏ vẻ lo lắng. Nhưng tôi khẳng định chẳng có gì đáng ngại. Từ dự kiến đó, tôi bèn lập Binh đoàn 70, 'B 70', do anh Cao Văn Khánh làm tư lệnh và Hoàng Phương làm chính ủy" [636].

Ngày 6-2-1971, Quân ủy Trung ương họp thông qua Chiến dịch Đường 9 - Nam Lào. Tướng Lê Trọng Tấn ngay sau khi trình bày kế hoạch này đã lên đường ra trận. Tướng Lê Phi Long, "Chủ nhiệm Hướng" của Chiến dịch Đường 9 - Nam Lào kể: "Cứ vài ba ngày Bộ Chính trị lại cùng họp chung với Thường trực Quân ủy Trung ương để nghe báo cáo và chỉ đạo chiến trường. Cuối tháng 2-1971, khi tình hình trở nên căng thẳng, Bộ Chính trị, Quân ủy Trung ương đã cử thêm Tướng Văn Tiến Dũng vào chiến trường. Ở "Tổng Hành dinh", Tướng Võ Nguyên Giáp trực tiếp chỉ huy chiến dịch". Người Mỹ chắc chắn không thể hình dung được rằng nơi làm việc được gọi là "Tổng Hành dinh" của vị tướng đã đánh bại họ lại chỉ được trang bị hết sức thô sơ, không chỉ so với Lầu Năm Góc [637].

---

[635] Cuộc chiến sẽ được báo chí miền Bắc nói tới với tên gọi: "Chiến thắng Đường 9 Nam Lào".
[636] Nói chuyện với các tướng lĩnh làm Tổng kết chiến tranh ngày 9-2-1999.
[637] Theo Tướng Lê Phi Long: "Có hai phòng làm việc tại cửa hầm bê tông của sở chỉ huy, một cho chúng tôi và một dành cho Đại tướng Tổng tư lệnh. Đại tướng thường làm việc tại đây để sát với chúng tôi hơn. Phòng làm việc của ông cũng rất đơn giản, chỉ có một chiếc bàn làm việc lớn, có trải sẵn bản đồ, mấy chiếc ghế mây, vài cái điện thoại và một chiếc máy ghi âm do Hungary sản xuất cùng một chiếc điện thoại mật do cục cơ yếu cải tiến mà chúng tôi gọi đùa là 'thứ kêu đốt tịt'. Thậm chí cái quạt cũng chẳng có. Mùa viêm nhiệt tới, ban đêm muỗi vo ve suốt, có khi Tổng Tư lệnh phải xếp bằng, ngồi lên mặt bàn mới làm việc được. Sau này Tướng Trần Sâm, Chủ nhiệm Tổng cục Hậu cần, không biết kiếm ở đâu được một chiếc quạt cũ nhãn hiệu Marelli của Pháp. Từ đó, Đại tướng ít bị muỗi cắn hơn".

Quân đội Sài Gòn đã chiến đấu không quá tệ ở Lào trong chiến dịch mà họ gọi là "Lam Sơn 719". Tuy nhiên, những hình ảnh mà truyền thông chụp được về những quân nhân hoảng loạn, tìm cách bám vào càng hạ cánh của trực thăng để chạy khỏi chiến trường đã không tạo được niềm tin vào một một đội quân sắp phải đương đầu với những trận đánh quyết định. Kissinger thừa nhận: "Cuộc tấn công này đã không biến hy vọng của chúng tôi thành hiện thực, không những thế còn thất bại hoàn toàn".

LẠI HÒA ĐÀM

Nixon không chỉ phải đối đầu trên chiến trường. Ngày 22-6-1971, Thượng viện Mỹ bỏ phiếu với tỷ lệ 57-42, thông qua điều khoản bổ sung Mansfield, kêu gọi Tổng thống "rút toàn bộ lính Mỹ về nước trong vòng 9 tháng nếu Hà Nội đồng ý trao trả hết các tù binh chiến tranh". Ngày 22-6, báo chí Mỹ đã đăng nhiều bài báo hoan nghênh Thượng viện. Ông Xuân Thủy đề nghị một cuộc gặp ngay trước tháng Bảy. Nhà Trắng được thông báo rằng Lê Đức Thọ trên đường đến Paris sau khi ghé Bắc Kinh và Moscow.

Lê Đức Thọ khi ấy không hề biết rằng Kissinger cũng bí mật đến Bắc Kinh, chuyến đi dẫn đến cuộc gặp giữa Nixon và Mao vào năm sau, một bước ngoặt không chỉ trong quan hệ Mỹ - Trung mà còn làm cho Việt Nam có nhiều thương tổn.

Tại Paris, Lê Đức Thọ đề ra hạn chót cho việc rút quân Mỹ là ngày 31-12-1971, thay vì tháng Chín mà bà Bình đã từng đề nghị. Lần đầu tiên, ông Thọ cũng đồng ý việc tù binh Mỹ sẽ được thả đồng thời với việc rút quân của Mỹ. Ngày 1-7-1971, Bà Nguyễn Thị Bình chi tiết hơn khi công bố "Kế hoạch bảy điểm mới". Cả đề nghị của Lê Đức Thọ và bà Bình đã khuấy động sự phản đối của công chúng Mỹ.

Ngày 6-7-1971, Lê Đức Thọ trả lời phóng viên Anthony-Lewis của tờ New York Times, nhấn mạnh "điểm 1" của bà Bình - "Rút quân đổi lấy tù binh" - có thể được tách rời khỏi các điều khoản khác. Theo Kissinger: "Đây hoàn toàn là một lời dối trá, nó mâu thuẫn với đề xuất bí mật 9 điểm mà họ gắn mọi vấn đề với nhau và gọi chúng là một tổng thể không thể tách rời". Nhưng cũng theo Kissinger: "Cả nhà báo lẫn các nhà lập pháp đều cho những gì Hà Nội nói là đúng còn những lời chúng tôi là dối trá". Bà Bình và ông Lê Đức Thọ đã thành công, Quốc hội và báo chí Mỹ kết tội chính quyền Nixon "đã bỏ lỡ một cơ hội có một không hai để có thể đạt được hòa bình".

Theo Kissinger, Nixon muốn rút khỏi Việt Nam trước kỳ bầu cử tổng thống năm 1972 mà không làm chính quyền Sài Gòn sụp đổ. Khi chuyến công du bí mật đến Bắc Kinh thành công, Nixon trở nên cứng rắn hơn với Việt Nam.

Trong ngày 12-7-1971, Nixon nhắc lại với Tướng Haig ý định rút quân chóng vánh đồng thời tấn công tổng lực bằng không quân vào miền Bắc. Kissinger gặp Lê Đức Thọ và Xuân Thủy vẫn bên một chiếc bàn hình chữ nhật có phủ một tấm vải xanh, "nhưng khung đàm phán thì không như xưa nữa; nó đã bị thay đổi cơ bản sau chuyến đi Bắc Kinh mặc dù Lê Đức Thọ vẫn chưa biết điều này".

Cuộc họp được coi là gay gắt, tuy nhiên theo Kissinger, phía Bắc Việt Nam có vẻ thực sự muốn đàm phán. Hà Nội "yêu cầu bồi thường chiến tranh" và "khăng khăng đòi lật đổ chính quyền Sài Gòn". Vấn đề bồi thường chiến tranh không phải là không thể nhân nhượng, nhưng theo Kissinger: "Chúng tôi sẽ không lật đổ chế độ miền Nam Việt Nam để đổi lấy hòa bình".

Ngay từ lúc này, ông Xuân Thủy đã "ngụ ý" rằng Tướng Dương Văn Minh có thể là một người mà Hà Nội có thể chấp nhận để thay thế Tướng Thiệu. Nhưng theo Kissinger, Minh sẽ là vị tổng thống dễ lật đổ nhất, trong khi Nguyễn Văn Thiệu là một lãnh đạo quân sự cứng nhất, là người có năng lực nhất trong số các chính khách Sài Gòn.

Ngày 16-8-1971, lại có một cuộc gặp nữa giữa Kissinger và Xuân Thủy. Kissinger đến chậm nửa tiếng, Xuân Thủy nói: "Mặc dù các ông đưa được người lên mặt trăng nhưng vẫn đến cuộc họp muộn". Ông Xuân Thủy có thể sẽ không hài hước như thế nếu biết, trong nửa giờ đó, Kissinger đã có một cuộc họp bí mật với đại sứ Trung Quốc ở Paris, Hoàng Trấn (Huang Chen), người được coi là đồng minh của Bắc Việt Nam.

Trong suốt thời gian đàm phán, chiến tranh Việt Nam luôn được Kissinger đưa ra trả treo với Liên Xô thông qua Đại sứ Dobrynin, và với Bắc Kinh thông qua đại sứ Hoàng Hoa ở Liên Hợp Quốc. Các nhà lãnh đạo Bắc Việt Nam chỉ biết được chuyến đi bí mật của Kissinger đến Bắc Kinh 36 giờ trước khi nó được công bố. Theo Kissinger: "Hà Nội tức điên đến mức họ biến các cuộc đàm phán trở thành băng giá".

Theo ông Đống Ngạc, Thư ký riêng của Bí thư Thứ nhất Lê Duẩn: "Sau đó, Trung Quốc có cho Chu Ân Lai sang giải thích. Anh Ba nói: Các đồng chí muốn vào Liên Hợp Quốc các đồng chí cứ vào nhưng các đồng chí không được thay mặt Việt Nam bàn về vấn đề miền Nam với Mỹ". Ông Đống Ngạc nói tiếp: "Ta hiểu, sở dĩ Trung Quốc đạt được thỏa thuận đó với Mỹ là do cuộc chiến của mình. Có chiến tranh Việt Nam, thế Trung Quốc trên trường quốc tế cao hơn. Mỹ nghĩ vấn đề Việt Nam không giải quyết được là do chưa kéo được Trung Quốc".

Không biết có phải là nhằm đáp trả hành động của ông Lê Đức Thọ và bà Nguyễn Thị Bình đã làm ở Paris, ngày 25-1-1972, Nixon công bố các biên bản đàm phán trước người dân Mỹ và đọc một bài diễn văn cho thấy các đề nghị của ông đã bị Hà Nội bác bỏ. Nixon nói: "Chỉ có một điều, đó là ngả về phía kẻ thù để lật đổ đồng minh của chúng ta, điều mà nước Mỹ sẽ không bao giờ làm. Nếu kẻ thù muốn hòa bình họ phải nhận ra sự khác biệt quan trọng giữa thỏa thuận với sự đầu hàng"[638].

Ngày 2-2-1972, miền Bắc ra tuyên bố công khai đồng ý tù binh sẽ được thả vào ngày người lính Mỹ cuối cùng được rút về nước. Nhưng vấn đề này phải được gắn với việc kêu gọi Thiệu từ chức ngay lập tức đồng thời giải tán lực lượng cảnh sát, quân đội Sài Gòn.

"MÙA HÈ ĐỎ LỬA"

Trong khi đó, từ tháng 5-1971, Bộ Tổng Tham mưu Quân đội Nhân dân Việt Nam đã dự thảo kế hoạch để Quân ủy xác định chiến lược 71-72, đẩy mạnh tiến công quân sự và chính trị trên cả ba vùng ở miền Nam.

Thoạt đầu, Quân ủy dự kiến: "Hướng tấn công chủ yếu 1" là chiến trường biên giới Campuchia và chiến trường Đông Nam Bộ; "Hướng chủ yếu 2" là chiến trường Tây Nguyên; "Hướng phối hợp quan trọng" là miền núi Tây Trị Thiên. Vào đầu tháng Giêng năm 1972, sau khi nắm lại tình hình, thấy việc bảo đảm vật chất cho chiến trường Nam Bộ và Tây Nguyên không đạt được, Bộ Chính trị và Quân ủy quyết định lấy Trị Thiên làm chiến trường chủ yếu, như đề xuất ban đầu của Tướng Giáp, mặc dù khi đó ngày mở đầu chiến dịch đã cận kề.

Theo Tướng Lê Phi Long, trong chiến dịch này, nơi đặt "Tổng Hành dinh" đã khang trang hơn, đã có đủ các phương tiện thông tin, máy ghi âm... Công tác bảo mật thì lại càng siết chặt: cửa phòng thường xuyên đóng kín, ngay cả cán bộ trong Cục không có nhiệm vụ tác chiến cũng không được vào. Ngày 30-3-1972, quân của Tướng Giáp mở đầu cuộc tấn công chiến lược trên toàn miền Nam.

Theo Kissinger thì Tướng Abrams biết trước cuộc phản công từ đầu tháng Giêng, và việc sử dụng B-52 đã được tính tới. Nhưng Nhà Trắng cho rằng có thể sẽ can thiệp bằng chuyến đi Bắc Kinh; Bộ Ngoại giao lo B-52 sẽ "thiêu rụi những triển vọng đàm phán với Hà Nội"; Bộ Quốc phòng sợ phải đưa ra những gánh nặng ngân sách mới. "Mọi người đều lo sợ làn sóng phản đối của nhân dân sẽ bùng lên không kiểm soát nổi nếu nối lại các cuộc ném bom miền Bắc, ngay cả chỉ ở một phạm vi hạn chế", Kissinger nói.

Nixon ngay sau đó đã gửi một bức thư tới Brezhnev, một bức thư khác được chuyển tới Hoàng Trấn (Huang Chen), đại sứ Trung Quốc ở Paris, người có

---

[638] Henry Kissinger, Ending the Vietnam War, Simon & Schuster, 2003, trang 230.

quan hệ gần gũi với Mao Trạch Đông và Chu Ân Lai. Kissinger nhận định "Cả Bắc Kinh và Moscow đều đứng ngồi không yên. Cả hai bên đều không muốn bị coi lơ là nhiệm vụ với đồng minh Bắc Việt Nam của mình. Tuy nhiên, cả hai đều lo sợ rằng tình trạng bất trị của Hà Nội có thể phá vỡ những mục tiêu lớn với Mỹ". Bắc Kinh không đếm xỉa gì đến các cuộc đàm phán, họ chưa bao giờ yêu cầu Mỹ thực hiện một cam kết nào đối với Việt Nam. Washington đánh giá sự ủng hộ thực tế của Trung Quốc với Hà Nội là không đáng kể do nguồn lực hạn chế, do đó, Mỹ không cần gây sức ép thêm với Trung Quốc nữa. Còn Moscow thì "đổ lỗi hoàn toàn cho Bắc Việt" trong việc "không ủng hộ những đề nghị mới nhất" của Mỹ.

Trước chuyến đi Trung Quốc của Nixon, ông Lê Đức Thọ đề nghị gặp Kissinger vào ngày 15-3, Kissinger đề nghị gặp vào ngày 20-3-1971. Ngày 29-2-1971, khi Nixon đã rời Trung Quốc, ông Võ Văn Sung, đại diện của Hà Nội tại Paris, mời tướng Walters đến để thông báo ông Lê Đức Thọ đồng ý gặp nhau vào ngày mà Kissinger đề nghị.

Thoạt đầu Kissinger ngạc nhiên vì sao Hà Nội lại muốn gặp vào thời điểm này, nhưng ngay sau đó, Kissinger nhận ra: "Hà Nội sẽ phát động cuộc tấn công mà họ đã chuẩn bị rất điên cuồng và sau đó sẽ sử dụng cuộc gặp của tôi với Lê Đức Thọ để ngăn cản các cuộc đáp lại quân sự của chúng ta, họ nghĩ chúng ta sẽ e ngại tấn công trong khi đang diễn ra cuộc đàm phán".

Ở Quảng Trị, theo Tướng Lê Phi Long: Lực lượng của miền Bắc rất mạnh, không kể địa phương quân, chỉ tính riêng chủ lực có đến 5 vạn người, gồm 3 sư đoàn, nhiều trung đoàn độc lập và các đơn vị kỹ thuật. Sau 6 ngày đêm chiến đấu, ngày 4-4-1972, tuyến phòng thủ trên hướng chính của Quân đội Sài Gòn vị phá vỡ và bị buộc phải rút nhiều căn cứ và tháo chạy về co cụm ở Đông Hà, Ái Tử, La Vang, Quảng Trị... Nhưng đến chiều 8-4-1972 thì tình hình ngược lại, các mũi đột kích đều không phát triển được; các đơn vị đánh vào Đông Hà bị thiệt hại nặng. Trong khi Hà Nội vẫn không thống nhất được mục tiêu của Chiến dịch [639].

---

[639] Theo Tướng Lê Phi Long: Bộ Tổng Tham mưu chủ trương vây chặt Đông Hà, tập trung lực lượng đánh vu hồi xuống chiếm La Vang, Ái Tử, cầu Quảng Trị. Còn ở tiền tuyến, Bộ Tư lệnh Chiến dịch lại muốn tiếp tục tập trung lực lượng đột phá cụm Đông Hà. Điện trao đi đổi lại nhiều lần vẫn chưa nhất trí với nhau. Ngày 12-4 Tướng Giáp triệu tập Bùi Công Ái, phái viên Cục tác chiến về Bộ báo cáo tình hình; ngày 18-4 Bộ Tư lệnh Chiến dịch cử hai sỹ quan khác ra cấp tốc báo cáo. Sáng 19-4, Thường trực Quân ủy họp, có thêm Lê Duẩn, Lê Đức Thọ, Trần Quốc Hoàn. Kế hoạch của Bộ Tổng Tham mưu do Tướng Văn Tiến Dũng đệ trình đã được lựa chọn. Đại tướng Võ Nguyên Giáp ký Điện gửi Tư lệnh Chiến dịch: "Tập trung lực lượng diệt Đông Hà, Ái Tử rồi phát triển nhanh. Tăng thêm lực lượng cho cánh vu hồi từ phía Tây".

Ngày 4-4-1972, Nixon ra lệnh "không kích chiến thuật" ra đến Vinh bằng cách bổ sung 20 máy bay B-52, bốn phi đội máy bay ném bom F-4, thêm tám tàu khu trục được gởi đến Đông Nam Á. Trước đó một ngày, Kissinger gặp Dobrynin ở Phòng Bản đồ của Nhà Trắng, trách Liên Xô đã đồng lõa với cuộc tấn công của Hà Nội, và dọa: "Nếu cuộc tấn công tiếp tục, Mỹ có thể phải có biện pháp cho Moscow thấy những lựa chọn khó khăn trước cuộc họp thượng đỉnh". Ngày 4-4, người phát ngôn báo chí của Bộ Ngoại giao Mỹ nói khi họp báo: "Cuộc xâm lược miền Nam của Bắc Việt Nam đã được thực hiện bằng vũ khí của Liên Xô". Cùng lúc, Kissinger cử Winston Lord tới New York gặp Hoàng Hoa, đại sứ Trung Quốc tại Liên Hợp Quốc để gửi một thông điệp bằng lời cho Trung Quốc: "Hải quân Mỹ sẽ được lệnh ở lại tại khoảng cách 12 dặm". Trước đó, Hạm đội 7 của Mỹ hoạt động trong vòng 3 dặm, tức là trong phạm vi bao gồm lãnh hải Hoàng Sa của Việt Nam.

Theo Tướng Lê Phi Long: "Vào lúc 5 giờ sáng ngày 24-4-72, pháo binh ta bắn gần 3 vạn quả đạn vào các cụm quân địch ở Đông Hà, Lai Phước, Ái Tử, La Vang. Lợi dụng lúc địch bị pháo ta chế áp, bộ binh và xe tăng, đặc công nhanh chóng chiếm các điểm cao phía tây, thọc sâu vào sân bay chiếm Đông Hà. Bị cánh vu hồi của quân ta phá cầu Lai Phước, địch hoảng loạn rút chạy, bỏ lại tất cả xe cộ, vũ khí nặng và đến 18 giờ ngày 28-4 ta làm chủ hoàn toàn khu Đông Hà, Lai Phước. Trong khi đó, ta và địch quần nhau từng tấc đất ở cụm Ái Tử và cầu Quảng Trị".

Một cuộc họp kín giữa Lê Đức Thọ và Kissinger đã được đôi bên thỏa thuận vào ngày 2-5-1972. Tình hình chiến trường đã giúp Lê Đức Thọ đến Paris với một tư thế hoàn toàn khác với những lần trước đó [640].

Sáng 1-5-1972, quân Giải phóng chiếm cầu Quảng Trị và sân bay. Ngày 2-5-1972, Quảng Trị rơi vào tay miền Bắc. Một tuần trước đó, quân Giải phóng đã triển khai một cuộc tấn công lớn đe dọa thủ phủ Kontum và Pleiku; tiêu diệt khoảng một nửa Sư đoàn 22 của Sài Gòn. An Lộc, một thị xã cách Sài Gòn hơn 100 km cũng gần như thất thủ. Gần sát cuộc gặp, Sư đoàn 3 của Việt Nam Cộng hòa bị tiêu diệt hoàn toàn. Ở Quảng Trị, chính quyền Sài Gòn ước tính có khoảng 20.000 người miền Nam cả quân lẫn dân bị chết. Nhiều đơn vị Việt Nam Cộng hòa bỏ chạy tán loạn.

---

[640] Theo Lưu Văn Lợi, người phiên dịch cho Lê Đức Thọ: "Hôm đó người ta không thấy ở Kissinger - một giáo sư đại học sôi nổi nói dài dòng hay bông đùa, mà là một người ít nói có vẻ ngượng nghịu, suy nghĩ. Còn Lê Đức Thọ đã được những tin đầu tiên thắng lợi ở Quảng Trị, địa đầu của miền Nam đang nóng lòng chờ kết quả cụ thể ở vùng đất miền Trung cũng như ở nhiều nơi khác" (Những Cuộc Tiếp Xúc Bí Mật Kissinger - Lê Đức Thọ, trang 431).

Kissinger mô tả rằng cuộc họp kín ngày 2-5 diễn ra rất thô bạo. Nhưng ông Thọ khi ấy không biết Nixon đã dặn Kissinger rằng, cho dù kết quả đàm phán thế nào, ông vẫn ra lệnh cho ba máy bay B-52 công kích Hà Nội và Hải Phòng vào những ngày cuối tuần, từ ngày 5 đến ngày 7-5-1972. Nixon nhấn mạnh với Kissinger ông chấp nhận hủy bỏ cuộc gặp thượng đỉnh ở Moscow trừ khi tình hình được cải thiện. Tại một trang trại ở Texas, Nixon cảnh báo: "Hà Nội đang chấp nhận nguy hiểm rất lớn nếu tiếp tục tấn công miền Nam".

Nixon đã nhận kết quả cuộc gặp ngày 2-5-1972 một cách lặng lẽ và cam chịu. Ông tỏ ra kiên quyết với lệnh ném bom B-52 hơn. Kissinger cho rằng trong ngày 2-5-1972, Lê Đức Thọ chỉ "giả vờ thương thuyết" vì "tin chắc rằng họ đang tới rất gần chiến thắng". Theo Kissinger, "thái độ làm cao của Lê Đức Thọ" đã khiến cho Nixon trở nên "rất hùng hổ". Thứ Sáu, ngày 5-5-1972, B-52 lại trút bom xuống Hải Phòng (B-52 bắt đầu ném bom Hải Phòng từ ngày 16-4-1972), đồng thời mìn ngư lôi được thả bao vây các cửa biển miền Bắc.

Sau khi nhận được thư của Brezhnev trấn an thái độ bi quan của Mỹ về cuộc họp ngày 2-5 với Lê Đức Thọ là không hợp lý, Washington trở nên quyết tâm hơn khi nhận thấy thư của Brezhnev "không đưa ra lời đe dọa cụ thể nào". Trong khoảng từ 25-4 đến 5-5-1972, Nixon đã đưa ra lệnh ném bom xuống đê Sông Hồng, tăng cường ném bom các trung tâm thành phố và dự định sử dụng cả "vũ khí hạt nhân". Theo Kissinger: "Tôi kịch liệt phản đối các kế hoạch này, và Nixon thì đã không kiên quyết".

Washington cũng đồng thời nhận được "tín hiệu" từ Trung Quốc qua bài Xã luận đăng trên Nhân Dân Nhật Báo số ra ngày 11-5-1972. Đằng sau những ngôn từ to tát như: "Kiên quyết ủng hộ nhân dân Việt Nam"; "Vô cùng phẫn nộ và mạnh mẽ lên án" đế quốc Mỹ, Washington nhận ra thông điệp của Trung Quốc khi thấy "bài xã luận" xác định Bắc Kinh chỉ làm "hậu phương" của Việt Nam. Bên cạnh bài xã luận "lên án Mỹ" đó, Nhân dân nhật báo đã cho đăng nguyên văn diễn văn của Nixon công bố một ngày trước đó giải thích vì sao mà ông ta đã phải ném bom miền Bắc.

Ở Quảng Trị, lúc bấy giờ, theo Tướng Lê Phi Long, sau hai đợt chiến đấu liên tục, sức khỏe của bộ đội miền Bắc đã giảm sút, quân số bị hao hụt, các đơn vị binh chủng thì thiếu khí tài, sức kéo, đạn dược. Nhưng không hiểu vì sao Lãnh đạo Bộ và Tư lệnh chiến trường lại chủ trương mở tiếp đợt tấn công thứ ba nhằm giải phóng Thừa Thiên - Huế.

Ngày 4-5-1972, ba ngày sau khi chiếm được Quảng Trị, Bộ có điện số 32 chỉ thị tiếp cho Bộ Tư lệnh chiến dịch: "Kịp thời nắm lấy thời cơ phát triển tiến công với một tinh thần khẩn trương triệt để, liên tục, kết hợp tiến công của bộ đội chủ lực với nổi dậy của quần chúng và phong trào cách mạng Huế, tiêu diệt đại Bộ phận lực lượng quân sự Mỹ; giải phóng hoàn toàn tỉnh Thừa

Thiên, bao gồm cả thành phố Huế và căn cứ Phú Bài, sau đó phát triển về Đà Nẵng". Đây là một chỉ đạo mà theo Tướng Lê Phi Long: "Chủ quan nặng!"

Sau Chỉ thị đó, dưới sự chủ trì của Tướng Giáp, các cuộc họp nối tiếp cuộc họp để hoàn chỉnh kế hoạch. Cơ quan Tác chiến làm việc tới 20 giờ/ngày. Vất vả nhất là khoảng từ 6 giờ tối đến 12 giờ đêm vì, theo Tướng Lê Phi Long, lúc này chiến trường mới điện báo cáo tình hình lên Bộ Tổng Tham mưu. Quảng Trị bắt đầu trở thành cối xay thịt khi Quân đội Sài Gòn, dưới sự phối hợp của không quân và pháo hạm Mỹ bắt đầu phản công, gây thiệt hại nặng nề cho quân miền Bắc [641].

Một tuần sau, huyện Hải Lăng và một phần huyện Triệu Phong bị chiếm lại, quân đội Sài Gòn áp sát thị xã. Lực lượng miền Nam khi ấy gồm 3 sư đoàn được yểm trợ bằng hoả lực mạnh của không quân và pháo hạm Mỹ. Lực lượng miền Bắc, tuy có 5 sư đoàn nhưng đã mất sức chiến đấu, quân số của mỗi đại đội chỉ còn từ 20 đến 30 người mà phần lớn là cán bộ. Gạo, đạn tiếp tế kiểu ăn đong.

Theo "Chủ nhiệm Hướng" Lê Phi Long: "Ngày 30-6, mười ngày sau khi mở đợt 3 tấn công không thành công, Tướng Văn Tiến Dũng trở ra Hà Nội vì lý do sức khỏe". Ngày 20-7 Tướng Trần Quý Hai được cử vào thay Tướng Lê Trọng Tấn; Tướng Song Hào thay Tướng Lê Quang Đạo. Các vị tướng này sức khỏe đều giảm sút và mệt mỏi.

Tình hình phát triển ngày càng xấu hơn, thế nhưng Bộ Chỉ huy chiến dịch vẫn chủ trương tiếp tục phản công và tiến công. Trong khi, theo Tướng Lê Phi Long, không đánh được một trận tiêu diệt nào dù là phân đội nhỏ. Thời tiết thì hơn nửa tháng liền, không mấy ngày được nắng ráo, nhiều trận mưa kéo dài, hầm hào lúc nào cũng ngập nước, trong khi B-52, pháo mặt đất, pháo hạm liên tục dội bom. Bộ đội phải chiến đấu liên tục không có thời gian làm công sự. Thương vong ngày càng tăng.

Trong thời điểm nóng bỏng ấy, Văn Tiến Dũng đang đi an dưỡng ở Tam Đảo, Lê Trọng Tấn vừa ở chiến trường ra đang trong thời kì dưỡng bệnh, Tướng Giáp phải trực tiếp điều hành mọi công việc của Bộ Tổng tham mưu. Ông đọc cho Tướng Lê Phi Long viết bức điện gửi thẳng xuống đơn vị cho Nguyễn Hữu An, Sư trưởng Sư đoàn 308 và Hoàng Đan, Sư trưởng Sư đoàn

---

[641] Tướng Lê Phi Long kể: "Ở ngầm Phương Thúy, công binh Bộ chở vào 34 khoang thuyền để bắc cầu quân sự thì bị bắn, phá hủy hoàn toàn. Mấy đại đội cao xạ bảo vệ ngầm cũng thương vong gần hết. Có một lữ đoàn pháo binh cơ động ra phía trước bị máy bay phát hiện và oanh tạc, hầu như bị phá hủy hoàn toàn. Mặc dầu vậy, ngày 2-6, Bộ Tư lệnh đã quyết định nổ súng vào ngày 20-6. Nhưng, chỉ sau 6 ngày tấn công đợt 3, các hướng của ta đều bị chặn lại. Sức chiến đấu của bộ đội giảm sút rõ rệt. Trong khi đó, địch tăng thêm lực lượng tổng dự bị chuẩn bị cho một cuộc hành quân quy mô lớn nhằm chiếm lại Quảng Trị".

304. Bức điện viết: "An, Đan/Báo cáo ngay tình hình, chờ/V". Bức điện cho thấy Tổng Tư lệnh rất sốt ruột.

Ngay ngày hôm sau, Nguyễn Hữu An gửi cho vị Tướng mà ông tin cậy một bức điện dài bốn trang, nói rõ: "Tôi thấy không nên tiến công, và nên chuyển vào phòng ngự. Ở đây công tác chỉ đạo chỉ huy vẫn ham tấn công và phản công, trong tình thế địch mạnh hơn ta, ăn hiếp ta, lực lượng ta đã suy giảm và đang rơi vào bị động. Tôi nghĩ rằng sức ta yếu hơn địch, ta chuyển vào phòng ngự là cần thiết. Nhưng ở đây hễ nói đến phòng ngự cấp trên lại cho rằng đó là tư tưởng hèn nhát, thụ động. Đề nghị với Bộ quyết tâm dứt khoát chuyển sang phòng ngự. Tình hình này ta muốn tiêu diệt gọn một tiểu đội, một trung đội cũng khó". Sư trưởng Hoàng Đan thì trả lời khéo léo hơn: "Theo kinh nghiệm của tôi thì một trung đoàn chủ lực của ta chỉ đánh được 2 trận tập trung là hết sức, nếu không được nghỉ ngơi củng cố thì không thể tiếp tục chiến đấu thắng lợi. Còn quân ta ở đây đã chiến đấu liên miên 2 đến 4 tháng rồi còn sức đâu mà đánh tiêu diệt". Nhận được điện, Tướng Giáp rất lo lắng. Nhưng, lúc ấy không những giữa chiến trường và Đại Bản doanh có ý kiến khác nhau mà trong nội bộ Đại Bản doanh ý kiến cũng khác nhau[642].

Tướng Giáp thận trọng lập một "Tổ nghiên cứu" do Tướng Vương Thừa Vũ đích thân hướng dẫn. Trong cuộc họp kết luận, Tướng Giáp sau khi giảng hòa mâu thuẫn giữa các sỹ quan tác chiến đã phải chỉ vào đống sách do ông tự tay mang đến: "Các nhà lý luận quân sự của chúng ta cũng đều nói có tiến công, có phòng ngự. Engels cũng đã nói điều đó. Thực tế chiến trường đòi hỏi chúng ta phải chuyển qua phòng ngự. Cục tác chiến hãy điện cho chiến trường tham khảo ý kiến của các đồng chí trong mặt trận xem sao".

Cục Trưởng Tác chiến lúc ấy là Tướng Vũ Lăng lệnh cho ông Long gửi một bức điện dài, theo Tướng Lê Phi Long: "Sau khi phân tích lý luận và thực tế, Điện gợi ý mặt trận nên chuyển sang phòng ngự". Bức Điện ký tên Vũ Lăng phát đi hai hôm thì Cục Tác chiến nhận được trả lời. Trong điện trả lời, Tướng Trần Quý Hai dùng lời lẽ gay gắt phê phán Cục Tác chiến không giữ vững quyết tâm, không quán triệt tư tưởng làm chủ và tiến công... Rồi Bộ Tư lệnh Chiến dịch ra lệnh phản công mặc dầu đã trải qua ba cuộc phản công không kết quả.

Trước tình hình đó, theo ông Phi Long, Tướng Giáp phải họp Thường trực Quân ủy Trung ương để thảo luận tiếp, và cuối cùng xác định dứt khoát phải chuyển sang phòng ngự. Cùng thời gian ấy, quân đội Sài Gòn tăng thêm lực

---

[642] Theo Tướng Lê Phi Long.

lượng, hình thành thế bao vây, thường xuyên bắn phá dữ dội các trận địa pháo của miền Bắc, đặc biệt là chung quanh thành cổ Quảng Trị. Máy bay B-52 rải thảm bờ bắc sông Bến Hải. Từ ngày 9 đến 16-9-1972, quân Giải phóng đồng loạt tiến công trại La Vang, Tích Tường, Như Lệ, Bích Khê, Nại Cửu và Thị xã. Nhiều trận phản kích đẫm máu của bộ đội sát chân thành cổ, giành giật nhau từng mô đất, bờ tường. Mỗi ngày, quân miền Bắc trung bình mất một đại đội. Đến đêm 16-9, một bộ phận nhỏ còn lại buộc phải rút khỏi thành cổ, sau 81 ngày đêm khốc liệt.

Tướng Lê Phi Long kể: "Sáng 17-9, Cục Tác chiến mới nhận được điện báo 'Thành Cổ mất tối hôm qua'. Trong khi đó thì trên phòng họp, Quân ủy Trung ương vẫn đang bàn về 'phối hợp đấu tranh quân sự chính trị và ngoại giao' thông qua mặt trận Quảng Trị. Dự họp có Trường Chinh, Phạm Văn Đồng, Trần Quốc Hoàn, Lê Thanh Nghị, Nguyễn Duy Trinh, Tố Hữu và các vị trong thường trực Quân ủy. Lúc này Lê Đức Thọ đã có mặt ở Paris để hội đàm với Kissinger. Được tin dữ, anh Văn rời cuộc họp xuống chỗ Cục Tác chiến đích thân nói điện thoại với mặt trận qua xe thông tin tiếp sức đậu trước sân Cục Tác chiến".

Khác với thời làm Tư lệnh Chiến trường Điện Biên Phủ, "Tướng quân tại ngoại", có đầy đủ quyền bính để quyết định. Trong cuộc chiến giành thống nhất, không phải lúc nào Tướng Giáp cũng có thể đưa ra những quyết định quân sự mà ông tin là đúng đắn. Những người chỉ huy chiến dịch Quảng Trị chịu rất nhiều áp lực từ các cuộc Hội đàm giữa Kissinger và Lê Đức Thọ[643].

Theo Tướng Lê Phi Long, trong thời gian diễn ra Chiến dịch Quảng Trị: "Ông Lê Đức Thọ không hiểu bằng con đường nào, thường xuyên điện thẳng cho các sư đoàn không qua điện đài của Bộ Tổng Tham mưu, vừa để nắm tình hình vừa tự ý đôn đốc đánh. Kỳ quặc! Chúng tôi, cơ quan tham mưu, không đồng tình với cách làm này nhưng không biết than thở với ai, hình như anh Văn cũng cảm nhận được điều đó nên có lần đã nói với chúng tôi: Cần kết hợp chặt chẽ giữa đấu tranh quân sự, chính trị và ngoại giao, nhưng mỗi lĩnh vực có quy luật riêng của nó, ví như về quân sự thì trước hết phải bảo đảm chắc thắng, nếu không diệt được địch, không phát triển lực lượng thì không phối hợp quân sự với ngoại giao được". Tướng Lê Hữu Đức thừa nhận: "Cố đánh Quảng Trị là do nhu cầu đàm phán".

---

[643] Theo Tướng Lê Phi Long: "Mãi đến bây giờ (2008), tôi và nhiều đồng nghiệp vẫn chưa hiểu vì sao ta phải cố thủ Thành Cổ với một giá đắt như vậy, ai chủ trương, ai chịu trách nhiệm trước lịch sử? Có cán bộ cấp trên giải thích rằng do yêu cầu của đấu tranh ngoại giao, cần giữ vững Thành Cổ để phối hợp với cuộc đàm phán tại Hội nghị Paris. Nhưng, quyết định chiến trường phải là người lính".

Thành cổ Quảng Trị thất thủ khi quân miền Bắc đã gần như hoàn toàn kiệt sức. Theo Tướng Lê Phi Long: "Lực lượng chiếm giữ Thành Cổ khi đó nói là có mấy tiểu đoàn nhưng trên thực tế chỉ còn phiên hiệu, mỗi tiểu đoàn chỉ còn ba bốn chục người. Việc bổ sung quân số tiếp tế qua sông hết sức khó khăn. Nhiều sinh viên đã phải rời giảng đường để nhập ngũ. Nhiều tân binh chưa gặp mặt người chỉ huy đã ngã xuống. Nhiều cán bộ chỉ huy ngày đêm vất vả, râu tóc mọc kín mặt mà không có thời gian cắt cạo. Trong hầm phẫu ở ngay dinh Tỉnh trưởng cũ thường xuyên có trên dưới 200 thương binh, sặc mùi hôi thối. Các lực lượng trong Thành Cổ thì chiến đấu một cách tuyệt vọng, còn các đơn vị ở các hướng khác, tuy có cố gắng đánh vào cạnh sườn để hỗ trợ cho lực lượng ở trong Thành nhưng cũng không tạo được hiệu quả. Chiến dịch Quảng Trị kéo dài, thương vong rất lớn, có thể nói là lớn nhất so với tất cả các chiến dịch trong hai cuộc kháng chiến. Mỗi lần nghĩ lại tôi rất đau lòng. Ta đã tung hết lực lượng, đã kiệt quệ. Có lúc tôi đã phải điều học viên trường Lục quân về gần Thủ đô lập một lữ đoàn để bảo vệ Trung ương, vì hết cả quân".

CƠ HỘI HÒA BÌNH

Nhưng việc Sài Gòn lấy lại Quảng Trị lại giúp phá vỡ những bế tắc trong đàm phán. Dưới sự chủ tọa của Bộ trưởng Ngoại giao Nguyễn Duy Trinh, Hiệp định và một số Nghị định thư cần thiết đã được soạn. Ngày 26-9-1972, Trợ lý Bộ trưởng Bộ Ngoại giao Lưu Văn Lợi đã mang các dự thảo tới Paris.

Ngày 4-10-1972, sau khi Bộ Chính trị xem xét lại dự thảo Hiệp định, Hà Nội thông báo cho Lê Đức Thọ và Xuân Thủy: "Ta cần tranh thủ khả năng chấm dứt chiến tranh trước ngày bầu cử ở Mỹ, đánh bại âm mưu của Nixon kéo dài đàm phán để vượt tuyển cử, tiếp tục Việt Nam hóa chiến tranh, thương lượng trên thế mạnh... Yêu cầu lớn nhất của ta hiện nay là chấm dứt chiến tranh của Mỹ ở miền Nam. Mỹ rút hết, chấm dứt sự dính líu quân sự của Mỹ ở miền Nam và chấm dứt cuộc chiến tranh không quân, hải quân, thả mìn chống miền Bắc... Chỉ ghi nguyên tắc về quyền tự quyết, tổng tuyển cử, giữ gìn hòa bình, hòa hợp dân tộc và ghi một câu ngắn 'thành lập Chính quyền hòa hợp dân tộc các cấp gồm ba thành phần với nhiệm vụ đôn đốc và giám sát các bên thi hành các Hiệp định ký kết"[644].

---

[644] Lưu Văn Lợi - Nguyễn Anh Vũ, Các Cuộc Thương Lượng Lê Đức Thọ - Kissinger Tại Paris, Nhà Xuất bản Công an Nhân dân, 2002, trang 494-495.

Ngày 8-10-1972 khi Lê Đức Thọ đưa ra dự thảo các điều khoản hiệp định đề nghị ký kết, Kissinger viết: "Các đồng nghiệp và tôi đều hiểu ngay tầm quan trọng của những điều mình vừa nghe. Ngay lúc nghỉ giải lao, Winston Lord và tôi đã bắt tay và nói với nhau: 'chúng ta đã thành công rồi'. Haig, người đã từng phục vụ tại Việt Nam, thốt lên đầy xúc động rằng chúng tôi đã bảo toàn được danh dự cho các chiến binh từng phục vụ, đã chịu đựng và hy sinh ở Việt Nam"[645].

Điều quan trọng nhất mà miền Bắc muốn - Mỹ rút quân mà Hà Nội không rút quân - thì ở trên bàn đàm phán, Kissinger đã chấp nhận từ năm 1971. Trên thực tế, cho đến khi ký Hiệp định Paris, Nixon đã đơn phương rút quân: từ 545.000 quân năm 1968 xuống còn 27.000 quân năm 1972.

Cuộc đàm phán tưởng như đã tới hồi kết thúc, Kissinger dự kiến sẽ quay lại Paris vào ngày 17-10 gặp Xuân Thủy, thống nhất nốt "hai tồn tại" về nhân viên dân sự bị giam giữ ở miền Nam và việc "thay thế thiết bị quân sự", được ngầm hiểu như là một viện trợ quân sự cho Sài Gòn. Ngày 18-10, từ Paris, Kissinger sẽ bay đến Sài Gòn, và tối ngày 22, sẽ đến Hà Nội. Hiệp định dự định công bố vào ngày 24 và được ký ngày 31-10-1972.

Khi bước lên máy bay, Kissinger đã nhận được một bức thư tay của Nixon, dặn: "Thứ nhất, anh cứ làm cái gì cho là đúng mà không cần chú ý đến bầu cử; thứ hai, chúng ta không thể để tuột mất cơ hội kết thúc chiến tranh trong danh dự". Nixon cũng gửi một bức thư cho Brezhnev, nhưng theo Kissinger, những yêu cầu của Nixon đều bị bỏ qua. Trong khi đó, tuy không trả lời gì, "viện trợ đạn dược của Bắc Kinh cho Hà Nội đã giảm tới mức ít ảnh hưởng tới kết quả của cuộc chiến".

Nhưng, kể từ ngày 14-10, khi Đại sứ Bunker chuyển bản tóm tắt Hiệp định cho Tổng thống Nguyễn Văn Thiệu, đến ngày 18-10, khi Kissinger đến Sài Gòn, ông Thiệu không hề trả lời. Ngày 19-10, khi đến Dinh Độc Lập, Kissinger đã phải đợi tới 15 phút, Hoàng Đức Nhã - trợ lý của Tổng thống - mới ra đưa Đại sứ Bunker và Kissinger vào gặp ông Thiệu trao bức thư của Nixon. Ông Thiệu hẹn 2 giờ chiều hôm sau sẽ trả lời. Vào ngày 19-10, Kissinger nhận được phản hồi từ Lê Đức Thọ, theo ông: "Hà Nội đồng ý không chỉ với lập trường của chúng tôi mà còn cả với câu chữ do chúng tôi đề ra: Với việc ngừng

---

[645] Theo Kissinger: "Sau bốn năm khăng khăng đòi hỏi chúng ta dỡ bỏ thể chế chính trị của đồng minh (Sài Gòn) và thay thế nó bằng một chính phủ liên hiệp, Hà Nội giờ đây về cơ bản đã từ bỏ yêu cầu chính trị này. Trong ba năm, Hà Nội nhấn mạnh rằng việc Mỹ chấm dứt viện trợ quân sự cho chính quyền Nam Việt Nam là điều kiện tiên quyết, nay, Lê Đức Thọ bỏ điều kiện này. 'Thay thế vũ trang' (viện trợ quân sự) đã được phép, trong khi Hà Nội không đả động gì về việc rút quân (thậm chí cũng không thừa nhận có quân đội ở miền Nam) họ đã chấp thuận yêu cầu ngày 31-5-1971 của Hoa Kỳ là sẽ chấm dứt sự xâm nhập (đưa quân) vào miền Nam" (Sđd, trang 329).

bản, tất cả tù nhân sẽ được trả tự do, trừ 10 nghìn cán bộ Việt cộng trong nhà tù miền Nam Việt Nam".

Trong khi đó, không có cuộc điện thoại nào từ văn phòng Tổng thống Thiệu gọi cho Đại sứ Bunker để xác nhận cuộc hẹn. Mãi tới 2 giờ 30 phút, Bunker mới nhận được điện thoại của ông Nhã báo là cuộc họp phải lùi tới 5 giờ. Năm giờ, đoàn xe hộ tống của Tổng thống Thiệu đi ngang qua sứ quán Mỹ hụ còi hết cỡ và bỏ mặc Bunker giận dữ, không một lời xin lỗi. Đêm hôm đó, Hoàng Đức Nhã mới báo với Bunker, Tổng thống sẽ làm việc với họ vào 8 giờ sáng hôm sau. Cuộc gặp vào 9 giờ sáng ngày 20-10, theo Kissinger, là chỉ để nghe "cơn thịnh nộ" của ông Thiệu. Trong khi Kissinger cảm thấy bế tắc với Sài Gòn thì ông nhận được tin vào tối 21-10 từ Hà Nội, theo đó, các yêu cầu của Mỹ về các vấn đề liên quan đến Lào và Campuchia đều được chấp nhận.

Kissinger đang không biết sẽ ăn nói như thế nào với ông Lê Đức Thọ thì Hà Nội mời nhà báo nổi tiếng Arnaud De Borchgrave đến Việt Nam và thu xếp để ông phỏng vấn Thủ tướng Phạm Văn Đồng [646]. Kissinger cho rằng: "Hà Nội đã phạm phải sai lầm khi đưa ra cớ để (cho Washington) trì hoãn".

Một bức điện, nhân danh Tổng thống Nixon được gửi tới phái đoàn của Hà Nội ở Paris cho rằng, Việt Nam Dân chủ Cộng hòa đã phá vỡ lòng tin và làm nảy sinh trách nhiệm đáng kể cho những mối quan hệ ở Sài Gòn khi cho Arnaud De Borchgrave vào phỏng vấn. Bức thư nhấn mạnh rằng phía Mỹ không thể hành động một cách đơn phương; những khó khăn ở Sài Gòn cho thấy sự việc diễn biến phức tạp hơn dự đoán; trong hoàn cảnh đó, Tổng thống đã phải triệu Tiến sỹ Kissinger về Washington để cố vấn những bước đi tiếp theo.

Kissinger "dọa" Tổng thống Nguyễn Văn Thiệu, nếu chiến sự còn tiếp diễn kiểu này trong 6 tháng nữa Thượng viện sẽ quyết định cắt viện trợ. Nhưng ông Thiệu với sự cố vấn của Hoàng Đức Nhã vẫn không lay chuyển. Trong khi đó, Hà Nội cáo buộc Washington "không thực sự nghiêm chỉnh" và cảnh cáo rằng "cuộc chiến ở Việt Nam sẽ tiếp diễn và phía Hoa Kỳ phải chịu tất cả trách nhiệm". Mặc dù trong bức điện gửi tới Paris vài ngày trước, Nixon đã đề nghị hai bên chưa công bố những điều trong dự thảo Hiệp định, nhưng ngày 26-10-1972, Đài Tiếng nói Việt Nam đã cho công bố bản dự thảo này.

---

[646] Theo Kissinger: "Cuộc phỏng vấn được in ngày 23-10-1972, mang dụng ý xấu. Thủ tướng Phạm Văn Đồng đã làm sáng tỏ nội dung của bản dự thảo hiệp định của miền Bắc Việt Nam. Thiệu được mô tả như một người bị động trước các sự việc; 'một liên minh chuyển tiếp 3 bên' sẽ được hình thành; tất cả những người bị bắt giữ trong đó có cả dân thường sẽ được trả tự do; phía Mỹ phải bồi thường thiệt hại chiến tranh. Bài trả lời phỏng vấn của Thủ tướng Phạm Văn Đồng chắc chắn là để khiêu khích Cộng hòa miền Nam Việt Nam và để dàn xếp những điều nghi ngờ nhất. Điều này cũng khiến chúng tôi chú ý đến sự linh hoạt gần đây của Lê Đức Thọ vốn được vận dụng vì thấy cần thiết chứ không phải là thực tâm muốn thế" (Sđd, trang 361).

Ngày 27-10, người phát ngôn của miền Bắc tại Paris, ông Nguyễn Thành Lê, nói với báo giới: "Nếu như ngày ký là ngày 31, và vào ngày 30 nếu Kissinger muốn gặp Lê Đức Thọ hoặc Xuân Thủy để uống sâm banh trong khi chờ đợi việc ký kết, tôi nghĩ rằng sự hưởng ứng sẽ rất tích cực". Nhưng phía Mỹ lại đề nghị có một cuộc đàm phán cuối cùng và hứa ngừng ném bom hoàn toàn trong vòng 48 giờ sau khi có một giải pháp. Tổng thống Nguyễn Văn Thiệu đã phản đối "bằng giọng văn bực tức của Nhã".

Nixon viết thư cho Thiệu: "Nếu như tình trạng bất đồng giữa hai chúng ta tiếp tục tiếp diễn theo một chiều hướng khác, thì những ủng hộ cần thiết của phía Mỹ đối với Ngài và với chính phủ của Ngài sẽ không còn nữa. Ngài không nên nuôi ảo tưởng rằng chính sách của tôi liên quan đến ước muốn đạt được hiệp định hòa bình một cách sớm sủa sẽ thay đổi sau khi cuộc bầu cử diễn ra". Như Nixon dự đoán, cho dù Hiệp định Paris chưa ký, ông vẫn tái đắc cử Tổng thống với số phiếu hơn 60% vào ngày 7-11-1972.

Vài cuộc họp giữa Kissinger và Lê Đức Thọ đã được nối lại vào nửa cuối tháng 11-1972. Nếu như Chính phủ Lâm thời Cộng hòa miền Nam Việt Nam chỉ là cái bóng của miền Bắc, và bà Nguyễn Thị Bình chỉ tuyên bố theo chỉ thị của Hà Nội như bà thừa nhận, thì Việt Nam Cộng hòa là một thực thể chính trị mà người Mỹ không dễ khuất phục.

Do Tổng thống Nguyễn Văn Thiệu phản đối, Kissinger phải đưa ra 69 đề nghị mới của Việt Nam Cộng hòa. Trong đó có những đòi hỏi mà Hà Nội không thể nào chấp nhận: Đòi xóa bỏ tên Chính phủ Cách mạng Lâm thời Cộng hòa miền Nam Việt Nam ghi trong Hiệp định; đòi rút tất cả lực lượng không phải Nam Việt Nam ra khỏi miền Nam. Chính Kissinger cũng thừa nhận đó là những đòi hỏi vô lý - để tăng thêm sức phản kích, Lê Đức Thọ đòi lập hội đồng ba thành phần 15 ngày sau ngừng bắn, đòi tổng tuyển cử ở miền Nam 6 tháng, đòi Thiệu phải từ chức hai tháng trước tuyển cử.

Cho dù xác nhận sự đồng ý của Sài Gòn sẽ ảnh hưởng rất lớn tới Hiệp định, Kissinger vẫn chấp nhận đưa ra khỏi Hiệp định điều kiện "rút quân đội không phải của Nam Việt Nam ra khỏi miền Nam"; có giải pháp thỏa đáng xác nhận vị trí của Chính phủ Cách mạng Lâm thời Cộng hòa miền Nam Việt Nam... nhưng Lê Đức Thọ thấy Mỹ vẫn đòi sửa đổi nhiều với ta, nên lại phê phán Mỹ lại có ý đồ chia cắt Việt Nam, kéo dài đàm phán"[647].

---

[647] Lưu Văn Lợi - Nguyễn Anh Vũ, Các Cuộc Thương Lượng Lê Đức Thọ - Kissinger Tại Paris, Nhà Xuất bản Công an Nhân dân 2002, trang 572.

Theo Kissinger: "Tổng thống rất thất vọng về tinh thần cũng như thực chất của cuộc họp cuối cùng với Lê Đức Thọ". Nixon gửi điện cho Kissinger: "Nếu đối phương không thể hiện thiện chí phù hợp tương tự như chúng ta đang thể hiện, tôi chỉ thị cho anh phải ngừng đàm phán và rồi chúng ta sẽ nối lại các hoạt động quân sự cho đến khi đối phương sẵn sàng đàm phán. Phải làm cho họ tỉnh ngộ trước ý nghĩ cho rằng dường như chúng ta không còn sự lựa chọn nào khác ngoài việc giải quyết theo hướng những điều khoản mà họ đưa ra".

Ngày 23-11, sau cuộc đàm phán dài 6 tiếng đồng hồ, nhân dịp Lễ Tạ ơn, đoàn miền Bắc mời đoàn Mỹ dùng một bữa trưa thịnh soạn với thịt bò và thịt gà nướng. Ngay trong bữa ăn, Kissinger viết: "Tôi đưa ra hai lựa chọn cho Tổng thống: hoặc chấm dứt đàm phán và ném bom trở lại miền Bắc từ vỹ tuyến 20 trở lại (trên thực tế, trước đó 24 giờ tổng thống đã yêu cầu tôi đặt vấn đề đó cho ông Lê Đức Thọ suy nghĩ); hoặc có giải pháp cho những vấn đề nêu trong bản Dự thảo cụ thể là các điều khoản về khu phi quân sự và vũ khí kèm theo một số thay đổi trong phần về chính trị như là việc giữ thể diện cho chính quyền Sài Gòn"[648].

GIÁNG SINH B-52

Các cuộc đàm phán được đôi bên thỏa thuận là sẽ nối lại. Trong bức điện gửi tới Hà Nội vào ngày 27-11, Washington cho biết là Tổng thống ra lệnh giảm 25% các đợt ném bom. Theo Kissinger: "Đó là một sai lầm. Có vẻ như Bắc Việt Nam xem hành động đó như thế là chúng tôi buộc phải làm do yếu thế".

Kissinger nói Nixon đã muốn ra lệnh tấn công bằng B-52 xuống Hà Nội-Hải Phòng ngay trước khi các cuộc đàm phán được bắt đầu lại vào ngày 6-12. Trong cuộc gặp vào ngày 7-12, theo Kissinger: "Chúng tôi bị dồn vào chân tường một cách tuyệt vọng. Điều mà Lê Đức Thọ muốn ở chúng tôi là tiến tới Hiệp định, đủ gần để ngăn ngừa chúng tôi sử dụng sức mạnh quân sự, nhưng cũng đủ xa để duy trì sức ép sao cho vào những phút cuối có thể hoàn thành những mục tiêu của Hà Nội trong việc làm tan vỡ cấu trúc chính trị của Sài Gòn".

Trên thực tế, theo ông Lưu Văn Lợi, những tranh chấp còn lại là không quan trọng, phần lớn thuộc về kỹ thuật hoặc về cách dùng từ khác nhau do dịch ra tiếng Anh, tiếng Việt. Theo người phiên dịch của ông Lê Đức Thọ, ông Nguyễn Đình Phương: "Đến ngày 13-12-1972, chỉ còn hai vấn đề tồn tại

---

[648] Henry Kissinger, Ending the Vietnam War, Simon & Schuster, 2003, trang 392.

(khu phi quân sự và cách ký Hiệp định), hai bên quyết định về nước hỏi ý kiến chính phủ, trong khi các chuyên viên tiếp tục rà soát lại văn bản. Ngày 15-12-1972 anh Sáu rời Pari"[649].

Kissinger cho rằng: "Nếu hồi tháng Mười, Hà Nội chịu đưa ra một hoặc hai đề nghị thỏa hiệp về khu phi quân sự hay kỹ thuật viên quân sự thì Nixon có lẽ đã chấp nhận; ông không hào hứng với việc ném bom trở lại. Ông đã trải qua nỗi kinh hoàng khi xuất hiện trên truyền hình để thông báo bắt đầu một nhiệm kỳ mới với việc một lần nữa mở rộng chiến tranh… Nhưng Hà Nội đã trở nên quá tự tin. Được khuyến khích bởi sự bất đồng công khai giữa Washington và Sài Gòn, thêm vào đó, Quốc hội mới sẽ cắt ngân sách vào tháng Giêng tới, Bắc Việt Nam nghĩ rằng họ có thể buộc chúng ta nhượng bộ và làm Sài Gòn mất tinh thần. Bắc Việt Nam đã phạm một lỗi căn bản khi thương lượng với Nixon, họ đã dồn ông vào chân tường. Nixon nguy hiểm hơn bao giờ hết khi ông dường như không còn lựa chọn".

Ngày 14-12-1972, từ Paris, Kissinger trở lại phòng Oval, nơi các cộng sự và ông trở nên "diều hâu" hơn. Trong cuộc họp đó Nixon quyết định "ném bom dày đặc và lần đầu tiên sử dụng liên tục B-52 trên miền Bắc". Ngày 16-12, Đại sứ W. Porter, Trưởng đoàn Đàm phán của Mỹ tại Paris, đã gặp ông Xuân Thủy. Theo Kissinger, ông Xuân Thủy "đã đẩy sự kiêu căng của Lê Đức Thọ lên một mức nữa. Thay vì dừng lại ở những vấn đề cụ thể, ông đã lịch sự từ chối thảo luận về bất cứ vấn đề gì". Cùng ngày, tại phòng Báo chí của Nhà Trắng, Kissinger giải thích về các cuộc đàm phán đang bế tắc.

Sáng 18-12, Kissinger gửi thông điệp cho Hà Nội, một mặt, buộc tội miền Bắc đã cố ý trì hoãn đàm phán, mặt khác đề xuất nối lại đàm phán bằng cách quay lại các thỏa thuận đã đạt được vào cuối vòng đàm phán đầu tiên được nối lại ngày 23-11, bao gồm cả những thay đổi mà Lê Đức Thọ đã đồng ý. Kissinger ngỏ ý sẽ gặp Lê Đức Thọ bất kỳ lúc nào sau ngày 26-12. Tướng Giáp gọi đây là một "tối hậu thư".

Cũng trong chiều 18-12-1972, vào lúc 4 giờ 45 phút giờ Hà Nội, chiếc chuyên cơ vốn sử dụng để chở Hồ Chí Minh mang ký hiệu BH195 đưa Lê Đức Thọ từ Hội nghị Paris về tới sân bay Gia Lâm. Hơn hai giờ đồng hồ sau, khi Lê Đức Thọ đang ở trong nhà tắm, Tướng Giáp nhận được điện thoại Trực ban báo tin có nhiều tốp B-52 bắt đầu rời Guam và Utapao. Liền đó là những hồi còi báo động phá vỡ sự tĩnh lặng đợi chờ của Hà Nội. Ngay trong đêm hôm đó, tất cả các sân bay quân sự xung quanh Hà Nội như Kép, Phúc Yên, Hòa

---

[649] Lê Đức Thọ, Nhà Xuất bản Chính trị Quốc gia 2011, trang 560.

Lạc... đều bị phá hủy. Chiếc chuyên cơ BH 195 đậu ở Gia Lâm cũng bị bom B-52 phá hỏng hoàn toàn. Đài Tiếng nói Việt Nam bị ném bom.

Theo Tướng Giáp, vào lúc 20 giờ 20 phút ngày 18-12-1972, ông nhận được tin 4 phút trước đó, Tiểu đoàn tên lửa 59 đã bắn cháy chiếc B-52 đầu tiên, xác chiếc B-52G này rơi xuống xã Phù Lỗ, Đông Anh, ngoại thành Hà Nội. Tướng Giáp mô tả: "Tin thắng trận xé toang bầu không khí căng thẳng. Tổng Hành dinh náo nức được thấy con ngoáo ộp B-52 không còn 'bất khả xâm phạm nữa' trước những con 'rồng lửa Thăng Long'"[650]. Lúc 4 giờ 39 phút sáng hôm sau, 19-12-1972, Tiểu đoàn tên lửa 77 bắn rơi chiếc máy bay thứ hai.

Mỹ bắt đầu sử dụng B-52 trong chiến tranh Việt Nam từ giữa năm 1965. Phi vụ B-52 đầu tiên ném bom miền Bắc diễn ra ngày 12-4-1966 ở đèo Mụ Giạ, Quảng Bình. Tháng 5-1966, Trung đoàn tên lửa 238 được điều vào Vĩnh Linh để nghiên cứu đánh B-52 và theo Tướng Giáp, 238 đã bắn rơi chiếc B-52 đầu tiên vào ngày 17-9-1967.

Chiếc B-52 thứ hai, theo công bố của Bộ Quốc phòng Việt Nam, bị dính tên lửa của Trung đoàn 263 ở Nghệ An, và sau đó rơi xuống đất Nakhon Phanom ngày 22-11-1972, cách Utapao 64 km. Đây cũng là chiếc B-52 đầu tiên mà người Mỹ công nhận có tổn thất. Theo Tướng Giáp: Từ năm 1969, Liên Xô không viện trợ thêm một quả tên lửa nào[651]; khí tài cũng xuống cấp, buộc bộ đội phòng không phải cải tiến rất nhiều mới đánh được. Đêm 20-12-1972, bộ đội tên lửa hạ thêm "7 máy bay B-52, 7 máy bay chiến thuật và một máy bay không người lái". Hà Nội càng tự tin.

Nhưng Tướng Giáp không chỉ nhận được "tin chiến thắng". Vào thời điểm ấy, ở khu vực Đông Nam Á, người Mỹ có tới 207 chiếc B-52 đang ở tư thế sẵn sàng ném bom: 54 B-52D đậu ở Utapao RTAFB, Thái Lan; trong khi 153 chiếc khác gồm 55 B-52D và 98 B-52G đang ở căn cứ không quân Andersen ở Guam.

Đêm 18-12-1972, Mỹ sử dụng tới 129 máy bay ném bom, được hộ tống bởi các máy bay chiến đấu F-4, F-105, máy bay đánh chặn tên lửa SAM, máy bay làm nhiễu sóng radar... Người Mỹ quả đã chịu tổn thất nặng nề khi ngay trong phi vụ đầu tiên, ba máy bay bị bắn rơi ngay bởi 68 quả tên lửa SAM: hai B-52G và một B-52D. Hai B-52D khác bị trúng đạn hư hỏng nặng phải đưa về sửa tại Utapao. Cũng trong đêm đó, một chiếc F-111 bị bắn hạ.

---

[650] Võ Nguyên Giáp, Tổng Hành Dinh Trong Mùa Xuân Toàn Thắng, Nhà Xuất bản Chính trị Quốc gia 2000, trang 19.
[651] Võ Nguyên Giáp, Sđd, trang 16.

Trong đêm thứ hai, 93 chiếc B-52 khác lại được đưa tới vùng trời miền Bắc, các cơ sở công nghiệp ở Thái Nguyên, Yên Viên và ga Kinh Nỗ trở thành mục tiêu và nhanh chóng bị phá hủy. Hàng chục tên lửa SAM được bắn lên nhưng chỉ làm hư hỏng một số máy bay. Các mục tiêu khác ở Yên Viên, Ái Mỗ, Thái Nguyên, Bắc Giang và Hà Nội tiếp tục bị B-52 cày nát trong đêm thứ ba, ngày 20-12-1972, nhưng 4 chiếc B-52 đã bị bắn hạ với khoảng trên 30 quả tên lửa SAM trong đó có một chiếc đã rơi tại Lào trên đường bay về Thái Lan. Ngày 20-12, tại Paris, trong cuộc gặp đại diện Mỹ, Heyward Isham, ông Nguyễn Cơ Thạch đã mạnh mẽ phản đối hành động của Nixon.

Những tổn thất này đã khiến cho Ban Tham mưu liên quân và Bộ Tư lệnh Thái Bình Dương của Mỹ nao núng. Có những tiếng nói muốn dừng cuộc "tàn sát" lại. Nhưng Nixon ra lệnh cho Đô đốc Moorer tiếp tục cường độ oanh tạc và bắt vị tham mưu trưởng liên quân này phải đích thân chịu trách nhiệm về kết quả của chiến dịch oanh tạc.

Đêm thứ Tư, 21-12-1972, 30 B-52 từ Utapao vẫn được đưa vào vùng trời Hà Nội. Nhiều mục tiêu khác lại bị phá hủy trong đó có kho Văn Điển và sân bay Cẩm Thuỷ (Quảng Tế, Thạch Thành, Thanh Hoá). Nhưng, thêm hai B-52 bị bắn hạ bởi SAM. Tên lửa SAM dường như chỉ có thể tập trung bảo vệ vùng trời Hà Nội. Những ngày sau đó, các cuộc oanh kích chuyển sang đánh phá Hải Phòng. Không có một chiếc máy bay nào bị bắn hạ thêm ở đây ngoại trừ một chiếc F-111 bị bắn rơi trên bầu trời Kinh Nỗ.

Ngày 22-12, Mỹ đề xuất một cuộc gặp giữa Cố vấn đặc biệt Lê Đức Thọ và Tiến sĩ Kissinger vào ngày 3-1-1973. Nếu Hà Nội đồng ý những điều khoản do phía Mỹ đưa ra, việc ném bom từ vĩ tuyến 20 sẽ chấm dứt vào nửa đêm ngày 31-12. Nhưng ngày 23-12, Thứ trưởng Ngoại giao Nguyễn Cơ Thạch lại đọc một bài phản đối khác.

Ngày 22-12-1972, một cuộc ném bom được nói là nhắm vào sân bay Bạch Mai và căn cứ Bộ Chỉ huy của lực lượng không quân Bắc Việt Nam, nhưng toàn bộ lượng bom trên một chiếc B-52 đã rơi vào bệnh viện Bạch Mai và khu dân cách đó hơn một cây số. Ngày 23-12-1972 và các ngày sau đó, các oanh tạc cơ tiếp tục chiến thuật tránh Hà Nội để bảo toàn lực lượng. Cho đến đêm 26-12-1972, 120 máy bay ném bom gần như đồng thời oanh tạc khu vực Thái Nguyên, Hà Nội và cả Hải Phòng: 78 B-52 bay từ căn cứ Andersen; 42 chiếc khác bay từ Utapao, theo sau chúng là 113 máy bay hộ tống các loại, cùng lúc tràn ngập vùng trời miền Bắc.

Khoảng 250 tên lửa SAM đã được bắn. Một B-52 bị bắn hạ gần Hà Nội, một chiếc khác bị bắn hỏng cố bay về Utapao nhưng đã bị rơi ngay gần đường băng. Tướng Giáp kể: "Có lúc căn hầm kiên cố của Tổng Hành dinh rung chuyển như động đất". Đêm ấy, vào lúc 22 giờ 47 phút, B-52 đã rải bom xuống

Khâm Thiên và hơn 100 điểm dân cư ở Hà Nội, Hải Phòng và nhiều nơi khác trên miền Bắc.

Trong ngày 26-12-1972, ngày mà lượng bom B-52 được thả xuống miền Bắc ác liệt nhất, Kissinger nhận được "thông điệp" từ Lê Đức Thọ. Tuy bác bỏ "ngôn ngữ tối hậu thư" của Washington nhưng Hà Nội đã đồng ý với các điều khoản đưa ra từ phía Mỹ: nếu Mỹ ngừng ném bom, các cuộc họp cấp chuyên gia có thể nối lại trong khoảng thời gian sớm nhất; vì lý do sức khỏe Lê Đức Thọ không thể tham dự cuộc họp nào trước ngày 8 tháng Giêng.

Ngày 27-12, Mỹ đồng ý nối lại các cuộc gặp cấp chuyên gia vào ngày 2-1-1973; Lê Đức Thọ và Kissinger sẽ gặp nhau ngày 8-1; Mỹ sẽ ngừng ném bom trong vòng 36 giờ khi nhận được lời khẳng định cuối cùng về các bước thủ tục này. Theo Kissinger: "Hà Nội trả lời ngay trong vòng 24 tiếng - một kỳ tích về thời gian cần thiết để chuyển tin từ Paris; chuyển đến Paris và sự khác nhau về múi giờ". Kissinger nói: "Chúng tôi đã thắng cược" [652].

B-52 tiếp tục oanh tạc cho tới đêm 29-12-1972. Trong suốt "12 ngày đêm" ấy, người Mỹ đã huy động 741 lượt B-52 ném bom miền Bắc Việt Nam, 729 phi vụ được coi là thành công, 15.237 tấn bom đã được dội xuống 18 mục tiêu kinh tế và 14 mục tiêu quân sự; các loại phi cơ khác cũng đã dội xuống đầu người dân Việt Nam thêm 5.000 bom. Cũng trong thời gian đó, 212 phi vụ B-52 đánh phá các căn cứ Quân Giải phóng miền Nam. Mười máy bay B-52 bị bắn hạ trên vùng trời Việt Nam, 5 chiếc khác bị bắn hỏng sau đó bị rơi ở Lào và Thái Lan.

Những hình ảnh tang thương, đặc biệt là cảnh hủy diệt khu dân cư Khâm Thiên và bệnh viện Bạch Mai, Hà Nội đã làm cho thế giới giận dữ. Nixon bị nguyền rủa từ trong nước cho tới khắp nơi trên thế giới. Chính phủ Thụy Điển so sánh chính quyền Nixon với bọn phát xít. Chính phủ Đan Mạch, Phần Lan, Hà Lan và Bỉ cũng lên án các vụ ném bom. B-52 đã giết chết hơn 1.600 thường dân Việt Nam trong khi cả hai phía đều tuyên bố là chiến thắng.

Đêm 28-12-1972, Tướng Giáp duyệt bản Thông cáo Chiến thắng do Cục Tuyên huấn dự thảo, theo đó: "Chỉ trong 12 ngày đêm, quân và dân ta đã bắn rơi 77 máy bay hiện đại, trong đó có 33 máy bay B-52; 5 F-111; 24 phản lực; 3 máy bay trinh sát; 1 máy bay lên thẳng; tiêu diệt và bắt sống hàng trăm giặc lái Mỹ" [653]. Sáng 29-12-1972, các đài báo cho phát bản Thông cáo nói trên

---

[652] Henry Kissinger, Ending the Vietnam War, Simon & Schuster, 2003, trang 417.
[653] Võ Nguyên Giáp, Tổng Hành Dinh Trong Mùa Xuân Toàn Thắng, Nhà Xuất bản Chính trị Quốc gia, 2000, trang 37.

và Báo Quân Đội Nhân Dân đăng xã luận gọi "chiến công vĩ đại" này là "trận Điện Biên Phủ trên không".

Tướng Giáp cho rằng chiến thắng B-52 đã làm cho "hy vọng thương lượng trên thế mạnh của Mỹ sụp đổ theo"[654]. Ông dẫn chứng bằng bức thư Nixon gửi cho Tổng thống Nguyễn Văn Thiệu thúc ép phải ký Hiệp định Paris. Tuy nhiên, bức thư mà Tướng Giáp trích dẫn trong cuốn sách của ông đã được Nixon viết một ngày trước khi cuộc ném bom Hà Nội diễn ra.

HIỆP ĐỊNH PARIS 1973

Việc Nixon thúc ép Sài Gòn chấp nhận bản Hiệp định của Kissinger diễn ra từ nửa cuối tháng 10-1972. Trong bức thư do Tướng Haig mang tới Sài Gòn vào ngày 19-12-1972 này, theo Kissinger, đích thân Nixon viết thêm vào cuối thư: "Cho phép tôi nhấn mạnh lần cuối rằng Tướng Haig không đến Sài Gòn để thương lượng với Ngài. Đã đến lúc chúng ta cần thể hiện sự đoàn kết trong đàm phán với kẻ thù của chúng ta, và bây giờ Ngài cần phải quyết định xem Ngài muốn tiếp tục giữ mối quan hệ đồng minh của chúng ta hay Ngài muốn tôi tìm kiếm một giải pháp với kẻ thù chỉ để phục vụ lợi ích của Mỹ mà thôi"[655].

Thái độ can đảm của Tổng thống Nguyễn Văn Thiệu đã làm cho những sứ giả của Nixon khâm phục. Ngày 20-12-1972, ông Thiệu mới trao cho Haig bức thư mà Kissinger coi như "một lời từ chối đề nghị của Nixon". Tổng thống Nguyễn Văn Thiệu rút lại sự phản đối đối với các điều khoản chính trị, nhưng không chấp nhận các lực lượng Bắc Việt Nam tiếp tục có mặt ở miền Nam. Sự "can đảm" đã khiến ông phải trả giá. Ngày 2-1-1973, trong một cuộc họp kín, với tỷ lệ 154/75, khối nghị sĩ Dân Chủ tại Hạ viện đã thông qua việc cắt toàn bộ quỹ dành cho hoạt động quân sự ở Đông Dương; tỷ lệ này trong nhóm nghị sĩ Dân chủ tại Thượng viện là 36/12.

Ngày 8-1-1973, khi Kissinger gặp Lê Đức Thọ ở Gif-sur-Yvette, các nhà báo có mặt khắp nơi, theo mô tả của Kissinger: "Lê Đức Thọ luôn từ chối bắt tay tôi trước mặt công chúng. Bề ngoài, có vẻ không có người Việt Nam nào mở cửa chào đón tôi. Cánh cửa đàm phán chỉ đơn giản được mở bởi một người nào đó bên trong. Điều đó đã tạo ra nhiều câu chuyện trên các phương tiện truyền thông về một không khí lạnh nhạt sau các cuộc ném bom của chúng ta. Trên thực tế, mối quan hệ bên trong, ngoài con mắt theo dõi của báo giới, lại

---

[654] Võ Nguyên Giáp, Sđd, trang 38.
[655] Henry Kissinger, Ending the Vietnam War, Simon & Schuster, 2003, trang 418.

khá tốt đẹp. Tất cả người Bắc Việt đều xếp hàng chào đón chúng tôi. Lê Đức Thọ rất nhanh nhẹn, hệt như phong cách một doanh nhân trong ngày đầu tiên, đẩy mạnh sự thân mật đó khi chúng tôi bắt đầu đạt tới thỏa hiệp".

Ngày 9-1-1973, Lê Đức Thọ chấp nhận đề xuất ngày 18-12-1972 của phía Mỹ. Kissinger viết: "Ông ta đồng ý với bản thảo khi nó giữ đúng với lập trường ngày 23-11-1972 tại cuối phiên họp đầu tiên sau bầu cử, trong đó có cả 12 điểm thay đổi ông ta đã thừa nhận. Ông ta đồng ý việc chúng tôi thành lập khu vực phi quân sự, điều mà vào tháng 12-1972, ông ta đã cứng rắn bác bỏ". Ngày 13-1-1973, các nhà đàm phán Mỹ và Việt Nam ngồi xen kẽ với nhau, ăn cơm; Lê Đức Thọ và Kissinger nâng cốc.

Tướng Haig được phái đi Sài Gòn vào tối hôm sau, 14-1 với tối hậu thư nhấn mạnh Mỹ sẽ ký Hiệp định mà không có Thiệu nếu cần thiết. Nhưng Kissinger viết: "Chúng tôi vẫn không nhận được sự đồng ý của con người nhỏ bé nhưng gan góc ở Sài Gòn - Tổng thống Thiệu. Nixon quyết định thuyết phục". Mãi cho đến ngày 20-1-1973, sau khi có thêm áp lực của hai thượng nghị sỹ từng ủng hộ Sài Gòn, ông Thiệu mới đồng ý ký vào Hiệp định.

Ngày 15-1-1973, Nhà Trắng tuyên bố ngừng ném bom. Ngày 23-1, Kissinger và Lê Đức Thọ gặp lại ở Paris để "hoàn tất Hiệp định". Cuộc họp bắt đầu lúc 9 giờ 35 phút, ông Lê Đức Thọ đưa ra "điều khoản cuối cùng", yêu cầu phía Mỹ đảm bảo một cách chắc chắn về việc sẽ viện trợ kinh tế cho miền Bắc. Kissinger cho rằng điều đó chỉ được thảo luận thêm khi Hiệp định đã được ký kết. Lúc 12 giờ 45 phút ngày 23-1-1973, cả hai ký tắt vào các văn bản rồi rời phòng họp, ra ngoài bắt tay nhau trước ống kính phóng viên.

Ngày 27-1-1973, Hiệp định Chấm dứt Chiến tranh Việt Nam chính thức được 4 bên ký kết ở Paris. Nhưng hòa bình đã không thực sự diễn ra sau đó.

...

Kissinger và Lê Đức Thọ tại Paris, 23/11/1972.

DANH MỤC THAM KHẢO

Sách:

1. Archimedes L. A. Patti (2007). *Why Vietnam.* Nhà Xuất bản Đà Nẵng.
2. Ban Tuyên giáo Thành ủy – Cục Chính trị quân khu 7 Viện nghiên cứu xã hội thành phố Hồ Chí Minh (2008). *Sài Gòn Mậu Thân 1968.* Nhà Xuất bản Tổng hợp thành phố Hồ Chí Minh.
3. Bernstein, C. (2008). *Hillary Rodham Clinton - người đàn bà quyền lực.* Nhà Xuất bản Công an nhân dân.
4. Bộ Ngoại giao (2006). *Phạm Văn Đồng và Ngoại giao Việt Nam.* Nhà Xuất bản Chính trị Quốc gia.
5. Braestrup, P. (1977). *Big Story.* Presidio.
6. Bùi Diễm (2000). *Gọng kìm lịch sử.* Cơ sở xuất bản Phạm Quang Khai.
7. Chính Đạo (2000). *Việt Nam niên biểu, 1939 – 1975.* Nhà Xuất bản Văn hóa.
8. Clinton, B. J. (2004). *My life.* Vintage Books.
9. Đặng Phong (2009). *"Phá rào" trong kinh tế vào đêm trước đổi mới.* Nhà Xuất bản Tri thức.
10. Đào Xuân Sâm (2000). *Viết theo dòng đổi mới tư duy kinh tế.* Nhà Xuất bản Thanh niên.
11. Dương Đức Dũng (1992). *Nhà doanh nghiệp cần biết - Những gương mặt tỷ phú Sài Gòn trước năm 1975.* Nhà Xuất bản thành phố Hồ Chí Minh.
12. Duyên Anh (1987). *Nhà tù hồi ký.* Nhà Xuất bản Xuân Thu.
13. Hà Văn Thư – Trần Hồng Đức (1996). *Tóm tắt Niên biểu Lịch sử Việt Nam.* Nhà Xuất bản Văn hóa – Thông tin.
14. Hoàng Dũng (2000). *Chiến tranh Đông Dương III.* Nhà Xuất bản Văn Nghệ.
15. Hoàng Minh Thắng (2003). *Nơi ấy tôi đã sống.* Nhà Xuất bản Chính trị Quốc gia.
16. Học viện Chính trị Quốc gia thành phố Hồ Chí Minh (2007). *Đồng chí Trường Chinh – Nhà lãnh đạo kiệt xuất của Cách mạng Việt Nam.* Nhà Xuất bản Lý luận Chính trị.
17. Huỳnh Bá Thành (1983). *Vụ án Hồ Con Rùa.* Phụ bản báo Tuổi trẻ.
18. Karnow, S. (1983). *Vietnam - A History: the first complete account of Vietnam at War.* WGBH Educational Foundation and Stanley Karnow.
19. Kissinger, A. H. (2003). *Những năm bão táp (Cuộc chạy đua vào Nhà Trắng).* Nhà Xuất bản Công an Nhân dân.
20. Kissingger, A. H. (2003). *Ending the Vietnam War.* Simon & Schuster.
21. Krenz, E. (2010). *Mùa thu Đức 1989.* Nhà Xuất bản Công an nhân dân.
22. Lê Duẩn (1985). *Thư vào Nam.* Nhà Xuất bản Sự Thật.
23. Lê Xuân Khoa (2004). *Việt Nam 1945 – 1995.* Nhà Xuất bản Tiên Rồng.
24. Lưu Văn Lợi – Nguyễn Anh Vũ (2002). *Các cuộc thương lượng Lê Đức Thọ - Kissinger tại Paris.* Nhà Xuất bản Công an Nhân dân.
25. Marr, D. G. (1995). *Vietnam 1945 - The quest for power.* University of California Press.

26. Nghiêm Xuân Hồng (?). *Cách mạng và hành động (1789 – 1917 – 1933 – 1949)*. Nhà Xuất bản Quan điểm.
27. Ngô Thảo (2011). *Dĩ vãng phía trước*. Nhà Xuất bản Hội Nhà văn.
28. Nguyễn Đình Đầu (2009). *Tìm hiểu Thềm lục địa – biển Đông hải đảo Việt Nam*. Ủy ban đoàn kết Công giáo thành phố Hồ Chí Minh.
29. Nguyễn Duy Oanh (1974). *Chân dung Phan Thanh Giản*. Tủ sách Sử học, Bộ Văn hóa Giáo dục và Thanh niên.
30. Nguyễn Nhật Lâm (2012). *Trở lại*. Nhà Xuất bản Văn học.
31. Nguyễn Thế Anh (1970). *Việt Nam dưới thời Pháp đô hộ*. Nhà Xuất bản Lửa thiêng.
32. Nguyễn Thị Ngọc Hải (2011). *Trở lại xứ Ka Đô*. Nhà Xuất bản Công an Nhân dân.
33. Nguyễn Thị Ngọc Hải (2012). *Chuyện đời Đại sứ*. Nhà Xuất bản Văn hóa - Văn nghệ.
34. Nguyễn Tiến Hưng (2010). *Tâm tư Tổng thống Thiệu*. Cơ sở xuất bản Hứa Chấn Minh.
35. Nguyễn Văn Linh (1985). *Thành phố Hồ Chí Minh 10 năm*. Nhà Xuất bản Sự thật.
36. Nguyễn Văn Linh (1991). *Đổi mới để tiến lên*. Nhà Xuất bản Sự Thật.
37. Nguyễn Văn Linh (1999). *Hành trình cùng lịch sử*. Nhà Xuất bản Trẻ.
38. Nguyễn Văn Trung (1963). *Chủ nghĩa thực dân Pháp ở Việt Nam*. Nhà Xuất bản Nam Sơn.
39. Nguyễn Văn Vịnh (2003). *Như anh còn sống*. Nhà Xuất bản Tổng hợp thành phố Hồ Chí Minh.
40. Nguyễn Xuân Oánh (2001). *Đổi mới - vài nét lớn của một chính sách kinh tế Việt Nam*. Nhà Xuất bản thành phố Hồ Chí Minh.
41. Norodom Shihanouk & Kriser, B. (1999). *Hồi ký Shihanouk*. Nhà Xuất bản Công an Nhân dân.
42. Phạm Khắc Hòe (2007). *Từ triều đình Huế đến chiến khu Việt Bắc*. Nhà Xuất bản Chính trị Quốc gia.
43. Phạm Văn Trà (2009). *Đời chiến sĩ - hồi ký*. Nhà Xuất bản Quân đội Nhân dân.
44. Phan Lạc Phúc (2000). *Bè bạn gần xa*. Nhà Xuất bản Văn nghệ.
45. Short, P. (2004). *Polpot: Anatomy of a nightmare*. Henry Holt and Company, LLC.
46. Tạ Chí Đại Trường (2004). *Sử Việt đọc vài quyển*. Nhà Xuất bản Văn Mới.
47. Tạ Chí Đại Trường (2011). *Người lính thuộc địa Nam Kỳ (1861 – 1945)*. Nhà Xuất bản Tri thức.
48. TGM F. X Nguyễn Văn Thuận (2000). *Chứng nhân hy vọng*. Công đoàn Đức Mẹ La Vang.
49. Thành ủy, Ủy ban nhân dân thành phố Hồ Chí Minh & Viện lịch sử Quân sự Việt Nam (1998). *Cuộc Tổng tiến công và nổi dậy Mậu Thân 1968*. Nhà Xuất bản Quân đội Nhân dân.
50. Thụy Khuê (2002). *Nói chuyện với Hoàng Xuân Hãn và Tạ Trọng Hiệp*. Nhà Xuất bản Văn Nghệ.
51. Trần Công Tấn (2009). *Nguyễn Chí Thanh sáng trong như ngọc một con người*. Nhà Xuất bản Văn học.

52. Trần Nhâm (2009). *Trường Chinh – Một tư duy sáng tạo, một tài năng kiệt xuất*. Nhà Xuất bản Chính trị Quốc gia.
53. Trần Trọng Kim (1969). *Một cơn gió bụi*. Nhà Xuất bản Vĩnh Sơn.
54. Trần Trọng Kim (2002). *Việt Nam Sử lược*. Nhà Xuất bản Đà Nẵng.
55. Trần Văn Trà (1982). *Những chặng đường của "B2 – Thành đồng". Tập V - Kết thúc chiến tranh 30 năm*. Nhà Xuất bản Văn nghệ thành phố Hồ Chí Minh.
56. Văn phòng Quốc hội (2006). *Quốc hội Việt Nam 60 năm hình thành và phát triển*. Nhà Xuất bản Chính trị Quốc gia.
57. Văn Tiến Dũng (1976). *Đại thắng mùa xuân*. Nhà Xuất bản Quân đội Nhân dân.
58. Viện nghiên cứu Xã hội thành phố Hồ Chí Minh (2008). *Đô thị hóa ở Sài Gòn – thành phố Hồ Chí Minh từ góc nhìn Lịch sử - Văn hóa*. Nhà Xuất bản Tổng hợp thành phố Hồ Chí Minh.
59. Viện nghiên cứu Xã hội thành phố Hồ Chí Minh (2009). *Khoa học Xã hội thành phố Hồ Chí Minh Những vấn đề nghiên cứu*. Nhà Xuất bản Tổng hợp thành phố Hồ Chí Minh.
60. Vĩnh Sính (1991). *Nhật Bản cận đại*. Nhà Xuất bản thành phố Hồ Chí Minh & Khoa Sử trường Đại học Sư Phạm.
61. Võ Nguyên Giáp (2000). *Tổng Hành Dinh trong Mùa Xuân Toàn Thắng*. Nhà Xuất bản Chính trị Quốc gia.
62. Võ Nhơn Trí (2003). *Việt Nam cần đổi mới thật sự*. Nhà Xuất bản Đông Á.
63. Võ Văn Kiệt (1981). *Quyết thắng trên mặt trận Văn hóa và Tư tưởng*. Nhà Xuất bản thành phố Hồ Chí Minh.
64. Vogel, E. F. (2011). *Deng Xiaoping and the Transformation of China*. The Belknap Press of Harvard University Press.
65. Vũ Đình Hòe (1997). *Hồi ký Thanh Nghị tập 1*. Nhà Xuất bản Văn học.
66. Vũ Đình Hòe (2008). *Pháp quyền nhân nghĩa Hồ Chí Minh*. Nhà Xuất bản Trẻ.
67. Vũ Quốc Thông (1971). *Pháp Chế Sử Việt Nam*. Tủ sách Đại học Sài Gòn.
68. Yoshiharu Tsuboi (2011). *Nước Đại Nam đối diện với Pháp và Trung Hoa 1847 – 1885*. Nhà Xuất bản Tri thức.
69. Zhao Ziyang (2009). *Prisoner of the State*. Simon & Schuster.

Hồi ký, bản thảo, sách nhiều tác giả, và các văn bản khác:

1. *Ba mươi năm Công giáo Việt Nam dưới chế độ Cộng sản 1975 – 2005*. Nguyệt san diễn đàn giáo dân và phong trào giáo dân Việt Nam hải ngoại cơ sở Đức quốc, 2005.
2. *Báo cáo đề tài nghiên cứu khoa học "Kinh tế via hè" tại thành phố Hồ Chí Minh: Hiện trạng và các giải pháp*. Ủy ban Nhân dân thành phố Hồ Chí Minh & Viện kinh tế. Bản thảo, 1/2005.

3. *Biên Niên sự kiện (1986 - 1995)*.Thành ủy thành phố Hồ Chí Minh & Ban Tư tưởng – Văn hóa Thành ủy. Bản thảo, 2000.
4. *Campuchia Hậu UNTAC*. Trần Huy Chương. Hồi ký – bản thảo, 2002.
5. *Campuchia nhìn lại và suy nghĩ*. Ngô Điền. Bản thảo, 30/7/1992.
6. *Chuyện kể về chị Ba Thi nữ anh hùng lao động*. Ban Tuyên giáo Tỉnh ủy Vĩnh Long, 1992.
7. *Chuyện thời bao cấp tập 1*. Nhà Xuất bản Thông tấn, 2011.
8. *Cuộc tổng tiến công và nổi dậy Mùa Xuân 1975*. Viện lịch sử quân sự Việt Nam. Bản thảo, 4/2005.
9. *Đại Việt Sử ký toàn thư*. Nhà Xuất bản Văn hóa – Thông tin, 2003.
10. *Đây là Đài Phát thanh Giải phóng*. Nhà Xuất bản Văn nghệ Thành phố Hồ Chí Minh, 1997.
11. *Đề án Quy hoạch, phát triển hạ tầng giao thông đô thị, khắc phục tình trạng ùn tắc giao thông, đáp ứng yêu cầu phát triển kinh tế - xã hội thành phố Hồ Chí Minh và vùng kinh tế trọng điểm phía Nam*. Ủy ban Nhân dân thành phố Hồ Chí Minh. Bản thảo, 11/2007.
12. *Đời hay Chuyện về những người tù của tôi*. Hồ Ngọc Nhuận. Bản thảo.
13. *Giáo dục và đào tạo – mấy cảm nhận và đề xuất*. Đào Công Tiến, nguyên Hiệu trưởng Đại học Kinh tế thành phố Hồ Chí Minh. Bản thảo, 6/2009.
14. *Giáo giới trong đấu tranh đô thị qua hai thời kỳ Nam Bộ kháng chiến (1945 – 1975)*. Bản thảo tháng 6 năm 2004.
15. *Hồi ký của Nguyễn Kỳ Nam 1945 – 1954*. Xuân Giáp Thìn 1964.
16. *Hồi ký Ngô Công Đức 1936 – 2007*. Bản thảo, ?.
17. *Hồi ký Phạm Sơn Khai*.
18. *Hồi ký Trần Văn Giàu 1940 – 1945*.
19. *Hội thảo Khoa học: Tuyển tập các báo cáo toàn văn*. Văn phòng Chính phủ, 9/ 2000.
20. *Hồi ức Mai Chí Thọ. tập 2 - Theo bước chân lịch sử*. Nhà Xuất bản Trẻ, 2001.
21. *Hồi ức và suy nghĩ*. Trần Quang Cơ. Bản thảo, 2003.
22. *Kỷ yếu Thủ tướng Phan Văn Khải làm việc với Ban nghiên cứu và tổ kinh tế đối ngoại của Thủ tướng Chính phủ*. Ban nghiên cứu của Thủ tướng Chính phủ. Bản thảo, 13/2/ 2004.
23. *Lịch sử Phong trào đấu tranh của học sinh sinh viên Sài Gòn – Gia Định và các thành thị Nam Bộ trong kháng chiến chống Pháp và chống Mỹ (1928 – 1975)*. Bản thảo, 9/2004.
24. *Mao Trạch Đông ngàn năm công tội*. Thông tấn xã Việt Nam, 2008.
25. *Một khoảng Việt Nam Cộng hòa nối dài*. Tạ Chí Đại Trường,?.
26. *Nền Kinh tế trước ngã ba đường - Báo cáo thường niên Kinh tế Việt Nam 2001*. Nhà Xuất bản Đại học Quốc gia Hà Nội, 2011.

27. *Ngã ba Đồng Lộc – Ngã ba anh hùng.* Bản thảo, 1971.
28. *Ngọn cờ tiên phong.* Vũ Mão. Bản thảo, 2005.
29. *Nhà Ngoại giao Nguyễn Cơ Thạch.* Nhà Xuất bản Chính trị Quốc gia, 2003.
30. *Nhớ về anh Lê Đức Thọ.* Nhà Xuất bản Chính trị Quốc gia, 2000.
31. *Những kỷ niệm về Bác Hồ.* Hoàng Tùng.
32. *Những kỷ niệm về Lê Duẩn.* Trần Quỳnh.
33. *Những năm tháng làm việc bên anh Trường Chinh.* Trần Quốc Hương. Bản thảo, 5/2002.
34. *Những sự kiện lịch sử Đảng Bộ thành phố Hồ Chí Minh (1975 – 1995) tập 1*
35. *Những sự kiện lịch sử Đảng Bộ thành phố Hồ Chí Minh (1975 – 1995) tập 2*
36. *Những tên biệt kích của chủ nghĩa thực dân mới trên mặt trận Văn hóa – Tư tưởng.* Nhà Xuất bản Văn hóa, 1980.
37. *Phong cách Võ Văn Kiệt.* Nguyễn Khánh. Bản thảo, 20/10/1009.
38. *Phong trào đấu tranh của công nhân Nam Bộ 1945 – 1975.* Liên đoàn Lao động thành phố Hồ Chí Minh. Bản thảo 6/2004
39. *Phong trào đấu tranh của phụ nữ Sài gòn – Gia Định trong Nam Bộ kháng chiến (1945 -1975).* Bản thảo, 5/2004.
40. *Quá trình phát triển nhận thức của Đảng về con đường XHCN qua cuộc đổi mới.* Chương trình Khoa học Công nghệ cấp nhà nước KX.01. Bản thảo, 1994.
41. *Quốc triều Hình luật.* Nhà Xuất bản Chính trị Quốc gia, 1995.
42. *Sắc lệnh điền thổ 21 tháng 7 năm 1925.* Nguyễn Văn Xương lược dịch và chú giải. In lần thứ nhì, 1971.
43. *Tài liệu Sử: Những ngày cuối cùng của Tổng thống Ngô Đình Diệm.* Hoàng Ngọc Thành và Trần Thị Nhân Đức.
44. *Tình bạn hay Những là thư tâm tình về tình hình chính trị tại miền Nam Việt Nam trước 1975.* Hồ Ngọc Nhuận. Bản thảo.
45. *Tuyển tập Đào Duy Tùng tập 1.* Nhà Xuất bản Chính trị Quốc gia, 2008.
46. *Tuyển tập Đào Duy Tùng tập 2.* Nhà Xuất bản Chính trị Quốc gia, 2008.
47. *Văn kiện Đảng toàn tập, tập 1 (1924 – 1930).* Nhà Xuất bản Chính trị Quốc gia, 1998.
48. *Văn kiện Đảng toàn tập, tập 36 (1975).* Nhà Xuất bản Chính trị Quốc gia, 2004.
49. *Viết cho mẹ và Quốc hội.* Nguyễn Văn Trấn.
50. *Việt Nam - cộng đồng người Việt tị nạn trên thế giới 1975 – 2004.* Nhóm nghiên cứu lịch sử Việt Nam cận và hiện đại, 2004.
51. *Với các Dự thảo văn kiện trình Đại hội Đảng XI – Mấy trao đổi, đóng góp.* Đào Công Tiến. Bản thảo, 2005.
52. *Vụ Nhân văn – giai phẩm từ góc nhìn Một trào lưu tư tưởng dân chủ, một cuộc Cách mạng văn học không thành.* Lê Hoài Nguyên.

Made in United States
North Haven, CT
11 June 2025